ವಿಕ್ಟರ್ ಈ. ಫ್ರಾಂಕಲ್

ಬದುಕಿನ ಅರ್ಥದ ಹುಡುಕಾಟದಲ್ಲಿ ಮನುಷ್ಯ

12

Kannada translation of the bestseller book
Man's Search For Meaning

ಕನ್ನಡಕ್ಕೆ : ಡಾ. ಶಿವಾನಂದ ಬೇಕಲ್

ನಿರಾಶೆಯ ಕಡೆಯಿಂದ ಆಸೆಗೆ ಸಮರ್ಪಿತ

ಬದುಕಿನ ಅರ್ಥದ ಹುಡುಕಾಟದಲ್ಲಿ ಮನುಷ್ಯ

ವಿಕ್ಟರ್ ಈ. ಫ್ರಾಂಕಲ್

Badukina Arthada Hudukatadalli Manushya
By Viktor E. Frankl
Kannada traslation of 'Man's Search for Meaning'

ISBN: 978-93-90607-41-9
First Edition : December 2021
Reprint: February 2025
Publisher : WOW Publishings Pvt. Ltd., India
Translated by Dr. Shivanand Bekal

Printer: Trinity Academy for Corporate Training Ltd, Pune, INDIA

ಅನುಕ್ರಮಣಿಕೆ

ಭಾಗ – ೨ : ಲೋಗೋಥೆರಪಿ : ಸಂಕ್ಷಿಪ್ತ ಸಾರ

ಉಪದಂಹಾರ ೧೯೮೪: ದುಃಖದಲ್ಲಿ ಆಶಾವಾದ

ಪ್ರಸ್ತಾವನೆ

ವಿಕ್ಟರ್ ಈ. ಫ್ರಾಂಕಲ್‌ರವರ ಪುಸ್ತಕ 'ಮ್ಯಾನ್ಸ್ ಸರ್ಚ್ ಫಾರ್ ಮೀನಿಂಗ್'(ಬದುಕಿನ ಅರ್ಥದ ಹುಡುಕಾಟದಲ್ಲಿ ಮನುಷ್ಯ) ಮಹಾನ್ ಪುಸ್ತಕಗಳಲ್ಲಿ ಒಂದೆಂದು ಹೇಳಬಹುದು. ಯಾವುದೇ ಪುಸ್ತಕದಲ್ಲಿ ಮನುಷ್ಯನನ್ನು ಬದಲಿಸುವ ಒಂದು ವಿಚಾರ ಅಥವಾ ಒಂದು ಪ್ಯಾರಾ ಇದ್ದರಷ್ಟೇ ಸಾಕು, ಅದನ್ನು ಪದೇ ಪದೇ ಓದಬೇಕು ಮತ್ತು ಅದಕ್ಕೆ ನಮ್ಮ ಪುಸ್ತಕದ ಬೀರುವಿನಲ್ಲಿ ಒಂದು ಸ್ಥಾನವನ್ನು ಕಲ್ಪಿಸಲೇಬೇಕು. ಮನುಷ್ಯ ತನ್ನ ಜೀವನದಲ್ಲಿ ಬದಲಿಸಬಹುದಾದ ಅನೇಕ ಅಂಶಗಳು ಈ ಪುಸ್ತಕದಲ್ಲಿದೆ.

ಈ ಪುಸ್ತಕ ಮನುಷ್ಯನ ಬದುಕುಳಿಯುವ ಜನ್ಮಸಿದ್ಧ ಹಕ್ಕಿನ(ಸರ್ವೈವಲ್)ಬಗೆಗೆ ವಿಶದವಾಗಿ ವಿವರಿಸುತ್ತದೆ ಎಂದು ಮೊತ್ತಮೊದಲು ನಾನು ಹೇಳ ಬಯಸುತ್ತೇನೆ. ಸ್ವಯಂ ಸುರಕ್ಷಿತರೆಂದು ಭಾವಿಸುವಂಥ ಜರ್ಮನ್ ಮತ್ತು ಯೂರೋಪಿಯನ್ ಯಹೂದಿಗಳ ಜತೆಯಲ್ಲಿ ಫ್ರಾಂಕಲ್‌ಗೂ ನಾಜಿ ಯಾತನಾ ಶಿಬಿರಗಳಲ್ಲಿ ಕಷ್ಟಗಳನ್ನು ಸಹಿಸಬೇಕಾಗಿ ಬಂತು. ಆತ ಅಲ್ಲಿಂದ ಹಿಂದಿರುಗಿ ಬರುವುದು ಕೂಡಾ ಅದೊಂದು ಪವಾಡ ಸದೃಶ ಮಾತಾಗಿತ್ತು. ಅದನ್ನು ಬೈಬಲ್‌ನ 'ಎ ಬ್ರಾಂಡ್ ಪ್ಲಕ್ಡ್ ಫ್ರಮ್ ಫಯರ್' ಎನ್ನುವ ಕಥನ ಪುಷ್ಟಿ ನೀಡುತ್ತದೆ. ಆದರೆ ಈ ಪುಸ್ತಕದಲ್ಲಿ ಅವರು ತಾವು ಪಟ್ಟ ಯಾತನೆ ಅಥವಾ ಕಳೆದುಕೊಂಡಿರುವುದರ ಬಗ್ಗೆ ವಿವರಿಸುವುದಕ್ಕಿಂತ ಹೆಚ್ಚು **ಬದುಕುಳಿಯುವುದಕ್ಕಿದ್ದ ಅವರ ಶಕ್ತಿಯ ಸಂಪನ್ಮೂಲ**ಗಳ ಬಗ್ಗೆ ಹೇಳಬಯಸುತ್ತಾರೆ. ಪುಸ್ತಕದಲ್ಲಿ ಮತ್ತೆ ಮತ್ತೆ ನೀಷೆಯ ಶಬ್ದಗಳನ್ನು ಉದ್ಧರಿಸಲಾಗಿದೆ, 'ಯಾವ ವ್ಯಕ್ತಿಯ ಬಳಿಯಲ್ಲಿ **ಬದುಕಿಗಾಗಿ ಒಂದು "ಯಾಕೆ" ಇದ್ದಿದ್ದೇ ಆದಲ್ಲಿ, ಆತ ಯಾವುದೇ ತೆರನಾಗಿ "ಹೇಗೆ" ಎಂಬುದನ್ನು ಸಹಿಸಿಕೊಳ್ಳಬಲ್ಲ.**' ತಮ್ಮ ಭವಿಷ್ಯದ ಎಲ್ಲ ಭರವಸೆಗಳನ್ನು ಕಳೆದುಕೊಂಡ ಸೆರೆಯಾಳುಗಳ ಬಗ್ಗೆ ಇಲ್ಲಿ ಬಹಳ ಮಾರ್ಮಿಕವಾದ ವಿವರಣೆಗಳನ್ನು ಕಾಣಬಹುದು. ಪ್ರಾರಂಭದಲ್ಲೇ ಪ್ರಾಣ ತ್ಯಾಗ ಮಾಡಿದವರ ಕುರಿತೂ ಇಲ್ಲಿ ವಿವರಗಳಿವೆ. ಅವರೆಲ್ಲ ಆಹಾರದ ಕೊರತೆ ಅಥವಾ ಔಷಧಗಳ ಅಭಾವದಿಂದ ಪ್ರಾಣಬಿಟ್ಟಿರಲಿಲ್ಲ.

ಆಶಾಭಾವದ ಕೊರತೆ, ಜೀವನದಲ್ಲಿ ಒಂದು ಉದ್ದೇಶವನ್ನು ಪೂರೈಸಬೇಕೆಂಬ ಉತ್ಕಟತೆಯ ಅಭಾವದಿಂದ ಪ್ರಾಣಬಿಟ್ಟರು. ಇವೆಲ್ಲವುಗಳ ಹೊರತಾಗಿ ಫ್ರಾಂಕಲ್ ಸ್ವತಃ ಜೀವಂತವಾಗಿ ಉಳಿಯುವುದಕ್ಕೆ ಕಾರಣ ತಮ್ಮ ಪತ್ನಿಯ ಸವಿನೆನಪು ಹಾಗು ಯುದ್ಧ ಸಮಾಪ್ತಿಯಾದ ಬಳಿಕ ತಾವು ಮತ್ತೊಮ್ಮೆ ತಮ್ಮ ಪತ್ನಿಯನ್ನು ಸೇರಬಹುದೆಂಬ ಅಪಾರ ಭರವಸೆ. ಬದುಕುಳಿಯುವುದಕ್ಕೆ ಇನ್ನೊಂದು ಕಾರಣವೆಂದರೆ ಆಶ್ವಿಜ್‌ನಲ್ಲಿ ದೊರೆತ ಅನುಭವಗಳನ್ನು ಮನೋವೈಜ್ಞಾನಿಕ ನೆಲೆಯಲ್ಲಿ ಒಂದು ಪಾಠವಾಗಿ ಜನರಿಗೆ ವ್ಯಾಖ್ಯಾನಿಸುತ್ತಿದ್ದಾರೆ ಎಂಬ ಅವರ ಕನಸು.

ನಿಖರವಾಗಿ ಹೇಳುವುದಾದರೆ, ಬಹಳಷ್ಟು ಖೈದಿಗಳು ಜೀವಂತವಾಗಿ ಉಳಿಯುವುದಕ್ಕೆ ಸಾಧ್ಯವಾಗಲಿಲ್ಲ, ಯಾಕೆಂದರೆ ಅನೇಕರು ರೋಗಗಳಿಗೆ ಬಲಿಯಾದರು ಮತ್ತೆ ಕೆಲವರನ್ನು ಗ್ಯಾಸ್ ಛೇಂಬರ್‌ಗೆ ಆಹುತಿಯಾಗಿಸಿದರು. ಆದರೆ ಫ್ರಾಂಕಲ್‌ರ ಉದ್ದೇಶ ಅಧಿಕಾಂಶ ಜನರು ಜೀವಂತವಾಗಿ ಯಾಕೆ ಉಳಿಯಲಿಲ್ಲ ಎನ್ನುವುದಕ್ಕಿಂತ ಹೆಚ್ಚಾಗಿ ಯಾರು ಜೀವಂತವಾಗಿ ಉಳಿದರೋ, ಅವರು ಜೀವಂತವಾಗಿ ಉಳಿದಿರುವುದಕ್ಕೆ ಕಾರಣಗಳೇನು? ಎಂಬುದನ್ನು ವಿಶ್ಲೇಷಿಸುವುದಾಗಿದೆ.

ಅವರ ಆಶ್ವಿಜ್‌ನಲ್ಲಿನ ಭಯಾನಕ ಅನುಭವಗಳು, ಅವರದೇ ಪ್ರಮುಖ ವಿಚಾರಗಳನ್ನು ಎತ್ತಿಹಿಡಿಯುತ್ತವೆ. ಬದುಕು, ಫ್ರಾಯಿಡ್ ಹೇಳಿದ ಹಾಗೆ, ಆನಂದದ ಹುಡುಕಾಟದಲ್ಲಿ ಅಲ್ಲ, ಆಲ್ಫ್ರೆಡ್ ಎಡ್ಗರ್ ಹೇಳಿದ ಹಾಗೆ, ಸ್ಥಾನಮಾನದ, ಹುದ್ದೆ ಪದವಿಗಳ ಹುಡುಕಾಟದಲ್ಲೂ ಕಾಣಲಾರೆವು. ನಿಜವಾದ ಆಯಾಮದಲ್ಲಿ ನೋಡಿದರೆ ಅದು ಅರ್ಥದ ಹುಡುಕಾಟದಲ್ಲಿದೆ. ಯಾವನೇ ವ್ಯಕ್ತಿಗೆ ಬದುಕಿನ ಅತ್ಯಂತ ಪ್ರಮುಖ ಧ್ಯೇಯವೇನೆಂದರೆ, ಆತ ತನ್ನ ಬದುಕಿಗೆ ಅರ್ಥವನ್ನು ಹುಡುಕಬೇಕು. ಫ್ರಾಂಕಲ್ ಅರ್ಥಕ್ಕೆ ಮೂರು ಸಂಭಾವ್ಯ ಮೂಲಗಳನ್ನು ಸೂಚಿಸಿದ್ದಾರೆ : ಕೆಲಸ ಕಾರ್ಯದ ಮೂಲಕ (ಯಾವುದಾದರೂ ಮಹತ್ತರ ಕಾರ್ಯ ಮಾಡುವುದರಲ್ಲಿ), ಪ್ರೇಮದ ಮೂಲಕ (ಇನ್ನೊಬ್ಬರ ಬಗ್ಗೆ ಕಾಳಜಿ, ಫ್ರಾಂಕಲ್ ತಮ್ಮ ಅತೀ ಕಷ್ಟದ ಸಮಯದಲ್ಲಿ ತಮ್ಮ ಪತ್ನಿಯ ಬಿಂಬವನ್ನು ತಮ್ಮ ಮನ:ಪಟಲದಲ್ಲಿ ಇರಿಸಿಕೊಂಡಿದ್ದರು) ಮತ್ತು ಕಷ್ಟದ ಸಮಯದಲ್ಲೂ ತನ್ನ ಸಾಹಸವನ್ನು ಕಾಯ್ದಿಡುವ ಮೂಲಕ.

ಪೀಡೆ ಅಥವಾ ಕಷ್ಟ ಅದರಷ್ಟಕ್ಕೆ ಅರ್ಥಹೀನವಾದ ಶಬ್ದಗಳು; ನಾವು ಹೇಗೆ ಅವುಗಳನ್ನು ಗ್ರಹಿಸುತ್ತೇವೆಯೋ ಅದೇ ಅರ್ಥದಲ್ಲಿ ಅಥವಾ ಅದೇ ಆಯಾಮದಲ್ಲಿ ಅದು ಪ್ರಕಟವಾಗುತ್ತವೆ. ಒಂದು ಕಡೆ ಆತ ಬರೆಯುತ್ತಾರೆ, 'ಒಬ್ಬ ವ್ಯಕ್ತಿ ಶೌರ್ಯದಿಂದ, ಘನತೆಯಿಂದ ಮತ್ತು ಗರ್ವದಿಂದ ಜೀವಿಸಲು ಸಾಧ್ಯ ಅಥವಾ ತನ್ನನ್ನು ಸುರಕ್ಷಿತವಾಗಿಟ್ಟುಕೊಳ್ಳುವ ಪ್ರಯತ್ನದಲ್ಲಿ ತನ್ನ ಮಾನವೀಯ ಗರ್ವವನ್ನು ಮರೆತುಬಿಟ್ಟು ಯಾವುದೇ ಪಶುವಿಗೂ ಕಡೆಗಾದ ವ್ಯವಹಾರ ನಡೆಸಲು ಸಾಧ್ಯವಿದೆ.' ನಾಜಿಗಳ ಖೈದಿಗಳಲ್ಲಿ ಕೆಲವರಷ್ಟೇ ಮೊದಲನೆಯ ರೀತಿಯಲ್ಲಿ ಬಾಳಲು ಸಫಲರಾದರು ಎಂದು ಅವರು ಹೇಳುತ್ತಾರೆ, ಆದರೆ ಈ ವಿಷಯದಲ್ಲಿ ಒಂದೇ ಒಂದು ಉದಾಹರಣೆಯನ್ನು ನೀಡಲು ಸಾಧ್ಯವಾದರೆ, ಒಬ್ಬ ಮನುಷ್ಯ ತನ್ನ ಆಂತರಿಕ ಬಲದಿಂದ ತನ್ನ ಹೊರಗಿನ ಪರಿಸ್ಥಿತಿಯನ್ನು ಮೀರಿ ಹೇಗೆ ಮುಂದಕ್ಕೆ ಸಾಗಲು ಸಾಧ್ಯವೆಂದು ನಮಗೆ ವೇದ್ಯವಾದೀತು.

ಕೊನೆಯಲ್ಲಿ, ನಾನಿಲ್ಲಿ ಫ್ರಾಂಕಲ್‌ನ ಒಂದು ಉಲ್ಲೇಖನೀಯ ಶೋಧದ ಬಗ್ಗೆ ಹೇಳ

ಬಯಸುತ್ತೇನೆ, ಅದನ್ನು ನಾನು ನನ್ನ ಬದುಕಿನಾದ್ಯಂತ ಅನುಸರಿಸುತ್ತ ಬಂದಿದ್ದೇನೆ ಮತ್ತು ಬೇರೆಯವರಿಗೂ ಸಲಹೆ ನೀಡುವ ಅಸಂಖ್ಯ ಅವಕಾಶ ಸಿಕ್ಕಾಗ ಅದನ್ನು ಪ್ರಯೋಗಿಸಲು ಹೇಳಿದ್ದೇನೆ. ಯಾವ ಶಕ್ತಿ ನಿಮ್ಮ ನಿಯಂತ್ರಣದಿಂದ ಹೊರಗಿದೆಯೋ, ಅದು ನಿಮ್ಮ ಒಂದು ವಿಷಯವನ್ನು ಬಿಟ್ಟು ಮತ್ತೆಲ್ಲವನ್ನೂ ಕಸಿದುಕೊಳ್ಳಲು ಸಾಧ್ಯ, ಅದುವೇ ನೀವು ಆ ಪರಿಸ್ಥಿತಿಗೆ ಹೇಗೆ ಸ್ಪಂದಿಸುವಿರಿ ಎಂಬ ನಿಮ್ಮ ಸ್ವಾತಂತ್ರ್ಯ. ನಿಮ್ಮ ಬದುಕಿನಲ್ಲಿ ಏನೆಲ್ಲ ಸಂಭವಿಸಿತೋ ಅವೆಲ್ಲ ನಿಮ್ಮ ನಿಯಂತ್ರಣದಲ್ಲಿ ಇದ್ದಿರಲಾರದು, ಆದರೆ ನೀವು ಆ ಘಟನೆಯ ಬಗ್ಗೆ ಏನು ಅನುಭವವನ್ನು ಪಡೆದಿರೋ ಮತ್ತು ಅದನ್ನು ನೀವು ಹೇಗೆ ನಿಭಾಯಿಸಿದರೋ ಅದು ನಿಮ್ಮದೇ ನಿಯಂತ್ರಣದಲ್ಲಿರುವ ಸಂಗತಿಯಾಗಿರುತ್ತದೆ.' ಆರ್ಥರ್ ಮಿಲರ್‌ರ ನಾಟಕ 'ಇನ್ಸಿಡೆಂಟ್ ಅಟ್ ವಿಚಿ'ಯಲ್ಲಿ ಒಂದು ದೃಶ್ಯ ಬರುತ್ತದೆ. ಅದರಲ್ಲಿ ಒಬ್ಬ ಉಚ್ಚ-ಮಧ್ಯಮ ವರ್ಗದ ಉದ್ಯಮಿಯನ್ನು ಆ ನಾಜ಼ಿ ಅಧಿಕಾರಿಗಳ ಎದುರಿಗೆ ತಂದು ನಿಲ್ಲಿಸಲಾಗುತ್ತದೆ. ಅವರು ಆತನ ನಗರವನ್ನು ಆಕ್ರಮಿಸಿರುತ್ತಾರೆ. ಆತ ಅವರಿಗೆ ತನಗೆ ವಿಶ್ವವಿದ್ಯಾಲಯಗಳಿಂದ ದೊರೆತ ಡಿಗ್ರಿಗಳನ್ನು ಪ್ರಮುಖ ವ್ಯಕ್ತಿಗಳಿಂದ ಸಿಕ್ಕಿದ ಶಿಫಾರಸ್ಸು ಪತ್ರಗಳನ್ನು ತೋರಿಸುತ್ತಾನೆ. ಒಬ್ಬ ನಾಜ಼ಿ ಕೇಳುತ್ತಾನೆ, 'ಏನು ನಿನ್ನ ಬಳಿಯಲ್ಲಿ ಇಷ್ಟು ಮಾತ್ರವೇ ಇರುವುದೇ?' ಆ ವ್ಯಕ್ತಿ ನಿಟ್ಟುಸಿರು ಬಿಡುತ್ತಾನೆ, ಆಗ ನಾಜ಼ಿ ಅವೆಲ್ಲವನ್ನೂ ಕಸದಬುಟ್ಟಿಗೆ ಸೇರಿಸಿ ಹೇಳುತ್ತಾನೆ, 'ಬಹಳ ಒಳ್ಳೇದು, ಈಗ ನಿನ್ನ ಬಳಿಯಲ್ಲಿ ಏನೂ ಉಳಿದಿಲ್ಲ.' ಯಾವ ವ್ಯಕ್ತಿಯ ಸ್ವಾಭಿಮಾನ ಯಾವತ್ತೂ ಅನ್ಯರಿಂದ ಲಭಿಸುವ ಮರ್ಯಾದೆಯ ಮೇಲೆ ಅವಲಂಬಿತವಾಗಿರುತ್ತದೆ, ಆತ ಭಾವನಾತ್ಮಕ ನೆಲೆಯಲ್ಲಿ ನಿರ್ನಾಮವಾಗುವುದಕ್ಕೆ ಹೆಚ್ಚು ಸಮಯ ಬೇಕಾಗುವುದಿಲ್ಲ. ಒಂದು ವೇಳೆ ಫ್ರಾಂಕಲ್ ಅಲ್ಲಿರುತ್ತಿದ್ದರೆ, ಅವರು ತಮ್ಮ ತರ್ಕವನ್ನು ಹೀಗೆ ಮಂಡಿಸುತ್ತಿದ್ದರು– ನಾವು ಪರಿಸ್ಥಿತಿಗೆ ಹೇಗೆ ಸ್ಪಂದಿಸುತ್ತೇವೆ ಎಂಬ ಸ್ವಾತಂತ್ರವನ್ನು ಎಲ್ಲಿಯವರೆಗೆ ಕಾಪಾಡಿಕೊಳ್ಳುತ್ತೇವೆಯೋ ಅಲ್ಲಿಯವರೆಗೆ ನಮ್ಮ ಬಳಿ ಏನೂ ಉಳಿದಿಲ್ಲ ಎನ್ನಲಾಗುವುದಿಲ್ಲ.

ಫ್ರಾಂಕಲ್‌ನ ವಿಶ್ಲೇಷಣೆಯಲ್ಲಿ ಎಷ್ಟೊಂದು ಸತ್ಯ ಅಡಗಿದೆ ಎನ್ನುವುದನ್ನು ನನ್ನ ಸಾಮುದಾಯಿಕ ಅನುಭವ ಕೂಡಾ ಹೇಳುತ್ತದೆ. ನಾನು ಅಸಂಖ್ಯ ಸಫಲ ಔದ್ಯಮಿಕ ಕ್ಷೇತ್ರದ ವ್ಯಕ್ತಿಗಳನ್ನು ಬಲ್ಲೆ, ಅವರು ಸೇವಾನಿವೃತ್ತಿಯ ಬಳಿಕ ಎಲ್ಲಾ ಉತ್ಸಾಹವನ್ನು ಕಳೆದುಕೊಂಡಿರುತ್ತಾರೆ. ಅವರ ಕೆಲಸ ಅವರಿಗೆ ಬದುಕಿನ ಅರ್ಥವನ್ನು ನೀಡಿ ನಿಲ್ಲಿಸಿತ್ತು. ಅವರಲ್ಲಿ ಈಗ ಯಾವುದೇ ಉದ್ಯೋಗವಿಲ್ಲದಿದ್ದಾಗ, ಅವರು ದಿನವಿಡೀ ಮನೆಯಲ್ಲೇ ಕುಳಿತು ನೀರಸವಾಗಿ ಸಮಯ ಕಳೆಯತೊಡಗುತ್ತಾರೆ. ಇನ್ನೂ ಕೆಲವು ಮಂದಿಯನ್ನು ನಾನು ಬಲ್ಲೆ, ಅವರು ತಮ್ಮ ಬದುಕಿಗೆ ಸಂಬಂಧಿಸಿದ ಅನೇಕ ಕಷ್ಟಗಳನ್ನು ಮತ್ತು ಪೀಡೆಗಳನ್ನು ಸಹಿಸಿಕೊಂಡಿದ್ದರು, ಆ ಪೀಡೆಗಳಲ್ಲೂ ಅದೇನೋ ಅರ್ಥವನ್ನು ಕಂಡುಕೊಂಡಿದ್ದರು. ಆ ಅರ್ಥವು ಪರಿವಾರದ ಮೈಲ್‌ಸ್ಟೋನ್ ಇರಬಹುದು, ಅದನ್ನು ಮುಂದೆ ವಿವರಿಸಲು ಹಲವು ವರ್ಷಗಳ ತನಕ ತಾನು ಬದುಕಿ ಉಳಿಯಬೇಕೆನ್ನುವ ಇರಾದೆಯಿರುತ್ತದೆ, ಅಥವಾ ಓರ್ವ ಡಾಕ್ಟರ್ ಒಂದು ಅಸಾಧ್ಯ ರೋಗಕ್ಕೆ ಚಿಕಿತ್ಸೆಯನ್ನು ಶೋಧಿಸುತ್ತಿದ್ದಾರೆ. ಹೀಗೆ ಅವರ ಬಳಿಯಲ್ಲಿ ಒಂದು 'ಯಾಕೆ' ಎನ್ನುವುದು ಎದ್ದುನಿಲ್ಲುವಾಗ, ಅದಕ್ಕೆ ಯಾವುದೇ ತರಹದ 'ಹೇಗೆ' ಎಂಬುದನ್ನು ಸಹಿಸಿಕೊಳ್ಳುವುದು ಇನ್ನಷ್ಟು ಸರಳವಾಗಿಬಿಡುತ್ತದೆ.

ನನ್ನ ವೈಯಕ್ತಿಕ ಅನುಭವದಲ್ಲೂ ಫ್ರಾಂಕಲ್ ಅವರ ಶಬ್ದಗಳು ಪ್ರತಿಧ್ವನಿಸುತ್ತವೆ.

ನನ್ನ ಪುಸ್ತಕ 'ವೆನ್ ಬ್ಯಾಡ್ ಥಿಂಗ್ಸ್ ಹ್ಯಾಪನ್ ಟು ಗುಡ್ ಪೀಪಲ್'ನಲ್ಲಿ ನನ್ನ ವಿಚಾರಗಳನ್ನು ನನ್ನ ಮಗನ ರೋಗ ಮತ್ತು ಮೃತ್ಯುವಿನ ಸಮಯದಲ್ಲಿ ನನ್ನ ಸಂಘರ್ಷದ

ಹಿನ್ನಲೆಯಲ್ಲಿ ಪ್ರಸ್ತುತಪಡಿಸಲಾಗಿದ್ದವು. ಹಾಗಾಗಿ ಅವು ತಮ್ಮ ಶಕ್ತಿ ಹಾಗು ವಿಶ್ವಸನೀಯತೆಯನ್ನು ಪಡೆದುಕೊಂಡಿದ್ದವು. ಅದೇ ರೀತಿಯಲ್ಲಿ ಫ್ರಾಂಕಲ್ ಕೂಡಾ ಬದುಕಿಗೊಂದು ಅರ್ಥ ಕಲ್ಪಿಸಿ ಆತ್ಮವನ್ನು ಗುಣಪಡಿಸುವ ಲೋಗೋಥೆರಪಿಯನ್ನು ತಮ್ಮ ಆಶ್ವಿಚ್ ಕ್ಯಾಂಪ್‌ನ ಅನುಭವಗಳ ಹಿನ್ನೆಲೆಯಲ್ಲಿ ಪ್ರಸ್ತುತ ಪಡಿಸಿದ್ದರಿಂದ ಅದು ಅಷ್ಟೊಂದು ಜನಪ್ರಿಯವಾಗಲು ಕಾರಣವಾಯಿತು. ಒಂದು ವೇಳೆ ಈ ಪುಸ್ತಕದಲ್ಲಿ ಮೊದಲ ಭಾಗ ಇಲ್ಲದೇ ಹೋಗಿದ್ದರೆ, ಎರಡನೇ ಭಾಗ ಅಷ್ಟೊಂದು ಪ್ರಭಾವಶಾಲಿಯಾಗುವುದು ಸಾಧ್ಯವಿರುತ್ತಿರಲಿಲ್ಲ.

ನನಗೆ ಇದೊಂದು ಬಹಳ ಗೌರವದ ಮಾತು ಏನೆಂದರೆ ಮ್ಯಾನ್ಸ್ ಸರ್ಚ್ ಫಾರ್ ಮೀನಿಂಗ್‌ನ(ಬದುಕಿನ ಅರ್ಥದ ಹುಡುಕಾಟದಲ್ಲಿ ಮನುಷ್ಯ) 1962ರ ಆವೃತ್ತಿಯ ಪ್ರಸ್ತಾವನೆಯನ್ನು ಓರ್ವ ಪ್ರಸಿದ್ಧ ಮನೋರೋಗ ವೈದ್ಯರಾದ ಡಾ। ಗೋರ್ಡೋನ್ ಆಲ್ಪೋರ್ಟ್ ಬರೆದಿದ್ದರು ಮತ್ತು ಪುನಃಮುದ್ರಿತ ಆವೃತ್ತಿಯ ಈ ಪ್ರಸ್ತಾವನೆಯನ್ನು ಒಬ್ಬ ಸಾಮಾನ್ಯ ಮನುಷ್ಯನಿಂದ ಬರೆಸಲಾಗುತ್ತಿದೆ. ಈ ಪುಸ್ತಕ ಆಳವಾಗಿ ನೋಡಿದರೆ ಒಂದು ಧಾರ್ಮಿಕ ಗ್ರಂಥವಾಗಿದ್ದು, ಜೀವನ ಅರ್ಥವತ್ತಾದುದು ಎನ್ನುವುದನ್ನು ಇದು ಉಲ್ಲೇಖಿಸುತ್ತದೆ ಮಾತ್ರವಲ್ಲ ನಾವು ಯಾವುದೇ ಪರಿಸ್ಥಿತಿಯನ್ನು ಪರಿಗಣಿಸದೆ ಅದನ್ನು ಅದರ ಅರ್ಥದೊಂದಿಗೆ ನೋಡುವ ಪ್ರಯತ್ನವನ್ನು ಮಾಡಬೇಕು ಎಂಬುದನ್ನು ಮನದಟ್ಟು ಮಾಡಿಸುತ್ತದೆ. ಜೀವನಕ್ಕೆ ಒಂದಲ್ಲ ಒಂದು ಉತ್ಕೃಷ್ಟ ಉದ್ದೇಶವಿದ್ದೇ ಇರುತ್ತದೆ ಎನ್ನುವ ಮಾತಿಗೆ ಇದು ಪುಷ್ಟಿ ನೀಡುತ್ತದೆ. ಇದರ ಮೂಲ ಪ್ರತಿಯಲ್ಲಿ, ಪರಿಶಿಷ್ಟವನ್ನು ಸೇರಿಸುವುದಕ್ಕೆ ಮುನ್ನ, ಇದರ ಅಂತ್ಯವನ್ನು ಇಪ್ಪತ್ತನೇ ಶತಮಾನದಲ್ಲಿ ಬರೆಯಲಾದ ಎಲ್ಲಕ್ಕೂ ಮಿಗಿಲಾದ ಧಾರ್ಮಿಕ ವಾಕ್ಯದೊಂದಿಗೆ ಮಾಡಲಾಗಿದೆ:

> ನಮ್ಮ ಪೀಳಿಗೆಯವರು ಅತ್ಯಂತ ವಾಸ್ತವಪ್ರಿಯರು, ಯಾಕೆಂದರೆ ನಾವು ಮನುಷ್ಯನನ್ನು ಅವನ ವಾಸ್ತವಿಕ ರೂಪದಲ್ಲಿ ಬಿಂಬಿಸಲು ಯತ್ನಿಸಿದ್ದೇವೆ. ಏನೇ ಇರಲಿ, ಮನುಷ್ಯನೇ ಆ ಜೀವ, ಯಾರು ಆಶ್ವಿಚ್‌ನಲ್ಲಿ ಆ ಗ್ಯಾಸ್ ಛೇಂಬರ್‌ಗಳನ್ನು ನಿರ್ಮಿಸಿದ; ಅದೇ ಮನುಷ್ಯನೇ ಅಲ್ಲವೇ, ತುಟಿಗಳಲ್ಲಿ ಭಗವಂತನ ಹೆಸರನ್ನು ಪಠಿಸುತ್ತ ಅಥವಾ ಶೇಮಾ ಇಸ್ರಾಯಿಲ್‌ನ ಶಬ್ದಗಳನ್ನು ಉಚ್ಚರಿಸುತ್ತ, ಆ ಗ್ಯಾಸ್ ಛೇಂಬರ್‌ಗಳಲ್ಲಿ ದಾಖಲಾಗಿ ಅಳಿದು ಹೋದುದು.

– ಹೆರಾಲ್ಡ್ ಎಸ್. ಕುಶ್ನರ್

1992ರ ಆವೃತ್ತಿಯ ಪ್ರಸ್ತಾವನೆ

ಈ ಪುಸ್ತಕ ಇಂಗ್ಲಿಷ್‌ನಲ್ಲಿ ಸುಮಾರು ನೂರು ಸಲ ಮುದ್ರಿಸಲ್ಪಟ್ಟಿತು ಮತ್ತು ಅದರ ಜತೆಗೆ ಇತರ ಇಪ್ಪತ್ತೊಂದು ಭಾಷೆಗಳಲ್ಲಿ ಅನುವಾದಗೊಂಡು ಪ್ರಕಟವಾಯಿತು. ಕೇವಲ ಇಂಗ್ಲಿಷ್ ಭಾಷೆಯಲ್ಲಿಯೇ ಈ ಪುಸ್ತಕದ ಮೂರು ಮಿಲಿಯನ್ ಪ್ರತಿಗಳು ಮಾರಾಟವಾಗಿವೆ.

ಇವೆಲ್ಲವೂ ಸತ್ಯಾಂಶವನ್ನು ಹೊಂದಿದ್ದು, ಪ್ರಾಯಶಃ ಅದೇ ಕಾರಣಕ್ಕೆ ಅಮೆರಿಕಾದ ಸಮಾಚಾರ-ಪತ್ರಗಳ ವಾರ್ತಾ ಪ್ರತಿನಿಧಿಗಳು ಅಥವಾ ವಿಶೇಷವಾಗಿ ಅಮೆರಿಕಾದ ಟಿ.ವಿ. ಸ್ಟೇಷನ್, ಈ ಸತ್ಯಗಳನ್ನು ಪರಿಶೀಲಿಸಿದ ಬಳಿಕ ತಮ್ಮ ಸಂದರ್ಶನದ ಪ್ರಾರಂಭದಲ್ಲಿ ಇದೇ ಪ್ರಶ್ನೆಯನ್ನು ಕೇಳುತ್ತಿದ್ದಾರೆ : 'ಡಾಕ್ಟರ್ ಫ್ರಾಂಕಲ್, ನಿಮ್ಮ ಪುಸ್ತಕ ನಿಜವಾದ ಮಟ್ಟದಲ್ಲಿ ಬೆಸ್ಟ್‌ಸೆಲ್ಲರ್ ಅನಿಸಿಕೊಂಡಿದೆ – ಈ ಸಫಲತೆಯ ಬಗ್ಗೆ ನೀವೇನು ಹೇಳ ಬಯಸುತ್ತೀರಿ?' ನಾನು ಉತ್ತರಿಸುತ್ತ ಹೇಳುವುದೆಂದರೆ, ಈ ಪುಸ್ತಕದ ಬೆಸ್ಟ್‌ಸೆಲ್ಲರ್ ವಿಶೇಷತೆಯೊಂದಿಗೆ ಸಫಲತೆಯನ್ನು ಪರಿಗಣಿಸುತ್ತಿಲ್ಲ, ಬದಲಾಗಿ ಈ ಶ್ರೇಯಸ್ಸು ಯಾತಕ್ಕೆಂದರೆ, ಇದು ನಮ್ಮ ಅಂದಿನ ದುಃಖದ ಅವಸ್ಥೆಯನ್ನು ಬಿಂಬಿಸುತ್ತದೆ. ಸಾವಿರಾರು ಮಂದಿ ಓದುಗರು ಈ ಪುಸ್ತಕದ ಕಡೆಗೆ ಯಾತಕ್ಕಾಗಿ ಆಕರ್ಷಿತರಾಗಿದ್ದಾರೆ ಅಂದರೆ, ಇದು ಬದುಕಿನ ಅರ್ಥದ ಜತೆಗೆ ಸೇರಿಕೊಂಡಿರುವ ಪ್ರಶ್ನೆಗೆ ಉತ್ತರವನ್ನು ನೀಡುವ ವಚನವನ್ನು ಪರಿಪಾಲಿಸುತ್ತದೆ. ನಿಜಕ್ಕೂ ಈ ಪ್ರಶ್ನೆ ಆ ಹತಭಾಗ್ಯರಿಗೆ ಹೇಗೆ ಜ್ವಲಂತ ಸಮಸ್ಯೆಯಾಗಿ ಕಾಡಿತ್ತು ಎಂಬುದನ್ನು ಪ್ರಸ್ತುತ ಪಡಿಸುತ್ತದೆ.

ನಿಶ್ಚಯವಾಗಿಯೂ ಓದುಗರ ಮೇಲೆ ಪ್ರಭಾವ ಬೀರುವುದಕ್ಕೆ ಇನ್ನಿತರ ಕಾರಣಗಳೂ ಇದ್ದವು ಎನ್ನಬಹುದು : ಇದರ ಎರಡನೆಯ ಸೈದ್ಧಾಂತಿಕ ಭಾಗ (ಲೋಗೋಥೆರಪಿಯ ಸಂಕ್ಷಿಪ್ತ ಸಾರಾಂಶ), ಮೊದಲ ಭಾಗದಿಂದ ತೆಗೆದುಕೊಳ್ಳಲಾದ ಪಾಠವನ್ನು ಪ್ರತಿಬಿಂಬಿಸುತ್ತದೆ, ಅದಕ್ಕೆ ಪುಷ್ಟಿ ನೀಡುತ್ತದೆ. ಮೊದಲ ಭಾಗದ ಆತ್ಮಕಥೆಯ ವಿವರಣೆ (ಯಾತನಾ ಶಿಬಿರದ ಅನುಭವಗಳು)ಗಳು ನನ್ನ ಸಿದ್ಧಾಂತಗಳಿಗೆ ಅಸ್ತಿತ್ವ ನೀಡುತ್ತವೆ. ಹಾಗಾಗಿ ಎರಡೂ ಭಾಗಗಳು

ತನ್ನ ವಿಶ್ವಸನೀಯ ಅಂಶಗಳಿಗೆ ಪರಸ್ಪರ ಪೂರಕವಾಗಿವೆ ಎಂದು ಹೇಳಬಹುದು.

ನಾನು 1945ರಲ್ಲಿ ಈ ಪುಸ್ತಕವನ್ನು ಬರೆದಾಗ ನನ್ನ ಮನಸ್ಸಿನಲ್ಲಿ ಈ ಎರಡರಲ್ಲಿ ಒಂದು ವಿಷಯವೂ ನನ್ನ ಪರಿಜ್ಞಾನದಲ್ಲಿರಲಿಲ್ಲ. ನಾನು ನಿರಂತರವಾಗಿ ಕುಳಿತು ಒಂಭತ್ತು ದಿನಗಳಲ್ಲಿ ಒಂದು ಸಂಕಲ್ಪವೆನ್ನುವಂತೆ ಬರೆದು ಮುಗಿಸಿದೆ ಮತ್ತು ಪ್ರಕಟಿಸುವ ಸಮಯ ಲೇಖಕನಾದ ನನ್ನ ಹೆಸರನ್ನು ಹಾಕಲು ಬಯಸಲಿಲ್ಲ. ನಿಜ ಹೇಳಬೇಕೆಂದರೆ ಜರ್ಮನ್ ಭಾಷೆಯಲ್ಲಿ ಮೊದಲ ಆವೃತ್ತಿ ಹೊರಬಂದಾಗ ಪುಸ್ತಕದಲ್ಲಿ ನನ್ನ ಹೆಸರು ಇದ್ದಿರಲಿಲ್ಲ. ಆದರೆ ನನ್ನ ಮಿತ್ರರ ಬಲವಂತಕ್ಕೆ ಮಣಿದು ಕೊನೆಯ ಕ್ಷಣದಲ್ಲಿ ಅಂದರೆ, ಶೀರ್ಷಿಕೆಯ ಪುಟದಲ್ಲಾದರೂ ನನ್ನ ಹೆಸರಿರಬೇಕೆಂದಾಗ, ಹಾಗೆ ಮುದ್ರಿಸಬೇಕಾಯಿತು. ಮೊತ್ತಮೊದಲಾಗಿ ಬರವಣಿಗೆ ನಡೆಸಿದಾಗ ನನ್ನ ಸಂಕಲ್ಪವೇನಿತ್ತೆಂದರೆ ಲೇಖಕನ ಹೆಸರು ಎಲ್ಲೂ ಕಾಣಿಸಬಾರದು, ಯಾಕೆಂದರೆ ನನಗೆ ಯಾವುದೇ ಸಾಹಿತ್ಯಿಕ ಶ್ರೇಯಸ್ಸು ಪಡೆಯಬೇಕೆಂದಿರಲಿಲ್ಲ. ನಾನು ನನ್ನ ಓದುಗರಿಗೆ ಕೇವಲ ಇದೊಂದು ಸಂದೇಶ ತಲುಪಿಸಬೇಕಾಗಿತ್ತು, ಅದೇನೆಂದರೆ ಯಾವುದೇ ಅವಸ್ಥೆಯಲ್ಲಿ ಮನುಷ್ಯನ ಜೀವನಕ್ಕೆ ಒಂದು ಅರ್ಥವಿರುತ್ತದೆ, ಆ ಅವಸ್ಥೆ ಎಷ್ಟೇ ಕಷ್ಟದಾಯಕ ಯಾಕಿರಬಾರದು ಅಂತ. ನನ್ನ ಯೋಚನೆ ಏನಿತ್ತೆಂದರೆ, ನಾನು ಯಾತನಾ ಶಿಬಿರದಲ್ಲಿನ ಪರಿಸ್ಥಿತಿಯಲ್ಲಿ ಪಟ್ಟ ಶ್ರಮವನ್ನು ಹೇಳಿದರೆ ನನಗೆ ನನ್ನ ಮಾತುಗಳನ್ನು ಮನವರಿಕೆ ಮಾಡಿಸುವುದು ಇನ್ನಷ್ಟು ಸರಳವಾಗಿರುತ್ತದೆ ಅಂತ. ಬಹಳ ನಿರಾಶಾಜನಕ ಅವಸ್ಥೆಯಲ್ಲಿ ಜೀವನ ಸಾಗಿಸುವ ಆ ಜನರ ಸಮಕ್ಷಮ ನಾನು ನನ್ನ ದುಃಖದ ಅನುಭವಗಳನ್ನು ಹಂಚಿಕೊಂಡರೆ ಅವರಿಗೆ ಒಂದು ಆಶಾಕಿರಣ ದೊರೆಯಬಹುದು ಅಂತ ನನಗೆ ಅನ್ನಿಸಿತು.

ಒಂದು ವಿಚಿತ್ರವಾದ ಮತ್ತು ಉಲ್ಲೇಖನೀಯ ವಿಷಯವೆಂದರೆ ಬರೆದ ಎಲ್ಲಾ ಪುಸ್ತಕಗಳ ನಡುವೆ, ಈ ಪುಸ್ತಕ ಅದೇನು ನಾನು ಅನಾಮಧೇಯವಾಗಿ ಪ್ರಕಟಿಸಲು ಬಯಸಿದ್ದೆನೋ, ಇದೇ ನನ್ನ ಅತ್ಯಂತ ಸಫಲ ಪುಸ್ತಕವಾಗಿ ಮನ್ನಣೆ ಪಡೆಯಿತು. ನಾನು ನನ್ನ ಯೂರೋಪ್ ಮತ್ತು ಅಮೆರಿಕಾದ ವಿದ್ಯಾರ್ಥಿಗಳಿಗೆ ಒಂದು ವಿಚಾರವನ್ನು ಪದೇ ಪದೇ ಸ್ಪಷ್ಟವಾಗಿಸಲು ಆಗ್ರಹಿಸಿದ್ದೇನೆಂದರೆ : 'ಸಫಲತೆಯನ್ನು ನಿಮ್ಮ ಲಕ್ಷ್ಯವನ್ನಾಗಿಸಬೇಡಿ– ನೀವು ಅದನ್ನು ಎಷ್ಟು ಹೆಚ್ಚಾಗಿ ನಿಮ್ಮ ಲಕ್ಷ್ಯ ಅಥವಾ ಉದ್ದೇಶವನ್ನಾಗಿ ಮಾಡುತ್ತೀರೋ, ನೀವು ಅದರಿಂದ ಅಷ್ಟೇ ದೂರಕ್ಕೆ ಹೊರಟು ಹೋಗುತ್ತೀರಿ. ಖುಷಿಯ ಹಾಗೆ ಸಫಲತೆಯನ್ನೂ ಅದರ ಹಿಂದೆ ಹೋಗಿ ಪಡೆಯಲು ಸಾಧ್ಯವಾಗದು; ಅದು ಪರಿಣಾಮ ಸ್ವರೂಪವಾಗಿ ಪ್ರಾಪ್ತವಾಗುವಂಥದ್ದು. ನಾವು ನಮ್ಮನ್ನು ಎಂದಾದರೂ ನಮಗಿಂತಲೂ ದೊಡ್ಡದಾದ ಧ್ಯೇಯದೊಂದಿಗೆ ಜೋಡಿಸಿಕೊಂಡಿದ್ದರೆ, ಅಥವಾ ನಮ್ಮನ್ನು ಬಿಟ್ಟು ಬೇರೆ ಯಾರಿಗಾದರೂ ಸಮರ್ಪಿಸಿಕೊಂಡಾಗ ಅದರ ಪರಿಣಾಮವಾಗಿ ಖುಷಿ ಅಥವಾ ಸಫಲತೆ ಪ್ರಾಪ್ತವಾಗುತ್ತದೆ. ಖುಷಿ ಅಥವಾ ಸಫಲತೆ ಅದರಷ್ಟಕ್ಕೇ ಸಂಭವಿಸುತ್ತದೆ, ನೀವು ಆಗ್ರಹಿಸಿ ಅದನ್ನು ನಿಮಗಾಗಿ ಘಟಿಸಬೇಕೆಂದು ವಿವಶತೆಯಲ್ಲಿದ್ದರೆ ಅದು ಸಾಕಾರಗೊಳ್ಳುವುದಿಲ್ಲ. ನನ್ನ ಬೇಡಿಕೆ ಅಂದರೆ, ನೀವು ನಿಮ್ಮ ಅಂತರಾತ್ಮದ ಧ್ವನಿಯನ್ನು ಆಲಿಸಬೇಕು ಮತ್ತು ನಿಮ್ಮ ಪೂರ್ತಿ ಯೋಗ್ಯತೆ ಹಾಗೂ ತಿಳುವಳಿಕೆಯ ಅನುಸಾರವಾಗಿ ಕಾರ್ಯನಿರ್ವಹಿಸಬೇಕು. ಆಗ ದೀರ್ಘಕಾಲೀನ ತಳಹದಿಯಲ್ಲಿ ನಿಮಗೆ ವೇದ್ಯವಾದೀತು, ಸಫಲತೆ ತನ್ನಿಂದ ತಾನೇ ನಿಮ್ಮ ಹಿಂದೆ ಓಡೋಡಿ ಬರುತ್ತದೆ ಅಂತ, ಯಾಕೆಂದರೆ ನೀವು ಅದರ ವಿಚಾರವನ್ನು ಮರೆತೇ ಬಿಟ್ಟಿರುತ್ತೀರಿ!'

ಓದಗರು ನನ್ನನ್ನು ಪ್ರಶ್ನಿಸಬಹುದು ಹಿಟ್ಲರ್ ಆಸ್ಟ್ರಿಯಾದ ಮೇಲೆ ಆಕ್ರಮಣ ಮಾಡಿದಾಗ ನೀವೇಕೆ ನಿಮ್ಮನ್ನು ರಕ್ಷಿಸಿಕೊಳ್ಳಲು ಪ್ರಯತ್ನಿಸಲಿಲ್ಲ? ಅಂತ. ನಾನು ಈ ಪ್ರಶ್ನೆಗೆ ಉತ್ತರಿಸುವ

ವೇಳೆ ಒಂದು ಚಿಕ್ಕ ಪ್ರಸಂಗವನ್ನು ಕೇಳಿಸಬೇಕೆಂದುಕೊಂಡಿದ್ದೇನೆ. ಎರಡನೇ ಜಾಗತಿಕ ಯುದ್ಧದಲ್ಲಿ ಯು.ಎಸ್. ಪಾತ್ರವಹಿಸುವ ಕೆಲವು ಸಮಯಕ್ಕೆ ಮುಂಚೆ, ನಾನು ವಿಯೆನ್ನಾದ ಅಮೆರಿಕಾ ದೂತಾವಾಸದಿಂದ ನನ್ನ ಇಮಿಗ್ರೇಷನ್ ವೀಸಾವನ್ನು ತೆಗೆದುಕೊಳ್ಳುವಂತೆ ಕರೆ ಬಂತು. ನನ್ನ ವೃದ್ಧ ಹೆತ್ತವರ ಆನಂದಕ್ಕೆ ಪಾರವೇ ಇರಲಿಲ್ಲ, ಯಾಕೆಂದರೆ ನಾನು ತಕ್ಷಣವೇ ವಿಯೆನ್ನಾ ಬಿಟ್ಟುಹೋಗುವುದಕ್ಕೆ ಅನುಮತಿ ಸಿಗಬಹುದೆಂದು ಅವರು ಭರವಸೆ ಹೊಂದಿದ್ದರು. ಆವಾಗ ಅದನ್ನೇ ಹಿಡಿದುಕೊಂಡು ನಾನು ತುಸು ವಿಚಲಿತನಾದೆ. ನನ್ನ ಮನಸ್ಸಲ್ಲಿ ಮತ್ತೆ ಮತ್ತೆ ಒಂದೇ ವಿಷಯ ಕಾಡತೊಡಗಿತು. ನಾನು ನನ್ನ ವೃದ್ಧ ಹೆತ್ತವರನ್ನು ಅವರ ಅದೃಷ್ಟದಂತಾಗಲಿ ಅಂತ ಬಿಟ್ಟುಬಿಟ್ಟು, ಅವರನ್ನು ಯಾವುದೋ ಯಾತನಾ ಶಿಬಿರಕ್ಕೆ ಕಳಿಸಿಕೊಡಲೇ? ನನಗೆ ಅವರ ಬಗೆಗೆ ಯಾವ ಜವಾಬ್ದಾರಿಯೂ ಇಲ್ಲವೇ? ನಾನು ನನ್ನ ಸಂಶೋಧನೆ, ಲೋಗೋಥೆರಪಿಯನ್ನು ಮುಂದುವರಿಸಬೇಕೇ? ನಾನು ಆ ನಿಟ್ಟಿನಲ್ಲಿ ಯಾವುದಾದರೂ ಜಾಗಕ್ಕೆ ಹೋಗಿ ಆರಾಮವಾಗಿ ಆ ಪುಸ್ತಕ ಬರೆಯುವ ಕೆಲಸವನ್ನು ಹಮ್ಮಿಕೊಳ್ಳುವುದೇ? ಅಥವಾ ನಾನು ನನ್ನ ಹೆತ್ತವರ ಸಂತಾನವೆಂಬ ನೆಲೆಯಲ್ಲಿ ನನ್ನ ಕರ್ತವ್ಯವನ್ನು ಪಾಲನೆ ಮಾಡುವುದೇ? ಮತ್ತು ಅವರ ರಕ್ಷಣೆಗಾಗಿ ಎಲ್ಲಾ ದುರಿತಗಳನ್ನು ಎದುರಿಸುವುದೇ? ನಾನು ಸಮಸ್ಯೆಯ ಕುರಿತಂತೆ ಯೋಚಿಸುತ್ತ ಕುಳಿತೆ, ಆದರೆ ಯಾವುದೇ ಮಹತ್ವದ ಫಲಿತಾಂಶ ಹೊರಬರಲಿಲ್ಲ. ಆ ಮೇಲೆ ನನ್ನ ಈ ಸಂಕಟವನ್ನು ಪರಿಹರಿಸಲೆಂದೇ ಅಂದುಕೊಳ್ಳಿ, ಭಗವಂತ ನನಗೊಂದು ಸಂಕೇತ ನೀಡಿದ.

ನನಗೆ ಹಜಾರದ ಒಂದು ಮೇಜಿನ ಮೇಲೆ ಚಂದ್ರಕಾಂತ ಶಿಲೆಯ ಒಂದು ಫಲಕವನ್ನು ಇರಿಸಿದ್ದು ಕಾಣಿಸಿತು. ನಾನು ನನ್ನ ತಂದೆಯವರಲ್ಲಿ ಅದರ ಬಗ್ಗೆ ವಿಚಾರಿಸಿದಾಗ, ಅದು ಅವರಿಗೆ ವಿಯೆನ್ನಾದ ಸಿನೆಗೋಗ್ (ಯಹೂದಿಗಳ ಪ್ರಾರ್ಥನಾ ಮಂದಿರ)ನ ಸಮೀಪ ಸಿಕ್ಕಿತೆಂದೂ, ಆ ಸಿನೆಗೋಗ್‌ನ್ನು ರಾಷ್ಟ್ರೀಯ ಸಮಾಜವಾದಿಗಳು ಸುಟ್ಟು ಭಸ್ಮ ಮಾಡಿದ್ದಾರೆಂದೂ ಹೇಳಿದರು. ನನ್ನ ತಂದೆಯವರು ಆ ಫಲಕವನ್ನು ಮನೆಗೆ ಯಾತಕ್ಕೆ ತಂದರೆಂದರೆ ಅದರಲ್ಲಿ ಹತ್ತು ಧರ್ಮಾದೇಶಗಳು ಅಂಕಿತವಾಗಿದ್ದವು. ಅದರಲ್ಲಿ ಹೊಳೆಯುತ್ತಿರುವ ಒಂದು ಹಿಬ್ರೂ ಅಕ್ಷರ ಕಂಡು ಬಂತು; ಅಲ್ಲಿ ಬರೆದಿರುವುದು ಅದೊಂದು ಧರ್ಮಾದೇಶವೆಂದು ನನ್ನ ತಂದೆಯವರು ಹೇಳಿದರು. 'ಇದು ಯಾವ ಧರ್ಮಾದೇಶದ ಅಕ್ಷರ'ವೆಂದು ನಾನು ಕೇಳಿದೆ. ಅದಕ್ಕೆ ಅವರು, ಅದರಲ್ಲಿ ಬರೆದಿರುವುದನ್ನು ಓದಿದರು, 'ತನ್ನ ತಂದೆತಾಯಿಯನ್ನು ಗೌರವಿಸು, ಆ ಮೂಲಕ ಅವರು ಈ ಭೂಮಿಯಲ್ಲಿ ಬಹಳ ಕಾಲ ಜೀವಂತವಾಗಿರಲು ಸಾಧ್ಯ.' ನಾನು ನನ್ನ ಹೆತ್ತವರ ಜತೆಯಲ್ಲೇ ಉಳಿಯುತ್ತೇನೆ ಅಂತ ಆ ಕ್ಷಣದಲ್ಲೇ ತೀರ್ಮಾನಿಸಿದೆ. ಅಮೆರಿಕಾದ ವೀಸಾವನ್ನು ರದ್ದುಪಡಿಸಲು ಉದ್ಯುಕ್ತನಾದೆ.

ವಿಕ್ಟರ್ ಈ. ಫ್ರಾಂಕಲ್

ವಿಯೆನ್ನಾ, 1992

ಭಾಗ ೧

ಯಾತನಾ ಶಿಬಿರದ ಅನುಭವಗಳು

೧
ಪ್ರಾರಂಭ

ಈ ಪುಸ್ತಕ ವಸ್ತುನಿಷ್ಠ ವಿಷಯಗಳ ಮತ್ತು ಘಟನೆಗಳ ಒಂದು ಕ್ರೋಢೀಕರಣವೆಂದು ಪ್ರತಿಪಾದಿಸುವುದಿಲ್ಲ ಬದಲಾಗಿ ಇದೊಂದು ವೈಯಕ್ತಿಕ ಅನುಭವಗಳ, ಕಾಲಕಾಲಕ್ಕೆ ಸಹಸ್ರಾರು ಖೈದಿಗಳು ಅನುಭವಿಸುತ್ತ ಬಂದ ಅನುಭವಗಳೆಂದು ಖಂಡಿತವಾಗಿಯೂ ಹೇಳಬಹುದು. ಇದೊಂದು ಯಾತನಾ ಶಿಬಿರದ ಒಳಗಿನ ಕಥೆ, ಅಲ್ಲಿಂದ ಬದುಕುಳಿದು ಬಂದ ವ್ಯಕ್ತಿಯಿಂದ ಹೇಳಲ್ಪಟ್ಟಿದ್ದು. ಈ ಕಥೆ ಬಹಳಷ್ಟು ಸಲ ವಿವರಿಸಲಾಗಿರುವಂತೆ ಮಹಾ ಭಯಾನಕ (ಸಾಮಾನ್ಯವಾಗಿ ನಂಬಲು ಅಸಾಧ್ಯವಾದ ರೀತಿಯದ್ದು) ವೃತ್ತಾಂತಗಳದ್ದಲ್ಲ, ಆದರೆ ಪದೇ ಪದೇ ನೀಡಲಾದ ಸಣ್ಣ ಯಾತನೆಗಳ ಇತಿವೃತ್ತ. ಇನ್ನೊಂದು ರೀತಿಯಲ್ಲಿ ಹೇಳುವುದಾದರೆ, ಇದು ಅಂತಹದೊಂದು ಪ್ರಶ್ನೆಯನ್ನು ಉತ್ತರಿಸಲು ಸಾಧ್ಯ: ಒಬ್ಬ ಸಾಮಾನ್ಯ ಖೈದಿಯ ಮನಸ್ಸಿನಲ್ಲಿ ಮೂಡಿದ ಯಾತನಾ ಶಿಬಿರದಲ್ಲಿನ ಅನುಭವಗಳು ಹೇಗಿದ್ದವು?

ಇಲ್ಲಿ ವಿವರಿಸಲಾದ ಬಹುತೇಕ ಘಟನೆಗಳು ವ್ಯಾಪಕವಾದ ಸ್ಥಳಗಳಲ್ಲಿ ಮತ್ತು ಪ್ರಸಿದ್ಧವಾದ ಶಿಬಿರಗಳಲ್ಲಿ ನಡೆದದ್ದೆಂದು ತಿಳಿಯಬೇಕಿಲ್ಲ, ಆದರೆ ಚಿಕ್ಕದಾದ ಆವರಣದಲ್ಲಿ ಹೇಗೆ ನಿಜವಾದ ವಿನಾಶದ ಕೆಲಸ ನಡೆಯುತ್ತದೆ ಎಂಬುದನ್ನು ಸಾರಿ ಹೇಳುತ್ತದೆ. ಈ ಕಥೆ ಮಹಾ ನಾಯಕರ ಅಥವಾ ಹುತಾತ್ಮರ ಬವಣೆಗಳ ಕಥೆಯನ್ನು ಹೇಳುವುದಿಲ್ಲ, ಅಥವಾ ಮುಖ್ಯವಾದ ಕ್ಯಾಪೋಸ್* – ವಿಶೇಷ ಅನುಕೂಲತೆಗಳನ್ನು ಗಿಟ್ಟಿಸಿದ ನಂಬಿಗಸ್ಥರಾದ ಸೆರೆಯಾಳುಗಳು – ಅಥವಾ ಪ್ರಸಿದ್ಧ ಖೈದಿಗಳ ಕಥೆಯನ್ನೂ ಹೇಳುವುದಿಲ್ಲ. ಹಾಗಾಗಿ ಇದು

* ಟ್ರಸ್ಟಿಗಳಂತೆ ಕಾರ್ಯನಿರ್ವಹಿಸುವ ಸೆರೆಯಾಳು ಅಥವಾ ಸೈನಿಕ

ಬಲಿಷ್ಠರ ಯಾತನೆಗಳ ಬಗ್ಗೆ ಹೇಳುವುದಿಲ್ಲ, ಬದಲಾಗಿ ತ್ಯಾಗದ, ಗಲ್ಲಿಗೇರಿಸಲ್ಪಟ್ಟವರ ಮತ್ತು ಅನಾಮಧೇಯ ಹಾಗೂ ಎಲ್ಲೂ ದಾಖಲಿಸಲ್ಪಡದ ಮಹಾನ್ ಯೋಧರ ಸಾವಿನ ಕುರಿತಾಗಿದೆ. ಇದು ಸಾಮಾನ್ಯ ಖೈದಿಗಳ ಕಥೆಯಾಗಿದ್ದು, ಯಾವುದೇ ವಿಶೇಷ ಸ್ಥಾನಮಾನವಿರುವವರಾಗಿರಲಿಲ್ಲ. ಕ್ಯಾಪೋಸ್‌ಗಳು ನಿಜಕ್ಕೂ ಅವರೊಂದಿಗೆ ತಿರಸ್ಕಾರದಿಂದ ನಡೆದುಕೊಳ್ಳುತ್ತಾರೆ. ಸಾಮಾನ್ಯ ಖೈದಿಗಳಿಗೆ ಉಣ್ಣಲು ಅಥವಾ ಕುಡಿಯಲು ತತ್ವಾರವಾದರೆ, ಕ್ಯಾಪೋಸ್‌ಗಳು ಯಾವತ್ತೂ ಹಸಿವನ್ನು ಕಂಡವರಲ್ಲ; ನಿಜವೆಂದರೆ, ಕ್ಯಾಪೋಸ್‌ಗಳಿಗೆ ತಮ್ಮ ಜೀವಮಾನದಲ್ಲೇ ಸಿಗದ ಸೌಲಭ್ಯಗಳು ಇಲ್ಲಿ ಸಿಗುತ್ತವೆ. ಸಾಮಾನ್ಯ ಕಾವಲುಗಾರರಿಗಿಂತ ಕ್ಯಾಪೋಸ್‌ಗಳೇ ಸೆರೆಯಾಳುಗಳ ಮೇಲೆ ಕಠಿಣವಾಗಿ ವರ್ತಿಸುತ್ತಾರೆ. ಎಸ್.ಎಸ್.** ಮಂದಿಗಿಂತ ಕ್ರೂರವಾಗಿ ಹೊಡೆಯುತ್ತಾರೆ. ಈ ಕ್ಯಾಪೋಸ್‌ಗಳನ್ನು ಸಾಧಾರಣವಾಗಿ ಸೆರೆಯಾಳುಗಳ ಗುಂಪಿನಿಂದಲೇ ಇಂತಹ ಕಾರ್ಯಾಚರಣೆಗಳಿಗೆ ಯೋಗ್ಯರೆಂದು ಪರಿಗಣಿಸಲ್ಪಟ್ಟು ಆಯ್ಕೆ ಮಾಡಲಾಗುತ್ತಿದ್ದು, ಒಂದೊಮ್ಮೆ ನಿರೀಕ್ಷಿತ ಮಟ್ಟಕ್ಕೆ ಅವರು ಬಾರದಿದ್ದಲ್ಲಿ ಅವರನ್ನು ಪದಚ್ಯುತರನ್ನಾಗಿ ಮಾಡಲಾಗುತ್ತದೆ. ಅವರು ಶೀಘ್ರವೇ ಎಸ್.ಎಸ್. ಮಂದಿಯಂತೆ ಹಾಗೂ ಕ್ಯಾಂಪ್ ವಾರ್ಡನ್‌ರಂತಾಗಿ ಅವರನ್ನು ಅದೇ ಮನೋವೈಜ್ಞಾನಿಕ ನೆಲೆಯಲ್ಲಿ ಪರೀಕ್ಷಿಸಲು ಅವಕಾಶವಿರುತ್ತದೆ.

ಹೊರಗಿನವರು ಕ್ಯಾಂಪ್ ಬದುಕಿನ ಬಗ್ಗೆ ಬಹಳ ಸುಲಭವಾಗಿ ತಪ್ಪು ತಿಳಿಯುತ್ತಾರೆ, ಆ ತಿಳುವಳಿಕೆಯಲ್ಲಿ ಭಾವುಕತೆ ಕರುಣೆಯೊಂದಿಗೆ ಮಿಳಿತವಾಗಿರುತ್ತದೆ. ಆದರೆ ಅದರೊಳಗೆ ಪ್ರತಿಯೊಬ್ಬ ಸೆರೆಯಾಳು ತನ್ನ ದೈನಂದಿನ ವ್ಯವಹಾರವನ್ನು ನಿಭಾಯಿಸುವುದಕ್ಕೆ ಎಷ್ಟೊಂದು ಸಂಘರ್ಷದ ಪಡಿಪಾಟಲನ್ನು ಎದುರಿಸುತ್ತಾನೆ ಎಂಬುದು ಅವರಿಗೆ ತಿಳಿದಿರುವುದಿಲ್ಲ. ಅದು ನಿತ್ಯದ ತನ್ನ ಅಥವಾ ತನ್ನೊಬ್ಬ ಜೀವದ ಗೆಳೆಯನ ರೊಟ್ಟಿಗಾಗಿ ಮತ್ತು ಜೀವವುಳಿಕೆಗಾಗಿ ನಡೆಯುವ ಹೋರಾಟವೆನ್ನಬಹುದು.

ಖೈದಿಗಳ ವರ್ಗಾವಣೆಯ ಪ್ರಕ್ರಿಯೆ

ನಾವೀಗ ಒಂದು ಅಧಿಕೃತವಾಗಿ ಘೋಷಿಸಲ್ಪಟ್ಟ ಸೆರೆಯಾಳುಗಳನ್ನು ಒಂದು ಕ್ಯಾಂಪ್‌ನಿಂದ ಇನ್ನೊಂದಕ್ಕೆ ವರ್ಗಾವಣೆ ಮಾಡುವ ಪರಿಕ್ರಮವನ್ನು ತೆಗೆದುಕೊಳ್ಳೋಣ; ಆದರೆ ಅಂತಹದೊಂದು ವರ್ಗಾವಣೆ ಬೇರೆ ಯಾವುದೇ ಶಿಬಿರದ ಗಮ್ಯ ಸ್ಥಾನಕ್ಕೆ ಆಗಿರದೆ ಅದು ಗ್ಯಾಸ್ ಛೇಂಬರ್‌ನಲ್ಲಿ ಪರ್ಯಾವಸಾನವಾಗುತ್ತದೆ ಎಂದು ಯೋಚಿಸಿದರೆ ಅದೊಂದು ವಾಸ್ತವದ ಊಹೆಯಾಗಿರುತ್ತದೆ. ರೋಗಪೀಡಿತ, ಬಲಹೀನ ಮತ್ತು ಕೆಲಸ ಮಾಡಲು ಅನರ್ಹರಾದ ಸೆರೆಯಾಳುಗಳನ್ನು ಆಯ್ಕೆ ಮಾಡಿ ದೊಡ್ಡ ಕೇಂದ್ರೀಯ ಶಿಬಿರಗಳಿಗೆ ಕಳುಹಿಸಲಾಗುತ್ತದೆ. ಅಲ್ಲಿ ಗ್ಯಾಸ್ ಛೇಂಬರ್‌ಗಳನ್ನೂ ಶವದಹನದ ಸ್ಥಾವರಗಳನ್ನೂ ಸಜ್ಜುಗೊಳಿಸಲಾಗಿರುತ್ತದೆ. ಹಾಗಾಗಿ ಸೆರೆಯಾಳುಗಳ ಆಯ್ಕೆಯ ಪ್ರಕ್ರಿಯೆ ನಿಜಕ್ಕೂ ಖೈದಿಗಳ ನಡುವಿನ ಅಥವಾ ಖೈದಿಗಳ ಗುಂಪುಗಳ ನಡುವಿನ ನೈಜ ಕದನವೇ ಆಗಿರುತ್ತದೆ. ಪ್ರತಿಯೊಬ್ಬ ಖೈದಿ ಗುಪ್ತವಾಗಿ ತನ್ನ ಅಥವಾ ತನ್ನ ಗೆಳೆಯನ ಹೆಸರು ಪಟ್ಟಿಯಲ್ಲಿ ಇದೆಯೇ ಎಂಬುದನ್ನು ಪತ್ತೆಹಚ್ಚಲು ಪ್ರಯತ್ನಿಸುತ್ತ ಅದರಿಂದ ಆ ಹೆಸರನ್ನು ನೀಗಿಸಲು ಪ್ರಯತ್ನಿಸುವುದಿದೆ. ಹಾಗಿದ್ದರೂ, ಯಾವುದಾದರೂ ಖೈದಿಯ ಹೆಸರನ್ನು ನೀಗಿಸಿದ್ದೇ ಆದಲ್ಲಿ ಆ ವ್ಯಕ್ತಿಯ ಜಾಗದಲ್ಲಿ ಇನ್ನೊಬ್ಬ

** ಎಸ್.ಎಸ್. ಅಧಿಕಾರಿ – ನಾಜಿ ಪಾರ್ಟಿಯ ಒಂದು ವಿಶಿಷ್ಟ ಸೈನಿಕ ದಳ, ಇವರು ಹಿಟ್ಲರ್‌ನ ಅಂಗರಕ್ಷಕರಾಗಿಯೂ, ವಿಶೇಷ ಪೊಲೀಸ್ ಬಲದ ರೂಪದಲ್ಲೂ ಕಾರ್ಯವೆಸಗುತ್ತಾರೆ.

ಖೈದಿಯ ಹೆಸರನ್ನು ದಾಖಲಿಸಲಾಗುತ್ತದೆ ಎನ್ನುವುದು ಎಲ್ಲಾ ಖೈದಿಗಳಿಗೆ ಗೊತ್ತಿರುವ ವಿಚಾರವೇ ಆಗಿತ್ತು.

ಪ್ರತಿಯೊಂದು ಸಾಗಾಟದಲ್ಲಿ ಇಂತಿಷ್ಟು ಸಂಖ್ಯೆಯಲ್ಲಿ ಖೈದಿಗಳನ್ನು ಕಳುಹಿಸುವುದು ಅನಿವಾರ್ಯವಾಗಿತ್ತು. ಅಧಿಕಾರಿಗಳಿಗೆ ತಮ್ಮ ಜತೆಗೆ ಯಾರು ಪ್ರಯಾಣಿಸುತ್ತಾರೆ ಎನ್ನುವುದರ ಗೊಡವೆ ಇರುತ್ತಿರಲಿಲ್ಲ. ಅವರಿಗೆ ಪ್ರತಿಯೊಬ್ಬನ ಬಗ್ಗೆ ಒಂದು ನಂಬರ್‌ಗಿಂತ ಹೆಚ್ಚಿನ ಮಾಹಿತಿಯೇನೂ ಇದ್ದಿರುತ್ತಿರಲಿಲ್ಲ. ಒಮ್ಮೆ ಖೈದಿಯನ್ನು ಶಿಬಿರದಲ್ಲಿ ದಾಖಲಿಸಿದ ಬಳಿಕ ಆತನ ಬಳಿಯಲ್ಲಿರುವ ಸಮಸ್ತ ದಾಖಲೆ ಪತ್ರಗಳನ್ನೂ ಸೇರಿ ಇತರೆಲ್ಲ ಸಾಮಗ್ರಿಗಳನ್ನು ಕಸಿದುಕೊಳ್ಳಲಾಗುತ್ತಿತ್ತು (ಆಶ್ವೀಜ್ ನಗರದ ಕ್ಯಾಂಪ್‌ನಲ್ಲಂತೂ ಇದೇ ಕ್ರಮವನ್ನು ಅಳವಡಿಸಲಾಗಿತ್ತು). ಹೀಗೆ ಪ್ರತಿಯೊಬ್ಬ ಖೈದಿಗೂ ತನಗೆ ಒಂದು ಕಾಲ್ಪನಿಕ ಹೆಸರು, ಗುರುತು ಅಥವಾ ಕೆಲಸವನ್ನು ಆಯ್ದುಕೊಳ್ಳುವ ಅವಕಾಶ ಸಿಗುತ್ತಿತ್ತು; ಬೇರೆ ಬೇರೆ ಕಾರಣಗಳಿಂದ ಅನೇಕ ಖೈದಿಗಳಿಗೆ ಇದು ಸಮಂಜಸವೂ ಅನ್ನಿಸುತ್ತಿತ್ತು. ಪ್ರತ್ಯೇಕವಾಗಿ ಖೈದಿಗಳನ್ನು ಗುರುತಿಸಲು ನೀಡಲಾಗುವ ಆ ನಂಬರ್‌ಗಳ ಬಗ್ಗೆ ಮಾತ್ರವೇ ಅಧಿಕಾರಿಗಳಿಗೆ ಕಾಳಜಿ ಇರುತ್ತಿತ್ತು. ನಂಬರ್‌ನ್ನು ಸಾಮಾನ್ಯವಾಗಿ ಖೈದಿಯ ಚರ್ಮದ ಮೇಲೆ ಹಚ್ಚೆ ಹಾಕಲಾಗುತ್ತಿದ್ದು, ಹೆಚ್ಚುವರಿಯಾಗಿ ಪ್ಯಾಂಟಿನ ಮೇಲೋ ಜ್ಯಾಕೆಟ್‌ನ ಮೇಲೋ ಅದನ್ನು ಹೊಲಿಯಲಾಗುತ್ತಿತ್ತು. ಕಾವಲುಗಾರ ಯಾವನಾದರೂ ಖೈದಿಯನ್ನು ತಪ್ಪಿತಸ್ಥನೆಂದು ಸಾರಬೇಕಾದರೆ ಆ ನಂಬರ್‌ನತ್ತ ತನ್ನ ನೋಟ ಬೀರುತ್ತಿದ್ದ, (ಅಂತಹ ಒಂದು ನೋಟದಿಂದ ನಮ್ಮ ರೋಮಗಳು ನೆಟ್ಟಗಾಗುತ್ತಿದ್ದವು!) ಅವನೆಂದು ಖೈದಿಯ ಹೆಸರನ್ನು ಕೇಳುತ್ತಿರಲಿಲ್ಲ. ಕೊನೆಗೆ ಆ ನಂಬರ್ ಆ ಖೈದಿಯ ಹೆಸರಾಗಿ ಬಿಡುತ್ತಿತ್ತು ಎಂದು ತಿಳಿಯಿರಿ.

ನಾವೀಗ ಯಾತ್ರೆಗೆ ಹೊರಡಲು ಸಿದ್ಧರಾದ ಗುಂಪಿನ ವಿಷಯಕ್ಕೆ ಬರೋಣ. ಈಗ ನಮ್ಮಲ್ಲಿ ಯಾವುದೇ ಖೈದಿಗೆ ನೈತಿಕವಾಗಿ ಯೋಚಿಸಲು ಅಥವಾ ಅರ್ಥ ಮಾಡಿಕೊಳ್ಳಲು ವ್ಯವಧಾನವೂ ಇರುತ್ತಿರಲಿಲ್ಲ, ಸಮಯವೂ ಇರುತ್ತಿರಲಿಲ್ಲ. ಪ್ರತಿಯೊಬ್ಬ ಖೈದಿಗೂ ತನ್ನನ್ನು ಜೀವಂತವಾಗಿ ಇಟ್ಟುಕೊಳ್ಳುವುದೇ ಗತ್ಯಂತರದ ವಿಷಯವಾಗಿತ್ತು ಎನ್ನಿ. ತನ್ಮೂಲಕ ಆತ ಒಂದು ದಿನ ಮನೆಗೆ ಮರಳಿ ತನಗಾಗಿ ಕಾದಿರುವ ಮಂದಿಯ ಜತೆಗೆ ಸೇರಬಹುದೆಂಬ ಭರವಸೆಯ ಬಗ್ಗೆಯೇ ಚಿಂತಿತರಾಗಿರುತ್ತಿದ್ದರು. ಅದರ ಜೊತೆಗೆ ತನ್ನೊಂದಿಗೆ ತನ್ನ ಗೆಳೆಯನೊಬ್ಬನ ಪ್ರಾಣವನ್ನು ಉಳಿಸುವ ಯತ್ನವೂ ಇದ್ದಿರುತ್ತಿತ್ತು. ಹಾಗಾಗಿ, ಯಾವುದೇ ಅಂಜಿಕೆಯಿಲ್ಲದೆ, ಆತ ಇನ್ನೊಬ್ಬ ಖೈದಿಯನ್ನು ಆ ಜಾಗಕ್ಕೆ ನಿಯಮಿಸಿಬಿಡುತ್ತಿದ್ದ, ಆ "ನಂಬರ್"ನವ ಸಾಗಾಟದ ಯಾತ್ರೆಗೆ ಹೊರಡಬೇಕಿತ್ತು.

ಈಗಾಗಲೇ ಹೇಳಿರುವಂತೆ. ಕ್ಯಾಪೋಸ್‌ಗಳನ್ನು ಅಥವಾ ಸಿಪಾಯಿಗಳನ್ನು ಆಯುವ ವಿಧಾನ ಬಹಳ ಅಪಾಯಕಾರಿಯಾಗಿರುತ್ತಿತ್ತು. ಕೇವಲ ಕ್ರೂರವಾಗಿ ನಡೆದು ಕೊಳ್ಳುವವರನ್ನಷ್ಟೇ ಈ ಕೆಲಸಕ್ಕೆ ನಿಯೋಜಿಸಲಾಗುತ್ತಿತ್ತು (ಕೆಲವೊಮ್ಮೆ ಕೆಲವು ಸಂತಸದ ಅಪವಾದಗಳೂ ಬರುತ್ತಿದ್ದವೆನ್ನಿ). ಕ್ಯಾಪೋಸ್‌ಗಳ ಆಯ್ಕೆಯನ್ನು ಎಸ್. ಎಸ್. ನವರು ನಿಯೋಜಿಸುತ್ತಿದ್ದರೇನೋ ಸರಿ, ಅದರೆ ಖೈದಿಗಳ ನಡುವೆ ಸ್ವತಃ ಆಯ್ಕೆ ಮಾಡಿಕೊಳ್ಳುವ ಪ್ರಕ್ರಿಯೆಯೂ ನಡೆಯುತ್ತಿತ್ತು. ಒಟ್ಟಿನಲ್ಲಿ, ಕೇವಲ ಎಂತಹ ಖೈದಿಗಳು ಮಾತ್ರ ಜೀವಂತರಾಗಿದ್ದರು ಅಂದರೆ, ವರ್ಷಾನುಗಟ್ಟಲೆ ಒಂದು ಶಿಬಿರದಿಂದ ಇನ್ನೊಂದು ಶಿಬಿರಕ್ಕೆ ಕಾಲ್ನಡಿಗೆಯಲ್ಲಿ ಸಾಗುತ್ತ ನೈತಿಕ ಸಂಕೋಚವನ್ನು ಕಳೆದುಕೊಂಡವರು ಮಾತ್ರ. ಅವರು ತಮ್ಮನ್ನು ತಾವು ರಕ್ಷಿಸಿಕೊಳ್ಳಲು, ಪ್ರತಿಯೊಂದು ಉಪಾಯದ ರಹದಾರಿ ಪ್ರಯೋಗಿಸುತ್ತಿದ್ದರು, ಅದು ಅಪ್ರಾಮಾಣಿಕ ವಿಧಾನವಾದರೂ

ಆಗಿರುತ್ತಿದ್ದಿತು. ಅವರಿಗೆ ನಿರ್ದಯವಾಗಿರಲು, ಕಳವಿನ ಬಗ್ಗೆ ಇಲ್ಲವೇ ಮಿತ್ರರೊಂದಿಗೆ ಮೋಸ ಮಾಡಲು ಯಾವುದೇ ಅಂಜಿಕೆ ಇರುತ್ತಿರಲಿಲ್ಲ. ನಮ್ಮಂಥ ಕೆಲವು ವ್ಯಕ್ತಿಗಳು, ಬಹುಶಃ ಯೋಗಾಯೋಗದಿಂದ ಅಥವಾ ಅದೃಷ್ಟದ ಕಾರಣದಿಂದ ಬಚಾವಾದೆವೋ ಗೊತ್ತಿಲ್ಲ, ಆದರೆ ಯಾತನಾ ಸಿಬಿರದಲ್ಲಿ ಬಹಳಷ್ಟು ಮಂದಿ ನಮಗಿಂತಲೂ ಮಹಾನ್ ವ್ಯಕ್ತಿಗಳಿದ್ದರೂ ಅವರು ರಕ್ಷಿಸಲ್ಪಟ್ಟು ಹಿಂದಿರುಗಿ ಬರಲೇ ಇಲ್ಲ.

ಬಂಧಿಗಳ ಮನೋವಿಜ್ಞಾನ

ಖೈದಿಗಳ ಬಗೆಗೆ ಬಹಳಷ್ಟು ವಿವರಗಳನ್ನು ಅನೇಕ ಸತ್ಯತೆಗಳೊಂದಿಗೆ ಆಗಲೇ ದಾಖಲಿಸಲಾಗಿದೆ. ಇಲ್ಲಿ ಸತ್ಯಕ್ಕೆ ಹೆಚ್ಚು ಪ್ರಾಮುಖ್ಯತೆ ಯಾಕೆಂದರೆ ಆ ಮನುಷ್ಯರ ಅನುಭವಗಳ ಇದೊಂದು ಭಾಗವಾಗಿ ಹೋಗಿದೆ. ಇಲ್ಲಿ ಅದೇ ಅನುಭವಗಳನ್ನು ನೀಡಲು ಯತ್ನಿಸಲಾಗಿದೆ. ಈ ಪುಸ್ತಕ ಪ್ರಸಕ್ತ ಶಿಬಿರಗಳಲ್ಲಿನ ಲಭ್ಯ ವಿವರಗಳನ್ನು ಸಂದರ್ಭಾನುಸಾರವಾಗಿ ಓದುಗರ ಮುಂದಿಡಲು ನಡೆದ ಪ್ರಯತ್ನವೆನ್ನಬಹುದು. ಅಂತಹ ಶಿಬಿರಗಳ ಒಳಗಡೆ ಯಾವತ್ತೂ ಹೋಗದ ಜನರಿಗೆ ಅದರ ಒಳಗಿನ ವ್ಯವಸ್ಥೆಯನ್ನು ತಿಳಿಯಲು ಅನುಕೂಲವಾಗಬಹುದು, ಶಿಬಿರಗಳಿಂದ ಪಾರಾಗಿ ಹೊರಬಂದು ಬದುಕನ್ನು ಕಠಿಣವಾಗಿ ಎದುರಿಸುತ್ತಿರುವ ಆ ಖೈದಿಗಳ ಅನುಭವಗಳ ಬಗ್ಗೆ ಅವರು ಅರಿಯಬಹುದು. ಹಾಗೆ ನೋಡಿದರೆ, ಹಳೆಯಕಾಲದ ಖೈದಿಗಳು ಸಾಮಾನ್ಯವಾಗಿ ಹೇಳುವುದಿದೆ, "ನಮ್ಮ ವಿಷಯಗಳನ್ನು ಬೇರೆಯವರಿಗೆ ಹೇಳುವುದನ್ನು ನಾವು ಇಷ್ಟಪಡುವುದಿಲ್ಲ. ಸ್ವತಃ ಶಿಬಿರಗಳಲ್ಲಿ ಅನುಭವಿಸಿದವರಾದ ನಮಗೆ ಯಾವುದೇ ವ್ಯಾಖ್ಯಾನದ ಅವಶ್ಯಕತೆ ಇರುವುದಿಲ್ಲ. ಮಾತ್ರವಲ್ಲ, ನಾವು ಆ ದಿನಗಳನ್ನು ಹೇಗೆ ಕಳೆದವು ಮತ್ತು ಈಗ ನಮ್ಮ ಬದುಕನ್ನು ಹೇಗೆ ಕಳೆಯುತ್ತಿದ್ದೇವೆ ಎನ್ನುವುದು ಪ್ರಾಯಶಃ ಯಾರಿಗೂ ಅರ್ಥ ಮಾಡಿಕೊಳ್ಳಲು ಸಾಧ್ಯವಿಲ್ಲ."

ಏನಿದ್ದರೂ ಈ ವಿಷಯವನ್ನು ವ್ಯವಸ್ಥಿತ ರೂಪದಲ್ಲಿ ಪ್ರಸ್ತುತಪಡಿಸುವುದು ಸುಲಭದ ಮಾತಲ್ಲ. ಯಾಕೆಂದರೆ, ಮನೋವಿಜ್ಞಾನವನ್ನು ನಿಷ್ಪಕ್ಷವಾಗಿ ಮತ್ತು ತಟಸ್ಥ ಭಾವನೆಯಿಂದ ನೋಡಬೇಕಾಗುತ್ತದೆ. ಆದರೆ ಲೇಖಕನಿಗೆ ಎಲ್ಲಾ ಅನುಭವಗಳು ಸ್ವತಃ ಓರ್ವ ಖೈದಿಯ ರೂಪದಲ್ಲೇ ಆಗಿವೆ. ಹಾಗಿದ್ದರೆ ಆತ ನಿಷ್ಪಕ್ಷವಾಗಿ ತನ್ನ ಮಾತನ್ನು ದಾಖಲಿಸಲು ಸಾಧ್ಯವೇ?ಆತನ ನಿರೀಕ್ಷಣೆಗಳು ಎಲ್ಲಾ ರೀತಿಯ ಪಕ್ಷಪಾತದಿಂದ ಮುಕ್ತವಾಗಿರುತ್ತದೆಯೇ? ನಿಜಕ್ಕೂ ಯಾವುದೇ ಉದಾಸೀನತೆಯನ್ನು ಬಾಹ್ಯದ ವ್ಯಕ್ತಿ ಮಾತ್ರವೇ ತೋರಬಹುದೇ ಹೊರತು ವಾಸ್ತವದಲ್ಲಿ ಅನುಭವಿಸಿದಾತ ತೋರಲಾರ. ಶಿಬಿರದ ಒಳಗೆ ಖೈದಿ ಮಾತ್ರವೇ ಅಲ್ಲಿನ ಆ ಬದುಕನ್ನು ಚೆನ್ನಾಗಿ ಬಲ್ಲವನಾಗಿರುತ್ತಾನೆ. ಒಳಗಿನ ವ್ಯಕ್ತಿಯ ತೀರ್ಮಾನಗಳು ವಸ್ತುನಿಷ್ಠವಾಗಿರದೇ ಇರಬಹುದು; ಆತನ ವಿಶ್ಲೇಷಣೆಗಳಲ್ಲಿ ಲೋಪದೋಷಗಳು ಇದ್ದಿರಬಹುದು. ಆದರೆ ಅದು ಅನಿವಾರ್ಯ. ಯಾವುದೇ ವೈಯಕ್ತಿಕ ಪಕ್ಷಪಾತವಿಲ್ಲದೆ ಒಂದು ಪ್ರಯತ್ನವನ್ನು ಮಾಡಬೇಕು, ಇಂತಹ ಪುಸ್ತಕದಲ್ಲಿ ಅದುವೇ ನಿಜವಾದ ಯಾತನೆಯಾಗಿರುತ್ತದೆ. ಕೆಲವು ಸಾರಿ ತೀರಾ ವೈಯಕ್ತಿಕವಾದ ಅನುಭವಗಳನ್ನು ಸಾರುವ ಸಂದರ್ಭ ಸಾಕಷ್ಟು ಧೈರ್ಯ ಬೇಕಾಗುತ್ತದೆ. ನಾನು ಈ ಕಥೆಯನ್ನು ಅನಾಮಧೇಯನಾಗಿ ಬರೆಯಲು ಬಯಸಿದ್ದೆ, ಸೆರೆಮನೆಯ ಸಂಖ್ಯೆಯನ್ನು ಮಾತ್ರ ಉಪಯೋಗಿಸಿ. ಆದರೆ ಹಸ್ತಪ್ರತಿಯನ್ನು ಬರೆದು ಮುಗಿಸಿದ ಬಳಿಕ ನನಗನಿಸಿತು, ಯಾವುದೇ ಅನಾಮಧೇಯ ಪ್ರಕಾಶನ ಅದರ ಅರ್ಧಾಂಶ ಮೌಲ್ಯವನ್ನು ಕಳೆದುಕೊಳ್ಳುತ್ತದೆ ಎಂದೂ, ನನ್ನ ಸಾಕ್ಷಿಪ್ರಜ್ಞೆಯನ್ನು ಮುಂದಿಟ್ಟು ಹೇಳುವುದು ನನ್ನ ಸಾಹಸವಾಗಿರಬೇಕು ಎಂದೂ ಭಾವಿಸಿದೆ. ಹಾಗಾಗಿ ನಾನು ಯಾವುದೇ ಪ್ಯಾರಾವನ್ನೂ

ಅಳಿಸಿ ಹಾಕದೆ, ನನ್ನದೇ ಹೆಸರಲ್ಲಿ ಪ್ರಕಟಿಸಲು ಸನ್ನದ್ಧನಾದೆ, ಅಂತಹ ಪ್ರದರ್ಶನಾವೇಶದ ಬಗೆಗೆ ನನಗೆ ಅಸಹ್ಯವೆನಿಸಿದ್ದಾಗ್ಯೂ.

ನಾನು ಆ ಜವಾಬ್ದಾರಿಯನ್ನು ಓದುಗರಿಗೇ ಬಿಟ್ಟುಬಿಡುತ್ತೇನೆ, ಅವರು ತಮಗನ್ನಿಸಿದ ಹಾಗೆ ಪುಸ್ತಕದಲ್ಲಿನ ವಿಷಯಗಳನ್ನು ಹಾಗೆ ಸೋಸಿ ತೆಗೆದುಕೊಳ್ಳಬಹುದು. ಇದು ಖೈದಿಗಳ ಮನೋವಿಜ್ಞಾನವನ್ನು ಅರ್ಥ ಮಾಡಿಕೊಳ್ಳಲು ಸಹಾಯಕವಾಗಬಹುದು. ಮೊದಲನೆಯ ಜಾಗತಿಕ ಮಹಾಯುದ್ಧದ ಬಳಿಕ ಆ ಕುರಿತಂತೆ ತನಿಖೆ ನಡೆಸಲಾಗಿತ್ತು. ಅದರಲ್ಲಿ "ಬಾರ್ಬ್ಡ್ ವಯರ್ ಸಿಕ್‌ನೆಸ್" ಎಂಬ 'ಸಿಂಡ್ರೋಮ್'*(ರೋಗ ಲಕ್ಷಣ)ನ್ನು ಪತ್ತೆಹಚ್ಚಲಾಗಿತ್ತು. ಎರಡನೇ ಜಾಗತಿಕ ಮಹಾಯುದ್ಧಕ್ಕೆ ನಾವು ಯಾತಕ್ಕಾಗಿ ಋಣಿಯಾಗಿರಬೇಕೆಂದರೆ "ಸೈಕೋ ಪೆಥಾಲಜಿ ಆಫ್ ಮಾಸಸ್" (ಪ್ರಸಿದ್ಧವಾದ ಉದ್ಧರಣೆ ಇದಾಗಿದ್ದು, ಲೀ ಬೋನ್ ಅವರ ಪುಸ್ತಕದ ಶೀರ್ಷಿಕೆಯೂ ಇದೇ ಆಗಿದೆ) ಇದರ ಬಗ್ಗೆ ನಮ್ಮ ಅರಿವನ್ನು ಹೆಚ್ಚಿಸಿದಕ್ಕಾಗಿ ಮತ್ತು ಈ ಯುದ್ಧವು ನಮಗೆ ನರವ್ಯೂಹಗಳ ಕದನವನ್ನೂ, ಯಾತನಾ ಶಿಬಿರವನ್ನೂ ನೀಡಿತ್ತು.

* ಸಿಂಡ್ರೋಮ್ – ರೋಗದಲ್ಲಿ ಅನೇಕ ಲಕ್ಷಣಗಳ ಸಮಾವೇಶ

೨

ಪ್ರೀಮಿಯಂ ಕೂಪನ್‌ನ ಕೊಡುಗೆ

ಇದು ನಾನೊಬ್ಬ ಸಾಮಾನ್ಯ ಸೆರೆಯಾಳಾಗಿದ್ದಾಗಿನ ಅನುಭವವಾಗಿದ್ದು, ಯಾವುದೇ ಜಂಭವಿಲ್ಲದ ನನ್ನ ಹೇಳಿಕೆ ಮುಖ್ಯವಾಗುತ್ತದೆ. ಯಾಕೆಂದರೆ ಕ್ಯಾಂಪ್‌ನಲ್ಲಿ ಕೊನೆಯ ಕೆಲವು ವಾರಗಳನ್ನು ಹೊರತು ಪಡಿಸಿ, ನಾನು ಮನೋಚಿಕಿತ್ಸಕನಾಗಿಯೋ ಅಥವಾ ಒಬ್ಬ ವೈದ್ಯನಾಗಿಯೋ ಸೇವೆಸಲ್ಲಿಸಿದವನಲ್ಲ.

ನನ್ನ ಸಹಕರ್ಮಿಗಳು ಅದೃಷ್ಟವಂತರು, ಯಾಕೆಂದರೆ ಅವರನ್ನು ಪ್ರಾರಂಭದಿಂದಲೇ ಖೈದಿಗಳಿಗೆ ರದ್ದೀ ಕಾಗದಗಳಿಂದ ತಯಾರಿಸಿದ ಬ್ಯಾಂಡೇಜ್ ಕಟ್ಟಿ ಪ್ರಥಮ ಚಿಕಿತ್ಸೆ ನೀಡುವ ಕೆಲಸಕ್ಕೆ ನಿಯೋಜಿಸಲಾಗಿತ್ತು. ನನ್ನ ಖೈದಿ ನಂಬರ್ 119,104 ಎಂದಾಗಿದ್ದು, ನನ್ನ ಕೆಲಸ ಅಗೆಯುವ ಮತ್ತು ರೇಲ್ವೇ ಹಳಿಗಳನ್ನು ಹಾಕುವುದಕ್ಕೆ ಸೀಮಿತವಾಗಿತ್ತು. ಕೆಲವು ಸಮಯ ಯಾರದೇ ಸಹಾಯವಿಲ್ಲದೆ ನಾನು ಒಂದು ರಸ್ತೆಯ ಕೆಳಗಡೆ ನೀರು ಹರಿಯುವ ಸುರಂಗ ಮಾರ್ಗವನ್ನು ಅಗೆಯುವ ಕೆಲಸಕ್ಕೆ ನಿಯುಕ್ತನಾದೆ. ಈ ಕೆಲಸ ನನಗೆ ಪೊಗದಸ್ತಾದ ಕೊಡುಗೆಯನ್ನು ನೀಡಿತು, ಅದು 1944ರ ಕ್ರಿಸ್ಮಸ್ ಸಮಯ. ಅದು "ಪ್ರೀಮಿಯಂ ಕೂಪನ್"ಗಳೆಂಬ ಕೊಡುಗೆ. ನಾವು ಯಾವ ನಿರ್ಮಾಣ ಸಂಸ್ಥೆಯವರಿಗೆ ಗುಲಾಮರಾಗಿ ವಿಕ್ರಯಿಸಲ್ಪಟ್ಟಿದ್ದೆವೋ ಅವರಿಂದ ಬಂದ ಕಾಣಿಕೆಯಾಗಿತ್ತದು. ಸಂಸ್ಥೆ ಕ್ಯಾಂಪ್ ಅಧಿಕಾರಿಗಳಿಗೆ ಒಂದು ನಿರ್ದಿಷ್ಟ ಮೊಬಲಗನ್ನು ಪ್ರತಿನಿತ್ಯ, ಪ್ರತಿ ಖೈದಿಗೆ ನೀಡುತ್ತಿತ್ತು. ಪ್ರತಿಯೊಂದು ಕೂಪನ್‌ಗೆ ಐವತ್ತು ಫೆನ್ನಿಂಗ್ ಮೌಲ್ಯವಿದ್ದು, ಅದನ್ನು ಆರು ಸಿಗರೇಟ್‌ಗಳಿಗೆ ವಿನಿಮಯ ಮಾಡಿಕೊಳ್ಳಬಹುದಿತ್ತು. ವಾರಗಳ ನಂತರ ಅದರ ಮೌಲ್ಯ ಕಳೆದು ಹೋಗಿ, ಅದು ನಿರುಪಯುಕ್ತವಾಗುವುದೂ ಸಾಧ್ಯವಿತ್ತು. ನಾನು ಎರಡು ಅಸಲೀ

ಕೂಪನ್‌ಗಳ ಒಡೆಯನಾಗಿದ್ದು ಹೆಮ್ಮೆಯ ವಿಷಯವಾಗಿ, ಅದು ಹನ್ನೆರಡು ಸಿಗರೇಟ್‌ಗಳಿಗೆ ಸಮವಾಗಿತ್ತು. ಅದಕ್ಕೂ ಮಿಗಿಲಾದ ಮಾತು ಏನಾಗಿತ್ತೆಂದರೆ ಆ ಹನ್ನೆರಡು ಸಿಗರೇಟ್‌ಗಳ ಬದಲಿಗೆ ಹನ್ನೆರಡು ಬೌಲ್ ಸೂಪ್‌ಗಳು ಸಿಗುತ್ತಿದ್ದವು. ಹಸಿವಿನಿಂದ ಯಾವಾಗಲೂ ಒದ್ದಾಡುತ್ತಿದ್ದ ನಮ್ಮಂಥ ಸೆರೆಯಾಳುಗಳಿಗೆ ಹನ್ನೆರಡು ಬೌಲ್‌ಗಳ ಸೂಪ್ ಬಹಳ ದೊಡ್ಡ ಮಾತಾಗಿತ್ತು.

ನಿಜಹೇಳಬೇಕೆಂದರೆ, ಧೂಮಪಾನ ಮಾಡುವ ಖಾಸಗಿ ಸೌಲಭ್ಯ ಕೇವಲ ಕ್ಯಾಪೋಸ್‌ಗಳಿಗಷ್ಟೇ ಸೀಮಿತವಾಗಿತ್ತು. ಅವರಿಗೆ ಸಾಪ್ತಾಹಿಕ ಕೂಪನ್‌ಗಳನ್ನು ನೀಡಲಾಗುತ್ತಿತ್ತು. ಯಾವನೇ ಸೆರೆಯಾಳು ಯಾವುದೇ ವರ್ಕ್‌ಶಾಪ್‌ನಲ್ಲಿ ಅಥವಾ ಗೋದಾಮಿನಲ್ಲಿ ಕೆಲಸ ಮಾಡುವುದಿದ್ದರೆ, ಅಲ್ಲಿ ಆತ ಏನಾದರೂ ಅಪಾಯಕಾರೀ ಕೆಲಸ ಮಾಡಿದರೆ, ಪುರಸ್ಕಾರವಾಗಿ ಕೆಲವು ಸಿಗರೇಟ್‌ಗಳನ್ನು ನೀಡಲಾಗುತ್ತಿದ್ದಿತು. ಇಂಥವರು ಸಹ ಧೂಮಪಾನ ಮಾಡಬಹುದಿತ್ತು. ಈ ವಿಷಯದಲ್ಲಿ ಯಾರು ಅಪವಾದವಾಗಿದ್ದರು ಅಂದರೆ, ಯಾರು ಜೀವಿಸುವ ಆಸೆಯನ್ನು ಕಳೆದುಕೊಂಡಿರುತ್ತಾರೋ ಅವರು ಮತ್ತು ತಮ್ಮ ಅಂತಿಮ ದಿನಗಳ ಪೂರ್ತಿ ಆನಂದವನ್ನು ಪಡೆಯಲು ಧೂಮಪಾನದಲ್ಲಿ ನಿರತರಾಗಿರುತ್ತಿದ್ದರು. ಹಾಗಾಗಿ ನಮ್ಮಲ್ಲಿನ ಯಾವನೇ ಜತೆಗಾರ ತನ್ನ ಸಿಗರೇಟ್‌ನ ಭಂಡಾರವನ್ನು ಸೇದುತ್ತಾ ಸೇದುತ್ತಾ ಮುಗಿಸಲು ತೊಡಗಿದ್ದರೆ ಆತ ತನ್ನ ಬದುಕಿನ ಆಸೆಯನ್ನು ಕಳೆದುಕೊಂಡಿದ್ದಾನೆ ಎಂದೇ ತಿಳಿಯಬೇಕು. ಹೀಗೆ ಬದುಕುವ ಆಸೆಯನ್ನು ಕಳೆದುಕೊಂಡ ಬಳಿಕ ಅದನ್ನು ಮತ್ತೆ ಪಡೆಯುವುದು ಬಹಳ ಕಷ್ಟದಾಯಕವಾಗಿತ್ತು ಅಥವಾ ಸಾಧ್ಯವೇ ಇರುತ್ತಿರಲಿಲ್ಲ.

ಖೈದಿಗಳ ಅನುಭವಗಳು ಮತ್ತು ನಿರೀಕ್ಷೆಗಳಿಂದಾದ ಸಂಗ್ರಹವಾದ ಸಾಮಗ್ರಿಗಳನ್ನು ಅಧ್ಯಯನ ಮಾಡಿದರೆ ಯಾತನಾ ಶಿಬಿರಗಳಲ್ಲಿ ಖೈದಿಗಳ ಮನಸ್ಸಿನಲ್ಲಿ ಉತ್ಪನ್ನವಾಗುವ ಪ್ರತಿಕ್ರಿಯೆ ಮೂರು ಹಂತಗಳಲ್ಲಿ ಆಗುತ್ತವೆ ಎಂದು ತಿಳಿಯಲಾಯಿತು. ಅವರನ್ನು ಶಿಬಿರಗಳಿಗೆ ದಾಖಲಾದ ಹಂತ, ಶಿಬಿರದ ದಿನಚರ್ಯದಲ್ಲಿ ಪೂರ್ತಿಯಗಿ ತೊಡಗಿಕೊಂಡಿರುವ ಹಂತ ಮತ್ತು ಸ್ವಾತಂತ್ರ್ಯ ಸಿಕ್ಕಿದ ಮೇಲಿನ ಜೀವನ!

ನೀವು ಮೊದಲ ಹಂತದ ಕಾರ್ಯಾಚರಣೆಯ ಕುರಿತು ಮಾತಾಡಿದರೆ ಅದೊಂದು ದಿಗ್ಭ್ರಮೆಯಿಂದ ಕೂಡಿದ್ದಾಗಿರುತ್ತದೆ. ವಾಸ್ತವದಲ್ಲಿ ಏನಾಗುತ್ತಿತ್ತೆಂದರೆ ಶಿಬಿರದಲ್ಲಿ ದಾಖಲಾಗುವ ಸಮಯ ಪ್ರತಿಯೋರ್ವ ಖೈದಿ ಅತ್ಯಂತ ತೀವ್ರವಾದ ಆತಂಕಕ್ಕೆ ಗುರಿಯಾಗಬೇಕಾಗಿತ್ತು. ನನ್ನದೇ ದಾಖಲಾತಿಯ ಸಂದರ್ಭವನ್ನು ನಿಮಗೆ ಹೇಳಬಯಸುತ್ತೇನೆ.

ಸಾಗಾಟದಲ್ಲಿನ ದಾಸ್ತಾನು

ಹದಿನೈದು ಸಾವಿರ ಖೈದಿಗಳು ರೈಲಿನ ಮೂಲಕ ಹಲವು ದಿನಗಳ ತನಕ ಪ್ರಯಾಣಿಸಬೇಕಾಗಿದ್ದಿತು, ಹಗಲೂ ರಾತ್ರಿಯೂ : ಪ್ರತಿಯೊಂದು ಬೋಗಿಯಲ್ಲಿ ಎಂಭತ್ತು ಮಂದಿ ಇರುತ್ತಿದ್ದರು. ಎಲ್ಲರೂ ತಮ್ಮ ತಮ್ಮ ಸಾಮಾನು ಸಂರಂಜಾಮುಗಳ ಮೇಲೆಯೇ ಮಲಗಿಕೊಂಡಿರಬೇಕಾಗಿತ್ತು, ಅದು ಅವರ ಅಳಿದುಳಿದ ವೈಯಕ್ತಿಕ ಸಾಮಗ್ರಿಗಳಾಗಿರುತ್ತಿದ್ದವು. ಆ ಬೋಗಿಗಳು ಎಷ್ಟೊಂದು ತುಂಬಿರುತ್ತಿದ್ದವು ಅಂದರೆ ಮೇಲ್ಭಾಗದ ಕಿಟಕಿಗಳಿಂದ ಮಾತ್ರವೇ ಮುಂಜಾನೆಯ ಮಬ್ಬು ಬೆಳಕನ್ನು ನೋಡಲು ಸಾಧ್ಯವಾಗುತ್ತಿತ್ತು. ನಮ್ಮೆಲ್ಲರ ಗ್ರಹಿಕೆ ಏನಿತ್ತೆಂದರೆ ನಮ್ಮನ್ನೆಲ್ಲ ಯುದ್ಧ ಸಾಮಗ್ರಿಗಳ ತಯಾರಿಕಾ ಫ್ಯಾಕ್ಟ್ರಿಯಲ್ಲಿ ಬಲವಂತದ ಕೆಲಸಕ್ಕೆ ಹಚ್ಚುತ್ತಾರೆ ಅಂತ. ನಾವು ಇನ್ನೂ ಸಿಲೇಸಿಯಾದಲ್ಲೇ ಇದ್ದೇವೆಯೇ ಇಲ್ಲ

ಪೋಲೆಂಡ್‌ಗೆ ತಲುಪಿದ್ದೇವೆಯೇ ಎನ್ನುವ ಮಾಹಿತಿ ನಮಗೆ ಇರಲಿಲ್ಲ. ಎಂಜಿನ್‌ನ ವಿಸಿಲ್ ಒಂದು ಬಗೆಯ ವಿಲಕ್ಷಣ ಹಾಗೂ ಕರುಣಾಜನಕ ಸದ್ದಿನೊಂದಿಗೆ ಸಹಾಯಕ್ಕಾಗಿ ಕೂಗುತ್ತಿರುವಂತೆ ತೋರುತ್ತಿತ್ತು, ಯಾತ್ರಿಕರನ್ನು ಆತ್ಮನಾಶಕ ಗಮ್ಯ ಸ್ಥಾನಕ್ಕೆ ಒಯ್ಯುತ್ತಿದ್ದೇನಲ್ಲಾ ಎನ್ನುವ ಹಾಗೆ. ಕೊನೆಗೆ ಯಾವುದೋ ದೊಡ್ಡ ನಿಲ್ದಾಣದಲ್ಲಿ ಟ್ರೈನನ್ನು ಶಂಟಿಂಗ್‌ಗಾಗಿ ನಿಲ್ಲಿಸಲಾಯಿತು. ಆತಂಕಿತ ಪ್ರಯಾಣಿಕರಲ್ಲೊಬ್ಬ ಇದ್ದಕ್ಕಿದ್ದ ಹಾಗೆ ಜೋರಾಗಿ ಬೊಬ್ಬಿಟ್ಟ, "ಅಲ್ಲೊಂದು ಬೋರ್ಡ್ ಕಾಣಿಸ್ತಿದೆ. ಇದು ಆಶ್ವಿಜ್!" ಪ್ರತಿಯೊಬ್ಬರ ಹೃದಯದ ಬಡಿತ ನಿಂತ ಹಾಗಾಯಿತು. ಆಶ್ವಿಜ್ ಎಂಬ ಒಂದೇ ಹೆಸರು ಸಾಕು, ಅದೊಂದು ಮರಣಾಂತಿಕ ಭೀಕರ ಸ್ಥಳವಾಗಿತ್ತು: ಗ್ಯಾಸ್ ಛೇಂಬರ್‌ಗಳು, ಶವದಹನದ ಸ್ಮಶಾನ ಮತ್ತು ಸಾಮೂಹಿಕ ಹತ್ಯೆಗಳಿಗೆ ಹೇಳಿ ಮಾಡಿಸಿದ ಜಾಗ. ಮೆಲ್ಲಗೆ, ತುಸು ಅಂಜುತ್ತಲೇ ಸಾಗಿದ ಹಾಗೆ ರೈಲು ಮುಂದುವರಿಯಿತು: ಪ್ರಯಾಣಿಕರನ್ನೆಲ್ಲ ಆ ದಾರುಣ ಹತ್ಯಾಕಾಂಡದಿಂದ ಎಷ್ಟು ಸಾಧ್ಯವೋ ಅಷ್ಟು ದೂರವಿರಿಸಬೇಕೆನ್ನುವ ಹಾಗೆ.

ಬೆಳ್ಳಂ ಬೆಳಗಾಗುತ್ತಲೇ, ವಿಶಾಲವಾದ ಕ್ಯಾಂಪಿನ ಹರಹು ಕಣ್ಣಿಗೆ ಬಿತ್ತು: ಅನತಿದೂರದಲ್ಲಿ ಚಾಚಿಕೊಂಡು ಬಿದ್ದಂತೆ ಕಾಣುವ ತಂತಿ ಬೇಲಿಗಳು; ನಿರೀಕ್ಷಣಾ ಗೋಪುರಗಳು; ಸರ್ಚ್ ಲೈಟ್‌ಗಳು; ಮತ್ತು ಉದ್ದಕ್ಕೆ ಚಾಚಿಕೊಂಡಂತೆ ನಿಂತ ಚಿಂದಿಬಟ್ಟೆಯುಟ್ಟ ಮಾನವ ಆಕೃತಿಗಳು, ಬೆಳಗ್ಗಿನ ಮಸುಕಾದ ಬೆಳಕಿನಲ್ಲಿ ಇನ್ನಷ್ಟು ಮಸುಕಾಗಿ ಗೋಚರಿಸಿದವು. ಅವರನ್ನೆಲ್ಲ ಅಟ್ಟಿಸಿಕೊಂಡು ಹೋಗುವಂತೆ ಸಾಗಿಸುತ್ತಿದ್ದರು, ಯಾವ ಗಮ್ಯ ಸ್ಥಾನಕ್ಕೋ ತಿಳಿಯಲಿಲ್ಲ. ಕೆಲವೊಮ್ಮೆ ಹೊಮ್ಮಿ ಬಂದ ಜೋರಾದ ಬೊಬ್ಬೆ ಹಾಗೂ ಜತೆಗೇ ನಿರ್ದೇಶನದ ವಿಸಿಲ್‌ಗಳು. ಅವುಗಳ ಅರ್ಥವಂತೂ ನಮಗೆ ತಿಳಿದಿರಲಿಲ್ಲ. ನನ್ನ ಕಲ್ಪನೆಯಲ್ಲಿ ಕಂಡದ್ದೇನೆಂದರೆ ನೇಣಿಗೆ ಹಾಕುವುದಕ್ಕೆ ಅವರನ್ನೆಲ್ಲ ಒಯುತ್ತಿದ್ದಾರೆ ಅಂತ. ನಾನು ಧೃತಿಗೆಟ್ಟೆ, ಆದರೆ ಇಂತಹ ಸಾಮಾನ್ಯವಾದ ಸಂಭವಗಳಿಗೆ ಒಗ್ಗಿಕೊಳ್ಳುವುದು ಅನಿವಾರ್ಯವೆಂಬ ಅರಿವು ಹಂತ ಹಂತವಾಗಿ ತಿಳಿದಾಗ ತೀವ್ರತರ ಭೀಕರತೆ ಮಡುಗಟ್ಟಿತು.

ತಕ್ಷಣ ನಮ್ಮನ್ನು ನಿಲ್ದಾಣಕ್ಕೆ ಒಯ್ಯಲಾಯಿತು. ಚೀರುವ ಆದೇಶಗಳಿಂದ ಪ್ರಾರಂಭದ ನಿಶಬ್ದತೆಗೆ ಅಡಚಣೆಯಾಯಿತು. ಮುಂದಿನ ಎಲ್ಲಾ ಶಿಬಿರಗಳಲ್ಲಿ ಆ ಕಿವಿಗಡಚಿಕ್ಕುವ ಕಿರುಚಾಟವನ್ನು ನಿರಂತರವಾಗಿ ಕೇಳಿಸಿಕೊಳ್ಳುವಂತಾಗಿತ್ತು. ಆ ಧ್ವನಿಗಳು ಹತ್ಯೆಗೆ ಬಲಿಪಶುವಾದ ವ್ಯಕ್ತಿಯ ಅಂತಿಮ ಚೀತ್ಕಾರದಂತೆ ಕೇಳಿಸುತ್ತಿತ್ತು, ಆದರೂ ಅದರಲ್ಲೊಂದು ವ್ಯತ್ಯಾಸ. ಆ ಧ್ವನಿಯಲ್ಲಿ ಅವ್ಯಾಹತ ಒರಟುತನ, ಮತ್ತೆ ಮತ್ತೆ ಹಿಂಸೆ ನೀಡಿ ಕೊಲ್ಲಲ್ಪಡುತ್ತಿರುವ ವ್ಯಕ್ತಿಯ ಗಂಟಲಿನಿಂದ ಹೊರಟಂತೆ ಕೇಳಿಸುತ್ತಿದ್ದಿತು. ಕ್ಯಾರೇಜ್‌ನ ಬಾಗಿಲುಗಳನ್ನು ತೆರೆಯಲಾಯಿತು ಮತ್ತು ಒಂದು ಸೆರೆಯಾಳುಗಳ ತುಕಡಿಯೊಂದು ಒಳಗೆ ನುಗ್ಗಿತು. ಅವರಿಗೆಲ್ಲ ಗೀರುಗೀರಾದ ಉಡುಪನ್ನು ತೊಡಿಸಲಾಗಿತ್ತು, ಪೂರ್ತಿಯಾಗಿ ಶೇವ್ ಮಾಡಲಾಗಿತ್ತು ಮತ್ತು ಎಲ್ಲರೂ ಪುಷ್ಕಳವಾಗಿ ತಿಂದುಂಡಂತೆ ಕಾಣಿಸುತ್ತಿದ್ದರು. ಅವರೆಲ್ಲರೂ ಯುರೋಪಿಯನ್ ಭಾಷೆಗಳಲ್ಲೇ ಸಂಭಾಷಿಸುತ್ತಿದ್ದು, ಸದ್ಯದ ಸನ್ನಿವೇಶಕ್ಕೆ ವಿಚಿತ್ರವೆನಿಸುವಂತೆ ಅವರು ತಮಾಷೆ ಕುಶಾಲಿನ ಮಾತುಗಳನ್ನಾಡುತ್ತಿದ್ದರು. ಮುಳುಗುವ ಮನುಷ್ಯನಿಗೆ ಹುಲ್ಲುಕಡ್ಡಿಯ ಆಸರೆ ಎನ್ನುವಂತೆ, ನನ್ನಲ್ಲಿಯ ಹುಟ್ಟುಗುಣದ ಆಶಾವಾದ (ಅದು ಯಾವತ್ತೂ ನನ್ನ ಹತಾಶೆಯ ಪರಿಸ್ಥಿತಿಗಳಲ್ಲಿ ನನ್ನ ಆಸರೆಗೆ ಬಂದಿದೆ) ನನ್ನನ್ನು ಎಚ್ಚರಿಸಿತು. ಈ ಖೈದಿಗಳು ಬಹಳ ಖುಷಿಯಿಂದಿರುವಂತೆ ಕಂಡರು, ಅವರು ನಕ್ಕು ನಗುತ್ತ ಹಾಯಾಗಿರುವಂತೆಯೂ ತೋರಿದರು. ಯಾರಿಗೆ ಗೊತ್ತು? ಅವರ ಅಂತಹ ಸುಖಮಯ ಸ್ಥಾನವನ್ನು ನಾನೂ ಕೂಡಾ ಪಡೆಯಬಹುದೇನೋ.

ಮನಃಶಾಸ್ತ್ರದಲ್ಲಿ "ಡಿಲ್ಯೂಶನ್ ಆಫ್ ರಿಪ್ರೀವ್" ಎಂಬ ಅವಸ್ಥೆಯಿರುತ್ತದೆ. ಹಾಗೆ ದಂಡನೆಗೆ ಗುರಿಯಾಗಿರುವ ವ್ಯಕ್ತಿಯಲ್ಲಿ ಕೊನೆಯ ಗಳಿಗೆಯಲ್ಲಿ ಆತನ ದಂಡನೆಯನ್ನು ಹಿಂದಕ್ಕೆ ಪಡೆಯಬಹುದೆಂಬ ಭ್ರಮೆಯೇ ಈ ಸ್ಥಿತಿ. ನಾವು ಕೂಡಾ ನಮ್ಮ ಪರಿಸ್ಥಿತಿ ಅಷ್ಟೇನೂ ಕೆಟ್ಟದಾಗಿರಲಾರದು ಎಂದು ಬರವಸೆಯ ಬಳ್ಳಿಗೆ ಆತುಕೊಂಡಿದ್ದೆವು. ಆ ಖೈದಿಗಳ ಗುಂಡಗಿನ ಮುಖಗಳು, ಕೆಂಪು ಗಲ್ಲಗಳು ನಮಗೊಂದು ಭರವಸೆಯ ದ್ಯೋತಕವಾಗಿತ್ತು.

ಅವರೆಲ್ಲ ಆರಿಸಿಲ್ಪಟ್ಟ ಮೇಲ್ಪಂಕ್ತಿಯ ವ್ಯಕ್ತಿಗಳಾಗಿದ್ದು, ವರ್ಷಾನುಗಟ್ಟಲೆ ದಿನದಿಂದ ದಿನಕ್ಕೆ ವಿವಿಧ ನಿಲ್ದಾಣಗಳಿಗೆ ಒಯ್ಯಲ್ಪಟ್ಟು ಅಲ್ಲಿ ಕೆಲಸವನ್ನು ಒಪ್ಪಿಸಲಾಗುತ್ತಿತ್ತು ಎಂದು ನಮಗೇನು ಗೊತ್ತು? ಹೊಸದಾಗಿ ಬಂದ ಸೆರೆಯಾಳುಗಳ ಉಸ್ತುವಾರಿಯನ್ನು ಈ ಮಂದಿ ವಹಿಸಿಕೊಂಡು ಅವರ ಸಾಮಾನು ಸರಂಜಾಮು, ಅವರಲ್ಲಿನ ವಿರಳವಾದ ವಸ್ತುಗಳನ್ನು ಹಾಗೂ ಕಳ್ಳಸಾಗಾಣಿಕೆಯ ಆಭರಣಗಳನ್ನು ಇವರು ವಶಪಡಿಸುತ್ತಾರೆ. ಯುದ್ಧಕಾಲದ ಕೊನೆಯ ವರ್ಷಗಳಲ್ಲಿ ಯೂರೋಪ್‌ನಲ್ಲಿ ಆಶ್ವಿಜ್ ಒಂದು ವಿಶಿಷ್ಟ ತಾಣವೆಂದೇ ಪರಿಗಣಿಸಲಾಗಿರಬೇಕು. ಅಪಾರ ಮೊತ್ತದ ಚಿನ್ನ ಮತ್ತು ಬೆಳ್ಳಿಯ, ಪ್ಲಾಟಿನಂ ಮತ್ತು ವಜ್ರದ ಆಭರಣಗಳು ಬೃಹತ್ತಾದ ಗೋದಾಮುಗಳಲ್ಲಿ ದಾಸ್ತಾನು ಮಾಡಿದ್ದಲ್ಲದೆ ಎಸ್‌ಎಸ್‌ಗಳ ಕೈಗಳನ್ನೂ ಅವು ಸೇರಿಕೊಂಡಿರಬಹುದು.

ಒಂದರ ಬಳಿಕ ಒಂದು ಕಷ್ಟದ ಕೋಟಲೆ

ಅಬ್ಬಬ್ಬಾ ಅಂದರೆ ಇನ್ನೂರು ಖೈದಿಗಳಿಗೆ ಸಾಕಾಗುವಷ್ಟು ಸ್ಥಳದಲ್ಲಿ ಸಾವಿರದ ಐನೂರು ಸೆರೆಯಾಳುಗಳನ್ನು ಸೇರಿಸಲಾಯಿತು. ನಾವು ಬಾಯಾರಿಕೆಯಿಂದಲೂ ಹಸಿವಿನಿಂದಲೂ ತೊಳಲಾಡುತ್ತಿರುವ ಅವಸ್ಥೆಯಲ್ಲಿ ಬರೀ ನೆಲದ ಮೇಲೆ ಮಲಗಿಕೊಳ್ಳುವುದು ಬಿಡಿ, ಸರಿಯಾಗಿ ಕುಳಿತುಕೊಳ್ಳುವುದಕ್ಕೂ ಸ್ಥಳಾವಕಾಶವಿರಲಿಲ್ಲ. ಕಳೆದ ನಾಲ್ಕು ದಿನಕ್ಕೆ ನಮಗೆ ಸಿಕ್ಕಿದ್ದು ಅಂದರೆ ಕೇವಲ ಐದು ಔನ್ಸ್‌ನ ಒಂದು ತುಂಡು ಬ್ರೆಡ್ ಮಾತ್ರ. ಒಬ್ಬ ಹಿರಿಯ ಸೆರೆಯಾಳು ಶೆಡ್‌ನ ಉಸ್ತುವಾರಿಯನ್ನು ವಹಿಸಿದಾತ, ಪ್ಲಾಟಿನಮ್ ಮತ್ತು ವಜ್ರದಿಂದ ತಯಾರಿಸಲಾದ ಒಂದು ಟೈ ಪಿನ್‌ಗಾಗಿ ಬಹಳಷ್ಟು ಚರ್ಚೆ ನಡೆಸಿರುವ ಬಗ್ಗೆ ನನಗೆ ಮಾಹಿತಿ ಒದಗಿತು. ಹಾಗೆ ಬಂದ ಬಹುತೇಕ ಲಾಭದ ವಸ್ತುಗಳನ್ನು ಮದ್ಯದ (ಸ್ನೈಪ್ಸ್) ಬಾಟಲಿಗಳಿಗಾಗಿ ವಿನಿಮಯ ಮಾಡಲಾಗುತ್ತಿದ್ದವು. ಒಂದು "ಸಂತಸದ ಸಂಜೆ"ಗೆ ಅಂತಹ ಎಷ್ಟು ಮದ್ಯ ಬೇಕಾಗಿದ್ದವೋ ಅದಕ್ಕೆಷ್ಟು ವೆಚ್ಚ ತಗಲುತ್ತಿದ್ದವೋ ನನಗೆ ಹೆಚ್ಚಿನ ಮಾಹಿತಿ ಸಿಕ್ಕಿದ ನೆನಪಿಲ್ಲವಾದರೂ, ಅಧಿಕ ಕಾಲದ ಸೆರೆವಾಸಿಗಳಿಗೆ ಮದ್ಯದ ಅನಿವಾರ್ಯತೆ ಇದ್ದಿತು. ಇಂತಹ ಪರಿಸ್ಥಿತಿಯಲ್ಲಿ ಅಂತಹವರು ಮದ್ಯದ ನಶೆಯಲ್ಲಿ ಮುಳುಗದೇ ಇನೇನು ಮಾಡಿಯಾರು? ಮತ್ತೊಂದು ವರ್ಗದವರೆಂದರೆ ಅವರಿಗೆ ಎಸ್.ಎಸ್.ಗಳು ಬೇಕಾದಷ್ಟು ಪ್ರಮಾಣದಲ್ಲಿ ಮದ್ಯವನ್ನು ಸರಬರಾಜು ಮಾಡುತ್ತಿದ್ದರು, ಅವರು ಗ್ಯಾಸ್ ಛೇಂಬರ್ ಅಥವಾ ಸ್ಮಶಾನಗಳಲ್ಲಿ ಕೆಲಸ ಮಾಡುತ್ತಿದ್ದವರು. ಹೊಸ ಜನರ ಗುಂಪು ಸರದಿಯ ಮೇಲೆ ಬಂದಾಗ ಈ ಮರಣ ದಂಡನೆಯನ್ನು ನೀಡುತ್ತಿದ್ದ ಮಂದಿಯನ್ನು ಅಲ್ಲಿಂದ ನೀಗಿಸಿ ಹೊಸಬರಿಗೆ ಅವಕಾಶ ಕಲ್ಪಿಸಲಾಗುತ್ತಿತ್ತು. ಮತ್ತು ಮರಣದಂಡನೆ ನೀಡುತ್ತಿದ್ದ ಆ ಹಳೆಯ ಗುಂಪು ಈಗ ಮರಣದಂಡನೆಗೆ ಬಲಿಪಶುವಾಗುತ್ತಿತ್ತು.

ನಮ್ಮ ಪರಿವಹನದ ಜತೆಯಲ್ಲಿ ಬಂದ ಪ್ರತಿಯೊಬ್ಬರೂ ಒಂದಲ್ಲ ಒಂದು ದಿನ ಬಿಡುಗಡೆ ಹೊಂದುವ ಮತ್ತು ಎಲ್ಲವೂ ಸರಿಹೋಗುವುದು ಎಂಬ ವಿಭ್ರಮೆಯಲ್ಲಿದ್ದರು. ಪ್ರಸಕ್ತ

ಸಮಯದಲ್ಲಿ ನಡೆಯಬಹುದಾದ ಸನ್ನಿವೇಷದ ಹಿಂದಿನ ಅರ್ಥದ ಬಗ್ಗೆ ನಮಗೆ ಕಿಂಚಿತ್ತೂ ಮಾಹಿತಿ ಇದ್ದಿರಲಿಲ್ಲ.

ನಮ್ಮ ಸಾಮಾನು ಸರಂಜಾಮುಗಳನ್ನು ರೈಲಿನಲ್ಲೇ ಬಿಟ್ಟು ಎರಡು ಸಾಲಿನಲ್ಲಿ ನಿಲ್ಲುವಂತೆ ಹೇಳಲಾಯಿತು, ಒಂದು ಮಹಿಳೆಯರ ಸಾಲು, ಇನ್ನೊಂದು ಪುರುಷರ ಸಾಲು. ಈಗ ಅಚ್ಚರಿಪಡುವ ಹಾಗಾಗಿದೆ, ಆವತ್ತು ನಾನು ನನ್ನ ಒಂದು ಪುಟ್ಟ ಕಾಗದದ ಕಂತೆಯನ್ನು ಕೋಟಿನ ಒಳಗಡೆ ಧೈರ್ಯವಾಗಿ ಅಡಗಿಸಿ ಇಟ್ಟುಕೊಂಡಿದ್ದೆ. ನನ್ನ ಸಾಲಿನ ಜನರು ಅಧಿಕಾರಿಯೊಬ್ಬರ ಮುಂದೆ ಒಬ್ಬರ ಹಿಂದೆ ಒಬ್ಬರು ಸಾಗತೊಡಗಿದರು. ಅಧಿಕಾರಿ ನನ್ನ ಬ್ಯಾಗನ್ನು ಕಂಡರೆ ಅದು ಅಪಾಯಕ್ಕೆ ಆಹ್ವಾನವಿಟ್ಟಂತೆ ಎಂದು ನನಗನ್ನಿಸಿತು. ಆತ ಕನಿಷ್ಟ ನನ್ನನ್ನು ಕೆಳಕ್ಕೆ ಹಾಕಿ ತದಕಬಹುದಿತ್ತು. ಹಿಂದಿನ ಅನುಭವಗಳು ಅದಕ್ಕೆ ಪೂರಕವಾಗಿದ್ದವು. ಸಹಜವಾಗಿ ಎಂಬಂತೆ ನಾನು ನೆಟ್ಟಗಾಗಿ ನಡೆಯುತ್ತ ಅಧಿಕಾರಿಯ ಮುಂದೆ ಸಾಗಲು ಯತ್ನಿಸಿದರೆ ನನ್ನ ಭಾರವಾದ ಬ್ಯಾಗಿನ ಅನುಮಾನಕ್ಕೆ ಆಸ್ಪದವಿಲ್ಲವೆಂದು ಭಾವಿಸಿದೆ. ನಾನೀಗ ಆತನ ಸಮಕ್ಷಮ ನಿಂತಿದ್ದೆ. ಆತನೊಬ್ಬ ಎತ್ತರದ ತೆಳುವಾದ ಮನುಷ್ಯನಾಗಿದ್ದು ಶುಭ್ರವಾದ ಸಮವಸ್ತ್ರವನ್ನು ಧರಿಸಿದ್ದ. ನಮ್ಮೊಳಗೆ ಎಂತಹ ಒಂದು ವ್ಯತ್ಯಾಸ, ಪ್ರಯಾಣದಿಂದಾಗಿ ನಮ್ಮ ಬಟ್ಟೆಗಳೆಲ್ಲ ಕೆಸರಿನಿಂದ ಕಪ್ಪಾಗಿ ವಾಸನೆ ಹೊಡೆಯುತ್ತಿತ್ತು! ಆತನೊಬ್ಬ ಬೇಕಾಬಿಟ್ಟಿಯ ಮನುಷ್ಯನಾಗಿದ್ದು, ತನ್ನ ಎಡಗೈಯನ್ನು ಬಲಗೈಗೆ ಆಧಾರವಾಗಿ ಹಿಡಿದುಕೊಂಡಿದ್ದ. ಆತ ತನ್ನ ಬಲಗೈಯನ್ನು ಎತ್ತುತ್ತ ಎಡಕ್ಕೋ ಬಲಕ್ಕೋ ಎನ್ನುವುದನ್ನು ಬಲಗೈಯ ತೋರುಬೆರಳು ಸೂಚಿಸುತ್ತಿತ್ತು. ಆ ಸಣ್ಣ ಸೂಚನೆಯ ಹಿಂದೆ ಅದೊಂದು ಮಹತ್ತಾದ ಅನಿಷ್ಟದ ಅರ್ಥವಿದೆ ಎಂಬುದು ನಮ್ಮಲ್ಲಿ ಯಾರಿಗೂ ಕಿಂಚಿತ್ತಾದರೂ ಮಾಹಿತಿ ಇದ್ದಿರಲಿಲ್ಲ. ಈಗ ಒಮ್ಮೆ ಎಡಕ್ಕೆ ಮತ್ತೆ ಬಲಕ್ಕೆ ಆದರೆ ಹೆಚ್ಚಿನ ವೇಳೆ ಎಡಕ್ಕೆ.

ಈಗ ನನ್ನ ಸರದಿ. ಯಾರೋ ನನಗೆ ಪಿಸುಗುಟ್ಟಿದರು, ಬಲಬದಿಗೆ ಅಂದರೆ ಕೆಲಸಕ್ಕೆ, ಎಡಕ್ಕಾದರೆ ಅವರು ರೋಗಿಗಳು, ಕೆಲಸಕ್ಕೆ ಅಯೋಗ್ಯರು, ಹಾಗೆ ಅವರನ್ನು ಇನ್ನೊಂದು ವಿಶೇಷ ಶಿಬಿರಕ್ಕೆ ಕಳುಹಿಸುವ ಹುನ್ನಾರ. ವಿಷಯಗಳು ಅದರಷ್ಟಕ್ಕೇ ನಡೆಯಲಿ ಎನ್ನುವ ಹಾಗೆ ನಾನು ಹಾಗೆಯೇ ನಿಂತೆ, ಅದು ಮುಂದೆ ಬರುವ ಅನೇಕ ಸಂದರ್ಭಗಳಲ್ಲಿನ ಪ್ರಥಮ ಸಲದ್ದಾಗಿತ್ತು. ನನ್ನ ಬ್ಯಾಗಿನ ಅಡಗುದಾಣದ ಕಾರಣದಿಂದ ತುಸು ಎಡಕ್ಕೆ ವಾಲಿದಂತೆ ಕಂಡರೂ ಸಾಧ್ಯವಾದಷ್ಟು ನೇರವಾಗಿ ನಿಲ್ಲಲು ಪ್ರಯತ್ನಿಸಿದೆ. ಎಸ್ ಎಸ್ ಮನುಷ್ಯ ನನ್ನ ಮೇಲೊಮ್ಮೆ ಕಣ್ಣೋಡಿಸಿದ, ಸ್ವಲ್ಪ ಹಿಂಜರಿದಂತೆ ತೋರಿದ, ಮತ್ತೆ ನನ್ನೆರಡೂ ಹೆಗಲ ಮೇಲೆ ಕೈಯಿರಿಸಿದ. ನಾನು ಬಹಳಷ್ಟು ಚೆನ್ನಾಗಿದ್ದೇನೆನ್ನುವ ತೋರಿಕೆಗಾಗಿ ಪ್ರಯತ್ನಿಸಿದೆ ಮತ್ತು ಆತ ನನ್ನ ಭುಜಗಳ ಮೇಲಿನ ಬಲವನ್ನು ನಿಧಾನವಾಗಿ ಹಗುರ ಮಾಡುತ್ತ ಬಲದಿಕ್ಕಿನತ್ತ ನನ್ನನ್ನು ತಿರುಗಿಸಿದ. ನಾನು ಅತ್ತ ಸಾಗಿದೆ.

೩

ಶಿಬಿರದಲ್ಲಿ ನಮ್ಮ ಮೊದಲ ದಿನ

ಆ ಬೆರಳಿನ ಆಟದ ಬಗ್ಗೆ ನಮಗೆ ಸಂಜೆಯ ಹೊತ್ತಿಗೆ ಪೂರ್ತಿ ಮಾಹಿತಿಯನ್ನು ಒದಗಿಸಲಾಯಿತು. ನಮ್ಮ ಅಸ್ತಿತ್ವವನ್ನು ಅಥವಾ ಅದರ ವ್ಯತಿರಿಕ್ತವನ್ನು ಆ ಮೊದಲ ಆಯ್ಕೆಯ ತೀರ್ಮಾನವೇ ನಿರ್ಧರಿಸುತ್ತದೆ ಎಂದು ತಿಳಿಯಿತು. ನಮ್ಮ ಪರಿವಹನದಲ್ಲಿ ಹೆಚ್ಚಿನವರು ಅಂದರೆ ಸುಮಾರು 90 ಪ್ರತಿಶತ ವ್ಯಕ್ತಿಗಳು ಸಾವಿಗೆ ಆಹುತಿ ಆಗುವವರಿದ್ದರು. ಅವರ ಮರಣದಂಡನೆಯನ್ನು ಮುಂದಿನ ಕೆಲವೇ ತಾಸುಗಳಲ್ಲಿ ನಿರ್ಧರಿಸಲಾಗುತ್ತದೆ ಎಂದರು. ಎಡಕ್ಕೆ ಯಾರನ್ನೆಲ್ಲ ತಿರುಗಲು ನಿರ್ದೇಶಿಸಲಾಗಿತ್ತೋ ಅವರನ್ನೆಲ್ಲ ಸೀದಾ ಶವಸಂಸ್ಕಾರದ ಕ್ರಿಮೆಟೋರಿಯಂ (ಚಿತಾಗಾರ)ಕ್ಕೆ ಸಾಗಿಸಲಾಗುತ್ತಿತ್ತು. ನಾವಿದ್ದ ಈ ಕಟ್ಟಡದಲ್ಲಿ ಹಲವೆಡೆ "ಬಾಥ್" (ಸ್ನಾನ)ವೆಂದು ಅನೇಕ ಯೂರೋಪಿಯನ್ ಭಾಷೆಗಳಲ್ಲಿ ಬರೆಯಲಾಗಿದೆ ಎಂದು ಅಲ್ಲಿನ ಕೆಲಸಗಾರರಲೊಬ್ಬ ನನಗೆ ಹೇಳಿದ. ಅಲ್ಲಿ ಪ್ರವೇಶಿಸಿದ ಪ್ರತಿಯೊಬ್ಬ ಸೆರೆಯಾಳಿಗೆ ಒಂದು ಚಿಕ್ಕ ಸೋಪಿನ ತುಂಡನ್ನು ನೀಡಲಾಗುತ್ತಿತ್ತು ಮತ್ತು ಮುಂದಿನ ಬೆಳವಣಿಗೆ ಅದೆಷ್ಟು ಕರುಣಾಜನಕವೆಂದರೆ ಅದನ್ನು ವಿವರಿಸುವುದೇ ದುಸ್ತರ. ಈ ಭಯಾನಕ ದೃಶ್ಯವನ್ನು ಹಲವು ಕಡೆ ದಾಖಲಿಸಲಾಗಿದೆ.

ನಾವು ರಕ್ಷಿಸಲ್ಪಟ್ಟ, ನಮ್ಮ ಪರಿವಹನದ ಕೆಲವೇ ಮಂದಿಗೆ, ಸಂಜೆಯ ಹೊತ್ತಿಗೆ ನಿಜಾಂಶ ತಿಳಿಯಿತು. ಆ ಖೈದಿಗಳಲ್ಲಿ ನನ್ನ ಜತೆಗೆ ಕೆಲಸ ಮಾಡಿದ್ದ ನನ್ನ ಗೆಳೆಯ 'ಪಿ' ಕೂಡಾ ಸೇರಿದ್ದು ಆತನನ್ನು ಎಲ್ಲಿಗೆ ಕಳುಹಿಸುತ್ತಿದ್ದಾರೆ ಅಂತ ನನ್ನ ಜತೆಗಿನ ಸೆರೆಯಾಳನ್ನು ಕೇಳಿದೆ.

"ಆತನನ್ನು ಎಡಕ್ಕೆ ಕಳುಹಿಸಿದರೋ?" ಆತನ ಪ್ರಶ್ನೆ.

"ಹೌದು," ನಾನು ಉತ್ತರಿಸಿದೆ.

"ಹಾಗಿದ್ದರೆ ನೀವು ಆತನನ್ನು ಅಲ್ಲಿ ಕಾಣಬಹುದು," ಆತ ಹೇಳಿದ.

"ಎಲ್ಲಿ?" ಒಂದು ಕೈ ಸುಮಾರು ನೂರು ಮಾರು ದೂರದಲ್ಲಿ ಬೆಂಕಿಯ ನಾಲಗೆಯನ್ನು ಚಿಮ್ಮಿಸುತ್ತಿದ್ದ ಪೋಲೆಂಡ್‌ನ ಬೂದು ಬಣ್ಣದ ಆಕಾಶದ ಕಡೆಯ ಚಿಮಿಣಿಯತ್ತ ಬೊಟ್ಟು ಮಾಡಿ ತೋರಿಸಿತು. ಆ ಬೆಂಕಿ ಭಯಾನಕ ಹೊಗೆಯ ಮೋಡದೊಳಗೆ ಕರಗಿ ಹೋಗುವುದನ್ನು ಕಂಡೆ.

"ಅಲ್ಲಿಯೇ ನಿಮ್ಮ ಗೆಳೆಯನನ್ನು ಕಾಣಬಹುದು, ಸ್ವರ್ಗದ ಹಾದಿಯಲ್ಲಿ ತೇಲುತ್ತಿರಬೇಕು," ಹಾಗಿತ್ತು ಉತ್ತರ. ಆದರೆ ನನಗೆ ಅರ್ಥವಾಗಲಿಲ್ಲ, ನಿಜಸ್ಥಿತಿಯನ್ನು ಸರಳವಾದ ಶಬ್ದಗಳಲ್ಲಿ ವಿವರಿಸಿ ಹೇಳುವ ತನಕ.

ವಿಷಯಗಳು ಮನಸ್ಸಿಗೆ ಬಂದಂತೆ ನಾನು ಅಲ್ಲಲ್ಲಿ ವಿವರಣೆ ನೀಡುತ್ತಿದ್ದೇನೆ. ಮನಃಶಾಸ್ತ್ರದ ಪ್ರಕಾರ ಆ ಸ್ಟೇಷನ್‌ನಲ್ಲಿ ತಂಗಿದ ರಾತ್ರಿಯಿಂದ ಬೆಳಗ್ಗಿನ ವರೆಗೆ ಕಳೆದ ಕ್ಷಣದಿಂದ ಮೊದಲ್ಗೊಂಡು ನಮ್ಮೆದುರು ಬಹಳಷ್ಟು ದೂರದ ಬಹುದೂರದ ಹಾದಿ ಬಿದ್ದುಕೊಂಡಿತ್ತು ಎನ್ನದೆ ನಿರ್ವಾಹವಿಲ್ಲ.

ಎಸ್ ಎಸ್ ಗಾರ್ಡ್‌ಗಳ ಸುಸಜ್ಜಿತ ಬಂದೂಕುಗಳ ಪಹರೆಯಲ್ಲಿ, ನಮ್ಮನ್ನು ಸ್ಟೇಷನ್‌ನಿಂದ ಮುಂದಕ್ಕೆ ವಿದ್ಯುತ್ ಹರಿಸಿದ ತಂತಿಬೇಲಿಯಿಂದಾಚೆ, ಕ್ಯಾಂಪ್‌ನ ಮೂಲಕ, ಸ್ವಚ್ಛತಾ ಕಾರ್ಯಾಗಾರಕ್ಕೆ ಒಯ್ಯಲಾಯಿತು; ಮೊದಲ ಆಯ್ಕೆಯಲ್ಲಿ ಉತ್ತೀರ್ಣರಾದ ನಮ್ಮಂಥವರಿಗೆ ಇದೊಂದು ನಿಜವಾದ ಸ್ನಾನವಾಗಿತ್ತು. ಮತ್ತೊಮ್ಮೆ ನಾವು ಜೀವಂತ ಹಿಂದಿರುಗುವೆವು ಎಂಬ ನಮ್ಮ ಭ್ರಮೆ ಸಾಕಾರಗೊಂಡಿತು. ಎಸ್ ಎಸ್ ಜನರು ನಿಜಕ್ಕೂ ಒಳ್ಳೆಯವರಂತೆ ಕಂಡರು. ಅದಕ್ಕಿರುವ ಕಾರಣವೂ ವ್ಯಕ್ತವಾಯಿತು. ಅವರು ನಮ್ಮ ಕೈಗಡಿಯಾರವನ್ನು ಕಂಡ ಮೇಲೆ. ಮತ್ತು ಅದನ್ನು ಪುಸಲಾಯಿಸಿ ನಮ್ಮಿಂದ ಎಗರಿಸಿಕೊಳ್ಳುವುದೇ ಅವರ ಇರಾದೆಯಾಗಿತ್ತು. ನಮ್ಮಲ್ಲಿರುವ ಎಲ್ಲಾ ವಸ್ತುಗಳನ್ನೂ ಹೇಗೂ ನಾವು ಅವರಿಗೆ ಸಮರ್ಪಿಸಬೇಕಿತ್ತಲ್ಲವೇ? ಹಾಗಿದ್ದಾಗ, ಒಳ್ಳೆಯವನೆನಿಸಿದವನಿಗೆ ವಾಚನ್ನು ಏಕೆ ನೀಡಬಾರದು? ಒಂದಲ್ಲ ಒಂದು ದಿನ ಆತನಿಂದ ಏನಾದರೂ ಉಪಯೋಗ ಆಗಬಹುದಲ್ಲವೇ?

ನಮ್ಮನ್ನು ಒಂದು ಕೊಠಡಿಗೆ ಒಯ್ದು ಅಲ್ಲಿ ನಿರೀಕ್ಷೆಯಲ್ಲಿರುವಂತೆ ಹೇಳಲಾಯಿತು. ಆ ಕೊಠಡಿ ಕೀಟನಾಶಕ ಕೋಣೆಯ ಜಗುಲಿಯಂತೆ ಕಂಡಿತು. ಎಸ್ ಎಸ್ ಜನರು ಅಲ್ಲಿ ಹಾಜರಾಗಿ ಒಂದು ಚಾದರವನ್ನು ಹರಡಿದರು ಮತ್ತು ನಮ್ಮೆಲ್ಲ ವಸ್ತುಗಳನ್ನು ಅದರಲ್ಲಿ ಎಸೆಯುವಂತೆ ಹೇಳಿದರು, ನಮ್ಮೆಲ್ಲ ವಾಚುಗಳನ್ನೂ ಆಭರಣಗಳನ್ನೂ ಸಹಿತವಾಗಿ. ನಮ್ಮಲ್ಲಿ ತೀರಾ ಮುಗ್ಧ ಸೆರೆಯಾಳುಗಳಿದ್ದರು. ಅವರು ನಮ್ಮ ಜತೆಗಿನ ಸ್ವಲ್ಪ ಪಳಗಿದ ಖೈದಿಗಳನ್ನು ಕೇಳಿದರು, ತಮ್ಮಲ್ಲಿನ ಮದುವೆಯ ಉಂಗುರ, ಯಾವುದೋ ಮೆಡಲ್ ಅಥವಾ ಯಾವುದಾದರೂ ಅದೃಷ್ಟದ ವಸ್ತುಗಳನ್ನು ಇಟ್ಟುಕೊಳ್ಳಬಹುದೇ ಅಂತ. ಅದು ಅಲ್ಲಿ ಸಹಾಯಕರಂತೆ ಕೆಲಸ ನಿರ್ವಹಿಸುತ್ತಿರುವ ಪಳಗಿದ ಖೈದಿಗಳಿಗೆ ಹಾಸ್ಯಾಸ್ಪದವೆನ್ನಿಸುತ್ತಿತ್ತು. ಎಲ್ಲವನ್ನೂ ಕಸಿಯಲಾಗುತ್ತದೆ ಎನ್ನುವ ವಿಚಾರವನ್ನು ಯಾರೂ ಅವರೆಗೆ ಗ್ರಹಿಸಿಕೊಂಡಿರಲಿಲ್ಲ. ಓರ್ವ ಹಳೆಯ ಖೈದಿಯನ್ನು ನಾನು ನನ್ನ ನಂಬುಗೆಗೆ ತೆಗೆದುಕೊಂಡೆ. ಆತನನ್ನು ಸಮೀಪಿಸುತ್ತ ನಾನು ಕೇಳಿದ್ದಿಷ್ಟೇ, "ನೋಡಣ್ಣ, ಇದೊಂದು ನನ್ನ ವೈಜ್ಞಾನಿಕ ಸಂಶೋಧನೆಯ ಪುಸ್ತಕದ ಹಸ್ತಪ್ರತಿ. ನೀವು ಏನು ಹೇಳುತ್ತೀರಿ ಎನ್ನುವುದು ನನಗೆ ಗೊತ್ತು; ನನ್ನ ಜೀವ ಉಳಿದುಕೊಂಡಿರುವುದೇ

ಅದೃಷ್ಟದ ಕೃಪೆಯಿಂದ ಅಂತ. ಹಾಗಲ್ಲ, ನನಗೆ ಇದನ್ನು ಕಳೆದುಕೊಳ್ಳುವುದು ಸರ್ವಥಾ ಸಹಿಸಲಾಗುತ್ತಿಲ್ಲ. ಇದು ನನ್ನ ಜೀವಮಾನದ ಗಳಿಕೆ. ಯಾವುದೇ ಉಪಾಯದ ಮೂಲಕ ಈ ಹಸ್ತಪ್ರತಿಯನ್ನು ಉಳಿಸಿಕೊಳ್ಳಲು ನನಗೆ ಸಹಾಯ ಮಾಡಬಹುದೇ?"

ಹೌದು ಆತ ನನ್ನ ಆಗ್ರಹವನ್ನು ತಿಳಿದುಕೊಳ್ಳಲು ಯತ್ನಿಸಿದಂತಿತ್ತು. ಆತನ ಮುಖದ ಮೇಲೆ ಕ್ರಮೇಣ ಒಂದು ಕರುಣಾಜನಕ, ನಂತರ ರಸಭರಿತ, ಮತ್ತೆ ಹಾಸ್ಯಾಸ್ಪದ, ಆಮೇಲೆ ಕೊನೆಗೆ ಅವಮಾನಿಸುವ ರೀತಿಯ ನೋಟ ಕಂಡು ಬಂತು. ಹಾಗೆ ನೋಡುತ್ತ, ಕಟ್ಟಕಡೆಗೆ ನನ್ನ ಪ್ರಶ್ನೆಗೆ ಉತ್ತರವೋ ಎಂಬಂತೆ, ಶಿಬಿರಾರ್ಥಿಗಳಲ್ಲಿ ಬಹಳ ಪರಿಚಿತವಾದ ಶಬ್ದಗಳಲ್ಲಿ ಒಂದಾದ ಶಬ್ದವನ್ನು ಜೋರಾಗಿ ಬೊಬ್ಬಿರಿದ: "ಶಿಟ್!" (ಅಪ್ರಯೋಜಕ!). ಆ ಕ್ಷಣ ನನಗೆ ಸರಳವಾದ ಒಂದು ಸತ್ಯದ ಅರಿವಾಯಿತು ಮತ್ತು ನನ್ನ ಮನೋವೈಜ್ಞಾನಿಕ ಪ್ರತಿಕ್ರಿಯೆಯ ಮೊದಲ ಹಂತದ ಅಂತಿಮ ಘಟ್ಟವೆನ್ನುವಂಥದ್ದನ್ನು ನಾನು ಮಾಡಿದೆ: ನನ್ನ ಹಿಂದಿನ ಪೂರ್ತಿ ಬದುಕನ್ನು ಒಮ್ಮೆಲೆ ಅಳಿಸಿ ಹಾಕಿದೆ.

ಒಮ್ಮೆಲೆ ನನ್ನ ಸಹಯಾತ್ರಿಕರ ನಡುವೆ ಅದೇನೋ ಅಲ್ಲೋಲ ಕಲ್ಲೋಲ ಹಬ್ಬಿತು. ಅವರೆಲ್ಲರ ಮುಖ ಬಿಳಿಚಿಕೊಂಡಿತ್ತು, ಭಯದಿಂದ, ವಿಹ್ವಲರಾಗಿ, ಅಸಹಾಯಕರಾಗಿ ಅವರು ಚರ್ಚಿಸತೊಡಗಿದರು. ಅಷ್ಟರಲ್ಲಿ ನಮಗೆ ಜೋರಾದ ಧ್ವನಿಯಲ್ಲಿ ಆದೇಶ ಬಂತು. ನಮ್ಮನ್ನೆಲ್ಲ ಒದ್ದು ಪಕ್ಕದ ಸ್ನಾನಗೃಹಕ್ಕೆ ದಬ್ಬಲಾಯಿತು. ನಾವೆಲ್ಲ ಒಬ್ಬ ಎಸ್ ಎಸ್ ಮನುಷ್ಯನ ಸುತ್ತ ನೆರೆದೆವು. ಆತ ನಾವೆಲ್ಲರೂ ಬಂದು ತಲುಪುವ ತನಕ ಕಾದ. ಆಮೇಲೆ ಆತ ಹೇಳಿದ, "ನಿಮಗೆ ನಾನು ಎರಡು ನಿಮಿಷ ಸಮಯ ಕೊಡುತ್ತೇನೆ, ಮತ್ತು ಅದನ್ನು ನಿಖರವಾಗಿ ನನ್ನ ವಾಚಿನಲ್ಲಿ ನೋಡುತ್ತಿರುತ್ತೇನೆ. ಆ ಎರಡು ನಿಮಿಷಗಳ ಅವಧಿಯಲ್ಲಿ ನೀವೆಲ್ಲ ಎಲ್ಲಿ ನಿಂತಿದ್ದೀರೋ ಅಲ್ಲಿಯೇ ನಿಮ್ಮ ಮೈಮೇಲಿರುವ ಸರ್ವಸ್ವವನ್ನೂ ನೆಲದ ಮೇಲೆ ಕಿತ್ತೊಗೆದು ಬೆತ್ತಲೆಯಾಗಬೇಕು. ನಿಮ್ಮ ಜತೆಗೆ ನಿಮ್ಮ ಷೂಗಳನ್ನು, ನಿಮ್ಮ ಬೆಲ್ಟ್‌ಗಳನ್ನು ಅಥವಾ ಸಸ್ಪೆಂಡರ್‌ಗಳನ್ನು ಹೊರತಾಗಿ, ಮತ್ತು ಸ್ವಾಭಾವಿಕವಾಗಿ ನಿಮ್ಮೊಂದು ಟ್ರಸ್ಸ್ ಹೊರತಾಗಿ ಏನನ್ನೂ ಒಯ್ಯುವಂತಿಲ್ಲ. ನನ್ನ ಎಣಿಕೆ ಶುರುವಾಗುತ್ತಿದೆ – ಈಗ!"

ಯೋಚಿಸಲೂ ಆಗದಂತಹ ತರಾತುರಿಯಲ್ಲಿ ಜನರು ತಮ್ಮ ತಮ್ಮ ಬಟ್ಟೆಗಳನ್ನು ಹರಿದು ಕಿತ್ತೆಸೆದರು. ಸಮಯ ಮುಂದುವರಿದ ಹಾಗೆ ಪ್ರತಿಯೊಬ್ಬರೂ ನಡುಗಲು ಪ್ರಾರಂಭಿಸಿ ತಮ್ಮ ತಮ್ಮ ವಸ್ತ್ರಗಳನ್ನು ಕಳಚಿದರು. ಅನಂತರ ನಮಗೆ ಹೊಡೆತದ ಸದ್ದುಗಳು ಕೇಳಿಸಿದವು; ಬೆತ್ತಲೆ ದೇಹಗಳನ್ನು ಅಪ್ಪಳಿಸುತ್ತಿರುವ ಚರ್ಮದ ಬೆಲ್ಟ್‌ನ ಸದ್ದುಗಳು.

ನಂತರ ನಮ್ಮನ್ನು ಮುಂದಿನ ಕೊಠಡಿಗೆ ಪೂರ್ತಿ ಶೇವ್ ಮಾಡಿಸುವುದಕ್ಕಾಗಿ ಒಯ್ಯಲಾಯಿತು: ಅಲ್ಲಿ ನಮ್ಮ ತಲೆಯನ್ನಷ್ಟೇ ಬೋಳಿಸಿದ್ದಲ್ಲ, ನಮ್ಮ ಶರೀರದ ಮೇಲೆ ಒಂದೇ ಒಂದು ಕೂದಲು ಉಳಿಯದಂತೆ ಮಾಡಲಾಯಿತು. ಆಮೇಲೆ ಶವರ್‌ನಲ್ಲಿ ಸ್ನಾನಕ್ಕಾಗಿ ನಮ್ಮನ್ನು ಸಾಲಾಗಿ ನಿಲ್ಲಿಸಲಾಯಿತು. ನಾವು ಪರಸ್ಪರ ಗುರುತಿಸಲಾಗದಷ್ಟು ಒಂದೇ ಥರ ಕಾಣಿಸುತ್ತಿದ್ದೆವು; ಆ ಶವರ್‌ನಲ್ಲಿನ ತಣ್ಣೀರು ಎಷ್ಟೊಂದು ಆಹ್ಲಾದಕರವಾಗಿತ್ತು ಎಂಬುದನ್ನು ವರ್ಣಿಸಲಸಾಧ್ಯ.

ಶವರ್ ಸ್ನಾನಕ್ಕಾಗಿ ಸಾಲುಗಟ್ಟಿ ನಿಂತಾಗ, ನಮ್ಮ ನಿಜವಾದ ಬೆತ್ತಲೆಯ ವಾಸ್ತವ ಸ್ಥಿತಿ ಅರಿವಿಗೆ ಬರುವ ಹಾಗಾಯಿತು: ನಮ್ಮ ಬರಿಯ ದೇಹವನ್ನು ಬಿಟ್ಟು ಬೇರೇನೂ ನಮ್ಮಲ್ಲಿ ಇರಲಿಲ್ಲ – ಕೂದಲೂ ಇಲ್ಲವಲ್ಲ; ನಮ್ಮೆಲ್ಲರ ಗಳಿಕೆ ಅಂದರೆ ನಮ್ಮ ಬೆತ್ತಲೆ ದೇಹದ

ಅಸ್ತಿತ್ವವಷ್ಟೇ ಆಗಿತ್ತು. ನಮ್ಮ ಹಿಂದಿನ ಬದುಕಿಗೂ ಈಗಿನ ಅವಸ್ಥೆಗೂ ಬೇರೇನಾದರೂ ಬಂಧವಿರಲು ಸಾಧ್ಯವೇ ಹೇಳಿ? ನನ್ನಲ್ಲಂತೂ ನನ್ನ ಕನ್ನಡಕ ಮತ್ತು ಒಂದು ಚರ್ಮದ ಬೆಲ್ಟ್ ಇದ್ದವು; ಅದರಲ್ಲಿ ಬೆಲ್ಟ್‌ನ್ನು ನಾನು ಮುಂದೊಂದು ದಿನ ಸಣ್ಣ ಒಂದು ಬ್ರೆಡ್‌ನ ತುಂಡಿಗಾಗಿ ವಿನಿಮಯ ಮಾಡಿಕೊಳ್ಳುವ ಪ್ರಸಂಗವಿತ್ತು. ಟ್ರಸ್ಸಸ್‌ನ ಒಡೆಯರಿಗೆ ಒಂದು ಹೆಚ್ಚುವರಿ ರೋಮಾಂಚದ ಕ್ಷಣ ಕಾದಿತ್ತು. ಸಂಜೆಯ ಹೊತ್ತು ನಮ್ಮ ಗುಡಿಸಲಿಗೆ ಬಂದ ಹಿರಿಯ ಸೆರೆಯಾಳು ತನ್ನ ಭಾಷಣದಲ್ಲಿ ನಮ್ಮನ್ನು ಸ್ವಾಗತಿಸುತ್ತ, ತನ್ನ ಹೆಮ್ಮೆಯ ಸಂಗತಿಯನ್ನು ಹೇಳಿಕೊಳ್ಳುತ್ತ ಯಾರ ಟ್ರಸ್ಸ್‌ನಲ್ಲಿ ಗುಪ್ತವಾಗಿ ಹಣವನ್ನೋ ಅಥವಾ ಬೆಲೆಬಾಳುವ ರತ್ನಾದಿ ಕಲ್ಲುಗಳನ್ನು ಬಚ್ಚಿಟ್ಟುಕೊಂಡಿರುತ್ತಾನೋ ಅಂತಹ ವ್ಯಕ್ತಿಗಳನ್ನು ವೈಯಕ್ತಿಕವಾಗಿ ತನಗೆ "ಆ ತೊಲೆಯಿಂದ"– ಆ ಕಡೆ ತೋರಿಸುತ್ತ– ತೂಗು ಹಾಕುವ ಅಪ್ಪಣೆಯಿದೆ ಎಂದು ಹೇಳಿಕೊಂಡ. ಶಿಬಿರದ ಕಾನೂನಿನ ಪ್ರಕಾರ ಓರ್ವ ಹಿರಿಯ ನಿವಾಸಿಯಾಗಿದ್ದುಕೊಂಡು ತನಗೆ ಅಂತಹ ಅಧಿಕಾರವಿದೆ ಎಂದು ಜಂಭಕೊಚ್ಚಿಕೊಂಡ.

ನಮ್ಮ ಷೂಗಳಿಗೆ ಸಂಬಂಧಿಸಿದಂತೆ ವಿಷಯ ಅಷ್ಟು ಸರಳವಾಗಿರಲಿಲ್ಲ. ನಮಗೆ ಅವನ್ನು ನಮ್ಮಲ್ಲಿ ಇರಿಸಿಕೊಳ್ಳುವ ಪರವಾನಗಿ ಇದ್ದರೂ, ಸ್ವಲ್ಪ ಚೆನ್ನಾಗಿರುವ ಷೂಗಳು ಯಾರಲ್ಲಿ ಇದ್ದವೋ ಅವನ್ನು ಅಳತೆಗೆ ಸರಿಗಟ್ಟದ ಬಹಳ ಕಳಪೆಯಾದ ಷೂಗಳಿಗೆ ವಿನಿಮಯ ಮಾಡಿಕೊಳ್ಳಬೇಕಿತ್ತು. ಇಂತಹ ವ್ಯತಿರಿಕ್ತ ಪ್ರಸಂಗವನ್ನು ಎದುರಿಸುವ ಸಮಯದಲ್ಲಿ ಅನುಕೂಲವಾಗುವಂತೆ, ಹಿಂದೆಯೇ ಹಿರಿಯ ಸೆರೆಯಾಳುಗಳು ತಮ್ಮ ಉತ್ತಮ ಷೂಗಳನ್ನು ಅಂದಗೆಡಿಸುವಂತೆ ಅದನ್ನು ಸೂಕ್ಷ್ಮವಾಗಿ ಹರಿದು, ಆ ಹರಿದ ಬದಿಗಳಿಗೆ ಸೋಪಿನಿಂದ ಉಜ್ಜಿ ವಿರೂಪಗೊಳಿಸುವಂತೆ ಹೇಳಿದ್ದರು. ಈ ಅಪರಾಧವನ್ನು ಯಾರು ಮಾಡಿದ್ದರೋ ಅವರಿಗಾಗಿಯೇ ಎಸ್‌ಎಸ್ ಮಂದಿ ಕಾದುಕೊಂಡಿದ್ದರು. ಯಾರ ಮೇಲೆಲ್ಲ ಗುಮಾನಿಯಿದ್ದಿತೋ ಅಂಥವರನ್ನು ಪಕ್ಕದ ಕೊಠಡಿಗೆ ರವಾನಿಸಲಾಯಿತು. ಸ್ವಲ್ಪವೇ ಹೊತ್ತಿನಲ್ಲಿ ನಮಗೆ ಲಾಟಿಯ ಹೊಡೆತದ ಸದ್ದೂ ಅದನ್ನು ಎದುರಿಸದ ಮಂದಿಯ ಚೀತ್ಕಾರವೂ ಕೇಳಿಸುತ್ತಿತ್ತು. ಈ ಸಲ ಅದು ಸ್ವಲ್ಪ ಹೆಚ್ಚುಕಾಲವೇ ಮುಂದುವರಿಯಿತು.

ಹಾಗೆ ನಮ್ಮೆದುರಿನ ಭ್ರಮೆಗಳೆಲ್ಲ ಒಂದೊಂದಾಗಿ ಕಳಚಿಕೊಳ್ಳಲು ಪ್ರಾರಂಭವಾದವು. ಆಮೇಲೆ ಅಚ್ಚರಿಯೆಂಬಂತೆ ಇದ್ದಕ್ಕಿದ್ದ ಹಾಗೆ ನಮ್ಮೆಲ್ಲರಲ್ಲೂ ಒಂದು ಬಗೆಯ ಬಿಗಿಯಾದ ಹಾಸ್ಯದ ಹೊನಲು ಹರಿಯ ತೊಡಗಿತು. ಈಗ ನಮಗೆ ಯಾವುದನ್ನೂ ಕಳೆದುಕೊಳ್ಳುವ ಭಯವಿರಲಿಲ್ಲ, ವಿಲಕ್ಷಣವೆಂಬಂತೆ ನಮ್ಮ ಬರಿಯ ಜೀವಗಳನ್ನು ಹೊರತಾಗಿ. ನೀರಿನ ಶವರ್‌ನ ಅಡಿಯಲ್ಲಿದ್ದಾಗ, ನಾವೆಲ್ಲರೂ ಹಾಗೊಂದು ಬಲವಂತವಾದ ವಿನೋದದಲ್ಲಿ ನಮ್ಮಷ್ಟಕ್ಕೇ ಮತ್ತು ಇತರರ ಜತೆಗೂ ತೊಡಗಿಕೊಂಡು ಆಸ್ವಾದಿಸಿದೆವು. ಶುದ್ಧವಾದ ನೀರು ನಮ್ಮೆಲ್ಲರ ಮೈಮೇಲೆ ಎರಗಿತ್ತಷ್ಟೇ!

ಈ ಬಗೆಯ ವಿಲಕ್ಷಣವಾದ ಹಾಸ್ಯದ ಜತೆಗೆ ಒಂದು ಸಂವೇದನಾತ್ಮಕ ವಿಷಯ ನಮ್ಮನ್ನೆಲ್ಲ ಹಿಡಿದುಬಿಟ್ಟಿತು : ಕುತೂಹಲ. ಈ ಬಗೆಯ ಕುತೂಹಲವನ್ನು ನಾನು ಹಿಂದೆಯೂ ಅನುಭವಿಸಿದ್ದೆ, ಕೆಲವು ವಿಚಿತ್ರ ಸನ್ನಿವೇಶಗಳಿಗೆ ಮೂಲಭೂತವಾದ ಪ್ರತಿಕ್ರಿಯೆಯನ್ನು ನೀಡುವ ಸಂದರ್ಭಗಳಲ್ಲಿ. ಒಮ್ಮೆ ನಾನು ಅದೊಂದು ಎತ್ತರದ ಪ್ರದೇಶಕ್ಕೆ ಏರುವ ಸಂದರ್ಭ: ನನಗಾದ ಕುತೂಹಲವೆಂದರೆ ನಾನು ಜೀವಂತವಾಗಿ ಹಿಂದಿರುಗಬಹುದೇ ಅಥವಾ ಒಂದು ಮುರಿದ ತಲೆಬುರುಡೆಯೋ ಅಥವಾ ಇನ್ನೇನೇನೋ ಗಾಯಗಳೊಂದಿಗೋ ಹಿಂದಿರುಗಿ ಬರಬಹುದೆಂಬ ಆತಂಕವಿತ್ತು.

ಆಶ್ವಿಜ್‌ನಲ್ಲೂ ಕುತೂಹಲ ಮಹತ್ತರವಾಗಿ, ಪರಿಸರದಿಂದ ಮನಸ್ಸನ್ನು ಮುಕ್ತಗೊಳಿಸುತ್ತ, ಅದೊಂದು ಲಕ್ಷ್ಯದತ್ತ ಒಯ್ಯುತ್ತಿರುವ ಭಾಸ. ಈ ಬಗೆಯ ಅವಸ್ಥೆ ಮನಸ್ಸಿನಲ್ಲಿ ಭದ್ರತೆಯನ್ನು ಹುಟ್ಟುಹಾಕಿತು. ಮುಂದೇನಾಗಬಹುದೆಂಬ ಕುತೂಹಲ ನಮಗೆಲ್ಲ; ಮತ್ತು ಅದರಿಂದಾಗುವ ಪರಿಣಾಮ ಏನಾಗಬಹುದು? ಉದಾಹರಣೆಗೆ, ನಾವು ತೆರೆದ ತಾಣದಲ್ಲಿ ಗಾಳಿಗೊಡ್ಡಿ ನಿಂತಾಗ, ಅದೂ ಬರಿಯ ಮೈಯ್ಯಲ್ಲಿ, ಶವರ್‌ನಿಂದ ಒದ್ದೆಯಾದ ಮೈಯ್ಯಲ್ಲಿದ್ದಾಗ ಏನಾಗಬಹುದೆಂಬ ಕುತೂಹಲ. ಮುಂದಿನ ಕೆಲವು ದಿನಗಳಲ್ಲಿ ನಮ್ಮ ಕುತೂಹಲ ಅಚ್ಚರಿಗೆ ಮೂಲವಾಯಿತು; ನಮಗೆ ನೆಗಡಿಯಾಗಲೇ ಇಲ್ಲ.

ಹೊಸದಾಗಿ ಬಂದವರಿಗೆ ನಿಜಕ್ಕೂ ಇನ್ನಷ್ಟು ಅಚ್ಚರಿಗಳು ಕಾದಿದ್ದವು. ನಮ್ಮಲ್ಲಿದ್ದ ವೈದ್ಯರುಗಳು ಕಲಿತದ್ದು ಒಂದೇ: "ಪಠ್ಯಪುಸ್ತಕಗಳು ಹೇಳುವುದೆಲ್ಲ ಸುಳ್ಳು!" ಕೆಲವು ನಿರ್ದಿಷ್ಟ ತಾಸುಗಳಷ್ಟು ನಿದ್ದೆಯಿಲ್ಲದೆ ಮನುಷ್ಯ ಬದುಕಲಾರನೆಂದು ಎಲ್ಲೋ ಒಂದು ಹೇಳಿಕೆಯಿತ್ತು. ಇದೂ ಬಹಳ ಸುಳ್ಳು! ನಾನು ಕೆಲವು ಸಂಗತಿಗಳನ್ನು ಸುತಾರಾಂ ಮಾಡಲಾರೆ ಎಂದು ನನಗೆ ಖಾತ್ರಿಯಿತ್ತು: ಇದು ಇಲ್ಲದೆ ನಿದ್ದೆ ಮಾಡಲಾರೆ, ಅದು ಇದು ಇಲ್ಲದೆ ಬದುಕಲಾರೆ ಎಂಬುದು, ಆದರೆ ಅದೆಲ್ಲಾ ಸುಳ್ಳಾಯಿತು. ಆಶ್ವಿಜ್‌ನಲ್ಲಿದ್ದ ಮೊದಲ ರಾತ್ರಿ ನಾವು ಒಂದರ ಮೇಲೆ ಒಂದನ್ನು ಪೇರಿಸಿಟ್ಟ ಹಾಸಿಗೆಗಳ ಮೇಲೆ ಮಲಗಬೇಕಿತ್ತು. ಸುಮಾರು ಆರೂವರೆಯಿಂದ ಎಂಟು ಅಡಿಗಳಷ್ಟು ಎತ್ತರದ ಪ್ರತಿ ಹಾಸಿಗೆ ಅಟ್ಟಣಿಗೆಯ ಮೇಲೆ ಒಂಭತ್ತು ಮಂದಿ ಮಲಗಬೇಕಾಗಿತ್ತು. ಪ್ರತಿ ಒಂಭತ್ತು ಮಂದಿಗೆ ಎರಡು ಹೊದಿಕೆಗಳನ್ನು ನೀಡಲಾಗಿದ್ದವು. ನಾವು ನಿಜಕ್ಕೂ ನಮ್ಮ ಮಗ್ಗುಲಿನಲ್ಲೇ ಮಲಗಬೇಕಾಗಿದ್ದು, ಒಬ್ಬರಿಗೊಬ್ಬರು ಅಂಟಿಕೊಂಡೇ ಇರಬೇಕಾಗಿತ್ತು. ಅದರಿಂದ ಒಂದೇ ಒಂದು ಸೌಲಭ್ಯವೆಂದರೆ ಒತ್ತೊತ್ತಿಗೆ ಇದ್ದುದರಿಂದ ಕೊರೆಯುವ ಚಳಿಯ ಅಷ್ಟು ಅನುಭವವಾಗಲಿಲ್ಲ. ಬಂಕ್‌ಗಳವರೆಗೆ ಷೂಗಳನ್ನು ಒಯ್ಯಲು ಪರವಾನಗಿ ಇದ್ದಿರಲಿಲ್ಲವಾದರೂ ಕೆಲವರು ಅವನ್ನು ಗುಟ್ಟಾಗಿ ತಮ್ಮ ತಲೆದಿಂಬುಗಳಾಗಿ ಉಪಯೋಗಿಸಿದರು, ಅವು ಸಾಕಷ್ಟು ಕೆಸರು ಮತ್ತು ಮಣ್ಣಿನಿಂದ ಒದ್ದೆಮುದ್ದೆಯಾಗಿದ್ದರೂ. ಇಲ್ಲವಾದರೆ ಒಬ್ಬನ ತಲೆ ಇನ್ನೊಬ್ಬನ ತೋಳನ್ನು ತಲೆದಿಂಬಾಗಿ ಉಪಯೋಗಕ್ಕೆ ಬರಬೇಕಿತ್ತು. ಏನಿದ್ದರೂ ಅಪರೂಪವಾಗಿ ಒಂದು ವಿಸ್ಮೃತಿಯ ಸ್ಥಿತಿಯಲ್ಲಿ ಕೆಲವು ತಾಸುಗಳಷ್ಟು ನೋವಿನಿಂದ ಶಮನವಾಗುವಂತೆ ನಿದ್ದೆ ಬಂದಿತ್ತು.

ನಮ್ಮ ಸಹನೆಗೆ ಸಂಬಂಧಿಸಿದಂತೆ ಕೆಲವು ಅಂತಹ ಅಚ್ಚರಿಗಳನ್ನು ಹಂಚಿಕೊಳ್ಳಲು ಬಯಸುವೆ : ನಾವು ನಮ್ಮ ಹಲ್ಲುಗಳನ್ನು ಉಜ್ಜುವ ವ್ಯವಸ್ಥೆ ಇದ್ದಿರಲಿಲ್ಲ, ಅಂತೆಯೇ ನಮಗೆಲ್ಲ ವಿಟಾಮಿನ್‌ಗಳ ಕೊರತೆಯಿರಬಹುದೆಂಬ ಗುಮಾನಿ ಇದ್ದಾಗ್ಯೂ, ನಮ್ಮೆಲ್ಲ ಹಲ್ಲುಗಳು ಹಿಂದೆಂದಿಗಿಂತಲೂ ಬಹಳ ಗಟ್ಟಿಯಾಗಿಯೇ ಇದ್ದವು. ನಾವು ತೊಟ್ಟ ಶರ್ಟು ಅದು ತನ್ನ ಸ್ವರೂಪವನ್ನೇ ಕಳೆದುಕೊಂಡು ಜೀರ್ಣವಾಗುವ ತನಕ ಅಂದರೆ ಸುಮಾರು ಅರ್ಧ ವರ್ಷ ಕಾಲ ಧರಿಸಬೇಕಾಗಿತ್ತು. ಹಲವು ದಿನಗಳ ಪರ್ಯಂತ ನಾವು ನಮ್ಮನ್ನು ಶುಚಿಗೊಳಿಸುವ ಪರಿಸ್ಥಿತಿಯಲ್ಲಿರಲಿಲ್ಲ, ಯಾಕೆಂದರೆ ಪೈಪ್‌ಗಳಲ್ಲಿ ನೀರು ಮಂಜುಗಡ್ಡೆಯಾಗಿರುತ್ತಿತ್ತು. ಆದರೂ ಹಸ್ತಗಳಲ್ಲಿನ ಗಾಯಗಳು ಮತ್ತು ಕೆಲಸದಿಂದ ಕೊಳಕಾದ ಹಸ್ತಗಳಿಂದ ನಮಗೇನೂ ಹಾನಿಯಾಗಲಿಲ್ಲ. ಇನ್ನೊಂದು ಉದಾಹರಣೆ, ಒಬ್ಬ ಹಗುರವಾಗಿ ನಿದ್ದೆ ಮಾಡುವ ವ್ಯಕ್ತಿ, ಅಂದರೆ ತುಸು ಸದ್ದಾದರೂ ಎಚ್ಚೆತ್ತುಕೊಳ್ಳುವವ, ಇದೀಗ ಇನ್ನೊಬ್ಬ ಕಾಮ್ರೇಡ್‌ನ ಒಟ್ಟಿಗೆ, ಅವನೆಷ್ಟು ಜೋರಾದ ಗೊರಕೆ ಹೊಡೆಯುತ್ತಿದ್ದರೂ, ಆರಾಮವಾಗಿ ನಿದ್ದೆಹೋಗುವ ಸ್ಥಿತಿಗೆ ಬಂದಿರುತ್ತಿದ್ದ.

ಒಬ್ಬ ಮನುಷ್ಯ ಯಾವುದೇ ಪರಿಸ್ಥಿತಿಗೆ ಒಗ್ಗಿಕೊಳ್ಳುತ್ತಾನೆ ಎನ್ನುವ ದಾಸ್ತೋವಸ್ಕಿಯ ಹೇಳಿಕೆಯನ್ನು ಇದೀಗ ಹೇಳಿದ್ದರೆ, ನಮ್ಮ ಉತ್ತರ ಸ್ಪಷ್ಟವಾಗಿತ್ತು, "ಹೌದು, ನಿಜಕ್ಕೂ, ಆದರೆ ಮನುಷ್ಯ ಹೇಗೆ ಒಗ್ಗಿಕೊಳ್ಳುತ್ತಾನೆ ಎನ್ನುವುದನ್ನು ಮಾತ್ರ ಕೇಳದಿರಿ." ನಮ್ಮ ಮನಃಶಾಸ್ತ್ರದ ತನಿಖೆ ನಮ್ಮನ್ನು ಇನ್ನೂ ಅಲ್ಲಿಯವರೆಗೆ ಒಯ್ಯಲಿಲ್ಲವೆನ್ನಬೇಕು, ಮತ್ತು ನಾವು ಖೈದಿಗಳೂ ಇನ್ನೂ ಅಲ್ಲಿಯವರೆಗೆ ತಲುಪಿರಲಿಲ್ಲ. ನಾವಿನ್ನೂ ನಮ್ಮ ಮನೋವಿಜ್ಞಾನದ ಪ್ರಕ್ರಿಯೆಯ ಪ್ರಾಥಮಿಕ ಹಂತದಲ್ಲೇ ಇದ್ದೆವೇನೋ.

ಪ್ರತಿಯೊಬ್ಬರೂ ಆತ್ಮಹತ್ಯೆಯ ಯೋಚನೆಯಲ್ಲಿ ಸಂತ್ರಸ್ತರಾಗಿರದೆ ಇರಲಿಲ್ಲ, ಕೆಲವೇ ಕ್ಷಣಗಳಿಗಾದರೂ. ಅದು ಅಲ್ಲಿನ ಅಸಹಾಯಕ ಹಾಗು ಭೀಕರ ಪರಿಸ್ಥಿತಿಯಿಂದ ಜನ್ಮವೆತ್ತಿತ್ತು. ಪ್ರತಿನಿತ್ಯ ನಮ್ಮ ಸುತ್ತಲೂ ಇಂತಹ ಭೀಕರ ಕ್ಷಣಗಳು ಹರಿದಾಡುತ್ತ, ಸಾವಿನ ಛಾಯೆ ಪ್ರತಿನಿತ್ಯವೂ, ಪ್ರತಿತಾಸಿಗೂ ಎಚ್ಚರಿಕೆಯನ್ನು ನೀಡುವಂತಿತ್ತು. ಅಂತಹ ಸಾವು ನಮ್ಮ ಜತೆಗಿದ್ದವರಿಗೇ ಸಂಭವಿಸಿತ್ತಲ್ಲ. ನಾನಂತೂ ನನ್ನ ವೈಯಕ್ತಿಕ ವಿಚಾರಗಳಿಂದಾಗಿ(ಅದನ್ನು ಮುಂದೆ ಹೇಳುವವನಿದ್ದೇನೆ), ನನ್ನ ಕ್ಯಾಂಪಿನ ಮೊದಲ ಸಂಜೆಯೇ ಒಂದು ದೃಢ ನಿರ್ಧಾರ ಕೈಗೊಂಡಿದ್ದೆ, ನಮ್ಮ ಶಿಬಿರದ ಸುತ್ತಮುತ್ತಲೂ ಹಾಕಿದ ವಿದ್ಯುತ್ ತಂತಿಗೆ "ಎಂದಿಗೂ ಆಹುತಿ" (ರನ್ ಇಂಟು ದಿ ವೈರ್) ಯಾಗಲಾರೆ ಎಂದು. ಪ್ರಾಯಃ ಇದು ಕ್ಯಾಂಪ್‌ನಲ್ಲಿ ಆತ್ಮಹತ್ಯೆಗೆ ಉಪಯೋಗಿಸುತ್ತಿದ್ದ ನುಡಿಗಟ್ಟಾಗಿತ್ತು – ಅಂದರೆ ವಿದ್ಯುತ್ ಹರಿಯುವ ವಯರ್‌ನ ಬೇಲಿಯನ್ನು ಮುಟ್ಟುವುದೆಂದು ಅರ್ಥ. ಆತ್ಮಹತ್ಯೆ ಮಾಡಿಕೊಳ್ಳಲು ಬಯಸುವ ವ್ಯಕ್ತಿ ಅಂತಹ ತಂತಿಬೇಲಿಯನ್ನು ಮುಟ್ಟುವುದಿತ್ತು... ಈ ನಿರ್ಧಾರವನ್ನು ತೆಗೆದುಕೊಳ್ಳುವುದಕ್ಕೆ ನನಗೇನೂ ಅಂತಹ ಕಷ್ಟದ ಕೆಲಸವಾಗಿರಲಿಲ್ಲ.

ಆತ್ಮಹತ್ಯೆ ಮಾಡಿಕೊಳ್ಳುವುದರಲ್ಲಿ ಅಂತಹ ಅರ್ಥವೇನಿರಲಿಲ್ಲ, ಯಾಕೆಂದರೆ, ನಮ್ಮಲ್ಲಿನ ಪ್ರತಿಯೊಬ್ಬನ ಜೀವನಕ್ರಮವನ್ನು ಸರಾಸರಿಯಾಗಿ ತೆಗೆದುಕೊಂಡರೂ, ಬದುಕುಳಿಯುವ ಕ್ಷಣಗಳು, ಅದನ್ನು ವಸ್ತುನಿಷ್ಠವಾಗಿ ಗಣಿಸಿದರೂ, ಬಹಳ ಕಡಿಮೆಯೇ ಇತ್ತೆನ್ನಿ. ಎಲ್ಲ ಆಯ್ಕೆಯ ಹಂತಗಳಿಂದ ಉಳಿದುಬರುವುದು ದುಸ್ತರವೇ ಇತ್ತಲ್ಲವೇ? ಎಲ್ಲಕ್ಕೂ ಮಿಗಿಲಾಗಿ ಆಶ್ವಿಜ್‌ನ ಯಾವನೇ ಸೆರೆಯಾಳು ಮೊದಲ ಹಂತದ ತನ್ನ ವಿಭ್ರಮೆಯಲ್ಲಿ ಮರಣಭಯ ಹೊಂದಿರಲಿಲ್ಲ ಎನ್ನುವುದೇ ವಿಶೇಷ. ಪ್ರಾರಂಭದ ಕೆಲವೇ ದಿನಗಳ ಬಳಿಕ ಗ್ಯಾಸ್ ಛೇಂಬರ್‌ಗಳ ಭಯಾನಕ ಭಯವೂ ಹೊರಟುಹೋಗಿರುತ್ತಿತ್ತು – ಏನಿದ್ದರೂ, ಗ್ಯಾಸ್ ಛೇಂಬರ್‌ಗಳ ಉಪಸ್ಥಿತಿಯೇ ಒಂದು ರೀತಿಯಲ್ಲಿ ಆತ್ಮಹತ್ಯೆಯನ್ನು ಮಾಡಿಕೊಳ್ಳುವ ಆಗ್ರಹ ಬಹುಮಟ್ಟಿಗೆ ತಪ್ಪಿಸಿತೆನ್ನಬಹುದು.

೪

ಶಿಬಿರದಲ್ಲಿ ಬದುಕಿ ಉಳಿಯುವುದಕ್ಕಿರುವ ಉಪಾಯ

ಆಮೇಲೆ ನನ್ನನ್ನು ಭೇಟಿಯಾದ ಗೆಳೆಯರು ಅಂದಿದ್ದರು ನಾನು ಹಾಗೇನೂ ಖಿನ್ನತೆಯಲ್ಲಿದ್ದ ವ್ಯಕ್ತಿಯಾಗಿ ಕಂಡುಬಂದಿರಲಿಲ್ಲವಂತೆ. ನಾನು ಸುಮ್ಮನೆ ನಕ್ಕಿದ್ದೆ, ಈ ಮುಂದಿನ ಘಟನೆ ನಾವು ಆಶ್ವಿಜ್‌ಗೆ ಬಂದ ಮರುದಿನ ರಾತ್ರಿಯೇ ನಡೆದಿತ್ತು. ನಾವು ನಮ್ಮ ನಮ್ಮ "ಬ್ಲಾಕ್"ಗಳನ್ನು ಬಿಟ್ಟು ಹೋಗಬಾರದಾಗಿ ನಮಗೆ ಕಠಿಣ ನಿಬಂಧನೆಯಿದ್ದಾಗ್ಯೂ, ನಮಗಿಂತ ಹಿಂದೆಯೇ ಆಶ್ವಿಜ್‌ಗೆ ಆಗಮಿಸಿದ್ದ ನನ್ನ ಸಹೋದ್ಯೋಗಿಯೊಬ್ಬ ನಮ್ಮ ಗುಡಿಸಲಿಗೆ ಗುಟ್ಟಾಗಿ ಬಂದು ಸೇರಿಕೊಂಡಿದ್ದ. ಆತ ನಮಗೆ ಬದುಕುಳಿಯುವುದಕ್ಕೆ ಬೇಕಾದ ಕಿವಿಮಾತುಗಳನ್ನು ಹೇಳಲು ಬಂದಿದ್ದ. ಆತ ಎಷ್ಟೊಂದು ಬಡಕಲಾಗಿ ಹೋಗಿದ್ದನೆಂದರೆ ಮೊದಲು ನಮಗೆ ಆತನ ಗುರುತೇ ಸಿಗಲಿಲ್ಲ. ಒಳ್ಳೆಯ ಹಾಸ್ಯ ಚಟಾಕಿಯೊಂದಿಗೆ, ಯಾವುದಕ್ಕೂ ಅಂಜಿಕೊಳ್ಳದಂತೆ ತೋರಿಬಂದ ಆತ ಜರೂರಿನಲ್ಲಿ ಆ ಕೆಲವು ಕಿವಿಮಾತುಗಳನ್ನು ಅರುಹಿದ್ದ: "ಭಯಪಡುವುದೇ ಬೇಡ! ಆಯ್ಕೆಯಿಂದಾದ ಮಸಲತ್ತಿಗೆಲ್ಲ ಹೆದರುವುದು ಬೇಡ! ಡಾ। ಎಂ. (ಎಸ್‌ಎಸ್‌ನ ಮೆಡಿಕಲ್ ಚೀಫ್)ಗೆ ವೈದ್ಯರೆಂದರೆ ಸ್ವಲ್ಪ ಕರುಣೆ ಹೆಚ್ಚು." (ಇದು ನಿಜವಾಗಿರಲಿಲ್ಲ; ನನ್ನ ಮಿತ್ರನ ಮಾತು ಯಾಕೋ ದಾರಿ ತಪ್ಪಿಸುವಂತಿತ್ತು. ಸುಮಾರು ಅರುವತ್ತು ವರ್ಷ ಪ್ರಾಯದ ಓರ್ವ ಖೈದಿ ನನಗೆ ಹೇಳಿದ್ದೆಂದರೆ, ಅವರ ಮಗನಿಗೆ ಗ್ಯಾಸ್ ಛೇಂಬರ್‌ಗೆ ಸಾಗಿಸಬೇಕಾಗಿ ಬಂದಾಗ ಇದೇ ಡಾ। ಎಂ. ರಲ್ಲಿ ಅಂಗಲಾಚಿ ಬೇಡಿಕೊಂಡರೂ ಕರುಣೆ ತೋರಿರಲಿಲ್ಲವಂತೆ.)

"ಆದರೆ ಒಂದು ಮಾತು, ನಿಮ್ಮಲ್ಲಿ ಬೇಡಿಕೊಳ್ಳುತ್ತೇನೆ," ಆತ ಮುಂದುವರಿದು ಹೇಳಿದ್ದ, "ಪ್ರತಿದಿನ ಶೇವ್ ಮಾಡಿಕೊಳ್ಳಿ, ಸಾಧ್ಯವಾದರೆ

ಒಂದು ಗಾಜಿನ ತುಂಡಿನಿಂದಾದರೂ ಗೀಸಿಕೊಳ್ಳಿ, ಅದಕ್ಕೆ ನಿಮ್ಮ ಕೊನೆಯ ಬ್ರೆಡ್‌ನ ಒಂದು ತುಂಡು ವ್ಯಯವಾದರೆ ಹೋಗಲಿ... ನೀವು ಯುವಕರಂತೆ ಕಂಡು ನಿಮ್ಮ ಗಲ್ಲಗಳು ಉಬ್ಬಿಕೊಂಡಿರುವುದಕ್ಕೆ ಸಾಧ್ಯ. ನೀವು ಜೀವಂತವಾಗಿ ಇರಬೇಕಾದರೆ, ನೀವು ಕೆಲಸ ಮಾಡುವುದಕ್ಕೆ ಯೋಗ್ಯವಾದ ಸ್ಥಿತಿಯಲ್ಲಿರಬೇಕು. ಕಾಲಲ್ಲಿ ಏನೋ ಗಾಯವಾಗಿ ನೀವು ಕೊಂಚ ಕುಂಟಿದಂತೆ ತೋರಿದರೂ ಸಾಕು, ಅದು ಯಾವನೇ ಎಸ್‌ಎಸ್ ಮನುಷ್ಯನ ಕಣ್ಣಿಗೆ ಬಿತ್ತೋ ನಿಮ್ಮನ್ನು ಬದಿಗೆ ತಳ್ಳಿ ಮರುದಿನ ಗ್ಯಾಸ್ ಛೇಂಬರ್‌ಗೆ ನಿಮ್ಮ ಆಹುತಿ ನಿಶ್ಚಿತ. 'ಮೊಸ್ಲೆಮ್' ಎಂಬ ಪದದ ಅರ್ಥ ಗೊತ್ತಿದೆಯೇ? ಯಾರು ದೀನವಾಗಿ, ಗಲೀಜಾಗಿ ಕಾಣುತ್ತಾನೋ, ರೋಗಿಯಂತೆ, ದೈಹಿಕವಾಗಿ ಕೆಲಸ ಮಾಡಲು ಅನರ್ಹನೋ ಅವನೇ 'ಮೊಸ್ಲೆಮ್'. ಅಂಥವರಿಗೆ ಇಂದಲ್ಲ ನಾಳೆ ಗ್ಯಾಸ್ ಛೇಂಬರ್ ಕಟ್ಟಿಟ್ಟ ಬುತ್ತಿ. ಆದ್ದರಿಂದ ನೆನಪಿರಲಿ, ಶೇವ್ ಮಾಡಿಕೊಂಡು ಲವಲವಿಕೆಯಿಂದ ಓಡಾಡಬೇಕು, ಹಾಗಿದ್ದರೆ ಗ್ಯಾಸ್‌ನ ಭಯಬೇಡ."

"ನೀವೆಲ್ಲಾ ಇಲ್ಲಿದ್ದು ಕೇವಲ ಇಪ್ಪತ್ತನಾಲ್ಕು ತಾಸು ಆಗಿದ್ದರೂ, ನೀವು ಯಾರೂ ಗ್ಯಾಸ್‌ನ ಬಗ್ಗೆ ಹೆದರಿಕೊಳ್ಳುವುದು ಬೇಡ, ನಿನ್ನೊಬ್ಬನನ್ನು ಬಿಟ್ಟು." ಆತ ನನ್ನ ಕಡೆಗೆ ಬೊಟ್ಟು ಮಾಡಿ ತೋರಿಸಿ ಹೇಳಿದ, "ನಾನು ಹೀಗೆ ನೇರವಾಗಿ ಹೇಳಿದೆನೆಂದು ತಪ್ಪು ತಿಳಿಯ ಬೇಡ." ಉಳಿದವರಿಗೆ ಆತ ಪನರಾವರ್ತಿಸಿದ, "ಈತನೊಬ್ಬನನ್ನು ಬಿಟ್ಟು ಮಿಕ್ಕವರೆಲ್ಲರಿಗೂ ಮುಂದಿನ ಆಯ್ಕೆಯಲ್ಲಿ ಹೆದರಿಕೆ ಬೇಡ. ಹಾಗಾಗಿ ಚಿಂತಿಸಬೇಡಿ!" ನಾನು ಸುಮ್ಮನೇ ಮುಗುಳ್ನಗೆಯೊಂದನ್ನು ಬೀರಿದೆ. ನನಗೆ ದೃಢ ಪಟ್ಟಿತು, ನನ್ನ ಜಾಗದಲ್ಲಿ ಬೇರೆ ಯಾರಿದ್ದರೂ ಹಾಗೆಯೇ ಮಾಡುತ್ತಿದ್ದರೇನೋ.

ಲೆಸ್ಸಿಂಗ್ ಒಮ್ಮೆ ಹೇಳಿದ ಹಾಗೆ, "ನೀವು ತರ್ಕಬದ್ಧವಾಗಿ ಯೋಚಿಸುವ ಶಕ್ತಿವನ್ನು ಕಳಕೊಳ್ಳಬೇಕಾದರೆ ಏನದರೊಂದು ಆಗಿರಲೇಬೇಕು ಅಥವಾ ಕಳೆದುಕೊಳ್ಳಲು ಅದು ನಿಮ್ಮಲ್ಲಿ ಮೊದಲೇ ಇದ್ದಿರಲಿಕ್ಕಿಲ್ಲ," **ಒಂದು ಅಸಂಗತ ಪ್ರತಿಕ್ರಿಯೆ ಒಂದು ಅಸಂಬದ್ಧ ಸನ್ನಿವೇಶಕ್ಕೆ ಬಂದಾಗ ಅದು ಸ್ವಾಭಾವಿಕ ನಡವಳಿಕೆಯೇ ಆಗಿರುತ್ತದೆ.** ನಾವು ಮನಃಶಾಸ್ತ್ರಜ್ಞರು ಕೂಡಾ ಒಂದು ಅಸಹಜ ಸನ್ನಿವೇಶದಲ್ಲಿ, ಉದಾಹರಣೆಗೆ ಮಾನಸಿಕ ಆಸ್ಪತ್ರೆಗೆ ದಾಖಲಾಗುವ ಸಂದರ್ಭದಲ್ಲಿ ವ್ಯಕ್ತಿಯೊಬ್ಬನಿದ್ದಾಗ ಆತನ ಪ್ರತಿಕ್ರಿಯೆ ಅಸಂಬದ್ಧವೇ ಆಗಿರುತ್ತದೆ. ಒಂದು ಯಾತನಾ ಶಿಬಿರಕ್ಕೆ ವ್ಯಕ್ತಿಯೊಬ್ಬ ದಾಖಲಾಗುವ ಸಂಭವವೂ ಆ ವ್ಯಕ್ತಿಯ ಅಸಹಜ ಪ್ರವೃತ್ತಿ ಕಾರಣವಾಗಿರುತ್ತದೆ ಎಂದಾಗ, ವಸ್ತುನಿಷ್ಠವಾಗಿ ಅದನ್ನು ಪರಿಶೀಲಿಸಿದರೆ, ಮುಂದಕ್ಕೆ ಅದು ಬೆಳಕಿಗೆ ಬಂದೇ ಬಂದಿತು, ಆ ಪರಿಸ್ಥಿತಿಗೆ ತಕ್ಕ ಪ್ರತಿಕ್ರಿಯೆಯಾಗಿತ್ತದು.

ಈ ಪ್ರತಿಕ್ರಿಯೆಗಳು ಈಗಾಗಲೇ ನಾನು ವಿವರಿಸಿದಂತೆ, ಕೆಲವೇ ದಿನಗಳಲ್ಲಿ ಬದಲಾಗತೊಡಗಿತು. ಸೆರೆಯಾಳುಗಳು ಮೊದಲ ಹಂತದಿಂದ ಎರಡನೇ ಹಂತಕ್ಕೆ ಸಾಗಿದರು; ಉದಾಸೀನತೆಯ ಪರಿಸ್ಥಿತಿಗೆ, ಅಂದರೆ ವ್ಯಕ್ತಿ ತುಸು ಭಾವನಾತ್ಮಕ ಸಾವಿಗೆ ಸಜ್ಜಾದ ರೀತಿಯಲ್ಲಿ.

ಖೈದಿಗಳ ಮಾನಸಿಕ ಪರಿಸ್ಥಿತಿಯಲ್ಲಿ ಬದಲಾವಣೆ

ಈಗಾಗಲೇ ವರ್ಣಿಸಲಾದ ಪ್ರತಿಕ್ರಿಯೆಗಳಿಗೆ ಹೊರತಾಗಿ, ಹೊಸದಾಗಿ ಬಂದ ಸೆರೆಯಾಗಳು ಬಹಳಷ್ಟು ಭಾವನಾತ್ಮಕ ನೋವಿನ ಹಿಂಸೆಗಳನ್ನು ಅನುಭವಿಸಬೇಕಾಯಿತು, ಅದು ಮರಣಾಂತಿಕವಾಗಿತ್ತು. ಮೊತ್ತಮೊದಲಾಗಿ ಆತನಿಗೆ ತನ್ನ ಮನೆ ಮತ್ತು ಪರಿವಾರವನ್ನು ಪುನಃ ಸೇರುವ ಅಸಾಧ್ಯವಾದ ಅಪೇಕ್ಷೆಗಳಿದ್ದವು. ಅದೆಷ್ಟು ಅತಿರೇಕಕ್ಕೆ ಹೋಗಿತ್ತು

ಅಂದರೆ, ಆ ಹಂಬಲವೇ ಅವನನ್ನು ತಿನ್ನತೊಡಗಿತ್ತೇನೋ. ಅದರ ಜತೆಗೆ ಅಸಹ್ಯ, ಎಲ್ಲಾ ಕುರೂಪಗಳೊಂದಿಗಿನ ಅಸಹನೀಯತೆ ಅವನನ್ನು ಮುತ್ತಿಕೊಂಡವು, ಅದೂ ಬಾಹ್ಯ ರೂಪಗಳೊಂದಿಗೆ.

ಬಹುತೇಕ ಸೆರೆಯಾಳುಗಳಿಗೆ ಒಂದು ಬಗೆಯ ಹರಕು ಗೋಣಿಯಂಥ ಸಮವಸ್ತ್ರವನ್ನು ನೀಡಲಾಗಿತ್ತು. ತುಲನೆಯಲ್ಲಿ ಅದು ಯಾವುದೇ ಬೆದರುಗೊಂಬೆಗೆ ಹೊದಿಸುವ ವಸ್ತ್ರಗಳಿಗಿಂತ ಹೆಚ್ಚಿನದಾಗಿರಲಿಲ್ಲ. ಕ್ಯಾಂಪ್‌ನಲ್ಲಿದ್ದ ಗುಡಿಸಲುಗಳ ನಡುವಿನ ಕಶ್ಮಲಗಳನ್ನು ಎಷ್ಟು ನೀಗಿಸಲು ಯತ್ನಿಸಿದ್ದಾಗ್ಯೂ ಅದು ಮತ್ತಷ್ಟು ಸೇರಿಕೊಳ್ಳುತ್ತಿತ್ತು. ಹೊಸದಾಗಿ ಬರುವ ತಂಡಕ್ಕೆ ಶೌಚಾಲಯವನ್ನೂ ಚರಂಡಿಯನ್ನೂ ಶುಚಿಗೊಳಿಸುವ ಕಾಯಕಕ್ಕೆ ಹಚ್ಚಲಾಗುತ್ತಿದ್ದುದು ಒಂದು ಅಪ್ಯಾಯ ಬೆಳವಣಿಗೆಯೇ ಆಗಿರುತ್ತಿತ್ತು. ಸಾಮಾನ್ಯ ಸ್ಥಿತಿಯಲ್ಲಿ ಹಾಗೆ ಸಂಗ್ರಹಿಸಲಾದ ಕಲ್ಮಶವನ್ನು ನೆರೆಯ ಹೊಲಗಳಿಗೆ ಒಯ್ಯುವ ವೇಳೆ ಅಕಸ್ಮತ್ತಾಗಿ ಯಾವುದೋ ಎತ್ತರ ತಗ್ಗಿಗೆ ವಾಹನ ತಗುಲಿದಾಗ, ಕಶ್ಮಲ ಮುಖಕ್ಕೆ ರಾಚಿದರಂತೂ ಅದನ್ನು ಒರೆಸುವ ಹಾಗಿರಲಿಲ್ಲ. ಹಾಗೊಮ್ಮೆ ಒರೆಸಿದರೆ ಕೂಡಲೇ ಕ್ಯಾಪೋನ ಹೊಡೆತ ಬೀಳುವುದಂತೂ ಶತಸಿದ್ಧ. ಹಾಗಾಗಿ, ಅಂತಹ ಸಾಮಾನ್ಯ ತೇಜೋವಧೆಗಳು ಅವ್ಯಾಹತವಾಗಿ ನಡೆಯುತ್ತಲೇ ಇದ್ದವು. ಶುರುವಿಗೆಲ್ಲ, ಕೆಲವು ಗುಂಪುಗಳನ್ನು ಶಿಕ್ಷೆ ನೀಡುವುದಕ್ಕಾಗಿ ಸಾಲುಗಟ್ಟಿ ಹೊಡೆತಗಳನ್ನು ನೀಡುತ್ತಲೇ ಒಯ್ಯುವಾಗ ಇತರ ಸೆರೆಯಾಳುಗಳು ತಮ್ಮ ದೃಷ್ಟಿಯನ್ನು ಬೇರೆಡೆಗೆ ತಿರುಗಿಸುವುದಿತ್ತು, ಆ ದೃಶ್ಯವು ನೋಡುವುದಕ್ಕೆ ಅಷ್ಟೊಂದು ಅಸಹನೀಯವಾಗಿತ್ತು. ಅಂತಹ ಶಿಕ್ಷೆ ತಾಸುಗಟ್ಟಲೆ ಮುಂದುವರಿಯುತ್ತಿತ್ತು.

ಆದರೆ ದಿನಗಳೆದಂತೆ, ವಾರಗಳು ನೀಗಿದಾಗ, ಅವೆಲ್ಲ ಬದಲಾದವು. ಮುಂಜಾನೆ, ಇನ್ನೂ ನಸುಕಿನಲ್ಲಿಯೇ, ಸೆರೆಯಾಳು ಗೇಟಿನ ಎದುರುಗಡೆ ತಮ್ಮ ತಂಡದೊಂದಿಗೆ ಸಾಲಾಗಿ ನಿಂತಿರುತ್ತಿದ್ದ. ಆಗ ಒಬ್ಬ ಕೈದಿಯ ಚೀತ್ಕಾರ ಕೇಳಿಸಿತು. ಅವನನ್ನು ಬಹಳವಾಗಿ ಹೊಡೆದು ಹಾಕಲಾಗಿತ್ತು, ಆತನ ತಪ್ಪಾದರೂ ಏನು ಎಂದು ಸ್ಪಷ್ಟವಾಗಲಿಲ್ಲ. ನಿಜಕ್ಕೂ ಆ ಖೈದಿ ಜ್ವರದಿಂದ ನರುಳುತ್ತಿದ್ದ. ಆದರೆ ತನ್ನ ಜ್ವರದ ವಿಷಯವನ್ನು ಮೊದಲೇ ತಿಳಿಸದಿದ್ದುದೇ ಆತನ ತಪ್ಪಾಗಿದ್ದಿತು. ಮೊದಲೇ ತನಗೆ ಜ್ವರ ಬಂದಿದೆ ಎಂದಿದ್ದರೆ, ಆತನ ಬದಲಿಗೆ ಇನ್ನೊಬ್ಬ ವ್ಯಕ್ತಿಯನ್ನು ನೇಮಿಸಲಾಗುತ್ತಿತ್ತೇನೋ. ಅದೇ ಆತ ಎಸಗಿದ ಮಹಾ ಅಪರಾಧವಾಗಿತ್ತು.

ಮನೋವೈಜ್ಞಾನಿಕ ನೆಲೆಯಲ್ಲಿ ಎರಡನೇ ಹಂತಕ್ಕೆ ತಲುಪಿದ ಈ ಸೆರೆವಾಸಿ ಈ ದೃಶ್ಯವನ್ನು ಕಂಡು ತನ್ನ ಕಣ್ಣನ್ನು ಬೇರೆಡೆಗೆ ತಿರುಗಿಸಲಿಲ್ಲ. ಅವನ ಭಾವನೆಗಳು ಸತ್ತಂತಾಗಿದ್ದವು, ಅದನ್ನೆಲ್ಲ ಅವನು ಒಂದಿಷ್ಟೂ ವಿಚಲಿತನಾಗದೇ ನೋಡಿದ.

ಇನ್ನೊಂದು ಉದಾಹರಣೆ: ಒಬ್ಬಾತ ರೋಗಿಗಳ ಸಂಧಿಯಲ್ಲಿ ತಂಗಿ ಎರಡು ದಿನಗಳ ಮಟ್ಟಿಗೆ ಹೊಡೆತಗಳಿಂದಾದ ನೋವಿನ ಮತ್ತು ತೀವ್ರವಾದ ಜ್ವರದಿಂದ ಬಳಲುವ ಕಾರಣದಿಂದಾಗಿ, ತನಗೆ ಹಗುರವಾದ ಕೆಲಸ ಸಿಗುವ ನಿರೀಕ್ಷೆಯಲ್ಲಿರುತ್ತಾನೆ. ಆಗ ಆತನ ಕಣ್ಣೆದುರೇ, ಒಬ್ಬ ಹನ್ನೆರಡು ವರ್ಷ ವಯಸ್ಸಿನ ಹುಡುಗನನ್ನು ಕರೆತಂದರು, ಅವನನ್ನು ಚಳಿಯಲ್ಲಿ ಹಲವು ತಾಸುಗಳ ಕಾಲ ನಿಲ್ಲಿಸಲಾಗಿತ್ತು, ಕಾಲುಗಳಲ್ಲಿ ಚಪ್ಪಲಿ ಕೂಡಾ ಇಲ್ಲದ ಸ್ಥಿತಿಯಲ್ಲಿ. ಯಾಕೆಂದರೆ ಆ ಹುಡುಗನಿಗೆ ಕ್ಯಾಂಪ್‌ಗೆ ಬರುವಾಗ ಕಾಲಲ್ಲಿ ಚಪ್ಪಲಿಯೂ ಇದ್ದಿರಲಿಲ್ಲ. ಆತನ ಅಂಗಾಲುಗಳು ಮಂಜಿನಿಂದ ಹೆಪ್ಪುಗಟ್ಟಿ ಮರಗಟ್ಟಿಹೋಗಿದ್ದವು, ಕಾರ್ಯನಿರತ ವೈದ್ಯರು ಬಂದು ಹುಡುಗನ ಕಾಲಲ್ಲಿನ ಎದ್ದ ಗ್ಯಾಂಗ್ರೀನ್‌ನಂತಹ

ಸಿಬಿರುಗಳನ್ನು ಚಿಮಿಟಿಯಿಂದ ಒಂದೊಂದಾಗಿ ತೆಗೆದರು. ಇಂತಹ ದೃಶ್ಯಗಳ ದರ್ಶಕರಾಗಿದ್ದ ಖೈದಿಗಳಲ್ಲಿ ಅಸಹ್ಯ, ಭಯಾನಕ ಮತ್ತು ಕರುಣೆ ಮುಂತಾದ ಭಾವನಾತ್ಮಕ ಪ್ರತಿಕ್ರಿಯೆಗಳು ಅನುಭವವಾಗುವುದೇ ನಿಂತುಹೋಗಿತ್ತು. ಶಿಬಿರದಲ್ಲಿ ಕೆಲವೇ ವಾರಗಳಷ್ಟು ವಾಸ್ತವ್ಯ ಹೂಡಿದ ಸೆರೆಯಾಳುಗಳಿಗೆ ಇಂತಹ ಪರಿಸ್ಥಿತಿಗಳಿಗೆ ಕೊಂಚವೂ ಸ್ಪಂದಿಸುವ ಜಾಯಮಾನವಿರಲಿಲ್ಲ. ಅವೆಲ್ಲ ಎಷ್ಟೊಂದು ಮಾಮೂಲಾಗಿ ಹೋಗಿರುತ್ತವೆ ಅಂದರೆ ಪ್ರಾಣಾಂತಿಕವಾಗಿ ಬಳಲು–ವವರನ್ನೋ, ಇಲ್ಲವೇ ಮರಣಶಯ್ಯೆಯಲ್ಲಿದ್ದು ಸಾಯುತ್ತಿರುವವರನ್ನೋ ಇಲ್ಲವೇ ಸತ್ತವರನ್ನೋ ಕಾಣುವ ವೇಳೆ ಭಾವನಾತ್ಮಕವಾದ ಸ್ಪಂದನಗಳು ಕಂಡುಬರುತ್ತಿರಲಿಲ್ಲ. _

ನಾನು ಕೆಲವು ಸಮಯವನ್ನು ಸನ್ನಿಪಾತ (ಟೈಫಸ್ – ಒಂದು ಸಾಂಕ್ರಾಮಿಕ ರೋಗ) ಜ್ವರದಿಂದ ನರಳುತ್ತಿದ್ದ ರೋಗಿಗಳ ಶುಶ್ರೂಷೆಗೆ ವಿನಿಯೋಗಿಸಿದೆ. ಅವರೆಲ್ಲ ಜ್ವರದ ತಾಪದಿಂದ ಮತಿಭ್ರಮಣೆಯಲ್ಲಿದ್ದರು, ಕೆಲವರು ಆಗಲೇ ಮರಣ ಹೊಂದುವ ಸ್ಥಿತಿಯಲ್ಲಿದ್ದರು. ಅವರಲ್ಲಿ ಒಬ್ಬಾತ ಆಗಷ್ಟೇ ಮೃತಪಟ್ಟಾಗ ಮುಂದೆ ನಡೆದ ಘಟನಾಕ್ರಮವನ್ನು ನಾನು ಯಾವುದೇ ಭಾವನಾತ್ಮಕ ಏರುಪೇರಿಲ್ಲದೇ ವೀಕ್ಷಿಸಿದೆ. ಇಂತಹ ಘಟನಾಕ್ರಮವು ಪ್ರತಿಯೊಂದು ಸಾವಿನೊಂದಿಗೆ ಪುನಾರಾವರ್ತಿಸುತ್ತಿತ್ತು. ಆ ಘಟನಾಕ್ರಮವೇನೆಂದರೆ, ಅಲ್ಲಿನ ಇನ್ನುಳಿದ ರೋಗಿಗಳು ಒಬ್ಬೊಬ್ಬರಾಗಿ ಆಗ ತಾನೇ ಮೃತಪಟ್ಟ ಇನ್ನೂ ಬೆಚ್ಚಗಿರುವ ಶರೀರವನ್ನು ಸಮೀಪಿಸಿ, ಒಬ್ಬ ಶವದ ಬಳಿಯಿದ್ದ ಆಹಾರದಲ್ಲಿ ಉಳಿದ ಆಲೂಗಡ್ಡೆಯ ಅಂಶವನ್ನು ಬಾಚಿಕೊಂಡ. ಮತ್ತೊಬ್ಬ ಶವವೊಂದು ಧರಿಸಿದ್ದ ಷೂವನ್ನು ತನ್ನ ಷೂಗಿಂತಲೂ ಚೆನ್ನಾಗಿದೆ ಎಂದು ಬದಲಾಯಿಸಿಕೊಂಡ. ಮೂರನೇ ವ್ಯಕ್ತಿಯೊಬ್ಬ ಸತ್ತ ಮನುಷ್ಯನೊಬ್ಬನ ಕೋಟನ್ನು ಸೆಳೆದುಕೊಂಡರೆ, ಇನ್ನೊಬ್ಬ ಅದೊಂದು – ಕಲ್ಪಿಸಿಕೊಳ್ಳಿ! – ಲಾಡಿಯನ್ನು ಸೆಳೆದುಕೊಂಡ.

ಇವನ್ನೆಲ್ಲ ನಿರಾಸಕ್ತಿಯಿಂದಲೇ ನಾನು ಗಮನಿಸಿದ್ದೆ. ಸದ್ಯ "ನರ್ಸ್" ಒಬ್ಬರಿಗೆ ಶವವನ್ನು ನೀಗಿಸಲು ಹೇಳಿದೆ. ಆತ ಶವದ ಕಾಲುಗಳನ್ನು ಹಿಡಿದು ಎಳೆಯ ತೊಡಗಿದ, ಆ ಇಕ್ಕಟ್ಟಾದ ಸಂದಿಯೊಳಗೆ ಇತರ ಐವತ್ತು ಟೈಫಸ್ ರೋಗಿಗಳ ಎರಡು ಸಾಲುಗಳ ಹಾಸಿಗೆಗಳ ನಡುವೆಯೇ. ಹಾಗೆ ಮಣ್ಣಿನ ನೆಲದ ಮೇಲೆ ಎಳೆದೆಳೆದು ಬಾಗಿಲಿನತ್ತ ತಂದಿತ್ತ. ಮುಂದೆ ಮೇಲ್ಗಡೆಗೆ ಹೋಗಬೇಕಾದ ಎರಡು ಮೆಟ್ಟಿಲುಗಳು ನಮಗೆ ಯಾವತ್ತೂ ಒಂದು ಸಮಸ್ಯೆಯ ಹಾದಿಯಾಗಿತ್ತು, ಯಾಕೆಂದರೆ ಸಾಕಷ್ಟು ಆಹಾರವಿಲ್ಲದೆ ನಿತ್ರಾಣದಲ್ಲಿದ್ದ ನಮಗೆ ಹಾಗೆ ಮೇಲಕ್ಕೆ ನಮ್ಮ ಶರೀರವನ್ನು ಒಯ್ಯುವುದು ತ್ರಾಸದಾಯಕವಾಗಿತ್ತು. ಕೆಲವೇ ತಿಂಗಳುಗಳಲ್ಲಿ ನಮಗೆ ಆ ಮೆಟ್ಟಿಲುಗಳವರೆಗೂ ನಮ್ಮ ಕ್ಷೀಣಕಾಯವನ್ನು ಒಯ್ಯುವುದು ಮತ್ತು ಅದರಿಂದ ಮೇಲಕ್ಕೆ ಎತ್ತುವುದು ಅಸಾಧ್ಯವಾಗಿತ್ತು. ನಾವು ನಮ್ಮನ್ನೇ ಬಾಗಿಲ ಸಂದಿಯೊಳಗೆ ಕೈಯಿಕ್ಕಿ ಮೇಲಕ್ಕೆ ಎತ್ತಿಕೊಳ್ಳುವ ಪ್ರಮೇಯವಿತ್ತು.

ಆ ಮನುಷ್ಯ ಶವವನ್ನು ಮೆಟ್ಟಿಲವರೆಗೆ ಹೇಗಾದರೂ ಒಯ್ದು ನಿಂತ. ಬಹಳ ಕಷ್ಟಪಟ್ಟು ಶವದೊಂದಿಗೆ ತನ್ನನ್ನೂ ಮೆಟ್ಟಿಲ ಮೇಲಕ್ಕೆ ಸೆಳೆದುಕೊಂಡ. ಮೊದಲು ಕಾಲುಗಳು ಮತ್ತೆ ಮುಂಡದ ಭಾಗ, ಆ ಮೇಲೆ – ಅಸಹನೀಯವೆನ್ನುವ ಶಬ್ದವನ್ನು ಮಾಡುತ್ತ – ಅದರ ತಲೆ, ಆ ಮೆಟ್ಟಿಲುಗಳ ಉಬ್ಬುಗಳಿಗೆ ಬಡಿದು ಮೇಲಕ್ಕೆದ್ದಿತು.

ಈ ಕಾರ್ಯದಲ್ಲಿ ನನ್ನ ಸ್ಥಾನ ಗುಡಿಸಲಿನ ವಿರುದ್ಧ ದಿಕ್ಕಿನಲ್ಲಿತ್ತು, ಅದರ ಒಂದೇ ಕಿಟಕಿಯ ಎದುರಿಗೆ. ಕೆಲಸವೆಲ್ಲ ಮುಗಿದು ನಾನು ನನ್ನ ಶೀತದಿಂದ ಮರಗಟ್ಟಿದ ಕೈಗಳಿಂದ

ಬೌಲ್‌ನಲ್ಲಿ ಸೂಪನ್ನು ಮಹದಾಸೆಯಿಂದ ಸ್ವಲ್ಪ ಸ್ವಲ್ಪವೇ ಗುಟುಕರಿಸಲು ತೊಡಗಿದಾಗ ನನ್ನೆದುರಿನ ಆ ಒಂದೇ ಕಿಟಕಿಯೊಳಗಿನಿಂದ ದೃಶ್ಯವನ್ನು ಕಂಡೆ. ಅದೇ ತಾನೇ ಸಾಗಿಸಿದ ಶವದ ಕಣ್ಣುಗಳು ನನ್ನನ್ನೇ ನೆಟ್ಟನೋಟದಿಂದ ದಿಟ್ಟಿಸುತ್ತಿದ್ದ ಹಾಗಿತ್ತು. ಎರಡು ತಾಸುಗಳ ಹಿಂದೆಯಷ್ಟೇ ನಾನು ಆ ವ್ಯಕ್ತಿಯೊಂದಿಗೆ ಮಾತಾಡಿದ್ದೆ. ನಾನೀಗ ಮತ್ತೆ ಸೂಪನ್ನು ಗುಟುಕರಿಸತೊಡಗಿದೆ.

ನಿರಾಸಕ್ತಿ, ಉದಾಸೀನತೆ, ಭಾವನೆಗಳ ಮೊಂಡಾಗುವಿಕೆ ಮತ್ತು ಯಾವುದಕ್ಕೂ ಸ್ಪಂದಿಸದಂತಹ ಧೋರಣೆ-ಇವುಗಳೇ ಸೆರೆಯಾಳುಗಳ ಮನೋವಿಜ್ಞಾನಿಕ ಪ್ರತಿಕ್ರಿಯೆಯ ಎರಡನೆಯ ಹಂತದ ಲಕ್ಷಣಗಳಾಗಿದ್ದವು. ಈ ಲಕ್ಷಣಗಳೇ ಅವರನ್ನು ಪ್ರತಿ ದಿನವೂ ಪ್ರತಿ ಘಂಟೆಯೂ ಅವಿರತವಾಗಿ ಸಿಗುತ್ತಿದ್ದ ಹೊಡೆತಗಳಿಗೆ ಸಂವೇದನಾರಹಿತವಾಗಿಸಿದ್ದವು. ಹೀಗೊಂದು ಸಂವೇದನಾರಹಿತ ಸೆರೆಯಾಳು ಬಹಳ ಬೇಗನೇ ತನ್ನ ಸುತ್ತ ಬಹಳ ಅವಶ್ಯವೆನಿಸುವ ರಕ್ಷಣಾತ್ಮಕ ಕೋಶವನ್ನು ನಿರ್ಮಿಸಿಕೊಳ್ಳುತ್ತಾನೆ.

೫

ಹೊಡೆತ – ಬಡಿತಗಳ ಅವಮಾನದ ವಿಷ

ಹೊಡೆತಗಳು ತೀರಾ ಸಣ್ಣ ಕಾರಣಗಳಿಗಾಗಿ ಬೀಳುತ್ತಿದ್ದವು, ಕೆಲವೊಮ್ಮೆ ಯಾವುದೇ ಕಾರಣವಿಲ್ಲದೆ ಕೂಡಾ. ಉದಾಹರಣೆಗೆ, ಮುಖ್ಯ ಆಹಾರವಾದ ಬ್ರೆಡ್‌ನ್ನು ಸಾಲಿನ ಸರದಿಯಲ್ಲಿ ಕಾದು ಪಡೆಯುವುದು ವಾಡಿಕೆ. ಒಂದು ಸಲ ಏನಾಯಿತೆಂದರೆ, ನನ್ನ ಹಿಂದಿನ ಸೆರೆಯಾಳು ಸಾಲಿನಿಂದ ತುಸು ಹೊರಗೆ ನಿಂತಿದ್ದ ಮತ್ತು ಹಾಗೆ ಸ್ವಲ್ಪವೇ ಶಿಸ್ತು ತಪ್ಪಿದ ಅದೊಂದೇ ಕಾರಣ ಎಸ್‌ಎಸ್ ಗಾರ್ಡ್‌ಗೆ ಸಾಕಾಗಿತ್ತು. ನನ್ನ ಸಾಲಿನ ಹಿಂದುಗಡೆ ಏನು ನಡೆಯುತ್ತಿದೆ ಎಂದು ನನಗೆ ತಿಳಿದಿರಲಿಲ್ಲ. ಎಸ್‌ಎಸ್ ಗಾರ್ಡ್ ಅಲ್ಲಿದ್ದುದೂ ತಿಳಿದಿರಲಿಲ್ಲ. ತಕ್ಷಣ ನನ್ನ ತಲೆಯ ಮೇಲೆ ಬಾಸುಂಡೆಗಳು ಏಳುವಷ್ಟು ಎರಡು ಪೆಟ್ಟುಗಳು ಬಿದ್ದವು. ಬೆತ್ತ ಹಿಡಿದ ಗಾರ್ಡ್ ನನ್ನ ಪಕ್ಕದಲ್ಲೇ ಇದ್ದಾನೆಂಬ ವಿಷಯ ನನಗೆ ತಿಳಿದದ್ದು ಆಗಲೇ. ಅಂತಹ ಸಂದರ್ಭಗಳಲ್ಲಿ ದೈಹಿಕವಾಗಿ ಆಗುವ ನೋವಿಗಿಂತಲೂ ಮಾನಸಿಕವಾಗಿ ಆಗುವ ವೇದನೆ ಹೆಚ್ಚಿನದು, ಕಾರಣ ಅದರ ಹಿಂದಿನ ಅನ್ಯಾಯ ಮತ್ತು ಅಸಮಂಜಸ ಕೃತ್ಯ.

ಹಾಗೆ ನೋಡಿದರೆ ಅಂತಹ ವೇಳೆ ಬೆತ್ತದ ಏಟಿನಿಂದ ಗುರುತಾಗದಿದ್ದರೂ, ಮಾನಸಿಕವಾಗಿ ಅಚ್ಚಳಿಯದ ಗುರುತು ಎದ್ದೇ ಇರುತ್ತದೆ. ನಾನೊಮ್ಮೆ ಮಂಜುಬೀಳುವ ಸಮಯ ರೇಲ್ವೇ ಹಳಿಯೊಂದರ ಮೇಲೆ ನಿಂತಿದ್ದೆ. ಅಂತಹ ವಿಪರೀತ ಹವೆಯಲ್ಲೂ ನಮ್ಮ ತಂಡ ಕೆಲಸದಲ್ಲಿ ಮಗ್ನವಾಗಿರಬೇಕಾಗಿದ್ದು ಅನಿವಾರ್ಯವಾಗಿತ್ತು. ಗ್ರೇವಲ್ ಉಪಯೋಗಿಸಿ ಹಳಿಯನ್ನು ನೇರಗೊಳಿಸುವ ಕೆಲಸದಲ್ಲಿ ನಾನು ಬಹಳ ಕಠಿಣವಾಗಿ ದುಡಿದಿದ್ದೆ. ಹಾಗೆ ದುಡಿದಾಗಷ್ಟೇ ಮೈಕೈಯನ್ನು ಬೆಚ್ಚಗಾಗಿಟ್ಟುಕೊಳ್ಳಲು ಸಾಧ್ಯವಿತ್ತು. ಕೇವಲ ಒಂದು ಕ್ಷಣವಷ್ಟೇ ನಾನು ಬೆನ್ನನ್ನು ನೇರಪಡಿಸಿ ಕಂಬವೊದಕ್ಕೆ ಒರಗಿದ್ದೆ. ದುರದೃಷ್ಟದಿಂದ

ಗಾರ್ಡ್ ಅದೇ ಸಮಯಕ್ಕೆ ನನ್ನ ಕಡೆಗೆ ತಿರುಗಿದ್ದ ಮತ್ತು ನಾನು ಕೆಲಸಗಳ್ಳನಾಗಿದ್ದೇನೆ ಅಂತ ಅವನಿಗನಿಸಿರಬೇಕು. ಆಗ ಅನುಭವಿಸಿದ ನೋವು ಕೇವಲ ಹೊಡೆತದಿಂದ ಅಥವಾ ಅವಮಾನದಿಂದ ದೊರೆತದ್ದು ಇರಲಾರದು. ಹಾಗೆ ಏನಾದರೂ ಒಬ್ಬ ಮಾನವ ಜೀವಿಯ ಅಸ್ಪಷ್ಟ ರೂಪವನ್ನು ಗ್ರಹಿಸಿ ಬೈಗಳಿಂದ ತರಾಟೆಗೆ ತೆಗೆದುಕೊಂಡಿದ್ದರೂ ಪರವಾಗಿಲ್ಲವಾಗಿತ್ತು. ಆದರೆ, ಆತ ಆಟವಾಡುತ್ತ ಒಂದು ಸಣ್ಣ ಕಲ್ಲನ್ನು ನನ್ನೆಡೆಗೆ ಎಸೆದ, ಒಂದು ಯಾವುದೇ ಮೃಗವನ್ನು ಕೆಣಕುವ ರೀತಿಯಲ್ಲಿ, ಸಾಕು ಪ್ರಾಣಿಯನ್ನು ತನ್ನ ಕೆಲಸಕ್ಕೆ ಮತ್ತೆ ಹೋಗು ಎನ್ನುವಂತೆ, ಅಥವಾ ನಿಮಗೆ ಕಿಂಚಿತ್ತೂ ಹೋಲಿಕೆಯಲ್ಲಿಲ್ಲದ ಪ್ರಾಣಿಯೊಂದನ್ನು ಶಿಕ್ಷಿಸುವಷ್ಟೂ ಗೋಜಿಗೆ ಹೋಗದ ತೆರನಾಗಿತ್ತು.

ಅಂತಹ ಹೊಡೆತಗಳ ಅತ್ಯಂತ ನೋವಿನ ಸಂಗತಿಯೆಂದರೆ ಅದರಿಂದಾಗುವ ಅವಮಾನ. ಕೆಲವೊಮ್ಮೆ ನಾವು ಭಾರವಾದ ಗರ್ಡರ್‌ಗಳನ್ನು ಐಸ್‌ನ ಹಳಿಗಳ ಮೇಲೆ ಒಯ್ಯುವ ಪ್ರಸಂಗವಿರುತ್ತಿತ್ತು. ತಂಡದಲ್ಲಿನ ಯಾರೇ ಒಬ್ಬ ವ್ಯಕ್ತಿ ಕೊಂಚ ಜಾರಿದರೂ ಸ್ವತಃ ತಾನು ಮಾತ್ರವಲ್ಲ, ಗರ್ಡರ್‌ನ್ನು ಹಿಡಿದ ಎಲ್ಲರೂ ಅಪಾಯಕ್ಕೆ ಗುರಿಯಾಗುತ್ತಿದ್ದರು. ನನ್ನೊಬ್ಬ ಸ್ನೇಹಿತನ ಹಿಂಭಾಗದ ಕೀಲು ಸ್ಥಾನಪಲ್ಲಟವಾಗಿತ್ತು. ಅಂತಹ ಅವಸ್ಥೆಯಲ್ಲೂ ಆತ ಕೆಲಸ ಮಾಡಲು ಅರ್ಹತೆ ಪಡೆದಿದ್ದರಿಂದ ಖುಷಿಯಿಂದಿದ್ದ, ಯಾಕೆಂದರೆ ಅಂಗಿಕವಾಗಿ ವಿಕಲರಾದವರನ್ನು ಆಯ್ಕೆಯ ಹಂತದಲ್ಲಿ ಸಾವಿನ ಬಾಯಿಗೆ ನೂಕಲಾಗುತ್ತಿತ್ತು. ಹಾಗಿರುವ ಪರಿಸ್ಥಿತಿಯಲ್ಲಿ ಆತ ಒಂದು ಬಹಳ ಭಾರವಾಗಿದ್ದ ಗರ್ಡರ್‌ನ್ನು ಸಾಗಿಸುವ ವೇಳೆ ಜಾರಿ ಉಳಿದವರು ಅವನ ಜತೆಯಲ್ಲೇ ಜಾರಿ ಬೀಳುವ ಸಾಧ್ಯತೆಯಿತ್ತು. ನಾನು ಆ ಸಾಗಾಟದ ಪಂಗಡದಲ್ಲಿ ಶಾಮೀಲಾಗಿರದಿದ್ದರೂ, ಏನೂ ಪೂರ್ವಾಪರ ಯೋಚನೆ ಮಾಡದೆ ಸಹಾಯಕ್ಕಾಗಿ ಹಾರಿದೆ. ತಕ್ಷಣ ನನ್ನ ತಲೆಗೆ ಬಲವಾದ ಏಟೊಂದು ಬಿತ್ತು ಮತ್ತು ನನ್ನ ಮೊದಲಿನ ಸ್ಥಾನಕ್ಕೆ ಹೋಗಲು ಹುಕುಂ ಬಂತು. ಕೆಲವೇ ನಿಮಿಷಗಳ ಹಿಂದೆ ನನ್ನ ತಲೆಗೆ ಹೊಡೆದ ಅದೇ ಗಾರ್ಡ್ ನಮಗೆ, ನೀವು "ಹಂದಿ"ಗಳು ಪರಸ್ಪರ ಸಹಾಯವೊದಗಿಸುವ ಗೋಜಿಗೇ ಹೋಗುವುದಿಲ್ಲ ಎಂದು ಜರೆದಿದ್ದ.

ಇನ್ನೊಮ್ಮೆ ನಾವು ಅರಣ್ಯವೊಂದರ ಸುತ್ತಮುತ್ತ, ಅದೂ 2ಡಿಗ್ರಿ ಫ್ಯಾರನ್ ಹೀಟ್ ಉಷ್ಣತೆಯಲ್ಲಿ ಕೊಳವೆಗಳನ್ನು ಜೋಡಿಸುವುದಕ್ಕಾಗಿ ಮಂಜಿನಿಂದ ಹೆಪ್ಪುಗಟ್ಟಿದ ನೆಲದ ಮೇಲ್ಪದರನ್ನು ನೀಗಿಸುವ ಕಾಯಕದಲ್ಲಿ ನಿರತರಾಗಿದ್ದೆವು. ಆಗ ಶಾರೀರಿಕವಾಗಿ ನಾನು ಬಹಳಷ್ಟು ಕ್ಷೀಣವಾಗಿದ್ದೆ. ಗುಲಾಬಿ ಬಣ್ಣದಿಂದ ಉಬ್ಬಿದ ಗಲ್ಲಗಳ ಫೋರ್‌ಮನ್ ಒಬ್ಬ ನಮ್ಮ ಕೆಲಸದ ಜಾಗದಲ್ಲಿ ನಮ್ಮೊಂದಿಗೇ ಸಾಗಿದ್ದ. ಆ ಕೊರೆಯುವ ಚಳಿಯಲ್ಲಿ ಆತ ಸೊಗಸಾದ ಗ್ಲೌಸ್‌ಗಳನ್ನು ತೊಟ್ಟಿರುವುದನ್ನು ನಾನು ಗಮನಿಸಿದೆ. ಸ್ವಲ್ಪ ಹೊತ್ತು ಆತ ಸದ್ದಿಲ್ಲದೆ ನನ್ನ ಕೆಲಸವನ್ನು ನಿರುಕಿಸುತ್ತಲೇ ಇದ್ದ. ನನ್ನೊಳಗೆ ಭಯದ ವಾತಾವರಣ ಹೆಪ್ಪುಗಟ್ಟುತ್ತಿರುವುದನ್ನು ಕಂಡೆ, ಯಾಕೆಂದರೆ ಕೊಳವೆಯನ್ನು ಜೋಡಿಸಲಿಕ್ಕೆ ಅಗೆಯುತ್ತಿದ್ದ ನೆಲದಲ್ಲಿ ನನ್ನೆದುರಿನ ಪಾತಿಯ ಮಣ್ಣಿನ ಪ್ರಮಾಣ ನಾನೆಷ್ಟು ಆಳಕ್ಕೆ ಪಾತಿಯನ್ನು ತೋಡಿದ್ದೆ ಎಂಬುದನ್ನು ತೋರಿಸುವ ಹಾಗಿತ್ತು.

ಆತ ಶುರು ಮಾಡಿದ, "ಏ ಹಂದಿ, ಸುಮಾರು ಹೊತ್ತಿನಿಂದ ನಾನು ನಿನ್ನನ್ನು ಗಮನಿಸುತ್ತಲೇ ಇದ್ದೇನೆ! ನಿನಗೊಂದು ಪಾಠ ಕಲಿಸದೆ ಬಿಡಲಾರೆ! ಆ ಕೆಸರು ಮಣ್ಣನ್ನು ನೀನು ನಿನ್ನ ಹಲ್ಲಿನಿಂದ ಕೊರೆಯಬೇಕಾಗುತ್ತದೆ–ಹಾಗೆ ನೀನೊಂದು ಪ್ರಾಣಿಯ ಥರ ಸಾಯುತ್ತೀಯಾ! ಎರಡೇ ದಿನಗಳಲ್ಲಿ ನಾನು ನಿನ್ನನ್ನು ಮುಗಿಸದಿದ್ದರೆ ನೋಡು! ನೀನು

ನಿನ್ನ ಜನ್ಮದಲ್ಲೇ ಬೆನ್ನು ಬಗ್ಗಿಸಿ ಕೆಲಸ ಮಾಡಿದ್ದೇ ಇಲ್ಲವೇನೋ. ಲೋ ಹಂದಿ, ನೀನೊಬ್ಬ ವ್ಯಾಪಾರಸ್ಥನೋ?"

ನಾನದಕ್ಕೆ ಸ್ಪಂದಿಸುವ ಮನಃಸ್ಥಿತಿಯಲ್ಲಿರಲಿಲ್ಲ, ನಾನಾಗಲೇ ಸಂವೇದನಾರಹಿತನಾಗಿದ್ದನಲ್ಲವೇ? ಆದರೆ ನನ್ನನ್ನು ಆತ ಕೊಲ್ಲುವ ಆ ಬೆದರಿಕೆಯನ್ನು ಗಂಭೀರವಾಗಿಯೇ ಸ್ವೀಕರಿಸಬೇಕಿದ್ದಿತು, ಹಾಗಾಗಿ ನಾನು ಆತನ ಕಣ್ಣಲ್ಲಿ ಕಣ್ಣಿಟ್ಟು ನೋಡಿ ಹೇಳಿದೆ. "ನಾನೊಬ್ಬ ಡಾಕ್ಟರ್-ಒಬ್ಬ ಸ್ಪೆಶಲಿಸ್ಟ್"

"ಏನು? ಡಾಕ್ಟರೋ? ನೀನು ಜನರಿಂದ ಬಹಳ ಹಣ ಹಿಂಡಿದ್ದೀಯಾ, ಹೌದು ತಾನೆ?"

"ಹಾಗೇನಿಲ್ಲ. ನಾನು ಬಡವರಿಗಾಗಿರುವ ಕ್ಲಿನಿಕ್‌ನಲ್ಲಿ ಹಣ ಪಡೆಯದೆ ಸೇವೆ ಸಲ್ಲಿಸಿದ್ದೇನೆ ಗೊತ್ತಾ?"

ಈಗ, ನಾನು ಸಾಕಷ್ಟು ದುಡುಕಿನಿಂದ ಹೇಳಿಬಿಟ್ಟೆ ಎನ್ನುವ ಹಾಗಾಯಿತು. ಆತ ನನ್ನ ಮೇಲೆ ಎಗರಿಬಿದ್ದು ಒಬ್ಬ ಹುಚ್ಚನಂತೆ ಬೊಬ್ಬಿಟ್ಟು ನನ್ನನ್ನು ನೆಲಕ್ಕೆ ಬೀಳುವಂತೆ ಮಾಡಿದ. ಆತ ಏನು ಒದರಿದ ಎನ್ನುವುದು ಈಗ ನನಗೆ ನೆನಪಿಗೆ ಬರಲೊಲ್ಲದು.

ಈ ಕ್ಷುಲ್ಲಕ ಕಥೆಯನ್ನು ಹೇಳಲು ಕಾರಣವೆಂದರೆ, ಕೋಪದ ಕ್ಷಣಗಳು ಗಟ್ಟಿ ಮನಸ್ಸಿನ ಸೆರೆಯಾಳನ್ನೂ ಹೇಗೆ, ಕ್ರೂರತೆಯ ಅಥವಾ ನೋವಿನ ಕಾರಣದಿಂದಾಗಿ ಅಲ್ಲ, ಅವಮಾನವನ್ನು ಸಹಿಸಿಕೊಳ್ಳಲಾರದ ಸ್ಥಿತಿಯಲ್ಲಿ ಪ್ರತಿಕ್ರಿಯೆಗೆ ಸ್ಪಂದಿಸುವಂತಾಗುತ್ತದೆ ಎಂದು ತೋರಿಸುತ್ತದೆ. ಆ ಕ್ಷಣ ನನ್ನ ಶರೀರದ ಪೂರ್ತಿ ರಕ್ತ ತಲೆಯಲ್ಲಿ ಸೇರಿಕೊಂಡಿತು, ಯಾಕೆಂದರೆ ಕಿಂಚಿತ್ತೂ ವಿವರ ಜ್ಞಾನವಿಲ್ಲದ ಒಬ್ಬಾತನಿಂದ ನಾನು ಅಷ್ಟೆಲ್ಲ ಕೇಳುವಂತಾಯಿತಲ್ಲ ಎಂಬುದರಿಂದ. ಒಬ್ಬ ಮನುಷ್ಯ (ಈ ಮುಂದಿನ ಪ್ರತಿಕ್ರಿಯೆಯನ್ನು ಆಲಿಸಿದ ನನ್ನ ಸಹಖೈದಿಗಳು ನನ್ನನ್ನು ಓರ್ವ ಬಾಲಿಶ ಮನುಷ್ಯನಂತೆ ಪರಿಗಣಿಸಿ ಮಾಫಿ ಮಾಡಿದಂತೆ ತೋರಿತು) "ಆತ ಅದೆಷ್ಟು ಅಶ್ಲೀಲ ಹಾಗೂ ಪಾಶವೀಯನಿದ್ದನೆಂದರೆ, ನನ್ನ ಆಸ್ಪತ್ರೆಯಲ್ಲಿ ಆತನನ್ನು ಹೊರ ರೋಗಿಗಳಿಗಿರುವ ವೈಟಿಂಗ್ ರೂಮ್‌ಗೂ ನನ್ನ ನರ್ಸ್ ಪ್ರವೇಶ ನೀಡುತ್ತಿರಲಿಲ್ಲ."

ಕ್ಯಾಪೋನಿಂದ ಕಾಳಜಿ

ಸುದೈವದಿಂದ ನನ್ನ ಕೆಲಸದ ಆಯಕಟ್ಟಿನಲ್ಲಿದ್ದ ಕ್ಯಾಪೋ ನನಗೆ ವಿಶೇಷ ಆದರದಿಂದ ನೋಡುತ್ತಿದ್ದ ಯಾಕೆಂದರೆ ಆತನ ಪ್ರೇಮ ಕಥೆಗಳನ್ನೂ, ದಾಂಪತ್ಯ ಜೀವನದ ಸಮಸ್ಯೆಗಳನ್ನೂ ನಾನು ಜತೆಯಾಗಿ, ನಮ್ಮ ಕೆಲಸದ ಜಾಗಕ್ಕೆ ಸಾಗುವ ದೀರ್ಘ ಪ್ರಯಾಣದ ವೇಳೆ ಬಹಳ ಕಾಳಜಿಯಿಂದ ಆಲಿಸಿದ್ದೆ.

ನಾನು ಆತನ ವ್ಯಕ್ತಿತ್ವದ ರೋಗನಿದಾನವನ್ನು ಪತ್ತೆಹಚ್ಚುತ್ತ, ಹಾಗೆಯೇ ನನ್ನ ಮನೋವೈಜ್ಞಾನಿಕ ಚಿಕಿತ್ಸೆಯ ಮೂಲಕ ಆತನಿಗೆ ನೀಡಿದ ಸಲಹೆಗಳ ಮುಖೇನ ನನ್ನ ಮೇಲೆ ಆತನಿಗೆ ಉತ್ತಮ ಅಭಿಪ್ರಾಯ ಮೂಡುವಂತೆ ಮಾಡಿದ್ದೆ. ತದನಂತರ ಆತ ನನಗೆ ಕೃತಜ್ಞನಾಗಿದ್ದರಿಂದ, ಅದು ನನಗೊಂದು ಮೌಲ್ಯಯುತ ಪರಿಕ್ರಮವಾಗಿತ್ತು. ಹಿಂದಿನ ಅನೇಕ ಸಂದರ್ಭಗಳಲ್ಲಿ, ಇನ್ನೂರ ಎಂಭತ್ತು ಮಂದಿಯ ನಮ್ಮ ಯುನಿಟ್‌ನಲ್ಲಿ ಆತ ನನಗೆ ಮೊದಲ ಐದು ಸಾಲುಗಳಲ್ಲಿ ಆತನ ಪಕ್ಕದಲ್ಲೇ ಜಾಗವೊಂದನ್ನು ಕಾದಿರಿಸುತ್ತಿದ್ದ. ಅಂತಹ ವಿಶೇಷ ಸವಲತ್ತು ಮುಖ್ಯವಾಗಿತ್ತು. ಇನ್ನೂ ನಸುಕು ಹರಿಯುವ ಮೊದಲೇ ನಾವು ಸಾಲುಗಳಲ್ಲಿ

ನಿಂತಿರಬೇಕಿತ್ತು. ವಿಳಂಬವಾದರೆ ಹಿಂದಿನ ಸಾಲುಗಳಲ್ಲಿ ನಿಲ್ಲಬೇಕಾಗುತ್ತದೆ ಎಂದು ಪ್ರತಿಯೊಬ್ಬರೂ ಭಯಪಟ್ಟುಕೊಳ್ಳುತ್ತಿದ್ದರು. ಯಾವುದಾರೂ ಅನಪೇಕ್ಷಿತ ಹಾಗೂ ಅತೀ ಹೀನ ಕೆಲಸಗಳನ್ನು ನಿರ್ವಹಿಸಬೇಕಿದ್ದಲ್ಲಿ ಹಿಂದಿನ ಸಾಲುಗಳಲ್ಲಿನ ಮಂದಿಯನ್ನೇ ಹಿರಿಯ ಕ್ಯಾಪೋ ಆರಿಸಿಕೊಳುತ್ತಿದ್ದ. ಈ ಮಂದಿಯನ್ನು ಯಾವುದೋ ಅನಾಮಿಕ ಜಾಗಕ್ಕೆ ಒಯ್ದು ಭಯಾನಕ ಮತ್ತು ವಿಲಕ್ಷಣವಾದ ಕೆಲಸಗಳಲ್ಲಿ ತೊಡಗಿಸಿಕೊಳ್ಳುವಂತೆ ಗಾರ್ಡ್‌ಗಳಿಗೆ ಒಪ್ಪಿಸಲಾಗುತ್ತಿತ್ತು. ಕೆಲವೊಮ್ಮೆ ಅದೇ ಕ್ಯಾಪೋ ಮೊದಲಿನ ಸಾಲಿನಲ್ಲಿನ ಒಬ್ಬನೋ ಇಬ್ಬರನ್ನೋ ಆಯ್ಕೆ ಮಾಡಿ ಅದೇ ಕೆಲಸಕ್ಕೆ ಒಪ್ಪಿಸುತ್ತಿದ್ದ, ತಾನು ಇತರರಿಗಿಂತ ಹೆಚ್ಚು ನಿಷ್ಣಾತ ಎನ್ನುವುದನ್ನು ತೋರಿಸಿಕೊಳ್ಳುವ ಭರದಲ್ಲಿ. ಯಾವನೇ ವ್ಯಕ್ತಿ ಇದಕ್ಕೆ ಪ್ರತಿಭಟಿಸಿದ್ದೇ ಆದಲ್ಲಿ ಅವನ ಕಥೆ ಮುಗಿದಂತೆಯೇ ಸರಿ. ಆತನಿಗೆ ತಕ್ಷಣ ಸಿಕ್ಕಾಪಟ್ಟೆ ಹೊಡೆದು, ಒದ್ದು, ಆ ಬಂಧಿಗಳ ಸಮಕ್ಷಮವೇ ಬೊಬ್ಬೆ, ಆರ್ಭಟ, ಚೀತ್ಕಾರಗಳ ನಡುವೆಯೇ ಎಳೆದೆಳೆದು ಒಯ್ಯಲಾಗುತ್ತಿತ್ತು.

ಆದರೆ ನನ್ನ ಸ್ನೇಹಕ್ಕೆ ಬಲಿಯಾದ ಕ್ಯಾಪೋಗೆ ತನ್ನ ಮನಸ್ಸಿನ ಬವಣೆಗಳನ್ನು ಹೇಳಿಕೊಳ್ಳಲು ನನ್ನಂತಹ ವ್ಯಕ್ತಿಯೊಬ್ಬನ ಅವಶ್ಯಕತೆಯಿದ್ದುದರಿಂದ, ನನ್ನ ಬಗೆಗಿನ ವ್ಯವಹಾರಗಳೆಲ್ಲ ಸುಸೂತ್ರವಾಗಿ ನಡೆಯತೊಡಗಿದ್ದವು. ನಿಶ್ಚಿತವಾಗಿಯೂ ಆತನಿಗೆ ನನ್ನ ಬಗ್ಗೆ ಅದೊಂದು ಗೌರವಪೂರ್ಣವಾದ ದೃಷ್ಟಿಕೋನವೇ ಸದಾ ಕಾಲ ಉಳಿಯಿತು. ಅಷ್ಟೇ ಅಲ್ಲ, ಕೆಲವು ಇತರ ಲಾಭಗಳೂ ದೊರೆಯುತ್ತಿದ್ದವು. ಹೆಚ್ಚುಕಡಿಮೆ ಎಲ್ಲಾ ಶಿಬಿರಾರ್ಥಿಗಳು ಎಡಿಮಾ ಎನ್ನುವ ಶಾರೀರಿಕ ವ್ಯಾಧಿಯನ್ನು ಅನುಭವಿಸುತ್ತಿದ್ದರು. ನಾನು ಕೂಡಾ ಅದಕ್ಕೆ ಹೊರತಾಗಿರಲಿಲ್ಲ. ನನ್ನ ಕಾಲುಗಳು ಎಷ್ಟೊಂದು ಊದಿಕೊಂಡಿದ್ದವು ಅಂದರೆ, ನನ್ನ ಮಂಡಿಯನ್ನು ಬಗ್ಗಿಸಲು ಸಾಧ್ಯವಾಗುತ್ತಿರಲಿಲ್ಲ. ನಾನು ನನ್ನ ಪಾದರಕ್ಷೆಗಳ ದಾರಗಳನ್ನು ತೆರೆದೇ ಇಟ್ಟುಕೊಂಡಿರುತ್ತಿದ್ದೆ, ಯಾಕೆಂದರೆ ಬಾತಿದ ನನ್ನ ಕಾಲುಗಳನ್ನು ಅದರಲ್ಲಿ ತುರುಕಿಸಲು ಸಾಧ್ಯವಾಗುತ್ತಿದ್ದವು. ನನ್ನಲ್ಲಿ ಸಾಕ್ಸ್‌ಗಳು ಇದ್ದಿದ್ದರೆ ಅವನ್ನು ತೊಟ್ಟುಕೊಂಡು ಷೂನೊಳಗೆ ತೂರಿಸಲು ಸಾಧ್ಯವಾಗುತ್ತಿರಲಿಲ್ಲ.

ಹಾಗಾಗಿ ಅರೆತೆರದ ನನ್ನ ಪಾದಗಳು ಸದಾಕಾಲ ಒದ್ದೆಯಾಗಿರುತ್ತಿದ್ದವು ಮತ್ತು ಅದರೊಳಗೆ ಮಂಜುಗಡ್ಡೆ ತುಂಬಿರುತ್ತಿದ್ದವು. ಫಲಸ್ವರೂಪವಾಗಿ ಮಂಜುಗಡ್ಡೆಯ ಕಡಿತ ಹಾಗೂ ಶೀತದಂಶಗಳಿಂದ ನನ್ನ ಪಾಡು ದಯನೀಯವಾಗಿತ್ತು. ಒಂದೊಂದು ಹೆಜ್ಜೆಯನ್ನು ಇರಿಸುವಾಗಲೂ ಜೀವಕ್ಕೆ ಬರುತ್ತಿತ್ತು. ನಾವು ಮಂಜುಗಡ್ಡೆ ತುಂಬಿದ ಹೊಲಗಳ ಮೂಲಕ ಸಾಗುವಾಗ ನಮ್ಮ ಪಾದರಕ್ಷೆಗಳು ಮಂಜುಗಡ್ಡೆಗಳಿಂದ ತುಂಬಿ ಹೋಗುತ್ತಿದ್ದವು. ಜನರು ಮುಂದಕ್ಕೆ ಸಾಗುತ್ತಿದ್ದಂತೆ ಓಲಾಡುವಂತಾಗಿ ಹಿಂದಿರುವ ವ್ಯಕ್ತಿಗಳ ಮೇಲೆ ಅನಾಯಾಸವಾಗಿ ಬಿದ್ದುಬಿಡುತ್ತಿದ್ದರು. ಅದು ಕಣ್ಣಿಗೆ ಬಿದ್ದ ತಕ್ಷಣ ಯಾವನೇ ಯೋಧ ಸಮೀಪಕ್ಕೆ ಓಡಿಬಂದು ತನ್ನ ಬಂದೂಕಿನ ಹಿಂಬದಿಯಿಂದ ಜೋರಾಗಿ ಕುಟ್ಟುತ್ತ ಜೋಲಾಡಿದ ಮನುಷ್ಯನನ್ನು ಮುಂದಿನ ಕಾರ್ಯಾಚರಣೆಗೆ ಎಳೆದೊಯ್ದು ಸಾಲಿನ ಜನರನ್ನು ಮುಂದಕ್ಕೆ ಸಾಗುವಂತೆ ಅನುವು ಮಾಡಿಕೊಡುತ್ತಿದ್ದರು. ನೀವು ಅಂತಹ ಸಾಲಿನಲ್ಲಿ ಎಷ್ಟು ಮುಂದೆ ಇದ್ದಿರೋ, ನಿಮಗೆ ಸಲ್ಲುವ ಶಿಕ್ಷೆಯನ್ನು ಅಷ್ಟೇ ಸುಲಭವಾಗಿ ತಪ್ಪಿಸಿಕೊಳ್ಳುವ ಸಾಧ್ಯತೆಗಳಿರುತ್ತವೆ. ಯಾರಾದರೂ ಓಲಾಡಿ ಬಿದ್ದರಂತೂ ಆ ಕಾರಣದಿಂದಾಗಿ ನೀವೂ ಬೀಳುವ ಸಾಧ್ಯತೆಗಳಿದ್ದು, ತಕ್ಷಣ ಬಂದೂಕಿನ ಬುಡದಿಂದ ಸಿಗುವ ಪೆಟ್ಟಿನಿಂದ ತಪ್ಪಿಸಿಕೊಳ್ಳುವ ಸಲುವಾಗಿ ಊದಿಕೊಂಡ ಕಾಲುಗಳನ್ನು ಕಷ್ಟದಿಂದ ಎಳೆಯುತ್ತ ಮುಂದೆ ಸಾಗಿದ ಮಂದಿಯನ್ನು ಸೇರಿಕೊಳ್ಳುವ ಪ್ರಯುಕ್ತ ಓಡಬೇಕಾಗುವ ಪ್ರಮೇಯ ಒದಗಿಬರುತ್ತದೆ. ಆ ಕ್ಯಾಪೋಗೆ ವೈಯ್ಯಕ್ತಿಕ ವೈದ್ಯನೆಂದು ಆದರ

ಪೂರ್ವಕ ನಿಯುಕ್ತಿಯನ್ನು ಪಡೆದ ನಾನು ಬಹಳ ಸಂತಸಗೊಂಡೆ, ಯಾಕೆಂದರೆ ದಂಡಿನ ಮೊದಲ ಸಾಲಿನಲ್ಲಿ ಜಾಗ ಗಿಟ್ಟಿಸಿಕೊಂಡು ನಿಧಾನವಾಗಿ ಮತ್ತು ಹಾಯಾಗಿ ನಡೆಯುವ ಅವಕಾಶ ಲಭಿಸಲು ತೊಡಗಿತು.

ಮಧ್ಯಾಹ್ನದ ಭೋಜನದ ವೇಳೆ ಕಾರ್ಯಸ್ಥಳದಿಂದ ಸೂಪ್ ಹಂಚಿಕೆಯಾಗುವ ಸಮಯ, ನನ್ನ ಸೇವೆಯ ಪ್ರಾಶಸ್ತ್ಯವನ್ನು ದೃಷ್ಟಿಯಲ್ಲಿಟ್ಟುಕೊಂಡು, ಹೆಚ್ಚಿನ ಸವಲತ್ತು ನೀಡುವ ಸಲುವಾಗಿ ಸೂಪಿನ ಸೌಟನ್ನು ಪಾತ್ರೆಯ ಅತೀ ಕೆಳಗಿನ ಮಟ್ಟಕ್ಕೆ ಒಯ್ದು, ಅದರಿಂದ ಬಹಳಷ್ಟು ಅವರೆಕಾಳುಗಳನ್ನು ಬಾಚಿಕೊಂಡು ನೀಡಲಾಗುತ್ತಿತ್ತು. ಹಾಗಾಗಿ ನಾನು ಬರೀ ನೀರಿನ ಸೂಪನಿಂದ ಬಚಾವಾಗುತ್ತಿದ್ದೆ. ಇದೇ ಕ್ಯಾಪೋ, ನಾನು ಹಿಂದೊಮ್ಮೆ ಯಾವ ಫೋರ್‌ಮನ್‌ನ ಜತೆಗೆ ಜಗಳವಾಡಿದ್ದೆನೋ ಆತನಲ್ಲಿ ನನ್ನ ಬಗ್ಗೆ ವಿಶೇಷ ಶಿಫಾರಸು ಮಾಡುತ್ತ ಆತನ ಮನಸ್ಸಿನಲ್ಲಿ ನನ್ನ ಬಗ್ಗೆ ಉತ್ತಮ ಭಾವನೆ ಮೂಡುವಂತೆ ಮಾಡಲೆತ್ನಿಸಿದ್ದ. ಈ ಶಿಫಾರಸಿನಿಂದ ನನಗೆ ಅಂತಹದ್ದೇನೂ ಅನುಕೂಲಗಳು ಸಿಗದೇ ಹೋದರೂ, ನನ್ನ ಪ್ರಾಣ ರಕ್ಷಣೆಯಲ್ಲಿ ಆತ ನನಗೆ ಸಹಾಯ ಒದಗಿಸಿದ್ದ. ಫೋರ್‌ಮನ್‌ನ ಜತೆಗೆ ಜಗಳವಾಗಿದ್ದ ಮರುದಿನವೇ ಆತ ನನ್ನನ್ನು ಇನ್ನೊಂದು ಕಾರ್ಯವಾಹೀ ತಂಡಕ್ಕೆ ಸೆಳೆದೊಯ್ದು ಸೇರಿಸಿಬಿಟ್ಟಿದ್ದ. ಹೀಗೆ ಅನೇಕ ಸಂದರ್ಭಗಳಲ್ಲಿ ನನ್ನ ಜೀವಕ್ಕೆ ಬರುವ ಪ್ರಸಂಗಗಳು ಬಂದಿದ್ದರೂ ನನ್ನ ಕ್ಯಾಪೋ ಸ್ನೇಹಿತ ನನಗೆ ಅನೇಕ ಸಲ ಸಹಾಯ ಒದಗಿಸಿದ್ದ.

ನಾವು ನಿರ್ಮಾಣ ಕಾರ್ಯದಲ್ಲಿ ತೊಡಗಿಕೊಂಡಿರುವ ಸ್ಥಳದಲ್ಲಿ, ಅಲ್ಲಿನ ಕೆಲವು ಫೋರ್‌ಮನ್‌ಗಳು ನಮ್ಮ ಬಗ್ಗೆ ಖೇದ ಪ್ರಕಟಿಸುತ್ತ, ನಮಗೆ ಒದಗಿ ಬಂದ ಅಸಹಜ ಪರಿಸ್ಥಿತಿ ಬಗೆಗೆ ಮರುಕವನ್ನು ವ್ಯಕ್ತಪಡಿಸುತ್ತಿದ್ದರು. ಆದರೆ ಅದೇ ವೇಳೆ ನಮ್ಮ ಕೆಲಸದ ಅವಧಿಯಲ್ಲಿ ಹೊರಗಿನ ಕೆಲಸಗಾರರನ್ನು ನಿಯಮಿಸಿದ್ದರೆ ಅವರೆಷ್ಟು ವೇಗವಾಗಿ ಮತ್ತು ಸಾಮರ್ಥ್ಯದಿಂದ ಕೆಲಸವನ್ನು ನಿರ್ವಹಿಸುತ್ತಿದ್ದರು ಎಂದು ಸೂಚನೆ ನೀಡುವುದರೊಂದಿಗೆ ಪರೋಕ್ಷವಾಗಿ ಚುರುಕು ಮುಟ್ಟಿಸುತ್ತಿದ್ದ. ಆದರೆ ಒಬ್ಬ ಸಾಮಾನ್ಯ ಕೆಲಸಗಾರನಿಗೆ ಹತ್ತೂವರೆ ಔನ್ಸ್‌ನಷ್ಟು ಬ್ರೆಡ್(ನಿಜಕ್ಕೂ ಅದಕ್ಕೂ ಕಡಿಮೆ)ನ್ನು ಮತ್ತು ಒಂದೂ ಮುಕ್ಕಾಲು ಪಿಂಟ್ ಸೂಪ್ ದಿನಂಪ್ರತಿ ನೀಡಿದರೆ ಸಾಕೇ ಎಂದು ಕೇಳಿದರೆ ಅದಕ್ಕೆ ಆತನಲ್ಲಿ ಉತ್ತರವಿರುತ್ತಿರಲಿಲ್ಲ. ಅಷ್ಟು ಮಾತ್ರವಲ್ಲ, ಸಾಮಾನ್ಯ ಕೂಲಿಕಾರನಿಗೆ ಯಾವುದೇ ಮಾನಸಿಕ ಒತ್ತಡವೂ ಇರುವುದಿಲ್ಲ, ಅವರಿಗೆ ಕುಟುಂಬದ ಬಗ್ಗೆ ಎಲ್ಲಾ ಮಾಹಿತಿಯೂ ಇದ್ದಿರುತ್ತದೆ, ಜತೆಗೆ ಅವರನ್ನು ಕ್ಯಾಂಪ್‌ನಿಂದ ಕ್ಯಾಂಪ್‌ಗೆ ಸಾಗಿಸುವ ಪ್ರಮೇಯವಿರುವುದಿಲ್ಲ. ಪ್ರತಿದಿನ, ಪ್ರತಿಕ್ಷಣವೆಂಬಂತೆ ಸದಾ ಕಾಲ ಸಾವಿನ ಭಯವೂ ಇರುವುದಿಲ್ಲ ಎಂದಾಗ ಅವರು ಸುಮ್ಮನಾಗುತ್ತಿದ್ದರು. ಒಮ್ಮೆ ಒಬ್ಬ ದಯಾಳು ಫೋರ್‌ಮನ್‌ನಲ್ಲಿ ನಾನು ಹೀಗೆ ಅಂದಿದ್ದೆ, "ನಾನು ನಿನ್ನಿಂದ ರಸ್ತೆಯ ಕೆಲಸವನ್ನು ಕಲಿತಿದ್ದೇನೆ. ಒಂದೊಮ್ಮೆ ನೀನು ಸಹ ನನ್ನಷ್ಟೇ ಅಲ್ಪಾವಧಿಯಲ್ಲಿ ನನ್ನಿಂದ ಮಿದುಳಿನ ಆಪರೇಷನ್‌ನ್ನು ನಿರ್ವಹಿಸಲು ಶಕ್ತನಾಗಿದ್ದರೆ ನಾನೆಷ್ಟು ನಿನ್ನನ್ನು ಪ್ರಶಂಸಿಸುತ್ತಿದ್ದೆ ಮತ್ತು ನಿನ್ನನ್ನೇ ಅನುಸರಿಸುತ್ತಿದ್ದೆ ಗೊತ್ತಾ?" ಆತ ಕೀ ಕೀ ಎನ್ನುತ್ತ ಹಲ್ಲುಗಿಂಜುತ್ತ ನಿಂತ.

ಕುಶಲ ಜೀವನ

ಎರಡನೇ ಹಂತದಲ್ಲಿ ಉದಾಸೀನತೆ ಪ್ರಮುಖ ಅಂಶವಾಗಿತ್ತು. ಆತ್ಮರಕ್ಷಣೆಗೆ ಅದೊಂದು ಅತ್ಯಂತ ಅವಶ್ಯಕ ತಂತ್ರವಾಗಿತ್ತು. ವಾಸ್ತವತೆ ಉಯ್ಯಾಲೆಯಾಡುತ್ತಿತ್ತು ಮತ್ತು ಸಕಲ ಪ್ರಯತ್ನವೂ ಭಾವನೆಗಳೂ ಒಂದೇ ಕಡೆ ಕೇಂದ್ರಿತವಾಗಿದ್ದವು, ತನ್ನ ಹಾಗೂ ತನ್ನ

ಸ್ನೇಹಿತನ ಜೀವ ಉಳಿಸುವ ಪ್ರಯತ್ನ! ಸಂಜೆಯ ಹೊತ್ತು ಕೆಲಸದಿಂದ ಹಿಂದಿರುಗಿ ಬರುವ ಸಮಯ ಒಂದು ಶಾಂತಿಯ ನಿಟ್ಟುಸಿರಿನ ಜತೆಗೆ ಎಲ್ಲರ ಉದ್ಗಾರ ಒಂದೇ ಆಗಿತ್ತು, "ಅಬ್ಬ! ಮತ್ತೊಂದು ದಿನ ಕಳೆದು ಹೋಯಿತು."

ಅತೀವ ಒತ್ತಡ ಹಾಗೂ ನಿರಂತರ ಜೀವ ರಕ್ಷಣೆ ಮಾಡಿಕೊಳ್ಳಲು ಹವಣಿಸುತ್ತಾ ಇದೇ ಕಾರ್ಯದಲ್ಲಿ ತಮ್ಮ ಶಕ್ತಿಯನ್ನೆಲ್ಲಾ ಒಟ್ಟುಗೂಡಿಸುವ ಪ್ರಯತ್ನದಲ್ಲಿ ಖೈದಿಯ ಆಂತರಿಕ ಜೀವನ ಇನ್ನಷ್ಟು ಕೆಳಮಟ್ಟಕ್ಕೆ ಇಳಿಯಿತು. ಕ್ಯಾಂಪ್‌ನಲ್ಲಿನ ನನ್ನ ಅನೇಕ ಮಿತ್ರರು ಅದಾಗಲೇ ಮನೋವಿಶ್ಲೇಷಯ ತರಬೇತಿಯನ್ನು ಪಡೆದಿದ್ದಾಗಿತ್ತು ಮತ್ತು ಶಿಬಿರಾರ್ಥಿಗಳು ಮತ್ತೆ ಮತ್ತೆ 'ಹಿಂದಕ್ಕೆ' ಸರಿಯುತ್ತಿರುವರು ಎಂಬ ಮಾತನ್ನು ಆಡತೊಡಗಿದರು – ಮಾನಸಿಕವಾಗಿ ಇನ್ನಷ್ಟು ಕೆಳಮಟ್ಟದ ರೂಪದಲ್ಲಿ ಹಿಂದಕ್ಕೆ ಸರಿಯುವ ವಿಷಯ ಅದಾಗಿತ್ತು. ಅವರೆಲ್ಲರ ಇಚ್ಛೆಗಳೂ ಬಯಕೆಗಳೂ ಕನಸುಗಳ ರೂಪದಲ್ಲಿ ಗೋಚರಿಸತೊಡಗಿದ್ದವು.

೩

ಸೆರೆಮನೆವಾಸ ಹಾಗೂ ಅರೆಹೊಟ್ಟೆ ಭೋಜನ

ಈ ಸೆರೆವಾಸಿಗಳು ಯಾವುದರ ಬಗ್ಗೆ ಅತ್ಯಂತ ಹೆಚ್ಚು ಕನಸುಗಳನ್ನು ಕಾಣುತ್ತಿದ್ದರು? ಡಬ್ಬಲ್ ರೊಟ್ಟಿ, ಕೇಕ್ ಮತ್ತು ಮಷ್ಕಳ ಬಿಸಿನೀರಿನ ಸ್ನಾನದ ಕನಸುಗಳನ್ನು ಕಾಣುತ್ತಿದ್ದರು. ವಾಸ್ತವ ಜೀವನದಲ್ಲಿ ಇವೆಲ್ಲ ಸಣ್ಣ ಸಣ್ಣ ವಿಷಯಗಳು ಪೂರ್ತಿಯಾಗದ ಕಾರಣ ಇವರು ತಮ್ಮ ಕನಸು ಕಾಣುವ ಮೂಲಕ ಅವನ್ನು ಅನುಭವಿಸುತ್ತಿದ್ದರು. ಅಂದರೆ ಅಂತಹ ಕನಸುಗಳು ಇವರ ಸಹಾಯಕ್ಕೆ ಬಂದಿತೇ? ಕನಸು ಕಾಣುತ್ತಿರುವವ ಎಚ್ಚೆತ್ತಾಗ, ಆತನ ಎದುರು ನಗ್ನ ಸತ್ಯ ಸಾಕಾರಗೊಂಡು ನಿಲ್ಲುತ್ತಿದ್ದಿತು. ಮತ್ತು ಆತನಿಗೆ ತನ್ನ ಕನಸಿನ ಭ್ರಮೆ ಹಾಗೂ ಶಿಬಿರದ ಸತ್ಯದ ಅರಿವು ಮೂಡಿಬಂದು ಅದೊಂದು ಭಯಾನಕ ಕಂದಕವಾಗಿ ಕಾಣಿಸುತ್ತಿತ್ತು.

ಆವೊಂದು ರಾತ್ರಿಯ ಘಟನೆಯನ್ನು ನಾನೆಂದೂ ಮರೆಯಲು ಸಾಧ್ಯವಿಲ್ಲ. ಒಬ್ಬ ಖೈದಿಯ ಚೀತ್ಕಾರದ ಸದ್ದನ್ನು ಕೇಳಿ ನಾನು ಎಚ್ಚರಗೊಂಡು ಎದ್ದುಕುಳಿತಿದ್ದೆ. ಆತ ತನ್ನ ನಿದ್ದೆಯಲ್ಲಿ ಅದೇನೋ ಕೆಟ್ಟ ಕನಸನ್ನು ಕಂಡು ಕೆಟ್ಟದಾಗಿ ಕಿರುಚುತ್ತಾ ಚಡಪಡಿಸುತ್ತಿದ್ದ. ನನ್ನಲ್ಲಿ ಸದಾ ಕಾಲ ಅಂತಹ ವ್ಯಕ್ತಿಗಳ ಬಗೆಗೆ ದಯಾಪೂರ್ಣ ಭಾವನೆ ಸ್ಫುರಿಸುತ್ತಿತ್ತು. ಹಾಗೆ ಸ್ವಪ್ನದಲ್ಲಿ ಹೆದರಿಕೆ ಹುಟ್ಟಿಸುವ ಸನ್ನಿವೇಶಗಳನ್ನು ಕಂಡು ಭಯಭೀತರಾಗುವ ಮಂದಿಯನ್ನು ಎಬ್ಬಿಸಲು ಪ್ರಯತ್ನಿಸುತ್ತಿದ್ದೆ. ಆದರೆ ತಕ್ಷಣ ಆತನನ್ನು ಎಚ್ಚರಿಸಲು ಮುಂದಕ್ಕೆ ಚಾಚಿದ ಕೈಯನ್ನು ಹಿಂದಕ್ಕೆ ಸೆಳೆದುಕೊಂಡೆ, ನಾನು ಏನು ಮಾಡುತ್ತಿದ್ದೇನೆ ಎನ್ನುವುದನ್ನು ಯೋಚಿಸಿಯೇ ಹೆದರಿಬಿಟ್ಟೆ. ಯಾಕೆಂದರೆ, ಅಚಾನಕ್ಕಾಗಿ ನನಗೊಂದು ಸತ್ಯದ ಅರಿವಾಯಿತು, ಕನಸಿನಲ್ಲಿ ಅದೆಂತಹ ಘೋರ ಅನುಭವವೇ ಆಗಿರಲಿ, ಆದರೆ ಅದು ನಮ್ಮ ಶಿಬಿರದಲ್ಲಿನ ಭಯಾನಕ

ವಾಸ್ತವಕ್ಕಿಂತ ಇನ್ನೂ ಕೆಟ್ಟದಾಗಿರಲು ಸಾಧ್ಯವೇ ಇರಲಿಲ್ಲ. ನಾನು ಒಂದೊಮ್ಮೆ ಆತನನ್ನು ಎಚ್ಚರಿಸಿದ್ದರೆ, ಈ ಭಯಾನಕ ಸನ್ನಿವೇಶಕ್ಕೆ ಹಿಂದಿರುಗಿ ಬರುತ್ತಿದ್ದ ತಾನೇ?

ಖೈದಿಗಳಿಗೆ ಹೊಟ್ಟೆ ತುಂಬ ಊಟ ಸಿಗುತ್ತಿರಲಿಲ್ಲ ಮತ್ತು ಪುಷ್ಕಳ ಭೋಜನ ಪಡೆಯ ಬೇಕೆಂಬುದೇ ಅವರ ತಕ್ಷಣದ ಆಗ್ರಹವೂ ಅವಶ್ಯಕತೆಯೂ ಆಗಿತ್ತು. ಅವರ ಪೂರ್ತಿ ಮಾನಸಿಕ ಸಹಚರ್ಯೆ ಇದರ ಸುತ್ತಮುತ್ತವೇ ಸುಳಿದಾಡುತ್ತಿತ್ತು. ಬನ್ನಿ, ಖೈದಿಗಳು ತಮ್ಮ ದುಡಿಮೆಯಲ್ಲಿ ನಿರತರಾಗಿರುವ ಸಮಯ ಅವರ ಪರಿಸರದಲ್ಲಿ ನಿಕಟವಾಗಿ ನಿಗಾವಹಿಸುವವರು ಯಾರೂ ಇಲ್ಲದಾಗ, ಅಂತಹ ಕ್ಷಣ ಅವರು ಪರಸ್ಪರ ಹೇಗೆ ವರ್ತಿಸುತ್ತಿದ್ದರು ಎನ್ನುವುದನ್ನು ಅವಲೋಕಿಸೋಣ. ಅವರಲ್ಲಿ ಬಹುತೇಕ ಮಂದಿ ಅಂತಹ ಸದವಕಾಶ ದೊರೆತಾಗೆಲ್ಲ ಪರಸ್ಪರ ಭೋಜನದ ವಿಷಯವನ್ನೇ ಹಂಚಿಕೊಳ್ಳುತ್ತಿದ್ದರು. ಕಂದಕದ ಆಳದಲ್ಲಿ ಕೆಲಸದಲ್ಲಿ ನಿರತನಾಗಿರುವ ಖೈದಿಯೊಬ್ಬ ತನ್ನ ಸಹವರ್ತಿ ಖೈದಿಯನ್ನು ಕೇಳುವುದಿಷ್ಟೇ, ಆತನ ಇಷ್ಟವಾದ ತಿನಿಸು ಯಾವುದೂ ಅಂತ. ಆಮೇಲೆ ಆ ತಿಂಡಿಯನ್ನು ತಯಾರಿಸುವ ವಿಧಿವಿಧಾನಗಳ ಕುರಿತು ಅವರು ಚರ್ಚಿಸತೊಡಗುತ್ತಾರೆ ಹಾಗೂ ತಾವು ಬಿಡುಗಡೆಯಾದ ನಂತರ ತಮ್ಮ ಸಂತೋಷಕೂಟದ ದಿನಕ್ಕೆ ತಯಾರಿಸಬಹುದಾದ ತಿಂಡಿಗಳ ಒಂದು ಯಾದಿಯನ್ನು ತಯಾರಿಸುತ್ತಾರೆ. ಅವರು ಮನೆಗೆ ಹಿಂದಿರುಗಿದ ಬಳಿಕ ತಮ್ಮ ಪರಿವಾರದ ಜತೆಗಿರುವ ಸಮಯ ಈ ಯಾದಿಯಲ್ಲಿನ ತಿನಿಸುಗಳನ್ನು ಮೆಲ್ಲುವ ಕನಸು ಕಾಣುತ್ತಾರೆ. ಪೂರ್ತಿ ವಿವರಗಳನ್ನು ಚರ್ಚಿಸುತ್ತ ಅವರು ಬಹಳಷ್ಟು ಮಾತಾಡಿಕೊಳ್ಳುತ್ತಾರೆ. ಇಂತಹ ಚರ್ಚೆ ಎಲ್ಲಿಯವರೆಗೆ ಅವ್ಯಾಹತವಾಗಿ ನಡೆದಿರುತ್ತದೆ ಅಂದರೆ, ಗುಪ್ತ ಸಂದೇಶದ ಮೂಲಕ ಯಾವನಾದರೂ ಕಂದಕದ ಬಳಿಗೆ ಸುಳಿಯುವ ಸಂಕೇತ ಸಿಗುವ ತನಕ. ಪ್ರಾಯಃ ಅವರೊಳಗಿನ ಈ ಸಂದೇಶ ಯಾವುದೇ ರಹಸ್ಯ ಪಾಸ್‌ವರ್ಡ್ ಅಥವಾ ಸಂಖ್ಯೆಯ ಮೂಲಕ ರವಾನೆಯಾಗಿರುತ್ತಿತ್ತು.

ಭೋಜನಕ್ಕೆ ಸಂಬಂಧಿಸಿದ ಇಂತಹ ರಹಸ್ಯ ಮಾತುಕತೆಗಳನ್ನು ನಾನು ಬಹಳ ಅಪಾಯಕಾರಿ ಎಂದು ಮೊದಲಿನಿಂದಲೂ ಪ್ರತಿಪಾದಿಸುತ್ತ ಬಂದಿದ್ದೆ. ನಿಮ್ಮ ಜೀವನ ಶೈಲಿಯನ್ನು ಅತೀ ಕಡಿಮೆ ಆಹಾರ ಮತ್ತು ಕ್ಯಾಲರಿಗಳಿಗೆ ಒಗ್ಗಿಸಿಕೊಂಡು ಹೋಗುತ್ತಿರುವ ವೇಳೆ ಹೀಗೆ ಸ್ವಾದಿಷ್ಟವಾದ ವ್ಯಂಜನಗಳನ್ನು ನೆನಸಿಕೊಂಡು ಬಾಯಿ ಚಪ್ಪರಿಸಿಕೊಳ್ಳುವುದು ಸರಿಯೇ? ಹೌದು, ಸ್ವಲ್ಪ ಕ್ಷಣಗಳಿಗೆ ಈ ಬಗೆಯ ಮನಸ್ಸಿನ ದಾಹವನ್ನು ಹಿಂಗಿಸಲು ಸಾಧ್ಯವಾದರೂ ಮನೋವಿಜ್ಞಾನದ ರೂಪದಲ್ಲಿ ಹೇಳುವುದಾದರೆ ಇದೊಂದು ಅಪಾಯಕರ ಸನ್ನಿವೇಶಕ್ಕೆ ಒಪ್ಪಿಸುವಂತಹ ಆಹ್ವಾನವೆಂದೇ ಹೇಳಬಹುದು.

ನಮ್ಮ ಖೈದೀ ಜೀವನದ ಮುಂದಿನ ಅವಧಿಯಲ್ಲಿ ದಿನಕ್ಕೆ ಒಂದೇ ಸಲ ನೀಡುವ ಆಹಾರದಲ್ಲಿ ನೀರು ನೀರಾದ ಸೂಪಿನ ಜತೆಗೆ ಡಬ್ಬಲ್ ರೊಟ್ಟಿಯನ್ನು ಸೇರಿಸುವ ಪರಿಕ್ರಮ ಶುರುವಾಯಿತು. ಅದರ ಜತೆಗೆ ತಥಾಕಥಿತವೆನ್ನುವ ಹಾಗೆ 'ಆಂತರಿಕ ಭತ್ಯೆ'ಯನ್ನು ನೀಡಲು ಶುರು ಮಾಡಿದರು. ಅದರಲ್ಲಿ ಮುಕ್ಕಾಲು ಔನ್ಸ್ ಮಾರ್ಜರಿನ್, ಸ್ವಲ್ಪವೇ ಪ್ರಮಾಣದ ಕೀಳುಮಟ್ಟದ ಸಾಸೇಜ್, ಚೀಸ್‌ನ ಒಂದು ಪುಟ್ಟ ತುಂಡು, ಅಥವಾ ಒಂದಿಷ್ಟು ಸಿಂಥೆಟಿಕ್ ಜೇನುತುಪ್ಪ ಮತ್ತು ಒಂದು ಚಮಚೆಯಷ್ಟು ತೆಳುವಾದ ಜ್ಯಾಮ್ ಸಿಗತೊಡಗಿತು. ನಮ್ಮ ಶಾರೀರಿಕ ಶ್ರಮ ಮತ್ತು ಕೊರೆಯುತ್ತಿರುವ ಚಳಿಯಿಂದ ರಕ್ಷಿಸಿಕೊಳ್ಳುವುದಕ್ಕೆ ಸಿಗುತ್ತಿದ್ದ ಹರಕು ಮುರುಕು ಬಟ್ಟೆಯನ್ನು ದೃಷ್ಟಿಯಲ್ಲಿಟ್ಟುಕೊಂಡರೆ, ಈ ಭೋಜನ ಕ್ಯಾಲರಿಯ ಅಳತೆಯಿಂದ ಎಷ್ಟಕ್ಕೂ ಪೂರ್ಣ ಪ್ರಮಾಣದ್ದು ಎನ್ನಲಾಗದು. ಯಾವ ರೋಗಿಗಳಿಗೆ ಕೆಲಸಕ್ಕೆ ಹಾಜರಾಗದೆ

ಗುಡಿಸಲಿನಲ್ಲಿಯೇ ಇದ್ದು ವಿಶ್ರಾಂತಿ ತೆಗದುಕೊಳ್ಳಲು ಅನುಮತಿ ಸಿಕ್ಕಿತ್ತೋ ಅಂಥವರ ಅವಸ್ಥೆ ಇನ್ನೂ ಗಂಭೀರವಾಗಿತ್ತು.

ನಮ್ಮ ಚರ್ಮದ ಒಳಪದರಿನಲ್ಲಿ ಕೊಬ್ಬು ಕ್ರಮೇಣ ಮಾಯವಾದಂತೆ ನಾವು ಅಸ್ಥಿಪಂಜರಗಳ ತರಹ ತೋರತೊಡಗಿದೆವು. ಅಸ್ಥಿಪಂಜರದ ಮೇಲೆ ಚರ್ಮವನ್ನು ಮತ್ತು ಹರಕು ಚಿಂದಿಗಳನ್ನು ಹೊದಿಸಿದ ಹಾಗೆ ನಾವು ಕಾಣುತ್ತಿದ್ದೆವು. ನಮ್ಮ ಶರೀರವೇ ನಮ್ಮನ್ನು ಕ್ರಮೇಣ ತಿಂದುಹಾಕುತ್ತಿರುವಂತೆ ನಮಗೆ ಭಾಸವಾಗುತ್ತಿತ್ತು. ಶರೀರದ ಅಂಗಗಳು ಅಲ್ಲಿದ್ದ ಪ್ರೋಟೀನನ್ನು ಕಬಳಿಸುತ್ತ ಮಾಂಸಪೇಶಿಗಳು ಸ್ವಲ್ಪವೇ ಸಮಯದಲ್ಲಿ ಮಾಯವಾದವು. ತದನಂತರ ಶರೀರದಲ್ಲಿ ರೋಗನಿರೋಧಕ ಶಕ್ತಿ ಸಂಪೂರ್ಣವಾಗಿ ಸ್ಥಗಿತವಾಯಿತು. ನಮ್ಮ ಗುಡಿಸಲಿನ ಒಬ್ಬೊಬ್ಬನೇ ಸದಸ್ಯ ಮೃತ್ಯುವಿಗೆ ಆಹಾರವಾಗತೊಡಗಿದ.

ನಮ್ಮಲ್ಲಿ ಯಾರು ಮುಂದಿನ ಸರದಿಗೆ ತಯಾರಿಯಲ್ಲಿದ್ದಾರೆ ಮತ್ತು ತನ್ನ ಸರದಿ ಯಾವಾಗ ಬರಬಹುದು ಎನ್ನುವ ಬಗ್ಗೆ ನಮಗಾಗಲೇ ಅಂದಾಜು ಸಿಗುತ್ತಿತ್ತು. ನಮ್ಮದೇ ಆಸುಪಾಸಿನಲ್ಲಿ ಸಾವು ಸುಳಿದಾಡುತ್ತಿದ್ದ ಹಾಗೆ, ಕ್ರಮೇಣ ಯಾವನೇ ಒಬ್ಬ ವ್ಯಕ್ತಿ ಸಾವಿಗೆ ಆಹುತಿಯಾಗುವ ಲಕ್ಷಣಗಳನ್ನು ನಮಗೆ ಸುಲಭವಾಗಿ ಕಂಡುಹಿಡಿಯಲು ಸಾಧ್ಯವಾಗಿ, ಅಂತಹ ನಮ್ಮ ಅಂದಾಜು ನಿಖರವಾಗತೊಡಗಿತು. ಈತ ಹೆಚ್ಚು ಸಮಯ ಉಳಿಯುವವನಲ್ಲ... ಮುಂದಿನ ಸರದಿ ಈತನದು... ನಾವು ಪರಸ್ಪರ ಕಿವಿಗಳಲ್ಲಿ ಗುಪ್ತವಾಗಿ ಪಿಸುಗುಟ್ಟಿಕೊಳ್ಳುತ್ತಿದ್ದೆವು. ಸಂಜೆ ಗುಡಿಸಲಿಗೆ ಮರಳಿದಾಗ, ನಮ್ಮ ಶರೀರಗಳನ್ನು ಪರೀಕ್ಷಿಸಿಕೊಂಡಾಗ, ಒಂದು ವಿಚಾರ ಸ್ಪಷ್ಟವಾಗುತ್ತಿತ್ತು, ನನ್ನದು ಮೊದಲಿಗೇ ಒಂದು ಶವಕ್ಕಿಂತ ಹೆಚ್ಚಿನದೇನೂ ಅಲ್ಲವಲ್ಲ ಅಂತ. ಇದು ನನಗೆ ಏನಾಗಿ ಹೋಗಿದೆ? ನಾನೊಂದು ಮನುಷ್ಯನ ಮಾಂಸಪಿಂಡದ ಮುದ್ದೆಯಾಗಿ ಬಿಟ್ಟೆನಲ್ಲ... ಎಂತಹ ಮಾಂಸಪಿಂಡದ ಮುದ್ದೆ ಅಂದರೆ, ಸರಿಗೆಯ ಬೇಲಿಯ ಹಿಂದೆ ಕಾಣಿಸುವ ಕಚ್ಚಾ ಮಣ್ಣಿನ ಗೋಡೆಗಳ ಗುಡಿಸಲುಗಳಲ್ಲಿ ತೂರಿದ ಮಾಂಸಪಿಂಡದ ಮುದ್ದೆಯಂತೆ... ಜೀವವೇ ಇಲ್ಲದ್ದರಿಂದ ಅದು ದಿನವೂ ಸ್ವಲ್ಪ ಸ್ವಲ್ಪವೇ ಕೊಳೆಯುತ್ತಿರುವ ಹಾಗೆ.

ಭೋಜನ ಮತ್ತು ಸ್ವಾದಿಷ್ಟ ವ್ಯಂಜನಗಳ ವಿಚಾರದಿಂದ ಬಚಾವಾಗಿ ಉಳಿಯುವುದು ಎಷ್ಟು ಕಷ್ಟದ ಕೆಲಸ ಎಂದು ನಾನು ನಿಮಗೆ ಹೇಳಿರಲಿಲ್ಲವೇ? ಈ ಖೈದಿಗಳ ಮನಸ್ಸಿನಲ್ಲಿ ಯಾವತ್ತಾದರೂ ಒಂದು ನಿಮಿಷ ಸಿಕ್ಕರೂ ಭೋಜನದ ಕಲ್ಪನೆಯೇ ಹಾದು ಹೋಗುತ್ತದೆ. ಇಂತಹ ಪರಿಸ್ಥಿತಿಯಲ್ಲಿ ಇದನ್ನು ಬಹುಶಃ ಅರ್ಥಮಾಡಿಕೊಳ್ಳಬಹುದೇನೋ, ಏನೆಂದರೆ ನಮ್ಮಲ್ಲಿ ಗಟ್ಟಿ ಮನಸ್ಸನ್ನು ಹೊಂದಿದಾತ ಕೂಡಾ, ಒಳ್ಳೆಯ ಭೋಜನ ಯಾವಾಗ ಸಿಗಬಹುದೆಂದು ಹಾತೊರೆಯುತ್ತಿದ್ದ; ಈ ಹಾತೊರೆಯುವಿಕೆ ನಿಜಕ್ಕೂ ಸ್ವತಃ ಒಂದು ಒಳ್ಳೆಯ ಭೋಜನಕ್ಕಾಗಿರದೆ, ತಮ್ಮನ್ನು ಆಹಾರದ ಬಗ್ಗೆ ಅಲ್ಲದೇ ಮತ್ತೇನನ್ನೂ ಯೋಚಿಸದ ಹಾಗೆ ವಿವಶಗೊಳಿಸಿದ್ದ ನಮ್ಮ ಕೆಳಮಟ್ಟದ ಜೀವನ ಕೊನೆಗೊಳ್ಳುವುದಲ್ಲಾ ಎಂಬ ಕಲ್ಪನೆ.

ಯಾವನೇ ವ್ಯಕ್ತಿ ಇಂತಹ ಪರಿಸ್ಥಿತಿಯ ಮೂಲಕ ಹಾದುಹೋಗದೆ ಇದ್ದಿದ್ದರೆ, ಅಂಥವರಿಗೆ, ಈ ಬಗೆಯ ಆತ್ಮ–ಘಾತುಕ ಮಾನಸಿಕ ಸಂಘರ್ಷವನ್ನಾಗಲೀ, ಸಂಕಲ್ಪಶಕ್ತಿಯನ್ನು ಧೂಳೀಪಟ ಮಾಡುವ ಸ್ಥಿತಿಯಾಗಲೀ ಅರ್ಥವಾಗುವುದು ಕಷ್ಟವೇ ಸರಿ. ಕಂದಕವೊಂದರಲ್ಲಿ ನಿಂತ ಸ್ಥಿತಿಯಲ್ಲಿ ಒಂಭತ್ತಿವರೆಯಿಂದ ಹತ್ತು ಗಂಟೆಯ ಅರ್ಧತಾಸಿನ ಊಟದ ಸಮಯಕ್ಕಾಗಿ ಹೊಡೆಯುವ ಸೈರನ್‌ಗಾಗಿ ಕಿವಿನಿಮಿರಿಸಿ ಇಟ್ಟುಕೊಳ್ಳುವುದು, ಆ ಅರ್ಧತಾಸಿನಲ್ಲಿ ನಮ್ಮ ರೇಶನ್‌ಗೆ ಸಲ್ಲುವ ಡಬ್ಬಲ್ ರೊಟ್ಟಿಯ ಸರಬರಾಜು(ಅದು ಲಭ್ಯವಿರುವವರೆಗೆ ಮಾತ್ರ)

ಆಗುತ್ತಿತ್ತು, ಒಂಭತ್ತುವರೆ ಯಾವಾಗಾಗುವುದೋ ಎಂದು ಪದೇ ಪದೇ ಯಾವನೇ ಫೋರ್‌ಮನ್ ದುಷ್ಟ ಸ್ವಭಾವದವನಿಲ್ಲದೇ ಇದ್ದಾಗ, ಆತನಿಗೆ ಸಮಯವೆಷ್ಟು ಎಂದು ಕೇಳುತ್ತಲೇ ಇರುವುದು, ಅಥವಾ ನಮ್ಮ ನಮ್ಮ ಕೋಟಿನ ಕಿಸೆಯಲ್ಲಿನ ಡಬ್ಬಲ್ ರೊಟ್ಟಿಯನ್ನು ಮತ್ತೆ ಮತ್ತೆ ಪ್ರೀತಿಯಿಂದ ಮುಟ್ಟಿಕೊಂಡು ನೋಡಿಕೊಳ್ಳುವುದು, ಮೊದಲು ನಮ್ಮ ಗ್ಲೌಸ್‌ನ ಹೊದಿಕೆಯಿಲ್ಲದ ಮಂಜುಗಟ್ಟಿದ ಬೆರಳುಗಳಿಂದ ಆ ರೊಟ್ಟಿಯನ್ನು ಸ್ಪರ್ಶಿಸುವುದು, ನಂತರ ಅದರಿಂದ ಸಣ್ಣ ತುಂಡನ್ನು ಬಾಯಿಗೆ ಹಾಕಿಕೊಂಡು ಚಪ್ಪರಿಸುವುದು, ಮತ್ತು ಕೊನೆಯದಾಗಿ ನಮ್ಮ ಸಂಕಲ್ಪಶಕ್ತಿಯ ಕಟ್ಟಕಡೆಯ ಅಂಶದೊಂದಿಗೆ ಆ ರೊಟ್ಟಿಯ ತುಂಡನ್ನು ಮತ್ತೆ ಜೇಬಿಗೆ ಇಳಿಸುವುದು, ಮಧ್ಯಾಹ್ನದ ವರೆಗೆ ಅದನ್ನು ಇರಿಸಿಕೊಳ್ಳುವುದಾಗಿ ಮುಂಜಾನೆಯೇ ಶಪಥ ಮಾಡಿದ್ದರಿಂದ – ಹೀಗೆ ಮುಂತಾದ ಅನುಭವಗಳನ್ನು ಗಳಿಸದವರಿಗೆ, ಇವೆಲ್ಲ ವಿಷಯಗಳು ನಿಜಕ್ಕೂ ಅರ್ಥವಾಗದು.

ನಮ್ಮ ಸೆರೆಮನೆವಾಸದ ಉಳಿದರ್ಧ ಅವಧಿಯಲ್ಲಿ ನಮಗೆ ಒಂದು ಬಾರಿಯೇ ನೀಡುತ್ತಿದ್ದ ಡಬ್ಬಲ್ ರೊಟ್ಟಿಯನ್ನು ಹೇಗೆ ವಿನಿಯೋಗಿಸಬೇಕೆಂಬುದಕ್ಕೆ ವಾದ ಪ್ರತಿವಾದಗಳು ನಡೆಯುತ್ತಿದ್ದವು. ಈ ಕುರಿತಂತೆ ಎರಡು ಬಗೆಯ ಯೋಚನೆಯನ್ನು ಮಾಡುವವರಿದ್ದರು. ಒಂದು, ಪಂಗಡದ ಪ್ರಕಾರ ಪೂರ್ತಿ ರೇಶನ್‌ನಲ್ಲಿ ಸಿಗುವ ರೊಟ್ಟಿಯನ್ನು ಒಂದೇ ಸಲಕ್ಕೆ ತಿಂದು ಮುಗಿಸಬೇಕೆನ್ನುವ ವಾದ ಮಂಡಿಸಿದರು. ಇದರಿಂದ ಎರಡು ಬಗೆಯ ಲಾಭ ಸಿಗುತ್ತದೆ ಎಂಬುದು ಅವರ ಅಂಬೋಣ: ಅದೆಂದರೆ ಒಂದು ಸಲಕ್ಕೆ ಹೊಟ್ಟೆ ತುಂಬ ರೊಟ್ಟಿ ಸಿಕ್ಕಿಬಿಡುತ್ತದೆ ಅಂತೆಯೇ ಅದು ಯಾರಿಂದಲೋ ಕಳವಾಗುವ ಅಥವಾ ಅಪಹರಿಸಲ್ಪಡುವ ಪ್ರಮೇಯ ಇದ್ದಿರಲಾರದಷ್ಟೇ? ಇನ್ನೊಂದು ದಳದ ಅಂಬೋಣವೆಂದರೆ, ರೊಟ್ಟಿಯನ್ನು ಹಂತ ಹಂತವಾಗಿ ವಿತರಿಸಿ ಅದನ್ನು ಸಮಯ ಬಿಟ್ಟು ಸಮಯದಲ್ಲಿ ತಿನ್ನಬೇಕೆಂಬುದು. ನಾನು ಈ ಎರಡನೇ ಪಕ್ಷದ ಜತೆಗೆ ಸೇರಿಕೊಂಡೆ.

ಕ್ಯಾಂಪ್ ಜೀವನದ ಇಪ್ಪತ್ತನಾಲ್ಕು ತಾಸುಗಳಲ್ಲಿ ಅತ್ಯಂತ ಬೆದರಿಕೆಯ ಸಮಯ ಅದೇನಾಗಿತ್ತೆಂದರೆ, ಅದು ಪ್ರಾತಃಕಾಲ ಮೂರು ಸಲ ಜೋರಾಗಿ ಕೇಳಿಸುವ ಸೀಟಿಯ ಸದ್ದು. ಅದು ನಮ್ಮ ಸುಸ್ತಾದ ಸ್ಥಿತಿಯ ಅಥವಾ ಕನಸು ಬಿದ್ದ ಸುಖಮಯ ನಿದ್ದೆಯನ್ನು ಬಡಿದೆಬ್ಬಿಸುವಂತಿದ್ದವು. ಆ ಮೇಲೆ ನಾವು ನಮ್ಮ ಒದ್ದೆಯಾದ ಬೂಟಿನ ಒಳಗೆ ಕಾಲು ತೂರಿಸಿಕೊಳ್ಳುವುದಿತ್ತು. ಕಾಲಿನಲ್ಲಿ ನೀರು ತುಂಬಿದ್ದರಿಂದ ಅದು ಊದಿಕೊಂಡಿರುತ್ತಿತ್ತು. ಆಮೇಲೆ ಸಣ್ಣಪುಟ್ಟ ಸಮಸ್ಯೆಗಳನ್ನು ಹಿಡಿದುಕೊಂಡು ನಮ್ಮ ನಮ್ಮಲ್ಲಿ ಜಟಾಪಟಿಯೋ, ಷೂ ಲೇಸಿನ ಬದಲಿಗೆ ತಂತಿಯನ್ನು ತೂರಿಕೊಂಡು ಕಟ್ಟುವ ವ್ಯವಧಾನವೋ ನಡೆಯುತ್ತಿದ್ದವು. ಒಂದು ದಿನ ಮುಂಜಾನೆ ಓರ್ವ ಸಂಭಾವಿತ ಮತ್ತು ಧೈರ್ಯವಂತ ಸೆರೆಯಾಳು, ಮಕ್ಕಳಂತೆ ಅಳುತ್ತಿರುವುದನ್ನು ಕಂಡೆ. ಆತ ತನ್ನ ಬರಿಗಾಲಲ್ಲಿ ಮಂಜುಗಡ್ಡೆಗಳಿಂದ ಕೂಡಿದ ಮೈದಾನದಲ್ಲಿ ನಡೆಯಬೇಕಾಗಿದ್ದಿತು, ಯಾಕೆಂದರೆ ಆತನ ಷೂಗಳು ಮುರುಟಿಹೋಗಿ ಅವುಗಳನ್ನು ಧರಿಸಲು ಆಗುತ್ತಿರಲಿಲ್ಲ. ಅಂತಹ ಭೀಭತ್ಸ ಕ್ಷಣಗಳಲ್ಲಿ ನಾನು ತುಸು ನೆಮ್ಮದಿಯನ್ನು ಪಡೆದೆ, ಹೇಗೆಂದರೆ, ನಾನು ನನ್ನ ಕಿಸೆಯಿಂದ ಒಂದು ತುಂಡು ಬ್ರೆಡ್‌ನ್ನು ಎಳೆದುಕೊಂಡು ಅದನ್ನು ತಿಂದು ಚಪ್ಪರಿಸುತ್ತ ಆಹ್ಲಾದಿಸಿದೆ.

ಬಹಳ ಕಡಿಮೆ ಪ್ರಮಾಣದಲ್ಲಿ ಭೋಜನ ಸಿಗುತ್ತಿದ್ದುದರಿಂದ ಶರೀರಕ್ಕೆ ಸಾಕಷ್ಟು ಪೋಷಣೆ ಸಿಗುತ್ತಿರಲಿಲ್ಲ ಹಾಗು ಯಾವಾಗಲೂ ಆಹಾರದ ಬಗ್ಗೆಯೇ ಯೋಚನೆ ಇರುತ್ತಿತ್ತು ಅಂತೆಯೇ ಸೆರೆಯಾಳುಗಳಲ್ಲಿ ಲೈಂಗಿಕ ಆಸಕ್ತಿಯೂ ಹೆಚ್ಚುಕಡಿಮೆ ಲುಪ್ತವಾಗುತ್ತಾ

ಹೋಗಿತ್ತು. ಪ್ರಾರಂಭಿಕ ಮಾನಸಿಕ ಹೊಡೆತಗಳ ಹೊರತು ಲೈಂಗಿಕ ನಿರಾಸಕ್ತಿಯೊಂದೇ ಎಲ್ಲರೂ ಪುರುಷರೇ ಇರುವ ಇಂತಹ ಶಿಬಿರಿನಲ್ಲಿ ಮನೋವಿಜ್ಞಾನಿಗಳಿಗೆ ಕಂಡುಬಂದಿತ್ತು. ಸೆರೆಯಾಳುಗಳು ಪ್ರಾಯಶಃ ತಮ್ಮ ಕನಸುಗಳಲ್ಲೂ ಲೈಂಗಿಕತೆಯನ್ನು ಆಸ್ವಾದಿಸುತ್ತಿರಲಿಲ್ಲ, ಆದರೆ ಅವರ ಹತಾಶವಾದ ಭಾವನೆ ಮತ್ತು ಸೂಕ್ಷ್ಮ ಮತ್ತು ಉನ್ನತವಾದ ಭಾವನೆಗಳಿಗೆ ಅಲ್ಲಿ ಸ್ಥಾನವಿತ್ತು.

ಬಹುತೇಕ ಸೆರೆವಾಸಿಗಳಲ್ಲಿ ಇದ್ದುದು ಒಂದೇ ಗುರಿಯೆಂದರೆ ತನ್ನ ಜೀವವನ್ನು ಉಳಿಸಿಕೊಳ್ಳುವುದು. ಈ ಗುರಿಯನ್ನು ಪೂರ್ಣಗೊಳಿಸಲು ಸಹಾಯವಾಗದಿರುವ ಯಾವುದೇ ವಿಷಯವನ್ನು ಉದಾಸೀನತೆಯಿಂದ ಅಥವಾ ಅಸಂವೇದನಾತ್ಮಕವಾಗಿಯೇ ನೋಡಲಾಗುತ್ತಿತ್ತು. ಸೆರೆವಾಸಿಗಳ ಭಾವಶೂನ್ಯತೆ ಇಲ್ಲಿ ಗೋಚರವಾಗುತ್ತಿತ್ತು. ಈ ಸತ್ಯ ನನಗೆ ಮನವರಿಕೆಯಾದುದು ನನ್ನನ್ನು ಆಶ್ವಿಜ್ ಕ್ಯಾಂಪ್‌ನಿಂದ ಡಖೌ ಕ್ಯಾಂಪ್‌ಗೆ ಸ್ಥಳಾಂತರಿಸುವಾಗ.

೭
ನನ್ನ ಮನೆಯ ಒಂದು ನೋಟ

ಡಖೌ ಕ್ಯಾಂಪಿನತ್ತ ಹೊರಟ ಎರಡು ಸಾವಿರ ಸೆರೆವಾಸಿಗಳ ನಮ್ಮ ರೈಲುಗಾಡಿಯ ಪಯಣ ವಿಯೆನ್ನಾದ ಮೂಲಕ ಸಾಗಿತು. ಸುಮಾರು ಮಧ್ಯರಾತ್ರಿಯ ಸಮಯ ನಮ್ಮ ಗಾಡಿ ವಿಯೆನ್ನಾದ ರೇಲ್ವೇ ಸ್ಟೇಷನ್‌ಗೆ ಸಮೀಪದಲ್ಲಿ ಹಾದುಹೋಯಿತು. ಯಾವ ರೇಲ್ವೇ ಹಳಿಗಳ ಮೂಲಕ ನಮ್ಮ ರೈಲು ಗಾಡಿ ಸಂಚರಿಸಬೇಕಿತ್ತೋ ಅದಕ್ಕೆ ಸಮೀಪದಲ್ಲಿನ ಜಾಗದಲ್ಲೇ ನನ್ನ ಜನನವಾಗಿತ್ತು. ಅದೇ ಮನೆಯ ಸಮೀಪವೇ ನಮ್ಮ ರೈಲು ಹಾದು ಹೋಗುವುದಿತ್ತು, ಅಲ್ಲಿ ನಾನು ನನ್ನ ಬಾಲ್ಯದ ಅನೇಕ ವರ್ಷಗಳನ್ನು ಕಳೆದಿದ್ದೆ. ನಿಜ ಹೇಳಬೇಕೆಂದರೆ, ಸೆರೆಯಾಳಾಗುವ ಸಮಯದಲ್ಲಿ ನಾನು ಅದೇ ಸ್ಥಳದಲ್ಲಿ ವಾಸಿಸುತ್ತಿದ್ದೆ.

ಐವತ್ತು ಸೆರೆಯಾಳುಗಳಿದ್ದ ನಮ್ಮ ಪುಟ್ಟ ಡಬ್ಬದಂತಹ ರೇಲ್ವೇ ಕಾರಿನಲ್ಲಿ ಕೇವಲ ಎರಡು ಹೊರನೋಟದ ತೂತುಗಳಿದ್ದವು. ಆ ಡಬ್ಬದಲ್ಲಿ ನಾವು ಎಷ್ಟು ಕಿಕ್ಕಿರಿದಿದ್ದವೆಂದರೆ, ನಮ್ಮ ಒಂದು ಗುಂಪು ನೆಲದ ಮೇಲೆ ಹಾಸಿ ಕುಳಿತಿದ್ದರೆ ಆ ಪುಟ್ಟ ತೂತಿನ ಸುತ್ತ ಇತರೆಲ್ಲ ಸೆರೆಯಾಳುಗಳು ಗಂಟೆಗಟ್ಟಲೆ ನಿಂತಿರುವ ಪರಿಸ್ಥಿತಿಯಿತ್ತು. ಅವರಲ್ಲಿ ಹೆಚ್ಚಿನವರು ಇತರರ ಭುಜಗಳ ಆಧಾರದ ಮೇಲೆ ತಮ್ಮ ತಮ್ಮ ಭಾರವನ್ನು ಹಾಕಿಕೊಂಡು ಇತರರ ತಲೆಗಳ ಮೇಲಿನಿಂದ ತೂತುಗಳ ಮುಖೇನ ಹೊರಗಡೆ ಕಣ್ಣು ಹಾಯಿಸುತ್ತಿದ್ದರು. ನನಗೆ ಒಮ್ಮೆಗೇ ನನ್ನ ವಾಸಸ್ಥಳವಿದ್ದ ನಗರದ ಒಂದು ನೋಟ ಕಣ್ಣಿಗೆ ಹಾಯ್ದು ಬಂತು. ನಾವೆಲ್ಲ ಒಂದು ಬಗೆಯಲ್ಲಿ ಜೀವಂತ ಇರುವುದಕ್ಕಿಂತ ಮೃತಾವಸ್ಥೆಯನ್ನು ಅನುಭವಿಸುತ್ತಿದ್ದೆವು. ಯಾಕೆಂದರೆ, ನಾವು ಮೌತೌಸೆನ್ ಕ್ಯಾಂಪ್‌ನ್ನು ತಲುಪಿದ ಬಳಿಕ ನಾವೆಲ್ಲ ಒಂದೆರಡು ವಾರಗಳಷ್ಟೇ ಬದುಕಿ ಉಳಿಯುವುದಕ್ಕೆ

ಅವಕಾಶವೆಂದು ತಿಳಿದಿದ್ದೆವು. ನಾನು ನನ್ನ ವಾಸ್ತವ್ಯದ ನಗರದ ಬೀದಿಗಳನ್ನೂ, ಆಯಕಟ್ಟಿನ ಜಾಗಗಳನ್ನೂ, ನನ್ನ ಬಾಲ್ಯದಲ್ಲಿ ಓಡಾಡಿದ ಮನೆಗಳ ಪರಿಸರವನ್ನೂ ಅವನೊಬ್ಬ ಮೃತ ವ್ಯಕ್ತಿಯ ಕಣ್ಣುಗಳಿಂದ ನೋಡುತ್ತಿದ್ದೇನೆ ಎಂಬ ಭಾವನೆ ಬರತೊಡಗಿತು. ಯಾವುದೋ ಅನಾಮಧೇಯ ಲೋಕದಿಂದ ಬಂದವನಂತೆ, ಅದಾವುದೋ ಭಯಾನಕ ನಗರವನ್ನು ನೋಡುವವನಂತೆ ಅನ್ನಿಸಿತು.

ಕೆಲವು ತಾಸುಗಳ ವಿಳಂಬದ ಬಳಿಕ ರೇಲುಗಾಡಿ ಸ್ಟೇಷನ್ ಬಿಟ್ಟು ಚಲಿಸಿತು. ಅಲ್ಲಿ ಬೀದಿಗಳು ಗೋಚರಿಸಿದವು – ನನ್ನ ಬೀದಿಗಳು! ಯುವಕರು, ಯಾರ ಹಿಂದೆ ಬಹಳಷ್ಟು ವರ್ಷಗಳ ಕ್ಯಾಂಪ್ ಜೀವನ ಚಾಚಿಕೊಂಡಿತ್ತೋ, ಯಾರಿಗೆ ಇಂತಹ ಪಯಣ ಅದೊಂದು ಮಹತ್ವದ ಯಾತ್ರೆಯಾಗಿತ್ತೋ, ಅವರೆಲ್ಲ ಆ ತೂತಿನಿಂದ ಶ್ರದ್ಧೆಯಿಂದ ನೋಡತೊಡಗಿದ್ದರು. ನಾನು ಅವರನ್ನೆಲ್ಲ ಬೇಡಿಕೊಂಡು, ನನಗೆ ಒಂದು ಕ್ಷಣವಾದರೂ ಆ ತೂತಿನ ಮೂಲಕ ನೋಡಲು ಅವಕಾಶ ನೀಡಬೇಕೆಂದು ಬೇಡಿದೆ. ಆ ಕ್ಷಣದಲ್ಲಿ ಆ ಒಂದು ನೋಟ ನನಗೆ ಅದೆಷ್ಟು ಅಮೂಲ್ಯವಾಗಿತ್ತು ಎನ್ನುವುದನ್ನು ಅವರಿಗೆಲ್ಲ ವಿವರಿಸಲು ನಾನು ಪ್ರಯತ್ನಿಸಿದೆ. ನನ್ನ ಪ್ರಾರ್ಥನೆಯನ್ನು ಅವರೆಲ್ಲ ಕಠೋರವಾಗಿ ತಿರಸ್ಕರಿಸಿದರಲ್ಲದೆ ಅಮಾನವೀಯವಾಗಿ, ನಿರ್ದಯತೆಯಿಂದ ಧಿಕ್ಕರಿಸಿ ಹೇಳಿದರು: "ನೀನು ಅಲ್ಲೇ ಬಹಳಷ್ಟು ಸಮಯ ಕಳೆದಿದ್ದೀಯಷ್ಟೇ? ಅಷ್ಟೇ ಸಾಕು. ಅದು ಸಾಕಷ್ಟು ಆಗಿಹೋಗಿದೆ."

ಕ್ಯಾಂಪ್‌ನಲ್ಲಿ ಧಾರ್ಮಿಕ ಜೀವನ

ಸಾಧಾರಣ ಮಟ್ಟದಲ್ಲಿ ಶಿಬಿರದಲ್ಲಿ 'ಸಾಂಸ್ಕೃತಿಕ ಶೀತನಿದ್ರೆ' (ಕಲ್ಚರಲ್ ಹೈಬರ್‌ನೇಷನ್) ಕೂಡಾ ಇತ್ತು.. ಇದಕ್ಕೆ ಎರಡು ಅಪವಾದಗಳೆಂದರೆ: ರಾಜಕಾರಣ ಮತ್ತು ಧರ್ಮ. ಶಿಬಿರದಲ್ಲಿ ರಾಜಕಾರಣದ ಬಗ್ಗೆ ಚರ್ಚೆ ಹೆಚ್ಚುಕಡಿಮೆ ಪ್ರತಿಯೊಂದೆಡೆ ಅವ್ಯಾಹತವಾಗಿ ನಡೆಯುತ್ತಿತ್ತು. ಅಂತಹ ಚರ್ಚೆಗಳು ಊಹಾಪೋಹಗಳ ಮೇಲೆ ಆಧಾರಿತವಾಗಿದ್ದವು, ಮತ್ತು ಅವು ಒಂದೆಡೆಯಿಂದ ಇನ್ನೊಂದೆಡೆಗೆ ಹರಿದು ಹೋಗುತ್ತಿದ್ದವು. ಅದರಲ್ಲಿ ಸೇನಾ ಚಟುವಟಿಕೆಗಳಿಗೆ ಸಂಬಂಧಿಸಿದ ವಿಷಯಗಳು ವಿರೋಧಾಭಾಸದಿಂದ ಸಾಮಾನ್ಯವಾಗಿ ತುಂಬಿರುತ್ತಿದ್ದವು. ಅಂತಹ ಸುದ್ದಿಗಳು ಒಂದರ ನಂತರ ಒಂದು ಪ್ರಕಟವಾಗಿ ಪ್ರತಿಯೊಬ್ಬ ಸೆರೆಯಾಳಿನ ಮನಸ್ಸಿನಲ್ಲಿ ಆಗಲೇ ನಡೆಯುತ್ತಿದ್ದ ನರವ್ಯೂಹ ಕದನಕ್ಕೆ ಇನ್ನಷ್ಟು ಪುಷ್ಟಿಯನ್ನು ನೀಡಿತ್ತು. ಅನೇಕ ಸಲ ಇದೋ ಎಲ್ಲವೂ ಮುಗಿಯಿತು, ಯುದ್ಧ ಮುಗಿಯಲು ಇನ್ನೇನೂ ವಿಳಂಬವಿಲ್ಲ ಎಂಬ ಆಶಾವಾದದ ವಿಚಾರಗಳು ಸುಳಿದಾಡುವಾಗಲೇ, ಅದಕ್ಕೆ ವ್ಯತಿರಿಕ್ತವಾಗಿ ಸುದ್ದಿ ಬರುತ್ತಿತ್ತು. ಕೆಲವರ ಹೃದಯ ಭಗ್ನಗೊಂಡರೆ, ಇನ್ನು ಕೆಲವರು ಆಶಾದಾಯಕ ಭಾವನೆಯಿಂದ ಇತರರನ್ನು ಹುರುಪಿನಿಂದ ಸಾಂತ್ವನ ನೀಡುವುದರಲ್ಲಿ ನಿರತರಾಗಿರುತ್ತಿದ್ದರು. ಇಷ್ಟೊಂದು ಆಶಾವಾದವು ಕೆಲವು ನಿರಾಶೆ ಹೊಂದಿದ ಕೈದಿಗಳಿಗೆ ಸ್ವಲ್ಪ ಕಿರಿಕಿರಿ ಅನಿಸತೊಡಗಿತ್ತು.

ಸೆರೆಮನೆವಾಸಿಗಳ ಮನಸ್ಸಿನಲ್ಲಿ ಧಾರ್ಮಿಕ ಭಾವನೆಗಳು ಹೇಗೆ ತ್ವರಿತವಾಗಿ ಕಾಣಿಸತೊಡಗಿತ್ತೆಂದರೆ ಅದನ್ನು ಊಹಿಸಲೂ ಆಗದು. ಧಾರ್ಮಿಕ ಭಾವನೆಗಳ ಪರವಾಗಿ ಖೈದಿಗಳಲ್ಲಿನ ಆವೇಗ ಮತ್ತು ಗಹನತೆ ಎಷ್ಟರ ಮಟ್ಟಿಗೆ ಹಾಸುಹೊಕ್ಕಾಗಿ ಹರಡುತ್ತಿತ್ತೆಂದರೆ, ಹೊಸದಾಗಿ ಸೇರಿಕೊಳ್ಳುವ ಖೈದಿಗಳು ಅದನ್ನು ಕಂಡು ಅಚ್ಚರಿ ಪಡುತ್ತಿದ್ದರು. ಅಂತಹ ಧಾರ್ಮಿಕ ಪ್ರಾರ್ಥನೆಗಳು ಒಂದೋ ನಮ್ಮ ಗುಡಿಸಲಿನ ಒಂದು ಮೂಲೆಯಲ್ಲಿ ನಡೆಯುತ್ತಿತ್ತು ಇಲ್ಲವೇ ಪಶುಗಳಿಗೆ ಮೀಸಲಾದ ಟ್ರಕ್‌ನ ಕತ್ತಲು ಆವರಿಸಿದ ಜಾಗದಲ್ಲಿ ನಡೆಯುತ್ತಿತ್ತು.

ಈ ಟ್ರಕ್‌ನಿಂದ ನಮ್ಮನ್ನು ದೂರದ ದುಡಿಮೆಯ ಜಾಗದಿಂದ ಸುಸ್ತಾದ ಹಾಗೂ ದಣಿವಿನ ಸ್ಥಿತಿಯಲ್ಲಿ, ಕೊಳಕಾದ ಬಟ್ಟೆ ಮತ್ತು ಮಂಜುಗಟ್ಟಿದ ಕೈಕಾಲುಗಳ ಅವಸ್ಥೆಯಲ್ಲಿ ಹಿಂದಿರುಗಿಸಲಾಗುತ್ತಿತ್ತು. 1945ರ ಚಳಿಗಾಲದಲ್ಲಿ ಸನ್ನಿಪಾತ ಜ್ವರ(ಟೈಫುಸ್) ಹೆಚ್ಚುಕಡಿಮೆ ಎಲ್ಲಾ ಖೈದಿಗಳಿಗೆ ತಗುಲಿಕೊಂಡಿತು. ಯಾರು ದುರ್ಬಲರಾಗಿದ್ದರೋ, ಮತ್ತು ತಮಗೆ ಸಾಧ್ಯವಾದಷ್ಟು ತಮ್ಮ ದುಡಿಮೆಯನ್ನು ಮುಂದುವರಿಸಿಕೊಂಡು ಹೋಗಬೇಕಾಗಿತ್ತೋ, ಅವರೆಲ್ಲ ಮರಣವನ್ನಪ್ಪಿದರು. ರೋಗಪೀಡಿತರಿಗಾಗಿದ್ದ ಆವರಣ ತೀರಾ ಚಿಕ್ಕದಾಗಿದ್ದು ಅವರಿಗೆ ಸೂಕ್ತ ಚಿಕಿತ್ಸೆ ಅಥವಾ ಆರೈಕೆಯ ಕೊರತೆಯಿದ್ದಿತು. ರೋಗದ ಚಿಹ್ನೆಗಳು ನಿಜಕ್ಕೂ ಒಪ್ಪತಕ್ಕದ್ದೇ ಆಗಿರಲಿಲ್ಲ, ಯಾಕೆಂದರೆ ರೋಗಗ್ರಸ್ತರಾದ ಪ್ರತಿಯೊಬ್ಬರೂ ಒಂದು ಚಿಕ್ಕ ತುಂಡು ಬ್ರೆಡ್‌ನ್ನು ಕೂಡಾ ತಿನ್ನಲು ಹಿಂದೇಟು ಹಾಕುತ್ತಿದ್ದರು. ಅದು ಜೀವಕ್ಕೆ ಅತ್ಯಂತ ಅಪಾಯಕಾರೀ ಅವಸ್ಥೆಯಾಗಿತ್ತು. ಮತ್ತೆ ಚಿತ್ತಭ್ರಮೆಯ ದಾಳಿಯೂ ಇಂತಹ ರೂಗಿಗಳನ್ನು ಕಾಡಿತ್ತು. ಅಂತಹ ಒಂದು ಚಿತ್ತಭ್ರಮೆಗೆ ಗುರಿಯಾದವನು ನನ್ನ ಗೆಳೆಯನಾಗಿದ್ದು, ಆತ ತನ್ನ ಅಂತ್ಯವು ಸಮೀಪಿಸುತ್ತಿದೆ ಎಂದು ತಿಳಿದಿದ್ದ ಹಾಗು ಪ್ರಾರ್ಥಿಸಬೇಕೆಂದುಕೊಂಡಿದ್ದ. ಆದರೆ ಚಿತ್ತಭ್ರಮೆಯಿಂದಾಗಿ ಪ್ರಾರ್ಥಿಸಲು ಯಾವ ಶಬ್ದಗಳನ್ನು ಉಪಯೋಗಿಸಬೇಕೆಂದು ಆತನಿಗೆ ತೋಚದಾಗಿತ್ತು. ಅಂತಹ ಚಿತ್ತ ಭ್ರಮೆಯಿಂದ ರಕ್ಷಿಸಿಕೊಳ್ಳಲು, ಎಲ್ಲರೂ ಮಾಡುತ್ತಿದ್ದ ಹಾಗೆ ನಾನು ಕೂಡಾ ರಾತ್ರಿಯಿಡೀ ಎಚ್ಚರದಿಂದಿರುವುದಕ್ಕೆ ಪ್ರಯತ್ನಿಸತೊಡಗಿದೆ. ತಾಸುಗಟ್ಟಲೆ ನಾನು ಭಾಷಣಗಳನ್ನು ತಯಾರಿಸಿಕೊಳ್ಳಲು ತೊಡಗಿದೆ. ಅದೇ ಸಂದರ್ಭದಲ್ಲಿ ನಾನು ಹಿಂದೆ ಆಶ್ವಿಜ್ ಕ್ಯಾಂಪಿನ ತಪಾಸಣೆಯ ಸಮಯದಲ್ಲಿ ಕಳಕೊಂಡಿದ್ದ ನನ್ನ ಅಮೂಲ್ಯವಾದ ಕೈಬರಹದ ಹಸ್ತಪ್ರತಿಯಲ್ಲಿನ ಮುಖ್ಯಾಂಶಗಳನ್ನು ಚೂರುಪಾರು ಕಾಗದದ ತುಣುಕುಗಳಲ್ಲಿ ದಾಖಲಿಸಿಕೊಳ್ಳಲು ತೊಡಗಿದೆ.

ಆಧ್ಯಾತ್ಮಿಕತೆಯ ಸಮಾಗಮಗಳು

ಕ್ಯಾಂಪ್‌ನಲ್ಲಿ ಕೆಲವೊಮ್ಮೆ ವೈಜ್ಞಾನಿಕ ನೆಲೆಯಲ್ಲಿ ಚರ್ಚಾಕೂಟಗಳು ನಡೆಯತೊಡಗಿದವು. ಒಂದು ಸಲ ನಾನು ನನ್ನ ಸಾಮಾನ್ಯ ಜೀವಿತಾವಧಿಯಲ್ಲೂ ಕಾಣದೇ ಹೋದ, ಹಿಂದೆಂದೂ ನೋಡಿರದ, ನನ್ನ ಔದ್ಯೋಗಿಕ ಹಿನ್ನೆಲೆಗೆ ಸಮೀಪದಲ್ಲಿದ್ದರೂ, ಅಂತಹ ಸನ್ನಿವೇಶಕ್ಕೆ ಸಾಕ್ಷಿಯಾದೆ: ಅದೊಂದು ಆಧ್ಯಾತ್ಮಿಕ ಸಮಾವೇಶವಾಗಿತ್ತು. ನನಗೆ ಶಿಬಿರದ ಪ್ರಧಾನ ವೈದ್ಯರು ಕರೆಕಳುಹಿಸಿದರು (ಅವರೂ ಓರ್ವ ಖೈದಿಯಾಗಿದ್ದರೆನ್ನಿ), ನಾನೊಬ್ಬ ಮನೋರೋಗದ ವೈದ್ಯ ಎನ್ನುವುದನ್ನು ತಿಳಿದು. ಈ ಭೇಟಿ ಆತನ ಖಾಸಗಿ ಚಿಕ್ಕದೊಂದು ಕೊಠಡಿಯಲ್ಲಿ ನಡೆಯಿತು, ಅದು ರೋಗಿಗಳ ಕ್ವಾಟರ್ಸ್‌ಗೆ ಹೊಂದಿಕೊಂಡಿತ್ತು. ಒಂದು ಪುಟ್ಟ ಗುಂಪು ಸೇರಿತ್ತು ಅಲ್ಲಿ, ಅದರಲ್ಲಿ ನೈರ್ಮಲ್ಯದ ತಪಾಸಣೆಗೆ ಬಂದಿದ್ದ ತಂಡದ ವಾರೆಂಟ್ ಆಫೀಸರ್ ಕೂಡಾ ಶಾಮೀಲಾಗಿದ್ದರು, ಹಾಗೆ ಅವರು ಭಾಗವಹಿಸುವುದಕ್ಕೆ ನಿಷೇಧವಿದ್ದರೂ ಕೂಡಾ. ಒಬ್ಬ ವ್ಯಕ್ತಿ ಒಂದು ಬಗೆಯ ಪ್ರಾರ್ಥನೆಯ ಮೂಲಕ ಆತ್ಮವೊಂದನ್ನು ಆವಾಹಿಸಲು ಯತ್ನಿಸಿದ. ಕ್ಯಾಂಪ್‌ನ ಕ್ಲರ್ಕ್ ಒಬ್ಬ ತನ್ನೆದುರು ಕಾಗದದ ಹಾಳೆಯೊಂದನ್ನು ಇರಿಸಿಕೊಂಡು ಕುಳಿತಿದ್ದ, ಅದರಲ್ಲಿ ಪ್ರಜ್ಞಾಪೂರ್ವಕವಾಗಿ ಏನನ್ನೂ ಬರೆಯುವ ಇರಾದೆ ಇಲ್ಲದಿದ್ದರೂ ಕೂಡಾ. ಮುಂದಿನ ಹತ್ತು ನಿಮಿಷಗಳಲ್ಲಿ ಆತನ (ಈ ಅವಧಿಯಲ್ಲಿ ಆತ್ಮವನ್ನು ಆವಾಹಿಸಲು ನಿಯುಕ್ತನಾದ ವ್ಯಕ್ತಿ ವಿಫಲನಾದ ಕಾರಣ ಆ ಸಂಭವವನ್ನು ಬರ್ಖಾಸ್ತುಗೊಳಿಸಲಾಯಿತು) ಪೆನ್ಸಿಲ್ ಕಾಗದದ ಮೇಲೆ ಅಡ್ಡಾದಿಡ್ಡಿ ಗೆರೆಗಳನ್ನು ಎಳೆದವು, ಅದರಲ್ಲಿ ಸ್ಪಷ್ಟವಾಗಿ **"VAE V"** ಬರೆಯಲಾದುದನ್ನು ಓದಬಹುದಿತ್ತು. ವಿಚಿತ್ರವೆಂದರೆ ಕ್ಲರ್ಕ್ ಎಂದೂ ಲ್ಯಾಟಿನ್

ಕಲಿತಿಲ್ಲವೆಂದೂ, ಆತ "vae victis" (ಸೋತವರಿಗೆ ಸಂಕಟ) ಶಬ್ದವನ್ನು ಎಂದೂ ಕೇಳಿಲ್ಲವೆನ್ನುವುದೂ ವೇದ್ಯವಾಯಿತು. ನನಗೆ ಅನುಮಾನವೆಂದರೆ ಆತ ಎಂದಾದರೂ ಅಂತಹ ಶಬ್ದಗಳನ್ನು ಕೇಳಿದ್ದಿರಬಹುದು ಮತ್ತು ಆತನ ಮನಸ್ಸಿನಲ್ಲಿ ಹಗುರವಾಗಿ ಆ ಶಬ್ದಗಳು ಅಚ್ಚಾಗಿರಬಹುದು ಮತ್ತು ಆ ಸಮಯದಲ್ಲಿ ಆತನ ಸುಪ್ತಪ್ರಜ್ಞೆಯಿಂದ ಆ ಶಬ್ದಗಳು ಅದೇ ರೂಪದಲ್ಲಿ ಹೊರಬಂದಿರಬಹುದು; ಈ ಘಟನೆ ನಮ್ಮ ಬಿಡುಗಡೆಯ ಮತ್ತು ಯುದ್ಧದ ಸಮಾಪ್ತಿಗೆ ಕೆಲವು ತಿಂಗಳ ಮೊದಲು ನಡೆದಿತ್ತು.

ಯಾತನಾ ಶಿಬಿರದಲ್ಲಿ ಬಲವಂತವಾಗಿ ಜ್ಯಾರಿಗೊಳಿಸಿದ ಕೆಲವು ಮಾನಸಿಕ ಮತ್ತು ಶಾರೀರಿಕ ಪೀಡೆಗಳ ಹೊರತಾಗಿಯೂ, ಆಧ್ಯಾತ್ಮಿಕ ಜೀವನ ಗಹನವಾಗಿ ಬೇರೂರಲು ಅವಕಾಶವಿತ್ತು. ಸಮೃದ್ಧವಾಗಿ ಬೌದ್ಧಿಕ ಜೀವನವನ್ನು ಜೀವಿಸುವ, ಭಾವುಕ ಮಂದಿ ಪೀಡೆಗಳನ್ನು ಹೆಚ್ಚು ಅನುಭವಿಸುರಬಹುದು (ಅವರು ತುಸು ನಾಜೂಕು ಸ್ವಭಾವದವರು ಎನ್ನಬಹುದು) ಆದರೆ ಅವರ ಆಂತರಿಕ ಸ್ವಂತಕ್ಕಾಗಲೀ, ವೈಯಕ್ತಿಕ ನೆಲೆಯಲ್ಲಾಗಲೀ ಅಂತಹ ಹಾನಿಯಾದದ್ದು ಕಂಡುಬರುತ್ತಿರಲಿಲ್ಲ. ಅವರು ಹೊರಗಿನ ಭಯಾನಕ ಸನ್ನಿವೇಶಗಳಿಂದ ಸರಿದು ತಮ್ಮ ಆಂತರಿಕ ಸಮೃದ್ಧಿ ಮತ್ತು ಆಧ್ಯಾತ್ಮಿಕ ಸ್ವತಂತ್ರತೆಯ ಬದುಕನ್ನು ಜೀವಿಸಲು ಶಕ್ತರಾಗಿದ್ದರು. ಈ ಸ್ಪಷ್ಟ ವಿರೋಧಾಭಾಸ ಸ್ಥಿತಿಯನ್ನು ಹೀಗೆಯೇ ಅರ್ಥಮಾಡಿಕೊಳ್ಳಲು ಸಾಧ್ಯವಿತ್ತು, ಶಿಬಿರದಲ್ಲಿನ ಸಾತ್ವಿಕ ಸ್ವಭಾವದ ಖೈದಿಗಳು ಬಲಿಶಾಲಿಯಾದ ಗಡಸು ಸ್ವಭಾವದ ಖೈದಿಗಳಿಗಿಂತ ಮೇಲ್ಮಟ್ಟದ ಜೀವನವನ್ನು ಸಾಗಿಸಲು ಅನುವಾಗುತ್ತಿದ್ದುದು. ನನ್ನ ಈ ಮಾತುಗಳನ್ನು ಪುಷ್ಟೀಕರಿಸುವುದಕ್ಕೆ ಪ್ರಾಯಶಃ ನನ್ನದೇ ಅನುಭವವನ್ನು ಉದಾಹರಣೆಯಾಗಿ ನೀಡಬೇಕಾಗಬಹುದು. ನಾವು ಪ್ರಾತಃಕಾಲದ ಸಮಯ ನಮ್ಮ ನಮ್ಮ ಕಾರ್ಯಸ್ಥಳಗಳಿಗೆ ಕಾಲ್ನಡಿಗೆಯಲ್ಲಿ ಸಾಗುವ ಸಮಯ ಏನಾಗುತ್ತಿತ್ತು ಎನ್ನುವುದನ್ನು ನಿಮಗೆ ತಿಳಿಸುತ್ತೇನೆ.

ಪ್ರೇಮದಿಂದಲೇ ಮುಕ್ತಿ ಪ್ರಾಪ್ತಿ

ನಾಲ್ಕೂ ದಿಸೆಗಳಲ್ಲಿ ಬೊಬ್ಬೆ ಹೊಡೆಯುವ ಧ್ವನಿ ಕೇಳಿಸುತ್ತಿತ್ತು, ತುಕಡೀ! ಮುಂದಕ್ಕೆ ಹೋಗಿ... ಲೆಫ್ಟ್ –2–3–4! ಲೆಫ್ಟ್ –2–3–4! ಲೆಫ್ಟ್ –2–3–4! ಮೊದಲ ವ್ಯಕ್ತಿ–ಎಡಕ್ಕೆ –ಎಡಕ್ಕೆ–ಎಡಕ್ಕೆ! ಕ್ಯಾಪ್‌ನ್ನು ಕೆಳಗಿಳಿಸಿ!! ತಿಳಿದುಕೊಳ್ಳಿ, ಈ ಶಬ್ದಗಳು ಈವೊತ್ತಿಗೂ ನನ್ನ ಕಿವಿಗಳಲ್ಲಿ ಪ್ರತಿಧ್ವನಿಸುತ್ತಲೇ ಇರುತ್ತವೆ. 'ಕ್ಯಾಪ್‌ಗಳನ್ನು ಇಳಿಸಿ!' ಈ ಆದೇಶಗಳನ್ನು ಕೇಳುತ್ತಲೇ ನಾವು ಬಾಗಿಲ ಬಳಿಗೆ ತಲುಪಿರುತ್ತೇವೆ ಮತ್ತು ನಮ್ಮ ಮೇಲೆ ಸರ್ಚ್ ಲೈಟ್‌ನ ಬೆಳಕನ್ನು ಬೀರಲಾಗುತ್ತದೆ. ಯಾರಾದರೂ ಹೆಜ್ಜೆಗಳನ್ನು ಶಿಸ್ತಿನಿಂದ ಇಡಲಿಲ್ಲವೆಂದಾದರೆ, ತಕ್ಷಣವೇ ಪೆಟ್ಟು ಬೀಳುವುದು ಖಚಿತ ಮತ್ತು ಯಾವ ಖೈದಿ ವಿಪರೀತ ಚಳಿಯಿಂದಾಗಿ ಆದೇಶಕ್ಕೂ ಮೊದಲೇ ತನ್ನ ಕ್ಯಾಪ್‌ನ್ನು ಮತ್ತೆ ಹಾಕಿಕೊಂಡುಬಿಡುತ್ತಾನೋ, ಆತನಿಗೆ ಛಡಿಯೇಟು ಗ್ಯಾರಂಟಿ.

ನಾವು ಕತ್ತಲಲ್ಲೇ ದೊಡ್ಡ ದೊಡ್ಡ ಬಂಡೆ ಕಲ್ಲುಗಳ ಮೇಲಿನಿಂದ, ರಸ್ತೆಯ ಬದಿಗಳಲ್ಲಿ ನಿರ್ಮಿಸಲಾದ ಕಲ್ಲಿನ ಕಟ್ಟೆಗಳ ಮೇಲೆ ಅಲುಗಾಡುತ್ತ ನಡೆಯಬೇಕಾಗುತ್ತದೆ. ನಮ್ಮ ಜತೆಯಲ್ಲಿ ಸಾಗುವ ಚೌಕೀದಾರ ನಿರಂತರವಾಗಿ ಬೊಬ್ಬಿಡುತ್ತಲೇ ಇರುತ್ತಾನೆ, ಮತ್ತು ತನ್ನ ಬಂದೂಕಿನ ಹಿಂದಿನ ಭಾಗದಿಂದ ನಮ್ಮನ್ನೆಲ್ಲ ಕುಟ್ಟುತ್ತಲೇ ಇರುತ್ತಾನೆ. ಯಾರ ಕಾಲುಗಳಲ್ಲಿ ಸಹಿಸಲಾಗದ ಹುಣ್ಣುಗಳಿರುತ್ತವೆಯೋ ಅವರು ತಮ್ಮ ಪಕ್ಕದ ವ್ಯಕ್ತಿಯ ಭುಜದ ಮೇಲೆ ಕೊಂಚ ಭಾರ ಹಾಕಿಕೊಂಡು ನಡೆಯುವುದಿರುತ್ತದೆ. ಅಂತಹ ಸಮಯ ಬಾಯಿಯಿಂದ

ಒಂದು ಶಬ್ದವೂ ಹೊರಗೆ ಬರಲಾರದು. ಮಂಜು ತುಂಬಿದ ಶೀತಹವೆ ನಮಗೆ ಸ್ವಲ್ಪ ಮಾತಾಡುವ ಅವಕಾಶವನ್ನಾದರೂ ಎಲ್ಲಿ ನೀಡುತ್ತಿತ್ತು? ತನ್ನ ಎಗರಿನಿಂತ ಕಾಲರ್‌ನ ಹಿಂದೆ ತನ್ನ ಮೋರೆಯನ್ನು ಅಡಗಿಸಿಕೊಂಡು ನನ್ನ ಜತೆಯಲ್ಲಿ ನಡೆಯುತ್ತಿದ್ದ ವ್ಯಕ್ತಿ ನನಲ್ಲಿ ಮೆಲ್ಲಗೆ ಉಸುರಿದ, ಒಂದು ವೇಳೆ ನಮ್ಮ ಪತ್ನಿಯರು ನಮ್ಮ ಈ ಅವಸ್ಥೆಯಲ್ಲಿ ಕಂಡಿದ್ದರೆ ಏನಂದುಕೊಳ್ಳುತ್ತಿದ್ದರೋ...! ಅವರು ಬೇರೊಂದು ಶಿಬಿರದಲ್ಲಿ ಆರಾಮವಾಗಿ ಸಮಯ ಕಳೆಯುತ್ತಿರಬಹುದೆಂದು ಮತ್ತು ಇಲ್ಲಿ ನಮ್ಮ ಮೇಲೆ ನಡೆಯುತ್ತಿರುವ ದೌರ್ಜನ್ಯದ ಕಿಂಚಿತ್ತೂ ಅಂದಾಜು ಅವರಿಗಿಲ್ಲ ಎಂದು ಆಶಿಸುತ್ತೇನೆ.

ಇದನ್ನು ಕೇಳಿದ ತಕ್ಷಣ ನನ್ನ ಕಣ್ಣುಗಳ ಎದುರಿಗೆ ನನ್ನ ಹೆಂಡತಿಯ ಮುಖ ತೇಲಿಬಂತು ಮತ್ತು ನಾವು ಮೈಲುಗಳ ಪರ್ಯಂತ ಎದ್ದೂ ಬೀಳುತ್ತಾ, ಮಂಜುಗಡ್ಡೆಯ ಮೇಲೆ ಜಾರುತ್ತಾ, ಮತ್ತೆ ಮತ್ತೆ ಪರಸ್ಪರ ಸಹಾಯವನ್ನೊದಗಿಸುತ್ತ, ಒಬ್ಬ ಮತ್ತೊಬ್ಬನನ್ನು ಹತ್ತಿಕ್ಕುತ್ತ ನಡೆಯುತ್ತ, ಬಾಯಿಯಿಂದ ಒಂದು ಶಬ್ದವೂ ಹೊರಡದೆ ಸಾಗಿದೆವು; ಆದರೆ ನಾವಿಬ್ಬರೂ ನಮ್ಮ ನಮ್ಮ ಪತ್ನಿಯರ ಬಗ್ಗೆಯೇ ನಿಶ್ಚಯವಾಗಿಯೂ ಯೋಚಿಸುತ್ತಿದ್ದೆವು. ಕೆಲವೊಮ್ಮೆ ನನ್ನ ದೃಷ್ಟಿ ಆಕಾಶದ ಕಡೆಗೆ ಹೊರಳುತ್ತಿತ್ತು, ಅಲ್ಲಿ ನಕ್ಷತ್ರಗಳ ಬೆಳಕು ಕಡಿಮೆಯಾಗುತ್ತಾ ಹೋಗುತ್ತಿತ್ತು ಮತ್ತು ಮೋಡಗಳ ಒಂದು ಸಮೂಹದ ಹಿಂದಿನಿಂದ ಬೆಳಗ್ಗಿನ ಗುಲಾಬಿ ಬಣ್ಣದ ಬೆಳಕು ನಿಧಾನವಾಗಿ ಹೊರಹೊಮ್ಮಲು ತೊಡಗಿತ್ತು. ಆದರೆ ನನ್ನ ಮನಸ್ಸು ಮಾತ್ರ ನನ್ನ ಹೆಂಡತಿಯ ಸ್ಮೃತಿಯೊಂದಿಗೆ ಸಿಕ್ಕಿಹಾಕಿಕೊಂಡಿತ್ತು. ನಾನು ನನ್ನ ಕಲ್ಪನೆಯಲ್ಲಿ ಪೂರ್ತಿ ಸ್ಪಷ್ಟತೆಯೊಂದಿಗೆ ಆಕೆಯನ್ನು ನೋಡಬಲ್ಲವನಾಗಿದ್ದೆ. ಆಕೆ ನನ್ನ ಪ್ರಶ್ನೆಗಳಿಗೆ ಉತ್ತರ ನೀಡುತ್ತಿರುವ ದನಿಯನ್ನು ಕೇಳಿಸಿಕೊಂಡೆ, ಅವಳ ಮುಗುಳ್ನಗು ಹಾಗೂ ಮನಸ್ಸನ್ನು ಹಗುರಗೊಳಿಸಿ ಆಶಾವಾದವನ್ನೂ ಸಾಹಸವನ್ನೂ ಉದ್ದೀಪಿಸುವ ಅವಳ ನೋಟ ಕಂಗೊಳಿಸಿತು. ಅದು ಸುಳ್ಳಾಗಿದ್ದರೂ ಏನಂತೆ, ಅವಳ ನೋಟ, ಈಗಷ್ಟೇ ಕ್ಷಿತಿಜದಿಂದ ಮೇಲೇರಲು ತೊಡಗಿದ್ದ ಸೂರ್ಯನಿಗಿಂತ ಹೆಚ್ಚು ಅಲೌಕಿಕವಾಗಿತ್ತು.

ಈ ಯೋಚನೆ ನನ್ನನ್ನು ಸಮ್ಮೋಹಿತನನ್ನಾಗಿಸಿತ್ತು: **ಬದುಕಿನಲ್ಲಿ ಮೊದಲ ಬಾರಿಗೆ ನಾನು ಆ ಸತ್ಯದ ಅನುಭವ ಪಡೆದೆ, ಬಹಳಷ್ಟು ಕವಿಗಳು ತಮ್ಮ ಕವಿತೆಗಳ ಮೂಲಕ, ಗೀತೆ ರಚನಕಾರರು ತಮ್ಮ ಗೀತೆಗಳ ಮೂಲಕ ಆ ಸತ್ಯಕ್ಕೆ ಸ್ಥಾನ ಕಲ್ಪಿಸಿಕೊಟ್ಟಿದ್ದರು. ಅನೇಕ ಚಿಂತಕರು ಅವರಿಗೆ ಅಂತಿಮ ಪ್ರಜ್ಞೆಯ ಹೆಸರನ್ನು ನೀಡಿದ್ದರು. ಆ ಸತ್ಯವೇನೆಂದರೆ– ಆ ಪ್ರೇಮವೇ ಮಾನವನು ಆಶಿಸಬಹುದಾದ ಅಂತಿಮವೂ ಉಚ್ಚತಮವೂ ಆದ ಗುರಿಯಾಗಿರುತ್ತದೆ.** ಆ ದಿನ ನಾನು ಆ ಮಹಾನ್ ರಹಸ್ಯವನ್ನು ಶೋಧಿಸಲು ಸಾಧ್ಯವಾಯಿತು, ಅದೆಂದರೆ, **ಮನುಷ್ಯನಿಂದ ರಚನೆಗೊಂಡ ಕವಿತೆಗಳು, ಆತನ ವಿಚಾರಗಳು ಮತ್ತು ಮಾನ್ಯತೆಗಳು ಅದನ್ನೇ ಪ್ರಕಟಿಸಲು ಹೊರಟಂತಿದ್ದವು : ಪ್ರೇಮದ ಮಾಧ್ಯಮದಿಂದ ಮತ್ತು ಪ್ರೇಮದಲ್ಲಿ ಮನುಷ್ಯನ ಬಿಡುಗಡೆ ಅಡಗಿದೆ.** ಯಾವ ಪ್ರಕಾರ ಒಬ್ಬ ವ್ಯಕ್ತಿಯ ಪ್ರಪಂಚದಲ್ಲಿ ಏನೂ ಉಳಿದುಕೊಂಡಿಲ್ಲದಿದ್ದಾಗ್ಯೂ, ತನ್ನ ಪ್ರಿಯತಮೆಯನ್ನು ನೆನಪಿಸಿಕೊಂಡಿರುವಾಗ ಅವನು ಆ ಪರಮ ಆನಂದವನ್ನು ಅನುಭವಿಸಲು ಶಕ್ತನಾಗುತ್ತಾನೆ, ಕೇವಲ ಒಂದು ಕ್ಷಣಕ್ಕಾದರೂ ಯಾಕಾಗಿರಬಾರದು, ಎಂಬುದು ನನಗೆ ಮನದಟ್ಟಾಯಿತು. **ಯಾವಾಗ ದುಃಖ ಅಥವಾ ವೇದನೆಯ ಸಮಯದಲ್ಲಿ ಮನುಷ್ಯ ಸಕಾರಾತ್ಮಕತೆಯನ್ನು ಪ್ರಕಟಿಸಲು ಶಕ್ತನಾಗದಿದ್ದರೆ, ತನ್ನ ಕಷ್ಟಗಳನ್ನು ಸನ್ಮಾನ ಪೂರ್ವಕವಾಗಿ ಹಾಗು ಸರಿಯಾದ ರೀತಿಯಲ್ಲಿ ಸಹಿಸಿಕೊಳ್ಳುವುದೇ ಆತನ ಏಕಮಾತ್ರ ಧ್ಯೇಯವಾಗಿದ್ದರೆ – ಅಂತಹ ಸ್ಥಿತಿಯಲ್ಲೂ ಆತ ತನ್ನ ಪ್ರಿಯತಮೆಯ ಚಹರೆಯನ್ನು**

ನೆನೆದುಕೊಂಡು ಸಂಪೂರ್ಣವಾಗಿ ಸಂತೋಷವನ್ನು ಆಸ್ವಾದಿಸಲು ಶಕ್ತನಾಗುತ್ತಾನೆ. ನಾನು ನನ್ನ ಜೀವನದಲ್ಲಿ ಇದೇ ಪ್ರಥಮ ಬಾರಿಗೆ ಯೋಗ್ಯ ರೀತಿಯಲ್ಲಿ ಈ ಮುಂದಿನ ಶಬ್ದಗಳ ಅರ್ಥವನ್ನು ಅರಿಯಲು ಸಾಧ್ಯವಾಯಿತು, 'ದೇವದೂತರು ಒಂದು ಅನಂತ ಕೀರ್ತಿಯ ನಿರಂತರ ಮನನದಲ್ಲಿ ತನ್ಮಯತೆಯಿಂದ ತಲ್ಲೀನರಾಗಿ ಕಳೆದುಹೋಗುತ್ತಾರೆ.'

ಅದೇ ಸಮಯಕ್ಕೆ ನನ್ನೆದುರಿನ ಒಬ್ಬ ವ್ಯಕ್ತಿ ಇದ್ದಕ್ಕಿದ್ದಂತೆ ಮುಗ್ಗರಿಸಿಬಿದ್ದ. ಹಾಗಾಗಿ ಅವನ ಹಿಂದಿನಿಂದ ಬರುತ್ತಿದ್ದವರು ಈತನ ಮೇಲೆ ಬಿದ್ದರು. ಚೌಕೀದಾರ ತಕ್ಷಣ ಪ್ರತ್ಯಕ್ಷನಾಗಿ ಈ ಎಲ್ಲರ ಮೇಲೂ ಚಾಟಿಯಿಂದ ಸತತವಾಗಿ ರಪರಪ ಪ್ರಹಾರ ಮಾಡಿದ. ನನ್ನ ಯೋಚನೆ ಒಂದು ಕ್ಷಣ ಸ್ತಬ್ಧವಾಯಿತು, ಆದರೆ ಮುಂದಿನ ಕ್ಷಣದಲ್ಲೇ ನನ್ನ ಆತ್ಮ ಓರ್ವ ಖೈದಿಯ ಸೆರಗಿನಿಂದ ಹೊರಗೆ ಬಂದು ಬೇರೆಯೇ ಪ್ರಪಂಚಕ್ಕೆ ಹೊರಟು ಹೋಯಿತು ಮತ್ತು ನಾನು ನನ್ನ ಪ್ರೀತಿಯ ಪತ್ನಿಯ ಜತೆಗೆ ಮಾತನಾಡುವುದನ್ನು ಮುಂದುವರಿಸಿದೆ. ನಾನು ಆಕೆಗೆ ಪ್ರಶ್ನೆಗಳನ್ನು ಕೇಳಿದೆ ಅದಕ್ಕೆ ಅವಳು ಉತ್ತರಗಳನ್ನು ನೀಡುತ್ತಾ ಹೋದಳು. ಅವಳೂ ನನಗೆ ಪ್ರಶ್ನೆಗಳನ್ನು ಕೇಳಿದಳು, ನಾನೂ ಅವಳಿಗೆ ಉತ್ತರಗಳನ್ನು ಹೇಳುತ್ತಾ ಸಾಗಿದೆ.

ತಾಳಿ! ನಾವು ಅಲ್ಲಿಗೆ ತಲುಪಿದ್ದಾಗಿತ್ತು, ನಮ್ಮ ದೈನಂದಿನ ದುಡಿಮೆಯ ಜಾಗಕ್ಕೆ. ಪ್ರತಿಯೊಬ್ಬರೂ ಕತ್ತಲಲ್ಲಿ ಮುಳುಗಿದ್ದ ಜೋಪಡಿಗಳತ್ತ ಓಡಿದರು, ತಮಗೆ ಹೆಚ್ಚು ಉಪಯುಕ್ತವೆನಿಸಿದ ಸಲಕರಣೆಗಳನ್ನು ಬಾಚಿಕೊಳ್ಳುವ ಸಲುವಾಗಿ. ಪ್ರತಿಯೋರ್ವ ಒಂದು ಹಾರೆಯನ್ನೋ, ಪಿಕ್ಕಾಸನ್ನೋ ಕೈಗೆತ್ತಿಕೊಂಡ.

'ಹಂದಿಗಳೇ! ನಿಮಗೆ ಬೇಗ ಬೇಗನೇ ಕೈಕಾಲುಗಳನ್ನು ಆಡಿಸುವುದಕ್ಕೆ ಬರುವುದಿಲ್ಲವೇನೋ?' ನಾವು ಬೇಗನೇ ನಮ್ಮ ನಮ್ಮ ಕಂದಕಗಳಲ್ಲಿ ಇಳಿದು ಕೆಲಸ ಮಾಡಲು ತೊಡಗಿದೆವು. ಪಿಕ್ಕಾಸಿನ ಹೊಡೆತಕ್ಕೆ ಮಂಜುಗಡ್ಡೆಯಂತಹ ನೆಲ ಒಡೆದು ತುಣುಕುಗಳು ಚೂರುಚೂರಾಗಿ ಚಿಮ್ಮಿದವು. ಪ್ರತಿಯೊಬ್ಬ ಖೈದಿಯೂ ಮೌನವಾಗಿದ್ದ, ಅವರೆಲ್ಲರ ಮಿದುಳು ಮರಗಟ್ಟಿಹೋಗಿತ್ತೇನೋ.

ಈಗಲೂ ನನ್ನ ಮನಸ್ಸು ನನ್ನ ಹೆಂಡತಿಯ ಬಗೆಗಿನ ಸುಂದರ ಸ್ಮೃತಿಯಲ್ಲೇ ಕಳೆದು ಹೋಗಿತ್ತು. ಇದ್ದಕ್ಕಿದ್ದ ಹಾಗೆ ನನ್ನ ಮನಸ್ಸಿನಲ್ಲಿ ಒಂದು ಯೋಚನೆ ಬಂತು, ಅವಳು ಇನ್ನೂ ಜೀವಂತವಾಗಿದ್ದಾಳೆಯೇ ಇಲ್ಲವೋ ಅಂತ. ನನಗಂತೂ ಒಂದು ವಿಷಯದಲ್ಲಿ ಪೂರ್ತಿ ವಿಶ್ವಾಸವಿತ್ತು – ಅದನ್ನು ನಾನು ಈವರೆಗೆ ಚೆನ್ನಾಗಿ ಅರ್ಥಮಾಡಿಕೊಂಡಿದ್ದೆ: ಪ್ರೇಮ, ಪ್ರಿಯತಮೆಯ ಭೌತಿಕ ರೂಪಕ್ಕಿಂತಲೂ ಹೆಚ್ಚಾದುದು ಅಂತ. ಅದು ಅವಳ ಆಧ್ಯಾತ್ಮಿಕ ಸ್ವರೂಪದಲ್ಲಿ ಅಥವಾ ಆಂತರಿಕ ವ್ಯಕ್ತಿತ್ವದಲ್ಲಿ ಇನ್ನೂ ಗಹನವಾದ ಅರ್ಥಕ್ಕೆ ನಿಲುಕುತ್ತದೆ ಎಂಬುದು. ಆಕೆ ವಾಸ್ತವಿಕ ರೂಪದಲ್ಲಿ ಅಸ್ತಿತ್ವದಲ್ಲಿ ಇದ್ದಿರಲಿ ಇಲ್ಲದಿರಲಿ, ಆಕೆ ಜೀವಂತವಾಗಿದ್ದಿರಲಿ ಇಲ್ಲದಿರಲಿ, ಈ ಎಲ್ಲಾ ಮಾತುಗಳು ನಗಣ್ಯವಾಗುತ್ತವೆ.

ನನ್ನ ಪತ್ನಿ ಜೀವಂತವಿದ್ದಳೋ ಅಥವಾ ಅವಳನ್ನು ಕೊಲ್ಲಲಾಗಿತ್ತೋ ಎನ್ನುವ ವಿಚಾರ ನನಗೆ ತಿಳಿದಿರಲಿಲ್ಲ. ಹಾಗಂತ ಆ ಬಗ್ಗೆ ನನಗೆ ತಿಳಿದುಕೊಳ್ಳಲು ಯಾವುದೇ ಸಾಧನವೂ ಇದ್ದಿರಲಿಲ್ಲ (ನನ್ನ ಪೂರ್ತಿ ಸೆರೆವಾಸದ ಅವಧಿಯಲ್ಲಿ ನನಗೆ ಯಾವುದೇ ಪತ್ರ ಬರಲೂ ಇಲ್ಲ, ಯಾವುದೇ ಪತ್ರವನ್ನು ನಾನು ಕಳುಹಿಸಲೂ ಆಗಲಿಲ್ಲ); ಅಂತೂ ಆ ಸಮಯಗಳಲ್ಲಿ ಅದು ಅಷ್ಟೊಂದು ಮುಖ್ಯವಾಗಿರಲಿಲ್ಲ. ಅದರ ಅವಶ್ಯಕತೆಯೂ ನನಗಿರಲಿಲ್ಲ. ನನ್ನ ಪ್ರಕಾರ ನನ್ನ ಪ್ರೇಮದ ಶಕ್ತಿಯನ್ನು, ನನ್ನ ಯೋಚನೆಗಳನ್ನು ಮತ್ತು ನನ್ನ ಪ್ರಿಯತಮೆಯ

ಬಿಂಬವನ್ನು ಯಾರೂ ಮುಟ್ಟಲು ಸಾಧ್ಯವಿಲ್ಲ. ಅಂದರೆ ನನ್ನ ಪತ್ನಿಯ ಮೃತ್ಯುವಾಗಿದೆ ಎಂದು ನನಗೆ ಗೊತ್ತಾಗಿದ್ದರೂ ನನಗೆ ಅಂತಹ ವ್ಯತ್ಯಾಸವೇನೂ ಅನ್ನಿಸುತ್ತಿರಲಿಲ್ಲ ಯಾಕೆಂದರೆ, ಆಕೆಯೊಂದಿಗಿನ ನನ್ನ ಮಾನಸಿಕ ಸಂವಾದ ಎಷ್ಟೊಂದು ತೀವ್ರವಾಗಿತ್ತು ಮತ್ತು ಸಂತಸದಾಯಕವಾಗಿತ್ತೆಂದರೆ, "ನನ್ನನ್ನು ತನ್ನ ಹೃದಯದಲ್ಲಿ ಅಂಕಿತವಾಗಿಸಿಕೋ, ಪ್ರೇಮ ಮೃತ್ಯುವಿನಷ್ಟೇ ಬಲಶಾಲಿ" ಎನ್ನುವ ಹಾಗಿತ್ತು.

ಇದೇ ಗಹನವಾದ ಆಂತರಿಕ ಜೀವನವೇ, ಖೈದಿಗಳು ತಮ್ಮ ಖಾಲಿತನ, ಏಕಾಂಗಿತನ ಮತ್ತು ಅವರ ಅಸ್ತಿತ್ವದ ಆಧ್ಯಾತ್ಮಿಕ ಬಡತನದಿಂದ ಅವರನ್ನು ಮೇಲಕ್ಕೆತ್ತಲು ಸಹಾಯವಾಯಿತು, ಅವರಿಗೆ ತಮ್ಮ ಗತಜೀವನದಲ್ಲಿ ಮುಳುಗಿಹೋಗಲು ಅನುವುಮಾಡಿಕೊಡುತ್ತ. ಅವರಿಗೆ ಪೂರ್ತಿಯಾಗಿ ಸ್ವಾತಂತ್ರ್ಯ ನೀಡಿದಾಗ, ಅವರು ತಮ್ಮ ಕಳೆದುಹೋದ ಕಲ್ಪನಾ ಲೋಕದಲ್ಲಿ ನಿರ್ಭಿಡೆಯಿಂದ ವಿಹರಿಸಲು ತೊಡಗಿ, ಅದರಲ್ಲಿ ದೊಡ್ಡ ಘಟನೆಗಳಲ್ಲ ಚಿಕ್ಕಪುಟ್ಟ ಸಂಗತಿಗಳು ಅವರನ್ನು ಸಾರ್ಥಕಗೊಳಿಸುವಂತಾದವು. ಖೈದಿಗಳ ನೆನಪಿನ ಪ್ರಭಾವದಲ್ಲಿ ಅಂತಹ ಚಿಕ್ಕ ವಿಷಯಗಳೂ ವಿಚಿತ್ರವಾಗಿ ಅವರನ್ನು ಭವ್ಯತೆಗೆ ಒಯ್ಯುವಂತಾಗುತ್ತಿತ್ತು. ಅವರ ಕುಟುಂಬವೂ ಅವರ ಅಸ್ತಿತ್ವವೂ ಬಹಳಷ್ಟು ದೂರವಿದ್ದರೂ ಆತ್ಮ ಮಾತ್ರ ನಿಕಟತೆಯನ್ನು ಪಡೆಯಲು ಆತುರವಾಗುತ್ತಿತ್ತು: ನಾನು ಮನಸ್ಸಿನಲ್ಲೇ ಬಸ್ಸಿನ ಸವಾರಿ ಮಾಡುತ್ತ, ನನ್ನ ಮನೆಯ ಬಾಗಿಲನ್ನು ತೆರೆಯುತ್ತ, ನನಗೆ ಬಂದ ಫೋನ್‌ಕಾಲ್‌ಗೆ ಉತ್ತರಿಸುತ್ತ, ವಿದ್ಯುತ್ ಬಲ್ಬನ್ನು ಬೆಳಗಿಸುತ್ತೇನೆ. ಪ್ರಾಯಃ ನಮ್ಮ ವಿಚಾರಗಳು ಇಂತಹ ವಿವರಗಳ ಸುತ್ತ ತಿರುಗುತ್ತಿದ್ದವು ಮತ್ತು ಇವೇ ನೆನಪುಗಳು ಯಾವುದೇ ಕಣ್ಣುಗಳನ್ನು ತುಂಬುವಂತೆ ಮಾಡಲು ಸಾಕಾಗುತ್ತವೆ.

೮

ಪ್ರಕೃತಿಯ ನಿಕಟತೆ

ಯಾವನೇ ಖೈದಿಯ ಆಂತರಿಕ ಬದುಕು ಗಹನವಾಗುತ್ತಾ ಹೋದಂತೆ ಆತನಿಗೆ ಕಲೆ ಮತ್ತು ಪ್ರಕೃತಿಯಿಂದ ರಸಾಸ್ವಾದನೆ ಮಾಡುವ ಖಯಾಲಿ ಹೆಚ್ಚುತ್ತಾ ಹೋಗುತ್ತದೆ. ಹಾಗೆ ಆತ ತನ್ನ ಜೀವನದಲ್ಲಿ ಎಂದಿಗೂ ಮಾಡಿರುವುದಿಲ್ಲ, ಅದನ್ನು ಕಂಡಿರುವುದಿಲ್ಲ. ಅಂತಹ ಪ್ರಭಾವದಲ್ಲಿದ್ದಾಗ ಆತ ತನ್ನ ಭಯಾನಕ ಪರಿಸ್ಥಿತಿಯನ್ನು ಕೂಡಾ ಮರೆಯುವಂತಾಗುತ್ತದೆ. ಆಶ್ವಿಜ್‌ನಿಂದ ಬೈವರಿಯನ್‌ನ ಕ್ಯಾಂಪ್‌ಗೆ ಸಾಗುವ ಹಾದಿಯಲ್ಲಿ ಬರುವ ಸಾಲ್ಜಬರ್ಗ್‌ನ ಪರ್ವತದ ಶಿಖರವು ಸೂರ್ಯನ ಬೆಳಕಿನಿಂದ ಕಂಗೊಳಿಸುವುದನ್ನು ನಮ್ಮ ಸೆರೆಯಾಳುಗಳು ವಾಹನದ ಕಿಟಕಿಯಿಂದ ಆಸ್ವಾದಿಸುವಾಗ ನಮ್ಮ (ಸೆರೆಯಾಳುಗಳ) ಮುಖಗಳನ್ನು ಯಾರಾದರೂ ನೋಡಿದ್ದರೆ, "ಇವರೇನಾ ತಮ್ಮ ಜೀವನದ ಹಾಗು ಸ್ವಾತಂತ್ರ್ಯದ ಎಲ್ಲ ಭರವಸೆಯನ್ನು ಕಳೆದುಕೊಂಡವರು!" ಎಂದು ಆಚ್ಚರಿಪಡುತ್ತಿದ್ದರು. ಅದನ್ನವರು ನಂಬುತ್ತಲೇ ಇರಲಿಲ್ಲ. ಏಕೆಂದರೆ ಆಗ ನಮ್ಮ ಮುಖಗಳೂ ಆ ಕಾಂತಿಯಿಂದ ಕಂಗೊಳಿಸುತ್ತಿದ್ದವು. ಈ ಕಾರಣದಿಂದಲೇ ಅಥವಾ ಅದರ ಹೊರತಾದ ಕಾರಣದಿಂದೇನೋ–ನಾವು ಇಷ್ಟು ದಿನ ಆಸ್ವಾದಿಸದ ಪ್ರಕೃತಿಯ ಸೌಂದರ್ಯದಲ್ಲಿ ಲೀನವಾದೆವು.

ಶಿಬಿರದಲ್ಲೂ ಅಷ್ಟೇ, ಯಾವನೇ ವ್ಯಕ್ತಿ ಕೆಲಸ ಮಾಡುತ್ತಿರುವಾಗ, ತನ್ನ ಗೆಳೆಯನ ಗಮನವನ್ನು ಬೈವರಿಯನ್ ಕಾಡುಗಳ ಹಾದಿಯಲ್ಲಿ ಮರಗಳ ನಡುವೆ ಇಣುಕುತ್ತಿದ್ದ ಸೂರ್ಯಾಸ್ತದ ನೋಟದತ್ತ ಹರಿಸುವುದಿತ್ತು (ಡುರರ್‌ನ ಪ್ರಸಿದ್ಧ ಜಲವರ್ಣ ಚಿತ್ರದಲ್ಲಿರುವ ಹಾಗೆ). ಅದೇ ಕಾಡಿನಲ್ಲಿ ನಾವು ಯುದ್ಧ ಸಾಮಗ್ರಿಗಳನ್ನು ಸಂಗ್ರಹಿಸಿ ಇಡುವುದಕ್ಕಾಗಿ ಒಂದು ವಿಶಾಲವಾದ

ಕೊಠಡಿಯನ್ನು ತಯಾರಿಸಿದ್ದೆವು. ಒಂದು ಸಂಜೆ ನಾವು ನಮ್ಮ ಗುಡಿಸಲಿನಲ್ಲಿ ವಿಶ್ರಾಂತಿ ತೆಗೆದುಕೊಳ್ಳುತ್ತಿದ್ದ ಸಮಯ, ಕೆಲವರು ಸುಸ್ತಿನಿಂದ ಮಲಗಿಕೊಂಡಿದ್ದರೆ, ಇನ್ನು ಕೆಲವರು ತಮ್ಮ ಕೈಗಳಲ್ಲಿ ಸೂಪ್‌ನ ಬೌಲ್‌ನ್ನು ಹಿಡಿದುಕೊಂಡಿದ್ದರೆ, ಆಕಸ್ಮಿಕವಾಗಿ ಒಬ್ಬ ವ್ಯಕ್ತಿ ಓಡುತ್ತಾ ಓಡುತ್ತಾ ಬಂದ ಮತ್ತು ಹೇಳಿದ, 'ನಾವೆಲ್ಲಾ ದೊಡ್ಡದಾದ ಮೈದಾನದಲ್ಲಿ ಏಕತ್ರ ಸೇರಬೇಕೆಂದೂ ಅದ್ಭುತವಾದ ಸೂರ್ಯಾಸ್ತವನ್ನು ನೋಡಲು ಅವಕಾಶವಾದೀತೆಂದೂ' ಹೇಳಿದ. ನಾವು ಹೊರಗಡೆ ಬಂದು ಪಶ್ಚಿಮದ ಕಡೆ ನೋಡಿದಾಗ ಅಲ್ಲಿ ಹೊಳೆಯುತ್ತಿರುವ ಮೋಡಗಳನ್ನು ಕಂಡೆವು. ಹಾಗೆ ರಂಗನ್ನು ಬದಲಿಸುತ್ತಿರುವ ಆಕಾರವನ್ನು ಬದಲಿಸುತ್ತಿರುವ ಮೋಡಗಳಿಂದಾಗಿ ಆಕಾಶವೇ ಜೀವಂತವಾಗಿ ಹೋಯಿತಲ್ಲದೆ ಕೆಂಪಿನ ಛಾಯೆ ಸುತ್ತಲೂ ಪ್ರಭೆಯನ್ನು ಬೀರಿತು. ನಮ್ಮ ಹಿಂದೆ ಉದಾಸೀನತೆಯ ಆಗರವಾಗಿ ಕೆಸರು ಕಶ್ಮಲಗಳನ್ನು ಮೆತ್ತಿಕೊಂಡ ಗುಡಿಸಲುಗಳು ಒಂದು ವಿರೋಧಾಭಾಸದ ದೃಶ್ಯವನ್ನು ತೋರಿಸುತ್ತಿತ್ತು, ಅಂತೆಯೇ ಕೆಸರಿನಿಂದ ತುಂಬಿದ ಮೈದಾನದ ಅಂಚುಗಳಲ್ಲಿ ತುಂಬಿಕೊಂಡಿರುವ ನೀರಲ್ಲಿ ಸೂರ್ಯ ಬಿಂಬ ಮಿನುಗುತ್ತಿತ್ತು. ಹೀಗೆ ಮಡುಗಟ್ಟುತ್ತಾ ಹೋದ ಮೌನದ ನಡುವೆಯೇ ಯಾವನೋ ಖೈದಿಯ ಮುಖದಿಂದ ಹೊರಬಿದ್ದ ಶಬ್ದಗಳು ಇವೆ: 'ಈ ಪ್ರಪಂಚ ಎಷ್ಟೊಂದು ಸುಂದರವಾಗುವುದಕ್ಕೆ ಸಾಧ್ಯವಿತ್ತು!'

ಒಂದು ಸಲದ ಮಾತು, ನಾವು ಅದಾವುದೋ ಕಂದಕದ ಒಳಗೆ ಕೆಲಸದಲ್ಲಿ ನಿರತರಾಗಿದ್ದೆವು. ನಮ್ಮ ಗೋಚರಕ್ಕೆ ಬಂದ ಆಕಾಶ ಬೂದು ಬಣ್ಣದಲ್ಲಿತ್ತು. ಇನ್ನೂ ನಿಚ್ಚಳ ಬೆಳಗಾಗಿರಲಿಲ್ಲ ಮತ್ತು ಆ ಮಂಕು ಪ್ರಕಾಶದ ನಡುವೆ ಮಂಜುಗಡ್ಡೆಗಳು ಕೂಡಾ ಬೂದು ಬಣ್ಣ ತಳೆದಿದ್ದವು. ನನ್ನ ಸಹಪ್ರವರ್ತಕನೂ ಅದೇ ಬೂದು ಬಣ್ಣದ ರಂಗಿನಲ್ಲೇ ಇದ್ದ, ಬಹುಶಃ ಕೆಸರನ್ನು ಮೆತ್ತಿಕೊಂಡಿದ್ದರಿಂದ ಇದ್ದಿರಬಹುದು.

ನಾನು ಮತ್ತೊಮ್ಮೆ ನನ್ನ ಪತ್ನಿಯ ಜತೆಗೆ ಮೆಲ್ಲಮೆಲ್ಲನೆ ಮಾತುಕತೆಗೆ ತೊಡಗಿದೆ ಅಥವಾ ನನ್ನ ಕಷ್ಟಗಳಿಗೆ, ನನ್ನ ಮೃತ್ಯುವಿನತ್ತ ನಿಧಾನವಾಗಿ ಸಾಗುತ್ತಿರುವುದಕ್ಕೆ ಕಾರಣ ಹುಡುಕುತ್ತಿದ್ದೇನೇನೋ. ನನ್ನ ಕಡೆಗೆ ದಾಪುಗಾಲು ಹಾಕುತ್ತಾ ಬರುತ್ತಿದ್ದ ಮೃತ್ಯುವಿನ ಕಡೆಗೆ ಕಟ್ಟಕಡೆಯ ವಿರೋಧವನ್ನು ವ್ಯಕ್ತಪಡಿಸುವ ಸಲುವಾಗಿಯೋ ಎಂಬಂತೆ ನನ್ನ ಉದಾಸೀನವನ್ನು ಸೀಳಿ ನನ್ನ ಆತ್ಮ ಒಂದು ಬಗೆಯಲ್ಲಿ ಚೈತನ್ಯದಿಂದ ಪುಟಿದೆದ್ದಂತೆ ತೋರಿತು. ನನಗನಿಸಿತು, ಅದು ಸಮಸ್ತ ನಿರಾಶೆಯ ಮತ್ತು ನಿರರ್ಥಕ ಜಗತ್ತನ್ನು ಮೀರಿ ಜೀವಂತವಾಗಿಸಿದ್ದಂತೆ ತೋರಿತು. ನಾನು ಎಂದಾದರೂ ನನ್ನ ಅಸ್ತಿತ್ವದ ಸಾರ್ಥಕ ಉದ್ದೇಶದ ಕುರಿತು ಪ್ರಶ್ನೆಯನ್ನು ಎತ್ತಿದಾಗೆಲ್ಲ ಅದೆಲ್ಲಿಂದ ಕೇಳಿಸುತ್ತಿತ್ತೋ 'ಹೌದು' ಎನ್ನುವ ವಿಜಯೀ ಸ್ವರ. ಅದೇ ಒಂದು ಕ್ಷಣದಲ್ಲಿ ದೂರದ ಅದಾವುದೋ ಫಾರ್ಮ್ ಹೌಸಿನಲ್ಲಿ ದೀಪ ಬೆಳಗುತ್ತಿರುವುದು ಕಾಣಿಸಿತು. ಅದು ಕ್ಷಿತಿಜದಲ್ಲಿ ನಿಂತಿತ್ತು, ಯಾವುದೋ ಚಿತ್ರದಲ್ಲಿದ್ದ ಹಾಗೆ. ಕತ್ತಲಿನಲ್ಲಿ ಪ್ರಕಾಶ ಬೆಳಗಿದಂತೆ ತೋರಿತು. ನಾನು ಗಂಟೆಗಟ್ಟಲೆ ಅದೇ ಮಂಜುಗಡ್ಡೆಯ ಹಾಸಿನಲ್ಲೇ ಕಾರ್ಯನಿರತನಾಗಿದ್ದೆ, ಓರ್ವ ಸಿಪಾಯಿ ನನ್ನತ್ತ ತಿರುಗಿ ಅವಮಾನಿಸುತ್ತ ನಡೆದ, ನಾನು ಇನ್ನೂ ನನ್ನ ಪತ್ನಿಯೊಂದಿಗಿನ ವಾರ್ತಾಲಾಪದಲ್ಲೇ ಮುಳುಗಿದ್ದೆ. ನಾನು ಆಕೆಯನ್ನು ಅದೆಷ್ಟು ಸಮೀಪದಲ್ಲಿ ಇರುವಂತೆ ಅನುಭವಿಸುತ್ತಿದ್ದೆನೋ ಹಾಗೆಯೇ ಅವಳನ್ನು ಸ್ಪರ್ಶಿಸಲೂ ಸಾಧ್ಯವೆನ್ನುವಂತಿತ್ತು. ನನ್ನ ಕೈಯನ್ನು ಮುಂದಕ್ಕೆ ಚಾಚಿ ಅವಳ ಕೈಯ್ಯನ್ನು ಮುಟ್ಟಲು ಸಾಧ್ಯವಿದ್ದಂತಿತ್ತು. ಈ ಭಾವನೆ ಬಹಳ ಪ್ರಬಲವಾಗಿತ್ತು, ಅವಳು ಅಲ್ಲಿಯೇ ಇದ್ದಳು. ಅದೇ

ಸಮಯದಲ್ಲಿ ಒಂದು ಹಕ್ಕಿ ಸುಮ್ಮನೆ ಕಿಚಾಯಿಸುತ್ತ ಹಾರಿ ಬಂತು ಮತ್ತು ನನ್ನ ಎದುರಿಗೆ ಬಂದು ಕುಳಿತಿತು. ಅದು ನಾನು ಇಷ್ಟು ಸಮಯದಿಂದ ಬಹಳ ಕಷ್ಟದಿಂದ ಪೇರಿಸಿ ಹಾಕಿದ್ದ ಮಣ್ಣಿನ ದಿಣ್ಣೆಯ ಮೇಲೆಯೇ ಕುಳಿತಿತ್ತು. ಅದು ನನ್ನ ಕಡೆಗೆ ವಿಲಕ್ಷಣವಾಗಿ ನೋಡಿತು.

ಕಲೆಯಿಂದ ಪ್ರೇಮ

ನಾನು ಕಲೆಯ ಬಗೆಗಿನ ನನ್ನ ಆಸಕ್ತಿಯನ್ನು ಮೊದಲೂ ಪ್ರಸ್ತಾಪಿಸಿದ್ದೆ. ಯಾತನಾ ಶಿಬಿರದಲ್ಲೂ ಕಲೆಯಂತಹ ಒಂದು ವಿಷಯ ಅಸ್ತಿತ್ವದಲ್ಲಿರಲು ಸಾಧ್ಯವೇ? ನಿಜಕ್ಕೂ ನೀವು ಕಲೆಯೆಂದು ಯಾವುದನ್ನು ಗುರುತಿಸುತ್ತೀರೋ ಅದನ್ನು ಈ ವಿಚಾರ ಅವಲಂಬಿಸಿರುತ್ತದೆ. ಎಲ್ಲರ ಜತೆಗೆ ಬೆರೆತುಕೊಂಡು ಕುಳಿತುಕೊಳ್ಳಲು ಒಂದೊಂದು ಜಾಗವನ್ನು ನಿರ್ಧರಿಸಲಾಗುತ್ತಿತ್ತು. ಒಂದು ಸೂಕ್ತವಾದ ಗುಡಿಸಲನ್ನು ಸ್ವಚ್ಛಗೊಳಿಸಿ ಕೆಲವು ಮರದ ಬೆಂಚುಗಳನ್ನು ಜೋಡಿಸಿಕೊಂಡು ಅಲ್ಲಿ ಕಾರ್ಯಕ್ರಮವನ್ನು ಸಂಘಟಿಸಲಾಗುತ್ತಿತ್ತು. ಸಂಜೆಯ ಆ ಸಮಯ ಕ್ಯಂಪಿನಲ್ಲಿ ಸ್ವಲ್ಪ ಒಳ್ಳೆಯ ಹುದ್ದೆಯಲ್ಲಿದ್ದ ಕ್ಯಾಪೋಸ್‌ಗಳು ಮತ್ತು ಕರ್ಮಚಾರಿಗಳು ಅಲ್ಲಿ ಕಲೆಯುತ್ತಿದ್ದರು. ಅವರನ್ನು ದೂರದ ಪೆರೇಡ್‌ಗಳಿಗೆ ಕಳುಹಿಸಲಾಗುತ್ತಿದ್ದಿರಲಿಲ್ಲ. ಅವರೆಲ್ಲ ಒಟ್ಟಾಗಿ ನಗುವುದಕ್ಕೋ, ಅಳುವುದಕ್ಕೋ ಬಂದಂತಿತ್ತು. ಏನೇ ಹೇಳಿ, ಅವರು ಎಲ್ಲವನ್ನೂ ಮರೆಯುವುದಕ್ಕೆ ಬಂದಂತಿತ್ತು. ಅಲ್ಲಿ ಹಾಡುಗಳನ್ನು, ಕೆಲವು ಕವಿತೆಗಳನ್ನು ಹಾಗೂ ಚುಟುಕುಗಳನ್ನು ಹೇಳಲಾಗುತ್ತಿತ್ತು, ಅವುಗಳಲ್ಲಿ ಕೆಲವು ಕ್ಯಾಂಪಿನ ಕುರಿತಾದ ವ್ಯಂಗ್ಯವೂ ಸೇರಿರುತ್ತಿದ್ದವು. ನಾವು ನಮ್ಮ ವಾಸ್ತವದ ಭೀಕರತೆಯನ್ನು ಮರೆಯುವುದಕ್ಕೋಸ್ಕರವೇ ಅವನ್ನು ಆಯೋಜಿಸಲಾಗಿದೆ ಎಂದು ಅನ್ನಿಸುತ್ತಿತ್ತು. ವಾಸ್ತವದಲ್ಲಿ ಹಾಗೆಯೇ ಆಗಿರುತ್ತಿದ್ದಿತು. ಇಂತಹ ಬೈಠಕ್‌ಗಳು ಎಷ್ಟೊಂದು ಪ್ರಭಾವಿಯಾಗಿರುತ್ತಿದ್ದವು ಅಂದರೆ ಸಾಮಾನ್ಯ ಖೈದಿಗಳು ಕೂಡಾ ಅವರೆಷ್ಟೇ ದಣಿದಿರಲಿ, ಅದನ್ನು ಲೆಕ್ಕಿಸದೆ ಈ ಕಾರ್ಯಕ್ರಮದ ಭಾಗವಾಗುವುದಕ್ಕೆ ಬಯಸುತ್ತಿದ್ದರು. ಅದರಿಂದ ಅವರ ಪಾಲಿಗೆ ಬರುತ್ತಿದ್ದ ಭೋಜನವನ್ನು ಕಳೆದುಕೊಳ್ಳುವುದಕ್ಕೂ ತಯಾರಿರುತ್ತಿದ್ದರು.

ನಾವು ಕೆಲಸದ ಮೇಲೆ ಹೋದ ಸಂದರ್ಭಗಳಲ್ಲಿ ನಮಗೆ ಊಟಕ್ಕಾಗಿ ಅರ್ಧ ತಾಸಿನ ಸಮಯಾವಕಾಶ ಸಿಗುತ್ತಿತ್ತು. ಆಗ ಸೂಪ್‌ನ್ನು ವಿತರಿಸಲಾಗುತ್ತಿತ್ತು. (ಅದಕ್ಕೋಸ್ಕರ ಹೆಚ್ಚು ಖರ್ಚು ಮಾಡಲಾಗುತ್ತಿರಲಿಲ್ಲ, ಹಾಗಾಗಿ ಅದನ್ನು ಗುತ್ತಿಗೆದಾರರಿಗೆ ಒಪ್ಪಿಸಲಾಗುತ್ತಿತ್ತು.) ಆ ಪ್ರಯುಕ್ತ ನಮ್ಮನ್ನು ದೂರದ ಇಂಜಿನ್‌ನ ಕೊಠಡಿಯಲ್ಲಿ ಕುಳಿತುಕೊಳ್ಳುವುದಕ್ಕೆ ಪರವಾನಗಿ ಸಿಗುತ್ತಿತ್ತು. ಹಾಗೆ ಅಲ್ಲಿಗೆ ತೆರಳಿದಾಗ ಪ್ರತಿಯೊಬ್ಬರಿಗೂ ಒಂದು ಸೌಟಿನಷ್ಟು ಸೂಪ್ ಸಿಗುತ್ತಿತ್ತು. ನಾವು ಅದನ್ನು ಗುಟುಕರಿಸುವ ವೇಳೆ ಯಾರೊಬ್ಬನಾದರೂ ಅಲ್ಲಿನ ಟಬ್‌ನ ಮೇಲೇರಿ ಹಾಡನ್ನು ಹಾಡಲು ಶುರು ಮಾಡುವುದಿತ್ತು. ನಾವು ಆ ಹಾಡಿನ ಆನಂದದಲ್ಲಿ ತೇಲುತ್ತಿದ್ದರೆ, ಆ ಹಾಡುಗಾರನಿಗೆ ಎರಡು ಪಟ್ಟು ಸೂಪ್‌ನ್ನು ನೀಡಲಾಗುತ್ತಿತ್ತು, ಅದೂ ಪಾತ್ರೆಯ ತಳದಿಂದ; ಪಾತ್ರೆಯ ತಳಕ್ಕೆ ಸೌಟನ್ನು ಇಳಿಸಿ ಸೂಪ್‌ನ್ನು ಬಾಚಿದಿರೆಂದರೆ ಅದರಲ್ಲಿ ಬಟಾಣಿಯ ಕಾಳುಗಳು ಪುಷ್ಕಳವಾಗಿ ಸೇರಿಕೊಳ್ಳುವ ಸಾಧ್ಯತೆಗಳಿರುತ್ತಿದ್ದವು!

ಕ್ಯಾಂಪ್‌ನಲ್ಲಿ ಕೇವಲ ಮನರಂಜನೆ ನೀಡುವವರಿಗೆ ಮಾತ್ರವೇ ಪುರಸ್ಕಾರ ಸಿಗುತ್ತಿದ್ದುದಲ್ಲ, ಚಪ್ಪಾಳೆ ತಟ್ಟಿ ಕಾರ್ಯಕ್ರಮಕ್ಕೆ ಮೆಚ್ಚುಗೆಯನ್ನು ವ್ಯಕ್ತಪಡಿಸುವವರಿಗೂ ಸಾಕಷ್ಟು ಲಾಭವಾಗುತ್ತಿತ್ತು. ಅದಕ್ಕೆ ನನ್ನ ಉದಾಹರಣೆಯನ್ನೇ ತೆಗೆದುಕೊಂಡರೆ,

ಕ್ಯಾಂಪ್‌ನಲ್ಲಿ ಅತ್ಯಂತ ಗರ್ವಿಷ್ಠ ಕ್ಯಾಪೋ ಅನ್ನಿಸಿಕೊಂಡಿರುವವ ನನಗೆ ಸಂರಕ್ಷಣೆಯನ್ನು ನೀಡಬಹುದಿತ್ತು. (ನಿಜವೆಂದರೆ ನಾನೊಬ್ಬ ಅದೃಷ್ಟವಂತನಾಗಿದ್ದು ನನಗೆ ಅಂತಹ ಸಹಾಯದ ಅವಶ್ಯಕತೆ ಬರಲಿಲ್ಲವೆನ್ನಿ.) ಆ ವ್ಯಕ್ತಿ ಹಲವು ಕಾರಣಗಳಿಂದ 'ಕೊಲೆಗಡುಕ ಕ್ಯಾಪೋ' ಎಂದೇ ಪ್ರಸಿದ್ಧನಾಗಿದ್ದ. ಅದು ಹೇಗಾಯಿತೆಂದರೆ ನಾನು ಹಿಂದೊಮ್ಮೆ ಆಧ್ಯಾತ್ಮಿಕ ಕೂಟದಲ್ಲಿ ಪಾಲ್ಗೊಳ್ಳಲು ತೆರಳಿದ್ದ ಅದೇ ಕೊಠಡಿಗೆ ಮತ್ತೆ ನನ್ನನ್ನು ಕರೆಸಲಾಯಿತು. ಅಲ್ಲಿ ಪ್ರಮುಖ ವೈದ್ಯರ ಜತೆಗೆ ಅವರ ನಿಕಟ ಮಿತ್ರರಾದ ಕಾನೂನು ಬಾಹಿರವಾಗಿ ಬಂದಿದ್ದ ಸ್ಯಾನಿಟರಿ ಅಧಿಕಾರಿ ಕೂಡಾ ಉಪಸ್ಥಿತನಿದ್ದ. ಅದೇ ಸಮಯದಲ್ಲಿ ಕೊಲೆಗಡುಕ ಕ್ಯಾಪೋ ಅಲ್ಲಿ ಹಾಜರ್. ಆತನಿಗೆ ತನ್ನ ಒಂದು ಕವಿತೆಯನ್ನು ಹಾಡಲು ಅವಕಾಶವನ್ನು ನೀಡಲಾಗಿತ್ತು, ಅದಾಗಲೇ ಆ ಕವಿತೆ ಲೋಕಪ್ರಿಯವಾಗಿತ್ತು (ಲೋಕ[ಅ]ಪ್ರಿಯವಾಗಿತ್ತು). ಆತನಿಗೆ ಮತ್ತೊಮ್ಮೆ ಹಾಡಲು ಯಾರೂ ಕೇಳಿರಲಿಲ್ಲ, ಆದರೂ ಆತ ತನ್ನ ಕಿಸೆಯಿಂದ ಡೈರಿಯನ್ನು ಹೊರತೆಗೆದು ನಮಗೆ ತನ್ನ ಕಲೆಯ ನಮೂನೆಯನ್ನು ನೀಡುವ ತಯಾರಿಯಲ್ಲಿ ನಿರತನಾದ. ಆತನ ಒಂದು ಪ್ರೇಮ ಕವಿತೆಯನ್ನು ಕೇಳಿ ನನಗೆ ಎಷ್ಟೊಂದು ನಗು ಬಂತೆಂದರೆ, ನಗುವನ್ನು ತಡೆಯುವುದಕ್ಕಾಗಿ ನಾನು ತುಟಿಗಳನ್ನು ಕಚ್ಚಿ ಹಿಡಿಯಬೇಕಾಯಿತು. ಆ ಮೂಲಕ ನಾನು ಆ ದಿನ ನನ್ನ ಜೀವವನ್ನು ಉಳಿಸಿಕೊಂಡೆ. ನಾನು ಮನಸ್ಸು ಬಿಚ್ಚಿ ಹೊಗಳುವುದರಲ್ಲೂ ನಿಸ್ಸೀಮನಾಗಿದ್ದೆ, ಹಾಗಾಗಿ ಅವನ ಗುಂಪಿನಲ್ಲೇನಾದರೂ ನನ್ನನ್ನು ಸೇರಿಸಿದ್ದರೆ ನನ್ನ ಜೀವಕ್ಕೇನೂ ಹಾನಿ ಇರುತ್ತಿರಲಿಲ್ಲ. ಮೊದಲೂ ನನಗೆ ಆತನ ಗುಂಪಿನಲ್ಲಿ ಒಂದು ದಿನದ ಮಟ್ಟಿಗೆ ಕೆಲಸ ಮಾಡುವ ಅವಕಾಶ ಸಿಕ್ಕಿತ್ತು. ಆ ಒಂದು ದಿನವೇ ಸಾಕಿತ್ತು ಆ ಕೊಲೆಗಡುಕ ಕ್ಯಾಪೋನನ್ನು ನನ್ನ ಪಕ್ಷದಲ್ಲಿ ಉಳಿಸಿಕೊಳ್ಳಲು. ಆತನಿಗೆ ಹೊಗಳಿಕೆಯ ಸರಮಾಲೆಯನ್ನೇ ಹಾಕಿದ್ದೆ.

ನಿಜಹೇಳಬೇಕೆಂದರೆ ಕ್ಯಾಂಪ್‌ನಲ್ಲಿ ಕಲೆಯ ಪ್ರತಿಯೊಂದು ರೂಪವೂ ವಿಕೃತವಾಗಿಯೇ ಪ್ರಕಟವಾಗುತ್ತಿದ್ದವು. ನನ್ನ ಪ್ರಕಾರ ಕಲೆಯೊಂದಿಗೆ ಸಂಬಂಧಿಸಿದ ಯಾವುದೇ ವಿಷಯ ಪ್ರದರ್ಶನದ ಹಿನ್ನೆಲೆಯಲ್ಲಿ ಕ್ಯಂಪ್‌ನ ಜೀವನವು ಒಂದು ವಿರೋದಾಭಾಸವೆನಿಸುತು. ಆಶ್ವಿಜ್ ಕ್ಯಾಂಪ್‌ನಲ್ಲಿನ ನನ್ನ ಎರಡನೇ ರಾತ್ರಿಯನ್ನು ನಾನೆಂದೂ ಮರೆಯಲು ಸಾಧ್ಯವಿಲ್ಲ. ಅದ್ಯಾವುದೋ ಸಂಗೀತದ ಸ್ವರವು, ಸುಸ್ತಾಗಿ ಮಲಗಿದ್ದ ನನ್ನನ್ನು ಎಬ್ಬಿಸಿಬಿಟ್ಟಿತ್ತು. ನಮ್ಮ ಗುಡಿಸಲಿನ ಪಕ್ಕದಲ್ಲಿಯೇ ವಾರ್ಡನ್‌ನ ಕೊಠಡಿಯಲ್ಲಿ ಅದೇನೋ ಸಮಾರಂಭ ನಡೆಯುತ್ತಿತ್ತು. ಮೆಲ್ಲನೆ ಮೃದುವಾದ ಸ್ವರ ನಮ್ಮ ಹಾಸಿಗೆಗಳತ್ತ ತೇಲುತ್ತ ಬಂದಿತ್ತು. ಇದ್ದಕ್ಕಿದ್ದ ಹಾಗೆ ನಿಶ್ಶಬ್ದತೆ ಆವರಿಸಿತು ಮತ್ತು ವಯಲಿನ್‌ನಿಂದ ದುಃಖಪೂರ್ಣ ಭಾವದ ಧ್ವನಿ ಹೊರಟಿತು. ಅದು ಎಂತಹ ರಾಗವಿತ್ತೆಂದರೆ ಬಹಳ ಸಲ ಅದನ್ನು ಬಾರಿಸುತ್ತಿದ್ದಿಲ್ಲ. ಹೇಗೆ ವಯಲಿನ್ ಅಳಲು ಪ್ರಾರಂಭಿಸಿತೋ ಹಾಗೆಯೇ ನನಗೂ ಅಳು ಬಂದುಬಿಟ್ಟಿತು, ಯಾಕೆಂದರೆ ಅದೇ ದಿನ ಒಬ್ಬರ ಇಪ್ಪನಾಲ್ಕನೆಯ ಜನ್ಮದಿನವಾಗಿತ್ತು. ಅದು ಯಾರು ಅಂದರೆ, ನಮ್ಮ ಆಶ್ವಿಜ್ ಕ್ಯಾಂಪ್‌ನಿಂದ ಸಾವಿರಾರು, ಅಲ್ಲವಾದರೂ ನೂರಾರು ಗಜ ದೂರದಲ್ಲಿ ಇದ್ದವರು, ಆದರೆ ನನ್ನ ಸಂಪರ್ಕದಿಂದ ಕಡಿಯಲ್ಪಟ್ಟವರು. ಆಕೆ ನನ್ನ ಧರ್ಮಪತ್ನಿಯೇ ಹೊರತು ಬೇರಾರೂ ಅಲ್ಲ.

ಮನರಂಜನೆಯ ಸಮಾಚಾರ

ಕ್ಯಾಂಪ್ ಜೀವನದಲ್ಲಿ ಕಲೆಯ ಸಾದೃಶ್ಯ ಪಡೆಯಲು ಸಾಧ್ಯ ಎನ್ನುವ ವಿಚಾರವನ್ನು ಹೊರಗಿನ ಯಾವುದೇ ವ್ಯಕ್ತಿಗೆ ಹೇಳಿದರೆ ಅದನ್ನು ಅವರು ನಂಬಲೂ ಸಾಧ್ಯವಿಲ್ಲ. ಕ್ಯಾಂಪ್‌ನಲ್ಲಿ

ಹಾಸ್ಯ ಪ್ರಿಯತೆಗೂ ಕೊರತೆಯಿರಲಿಲ್ಲವೆಂದರೆ ಜನರು ಇನ್ನೂ ಅಪ್ರತಿಭರಾಗಬಹುದೆನ್ನಿ. ಅದು ಒಂದು ಕ್ಷಣವೋ ಒಂದೆರಡು ನಿಮಿಷಗಳ ಅವಧಿಗೋ ಸೀಮಿತವಾಗಿರುತ್ತಿತ್ತು ಎನ್ನಬಹುದು. ತನ್ನ ಆತ್ಮರಕ್ಷಣೆಯ ಹೋರಾಟದಲ್ಲಿ ವಿನೋದದ ಸ್ವಭಾವ ಆತ್ಮದ ಅಸ್ತ್ರಗಳಲ್ಲಿ ಒಂದಾಗಿತ್ತು ಎನ್ನಬಹುದು. ಹಾಸ್ಯ ಪ್ರವೃತ್ತಿಯಿಂದ ಇತರ ಭಾವನೆಗಳನ್ನು ಅಂದರೆ ಉದಾಸೀನತೆಯಂಥ ಭಾವಗಳನ್ನು ದಾಟಿ ಮೇಲೇರಬಹುದು ಎನ್ನುವುದು ಎಲ್ಲರಿಗೂ ತಿಳಿದ ವಿಷಯವೇ. ಪ್ರಸಂಗ ಏನೇ ಇರಲಿ, ಅದು ಕೆಲವೇ ಕ್ಷಣಗಳಿಗಾದರೂ ಮೇಲುಗೈಯನ್ನು ಸಾಧಸಿಯೇ ಸಿದ್ಧ. ನಾನು ಕಟ್ಟಡದ ಕೆಲಸಗಾರರೊಂದಿಗೆ ಕೆಲಸದಲ್ಲಿ ತೊಡಗಿದ್ದಾಗ, ನನ್ನ ಪಕ್ಕದಲ್ಲಿರುವವನನ್ನು ವ್ಯಾವಹಾರಿಕವಾಗಿ ಹಾಸ್ಯ ಪ್ರವೃತ್ತಿಯನ್ನು ಬೆಳೆಸಿಕೊಳ್ಳುವ ಅಭ್ಯಾಸದಲ್ಲಿ ತೊಡಗುವಂತೆ ಮಾಡಿದ್ದೆ. ನಾನವನಿಗೆ ಹೇಳಿದೆ, ನಾವಿಬ್ಬರೂ ಪ್ರತಿದಿನ ಒಂದಿಲ್ಲೊಂದು ಹಾಸ್ಯದ ಪ್ರಸಂಗವನ್ನು ಕಂಡುಕೊಳ್ಳಬೇಕೆಂದು, ಅದು ಎಂತಹ ಘಟನೆಯಾಗಿರಬೇಕೆಂದರೆ, ನಾವು ಅಲ್ಲಿಂದ ಬಿಡುಗಡೆಯಾಗಿ ಹೋದ ನಂತರ ನಮ್ಮ ದಿನಚರಿಯಲ್ಲಿ ಸಂಭವಿಸುವಂತಿರಬೇಕು. ಆತ ಒಬ್ಬ ಸರ್ಜನ್ ಆಗಿದ್ದರು, ದೊಡ್ಡದೊಂದು ಆಸ್ಪತ್ರೆಯಲ್ಲಿ ಸಹಾಯಕರಾಗಿ ಕೆಲಸ ಮಾಡಿದ್ದವರಾಗಿದ್ದರು. ಒಂದು ದಿನ ಅವರಿಗೆ ನಾನೊಂದು ವಿನೋದದ ಸಂಗತಿಯನ್ನು ಹೇಳಿದೆ, ಅದರಿಂದ ಅವರ ಮುಖದಲ್ಲಿ ನಗುವಿನ ಅಲೆಗಳು ಪಸರಿಸಿಬಿಟ್ಟವು. ನಾನು ಅವರಿಗೆ ಏನನ್ನು ಹೇಳಿದೆನೆಂದರೆ, ಶಿಬಿರದಿಂದ ನೀವು ಮುಕ್ತರಾಗಿ ಹೊರಗಡೆ ಹೋದ ಮೇಲೂ, ಸಾಮಾನ್ಯ ಜೀವನವನ್ನು ಜೀವಿಸಲು ತೊಡಗಿದರೆ, ನಿಮ್ಮ ಹಳೆಯ ಚಾಳಿಯನ್ನು ಮರೆಯಲು ಸಾಧ್ಯವಾಗದೆ ಹೋಗಬಹುದೆಂದು ಹೇಳಿದೆ. ನಿರ್ಮಾಣದ ಜಾಗಗಳಲ್ಲಿ ಫೋರ್‌ಮೆನ್‌ಗಳು ನಮಗೆ ಉತ್ಸಾಹ ತುಂಬಿಸುವ ಭರದಲ್ಲಿ, ಬೊಬ್ಬಿಟ್ಟು ಚೀರುವುದಿತ್ತು (ಹೆಚ್ಚಾಗಿ ಸೂಪರ್‌ವೈಸರ್ ತನಿಖೆಗಾಗಿ ಬಂದ ಹೊತ್ತಿನಲ್ಲಿ) : 'ಆ್ಯಕ್ಷನ್! ಆ್ಯಕ್ಷನ್!' ನಾನು ನನ್ನ ಮಿತ್ರನಿಗೆ ಹೇಳಿದೆ 'ಒಂದು ದಿನ ನೀವು ನಿಮ್ಮ ಆಪರೇಶನ್ ಥಿಯೇಟರ್‌ನಲ್ಲಿ ಕೆಲಸದಲ್ಲಿ ನಿರತರಾಗಿದ್ದಿರಿ ಎಂದುಕೊಳ್ಳೋಣ, ಅಲ್ಲಿ ರೋಗಿಯ ಹೊಟ್ಟೆಯಲ್ಲಿ ಅದೇನೋ ಮುಖ್ಯವಾದ ಶಸ್ತ್ರಚಿಕಿತ್ಸೆ ನಡೆಯುತ್ತಿತ್ತು ಎನ್ನೋಣ, ಆಕಸ್ಮಿಕವಾಗಿ ಒಬ್ಬ ಸಹಾಯಕ ಹೊರಗಿನಿಂದ ಓಡುತ್ತಾ ಬಂದು ವರಿಷ್ಠ ಸರ್ಜನ್‌ನ ಆಗಮನವನ್ನು ಸೂಚಿಸುತ್ತಾ ಹೀಗೆ ಅರಚಿದರೆ ಹೇಗಾಗಬಹುದು? 'ಆ್ಯಕ್ಷನ್! ಆ್ಯಕ್ಷನ್!'

ಬಹಳಷ್ಟು ಸಲ ಇತರರು ಕೂಡಾ ತಮ್ಮ ಭವಿಷ್ಯದ ಕುರಿತು ಬಹಳ ಸ್ವಾರಸ್ಯಕರ ಕನಸುಗಳನ್ನು ಕಂಡಿರುತ್ತಿದ್ದರು. ಹೇಗೆಂದರೆ ಒಬ್ಬ ವ್ಯಕ್ತಿ ಹೇಳಿದ್ದ, 'ಕ್ಯಾಂಪ್‌ನಿಂದ ಬಿಡುಗಡೆಯಾದ ಬಳಿಕ ಯಾವನೋ ಒಬ್ಬ ರಾತ್ರಿಯ ಊಟದ ವೇಳೆ, ಇನ್ನೂ ತಾನು ಖೈದಿಯಲ್ಲ ಎಂಬುದನ್ನು ಮರೆತುಬಿಟ್ಟು, ಸೂಪ್‌ನ್ನು ಹಾಕಿಸಿಕೊಳ್ಳುವ ಸಮಯ ಮೇಜವಾನಿಯ ಮಹಿಳೆಯಲ್ಲಿ ಪಾತ್ರೆಯ ತಳದಲ್ಲಿರುವ ಬಟಾಣಿ ಬೀಜಗಳ ಸಹಿತವಾಗಿ ಸೂಪನ್ನು ಬಡಿಸಲು ಸಾಧ್ಯವೇ? ಎನ್ನಬಹುದೇನೋ'

ಸೆರೆವಾಸದ ಶಿಬಿರದಲ್ಲಿ ಜೀವನ ಸಾಗಿಸುತ್ತಿದ್ದಂತೆ ನಾವು ಹಾಸ್ಯಪ್ರಿಯತೆಯನ್ನು ವಿಕಸನಗೊಳಿಸುವ ಎಲ್ಲಾ ಮಾತುಗಳನ್ನು ಮೋಜಿನ ಪ್ರವೃತ್ತಿಯ ರೂಪದಲ್ಲಿ ಸ್ವೀಕರಿಸುವ ಕಲೆಯನ್ನು ಕಲಿಯತೊಡಗಿದೆವು. ಆದರೂ ನೋವು ಪ್ರತಿಯೊಂದು ಜಾಗದಲ್ಲೂ ತನ್ನ ಪ್ರಭಾವವನ್ನು ಬೀರುತ್ತಲೇ ಇದ್ದಿತ್ತು ಎಂಬುದನ್ನು ಅಲ್ಲಗಳೆಯಲು ಸಾಧ್ಯವಾಗದು. ನಿಮಗೊಂದು ಉದಾಹರಣೆಯನ್ನು ನೀಡಬೇಕೆಂದು ನಾನು ಬಯಸಿದರೆ, ನಿಜಕ್ಕೂ

ಪ್ರತಿಯೊಂದು ನೋವಿನ ಅಂತರಾಳದಲ್ಲಿ ಗ್ಯಾಸ್ ಛೇಂಬರ್‌ನ ವ್ಯವಹಾರದ ಛಾಯೆ ಕಾಣಿಸಿಕೊಳ್ಳುತ್ತಿತ್ತು. ಯಾವುದೇ ಒಂದು ಖಾಲಿ ಕೊಠಡಿಯಲ್ಲಿ ಗ್ಯಾಸ್‌ನ್ನು ಬಿಟ್ಟರೆ ಆ ಕೊಠಡಿ ಎಷ್ಟೇ ದೊಡ್ಡದಿರಲಿ, ಸಣ್ಣದಿರಲಿ, ಅದರ ತುಂಬ ವ್ಯಾಪಿಸುವುದಿಲ್ಲವೇ? ಅದೇ ತರಹದಲ್ಲಿ ನೋವು ಅಥವಾ ಕಷ್ಟದ ಪ್ರಸಂಗಗಳು ಮನುಷ್ಯನ ಆತ್ಮವನ್ನಾಗಲೀ ಚೈತನ್ಯವನ್ನಾಗಲೀ ಅದೇ ರೀತಿಯಲ್ಲಿ ವ್ಯಾಪಿಸಿಬಿಡುತ್ತದೆ, ಅದೊಂದು ಸಣ್ಣ ನೋವಾಗಲೀ ದೊಡ್ಡದಾಗಿರಲಿ!

೬
ಆಶ್ವೀಜ್‌ನಿಂದ ಡಖೌ ಕ್ಯಾಂಪ್‌ನತ್ತ

ಒಂದು ಸಣ್ಣ ವಿಷಯ ಕೂಡಾ ಬಹಳಷ್ಟು ಆನಂದಕ್ಕೆ ಕಾರಣವಾಗಿ ಬಿಡುತ್ತಿತ್ತು. ನಿಮಿತ್ತವಾಗಿ ಹೇಳುವುದಾದರೆ, ಆಶ್ವೀಜ್‌ನಿಂದ ಡಖೌ ಕ್ಯಾಂಪಿನತ್ತ ಹೋಗುವ ಸಮಯ ಹಾಗೊಂದು ಸಂಗತಿ ನಡೆಯಿತು. ನಮ್ಮಲ್ಲಿ ಅನೇಕರಿಗೆ ಒಳಗೊಳಗೆ ಭಯವೇನಿತ್ತೆಂದರೆ ನಮ್ಮನ್ನೆಲ್ಲ ಮಾವುಥಾಸೆನ್ ಕ್ಯಾಂಪ್‌ನ ಕಡೆಗೆ ಒಯ್ಯುತ್ತಿದ್ದಾರೆ ಅಂತ. ಡೆಂಬ್ಯೂಬ್‌ನ ಸಮೀಪ ಒಂದು ಸೇತುವೆಯತ್ತ ಬರುತ್ತಿದ್ದ ಹಾಗೆ ನಮ್ಮ ಕಳವಳ ಹೆಚ್ಚುತ್ತಲೇ ಹೋಯಿತು, ಯಾಕೆಂದರೆ ಆ ಸೇತುವೆಯನ್ನು ದಾಟಿದ ಮೇಲೆ ಮಾವುಥಾಸೆನ್‌ಗೆ ಪ್ರವೇಶ ಸಿಗುತ್ತಿತ್ತು. ಯಾರು ಮೊದಲು ಅಂತಹ ಘಟನೆಯನ್ನು ಎದುರಿಸಿಲ್ಲವೋ, ನಮ್ಮ ಡಿಬ್ಬಾದಲ್ಲಿ ಏನು ನಡೆಯಿತು ಎನ್ನುವುದನ್ನು ಅವರಿಗೆ ಕಲ್ಪನೆ ಮಾಡುವುದೇ ದುಸ್ತರವೆನಿಸಬಹುದು. ನಮ್ಮ ಗಾಡಿ ಸೇತುವೆಯನ್ನು ದಾಟದೆ ಡಖೌನತ್ತ ಸಾಗುತ್ತಿದೆ ಎಂದು ಅರಿತಾಗ ನಮಗೆಲ್ಲ ಆದ ಸಂತೋಷ ಅಷ್ಟಿಷ್ಟಲ್ಲ ಮತ್ತು ಎಲ್ಲರೂ ಕುಣಿದು ಕುಪ್ಪಳಿಸಲು ತೊಡಗಿದೆವು.

ಹಾಗೆ ನಾವು ಮೂರು ರಾತ್ರಿ ಮತ್ತು ಎರಡು ದಿನಗಳ ಯಾತ್ರೆಯನ್ನು ಪೂರೈಸಿದ ಬಳಿಕ ನಮ್ಮ ಕ್ಯಾಂಪ್‌ಗೆ ತಲುಪಿದಾಗ ನಮಗೇನಾಯಿತು? ನಮ್ಮ ಡಿಬ್ಬಾದಲ್ಲಿ ಎಷ್ಟು ಕಿಕ್ಕಿರಿದು ಖೈದಿಗಳನ್ನು ತುಂಬಿದ್ದರು ಅಂದರೆ ನಮಗೆ ನೆಲದಲ್ಲಿ ಕುಳಿತುಕೊಳ್ಳುವುದಕ್ಕೂ ಸ್ಥಳಾವಕಾಶವಿರಲಿಲ್ಲ. ನಮ್ಮಲ್ಲಿ ಹೆಚ್ಚಿನವರು ನಿಂತುಕೊಂಡೇ ತಮ್ಮ ಪ್ರಯಾಣವನ್ನು ಮುಗಿಸಿದ್ದರು. ಯಾರು ಕುಳಿತಿದ್ದರೋ ಅವರು ಮೂತ್ರದಿಂದ ಒದ್ದೆಯಾದ ಬೈಹುಲ್ಲಿನ ಮೇಲೆ ಕುಳಿತು ಪಯಣಿಸುವಂತಾಗಿತ್ತು. ನಾವು ಈ ಹೊಸ ಕ್ಯಾಂಪ್‌ನ್ನು ತಲುಪುತ್ತಲೇ ಅಲ್ಲಿನ ಹಳೆಯ ಸೆರೆವಾಸಿಗಳಿಂದ ಸಿಕ್ಕಿದ ಒಂದು ಮುಖ್ಯವಾದ ಸುದ್ದಿ ಏನಿತ್ತೆಂದರೆ–

ಇದು ಹೋಲಿಕೆಯಲ್ಲಿ ಒಂದು ಚಿಕ್ಕ ಕ್ಯಾಂಪ್ ಎಂದು. ಅದರಲ್ಲಿ ಕೇವಲ 2500 ಖೈದಿಗಳಿಗಷ್ಟೇ ಉಳಿದುಕೊಳ್ಳಲು ಸ್ಥಳಾವಕಾಶವಿತ್ತು. ಅಲ್ಲಿ ಖೈದಿಗಳನ್ನು ದಹನ ಮಾಡುವ ಯಾವುದೇ ಓವನ್, ಶವದಹನದ ಸ್ಥಳ ಅಥವಾ ಗ್ಯಾಸ್ ಛೇಂಬರ್ ಇದ್ದಿರಲಿಲ್ಲ! ಅದರರ್ಥ ಯಾವ ಸೆರೆವಾಸಿ ನಿತ್ರಾಣದ ಕಾರಣ ಕೆಲಸ ಮಾಡಲು ಅನರ್ಹನೆಂದು ಪರಿಗಣಿಸಲಾಗುತ್ತಾನೋ ಅಂಥವರನ್ನು ಗ್ಯಾಸ್ ಛೇಂಬರ್‌ಗೆ ಒಯ್ದು ದಹಿಸುವ ಪ್ರಮೇಯವಿದ್ದಿರಲಿಲ್ಲ. ಅಂತಹವರು ಎಲ್ಲಿಯವರೆಗೆ ಕಾಯಬೇಕಾಗಿ ಬರುತ್ತಿತ್ತು ಅಂದರೆ ಅವರನ್ನು ಆಶ್ವಿಜ್‌ನವರೆಗೆ ಒಯ್ಯುವುದಕ್ಕೆ ಅಂತಹ ಒಂದು ರೋಗಿಗಳ ತಂಡವೇ ಸಿದ್ಧವಾಗಬೇಕಿತ್ತು. ಈ ಆಹ್ಲಾದಕರ ಖುಷಿ ಸುದ್ದಿಯನ್ನು ಕೇಳಿ ನಾವು ಆನಂದತುಂದಿಲರಾದೆವು. ಆಶ್ವಿಜ್‌ನಲ್ಲಿನ ನಮ್ಮ ಗುಡಿಸಲಿನ ಮುಖ್ಯಸ್ಥನ ಆಶಯ ಪೂರೈಸಿದಂತಾಗಿತು: ನಾವೆಲ್ಲ ಎಂತಹ ಕ್ಯಾಂಪ್‌ಗೆ ಆಗಮಿಸಿದ್ದೇವೆ ಅಂದರೆ ಅಲ್ಲಿ ಖೈದಿಗಳನ್ನು ಸುಟ್ಟು ಬೂದಿ ಮಾಡುವಂತಹ ಯಾವುದೇ ಚಿಮಿಣಿ ಇದ್ದಿರಲಿಲ್ಲ. ಮುಂದಿನ ಕೆಲವು ತಾಸುಗಳಲ್ಲಿ ನಮ್ಮೊಂದಿಗೆ ಯಾವ ರೀತಿಯ ವ್ಯವಹಾರವಾಗುತ್ತಿದ್ದರೂ ನಾವು ಹೃದಯ ಬಿಚ್ಚಿ ನಕ್ಕೆವು, ನಗೆಚಟಾಕಿಗಳನ್ನು ಹಾರಿಸಿದೆವು.

ನಮ್ಮ ತಂಡದಲ್ಲಿನ ಖೈದಿಗಳ ಗಣತಿ ನಡೆಯುವ ಹೊತ್ತಿಗೆ ನಮ್ಮಲ್ಲಿ ಒಬ್ಬ ಖೈದಿ ಕಾಣೆಯಾಗಿದ್ದು ಗಮನಕ್ಕೆ ಬಂತು. ಕಟ್ಟಕಡೆಗೆ ಆತ ಒಂದು ಗುಡಿಸಲಿನಲ್ಲಿ ಸುಸ್ತಾದ ಕಾರಣದಿಂದ ಬಿದ್ದು ನಿದ್ದೆ ಹೋಗಿರುವುದನ್ನು ಪತ್ತೆ ಹಚ್ಚಲಾಯಿತು. ಆ ನಾಪತ್ತೆಯಾದ ಖೈದಿ ಸಿಗುವವರೆಗೆ ನಾವೆಲ್ಲ ಹೊರಗಡೆ ಮಳೆಯಲ್ಲಿ ಶೀತಗಾಳಿಯ ಹೊಡೆತದಲ್ಲಿ ಪೂರ್ತಿ ಸಮಯವನ್ನು ಕಳೆಯಬೇಕಾಗಿ ಬಂತು. ಆ ಮೇಲೆ ನಮ್ಮ ಹಾಜರಿಯನ್ನು ತೆಗೆದುಕೊಳ್ಳುವಂತಹ ಪರೇಡ್ ಶಿಕ್ಷೆಯಾಗಿ ಮಾರ್ಪಟ್ಟಿತು. ಪೂರ್ತಿ ರಾತ್ರಿ ಮತ್ತು ಮರುದಿನ ಬಹಳ ಹೊತ್ತಿನವರೆಗೆ ನಾವು ನಿಂತ ಸ್ಥಿತಿಯಲ್ಲೇ, ಆ ದೀರ್ಘಕಾಲದ ಪ್ರಯಾಣದ ಹೊರತಾಗಿಯೂ, ಮಳೆಯಲ್ಲಿ ನೆನೆಯುತ್ತ, ಕೊರೆಯುವ ಚಳಿಯಲ್ಲೇ ಕಳೆಯಬೇಕಾಗಿ ಬಂತು. ಇಷ್ಟೆಲ್ಲ ಆದರೂ ನಮಗೆಲ್ಲ ಒಳಗೊಳಗೆ ಅದೆಂತಹ ಖುಷಿಯ ಸೆಳಕಿತ್ತೆಂದರೆ ಆ ಕ್ಯಾಂಪ್‌ನಲ್ಲಿ ಯಾವುದೇ ಚಿಮಿಣಿ ಇಲ್ಲದೆ ಇರುವಂಥ ಪರಿಸ್ಥಿತಿ ಹಾಗೂ ಆಶ್ವಿಜ್ ಅಲ್ಲಿಂದ ಬಹಳಷ್ಟು ದೂರದಲ್ಲಿದೆ ಎನ್ನುವ ಮಾಹಿತಿ.

ಅನ್ಯ ಸೆರೆವಾಸಿಗಳೊಂದಿಗೆ ಅಸೂಯೆ

ಒಂದು ಸಲ ನಮ್ಮ ಕಾರ್ಯಸ್ಥಳದಿಂದ ಕೆಲವು ಖೈದಿಗಳ ಒಂದು ಗುಂಪನ್ನು ಒಯ್ಯುವುದನ್ನು ಕಂಡೆವು. ಆಗ ನಾವು ನಮ್ಮೆಲ್ಲ ಕಷ್ಟಗಳನ್ನು ಒಂದು ಬೇರೆಯೇ ದೃಷ್ಟಿಯಿಂದ ನೋಡುತ್ತಿದ್ದೆವು. ನೋಡಲು ಸುರಕ್ಷಿತರೂ ವ್ಯವಸ್ಥಿತರೂ ಎಂದು ತೋರುವ ಆ ಖೈದಿಗಳನ್ನು ಕಂಡು ನಮಗೆ ಅಸೂಯೆ ಉಂಟಾಯಿತು. ಅವರು ಬಹಳ ಖುಷಿಯಿಂದ ಬದುಕನ್ನು ನಿರ್ವಹಿಸುವಂತೆ ನಮಗನಿಸಿತು. ಅವರಿಗೆ ಸಮಯ ಸಮಯಕ್ಕೆ ಸ್ನಾನ ಮಾಡುವ ಅವಕಾಶ ಸಿಗುತ್ತಿದ್ದಿರಬಹುದು ಎಂದು ನಾವು ಕರುಬುವಂತಾಯಿತು. ಅವರಿಗೆ ತಮ್ಮ ಹಲ್ಲುಜ್ಜುವುದಕ್ಕೆ, ಬಟ್ಟೆ ಒಗೆಯುವುದಕ್ಕೆ ಬ್ರಶ್ ಇರಬಹುದೆಂದುಕೊಂಡೆವು. ನಿದ್ದೆಗೆ ಪ್ರತಿಯೊಬ್ಬರಿಗೂ ಒಂದು ಪ್ರತ್ಯೇಕ ಹಾಸಿಗೆ ಇದ್ದಿರಬಹುದು, ಮತ್ತು ತಿಂಗಳಿಗೊಂದಾವರ್ತಿ ಬರುವ ಪತ್ರಗಳಿಂದ ತಮ್ಮ ನೆಂಟರಿಷ್ಟರ ಸುದ್ದಿ ಸಮಾಚಾರಗಳು ಸಿಗುತ್ತಿರಬಹುದು, ಹೋಗಲಿ, ಹೆಚ್ಚಿನದೇನೂ ಸಿಗದಿದ್ದರೂ ತಮ್ಮ ಆಪ್ತರು ಬದುಕಿ ಉಳಿದಿದ್ದಾರೋ ಇಲ್ಲವೋ ಎನ್ನುವ ಮಾಹಿತಿಯಾದರೂ ಅವರಿಗೆ ಸಿಗುತ್ತಿರಬೇಕೆಂದು ಅನ್ನಿಸತೊಡಗಿತು. ನಾವೆಲ್ಲರೂ ಬಹಳ ಹಿಂದೆಯೇ ಈಯೆಲ್ಲಾ ಸವಲತ್ತುಗಳನ್ನು ಕಳಕೊಂಡಿದ್ದೆವು.

ಕಾರ್ಖಾನೆಗಳಲ್ಲಿ ಕೆಲಸಕ್ಕೆ ಹೋಗುತ್ತಿರುವ ಖೈದಿಗಳನ್ನು ಕಂಡು ನಮ್ಮಲ್ಲಿ ಅಸೂಯೆ ಮೂಡಲು ಶುರುವಾಯಿತು. ಯಾಕೆಂದರೆ ಅಂತಹ ಸ್ಥಳಗಳಲ್ಲಿ ಅವರ ತಲೆಯ ಮೇಲೆ ಒಂದು ಸೂರಾದರೂ ಇರುತ್ತಿತ್ತಲ್ಲವೇ! ಪ್ರತಿಯೊಬ್ಬರೂ ತಮಗೊಂದು ಅಂತಹ ಅವಕಾಶ ಎಂದಿಗೆ ಸಿಗುವುದೋ ಎಂದು ಪರಿತಪಿಸುತ್ತಿದ್ದರು.

ಎಷ್ಟರಮಟ್ಟಿಗೆ ವ್ಯತ್ಯಾಸವಿತ್ತೆಂದರೆ, ಕ್ಯಾಂಪ್‌ನಿಂದ ಹೊರಗಿರುವ ಕೆಲವು ತುಕಡಿಗಳಲ್ಲಿಯೂ(ಅವುಗಳಲ್ಲಿ ಒಂದರ ಸದಸ್ಯ ನಾನಾಗಿದ್ದೆ) ಕೆಲವೊಂದು ಯುನಿಟ್‌ಗಳು ಹೆಚ್ಚು ಕಳಪೆ ಮಟ್ಟದ್ದಾಗಿದ್ದವು. ಯಾವ ಖೈದಿಗಳಿಗೆ ಪ್ರತಿದಿನ ಹೊರಗಡೆ ಹನ್ನೆರಡು ತಾಸುಗಳ ಕಾಲ ರೇಲ್ವೇ ಮೈದಾನದ ಇಳಿಜಾರು ಪ್ರದೇಶದಲ್ಲಿ ಆಳವಾದ ಕೆಸರು ತುಂಬಿದ ಡಬ್ಬಾಗಳನ್ನು ಖಾಲಿ ಮಾಡಲು ಹೇಳಲಾಗುತ್ತಿತ್ತೋ ಅವರಿಗೆ ಸಹಜವಾಗಿ ಇವರನ್ನೆಲ್ಲ ಕಂಡಾಗ ಅಸೂಯೆ ಉಂಟಾಗದೆ ಇರಲು ಸಾಧ್ಯವೇ? ಪ್ರತಿದಿನ ಸಂಭವಿಸುವ ದುರ್ಘಟನೆಗಳೆಲ್ಲ ಇವೇ ಕೆಲಸಗಳಲ್ಲಿ ತೊಡಗಿದವರಲ್ಲಿ ಆಗುತ್ತಿತ್ತು. ಅಂತಹ ಸಂಭವಗಳು ಬಹುತೇಕ ಜೀವ ತೆಗೆಯುವಂಥವುಗಳೇ ಆಗಿರುತ್ತಿದ್ದವು.

ಇನ್ನು ಕೆಲವು ಗುಂಪುಗಳ ಫೋರ್‌ಮನ್‌ಗಳು ಸ್ಥಳೀಯ ಸಂಪ್ರದಾಯವನ್ನು ಅನುಸರಿಸುತ್ತ ಅಲ್ಲಿನ ಖೈದಿಗಳ ಮೇಲೆ ಹೊಡೆತಗಳ ಪ್ರಹಾರವನ್ನು ಅನೂಚಾನವಾಗಿ ನೀಡುತ್ತಿದ್ದುದನ್ನು ಕಂಡು ಆತನ ಸುಪರ್ದಿಯಲ್ಲಿ ಇಲ್ಲದಿರುವುದನ್ನು ಕಂಡು ತುಲನಾತ್ಮಕವಾಗಿ ನಮ್ಮ ಅದೃಷ್ಟವನ್ನು ಆಸ್ವಾದಿಸತೊಡಗುತ್ತಿದ್ದೆವು. ಒಮ್ಮೆ ಅದೊಂದು ದುರದೃಷ್ಟದ ಕ್ಷಣದಲ್ಲಿ ನಾನು ಅಂತಹ ಒಂದು ಗುಂಪಿನಲ್ಲಿ ಶಾಮೀಲಾಗುವ ಸಂದರ್ಭ ಒದಗಿತು. ಅಲ್ಲಿ ಕೆಲಸ ಮಾಡುವಾಗ ಎರಡು ತಾಸುಗಳ (ಆಗ ಫೋರ್‌ಮನ್ ನನ್ನ ಮೇಲೆ ವಿಶೇಷ ನಿಗಾ ಇಟ್ಟು ಕೆಲಸ ಮಾಡಿಸಿಕೊಂಡಿದ್ದ) ನಂತರ ಆಗ ವೈಮಾನಿಕ ಆಕ್ರಮಣದ ಸೈರನ್ ಬಡಿದುಕೊಂಡಿದ್ದರಿಂದ ನಮ್ಮ ಗುಂಪನ್ನು ಮತ್ತೆ ಬೇರ್ಪಡಿಸುವ ಸಮಯ ಒದಗಿ ಬಂದಿತ್ತು. ಇಲ್ಲವಾಗಿದ್ದರೆ ನಾನು ಮರಣವನ್ನಪ್ಪುತ್ತಿದ್ದೆ ಇಲ್ಲವೇ ದಣಿವಿನಿಂದ ಮರಣಾಂತಿಕ ಅವಸ್ಥೆಯನ್ನು ಹೊಂದುತ್ತಿದ್ದೆ. ಅಂತಹ ಸನ್ನಿವೇಶದಲ್ಲಿ ಸೈರನ್‌ನ ಹೊಡೆತ ಎಷ್ಟೊಂದು ಅಪ್ಯಾಯ ಎನ್ನುವುದನ್ನು ಯಾರೂ ಊಹಿಸಲು ಸಾಧ್ಯವಿರುತ್ತಿರಲಿಲ್ಲ; ಒಬ್ಬ ಬಾಕ್ಸರ್ ಅಂತಿಮ ಸುತ್ತನ್ನು ಮುಗಿಸುವ ಕ್ಷಣದಲ್ಲಿ ಬೆಲ್‌ನ ಶಬ್ದವನ್ನು ಕೇಳಿಸಿಕೊಂಡ ಹಾಗೆ, ಅದಿಲ್ಲವಾಗಿದ್ದರೆ ಆತ ನಾಕ್‌ಔಟ್ ಆಗುವುದು ನಿಶ್ಚಯವಾಗಿತ್ತು ಎನ್ನುವ ಹಾಗೆ.

ನಾವು ಸಣ್ಣಮಟ್ಟಿನ ದಯೆಗೆ ಕೂಡಾ ಕೃತಜ್ಞರಾಗುವ ಸಂಭವವಿದ್ದಿತು. ನಮಗೆ ಹಾಸಿಗೆಗೆ ತೆರಳುವ ಮುನ್ನ ಶರೀರದ ನಿರ್ಮಲೀಕರಣದ ಅವಕಾಶ ಸಿಕ್ಕಿದರೆ ಖುಷಿ ಪಡುತ್ತಿದ್ದೆವು. ಹಾಗಿರುವ ಪರಿಸ್ಥಿತಿ ಅಂತಹ ಆನಂದದಾಯಕ ಆಗುಹೋಗೇನೂ ಆಗಿರಲಿಲ್ಲ, ಯಾಕೆಂದರೆ ನಾವು ಚಳಿಯ ಜೋಪಡಿಯಲ್ಲಿ ನಗ್ನರಾಗಿ ನಿಲ್ಲಬೇಕಾಗಿ ಬರುತ್ತಿತ್ತು ಮಾತ್ರವಲ್ಲ ಆ ಸಮಯದಲ್ಲಿ ನಮ್ಮ ತಲೆಯ ಮೇಲೆ ಐಸ್‌ನ ಉದ್ದವಾದ ಸಲಾಕೆಗಳಂತಿರುವ ರಚನೆಗಳು ತೂಗಾಡುತ್ತಿರುತ್ತಿದ್ದವು. ಆದರೆ ಆ ಸಮಯದಲ್ಲಿ ವೈಮಾನಿಕ ಆಕ್ರಮಣದ ಸೈರನ್ ಹೊಡೆದುಕೊಳ್ಳದಿದ್ದರಷ್ಟೇ ಸಾಕಿತ್ತು, ಹಾಗೊಮ್ಮೆ ಸೈರನ್ ಬಡಿದುಕೊಂಡರೆ ಲೈಟ್‌ನ್ನು ಆರಿಸಿಬಿಡುತ್ತಿದ್ದರು. ಅದಕ್ಕೋಸ್ಕರ ನಾವು ಭಗವಂತನಿಗೆ ಕೃತಜ್ಞತೆ ಅರ್ಪಿಸುತ್ತಿದ್ದೆವು. ನಾವು ನಮ್ಮ ಕೆಲಸವನ್ನು ಪರಿಪೂರ್ಣವಾಗಿ ನಿರ್ವಹಿಸದೇ ಹೋದರೆ ನಮ್ಮನ್ನು ಅರ್ಧ ರಾತ್ರಿಯ ತನಕ ಜಾಗರಣೆಯಲ್ಲೇ ಇಟ್ಟಿರುತ್ತಿದ್ದರು.

ಆನಂದದ ನಕಾರಾತ್ಮಕ ಖುಷಿ

ಕ್ಯಾಂಪ್‌ನ ಈ ಸಣ್ಣ ಸಣ್ಣ ಆನಂದಗಳು ಒಂದು ರೀತಿಯಲ್ಲಿ ನಮಗೆ ನಕಾರಾತ್ಮಕ ಖುಷಿಯನ್ನು ನೀಡುತ್ತಿದ್ದವು – 'ಕಷ್ಟದಿಂದ ಮುಕ್ತಿ', ಶೋಪನ್‌ಹೋವರ್ ಹೇಳಿದ ಹಾಗೆ ಅದೂ ಒಂದು ಸಂಬಂಧಿತ ರೂಪವಾಗಿರುತ್ತದೆ. ನಿಜವಾದ ಚಿಕ್ಕ ಸಕಾರಾತ್ಮಕ ಆನಂದ ಕೂಡಾ ಅಳಿದೂ ಸುರಿದೂ ಬರುತ್ತಿತ್ತು. ನನಗೆ ನೆನಪಿದೆ, ನಾನು ಒಂದು ದಿನ ನನ್ನ ಆನಂದದಾಯಕ ಕ್ಷಣಗಳನ್ನು ಪಟ್ಟಿ ಮಾಡುತ್ತಾ ಹೋದಾಗ ಕಳೆದ ಹಲವಾರು ವಾರಗಳಲ್ಲಿ ನನಗೆ ಕೇವಲ ಎರಡು ಸಲ ಮಾತ್ರ ಆನಂದದಾಯಕ ಕ್ಷಣಗಳನ್ನು ಅನುಭವಿಸಲು ಸಿಕ್ಕಿದ್ದವು. ಅಂತಹ ಒಂದು ಕ್ಷಣ ಯಾವಾಗ ಬಂದಿತ್ತೆಂದರೆ, ಒಮ್ಮೆ ನಾನು ಕೆಲಸದಿಂದ ಹಿಂದಿರುಗಿ ಬರುತ್ತಿದ್ದ ಹಾಗೆ ಬಹಳ ದಿನಗಳಿಂದ ನಾನು ಬಯಸುತ್ತಿದ್ದ ಕ್ಷಣ ಎದುರಾಗಿದೆ ಅಂತ ತಿಳಿಯಿತು. ಖೈದಿಯೊಬ್ಬ ನನಗೆ ಅಡುಗೆಯಾತನ ಕೈಕೆಳಗೆ ಕೆಲಸ ಮಾಡುವ ಅವಕಾಶ ಸಿಕ್ಕಿದೆ ಎಂದು ಹೇಳಿದ್ದ.

ಅಡುಗೆಯಾತ ತನ್ನ ದೊಡ್ಡ ಪಾತ್ರೆಗಳ ಜತೆಗೆ ನಿಂತಿರುತ್ತಿದ್ದ ಮತ್ತು ಆತನ ಮುಂದೆ ತಮ್ಮ ತಟ್ಟೆಗಳನ್ನು ಹಿಡಿದು ಖೈದಿಗಳು ಸಾಲುಗಟ್ಟಿ ಮುಂದೆ ಮುಂದೆ ಬರುತ್ತಿದ್ದರು. ಆ ಅಡುಗೆಯಾತ ತಾನೊಬ್ಬನೇ ತನ್ನೆದುರು ಬಂದ ವ್ಯಕ್ತಿ ಯಾರೆಂದು ನೋಡದೆ ಪಾತ್ರೆಯಿಂದ ಸೂಪ್‌ನ್ನು ಸೌಟಿನಲ್ಲಿ ತೆಗೆದು ತಟ್ಟೆಗೆ ಹಾಕುತ್ತಿದ್ದ. ಯಾವನೇ ವ್ಯಕ್ತಿಯ ಪದವಿಯನ್ನು ಪರಿಗಣಿಸದೆ ಎಲ್ಲರಿಗೂ ಸರಿಸಮಾನವಾಗಿ ಹಂಚುತ್ತ ಬಟವಾಡೆ ಮಾಡುತ್ತಿದ್ದ. ತನ್ನ ದೇಶದ ಜನರನ್ನು ಕಂಡು ಅಥವಾ ತನ್ನ ಸ್ನೇಹಿತರನ್ನು ನೋಡಿ ಪಾತ್ರೆಯ ತಳಕ್ಕೆ ಸೌಟನ್ನು ಮುಳುಗಿಸಿ ಅಲ್ಲಿಂದ ಆಲೂಗಡ್ಡೆ ಸಹಿತವಾಗಿ ಸೂಪನ್ನು ತೆಗೆದು ಹಂಚುವ ಮತ್ತು ಇತರರಿಗೆ ಮೇಲಿಂದ ಮೇಲೆ ತೆಳುವಾದ ನೀರಿನ ಸೂಪನ್ನು ನೀಡುವ ಮಂದಿಗಳಿಗೆ ಆತ ಅಪವಾದವಾಗಿದ್ದ.

ತನ್ನ ಜನರನ್ನು ಪ್ರತ್ಯೇಕವಾಗಿ ನೋಡುತ್ತ ಅವರಿಗೆ ವಿಶೇಷ ಸವಲತ್ತನ್ನು ನೀಡುವ ಮಂದಿಯ ಬಗ್ಗೆ ವಿಮರ್ಶೆ ಮಾಡುವ ಹಕ್ಕು ನನಗೆ ಎಲ್ಲಿಂದ ಬರಬೇಕು. ಬದುಕು ಮತ್ತು ಮರಣದ ನಡುವೆ ಹೋರಾಟದ ಪರಿಸ್ಥಿತಿಯಲ್ಲಿ ತಮ್ಮ ಸ್ನೇಹಿತರಿಗೆ ಪಕ್ಷಪಾತ ತೋರುವುದೆಂದರೆ ಅದೊಂದು ದೋಷವೆಂದು ಹೇಳುವುದಕ್ಕೆ ಯಾರಿಗದರೂ ಸಾಧ್ಯವೇ? ಹೀಗೆ ಹೇಳಬೇಕೆನ್ನುವವರು ಮೊದಲು ತಾವು ಅಂತಹುದೇ ಪರಿಸ್ಥಿತಿಯಲ್ಲಿ ಹಾಗೆ ಮಾಡುವುದಿಲ್ಲವೇ ಎಂದು ತಮ್ಮನ್ನು ತಾವು ಪ್ರಾಮಾಣಿಕವಾಗಿ ಅವಲೋಕಿಸಿಕೊಳ್ಳಬೇಕು.

ನಾನು ನನ್ನ ಸಾಮಾನ್ಯ ಜೀವನಕ್ಕೆ ಮರಳಿದ ಬಳಿಕ, ಹಾಗೊಂದು ದೀರ್ಘ ವರೆಸೆಯ ಬಳಿಕ (ಕ್ಯಾಂಪ್‌ನಿಂದ ಹೊರಗೆ ಬಂದ ಬಹಳ ದಿನಗಳ ಮೇಲೆ) ಇಲ್ಲಸ್ಟ್ರೇಟೆಡ್ ವೀಕ್ಲಿಯ ಒಂದು ಹಾಳೆಯಲ್ಲಿನ ಫೋಟೋವನ್ನು ಒಬ್ಬಾತ ನನಗೆ ತೋರಿಸಿದ. ಅದರಲ್ಲಿ ಖೈದಿಗಳ ಗುಂಪು ಕ್ಯಾಂಪ್ ಒಂದರಲ್ಲಿ ಗುಡಿಸಲಿನ ನೆಲದ ಮೇಲೆ ಮಲಗಿದ್ದ ದೃಶ್ಯದಲ್ಲಿ ಅತಿಥಿಯೊಬ್ಬನ ಸಮಕ್ಷಮ ಅವರೆಲ್ಲ ಪೆಚ್ಚು ಮೋರೆ ಹಾಕಿಕೊಂಡಿದ್ದನ್ನು ಸೆರೆ ಹಿಡಿಯಲಾಗಿತ್ತು. 'ಇವೆಲ್ಲ ಭಯಾನಕವಾಗಿ ತೋರುತ್ತಿಲ್ಲವೇ? ಎಂತಹ ಭಯಂಕರವಾಗಿ ತೋರುತ್ತಿರುವ ಮೋರೆಗಳು – ಭಯಭೀತಿಯ ಸನ್ನಿವೇಶವಲ್ಲವೇ?' ಆತ ಕೇಳಿದ್ದ.

ನಾನು ಕೇಳಿದೆ, 'ಯಾಕೆ?' ನಾನು ಹಾಗೆ ಯಾಕೆ ಕೇಳಿದೆ ಅಂದರೆ ಆ ಸಮಯ ನನಗೆ ಒಂದೂ ಅರ್ಥವಾಗಲಿಲ್ಲ. ಅದೇ ವೇಳೆ ನಾನು ಆ ಘಟನೆಯನ್ನು ಇನ್ನೊಮ್ಮೆ ನೆನಪಿಗೆ ತಂದುಕೊಂಡೆ: ಬೆಳಗ್ಗಿನ ಐದು ಗಂಟೆಯ ಸಮಯವಾಗಿತ್ತು. ಹೊರಗಡೆ ಇನ್ನೂ ಗಾಢವಾದ

ಕತ್ತಲು ಆವರಿಸಿತ್ತು. ನಾನು ಜೋಪಡಿಯ ಒಳಗಡೆ ಒಂದು ಮರದ ಬೆಂಚಿನ ಮೇಲೆ ಮಲಗಿದ್ದೆ. ಅಲ್ಲಿ ನನ್ನಂತೆ ಇತರ ಎಪ್ಪತ್ತು ಮಂದಿ ರೋಗಿಗಳ 'ಆರೈಕೆ' ಮಾಡಲಾಗುತ್ತಿತ್ತು. ನಾವು ರೋಗಗ್ರಸ್ತರಾದ್ದರಿಂದ ಹೊರಗಡೆ ಕೆಲಸಕ್ಕೆ ಹೋಗಬೇಕಾಗಿರಲಿಲ್ಲ. ನಾವು ಪೆರೇಡ್‌ಗಳಿಗೆ ಕೂಡಾ ಹೋಗಬೇಕಾಗಿರಲಿಲ್ಲ. ನಾವು ನಮ್ಮ ಜೋಪಡಿಯ ಸಣ್ಣ ಮೂಲೆಯಲ್ಲಿ ಪೂರ್ತಿ ದಿನ ಮಲಗಿಯೇ ಕಾಲಕಳೆಯುವ ಅವಕಾಶವಿತ್ತು. ಹಾಗೆಯೇ ನರಳುತ್ತಾ ಪ್ರತಿದಿನ ಸಿಗುವ ಡಬ್ಬಲ್ ರೊಟ್ಟಿಯ ನಿರೀಕ್ಷೆಯಲ್ಲಿ ಇರಬಹುದಾಗಿತ್ತು (ಅದೇನಿದ್ದರೂ ರೋಗಿಗಳಿಗೆ ನೀಡುವ ಡಬ್ಬಲ್ ರೊಟ್ಟಿಯ ಪ್ರಮಾಣ ಕಡಿಮೆಯಗಿರುತ್ತಿತ್ತು), ಅದರ ಜತೆಗೆ ನಮಗೆ ಸೂಪನ್ನೂ ನೀಡಲಾಗುತ್ತಿತ್ತು (ಅದೂ ಬಹಳ ತೆಳುವಾದ ರಸವನ್ನು ಹೊಂದಿರುತ್ತಿದ್ದಿತು). ಆದರೆ ನಾವು ಬಹಳಷ್ಟು ಸಂತುಷ್ಟರಾಗಿದ್ದೆವು. ಇಷ್ಟೆಲ್ಲ ನಡೆದ ಬಳಿಕವೂ ಸಂತುಷ್ಟರಾಗಿದ್ದೆವು. ನಾವು ನಮ್ಮ ಶರೀರಗಳನ್ನು ಬೆಚ್ಚಗಿಟ್ಟುಕೊಳ್ಳುವುದಕ್ಕಾಗಿ ಒಬ್ಬರನ್ನೊಬ್ಬರು ಹತ್ತಿಕೊಂಡು ಕುಳಿತಿರುತ್ತಿದ್ದೆವು. ಮತ್ತು ನಾವೆಷ್ಟು ಉದಾಸೀನರಾಗಿರುತ್ತಿದ್ದೆವೆಂದರೆ ನಮ್ಮ ಬೆರಳುಗಳನ್ನು ಕೂಡಾ ಅಲ್ಲಾಡಿಸಲು ಇಷ್ಟಪಡಿಸುತ್ತಿರಲಿಲ್ಲ.

ಆ ದಿನದ ಕೆಲಸದ ಪಾಳಿಯಿಂದ ಹಿಂದಿರುಗಿ ಬರುತ್ತಿದ್ದವರಿಂದ ತೀವ್ರವಾದ ಚೀತ್ಕಾರ, ಬೊಬ್ಬೆಗಳೆಲ್ಲವೂ ಕೇಳಿಬಂದವು. ಅವರಿಗೆ ಹಾಜರಿಯನ್ನು ನೀಡಲು ಕರೆಯಲಾಗಿತ್ತು. ಒಮ್ಮೆಲೆ ಬಾಗಿಲು ಪಟಾರನೆ ತೆರೆದುಕೊಂಡಿತು ಮತ್ತು ಮಂಜಿನ ಸುಳಿಗಾಳಿ ಒಳಗೆ ನುಗ್ಗಿ ಬಂತು. ಒಬ್ಬ ಮಂಜಿನಿಂದ ಆವರಿಸಲ್ಪಟ್ಟು ತೀರಾ ಸುಸ್ತಾದ ತೀವ್ರವಾಗಿ ನಡುಗುತ್ತಿದ್ದ ವ್ಯಕ್ತಿ ಗುಡಿಸಲಿನ ಒಳಗಡೆ ನಡುಗುತ್ತಲೇ ಬಂದು ಒಂದು ಮೂಲೆಯಲ್ಲಿ ಕುಳಿತುಕೊಳ್ಳಲು ನೋಡಿದ. ಆದರೆ ಸೀನಿಯರ್ ವಾರ್ಡನ್ ಆತನನ್ನು ಕಂಡು ತಕ್ಷಣ ಅವನನ್ನು ಅಲ್ಲಿಂದ ಹೊರಗಡೆ ಓಡಿಸಿಬಿಟ್ಟ. ರೋಗಿಗಳ ಪರೀಕ್ಷೆ ನಡೆಯುತ್ತಿದ್ದರೆ, ಆ ಸಮಯದಲ್ಲಿ ಯಾವನಾದರೂ ಅಪರಿಚಿತ ಗುಡಿಸಲಿನ ಒಳಗಡೆ ಪ್ರವೇಶಿಸಿದ್ದೇ ಆದಲ್ಲಿ ಅವರನ್ನು ಹೊರಗಡೆಗೆ ತಕ್ಷಣ ದಬ್ಬಲಾಗುವ ನಿರ್ಬಂಧವನ್ನು ಅನುಸರಿಸಲಾಗುತ್ತಿತ್ತು. ನನಗೆ ಆ ದಿನ ಆ ವ್ಯಕ್ತಿಗಾಗಿ ಬಹಳ ಮರುಗುವಂತಾಯಿತು ಮತ್ತು ಅದೇ ವೇಳೆ ಖುಷಿಯಾಯಿತೇಕೆಂದರೆ ಆತನ ಜಾಗದಲ್ಲಿ ನಾನಿರಲಿಲ್ಲವಲ್ಲ ಎನ್ನುವುದಕ್ಕಾಗಿ. ರೋಗಪೀಡಿತನಾಗಿ ಎರಡು ದಿನ ಅದೇ ಕೋಣೆಯಲ್ಲಿ ಉಳಿಯುವ ಅವಕಾಶ ಸಿಕ್ಕಿತ್ತು ಮತ್ತು ಇನ್ನೂ ಎರಡು ದಿನ ಉಳಿಯುವ ಅವಕಾಶ ದೊರೆಯುವಂತಿತ್ತು.

ಯಾವಾಗ ನಾನು ಆ ಫೋಟೋಗಳನ್ನು ಪತ್ರಿಕೆಯಲ್ಲಿ ಕಂಡೆನೋ, ಇವೆಲ್ಲ ನನ್ನ ಹೃದಯದಲ್ಲಿ ಹಾದು ಬಂದವು. ನಾನು ಮನದ ಮಾತನ್ನು ತಿಳಿಸಿದಾಗ ಶ್ರೋತೃಗಳು ಅದನ್ನು ಅರಿತುಕೊಂಡರು ಹಾಗೆಯೇ ಆ ಮೇಲೆ ನನಗೆ ಆ ಫೋಟೋಗಳು ಭಯಾನಕವಾಗಿ ಕಾಣಿಸಲಿಲ್ಲ. ಯಾರನ್ನು ಆ ಫೋಟೋಗಳಲ್ಲಿ ತೋರಿಸಲಾಗಿತ್ತೋ ಅವರಿಗೆ ಅಂತಹ ದುಃಖವೇನೂ ಆಗಿರಲಾರದು ಅಂತ ನನಗೆ ಅನ್ನಿಸತೊಡಗಿತು.

೧೦
ಕೆಲವು ಸಾರ್ಥಕ ಮೌಲ್ಯಗಳು

ರೋಗಿಗಳ ಕೊಠಡಿಯಲ್ಲಿ ನನ್ನದು ನಾಲ್ಕನೇ ದಿನವಾಗಿತ್ತು ಮತ್ತು ನನಗೆ ಅದೇ ಪರಿಸ್ಥಿತಿಯಲ್ಲಿ ರಾತ್ರಿಯ ಪಾಳಿಯಲ್ಲಿ ದುಡಿಯುವಂತೆ ಹೋಗಲು ಹುಕುಂ ಬಂತು. ಹಿರಿಯ ವೈದ್ಯರು ನನ್ನೆಡೆಗೆ ಬಂದು, 'ನಿಮಗೆ ಟೈಫಸ್ ರೋಗಗ್ರಸ್ತರಾದ ಖೈದಿಗಳಿರುವ ಇತರ ಕ್ಯಾಂಪ್‌ಗಳಲ್ಲಿ ಕೆಲಸ ಮಾಡುವುದಕ್ಕೆ ಇಚ್ಛೆ ಇದೆಯಾ?' ಅಂತ ಕೇಳಿದರು. ನಿಜಕ್ಕೂ ನನ್ನ ಇತರ ಸಹಜೀವಿಗಳು ಇಂತಹ ಸಲಹೆಯನ್ನು ಒಪ್ಪಿಕೊಳ್ಳುತ್ತಿರಲಿಲ್ಲ, ಆದರೆ ನಾನು ಅದಕ್ಕೆ ಹೊರತಾಗಿ ಸ್ವಯಂ ಸ್ಫೂರ್ತಿಯಿಂದ ಸೇವೆ ಸಲ್ಲಿಸಲು ಒಪ್ಪಿಕೊಂಡೆ. ಯಾವುದೇ ಕಾರ್ಯಕಾರೀ ಗುಂಪಿನಲ್ಲಿ ದುಡಿದರೂ ನನ್ನ ಮೃತ್ಯು ಖಂಡಿತವೆಂದು ನನಗೆ ಅನ್ನಿಸಿಬಿಟ್ಟಿತ್ತು. ಹಾಗೊಮ್ಮೆ ನನ್ನ ಮರಣ ನಿಶ್ಚಿತವೆಂದಾದರೆ ಅದಕ್ಕೊಂದು ಆಯಾಮವೇ ಸಿಗಲಿ ಎಂದು ಬಯಸಿದೆ. ನಾನೊಬ್ಬ ಅನಾಮಿಕ ಕೂಲಿಕಾರನ ಸ್ಥಿತಿಯಲ್ಲಿ ಮರಣವನ್ನಪ್ಪುವುದಕ್ಕಿಂತ ಒಂದು ಉದ್ದೇಶವನ್ನಿರಿಸಿಕೊಂಡು, ವೈದ್ಯನ ರೂಪದಲ್ಲಿ ನನ್ನ ಸಹವರ್ತಿಗಳಿಗೆ ಸೇವೆಯನ್ನು ಸಲ್ಲಿಸುತ್ತ ಸತ್ತರೆ ಅದೆಷ್ಟೋ ಮಿಗಿಲಲ್ಲವೇ ಎಂದು ನನಗನ್ನಿಸಿತು.

ನನಗೆ ಈ ಪಂಥಾಹ್ವಾನ ಯಾವುದೇ ಬಲಿದಾನದ ಮಾತಾಗಿರದೆ ಒಂದು ಸೀದಾ-ಸಾದಾ ಗಣಿತವಾಗಿತ್ತು. ಆದರೆ ಸ್ವಚ್ಛತೆಯ ವಿಭಾಗದ ವಾರೆಂಟ್ ಅಧಿಕಾರಿ ರಹಸ್ಯವಾಗಿ ಅದೊಂದು ಆದೇಶದ ಮೂಲಕ ಎಚ್ಚರಿಕೆಯನ್ನು ನೀಡಿದ್ದ ಏನೆಂದರೆ, ಯಾವ ಇಬ್ಬರು ವೈದ್ಯರು ತಮ್ಮ ಸ್ವಯಂಸ್ಫೂರ್ತಿಯಿಂದ ಟೈಫಸ್ ಪೀಡಿತ ಖೈದಿಗಳ ಆರೈಕೆ ನೋಡಿಕೊಳ್ಳಲು ಮುಂದೆ ಬಂದಿದ್ದಾರೋ, ಅವರಿಬ್ಬರ ಪಾಲನೆಯ ನಿಗಾ ವಹಿಸುವುದು ಅತ್ಯಂತ ಜರೂರಿನದ್ದಾಗಿದೆ ಅಂತ. ಇದಕ್ಕೆ ಕಾರಣವೇನಿತ್ತೆಂದರೆ ನಾವಿಬ್ಬರೂ

ವೈದ್ಯರು ಎಷ್ಟೊಂದು ಕ್ಷೀಣ ಸ್ಥಿತಿಯಲ್ಲಿದ್ದೆವೆಂದರೆ ಆ ಅಧಿಕಾರಿಗೆ ನಾವು ವೈದ್ಯಕೀಯ ಸೇವೆ ಸಲ್ಲಿಸುವ ಬದಲು ನಮ್ಮಿಬ್ಬರ ಶವಗಳನ್ನು ಸಂಭಾಳಿಸುವ ಸಂದರ್ಭ ಬಂದೊದಗಬಹುದು ಅಂತ.

ನಾನು ಮೊದಲೇ ಅಂದುಕೊಂಡಿದ್ದೆ, ಯಾವುದೇ ಕೆಲಸ ಸ್ವಯಂ ಅಥವಾ ತನ್ನ ಹತ್ತಿರದ ಗೆಳೆಯರನ್ನು ಜೀವಂತ ಇರಿಸುವ ಜಾಯಮಾನದಲ್ಲಿ ಉಳಿದಿಲ್ಲವೆಂದಾದರೆ ಅದು ಬಹಳ ಬೇಗನೇ ತನ್ನ ಅರ್ಥವನ್ನು ಕಳೆದುಕೊಳ್ಳುತ್ತದೆ ಅಂತ. ಎಲ್ಲವೂ ಇದಕ್ಕಾಗಿಯೇ ಬಲಿಯಾಗುವಂತಿತ್ತು. ಇದರಲ್ಲಿ ಮನುಷ್ಯನ ಚಾರಿತ್ರ್ಯ ಒಂದು ಹದದವರೆಗೆ ಸೇರಿಕೊಂಡು, ಆತ ತನ್ನ ಮಾನಸಿಕ ಜಂಜಾಟದ ಕಾರಣದಿಂದ ಕುಸಿಯುವ ಸಾಧ್ಯತೆಯಿತ್ತು. ಹಾಗೆ ಆತನ ಸಮಸ್ತ ಮೌಲ್ಯಗಳು ಆತನನ್ನು ಅಪಾಯಕರ ಸ್ಥಿತಿಗೆ ಒಯ್ದು ಸಂದೇಹ ಆತನನ್ನು ಸುತ್ತುವರಿಯುವ ಸಾಧ್ಯತೆಯಿತ್ತು. ಅವರೆಲ್ಲ ಯಾವೊಂದು ಪ್ರಪಂಚದ ಪ್ರಭಾವದಲ್ಲಿದ್ದರೆಂದರೆ, ಅಲ್ಲಿ ಮಾನವ ಬದುಕಿಗೆ ಮತ್ತು ಘನತೆಗೆ ಯಾವುದೇ ಮನ್ನಣೆ ಉಳಿದಿರಲಿಲ್ಲ. ಮನುಷ್ಯನ ಇಚ್ಛೆಗಳನ್ನು ಕಸಿದುಕೊಂಡು ಆತನನ್ನು ಒಂದು ವಸ್ತುವಿನ ತರಹ ಪರಿಗಣಿಸಿ ಆತನನ್ನು ಮೃತ್ಯುವಿಗೆ ತಳ್ಳುವ ಹುನ್ನಾರವೇ ಇತ್ತು. (ಅದರೆ ಮೊದಲು ಆತನ ಶರೀರದಲ್ಲಿ ಶಕ್ತಿಯ ಕೊನೆಯ ಔನ್ಸ್ ಕೂಡಾ ಉಳಿಯದಂತೆ ಅವನನ್ನು ಚೆನ್ನಾಗಿ ದುಡಿಸಿಕೊಂಡ ಬಳಿಕ.) ಆಮೇಲೆ ವ್ಯಕ್ತಿಗತ ನೆಲೆಯಲ್ಲಿ ಯಾವುದೇ ಅಹಂಗೆ ಬೆಲೆ ಉಳಿದಿರುವುದಿಲ್ಲ.

ಯಾತನಾ ಶಿಬಿರದಲ್ಲಿ ಯಾವನೇ ವ್ಯಕ್ತಿ ತನ್ನ ಆತ್ಮಗೌರವವನ್ನು ಉಳಿಸಿಕೊಳ್ಳಲು ಕೊನೆಯ ಒಂದು ಯತ್ನವನ್ನು ಮಾಡಿದ್ದೇ ಆದಲ್ಲಿ, ಹಾಗೆ ಅದಕ್ಕೋಸ್ಕರ ಹೋರಾಟ ನಡೆಸಿದ್ದರೆ ಆತನೊಬ್ಬ ಬುದ್ಧಿವಂತ ಜೀವಿಯೆನ್ನುವ ಪದವಿಯನ್ನೂ ಕಳೆದುಕೊಳ್ಳುವ ಹಾಗಿತ್ತು. ಆತನ ಜೀವಕ್ಕೂ ನಿಜವಾಗಿ ಮೌಲ್ಯಗಳಿವೆ ಮತ್ತು ಆತನಿಗೂ ಸ್ವಾತಂತ್ರ್ಯದ ಹಕ್ಕುಗಳಿವೆ ಎನ್ನುವ ಭಾವನೆಗಳನ್ನು ಕಳೆದುಕೊಳ್ಳಬೇಕಾಗಿತ್ತು. ಅಂತಹ ಪರಿಸ್ಥಿತಿಯಲ್ಲಿ ಆತ ಒಂದು ವ್ಯಾಪಕ ಮಾನವ ಸಮೂಹದ ಒಂದು ಭಾಗವಷ್ಟೇ ಎಂದು ಪರಿಗಣನೆಗೆ ಬಂದು ಅವನೊಬ್ಬ ಪಶು ಸಮಾನವಾಗಿ ಪರಿಗಣಿಸಲ್ಪಡುವ ಮಟ್ಟಕ್ಕೆ ತಳ್ಳಲ್ಪಡುತ್ತಿದ್ದ. ಜನರನ್ನು ಕುರಿಗಳ ಹಾಗೆ ಗುಂಪುಗಳಲ್ಲಿ, ಒಂದು ಜಾಗದಿಂದ ಇನ್ನೊಂದು ಜಾಗಕ್ಕೆ ಸ್ಥಳಾಂತರಿಸಲಾಗುತ್ತಿತ್ತು, ಕೆಲವೊಮ್ಮೆ ಜೊತೆಗೆ ಕೆಲವೊಮ್ಮೆ ಬೇರೆಬೇರೆಯಾಗಿ, ಅವರಿಗೆ ತಮ್ಮದೇ ಆದ ಯಾವುದೇ ವಿಚಾರ ಅಥವಾ ಮರ್ಜಿ ಇಲ್ಲವೆಂಬಂತೆ. ಜನರನ್ನು ಸತಾಯಿಸುತ್ತ ಅದರಿಂದ ಸಂತೋಷ ಪಡುವ ಒಂದು ಚಿಕ್ಕ ಅಪಾಯಕಾರಿ ದಳ ಆ ಗುಂಪಿನ ಮೇಲೆ ನಿಗಾ ವಹಿಸುತ್ತಾ ಆ ಸುತ್ತಲೇ ತಿರುಗಾಡುತ್ತಿದ್ದದು ಸಾಮಾನ್ಯವಾಗಿರುತ್ತಿತ್ತು. ಅವರು ತಮ್ಮ ಖುಷಿಯಂತೆ ಹಿಂಡನ್ನು ಹಿಂದಕ್ಕೂ ಮುಂದಕ್ಕೂ ದಬ್ಬುತ್ತ ಅನಾವಶ್ಯಕ ಹೊಡೆತಗಳನ್ನು ಕೊಡುತ್ತ, ಬೊಬ್ಬಿಡುತ್ತ ಸಾಗುವಂತೆ ಮಾಡುತ್ತಿದ್ದರು. ಹಾಗಿದ್ದಾಗ ನಮ್ಮ ಕುರಿಮಂದೆ ಎರಡು ವಿಷಯಗಳತ್ತ ಮಾತ್ರ ನಿಗಾವಹಿಸುತ್ತಿದ್ದವು – ಆ ಹಲ್ಕಾ ನಾಯಿಗಳಿಂದ ಹೇಗೆ ಬಚಾವಾಗುವುದು ಮತ್ತು ಎಲ್ಲಾದರೂ ಊಟದ ವ್ಯವಸ್ಥೆಯನ್ನು ಹೇಗೆ ನಿಭಾಯಿಸಿಕೊಳ್ಳುವುದು ಅಂತ.

ಆತ್ಮರಕ್ಷಣೆಯ ನಿಯಮ

ಹೇಗೆ ಕೆಲವು ಕುರಿಗಳು ಗುಂಪಿನ ನಡುವೆ ನಡೆಯಲು ಪ್ರಯತ್ನಿಸುತ್ತಿರುತ್ತವೋ ಅದೇ ರೀತಿ ನಮ್ಮಲ್ಲಿ ಎಲ್ಲರೂ ಗುಂಪಿನ ನಡುವೆ ಸ್ಥಾನಗಿಟ್ಟಿಸಿಕೊಳ್ಳಲು ಹಾತೊರೆಯುತ್ತಿದ್ದೆವು. ಆ ಮೂಲಕ ನಾವು ನಮ್ಮ ಹಿಂದೆ ಮುಂದೆ ಪಕ್ಕಗಳಲ್ಲಿ ನಿರಂತರವಾಗಿ ಓಡಾಡುವ ಆ

ಕಾವಲುಗಾರರ ಹೊಡೆತಗಳಿಂದ ತಪ್ಪಿಸಿಕೊಳ್ಳಲು ಸಾಧ್ಯವಾಗುತ್ತಿತ್ತು. ಮಧ್ಯ ಭಾಗದಲ್ಲಿ ನಡೆಯುವ ಸೆರೆವಾಸಿಗಳಿಗೆ ಶೀತ ಗಾಳಿಯಿಂದಲೂ ರಕ್ಷಣೆ ಒದಗುತ್ತಿತ್ತು. ಹೀಗೆ ತಮ್ಮ ಆತ್ಮರಕ್ಷಣೆಗಾಗಿ ಪ್ರತಿಯೊಬ್ಬನೂ ತಮ್ಮ ಗುಂಪಿನ ನಡುವೆ ನಡೆಯಲು ಬಯಸುತ್ತಿದ್ದ. ಒಂದು ತುಕಡಿಯನ್ನು ಸಂಘಟಿಸುವ ಸಮಯ ಅದು ಅದರಷ್ಟಕ್ಕೇ ಆಗಿಹೋಗುತ್ತಿತ್ತು. ಕೆಲವೊಮ್ಮೆ ನಾವು ಪ್ರಜ್ಞಾಪೂರ್ವಕವಾಗಿ ಸಂಘಟಿಸುತ್ತಿದ್ದೆವು, ಆದರೆ ಇದನ್ನು ತೋರದ ಹಾಗೆ ನೋಡಿಕೊಳ್ಳುತ್ತಿದ್ದೆವು. ಯಾಕೆಂದರೆ ನಮ್ಮ ಮೇಲೆ ಸಂದೇಹ ಮೂಡದಿರಲೆಂದು, ಇದು ನಮ್ಮ ಆತ್ಮರಕ್ಷಣೆಗೆ ಅವಶ್ಯವಾಗಿತ್ತು. ನಮ್ಮ ನಡವಳಿಕೆಯಿಂದ ಯಾವನೇ ಅಧಿಕಾರಿಗೆ ಸಂಶಯ ತಲೆದೋರಬಾರದೆಂಬುದೇ ನಮ್ಮ ಇಚ್ಛೆಯಾಗಿರುತ್ತಿತ್ತು.

ಗುಂಪಿನಿಂದ ಬೇರೆಯಾಗುವ ಹಂಬಲ

ಕೆಲವೊಮ್ಮೆ ಗುಂಪಿನಿಂದ ಬೇರೆಯಾಗಿ ಒಂಟಿಯಾಗಿರಲು ಬಯಸಿದ್ದುಂಟು. ಅದೂ ಕೆಲವು ಸಲ ಅವಶ್ಯಕತೆಯೂ ಆಗಿತ್ತು. ಇದೊಂದು ಎಲ್ಲರಿಗೂ ತಿಳಿದಿರುವ ವಿಷಯವೇ ಅಂದರೆ **ಒಂದು ಸಾಮುದಾಯಿಕ ಜೀವನದ ನಡುವೆಯೇ ಇದ್ದು, ಅದರಲ್ಲಿ ವ್ಯಕ್ತಿಯ ಪ್ರತಿಯೊಂದು ಕೆಲಸವನ್ನು ನಿಖರವಾಗಿ ಪರಿಶೀಲಿಸುತ್ತ ಇರುವ ವೇಳೆ, ಸ್ವಲ್ಪ ಸಮಯಕ್ಕಾದರೂ ಆ ಗುಂಪಿನಿಂದ ಬೇರೆಯಾದರೆ ಸಾಕಿತ್ತು ಎನ್ನುವ ಭಾವನೆ ಮೂಡುವುದು ಸಹಜವೇ.** ಇಲ್ಲಿ ಕೂಡಾ ಪ್ರತಿಯೊಬ್ಬ ಸೆರೆವಾಸಿ, ತನ್ನ ವಿಚಾರಗಳ ಜತೆಗೆ, ಸ್ವಲ್ಪ ಸಮಯ ಏಕಾಂಗಿಯಾಗಿ ಕಳೆಯಲು ಹಪಹಪಿಸುತ್ತಾನೆ. ಆತ ತನಗಾಗಿ ತುಸು ಗೌಪ್ಯತೆಯ ಮತ್ತು ಏಕಾಂತದ ಬಯಕೆಯನ್ನು ಹೊಂದಿರುತ್ತಾನೆ. ನನಗೊಮ್ಮೆ ಹಾಗೆ ಹಿಂದೆ ಹೇಳಿದ 'ಆರಾಮ'ದ ಕ್ಯಾಂಪ್‌ಗೆ ಕಳುಹಿಸಲಾದ ಸಮಯ, ಒಂದು ಸಲ ಐದು ನಿಮಿಷದ ಸಂಕ್ಷಿಪ್ತ ಕಾಲಕ್ಕಾದರೂ ನಾನು ಏಕಾಂತದಲ್ಲಿ ಕಳೆಯಬಹುದಾದ ಒಂದು ವಿರಳ ಅವಕಾಶ ಸಿಕ್ಕಿತು. ನಾನು ಕೆಲಸಕ್ಕೆ ಹಚ್ಚಲ್ಪಟ್ಟ ಆ ಮಣ್ಣಿನ ಗುಡಿಸಲಿನಲ್ಲಿ ಐವತ್ತು ರೋಗಿಗಳು ಹತಾಶರಾಗಿ ಬಿದ್ದುಕೊಂಡಿದ್ದರು. ಅದರ ಹಿಂದುಗಡೆ ಕ್ಯಾಂಪ್‌ನ್ನು ಸುತ್ತುವರಿದ ಮುಳ್ಳುಬೇಲಿಯ ನಾಲ್ಕು ಗೋಡೆಗಳ ಒಂದು ಮೂಲೆಯಲ್ಲಿ ಕಂಬಗಳ ಮತ್ತು ಮರದ ಗೆಲ್ಲುಗಳ ಸಹಾಯದಿಂದ ಒಂದು ಚಪ್ಪರದಂತಹ ಮಾಮೂಲಿ ನೆರಳಿನ ಜಾಗವನ್ನು ತಯಾರಿಸಲಾಗಿತ್ತು. ಅಲ್ಲಿ ಹೆಚ್ಚುಕಡಿಮೆ ಅರ್ಧ ಡಜನ್ ಶವಗಳನ್ನು (ಕ್ಯಾಂಪ್‌ನಲ್ಲಿ ದಿನವೊಂದಕ್ಕೆ ಸರಾಸರಿಯಾಗಿ ಸಾವಿಗೀಡಾಗುವ ಸಂಖ್ಯೆ) ಪೇರಿಸಿ ಇಡಲು ಸಾಧ್ಯವಾಗುವಂತಿತ್ತು. ಅಲ್ಲಿ ನೀರಿನ ಪೈಪ್‌ಗಳ ಕಡೆಗೆ ಸಾಗುವ ಒಂದು ಶಾಫ್ಟ್ ಕೂಡಾ ಬಿದ್ದುಕೊಂಡಿತ್ತು. ನನ್ನ ಸೇವಾವಧಿಯಲ್ಲಿ ಯಾವಾಗೆಲ್ಲ ನನಗೆ ಬಿಡುವು ಸಿಗುತ್ತಿತ್ತೋ ಆ ಸಮಯವನ್ನು ಅದೇ ಶಾಫ್ಟ್‌ಗೆ ಹೊದಿಸಿದ ಮರದ ಮುಚ್ಚಳದ ಮೇಲೆ ಕುಳಿತುಕೊಳ್ಳುತ್ತಿದ್ದೆ. ನಾನು ಅಲ್ಲಿ ಕುಳಿತುಕೊಂಡು, ಹಸಿರಿನಿಂದ ತುಂಬಿದ ಮರಗಳನ್ನೂ, ಮುಳ್ಳುಗಳಿಂದ ತುಂಬಿದ ಸರಿಗೆಗಳ ನಡುವೆ ದೂರದಲ್ಲಿ ಕಂಗೊಳಿಸುತ್ತಿದ್ದ ನೀಲ ಪರ್ವತಗಳನ್ನೂ ಕಣ್ತುಂಬ ವೀಕ್ಷಿಸುತ್ತಿದ್ದೆ. ಅವನ್ನು ನೋಡುತ್ತ ನೋಡುತ್ತ ನಾನು ಸುಂದರವಾದ ಕನಸುಗಳಲ್ಲಿ ಮುಳುಗಿಹೋಗುತ್ತಿದ್ದೆ. ನನ್ನ ಈ ಕನಸುಗಳು ಉತ್ತರ ಮತ್ತು ಉತ್ತರ-ಪೂರ್ವ ದಿಕ್ಕುಗಳ ಕಡೆಗೆ ಬೆಸೆದುಕೊಂಡಿರುತ್ತಿದ್ದವು. ಆ ದಿಕ್ಕಿನಲ್ಲೇ ನನ್ನ ಮನೆಯಿತ್ತು ಆದರೆ ಮೋಡಗಳು ದಟ್ಟವಾಗಿ ಹರಡಿದ್ದರಿಂದ ನನಗೆ ಅಲ್ಲಿ ಏನೂ ಗೋಚರಿಸುತ್ತಿರಲಿಲ್ಲ.

ರೋಗಿಗಳ ಸೇವೆ

ನನ್ನ ಸನಿಹದಲ್ಲೇ ಶವಗಳು ಬಿದ್ದುಕೊಂಡಿದ್ದರೂ ನನಗೇನು ವ್ಯತ್ಯಾವಾಗಿರಲಿಲ್ಲ.

ಅವುಗಳ ಮೇಲಿನಿಂದ ಕೀಟಗಳು ಅವ್ಯಾಹತವಾಗಿ ಹಾರಾಡುತ್ತಿದ್ದವು. ಅಲ್ಲೇ ಪಕ್ಕದಲ್ಲಿ ಸಂಚರಿಸುತ್ತಿದ್ದ ಸಿಪಾಯಿಗಳ ಕಾಲಿನ ಸಪ್ಪಳವಷ್ಟೇ ನನ್ನನ್ನು ನನ್ನ ವಿಸ್ಮೃತಿಯಿಂದ ಹೊರಕ್ಕೆ ತರುತ್ತಿದ್ದವು. ಅಥವಾ ರೋಗಿಗಳಲ್ಲಿ ನನ್ನನ್ನು ಯಾರಾದರೂ ಕೂಗಿಕೊಂಡಾಗ ಇಲ್ಲವೇ ಔಷಧವನ್ನು ಸರಬರಾಜು ಮಾಡುವ ವೇಳೆ ನಾನು ನನ್ನ ವಾಸ್ತವ ಪ್ರಪಂಚಕ್ಕೆ ಹಿಂದಿರುಗುತ್ತಿದ್ದೆ. ಹಾಗೆ ರೋಗಿಗಳಿಗೆ ಸರಬರಾಜಾಗುತ್ತಿದ್ದ ಔಷಧಗಳಾದರೂ ಏನು, ಬಹಳ ಕಷ್ಟದಿಂದ ಐವತ್ತು ರೋಗಿಗಳಿಗೆ ಹತ್ತು ಆಸ್ಪಿರಿನ್ ಮಾತ್ರೆಗಳು... ಅಷ್ಟೇ ಮಾತ್ರೆಗಳಿಂದ ನಾನು ಅನೇಕ ದಿನಗಳನ್ನು ತಳ್ಳಬೇಕಾಗಿ ಬರುತ್ತಿತ್ತು. ನಾನು ಅದನ್ನು ಇಟ್ಟುಕೊಂಡು ರೋಗಿಗಳ ಸುತ್ತ ಒಮ್ಮೆ ತಿರುಗುತ್ತಾ ಬಂದು, ರೋಗಿಯ ಸ್ಥಿತಿಯನ್ನು ಪರಿಶೀಲಿಸಿ ಸ್ವಲ್ಪ ಗಂಭೀರವಾಗಿ ತೋರುವ ರೋಗಿಗೆ ಅರ್ಧ ಮಾತ್ರೆಯನ್ನು ನೀಡುವುದಿದೆ. ಹಾಗೆ ಅತೀ ಗಂಭೀರ ಸ್ವರೂಪಕ್ಕೆ ತಿರುಗಿದ ಮರಣಶಯ್ಯೆಯಲ್ಲಿರುವ ರೋಗಿಗಳಿಗೆ ಔಷಧವನ್ನು ನೀಡುವುದಕ್ಕೆ ಅನುಮತಿ ಇರಲಿಲ್ಲ. ಕಾರಣವಿಷ್ಟೇ ಅದರಿಂದ ಯಾವುದೇ ಲಾಭವನ್ನು ನಿರೀಕ್ಷಿಸುವ ಹಾಗಿರಲಿಲ್ಲ ಮತ್ತು ಇನ್ನೂ ಒಂದು ವಿಷಯವೆಂದರೆ ಈ ಸಾಯಲು ಹೊರಟಿರುವ ವ್ಯಕ್ತಿಗಳಿಗೆ ಔಷಧ ನೀಡಿದರೆ ಇನ್ನೂ ಜೀವಂತವಾಗಿರುವ, ಬದುಕುವ ಎಲ್ಲಾ ಸಾಧ್ಯತೆಯುಳ್ಳ ರೋಗಿಗಳಿಗೆ ಔಷಧ ಕಡಿಮೆ ಬೀಳುವ ಸಾಧ್ಯತೆಯಿದ್ದಂತೆ ತೋರುತ್ತಿತ್ತು. ಇನ್ನೂ ಅಷ್ಟೊಂದು ಗಂಭೀರವಲ್ಲದ ರೋಗಿಗಳಿಗೆ ನೀಡಲು ನನ್ನಲ್ಲಿ ಸಾಂತ್ವನದ ಹೊರತಾಗಿ ಬೇರೇನೂ ಇದ್ದಿರಲಿಲ್ಲವೆನ್ನಬೇಕು. ಹಾಗೆ ನಾನು ಒಬ್ಬ ರೋಗಿಯಿಂದ ಇನ್ನೊಬ್ಬನ ಕಡೆಗೆ ಹಾಯ್ದುಹೋಗುತ್ತಿದ್ದೆ. ನಾನು ಸ್ವತಃ ಟೈಫುಸ್‌ನ ಆಕ್ರಮಣದ ಕಾರಣದಿಂದಾಗಿ ಬಹಳ ಜರ್ಜರಿತನಾಗಿದ್ದೆನಷ್ಟೇ? ಆ ಬಳಿಕ ನಾನು ಏಕಾಂತಕ್ಕೆ ಹೊರಟುಹೋಗುತ್ತಿದ್ದೆ. ಮತ್ತೆ ಮರದ ಮುಚ್ಚಳದ ಮೇಲೆ ಕುಳಿತು ನನ್ನದೇ ಲೋಕದಲ್ಲಿ ಮೈಮರೆತು ಕಳೆದುಹೋಗುತ್ತಿದ್ದೆ.

ಒಂದು ಸಲ ಇದೇ ಶಾಫ್ಟ್ ನನ್ನ ಮೂರು ಮಂದಿ ಸ್ನೇಹಿತ ಖೈದಿಗಳನ್ನು ರಕ್ಷಿಸಿದ್ದವು. ನಮಗೆ ಬಿಡುಗಡೆ ಘೋಷಣೆಯಾಗುವುದಕ್ಕೆ ಕೆಲವು ಸಮಯದ ಹಿಂದೆ ಕೆಲವು ಸೆರೆವಾಸಿ ಗುಂಪುಗಳನ್ನು ಡಖೌಗೆ ಸಾಗಿಸುವ ವ್ಯವಸ್ಥೆಯಾಗಿತ್ತು. ಇದರಿಂದ ತಪ್ಪಿಸಿಕೊಳ್ಳಲು ನನ್ನ ಸ್ನೇಹಿತರು ಒಂದು ಉಪಾಯವನ್ನು ಹೂಡಿದರು. ಅವರು ಶಾಫ್ಟ್‌ನಲ್ಲಿ ನುಸುಳಿ ಅಡಗಿಕೊಂಡರು ಮತ್ತು ಕಾವಲುಗಾರರ ದೃಷ್ಟಿಯನ್ನು ತಪ್ಪಿಸಿಕೊಂಡರು. ನಾನು ಅದೇ ಮರದ ಮುಚ್ಚಳದ ಮೇಲೆ ಕುಳಿತು ಏನೂ ಗೊತ್ತಿಲ್ಲದವರ ಹಾಗೆ ಅಮಾಯಕನಂತೆ ಕಲ್ಲುಗಳನ್ನು ಎಸೆಯುತ್ತಿರುವ ನಾಟಕವಾಡಿದೆ. ನನ್ನನ್ನು ನೋಡುತ್ತಲೇ ಕಾವಲುಗಾರರು ಒಂದು ಕ್ಷಣ ಹಿಂಜರಿದರು ನಂತರ ಸುಮ್ಮನೆ ಅಲ್ಲಿಂದ ಹೊರಟುಹೋದರು. ಕೂಡಲೇ ಆ ಮೂವರು ಸೆರೆಯಾಳುಗಳಿಗೆ ಅವರ ಸಂಕಟ ನಿವಾರಣೆಯಾಗಿದೆ ಎಂಬ ಸುದ್ದಿ ಮುಟ್ಟಿಸಿದೆ.

ಕೇವಲ ಒಂದು ಸಂಖ್ಯೆ

ಹೊರಗಿನ ಯಾವನಿಗಾದರೂ ಕ್ಯಾಂಪ್‌ನಲ್ಲಿನ ವ್ಯಕ್ತಿಗಳಿಗೆ ಎಷ್ಟೊಂದು ಕಡಿಮೆ ಕಿಮ್ಮತ್ತು ಇದೆ ಎನ್ನುವುದಾದರೂ ಹೇಗೆ ತಿಳಿಯಬೇಕು? ಕ್ಯಾಂಪ್‌ನ ಸೆರೆಯಾಳು ಸಂವೇದನಶೂನ್ಯನಾಗಿದ್ದ, ರೋಗಿಗಳನ್ನು ಗುಂಪಿನಲ್ಲಿ ಸಾಗಿಸುವ ತಯಾರಿ ನಡೆಸುವ ಸಮಯ ಇದು ಇನ್ನಷ್ಟು ಮನದಟ್ಟಾಯಿತು. ಅಂತಹ ರೋಗಗ್ರಸ್ತ ದೇಹಗಳನ್ನು ಕೈಗಾಡಿಗಳ ಮೇಲೆ ಎಸೆದು ಖೈದಿಗಳು ಮೈಲುಗಟ್ಟಲೆ ಆ ಗಾಡಿಯನ್ನು ಮಂಜಿನ ಸುಳಿಗಾಳಿಯ ನಡುವೆಯೇ ಎಳೆದುಕೊಂಡು ಮುಂದಿನ ಕ್ಯಾಂಪ್‌ಗೆ ಸಾಗಿಸಬೇಕಾಗುತ್ತಿತ್ತು. ಆ ಹೊತ್ತಿಗೆ ಯಾವನೇ ರೋಗಿ ಮರಣ ಹೊಂದಿದರೆ, ಆ ಮೃತದೇಹವನ್ನೂ ಅರೆಜೀವಿಗಳಾದ ರೋಗಿಗಳ ನಡುವಿನಲ್ಲೇ ಹಾಕಿ

ಸಾಗಿಸಲಾಗುತ್ತಿತ್ತು, ಯಾಕೆಂದರೆ ಅಂಕಗಳ ಪಟ್ಟಿ ಸರಿದೂಗಬೇಕು ತಾನೇ? ಅಂಕಪಟ್ಟಿಯೇ ಎಲ್ಲಕ್ಕೂ ಹೆಚ್ಚು ಮುಖ್ಯವೆನಿಸುವಂತೆ ತೋರುತ್ತಿತ್ತು.

ಒಬ್ಬ ಖೈದಿಗೆ ಒಂದು ನಂಬರ್ ಇದ್ದರಷ್ಟೇ ಆತನಿಗೊಂದು ಸ್ಥಾನವಿರುತ್ತಿತ್ತು. ಹಾಗಾಗಿ ನಿಜವಾದ ಪರಿಗಣನೆಯಲ್ಲಿ ನಾವೊಂದು ಸಂಖ್ಯೆಯಾಗಿಯೇ ಬದಲಾಗಿ ಬಿಟ್ಟಿದ್ದೆವು. ಜೀವಂತವಿರಲಿ ಸತ್ತಿರಲಿ – ಈ ವಿಷಯಕ್ಕೆ ಅದಕ್ಕೂ ಹೆಚ್ಚಿನ ಮಹತ್ವ ಇದ್ದಿರಲಿಲ್ಲ. ಪ್ರತಿ 'ನಂಬರ್'ನ ಜೀವನ ಯಾವುದೇ ಮರ್ಯಾದೆಗೆ ಅರ್ಹವಾಗಿರಲಿಲ್ಲ. ಆ ನಂಬರ್‌ನಷ್ಟೇ ಆ ಬದುಕಿಗೂ ಯಾವುದೇ ಮೌಲ್ಯವಿರಲಿಲ್ಲ. ಆತನ ಅದೃಷ್ಟವಾಗಲೀ, ಇತಿಹಾಸವಾಗಲೀ, ಹೆಸರಾಗಲೀ ಲೆಕ್ಕಕ್ಕೆ ಬರುತ್ತಿರಲಿಲ್ಲ. ರೋಗಿಗಳನ್ನು ಸಾಗಿಸುವ ಹಂತದಲ್ಲಿ ನಾನೊಬ್ಬ ವೈದ್ಯನಾಗಿರುವ ನೆಲೆಯಲ್ಲಿ ಬವೇರಿಯಾದಲ್ಲಿನ ಒಂದು ಕ್ಯಾಂಪ್‌ನಿಂದ ಇನ್ನೊಂದಕ್ಕೆ ಹೋಗಬೇಕಿತ್ತು. ಅಲ್ಲೊಬ್ಬ ಕಿರಿಯ ಸೆರೆಯಾಳಿದ್ದ, ಅವನ ಅಣ್ಣನ ಹೆಸರು ಪಟ್ಟಿಯಲ್ಲಿಲ್ಲದ ಕಾರಣ ಅವನನ್ನು ಹಿಂದಕ್ಕೆ ಬಿಟ್ಟು ಹೋಗಬೇಕಾಗಿತ್ತು. ಆ ಕಿರಿಯ ಕ್ಯಾಂಪ್ ವಾರ್ಡನ್‌ನಲ್ಲಿ ಬಹಳಷ್ಟು ಗೋಗರೆದ ಬಳಿಕ ಸ್ಥಾನ ಬದಲಾಯಿಸಿಕೊಳ್ಳುವ ಶರ್ತದ ಮೇಲೆ ಅಣ್ಣನನ್ನು ಅವನ ಜಾಗದಲ್ಲಿ ಒಯ್ಯಲು ಅನುಮತಿ ನೀಡಿ ಆ ಹುಡುಗನನ್ನು ಹಿಂದಕ್ಕುಳಿಯುವಂತೆ ಮಾಡಲಾಯಿತು. ಆದರೆ ಪಟ್ಟಿ ಮಾತ್ರ ಸರಿಯಾಗಿದ್ದರೆ ಸಾಕಿತ್ತು. ಅದು ಸುಲಭವೇ. ಬರೀ ನಂಬರ್‌ಗಳನ್ನು ಬದಲಾಯಿಸಲಾಯಿತು.

ನಾನು ಮೊದಲೇ ಹೇಳಿದಂತೆ ನಮಗೆ ಯಾರಿಗೂ ಯಾವುದೇ ದಾಖಲೆಗಳಿರಲಿಲ್ಲ. ಪ್ರತಿಯೊಬ್ಬರೂ ಅವರ ಜೀವಕ್ಕೆ ಮಾತ್ರ ವಾರಿಸುದಾರರು ಮತ್ತು ಅದು ಸುದೈವದಿಂದ ಉಸಿರಾಡುತ್ತಿತ್ತು. ಬೇರೆಲ್ಲ ವಿವರಗಳು, ಅಂದರೆ ಆ ಜೋಲಾಡುತ್ತಿರುವ ಬಟ್ಟೆಯೊಳಗಿನ ಅಸ್ಥಿಪಂಜರಕ್ಕೆ ಬೆಲೆ ಬರುವುದು ರೋಗಪೀಡಿತ ಖೈದಿಗಳನ್ನು ಸಾಗಿಸಲು ಅವರನ್ನು ನೇಮಿಸಿದಾಗ. ಹಾಗೆ ಒಯ್ಯಲ್ಪಡುವ ರೋಗಿಗಳು(ಮೊಸ್ಲೆಮ್–ಗ್ಯಾಸ್ ಛೇಂಬರ್‌ಗೆ ಆಹುತಿಯಾಗುವವರು) ತೊಟ್ಟುಕೊಂಡಿರುವ ಕೋಟು ಅಥವಾ ಷೂ ತನ್ನಕ್ಕಿಂತ ಉತ್ತಮವಾಗಿದೆಯೇ ಎಂದು ಆಸಕ್ತಿಯಿಂದ ಪರಿಶೀಲಿಸಲಾಗುತ್ತಿತ್ತು. ಎಷ್ಟಾದರೂ ಆ ರೋಗಿಗಳ ಹಣೆಬರಹವಂತೂ ಮುಗಿದುಹೋಗಿದೆ ತಾನೇ? ಯಾರು ಕ್ಯಾಂಪ್‌ನಲ್ಲಿ ಉಳಿದಿದ್ದರೋ ಅವರೆಲ್ಲ ತಮ್ಮ ಜೀವಿತವನ್ನು ಸುಧಾರಿಸಿಕೊಳ್ಳಲು ಹೆಣಗಾಡುತ್ತಿದ್ದರು. ಅದರಲ್ಲಿ ಭಾವುಕತೆಯ ಪ್ರಶ್ನೆಯೇ ಇರಲಿಲ್ಲ. ಪಹರೆದಾರರ ಮನಸ್ಥಿತಿಯ ಮೇಲೆ ಎಲ್ಲಾ ಸೆರೆಯಾಳುಗಳ ಬದುಕು ನಿರ್ಧರಿತವಾಗುತ್ತಿತ್ತು – ಅದೃಷ್ಟದ ಆಟಿಕೆಗಳಂತೆ– ಹಾಗಾಗಿ ಸೆರೆಯಾಳುಗಳು ಇನ್ನಷ್ಟು ಉದಾಸೀನವಾಗಿದ್ದರು, ಭಾವನಾತ್ಮಕವಾಗಿ ಜಡವಾಗಿದ್ದರು.

ಅದೃಷ್ಟದ ಆಟ

ಆಶ್ವೀಜ್‌ನಲ್ಲಿದ್ದ ಸಮಯ ನಾನು ನನ್ನಷ್ಟಕ್ಕೇ ಒಂದು ನಿಯಮವನ್ನು ಅನುಸರಿಸುತ್ತ ಬಂದಿದ್ದೆ. ಅದು ಚೆನ್ನಾಗಿಯೇ ಇದ್ದದ್ದರಿಂದ ನನ್ನ ಸಹವರ್ತಿಗಳು ಕೂಡಾ ಅದನ್ನು ಅನುಸರಿಸಲು ತೊಡಗಿದ್ದರು. ನಾನು ಎಲ್ಲಾ ಪ್ರಶ್ನೆಗಳನ್ನು ಸತ್ಯತೆಯಿಂದಲೇ ಉತ್ತರಿಸುತ್ತಿದ್ದೆ. ಕೇಳದ ವಿಷಯಗಳಿಗೆ ಮೌನವಹಿಸುತ್ತಿದ್ದೆ. ನನ್ನ ಪ್ರಾಯವನ್ನು ಕೇಳಿದಾಗ ಅದನ್ನು ಹೇಳಿದೆ. ನನ್ನ ವೃತ್ತಿಯನ್ನು ಕೇಳಿದಾಗ ವೈದ್ಯನೆಂದಿದ್ದೆ, ಆದರೆ ಅದನ್ನು ವಿಸ್ತರಿಸಿ ಹೇಳಿರಲಿಲ್ಲ. ಆಶ್ವೀಜ್‌ನಲ್ಲಿದ್ದ ಮೊದಲ ಮುಂಜಾನೆ ಒಬ್ಬ ಎಸ್.ಎಸ್. ಆಫೀಸರ್ ಪೆರೇಡ್ ಮೈದಾನಕ್ಕೆ ಬಂದಿದ್ದ. ನಾವು

ಪ್ರತ್ಯೇಕ ಗುಂಪುಗಳಾಗಿ ನಿಲ್ಲ ಬೇಕಿತ್ತು. ನಲ್ವತ್ತು ವರ್ಷಕ್ಕೂ ದೊಡ್ಡವರು ಮತ್ತು ಅದಕ್ಕೂ ಕೆಳಗಿನವರು, ಕಮ್ಮಾರರು, ಮೆಕಾನಿಕ್ಸ್ ಹೀಗೆ. ನಮ್ಮಲ್ಲಿನ ಖೈದಿಗಳಲ್ಲಿ ಏನಾದರೂ ಹುಣ್ಣು ಇತ್ಯಾದಿಗಳಿದ್ದರೆ ಅವರನ್ನು ಪ್ರತ್ಯೇಕಿಸಿ ಇನ್ನೊಂದು ಗುಂಪು ಮಾಡಿದ್ದರು. ನಾನು ಯಾವ ಗುಂಪಿಗೆ ಸೇರಿಸಲ್ಪಟ್ಟಿದ್ದೆನೋ ನಮ್ಮನ್ನೆಲ್ಲ ಒಂದು ಗುಡಿಸಲಿಗೆ ಒಯ್ದು ಮತ್ತೊಮ್ಮೆ ಸಾಲಿನಲ್ಲಿ ನಿಲ್ಲಿಸಲಾಯಿತು. ಅಲ್ಲೂ ಇನ್ನೊಮ್ಮೆ ನಮ್ಮಲ್ಲಿ ಆರಿಸಲ್ಪಟ್ಟು ನನಗೆ ನನ್ನ ವಯಸ್ಸು ಮತ್ತು ವೃತ್ತಿಯ ಬಗ್ಗೆ ಪ್ರಶ್ನಿಸಲಾಯಿತು. ಮತ್ತೊಂದು ಸಣ್ಣ ಗುಂಪಿಗೆ ನನ್ನನ್ನು ಸೇರಿಸಲಾಯಿತು. ಈಗ ನಮ್ಮ ತಾಣ ಇನ್ನೊಂದು ಗುಡಿಸಲಿನಲ್ಲಿನ ಗುಂಪಾಯಿತು. ಇದು ಬಹಳ ಹೊತ್ತು ನಡೆಯುತ್ತ ಹೋಗಿ ನಾನು ಸುಸ್ತಾಗಿ ಬಿಟ್ಟೆ. ಪ್ರತಿಸಲವೂ ನನ್ನನ್ನು ಅಪರಿಚಿತರಾದ ಗುಂಪಿಗೆ ಒಯ್ಯುತ್ತ ಅವರ ವಿಚಿತ್ರವಾದ ಭಾಷೆಗಳನ್ನು ತಿಳಿಯಲಾಗದೆ ಬೇಸರಗೊಂಡೆ. ಕಟ್ಟಕಡೆಗೆ ನನ್ನನ್ನು ಮೊತ್ತಮೊದಲು ಯಾವ ಗುಂಪಿನಲ್ಲಿ ಗುರುತಿಸಲಾಗಿತ್ತೋ ಅದೇ ಗುಂಪಿಗೆ ತಂದು ಸೇರಿಸಲಾಯಿತು! ಈ ನಡುವೆ ನನ್ನನ್ನು ಗುಡಿಸಲಿನಿಂದ ಗುಡಿಸಲಿಗೆ ಒಯ್ದು ಹಲವು ಸಲ ಬದಲಾಯಿಸಲಾಯಿತೆಂದು ಇವರೆಲ್ಲರಿಗೆ ಗೊತ್ತೇ ಆಗಲಿಲ್ಲ. ಆದರೆ ಅದೃಷ್ಟ ಬೇರೆ ಬೇರೆ ರೂಪದಲ್ಲಿ ಆ ಸಮಯದಲ್ಲಿ ನನ್ನ ಬದುಕಿನಲ್ಲಿ ಹಾದುಹೋಯಿತು ಎನ್ನುವುದನ್ನು ನಾನು ಮಾತ್ರ ಬಲ್ಲವನಾಗಿದ್ದೆ.

೧೧

'ರೆಸ್ಟ್ ಕ್ಯಾಂಪ್'ನ ಕಥೆ

'ರೆಸ್ಟ್ ಕ್ಯಾಂಪ್'ಗೆ ರೋಗಗ್ರಸ್ತ ಖೈದಿಗಳಿಗಾಗಿರುವ ಸಾಗಾಟವನ್ನು ಯೋಜಿಸಿದಾಗ ನನ್ನ ಹೆಸರನ್ನೂ (ಅಂದರೆ ನನ್ನ ನಂಬರ್) ಅದರಲ್ಲಿ ಸೇರಿಸಲಾಯಿತು, ಓರ್ವ ವೈದ್ಯನ ನೆಲೆಯಲ್ಲಿ. ಆ ಗಮ್ಯ ಸ್ಥಾನ ನಿಜವಾಗಿಯೂ ಒಂದು 'ರೆಸ್ಟ್ ಕ್ಯಾಂಪ್' (ವಿಶ್ರಾಮಧಾಮ) ಆಗಿತ್ತೇ ಎನ್ನುವುದು ಯಾರಿಗೂ ತಿಳಿದಿರಲಿಲ್ಲ. ಕೆಲವೇ ವಾರಗಳ ಹಿಂದೆ ಅದೇ ಬಗೆಯ ಸಾಗಾಟವನ್ನು ಯೋಜಿಸಲಾಗಿತ್ತು. ಆಗಲೂ ಅದು ಗ್ಯಾಸ್ ಛೇಂಬರ್‌ಗಿರುವ ಸಾಗಾಟವೆಂದು ಎಲ್ಲರೂ ಬಗೆದಿದ್ದರು. ಭಯಾನಕ ರಾತ್ರಿಯ ಪಾಳಿಗೆ ಯಾರೇ ಸ್ವಯಂ ಸ್ಫೂರ್ತಿಯಿಂದ ಸಾಗಾಟದ ಪಟ್ಟಿಯಿಂದ ಹೊರಗುಳಿಯಲು ಬಯಸಿದರೆ ಅವರನ್ನು ಕೆಳಗಿಳಿಸಲಾಗುವುದು ಎಂದು ಘೋಷಿಸಿದಾಗ, ಎಂಭತ್ತೆರಡು ಮಂದಿ ತಕ್ಷಣ ಮುಂದೆ ಬಂದರು. ಒಂದೂ ಕಾಲು ತಾಸಿನಲ್ಲಿ ಸಾಗಾಟವನ್ನು ರದ್ದು-ಪಡಿಸಲಾಯಿತು. ಆದರೆ ಆ ಎಂಭತ್ತೆರಡು ಮಂದಿ ರಾತ್ರಿಯ ಪಾಳಿಯಲ್ಲಿ ದುಡಿಯಬೇಕಾಯಿತು. ಇದರರ್ಥ ಅದರಲ್ಲಿ ಬಹುಜನರಿಗೆ ಮುಂದಿನ ಹದಿನೈದು ದಿನಗಳೊಳಗೆ ಸಾವು ಖಚಿತವೆಂದ ಹಾಗಾಯಿತು.

ಇದೀಗ ರೆಸ್ಟ್ ಕ್ಯಾಂಪ್‌ಗೆ ಮತ್ತೊಮ್ಮೆ ಸಾಗಾಟವನ್ನು ಯೋಜಿಸಲಾಗಿತ್ತು. ಇದೂ ಕೂಡಾ ರೋಗಿಗಳಿಂದ ಕೊನೆಯ ಬಾರಿಗೆ ಸ್ವಲ್ಪ ಕೆಲಸ ಮಾಡಿಸಿಕೊಳ್ಳುವ ಹುನ್ನಾರವೇ ಎಂಬ ಗುಮಾನಿ ಇತ್ತು- ಅದೂ ಹದಿನೈದು ದಿನಗಳ ಪರ್ಯಂತ - ಅಥವಾ ಅದು ಗ್ಯಾಸ್ ಛೇಂಬರ್‌ಗೆ ಕಳುಹಿಸುವುದೋ ಇಲ್ಲವೇ ನಿಜವಾದ ರೆಸ್ಟ್‌ಕ್ಯಾಂಪ್‌ಗೆ ಇರುವ ಸಾಗಾಟವೇ? ನನ್ನ ಕಡೆಗೆ ತುಸು ಕರುಣೆಯನ್ನು ಬೆಳೆಸಿಕೊಂಡಿದ್ದ ಮುಖ್ಯ ವೈದ್ಯರು ಬೆಳಗ್ಗಿನ ಸುಮಾರು ಒಂಭತ್ತು ಮುಕ್ಕಾಲು ಗಂಟೆಗೆ ಹೇಳಿದ್ದರು, "ಈಗಲೂ ನೀವು

ನಿಮ್ಮ ಹೆಸರನ್ನು ಲಿಸ್ಟ್‌ನಿಂದ ತೆಗೆದು ಹಾಕಿಸಿಕೊಳ್ಳಬಹುದು, ಅದನ್ನು ಹತ್ತು ಗಂಟೆಯ ಒಳಗೆ ಮಾಡಬೇಕು."

ಅದು ನನ್ನ ಜಾಯಮಾನವಲ್ಲವೆಂದು ನಾನು ಅವರಿಗೆ ಹೇಳಿದೆ; ನನ್ನ ವಿಧಿ ಹೇಗೆ ಕಲ್ಪಿಸುತ್ತದೋ ಹಾಗೆ ನಡೆದುಕೊಳ್ಳುವೆನೆಂದು ಕಲಿತಿದ್ದೇನೆ. "ನಾನು ನನ್ನ ಸ್ನೇಹಿತರ ಜತೆಗೆ ಉಳಿಯುವುದೇ ಒಳಿತು" ಅನ್ನಿಸಿದೆ ಅಂದೆ. ಅವರ ಕಣ್ಣುಗಳಲ್ಲಿ ತುಸು ಕರುಣೆಯ ಮಿಂಚು ಆಡಿದಂತಾಯಿತು, ಅದರ ಪರಿಣಾಮ ಏನಿತ್ತು ಎಂದು ಅವರಿಗೆ ತಿಳಿದಿರುವ ಹಾಗೆ... ಅವರು ನನ್ನ ಕೈಗಳನ್ನು ಮೌನವಾಗಿ ಕುಲುಕಿದರು, ಅದೇ ಕೊನೆಯ ಬೀಳ್ಕೊಡುವ ಸಂದರ್ಭವೆನ್ನುವ ಹಾಗೆ. ನಿಧಾನವಾಗಿ ನಾನು ಗುಡಿಸಿಲಿನತ್ತ ಸಾಗಿದೆ. ಅಲ್ಲೊಬ್ಬ ನನ್ನ ಆಪ್ತ ಸ್ನೇಹಿತರು ನನಗಾಗಿ ಕಾಯುತ್ತಿದ್ದರು.

"ನೀವು ನಿಜಕ್ಕೂ ಅವರ ಜತೆಗೆ ಹೋಗಲು ಬಯಸುತ್ತೀರಾ?" ಬೇಸರದಿಂದ ಅವರು ಕೇಳಿದರು.

"ಹೌದು, ನಾನು ಹೋಗುತ್ತಿದ್ದೇನೆ."

ಅವರ ಕಣ್ಣುಗಳಲ್ಲಿ ನೀರು ತುಂಬಿಕೊಂಡಿತು ಮತ್ತು ನಾನು ಅವರನ್ನು ಸಮಾಧಾನ ಪಡಿಸಲು ಯತ್ನಿಸಿದೆ. ನಂತರ ಅದೇನೋ ನಾನು ಅವರಿಂದ ಭಾಷೆ ತೆಗೆದುಕೊಳ್ಳುವ ಹಾಗೆ– ನನ್ನ ಕೊನೆಯ ಆಸೆಯನ್ನು ನಿಖರವಾಗಿ ಅಂದೆ:

"ಕೇಳಿ, ಓಟ್ಟೋ, ನಾನು ಒಂದೊಮ್ಮೆ ಹಿಂದಿರುಗಿ ಬಂದು ನನ್ನ ಪತ್ನಿಯನ್ನು ಸೇರಲಿಲ್ಲವೆಂದಾದರೆ, ನೀವು ಆಕೆಯನ್ನು ಭೇಟಿ ಮಾಡಿ ಹೇಳಿ, ನಾನು ಆಕೆಯೊಂದಿಗೆ ದಿನವೂ ಮಾತಾಡಿದ್ದೆ, ಪ್ರತಿ ತಾಸಿಗೊಮ್ಮೆ ಅಂತ. ನೆನಪಿಟ್ಟುಕೊಳ್ಳಿ. ಎರಡನೆಯದಾಗಿ, ನಾನು ಆಕೆಯನ್ನು ಎಲ್ಲರಿಗಿಂತ ಹೆಚ್ಚಾಗಿ ಪ್ರೀತಿಸಿದ್ದೆನೆಂದು ಹೇಳಿ. ಮೂರನೇದಾಗಿ, ನಾವು ಮದುವೆಯಾಗಿ ಸ್ವಲ್ಪವೇ ಸಮಯ ಜೊತೆಗಿದ್ದರೂ, ಇಲ್ಲಿಗೆ ಬಂದು ಕಳೆದ ಸಮಯಕ್ಕಿಂತ, ಅದು ಎಲ್ಲಕ್ಕೂ ಹೆಚ್ಚು ಮಹತ್ವವಾದ ಸಮಯವಾಗಿತ್ತು ಅಂತ."

ಮರುದಿನವೇ ನಾನು ರೋಗಿಗಳ ಸಾಗಾಟದ ಜತೆಗೆ ಪಯಣ ಬೆಳೆಸಿದೆ. ಈ ಸಲ ನಿಜಕ್ಕೂ ಅದು ಸುಳ್ಳಾಗಿರಲಿಲ್ಲ ಅಥವಾ ಮೋಸ ಮಾಡುವ ಹಂಚಿಕೆಯಾಗಿರಲಿಲ್ಲ. ನಮ್ಮನ್ನು ಯಾವುದೇ ಗ್ಯಾಸ್ ಛೇಂಬರ್‌ಗೆ ಒಯ್ಯಲಾಗಲಿಲ್ಲ, ಬದಲಾಗಿ ವಿಶ್ರಾಮದ ತಾಣಕ್ಕೇ ನಮ್ಮನ್ನು ಒಯ್ಯಲಾಯಿತು. ಯಾರೆಲ್ಲ ನಮ್ಮ ಕ್ಯಾಂಪ್‌ನ ಬಗ್ಗೆ ಮರುಗುತ್ತಲೇ ನಮ್ಮನ್ನು ಬೀಳ್ಕೊಂಡಿದ್ದರೋ ಅವರೆಲ್ಲ ನಮ್ಮ ಹೊಸ ಕ್ಯಾಂಪ್‌ನ ತುಲನೆಯಲ್ಲಿ ಬಹಳಷ್ಟು ಕಷ್ಟಗಳನ್ನು ಅನುಭವಿಸುವ ಪ್ರಮೇಯ ಒದಗಿ ಬಂತು. ಅವರು ಸ್ವತಃ ತಮ್ಮನ್ನು ರಕ್ಷಿಸಿಕೊಳ್ಳಲು ಬಯಸಿ ತಮಗಿರುವ ಎಲ್ಲಾ ಬಾಗಿಲುಗಳನ್ನು ಮುಚ್ಚಿಕೊಂಡಿದ್ದರು. ಸ್ವಾತಂತ್ರ್ಯದ ಬಳಿಕ ನಾನು ಹಳೆಯ ಆ ಕ್ಯಾಂಪ್‌ನ ಒಬ್ಬ ಗೆಳೆಯನನ್ನು ಭೇಟಿಯಾಗಿದ್ದೆ. ಆತ ಹೇಳಿದ್ದ, ಕ್ಯಾಂಪ್‌ನ ಪೊಲೀಸ್ ಅಧಿಕಾರಿಗಳಿಗೆ, ಶವಗಳ ರಾಶಿಯಿಂದ ಕೊಚ್ಚಿ ತೆಗೆದ ಮನುಷ್ಯ ಮಾಂಸದ ತುಂಡುಗಳು ಸಿಕ್ಕಿದವಂತೆ, ಅದನ್ನು ಆಹಾರವಾಗಿ ಉಪಯೋಗಿಸುವುದಕ್ಕೆ ಬೇಯಿಸಲಾಗುತ್ತಿತ್ತಂತೆ. ಅಲ್ಲಿ ಮನುಷ್ಯ ಮಾಂಸವನ್ನು ತಿನ್ನುವಂತಹ ಪರಿಸ್ಥಿತಿ ಉಂಟಾಗಿತ್ತೆಂದು ಹೇಳಿದ. ನಾನು ತಕ್ಕ ಸಮಯದಲ್ಲಿ ಅಲ್ಲಿಂದ ಹೊರಬಿದ್ದಿದ್ದೆ ಎಂದು ನಿಟ್ಟುಸಿರು ಬಿಡುವಂತಾಯಿತು.

ನೌಕರನ ಸಾವು

ಈ ಮಾತನ್ನು ಓದುತ್ತಿರುವಂತೆ ಟೆಹರಾನ್‌ನ ಸಾವಿನ ಪ್ರಸಂಗ ನೆನಪಿಗೆ ಬರಬಹುದೇನೋ? ಒಂದು ಸಲ ಓರ್ವ ಪಾರ್ಸಿ ಧನಿಕ ತನ್ನ ಸೇವಕನ ಜತೆಗೆ ತನ್ನ ತೋಟದಲ್ಲಿ ಅಡ್ಡಾಡುತ್ತಾ ತಿರುಗುತ್ತಿದ್ದನಂತೆ. ಆಗ ಆತನ ಸೇವಕ ಬಹಳ ದೊಡ್ಡ ಚೀತ್ಕಾರ ಹಾಕಿದನಂತೆ. ತಾನು ಈಗಷ್ಟೇ ಮೃತ್ಯುದೇವತೆಯನ್ನು ನೋಡಿದೆ, ಆಕೆ ನನ್ನನ್ನು ತೀವ್ರವಾಗಿ ಬೆದರಿಕೆ ಹಾಕಿದಳು ಎಂದನಂತೆ. ಮತ್ತೆ ಆತ ತನ್ನ ಧಣಿಯಲ್ಲಿ, ತನಗೆ ಅತ್ಯಂತ ವೇಗವಾಗಿ ಓಡುವ ಕುದುರೆಯೊಂದನ್ನು ನೀಡುವಂತೆ ವಿನಂತಿಸಿಕೊಂಡನಂತೆ. ಆ ಮೂಲಕ ಆದಷ್ಟು ಬೇಗನೇ ಇಲ್ಲಿಂದ ಪಲಾಯನ ತೆಗೆದು ಟೆಹರಾನ್ ತಲುಪುವುದು ಅವನ ಇರಾದೆಯಾಗಿತ್ತು. ಮಾಲೀಕ ಹಾಗೆಯೇ ಮಾಡಿದ. ನೌಕರ ಕುದುರೆಯನ್ನು ಹತ್ತಿ ಪಲಾಯನ ತೆಗೆದ. ಮಾಲೀಕ ಮನೆಗೆ ಬಂದಾಗ ಮೃತ್ಯುದೇವತೆ ಅಲ್ಲಿದ್ದಳು. "ನೀನು ನನ್ನ ಸೇವಕನಿಗೆ ಬೆದರಿಕೆ ಹಾಕಿದ್ದೇಕೆ?" ಎಂದು ಆಕೆಗೆ ಧಣಿ ಕೇಳಿದ. ಮೃತ್ಯುದೇವತೆ ಹೇಳಿದಳು, "ಇಲ್ಲಪ್ಪ ನಾನು ಏನನ್ನೂ ಮಾಡಿಲ್ಲ. ನಾನಂತೂ ಅವನನ್ನು ಇಲ್ಲಿಯೇ ಇರುವುದನ್ನು ಕಂಡು ಕಂಗಾಲಾಗಿ ಹೋಗಿದ್ದೆ. ಯಾಕೆಂದರೆ ನನ್ನ ಮತ್ತು ಅವನ ಸಮಾಗಮ ಟೆಹರಾನ್‌ನಲ್ಲಿ ಆಗುವುದಿತ್ತು!"

ಭಾಗ್ಯದಲ್ಲಿ ಭರವಸೆ

ಕ್ಯಾಂಪ್‌ನ ನಿವಾಸಿಗಳು ಯಾವುದೇ ತೀರ್ಮಾನವನ್ನು ತೆಗೆದುಕೊಳ್ಳುವ ಸಮಯ ಭಯಪಡುತ್ತಿದ್ದರು. ಮತ್ತು ಯಾರೂ ಮುಂಭೂಣಿಯಲ್ಲಿ ಇರಲು ಬಯಸುತ್ತಿರಲಿಲ್ಲ. ಯಾಕೆಂದರೆ ಅವರಲ್ಲಿ ಅದೊಂದು ಬಲವಾದ ನಂಬಿಕೆಯಿತ್ತು, ಆ ಪ್ರಕಾರ ಅವರೆಲ್ಲ ಭಾಗ್ಯದ ಅಧೀನ ತಾವಿದ್ದೇವೆ ಎಂದೂ, ಅಂತಹ ಭಾಗ್ಯದ ಹಾದಿಯಲ್ಲಿ ಯಾವುದೇ ಬಾಧೆಯನ್ನು ಹಾಕದೆ ತಾವು ನಿರಾತಂಕವಾಗಿ ಸಾಗಬೇಕೆನ್ನುವುದು ಅವರ ಇರಾದೆಯಾಗಿತ್ತು. ಅದರೊಂದಿಗೆ ಅವರಲ್ಲಿ ಒಂದು ವಿಧವಾದ ನಿಶ್ಚಿಂತೆಯ ಧೋರಣೆ ಮನೆಮಾಡಿತ್ತು.

ಹಲವು ಸಲ ತಕ್ಷಣ ನಿರ್ಣಯ ತೆಗೆದುಕೊಳ್ಳುವ ಸಂದರ್ಭ ಒದಗುತ್ತಿತ್ತು. ಅಂತಹ ನಿರ್ಣಯ ಬದುಕು ಮತ್ತು ಸಾವಿನ ನಡುವೆ ತೆಗೆದುಕೊಳ್ಳುವ ನಿರ್ಣಯವಾಗುತ್ತಿತ್ತು. ಅಂತಹ ವೇಳೆ ಖೈದಿ ತನ್ನ ಹಣೆಯಲ್ಲಿ ಏನು ಬರೆದಿದೆಯೋ ಹಾಗೆಯೇ ಆಗಲಿ ಎಂದು ನಿರ್ಧಾರಕ್ಕೆ ಬಂದಿರುತ್ತಿದ್ದ. ಹಾಗಿರುತ್ತಲೇ ಯಾವನೇ ಖೈದಿಗೆ ಅಲ್ಲಿಂದ ಪಲಾಯನ ಮಾಡುವ ಅಥವಾ ಮಾಡದಿರುವ ಯಾವುದೇ ತೀರ್ಮಾನಕ್ಕೆ ಬರಬೇಕಿದ್ದಲ್ಲಿ ಅದೊಂದು ಬದ್ಧತೆಯ ಪ್ರಶ್ನೆಯಾಗಿರುತ್ತಿತ್ತು. ಆ ಕೆಲವೇ ಕ್ಷಣಗಳಲ್ಲಿ ಆತ ತನ್ನ ಮನಸ್ಸಿನಲ್ಲಿ ನಿಶ್ಚೈಸಿಕೊಳ್ಳುವುದು ಅನಿವಾರ್ಯವಾಗಿತ್ತು – ಅಂತಹ ನಿರ್ಧಾರದ ವೇಳೆ ಆತ ನರಕ ಸದೃಶ ಯಾತನೆಯನ್ನು ಅನುಭವಿಸುತ್ತಿದ್ದ. ತಾನು ಪಲಾಯನ ಮಾಡಬೇಕೇ ಬೇಡವೇ ಎನ್ನುವುದು.

ನಾನು ಅಂತಹ ಮಾನಸಿಕ ಕ್ಷೋಭೆಯನ್ನು ಸ್ವತಃ ಅನುಭವಿಸಿದ್ದೆ. ಯುದ್ಧದ ಸನ್ನಿವೇಶ ಹೆಚ್ಚು ಹತ್ತಿರಕ್ಕೆ ಬಂದ ವೇಳೆ ನನಗೆ ಅಂತಹ ಒಂದು ಅವಕಾಶ ಒದಗಿಬಂತು. ನನ್ನೊಬ್ಬ ಸಂಗಡಿಗನಿಗೆ ಚಿಕಿತ್ಸೆಯ ಸೇವೆಯನ್ನು ನೀಡುವ ಸಲುವಾಗಿ, ಕ್ಯಾಂಪ್‌ನಿಂದ ಹೊರಗಿರುವ ಗುಡಿಸಲುಗಳ ಕಡೆಗೆ ಸಾಗಿದಾಗ ಅಲ್ಲಿಂದ ಓಡಿಹೋಗುವ ಮಸಲತ್ತು ಆತ ಮಾಡುತ್ತಿದ್ದ. ಯಾವುದೋ ಗಂಭೀರ ಸ್ಥಿತಿಯಲ್ಲಿರುವ ರೋಗಿಯೊಬ್ಬನಿಗೆ ವಿಶೇಷಜ್ಞನ ಸಲಹೆ ಬೇಕಾಗಿದೆ ಎನ್ನುತ್ತ ಆತ ನನ್ನನ್ನು ಕ್ಯಾಂಪ್‌ನಿಂದ ಹೊರಗೆ ಕರೆತಂದ. ಕ್ಯಾಂಪ್‌ನ ಹೊರಗಡೆ ವಿದೇಶೀ ಪ್ರತಿರೋಧ ಆಂದೋಲನದ ಓರ್ವ ಸದಸ್ಯ ನಮಗೆ ಬಟ್ಟೆಗಳನ್ನೂ ದಾಖಲೆಗಳನ್ನೂ

ನೀಡುವವನಿದ್ದ. ಕೊನೆಯ ನಿಮಿಷದಲ್ಲಿ ಅದೇನೋ ಅಡೆತಡೆ ಎದುರಾಯಿತು ಮತ್ತು ನಾವು ಮತ್ತೆ ಕ್ಯಾಂಪ್‌ನ ಒಳಗಡೆಗೆ ಹಿಂದಿರುಗುವಂತಾಯಿತು. ನಾವು ಈ ಸಂದರ್ಭದ ಲಾಭ ಪಡೆಯುವ ದೃಷ್ಟಿಯಿಂದ ಕೆಲವು ಸಾಮಾನುಗಳನ್ನು ಪಡೆಯಬಹುದೇನೋ ಎಂದು ನೋಡಿದೆವು – ಕೆಲವು ಕೊಳೆತ ಆಲೂಗಡ್ಡೆ, ಒಂದು ಚಿಕ್ಕ ಬ್ಯಾಗ್ ಹೀಗೆ ಏನಾದರೂ ಸಿಗಬಹುದೇನೋ ಎಂದು ಹುಡುಕಾಡಿದೆವು.

ನಾವು ಮಹಿಳೆಯರಿಗೆ ಮೀಸಲಿಟ್ಟ ಒಂದು ಖಾಲಿಯಾದ ಗುಡಿಸಲಿನೊಳಗೆ ಹೊಕ್ಕೆವು, ಆ ಮಹಿಳೆಯರನ್ನು ಬೇರೆ ಕ್ಯಾಂಪ್‌ಗೆ ಕಳುಹಿಸಲಾಗಿತ್ತು. ಗುಡಿಸಲು ಅಸ್ತವ್ಯಸ್ತವಾದ ಸ್ಥಿತಿಯಲ್ಲಿತ್ತು; ಹೆಚ್ಚಿನ ಮಹಿಳೆಯರು ತಮ್ಮ ರೇಶನ್ ತೆಗೆದುಕೊಂಡೇ ಅಲ್ಲಿಂದ ನಿರ್ಗಮಿಸಿರಬೇಕೆಂದು ತಿಳಿಯಿತು. ಅಲ್ಲಿ ಚಿಂದಿ ಬಟ್ಟೆಗಳು, ಚದುರಿ ಬಿದ್ದ ಹುಲ್ಲು, ಕೊಳೆಯುತ್ತಿರುವ ಆಹಾರ ಮತ್ತು ಒಡೆದ ಪಾತ್ರೆಗಳಿದ್ದವು. ಕೆಲವು ಬೌಲ್‌ಗಳು ಇನ್ನೂ ಒಳ್ಳೆಯ ಸ್ಥಿತಿಯಲ್ಲಿದ್ದವು ಮತ್ತು ಅವು ನಮಗೆ ಒಳ್ಳೆಯ ಉಪಯೋಗಕ್ಕೆ ಬರುವಂತಿದ್ದವು, ಆದರೆ ಅವನ್ನು ತೆಗೆದುಕೊಳ್ಳದಿರುವ ನಿರ್ಣಯಕ್ಕೆ ಬಂದೆವು. ನಮಗೆ ತಿಳಿದಿತ್ತು, ಕೊನೆಯ ದಿನಗಳಲ್ಲಿ, ಸನ್ನಿವೇಶಗಳು ಇನ್ನೂ ಹದಗೆಟ್ಟ ಕಾರಣ, ಆ ಬೌಲ್‌ಗಳನ್ನು ಊಟಕ್ಕೆ, ಕೈತೊಳೆಯುವುದಕ್ಕೆ ಹಾಗೂ ಛೇಂಬರ್ ಪಾತ್ರೆಗಳಾಗಿ ಬಳಸುತ್ತಿದ್ದರಂತೆ. (ಗುಡಿಸಲುಗಳಲ್ಲಿ ಪಾತ್ರೆಗಳನ್ನು ಬಳಸುವುದು ನಿಷಿದ್ಧವಾಗಿತ್ತು, ಆದರೆ ಟೈಫಸ್ ರೋಗಿಗಳಂತಹ ಕೆಲವರು ಈ ನಿಯಮವನ್ನು ಅನಿವಾರ್ಯವಾಗಿ ಮೀರುತ್ತಿದ್ದರು. ಯಾಕೆಂದರೆ ಅವರಿಗೆ ಅವರ ನಿತ್ರಾಣದ ಕಾರಣದಿಂದ ಸಹಾಯ ಒದಗಿಸಿದರೂ, ಹೊರಗಡೆಗೆ ಹೋಗಲು ಆಗುತ್ತಿರಲಿಲ್ಲ.) ನಾನು ಒಂದು ಪರದೆಯಂತೆ ಬಾಗಿಲಿಗೆ ಅಡ್ಡವಾಗಿ ನಿಂತಾಗ ನನ್ನ ಸ್ನೇಹಿತ ಗುಡಿಸಲ ಬಾಗಿಲನ್ನು ಒಡೆದು ಒಳಕ್ಕೆ ನುಗ್ಗಿ ಒಂದು ಬ್ಯಾಗ್‌ನ್ನು ತನ್ನ ಕೋಟಿನಲ್ಲಿ ಅಡಗಿಸಿಕೊಂಡು ಹೊರಕ್ಕೆ ಬಂದ. ಆತ ಇನ್ನೊಂದು ನನಗಾಗಿ ತರಲು ಹೇಳಿದ. ನಾವು ಜಾಗವನ್ನು ಬದಲಾಯಿಸಿಕೊಂಡೆವು. ನಾನು ಒಳಕ್ಕೆ ನುಗ್ಗಿದೆ. ಎಲ್ಲಾ ವಸ್ತುಗಳನ್ನು ತಡಕಾಡಿದಾಗ, ನನಗೊಂದು ಬ್ಯಾಗು ಮತ್ತೆ ಒಂದು ಟೂಥ್ ಬ್ರಶ್ ಸಿಕ್ಕಿತು. ಅವನ್ನು ಎತ್ತಿಕೊಳ್ಳುತ್ತಿರುವಾಗ ಆ ಚದುರಿದ ವಸ್ತುಗಳ ನಡುವೆ ಮಹಿಳೆಯೊಬ್ಬಳ ಹೆಣವೂ ಕಣ್ಣಿಗೆ ಬಿತ್ತು.

ಮಾನಸಿಕ ಶಾಂತಿ

ನನ್ನ ಎಲ್ಲಾ ವಸ್ತುಗಳನ್ನು ಒಟ್ಟುಗೂಡಿಸುವುದಕ್ಕೆ ನಾನು ನನ್ನ ಗುಡಿಸಲಿಗೆ ಓಡಿದೆ: ನನ್ನ ಒಂದು ಬೌಲ್, ಸತ್ತುಹೋದ ಒಬ್ಬ ಟೈಫಸ್ ರೋಗಿಯಿಂದ ದೊರೆತ ಹರಿದು ಹೋದ ಒಂದು ಕೈಚೀಲ, ಮತ್ತು ಶಾರ್ಟ್ ಹ್ಯಾಂಡ್ ನೋಟ್ಸ್‌ನ ಕಡತದಲ್ಲಿ ಸುತ್ತಿದ್ದ ಕೆಲವು ಚಿಂದಿ ಕಾಗದಗಳ ಕಟ್ಟು (ಈ ಮೊದಲೇ ಹೇಳಿದಂತೆ ನಾನು ಆಶ್ವಿಜ್ ಕ್ಯಾಂಪ್‌ನಲ್ಲಿ ಕಳೆದುಕೊಂಡಿದ್ದ ನನ್ನ ಬರಹದ ಹಸ್ತಪ್ರತಿಯನ್ನು ಮತ್ತೆ ನೆನಪಿಸಿಕೊಂಡು ಬರೆಯಲು ತೊಡಗಿದ್ದೆ). ಗುಡಿಸಲಿನಲ್ಲಿ ಎರಡೂ ಕಡೆಗಳಲ್ಲಿ ಗೆದ್ದಲು ಹಿಡಿದ ಮರದ ಬೆಂಚುಗಳಲ್ಲಿ ಯದ್ವಾತದ್ವವಾಗಿ ಬಿದ್ದುಕೊಂಡಿದ್ದ ನನ್ನ ಟೈಫಸ್ ರೋಗಿಗಳ ನಡುವೆ ನಾನು ಒಂದು ಕೊನೆ ಗಳಿಗೆಯ ಸುತ್ತನ್ನು ಹಾಕಿದೆ. ನನ್ನ ದೇಶದ ಒಬ್ಬನೇ ಒಬ್ಬ ರೋಗಿಯ ಬಳಿಗೆ ಬಂದೆ, ಆತನ ಸ್ಥಿತಿ ಸಾವಿನ ಅಂಚಿನಲ್ಲಿದ್ದು, ಚಿಂತಾಜನಕವಾಗಿದ್ದರೂ ಅವನನ್ನು ಹೇಗಾದರೂ ಬದುಕಿಸಬೇಕೆಂಬ ಹಂಬಲ ನನಗಿತ್ತು. ನಾನು ಪಲಾಯನ ಮಾಡಬೇಕು ಎಂಬ ಇರಾದೆಯಲ್ಲಿದ್ದೆ, ಆದರೆ ನನ್ನ ಸ್ನೇಹಿತ ಅದೇನೋ ಹದಗೆಟ್ಟಿದೆ ಎನ್ನುವ ಹಾಗೆ ನನ್ನತ್ತ ದೃಷ್ಟಿ ಬೀರಿದ (ನಾನು ಕೊಂಚ ಧೃತಿಗೆಟ್ಟವನ ಹಾಗೆ ಆತನಿಗೆ ಕಂಡಿರಬೇಕು). ಸುಸ್ತಾಗಿರುವ ದನಿಯಲ್ಲಿ ಆತ ಕೇಳಿದ, “ನೀನೂ ಬರುತ್ತೀಯಲ್ವಾ?”

ನಾನು ಇಲ್ಲವೆಂದೆ. ಆದರೆ ಅವನ ಮಂಕಾದ ಮುಖವನ್ನು ನನಗೆ ನೋಡಲಾಗಲಿಲ್ಲ. ನಾನು ರೋಗಿಗಳ ಸುತ್ತು ಮುಗಿಸಿ ಅವನ ಬಳಿಗೆ ಬಂದೆ. ಈಗಲೂ ಒಂದು ಅಪನಂಬಿಕೆಯ ನೋಟ ಅವನ ಮುಖದಲ್ಲಿ ಕಂಡೆ, ಅದರಲ್ಲಿ ನನ್ನ ಬಗ್ಗೆ ದೋಷಾರೋಪಣೆಯ ಸೆಳಕಿತ್ತು.

ಪಲಾಯನದ ಭಾವನೆ ಇನ್ನಷ್ಟು ತೀವ್ರವಾಗಿ, ನಾನು ಆತನೊಂದಿಗೆ ಪಲಾಯನ ಮಾಡುವೆ ಎನ್ನುವ ನಿರ್ಧಾರ ಹೇಳಿದ ತಕ್ಷಣ ಅದೊಂದು ಅಸಂತುಷ್ಟಿಯ ಅಲೆ ನನ್ನೊಳಗೆ ಮೂಡಿ ಬಂತು. ಒಮ್ಮೆಲೆ ಅದೃಷ್ಟವನ್ನು ಆತುಕೊಳ್ಳುವ ನಿರ್ಧಾರ ನನ್ನದಾಯಿತು. ನಾನು ಗುಡಿಸಲಿನಿಂದ ಹೊರಕ್ಕೆ ಓಡಿದೆ ಮತ್ತು ನಾನು ಆತನ ಜತೆಗೆ ಬರುತ್ತಿಲ್ಲ ಅಂತ ನನ್ನ ಸ್ನೇಹಿತನಿಗೆ ಹೇಳಿದೆ. ನಾನು ಅಂತಿಮ ನಿರ್ಧಾರವೆಂಬಂತೆ ನನ್ನ ರೋಗಿಗಳನ್ನು ಬಿಟ್ಟು ಬರುವುದಿಲ್ಲವೆಂದು ನನ್ನ ಸ್ನೇಹಿತನಿಗೆ ಹೇಳಿದ ತಕ್ಷಣ ಆ ಅಸಂತುಷ್ಟಿಯ ಭಾವನೆ ಇದ್ದಕ್ಕಿದ್ದ ಹಾಗೆ ನನ್ನಿಂದ ಹೊರಟು ಹೋಯಿತು. ಮುಂದಿನ ದಿನಗಳಲ್ಲಿ ತಿಳಿಯದು, ಆದರೆ ಆ ಕ್ಷಣ ನನ್ನೊಳಗೆ ಹಿಂದೆಂದೂ ಅನುಭವಿಸದಂತಹ ಆಂತರಿಕವಾದ ಶಾಂತಿಯೊಂದು ಆವಿರ್ಭವಿಸಿತು. ನಾನು ಗುಡಿಸಲಿಗೆ ಹಿಂದಿರುಗಿ ನನ್ನ ದೇಶದ ಆ ರೋಗಿಯ ಕಾಲ ಬುಡದ ಹಲಗೆಯಲ್ಲಿ ಕುಳಿತು ಆತನಿಗೆ ಸಾಂತ್ವನ ಹೇಳಿದೆ. ಇತರರ ಜತೆಗೂ ಮಾತಾಡುತ್ತಾ ಅವರ ಬವಣೆಗಳನ್ನು ಆಲಿಸುತ್ತ ಹೋದೆ.

೧೨
ಕ್ಯಾಂಪ್‌ನಲ್ಲಿನ ಕೊನೆಯ ದಿನ

ಕೊನೆಗೂ ಕ್ಯಾಂಪ್‌ನಲ್ಲಿನ ನಮ್ಮ ಕೊನೆಯ ದಿನ ಬಂದೇ ಬಿಟ್ಟಿತು. ಯುದ್ಧದ ಪಡೆಗಳು ಹತ್ತಿರಕ್ಕೆ ಬರುತ್ತಿದ್ದ ಹಾಗೆ ಸಾಮೂಹಿಕವಾಗಿ ಖೈದಿಗಳನ್ನು ಇತರ ಕ್ಯಾಂಪ್‌ಗಳಿಗೆ ಒಯ್ಯಲಾಯಿತು. ಕ್ಯಾಂಪ್‌ನ ಅಧಿಕಾರಿಗಳು, ಕ್ಯಾಪೋಗಳು ಮತ್ತು ಅಡುಗೆಯವರು ಪಲಾಯನ ತೆಗೆದರು. ಸಂಜೆಯೊಳಗೆ ಕ್ಯಾಂಪ್‌ನ್ನು ಸಂಪೂರ್ಣವಾಗಿ ಖಾಲಿ ಮಾಡಿರಬೇಕೆಂದು ಆ ದಿನ ಹುಕುಂ ಹೊರಡಿಸಲಾಯಿತು. ಉಳಿದ ಖೈದಿಗಳೂ (ರೋಗಿಗಳು, ಕೆಲವು ವೈದ್ಯರು ಮತ್ತು ಕೆಲವು "ನರ್ಸ್‌ಗಳು") ತೆರವು ಮಾಡಬೇಕಾಯಿತು. ರಾತ್ರಿ ಕ್ಯಾಂಪ್‌ಗೆ ಬೆಂಕಿಹಚ್ಚಿ ಸುಟ್ಟು ಹಾಕುವುದೆಂದು ನಿರ್ಧರಿಸಲಾಗಿತ್ತು. ಮಧ್ಯಾಹ್ನದ ಹೊತ್ತಿಗೆ ರೋಗಿಗಳನ್ನು ಒಯ್ಯಲು ಬರಬೇಕಾಗಿದ್ದ ಟ್ರಕ್ ಇನ್ನೂ ಬಂದಿರಲಿಲ್ಲ. ಬದಲಾಗಿ ಕ್ಯಾಂಪ್‌ನ ಗೇಟ್‌ಗಳನ್ನು ಮುಚ್ಚಲಾಗಿ ಯಾರೂ ನುಸುಳಿ ಹೋಗಬಾರದೆಂದು ಮುಳ್ಳುಬೇಲಿಯ ಸುತ್ತ ನಿಗಾವಹಿಸಲಾಯಿತು. ಉಳಿದ ಖೈದಿಗಳು ಗುಡಿಸಲುಗಳ ಜತೆಯಲ್ಲೇ ಉರಿದುಹೋಗುವುದು ಖಾತ್ರಿಯಾಯಿತು. ಎರಡನೆ ಸಲ ನಾನು ಮತ್ತು ನನ್ನ ಸ್ನೇಹಿತ ಪಲಾಯನ ತೆಗೆಯುವ ನಿರ್ಧಾರ ತೆಗೆದುಕೊಂಡೆವು.

ಮೂವರು ಖೈದಿಗಳನ್ನು ಮುಳ್ಳುಬೇಲಿಯ ಹೊರಗಡೆಗೆ ಒಯ್ದು ಮಣ್ಣುಗೂಡಿಸಬೇಕೆಂದು ಆಜ್ಞೆ ಹೊರಡಿಸಿದರು. ಕ್ಯಾಂಪ್‌ನಲ್ಲಿ ಆ ಕೆಲಸವನ್ನು ಮಾಡಲು ತ್ರಾಣವಿದ್ದವರು ಅಂದರೆ ನಾವಿಬ್ಬರು ಮಾತ್ರ. ಕೆಲವು ಗುಡಿಸಲುಗಳಲ್ಲಿ ಉಳಿದಿದ್ದ ಖೈದಿಗಳು ಜ್ವರದಿಂದ ನರಳುತ್ತ ಬಿದ್ದುಕೊಂಡಿದ್ದರು. ನಾವೀಗ ನಮ್ಮ ಯೋಜನೆಯನ್ನು ಹಾಕಿದೆವು. ಮೊದಲ ಶವದೊಂದಿಗೆ ನಾನು, ನನ್ನ ಸ್ನೇಹಿತನ ಬ್ಯಾಗ್‌ನ್ನು ಹಳೆಯ ದೋಬಿಯ ಬಿಟ್ಟಿಯಲ್ಲಿ ಅಡಗಿಸಿಟ್ಟು ಹೊರಗೆ

ಒಯ್ಯುವುದೆಂದು ತೀರ್ಮಾನವಾಯಿತು. ಆ ಬುಟ್ಟಿಯೇ ಆಗ ಶವದ ಪೆಟ್ಟಿಗೆಯಾಗಿತ್ತು. ಎರಡನೇ ಶವದೊಂದಿಗೆ ನನ್ನ ಬ್ಯಾಗನ್ನು ಅದೇ ರೀತಿಯಲ್ಲಿ ಹೊರಕ್ಕೆ ಸಾಗಿಸುವುದು ಮತ್ತು ಮೂರನೆಯ ಶವದ ಸಾಗಾಟದ ಸಮಯದಲ್ಲಿ ನಾವು ಅಲ್ಲಿಂದ ಪಲಾಯನ ತೆಗೆಯುವುದೆಂದು ಅಂದುಕೊಂಡೆವು. ಮೊದಲ ಎರಡು ಸರದಿ ಕ್ರಮಬದ್ಧವಾಗಿ ನಮ್ಮ ಯೋಜನೆಯ ಪ್ರಕಾರವೇ ನಡೆದುವು. ನಾವು ಮೂರನೇ ಶವಕ್ಕಾಗಿ ಒಳಗಡೆ ಬಂದಾಗ, ನನ್ನ ಸ್ನೇಹಿತ ಕಾಡಿನಲ್ಲಿ ಕೆಲವು ದಿನಗಳ ಮಟ್ಟಿಗೆ ಏನನ್ನಾದರೂ ತಿನ್ನ ಬೇಕಲ್ಲ ಎನ್ನುವುದಕ್ಕಾಗಿ ಬ್ರೆಡ್ ತುಂಡಿಗಾಗಿ ತಡಕಾಡಿದ. ನಾನು ಕಾದೆ. ನಿಮಿಷಗಳೇ ಕಳೆದವು. ನಾನು ಮತ್ತೆ ಮತ್ತೆ ತಾಳ್ಮೆ ಕಳೆದುಕೊಳ್ಳುವಂತಾಯಿತು. ಮೂರು ವರ್ಷಗಳ ದೀರ್ಘ ಸೆರೆವಾಸದ ಬಳಿಕ ನಾನು ಸ್ವತಂತ್ರನಾಗುವ ಸಂತಸವನ್ನು ಚಿತ್ರಿಸಿಕೊಳ್ಳುತ್ತಿದ್ದೆ, ಅದೆಷ್ಟು ಅದ್ಭುತವಾಗಿರುತ್ತದೆ ಓಡಿಹೋಗುವುದಕ್ಕೆ! ಆದರೆ ಹಾಗಾಗಲಿಲ್ಲ.

ನನ್ನ ಸ್ನೇಹಿತ ಹೊರಗಡೆ ಬರುತ್ತಲೇ ಕ್ಯಾಂಪ್‌ನ ಗೇಟು ತೆರೆದು ಕೊಂಡಿತು. ಒಂದು ಭವ್ಯವಾದ, ಕೆಂಪು ಕ್ರಾಸ್‌ಗಳ ಚಿತ್ರವನ್ನು ಬರೆದಿದ್ದ ಅಲ್ಯುಮಿನಿಯಮ್ ಬಣ್ಣದ ಕಾರು ನಿಧಾನವಾಗಿ ಪೆರೇಡ್ ಮೈದಾನದಲ್ಲಿ ಬಂದು ನಿಂತಿತು. ಜಿನಿವಾದಿಂದ ಅಂತಾರಾಷ್ಟ್ರೀಯ ರೆಡ್‌ಕ್ರಾಸ್‌ನ ಪ್ರತಿನಿಧಿ ಆಗಮಿಸಿದ್ದರು, ಕ್ಯಾಂಪ್ ಮತ್ತು ಅದರ ನಿವಾಸಿಗಳೆಲ್ಲ ಅವರ ರಕ್ಷಣೆಯ ಸುಪರ್ದಿಗೆ ಬಂದವು. ಆ ಪ್ರತಿನಿಧಿ ಯಾವುದೇ ತುರ್ತು ಸಂದರ್ಭದಲ್ಲಿ ಹಾಜರಾಗುವ ಸಲುವಾಗಿ ಕ್ಯಾಂಪ್‌ನ ಸಮೀಪದ ಫಾರ್ಮ್ ಹೌಸ್‌ನಲ್ಲಿ ತಂಗಿದರು. ಈಗ ಪಲಾಯನ ತೆಗೆಯುವ ಅವಶ್ಯಕತೆಯಾದರೂ ಯಾಕೆ? ಔಷಧಗಳ ಪೆಟ್ಟಿಗೆಗಳನ್ನು ಕಾರಿನಿಂದ ಇಳಿಸಲಾಯಿತು. ಸಿಗರೇಟ್‌ಗಳನ್ನು ಹಂಚಲಾಯಿತು, ಫೋಟೋಗಳನ್ನು ತೆಗೆಯಲಾಯಿತು, ನಾವು ಸಮಸ್ತರೂ ಆನಂದತುಂದಿಲರಾದೆವು. ನಾವೀಗ ಯುದ್ಧದ ಅಂಚಿಗೆ ಸಾಗಿ ಅಲ್ಲಿಂದ ಓಡಿ ಮರೆಯಾಗುವ ಅವಶ್ಯಕತೆ ಇರಲಿಲ್ಲ. ನಮ್ಮ ಖುಷಿಯ ಸಂಭ್ರಮದಲ್ಲಿ ಆ ಮೂರನೇ ಶವವನ್ನು ಸಾಗಿಸಿ ಮಣ್ಣು ಮಾಡುವುದನ್ನೇ ಮರೆತು ಬಿಟ್ಟಿದ್ದೆವು. ಹಾಗಾಗಿ ನಾವು ಅದಾಗಲೇ ತೋಡಿದ್ದ ಗುಳಿಗೆಯಲ್ಲಿ ಆ ಶವವನ್ನು ಒಯ್ದು ಒಗೆದೆವು. ನಮ್ಮನ್ನು ಹಿಂಬಾಲಿಸಿದ ಕಾವಲುಗಾರ – ಸ್ವಲ್ಪ ಸಂಭಾವಿತನೇ ಅನ್ನಿ – ಒಮ್ಮಿಂದೊಮ್ಮೆಗೇ ತೀರಾ ಸೌಮ್ಯ ಸ್ವಭಾವದವನಾಗಿ ಬದಲಾಗಿದ್ದ. ಎಲ್ಲವೂ ತಲೆಕೆಳಗಾಗಬಹುದು ಮತ್ತು ನಮ್ಮ ಪ್ರೀತಿಯನ್ನು ಸಂಪಾದಿಸಿ, ಬೆಂಬಲವನ್ನು ಪಡೆಯುವಂತೆ ಶ್ರಮಿಸಿದಂತೆ ತೋರಿತು. ಆ ಮೂರು ಶವಗಳನ್ನು ಮಣ್ಣುಗೂಡಿಸಿ ದಫನ ಮಾಡುವಾಗ ನಾವು ಸಲ್ಲಿಸಿದ ಪ್ರಾರ್ಥನೆಯಲ್ಲಿ ಆತನೂ ದನಿಗೂಡಿಸಿದ. ನಿರಂತರವಾದ ಆತಂಕ ಮತ್ತು ಒತ್ತಡದಿಂದ ಕೂಡಿದ ಕಳೆದ ದಿನಗಳು ಮತ್ತು ಕ್ಷಣಗಳು, ಸಾವಿನೊಂದಿಗೆ ನಮ್ಮ ಜೂಜಾಟ, ನಮ್ಮ ಪ್ರಾರ್ಥನೆಯ ಸಮಯ ಪಠಿಸಿದ ಶಾಂತಿಯ ಮಂತ್ರದಲ್ಲಿ ಯಾವತ್ತೂ ಮಾನವ ಇತಿಹಾಸದಲ್ಲಿ ಮೂಡಿಬಂದಿರದ ಉಲ್ಲಾಸ ಮೂಡಿಬಂದಿತ್ತು.

ಹಾಗೆ ಕ್ಯಾಂಪ್‌ನ ಕೊನೆಯ ದಿನ ಸ್ವಾತಂತ್ರ್ಯದ ನಿರೀಕ್ಷೆಯಲ್ಲಿ ಕಳೆದು ಹೋಯಿತು. ಆದರೆ ನಾವು ನಮ್ಮ ಹರ್ಷವನ್ನು ಬಹಳ ಬೇಗನೇ ವ್ಯಕ್ತಪಡಿಸಿದ್ದೇವೇನೋ. ರೆಡ್‌ಕ್ರಾಸ್‌ನ ಪ್ರತಿನಿಧಿ ನಮಗೆ ಭರವಸೆ ನೀಡಿದ್ದೇನೆಂದರೆ, ಸಹಿ ಹಾಕಿದ ಒಂದು ಕರಾರಿನ ಪ್ರಕಾರ ಕ್ಯಾಂಪ್‌ನ್ನು ತಕ್ಷಣ ಬರಖಾಸ್ತು ಮಾಡುವಂತಿಲ್ಲ ಎಂದರು. ಆದರೆ ಅದೇ ರಾತ್ರಿ ಓರ್ವ ಎಸ್. ಎಸ್. ಟ್ರಕ್‌ನೊಂದಿಗೆ ಆಗಮಿಸಿ ಜತೆಗೆ ತಂದ ಆರ್ಡರ್‌ನ ಪ್ರಕಾರ ಕ್ಯಾಂಪ್‌ನ್ನು ಬರಖಾಸ್ತು ಮಾಡಬೇಕೆಂದ. ಕೊನೆಗೆ ಉಳಿದ ಸೆರೆವಾಸಿಗಳನ್ನು ಕೇಂದ್ರೀಯ ಕ್ಯಾಂಪ್‌ಗೆ ಒಯ್ದು ಅಲ್ಲಿಂದ

ನಲ್ವತ್ತೆಂಟು ಗಂಟೆಯ ಒಳಗೆ ಅವರನ್ನು ಸ್ವಿಟ್ಸರ್‌ಲ್ಯಾಂಡ್‌ಗೆ ಒಯ್ದು, ಅಲ್ಲಿ ಯಾವುದೋ ಯುದ್ಧದ ಸೆರೆವಾಸಿಗಳೊಂದಿಗೆ ವಿನಿಮಯ ಮಾಡಿಕೊಳ್ಳುವ ಯೋಜನೆ ಅದಾಗಿತ್ತು.

ನಾವು ಆ ಎಸ್.ಎಸ್.ಅಧಿಕಾರಿಗಳನ್ನು ಗುರುತಿಸಲೇ ಇಲ್ಲ. ಅವರ ವರ್ತನೆ ಅಷ್ಟೊಂದು ಚೆನ್ನಾಗಿತ್ತು. ಅವರು ಬಹಳ ಆತ್ಮೀಯವಾಗಿ ನಡೆದುಕೊಂಡು ನಮ್ಮನ್ನು ಭಯವಿಲ್ಲದೆ ಟ್ರಕ್‌ಗೆ ಹತ್ತುವಂತೆ ಪುಸಲಾಯಿಸಿದರು. ನಮ್ಮ ಅದೃಷ್ಟಕ್ಕೆ ನಾವು ಋಣಿಯಾಗಿರಬೇಕೆಂದೂ ಅವರು ಹೇಳತೊಡಗಿದರು. ಯಾರೆಲ್ಲ ಸೆರೆವಾಸಿಗಳಲ್ಲಿ ಸ್ವಲ್ಪ ಗಟ್ಟಿಯಾಗಿದ್ದರೋ ಅವರು ಸ್ವತಃ ಟ್ರಕ್ಕನ್ನು ಏರಿ ಕುಳಿತರೆ, ಉಳಿದವರನ್ನು ಬಹಳ ಕಷ್ಟದಿಂದ ಭುಜಗಳ ಮೇಲೆ ಹೊತ್ತುಕೊಂಡು ಟ್ರಕ್‌ಗೆ ಹತ್ತಿಸಬೇಕಾಯಿತು. ನನಗೂ ನನ್ನ ಸ್ನೇಹಿತನಿಗೂ ಈಗ ನಮ್ಮ ಮೂಟೆಯನ್ನು ಅಡಗಿಸುವ ಬಾಬತ್ತು ಇರಲಿಲ್ಲ. ನಾವು ಕೊನೆಯ ಗುಂಪಿಗೆ ಸೇರಿಕೊಂಡೆವು ಮತ್ತು ಆ ಗುಂಪಿನಿಂದ ಹದಿಮೂರು ಮಂದಿಯನ್ನು ಆ ಕೊನೆಯಕ್ಕಿಂತ ಮೊದಲು ಸಾಗುವ ಟ್ರಕ್‌ಗೆ ಆಯ್ಕೆ ಮಾಡಲಾಗಿತ್ತು. ಹಿರಿಯ ಡಾಕ್ಟರ್ ಗಣತಿಯನ್ನು ತೆಗೆದರು, ಆದರೆ ನಮ್ಮಿಬ್ಬರನ್ನು ಎಣಿಕೆಯಲ್ಲಿ ಮರೆತು ಬಿಟ್ಟರು. ಆ ಹದಿಮೂರು ಜನರನ್ನು ಕಳುಹಿಸಲಾಯಿತು, ಆದರೆ ನಾವಿಬ್ಬರು ಅಲ್ಲಿಯೇ ಉಳಿದುಹೋದೆವು. ನಾವು ಎಷ್ಟೊಂದು ಚಿಂತತರಾಗಿ ಪೇಚಾಡಿದೆವೆಂದರೆ ಹಿರಿಯ ವೈದ್ಯರನ್ನು ದೂರುತ್ತ ಹೀಗಳೆದೆವು. ಆತ ತಾನು ಕೊನೆಯ ನಿಮಿಷದಲ್ಲಿ ಬಹಳಷ್ಟು ವ್ಯಸ್ತನಾಗಿ ಹೋಗಿದ್ದೆನೆಂದೂ ನಮ್ಮಿಬ್ಬರ ವಿಷಯ ಪೂರ್ತಿಯಾಗಿ ಆತನ ಮನಸ್ಸಿನಿಂದ ಮರೆಯಾಗಿತ್ತೆಂದೂ ಹೇಳಿದರು. ನಾವಿಬ್ಬರೂ ಇನ್ನೂ ಪಲಾಯನ ಮಾಡುವ ಮಸಲತ್ತಿನಲ್ಲೇ ಇದ್ದಿರಬೇಕೆಂದು ತನಗನ್ನಿಸಿತು ಅಂತ ಆತ ಹೇಳಿದ. ನಾವು ಸಿಡಿಮಿಡಿಗೊಳ್ಳುತ್ತ ಕುಳಿತೆವು. ನಮ್ಮ ಮೂಟೆಗಳು ಬೆನ್ನ ಹಿಂದೆಯೆ ಇದ್ದವು ಮತ್ತು ಇನ್ನೂ ಉಳಿದುಕೊಂಡಿರುವ ಸೆರೆವಾಸಿಗಳನ್ನು ಒಯ್ಯಲು ಬರಬಹುದಾದ ಕೊನೆಯ ಟ್ರಕ್‌ಗಾಗಿ ಕಾದೆವು. ನಾವು ಬಹಳ ಸಮಯ ಕಾಯಬೇಕಾಯಿತು. ಕಟ್ಟಕಡೆಗೆ ನಾವು ಅಲ್ಲಿನ ಆ ಗಾರ್ಡ್ ರೂಮ್‌ನ ಹಾಸಿನ ಮೇಲೆಯೇ ಬಿದ್ದುಕೊಂಡೆವು. ಕಳೆದ ಕೆಲವು ದಿನಗಳಲ್ಲಿ ಸಂಭವಿಸಿದ ಘಟನೆಗಳಿಂದ ಭರವಸೆ ಮತ್ತು ನಿರಾಶೆಗಳ ನಡುವಿನ ಡೋಲಾಯಮಾನವಾದ ಪರಿಸ್ಥಿತಿ ನಮ್ಮದಾಗಿತ್ತು. ನಾವು ನಮ್ಮ ಷೂಗಳನ್ನು ಮತ್ತು ಬಟ್ಟೆಗಳನ್ನು ತೊಟ್ಟುಕೊಂಡು ಪಯಣದ ಸಿದ್ಧತೆಯಲ್ಲಿಯೇ ಮಲಗಿದ್ದೆವು.

ಬಂದೂಕುಗಳ ಮತ್ತು ಗೋಲಿಗಳ ಆರ್ಭಟ ನಮ್ಮನ್ನು ಎಚ್ಚೆತ್ತುಕೊಳ್ಳುವಂತೆ ಮಾಡಿತು. ಗೋಲಿಗಳು ಮಿಂಚಿನಂತೆ ಗುಡಿಸಲನ್ನು ಪ್ರವೇಶಿಸಿದವು. ಹಿರಿಯ ವೈದ್ಯರು ಗುಡಿಸಲನ್ನು ಪ್ರವೇಶಿಸಿ ನಾವು ನೆಲದ ಮೇಲೆ ಮಕಾಡೆ ಮಲಗಿರುವಂತೆ ಆದೇಶಿಸಿದರು. ಒಬ್ಬ ಖೈದಿ ತನ್ನ ಮಂಚದ ಮೇಲಿನಿಂದ ಜಿಗಿದು ತನ್ನ ಷೂ ಸಮೇತವಾಗಿ ನನ್ನ ಹೊಟ್ಟೆಯ ಮೇಲೆ ಬಿದ್ದ. ಅದು ನನ್ನನ್ನು ಎಚ್ಚೆತ್ತುಕೊಳ್ಳುವಂತೆ ಮಾಡಿತು ಬಿಡಿ! ಏನು ನಡೆಯುತ್ತಿದೆ ಎಂಬುದು ಮನವರಿಕೆಯಾಗಲು ಹೆಚ್ಚು ಸಮಯ ಹಿಡಿಯಲಿಲ್ಲ: ಯುದ್ಧದ ಸೈನ್ಯ ನಮ್ಮ ಬಳಿಗೆ ಬಂದು ತಲುಪಿತ್ತು! ಶೂಟಿಂಗ್ ಕ್ರಮೇಣ ತಹಬಂದಿಗೆ ಬಂದಾಗ ಬೆಳ್ಳಂಬೆಳಗಾಗಿತ್ತು. ಹೊರಗಡೆ ಕ್ಯಾಂಪ್‌ನ ಒಂದು ಕಂಬದ ಮೇಲೆ ಶ್ವೇತವರ್ಣದ ಬಾವುಟವೊಂದು ಗಾಳಿಯಲ್ಲಿ ಹಾರಾಡತೊಡಗಿತು.

ವಿಧಿಯ ಇನ್ನೊಂದು ಆಟ

ಗುಡಿಸಲಿನಲ್ಲಿ ಉಳಿದುಹೋದ ಖೈದಿಗಳ ಜತೆಗೆ ವಿಧಿಯಾಟ ಮುಂದುವರಿದಿತ್ತು ಎನ್ನುವ ವಿಷಯ ಹಲವು ವಾರಗಳ ಮೇಲೆ ನಮಗೆ ಮನವರಿಕೆಯಾಯಿತು. **ಬದುಕು ಮತ್ತು ಸಾವಿನ ನಡುವಿನ ವಿಷಯಗಳಲ್ಲಿ ಮನುಷ್ಯನ ನಿರ್ಣಯಗಳು ಎಷ್ಟೊಂದು ಅನಿಶ್ಚಿತವಾಗಿರುತ್ತವೆ ಎಂದು ನಮಗೆ ಮನಮುಟ್ಟಿತು.** ನಮ್ಮ ಕ್ಯಾಂಪ್‌ನ ಸಮೀಪವಿದ್ದ ಇನ್ನೊಂದು ಚಿಕ್ಕ ಕ್ಯಾಂಪ್‌ನಲ್ಲಿ ನಡೆದ ಘಟನೆಯ ಕುರಿತಾದ ಕೆಲವು ಪೈಶಾಚಿಕ ಫೋಟೋಗಳನ್ನು ನನಗೆ ನೋಡುವ ಅವಕಾಶವಾಯಿತು. ಆ ದಿನ ಯಾರನ್ನೆಲ್ಲ ನಮ್ಮ ಕ್ಯಾಂಪ್‌ನಿಂದ ಟ್ರಕ್‌ಗಳಲ್ಲಿ ಭರ್ತಿ ಮಾಡಿ ಸಾಗಿಸಲಾಗಿತ್ತೋ, ಯಾರನ್ನು ಸ್ವಾತಂತ್ರ್ಯವನ್ನು ಕೊಡುವ ಸಲುವಾಗಿ ಒಯ್ಯಲಾಗಿತ್ತೋ, ಅವರನ್ನೆಲ್ಲ ಆ ಚಿಕ್ಕ ಕ್ಯಾಂಪ್‌ನ ಗುಡಿಸಲುಗಳಲ್ಲಿ ಕೂಡಿಹಾಕಿ ಜೀವಂತ ಸುಟ್ಟು ಬೂದಿ ಮಾಡಲಾಯಿತೆಂದು ಆ ಫೋಟೋಗಳಲ್ಲಿ ವ್ಯಕ್ತವಾಗಿತ್ತು. ಅವುಗಳಲ್ಲಿ ಅರ್ಧ ಸುಟ್ಟ ಶವಗಳಲ್ಲಿ ವ್ಯಕ್ತಿಗಳನ್ನು ಗುರುತಿಸಲು ಸಾಧ್ಯವಿತ್ತು. ನನಗೆ ಮತ್ತೆ ಟೆಹೆರಾನಿನ ಮೃತ್ಯುವಿನ ಕಥೆಯ ನೆನಪಾಯಿತು.

ಸೆರೆಯಾಳುಗಳ ಉದಾಸೀನತೆ ಕೇವಲ ಅವರನ್ನು ಉಳಿಸುವ ತಂತ್ರವಷ್ಟೇ ಆಗಿರದೆ ಉದಾಸೀನವನ್ನುಂಟು ಮಾಡುವುದಕ್ಕೆ ಇನ್ನೂ ಕೆಲವು ಕಾರಣಗಳಿದ್ದವು. ಇದರಲ್ಲಿ ಹಸಿವು ಮತ್ತು ನಿದ್ದೆಯ ಪಾತ್ರವೂ ಇದೆ (ಸಾಮಾನ್ಯ ಸಮಯದಲ್ಲಿನ ಹಾಗೆ) ಮತ್ತು ಖೈದಿಗಳ ಮನಸ್ಸನ್ನು ನಿರಂತರವಾಗಿ ಪೀಡಿಸುವ ವಿಷಯಗಳು ಕೂಡಾ ಅವರ ಮನಸ್ಥಿತಿಯನ್ನು ಹದಗೆಡಿಸುತ್ತಿತ್ತು. ಸ್ವಚ್ಛತೆಯ ಕೊರತೆಯಿಂದಾಗಿ ಗುಡಿಸಲುಗಳಲ್ಲಿ ನೆಲೆನಿಂತ ಕ್ರಿಮಿಕೀಟ, ತಗಣೆಗಳ ಕಾಟ ನಿದ್ದೆಯ ಅಡೆತಡೆಗೆ ಆಂಶಿಕ ಕಾರಣವಾಗಿತ್ತು. ನಮಗೆ ಅಲ್ಲಿ ನಿಕೋಟಿನ್ ಅಥವಾ ಕೆಫೀನ್‌ಗಳು ಸಿಗುತ್ತಿರಲಿಲ್ಲ, ಬಹುಶಃ ಅದೇ ನಮ್ಮಲ್ಲಿ ನಮ್ಮ ಸಿಡುಕನ್ನು ಮತ್ತು ಉದಾಸೀನತೆಯನ್ನು ಹೆಚ್ಚಿಸಲು ಇನ್ನೊಂದು ಕಾರಣವಾಗಿದ್ದಿರಬಹುದು.

ಖೈದಿಗಳಲ್ಲಿನ ಕೀಳರಿಮೆ

ಈ ಎಲ್ಲಾ ಶಾರೀರಿಕ ಕಾರಣಗಳ ಹೊರತಾಗಿ ಕೆಲವು ಮಾನಸಿಕ ಕಾರಣಗಳೂ ಇದ್ದವು. ನಾವು ಸೆರೆವಾಸಿಗಳು ಕೀಳರಿಮೆಯಿಂದ ಬಾಧಿಸಲ್ಪಟ್ಟಿದ್ದೆವು. ನಾವೆಲ್ಲ ಕ್ಯಾಂಪಿಗೆ ಬರುವ ಮೊದಲು ಏನೋ ಒಂದು ಆಗಿದ್ದೆವು, ಸಮಾಜದಲ್ಲಿ ನಮ್ಮ ಸ್ಥಾನಮಾನವಿತ್ತು. ಆದರೆ ಈಗ ನಮಗೆ ಅದಾವುದೇ ಅಸ್ತಿತ್ವವಾಗಲೀ, ಗುರುತು ಪರಿಚಯವಾಗಲೀ ಇಲ್ಲದಿರುವಂತೆಯೇ ನಮ್ಮನ್ನು ನಡೆಸಿಕೊಳ್ಳಲಾಗುತ್ತಿತ್ತು. ನಿಜವಾದ ಆಂತರಿಕ ಮೌಲ್ಯದ ಚೇತನ ಬಹಳ ಆಧ್ಯಾತ್ಮಿಕ ವಿಷಯಗಳೊಂದಿಗೆ ಬೆಸೆದುಕೊಂಡಿರುತ್ತದೆ ಮತ್ತು ಅದನ್ನು ಎಂತಹ ಯಾತನಾ ಶಿಬಿರವೂ ಅಲ್ಲಾಡಿಸಲು ಸಾಧ್ಯವಿಲ್ಲ. ಆದರೆ ಖೈದಿಗಳನ್ನು ಬಿಡಿ, ಎಷ್ಟು ಜನ ಸ್ವತಂತ್ರರಾಗಿರುವವರು ಈ ಅಧ್ಯಾತ್ಮಿಕತೆಯನ್ನು ಹೊಡಿರುತ್ತಾರೆ? ಈ ವಿಷಯದಲ್ಲಿ ಸಹಜ ಭಾವದಿಂದ ಯಾವುದೇ ಹಿನ್ನೆಲೆ ಮುನ್ನೆಲೆ ತಿಳಿಯದೆ ಸರಾಸರಿ ಸೆರೆವಾಸಿ ತನ್ನನ್ನು ಕೀಳಾಗಿ ನೋಡಲಾಗುತ್ತಿದೆ ಎಂದು ಯೋಚಿಸುತ್ತಾನೆ. ಕ್ಯಾಂಪಿನ ಸಾಮಾಜಿಕ ರಚನೆ ಇದಲ್ಲೆ ಇನ್ನಷ್ಟು ಪುಷ್ಟಿಯನ್ನು ನೀಡಿತ್ತು.. ವಿಶಿಷ್ಟರೆನಿಸುವ ಹೆಚ್ಚಿನ ಖೈದಿಗಳು, ಕ್ಯಾಪೋಗಳು, ಅಡುಗೆಯವರು, ಸ್ಟೋರ್‌ಕೀಪರ್ ಅಥವಾ ಪೊಲೀಸ್ ಅಧಿಕಾರಿಗಳು, ಇವರಿಗೆಲ್ಲ ಇತರ ಸಾಮಾನ್ಯ ಸೆರೆವಾಸಿಯ ತುಲನೆಯಲ್ಲಿ ಕೀಳುಮಟ್ಟದಲ್ಲಿ ನೋಡಲಾಗುತ್ತಿದೆ ಎಂದೆನಿಸಲಿಲ್ಲ ಬದಲಾಗಿ ತಮಗೆ ಪದೋನ್ನತಿ ಸಿಕ್ಕಿದೆ

ಎಂಬ ಭಾವನೆಯಲ್ಲಿರುತ್ತಿದ್ದರು! ಅವರಲ್ಲಿ ಕೆಲವರಾದರೂ ತಾವು ಮಹಾನ್ ಎಂದು ಭಾವಿಸಲು ತೊಡಗಿದ್ದರು. ಈ ವಿಶೇಷ ದಳದ ವಿರುದ್ಧವಾಗಿ ಜನರಲ್ಲಿ ಆಗಾಗ ಅಸೂಯೆ ಮತ್ತು ಅತೃಪ್ತಿಯ ಭಾವನೆಗಳು ಮೇಲೆದ್ದು ಬರುತ್ತಿದ್ದವು. ಕೆಲವೊಮ್ಮೆ ಅದು ಹಾಸ್ಯದ ರೂಪದಲ್ಲಿ ಪ್ರಕಟಗೊಳ್ಳುತ್ತಿತ್ತು. ಉದಾಹರಣೆಗೆ, ಒಬ್ಬ ಸೆರೆಯಾಳು ಇನ್ನೊಬ್ಬನಿಗೆ ಹೇಳುವುದನ್ನು ಒಮ್ಮೆ ನಾನು ಕೇಳಿದ್ದೆ, "ಕಲ್ಪಿಸಿಕೋ! ನಾನು ಆ ವ್ಯಕ್ತಿಯನ್ನು ಆತ ಅದೊಂದು ದೊಡ್ಡ ಬ್ಯಾಂಕಿನ ಅಧ್ಯಕ್ಷನಾಗಿದ್ದಾಗಿನಿಂದ ಬಲ್ಲೆ. ಆತನ ಅದೃಷ್ಟ ನೋಡು, ಜಗತ್ತಿನಲ್ಲಿ ಎಂತಹ ಎತ್ತರಕ್ಕೆ ಏರಿದ ನೋಡಿದೆಯಾ?"

ಯಾವತ್ತಾದರೂ ಕೆಳಮಟ್ಟದ ಬಹುಸಂಖ್ಯಾತರು ಮತ್ತು ಮೇಲ್ಮಟ್ಟದ ಅಲ್ಪ ಸಂಖ್ಯಾತ ಮಂದಿ ಸಂಘರ್ಷಕ್ಕೆ ತೊಡಗಿದಾಗ (ಊಟವನ್ನು ವಿತರಿಸುವ ಸಮಯ ಅದಕ್ಕೆ ಸಾಕಷ್ಟು ಅವಕಾಶಗಳಿದ್ದವು) ಫಲಿತಾಂಶ ಆಘಾತಕಾರಿಯಾಗಿರುತ್ತಿದ್ದವು. ಹಾಗಾಗಿ ಸಾಧಾರಣವಾಗಿ ಅವರ ಪೀಡಿತ ಸ್ಥಿತಿ (ಭೌತಿಕ ಕಾರಣಗಳನ್ನು ಈ ಮೊದಲೇ ಚರ್ಚಿಸಲಾಗಿದೆ) ಮಾನಸಿಕ ಉದ್ವೇಗದೊಂದಿಗೆ ಸೇರಿಕೊಂಡು ಉಲ್ಬಣಿಸುತ್ತಿದ್ದವು. ಈ ಉದ್ವೇಗ ಪರಸ್ಪರ ಸಂಘರ್ಷದಲ್ಲೇ ಪರ್ಯಾವಸಾನವಾಗುತ್ತಿದ್ದವು ಎಂಬುದರಲ್ಲಿ ಅಚ್ಚರಿ ಪಡುವಂಥದ್ದೇನೂ ಇರಲಿಲ್ಲ. ಸೆರೆವಾಸಿಗಳಿಗೆ ನಿರಂತರವಾಗಿ ಹೊಡೆತಗಳು ಬೀಳುತ್ತಿದ್ದುದರಿಂದ ಹಿಂಸೆಯ ಆವೇಗ ಹೆಚ್ಚುತ್ತಲೇ ಹೋಗುತ್ತಿತ್ತು. ನಾನು ಸ್ವತಃ ಅಂತಹ ಕೋಪದಲ್ಲಿ ಮುಳುಗಿರುವ ಸಮಯ ಸುಸ್ತಾದ ಅವಸ್ಥೆಯಲ್ಲೂ ನನ್ನ ಮುಷ್ಟಿಯ ಹಿಡಿತ ಬಿಗಿಗೊಳ್ಳುತ್ತಿತ್ತು. ನಾನು ಸಾಮಾನ್ಯವಾಗಿ ಬಹಳ ಬಳಲಿರುತ್ತಿದ್ದೆ ಯಾಕೆಂದರೆ ಸ್ಟೌವ್‌ಗೆ ನಾವು ಸೌದೆಯನ್ನು ಸೇರಿಸುತ್ತಲೇ ಇರಬೇಕಾಗಿತ್ತು – ಅದನ್ನು ನಮ್ಮ ಗುಡಿಸಲಿನಲ್ಲಿ ಟೈಫಸ್ ರೋಗಿಗಳಿಗಾಗಿ ಇರಿಸಲು ಅನುಮತಿಯಿತ್ತು – ರಾತ್ರಿಯಿಡೀ. ಆದರೂ, ನಾನು ಕೆಲಸವಿಲ್ಲದೆ ಕುಳಿತಿರುವ ಸಮಯವೆಂದರೆ ಅದು ಮಧ್ಯರಾತ್ರಿಯ ವೇಳೆ, ಆಗ ಎಲ್ಲರೂ ಬಿದ್ದುಕೊಂಡಿರುತ್ತಿದ್ದರು ಇಲ್ಲವೇ ನಿದ್ದೆ ಮಾಡಿರುತ್ತಿದ್ದರು. ನಾನು ಕಾಲುಗಳನ್ನು ಸ್ಟೌವ್‌ನ ಎದುರುಗಡೆ ಚಾಚಿಕೊಂಡು ಹಾಯಾಗಿ ಕುಳಿತು, ಎಗರಿಸಿ ತಂದಿರುತ್ತಿದ್ದ ಆಲೂಗಡ್ಡೆಯನ್ನು ಆ ಸ್ಟೌವ್‌ಗೆ ಕದ್ದುತಂದ ಇದ್ದಲನ್ನು ಸೇರಿಸಿ ಸುಟ್ಟು ತಿನ್ನುತ್ತಿದ್ದೆ. ಆದರೆ ಮರುದಿನ ನಾನು ಮತ್ತಷ್ಟು ಸುಸ್ತಾಗಿರುತ್ತಿದ್ದೆ, ಮಾತ್ರವಲ್ಲ ಸಂವೇದನಾಶೂನ್ಯನಾಗಿರುತ್ತಿದ್ದೆ, ಕಿರಿಕಿರಿಗೊಂಡಿರುತ್ತಿದ್ದೆ.

ಕ್ಯಾಂಪ್‌ನ ಶುಚಿತ್ವದ ಜವಾಬ್ದಾರಿ

ನಾನು ವೈದ್ಯನಾಗಿ ಟೈಫಸ್ ವಿಭಾಗದಲ್ಲಿ ಸೇವೆ ಸಲ್ಲಿಸುತ್ತಿದ್ದಾಗ, ಕಾಯಿಲೆಯಿಂದ ಹಾಸಿಗೆ ಹಿಡಿದಿದ್ದ ಹಿರಿಯ ವಾರ್ಡನ್‌ನ ಜವಾಬ್ದಾರಿಯನ್ನು ನಿರ್ವಹಿಸಬೇಕಾಗಿತ್ತು. ಆದ್ದರಿಂದ ನಾನು ಗುಡಿಸಲನ್ನು ಸ್ವಚ್ಛವಾಗಿಡುವ ಜವಾಬ್ದಾರಿಯನ್ನು ಕ್ಯಾಂಪ್ ಅಧಿಕಾರಿಗಳಿಂದ ಹೇರಲ್ಪಟ್ಟು, ಅದು ಯಾವತ್ತೂ 'ಸ್ವಚ್ಛ'ವಿರಬೇಕಿತ್ತು. ಗುಡಿಸಲಿನ ಸ್ವಚ್ಛತೆ ಬಗ್ಗೆ ತಪಾಸಣೆಗೆ ಬರುವವರಿಗೆ ಅದೊಂದು ನೆಪ ಮಾತ್ರವಾಗಿದ್ದು, ನಮಗೆ ಹಿಂಸೆ ನೀಡುವುದೇ ಮುಖ್ಯವಾಗಿತ್ತೆಂದು ತೋರುತ್ತದೆ. ಸ್ವಲ್ಪ ಹೆಚ್ಚು ಆಹಾರ ಮತ್ತು ಕೆಲವು ಔಷಧಗಳ ಸರಬರಾಜು ನಿಜಕ್ಕೂ ನಮಗೆ ಸಹಕಾರಿಯಾಗಿದ್ದಿತೇ ವಿನಾ ಹಜಾರದ ಮಧ್ಯದಲ್ಲಿ ಕಸವಾಗಿ ಬಿದ್ದಿರುವ ಒಂದು ಹುಲ್ಲಿನ ತುಂಡಾಗಲೀ, ರೋಗಿಗಳ ಕಾಲಿಗೆ ಸುತ್ತಿದ ಕೊಳಕಾದ, ಹರಿದು ಹೋದ ಮತ್ತು ಹುಳುಹಿಡಿದ ಬ್ಲಾಂಕೆಟ್‌ನಂತಹ ವಸ್ತುಗಳು ಅಂತಹ ವ್ಯತ್ಯಾಸವನ್ನೇನೂ ಮಾಡುತ್ತಿರಲಿಲ್ಲ. ಅಲ್ಲಿನ ನಿವಾಸಿಗಳು ತಮ್ಮ ಹಣೆಬರಹದಂತೆ ಅಂತಹ

ವಿಷಯಗಳ ಕುರಿತು ಯಾವತ್ತೂ ತಲೆಕೆಡಿಸಿಕೊಂಡವರಲ್ಲ. ನಾನು ಸುವ್ಯವಸ್ಥಿತವಾಗಿ ನನ್ನ ಕ್ಯಾಪ್‌ನ್ನು ಓರೆಯಾಗಿಸಿ, ಹಿಮ್ಮಡಿಗಳನ್ನು ಎತ್ತಿ ಹೀಗೆ ಘೋಷಿಸಿದ್ದರೆ ಸಾಕಿತ್ತು, ಅವರಿಗೆ ಸಮಾಧಾನವಾಗುತ್ತಿತ್ತು: "ಗುಡಿಸಲು ನಂಬರ್ VI/9:52, ರೋಗಿಗಳು, ಇಬ್ಬರು ಸೇವಾನಿರತ ನರ್ಸ್‌ಗಳು ಮತ್ತೊಬ್ಬ ವೈದ್ಯ." ಆವಾಗ ಅವರು ಅಲ್ಲಿಂದ ನಿರ್ಗಮಿಸುತ್ತಿದ್ದರು. ಆದರೆ ಅವರು ಆಗಮಿಸುವ ಸಮಯ - ಸಾಮಾನ್ಯವಾಗಿ ತಾಸುಗಟ್ಟಲೆ ವಿಳಂಬವಾಗಿಯೇ ಬರುತ್ತಿದ್ದರು, ಕೆಲವೊಮ್ಮೆ ಬಾರದೆಯೂ ಇರುತ್ತಿದ್ದರು - ನಾನು ಬ್ಲಾಂಕೆಟ್‌ಗಳನ್ನು ಎಳೆದು ನೀಟಾಗಿ ತೋರುವಂತೆ ಮಾಡಬೇಕಿತ್ತು, ಅಲ್ಲಿಲ್ಲಿ ಬಿದ್ದಿರುವ ಕಸಕಡ್ಡಿಗಳನ್ನು ಸ್ವಚ್ಛಗೊಳಿಸಬೇಕಿತ್ತು. ಆ ಬಡ ಪ್ರೇತಾತ್ಮಗಳು ಮಿಸುಕಾಡಿದಾಗ ಹಾಸಿಗೆಯಲ್ಲಿ ಯದ್ವಾತದ್ವಾ ನೆರಿಗೆಗಳು ಎದ್ದಾಗ, ಅವರ ಕಡೆಗೆ ಬೊಬ್ಬಿಟ್ಟು ಎಚ್ಚರಿಸಿ ಅವನ್ನು ಸರಿಪಡಿಸಿ ಓರಣವಾಗಿಸಬೇಕಾಗಿತ್ತು. ಜ್ವರದಿಂದ ನರಳುತ್ತಿದ್ದ ರೋಗಿಗಳಲ್ಲಿ ಸಹಜವಾಗಿ ಉದಾಸೀನತೆ ಮನೆಮಾಡಿತ್ತು, ಹಾಗಾಗಿ ಅವರು ಚೀರುತ್ತ ಎಚ್ಚರಿಸದಿದ್ದರೆ ಯಾವ ಮಾತಿಗೂ ಸ್ಪಂದಿಸುತ್ತಿರಲಿಲ್ಲ. ಹಾಗೆ ಬೊಬ್ಬಿರಿದು ಎಚ್ಚರಿಸಿದಾಗ್ಯೂ ಅವರು ಸ್ಪಂದಿಸದೇ ಇದ್ದಾಗ, ಕೆಲವು ಸಲ ಅವರಿಗೆ ಹೊಡೆಯದೇ ಸಂಭಾಳಿಸುವುದು ಬಹಳ ಕಷ್ಟದಾಯಕ ಪರಿಸ್ಥಿತಿಯನ್ನು ಉಂಟುಮಾಡುತ್ತಿದ್ದಿತು. ಸ್ವಂತದ ಕಿರಿಕಿರಿಯು ಬೇರೊಬ್ಬ ವ್ಯಕ್ತಿಯ ಔದಾಸೀನ್ಯದ ಎದುರಿಗೆ ಮತ್ತು ಇಂತಹ ಅಪಾಯಕಾರಿ ಸನ್ನಿವೇಶದಲ್ಲಿ, ಪ್ರತ್ಯೇಕವಾಗಿ ತಪಾಸಣೆಗೆ ಬರುವ ಸಂದರ್ಭಗಳಲ್ಲಿ, ಇನ್ನಷ್ಟು ಹೆಚ್ಚಾಗುತ್ತಿತ್ತು.

ಕೆಲವು ಹೊಸ ಸವಾಲುಗಳು

ಕ್ಯಾಂಪ್‌ನ ಸೆರೆಯಾಳುಗಳ ಮನೋಸ್ಥಿತಿಯನ್ನು ಮನೋವೈಜ್ಞಾನಿಕ ನಿಟ್ಟಿನಲ್ಲಿ ಅಳೆಯುವುದಾದರೆ ಮಾನವನು ಸಂಪೂರ್ಣವಾಗಿ ಮತ್ತು ಅನಿವಾರ್ಯವಾಗಿ ತನ್ನ ಪರಿಸರದಿಂದ(ಇಲ್ಲಿ ಕ್ಯಾಂಪಿನ ಸಾಮಾಜಿಕ ವ್ಯವಸ್ಥೆ ಸೆರೆವಾಸಿಗೆ ಈ ರೀತಿ ಪ್ರತಿಕ್ರಿಯಿಸುವುದಕ್ಕೆ ಅನುವು ಮಾಡಿಕೊಟ್ಟಿತ್ತು) ಪ್ರಭಾವಿತನಾಗುತ್ತಾನೆ ಎಂಬ ತಪ್ಪುಕಲ್ಪನೆಯನ್ನು ನಾನಿಲ್ಲಿ ನೀಡಬಹುದು. ಆದರೆ ಮನುಷ್ಯನ ಸ್ವಾತಂತ್ರ್ಯದ ಬಗ್ಗೆ ಏನೆಂದು ಹೇಳುವುದು? ಯಾವುದೇ ಪರಿಸರದಲ್ಲಿ ಅವನ ನಡುವಳಿಕೆ ಮತ್ತು ಪ್ರತಿಕ್ರಿಯೆಯಲ್ಲಿ ಯಾವುದೇ ಆಧ್ಯಾತ್ಮಿಕ ಸ್ವಾತಂತ್ರ್ಯ ಇರುವುದಿಲ್ಲವೇ? ಮನುಷ್ಯನು ಕೇವಲ ಜೈವಿಕ, ಮನೋವೈಜ್ಞಾನಿಕ, ಸಾಮಾಜಿಕ ಅಂಶಗಳಿಗೆ ಬದ್ಧನಾಗಿರಬೇಕು ಅದಕ್ಕೂ ಹೆಚ್ಚಿನದೇನೂ ಆತನಿಗೆ ಸಿಗದು ಎನ್ನುವ ಸಿದ್ಧಾಂತ ಸತ್ಯವೇ? ಮನುಷ್ಯ ಇವೆಲ್ಲವುಗಳ ಒಂದು ಆಕಸ್ಮಿಕ ಉತ್ಪತ್ತಿಯೇ? ಅದಕ್ಕೂ ಹೆಚ್ಚಿನ ಮುಖ್ಯ ವಿಷಯವೆಂದರೆ, ಯಾತನಾ ಶಿಬಿರದ ಬದುಕಿನ ಬಗ್ಗೆ ಖೈದಿಗಳ ಪ್ರತಿಕ್ರಿಯೆಗಳಿಂದ, ಮನುಷ್ಯ ತನ್ನ ಆಸುಪಾಸಿನ ಸನ್ನಿವೇಶಗಳ ಪರಿಣಾಮಗಳಿಂದ ಪ್ರತ್ಯೇಕವಾಗಿರಲು ಸಾಧ್ಯವಿಲ್ಲ ಎಂದು ಸಾಬೀತಾಗುವುದೇ? ಎಂಬುದು. ಮನುಷ್ಯ ಅಂತಹ ಪರಿಸ್ಥಿತಿಯಲ್ಲಿ ಏನು ಮಾಡಬೇಕೆಂಬುದರ ಆಯ್ಕೆ ಅವನ ಕೈಯಲ್ಲಿರುವುದಿಲ್ಲವೇ?

ಮನುಷ್ಯನ ಆಯ್ಕೆ

ನಾವು ನಮ್ಮ ಅನುಭವ ಮತ್ತು ಸಿದ್ಧಾಂತಕ್ಕನುಸಾರವಾಗಿ ಈ ಪ್ರಶ್ನೆಗಳಿಗೆ ಉತ್ತರವನ್ನು ನೀಡಲು ಸಾಧ್ಯವಿದೆ. ಶಿಬಿರ ಜೀವನದ ಅನುಭವಗಳ ತಳಹದಿಯ ಮೇಲೆ ಹೇಳುವುದಾದರೆ, ಮನುಷ್ಯ ತಾನು ಏನು ಮಾಡಬೇಕು ಎನ್ನುವುದರ ಆಯ್ಕೆಯ ಅವಕಾಶ ಆತನಿಗೆ ಸದಾ ಇದ್ದೇ

ಇರುತ್ತದೆ. ಇದಕ್ಕೆ ಸಂಬಂಧಿಸಿದಂತೆ ಅಲ್ಲಿನ ಅನೇಕ ಉದಾಹರಣೆಗಳನ್ನು ನೀಡಲು ಸಾಧ್ಯ. ಯಾರು ಸಾಹಸೀ ಪ್ರಕೃತಿಯವರಿದ್ದರೋ, ಯಾರಿಗೆ ತಮ್ಮ ಸಿಡುಕುತನವನ್ನು ತಹಬಂದಿಗೆ ತಂದು ಅದನ್ನು ಸಂಭಾಳಿಸಲು ಸಾಧ್ಯವಿದೆಯೋ ಮತ್ತು ಉದಾಸೀನತೆಯನ್ನು ನಿಯಂತ್ರಿಸಲು ಸಾಧ್ಯವೋ ಅಂಥವರು ಅದಕ್ಕೆ ಬಾಧ್ಯರು. ಜತೆಗೆ ಇಷ್ಟೆಲ್ಲ ಕಷ್ಟಕರವಾದ ಮಾನಸಿಕ ಹಾಗೂ ಶಾರೀರಿಕ ಒತ್ತಡಗಳಿದ್ದಾಗ್ಯೂ, ಆತ ತನ್ನ ಆಧ್ಯಾತ್ಮಿಕ ಸ್ವಾತಂತ್ರ್ಯದ ಕುರುಹುಗಳನ್ನು ಮತ್ತು ಮನಸ್ಸಿನ ಸ್ವಾತಂತ್ರ್ಯವನ್ನು ಹಿಡಿದಿಟ್ಟುಕೊಳ್ಳಲು ಸಾಧ್ಯ.

ಯಾತನಾ ಶಿಬಿರಗಳಲ್ಲಿ ಬದುಕನ್ನು ಸಾಗಿಸಿದ್ದ ಮಂದಿ ಇಂದಿಗೂ ತಮ್ಮ ಗುಡಿಸಲುಗಳಲ್ಲಿ ಸಂಚರಿಸುತ್ತಾ, ತಮ್ಮ ಡಬ್ಬಲ್ ರೊಟ್ಟಿಯ ಕೊನೆಯ ತುಣುಕನ್ನೂ ನೀಡುತ್ತಾ ತಮಗೆಲ್ಲ ಸಾಂತ್ವನ ಹೇಳುತ್ತಿದ್ದವರ ನೆನಪನ್ನು ಮಾಡಿಕೊಳ್ಳುತ್ತಿದ್ದಾರೆ. ಅಂಥವರ ಸಂಖ್ಯೆ ಬೆರಳೆಣಿಕೆಯದ್ದಾದರೂ ಏನಂತೆ? ಒಂದು ಮಾತಂತೂ ನಿಜ, ಅದಕ್ಕೆ ಇವರೇ ಸಾಕ್ಷಿ ಎನ್ನಬಹುದು, **ಒಬ್ಬ ಮನುಷ್ಯನಿಂದ ಎಲ್ಲವನ್ನೂ ದೋಚಿಕೊಳ್ಳಲು ಸಾಧ್ಯ, ಒಂದನ್ನು ಬಿಟ್ಟು: ಅದುವೇ ಮಾನವೀಯ ಸ್ವಾತಂತ್ರ್ಯ, ಅಂದರೆ ಆತನಿಂದ ತಾನು ಯಾವ ರೀತಿಯ ಆಯ್ಕೆಯನ್ನು ಮಾಡಿಕೊಂಡು ಪರಿಸ್ಥಿತಿಯನ್ನು ನಿಭಾಯಿಸಬಲ್ಲೆ ಎನ್ನುವ ಸ್ವಾತಂತ್ರ್ಯವನ್ನು ಮಾತ್ರ ಕಸಿದುಕೊಳ್ಳಲು ಸಾಧ್ಯವಿಲ್ಲ.** ಅಂತಹ ಆಯ್ಕೆಗಳು ನಿರಂತರವಾಗಿ ಎದುರಿಗೆ ಬರುತ್ತಲೇ ಇರುತ್ತವೆ. ಪ್ರತಿದಿನ, ಪ್ರತಿ ತಾಸು ನಾವು ಏನನ್ನು ಆಯ್ಕೆ ಮಾಡಿಕೊಳ್ಳಬೇಕು ಎನ್ನುವ ಪರಿಸ್ಥಿತಿ ನಮಗೆ ಎದುರಾಗುತ್ತದೆ. ಅಂತಹ ಒಂದು ತೀರ್ಮಾನದಿಂದ ನಿಮ್ಮ ನೈಜ ಸ್ವಾತಂತ್ರ್ಯವನ್ನು ಕಸಿದುಕೊಳ್ಳುವ ಆ ಶಕ್ತಿಗಳ ಎದುರಿಗೆ ನಿಮ್ಮ ಆಯುಧಗಳನ್ನು ಇಟ್ಟುಬಿಡುವಿರೋ ಇಲ್ಲವೋ? ನೀವು ಪರಿಸ್ಥಿತಿಯ ಕೈಗಳಲ್ಲಿ ಗೊಂಬೆಗಳಾಗಿ ಬಿಡುವಿರೋ ಇಲ್ಲವೋ, ನೈಜ ಸ್ವಾತಂತ್ರ್ಯ ಹಾಗು ಘನತೆ ಗೌರವಗಳನ್ನು ಬದಿಗಿಟ್ಟು ಒರ್ವ ಖೈದಿಯ ಹಾಗೆ ಜೀವಿಸಲು ನಿಮ್ಮ ಪರವಾನಗಿ ನೀಡುತ್ತೀರೋ ಇಲ್ಲವೋ? ಎಂಬುದು ವೇದ್ಯವಾಗುತ್ತದೆ.

ಈ ದೃಷ್ಟಿಯಿಂದ ನೋಡುವಾಗ, ಯಾತನಾ ಶಿಬಿರದ ನಿವಾಸಿಗಳ ಮಾನಸಿಕ ಪ್ರತಿಕ್ರಿಯೆಗಳು ನಮಗೆ ನಿಶ್ಚಿತ ರೂಪದಲ್ಲಿ ಶಾರೀರಿಕ ಮತ್ತು ಸಮಾಜಿಕ ಆಯಾಮಗಳಿಗಿಂತ ಹೆಚ್ಚಿನದು ಎಂಬುದಾಗಿ ತಿಳಿದುಬರುತ್ತವೆ. ನಿದ್ದೆಯ ಕೊರತೆ, ಪುಷ್ಕಳ ಭೋಜನದ ಅಭಾವ ಮತ್ತು ಅನೇಕ ವಿಧದ ಮಾನಸಿಕ ಸಂಘರ್ಷಗಳಿಂದಾಗಿ ಸೆರೆವಾಸಿಗಳಲ್ಲಿ ನಿಶ್ಚಿತ ರೀತಿಯಲ್ಲಿ ವ್ಯವಹರಿಸುತ್ತಾನೆ ಎಂದು ಅಂದುಕೊಂಡಿದ್ದೆವು. ಆದರೆ ಅಂತಿಮ ವಿಶ್ಲೇಷಣೆಯಲ್ಲಿ ಒಂದು ಮಾತಂತೂ ಪೂರ್ತಿಯಾಗಿ ಸ್ಪಷ್ಟವಾದುದು ಏನೆಂದರೆ ಯಾವನೇ ಸೆರೆವಾಸಿ ಯಾವ ಬಗೆಯ ಮನುಷ್ಯನಾಗಿ ಪರಿವರ್ತಿತನಾಗುತ್ತಾನೆ ಎಂಬುದನ್ನು ಆತನ ಆಂತರಿಕ ನಿರ್ಧಾರವನ್ನು ಅವಲಂಬಿಸಿರುತ್ತದೆ ಎನ್ನುವ ಮಾತು. ಅದು ಕೇವಲ ಶಿಬಿರ ಜೀವನದ ಪ್ರಭಾವವಷ್ಟೇ ಆಗಿರುವುದಿಲ್ಲ ಎನ್ನುವಂಥದ್ದು. ಮೂಲಭೂತವಾಗಿ ಹೇಳುವುದಾದರೆ, ಯಾವನೇ ವ್ಯಕ್ತಿ ಒಂದನ್ನು ಮಾತ್ರ ನಿರ್ಧರಿಸಬಹುದಿತ್ತು, ಅದೆಂದರೆ, ಆತ ತನ್ನ ಮಾನಸಿಕ ಅಥವಾ ಆಧ್ಯಾತ್ಮಿಕ ನೆಲೆಯಲ್ಲಿ ಏನನ್ನು ನಿರೀಕ್ಷಿಸಬಹುದು ಎನ್ನುವಂಥದ್ದನ್ನು. ಆತ ಯಾತನಾ ಶಿಬಿರದಲ್ಲೂ ತನ್ನ ಮಾನವೀಯ ಮೌಲ್ಯದ ಮಹತ್ವವನ್ನು ಎತ್ತಿಹಿಡಿಯಬಹುದಿತ್ತು. ದಾಸ್ತೋವಸ್ಕಿ ಒಂದು ಸಲ ಹೇಳಿದ್ದರು: 'ನನಗೆ ಕೇವಲ ಒಂದು ವಿಷಯದಲ್ಲಷ್ಟೇ ಭಯವಿದೆ: ನಾನು ನನ್ನ ಕಷ್ಟಗಳಿಗೆ

ಯೋಗ್ಯ ವ್ಯಕ್ತಿಯಾಗುವೇನೋ ಇಲ್ಲವೋ ಎಂಬ ಭಯ.' ಈ ಮಾತುಗಳು ನನ್ನ ಮನಸ್ಸಿನಲ್ಲಿ ಮತ್ತೆ ಮತ್ತೆ ಸುಳಿದಾಡುತ್ತಲೇ ಇರುತ್ತಿದ್ದವು, ಯಾವಾಗ ಅಂದರೆ, ಶಿಬಿರದಲ್ಲಿನ ಅಂತಹ ಹುತಾತ್ಮರ ಪರಿಚಯವಾಯಿತೋ ಆವಾಗ. ಅವರ ಆಚರಣೆಗಳು, ಅವರ ಕಷ್ಟಗಳು ಮತ್ತು ಮರಣಗಳು, ಆಂತರಿಕ ಸ್ವಾತಂತ್ರ್ಯವನ್ನು ಯಾವತ್ತೂ ಕಳೆದುಕೊಳ್ಳಲು ಸಾಧ್ಯವಿಲ್ಲ ಎಂಬ ಈ ಸತ್ಯಕ್ಕೆ ಸಾಕ್ಷಿಯಾಗಿದ್ದವು. ಅವರು ತಮ್ಮ ಕಷ್ಟಗಳಿಗೆ ಯೋಗ್ಯರಾಗಿದ್ದರು; ಅವರು ಹೇಗೆ ತಮ್ಮ ಕಷ್ಟಗಳನ್ನು ಸಹಿಸಿಕೊಂಡಿದ್ದರೋ ಅದು ನಿಜಕ್ಕೂ ಅವರದೊಂದು ಆಂತರಿಕ ಪ್ರಾಪ್ತಿಯಾಗಿತ್ತು. ಯಾವ ಆಧ್ಯಾತ್ಮಿಕ ಸ್ವಾತಂತ್ರ್ಯವನ್ನು ಯಾರೂ ನಮ್ಮಿಂದ ಕಸಿದುಕ್ಕೊಳ್ಳಲು ಸಾಧ್ಯವಿಲ್ಲವೋ – ಅದೇ ನಮ್ಮ ಬದುಕಿನ ಸಾರ್ಥಕ್ಯವನ್ನೂ ಉದ್ದೇಶವನ್ನೂ ಪೂರ್ತಿಯಾಗಿಸಬಲ್ಲುದು.

೧೩
ಬದುಕಿನ ಉದ್ದೇಶ

ಒಂದು ಸಕ್ರಿಯ ಬದುಕು ಮನುಷ್ಯನಿಗೆ, ಯಾವುದೇ ರಚನಾತ್ಮಕ ಕಾರ್ಯದಲ್ಲಿ ಮೌಲ್ಯವನ್ನು ಗುರುತಿಸುವಂತೆ ಒಂದು ಅವಕಾಶವನ್ನು ನೀಡುತ್ತದೆ. ಅದೇ ಭೋಗದಿಂದ ಕೂಡಿದ ನಿಷ್ಕ್ರಿಯ ಬದುಕು, ಕಲೆ, ಸೌಂದರ್ಯ ಮತ್ತು ಪ್ರಕೃತಿಯ ಅನುಭವವನ್ನು ಆಸ್ವಾದಿಸಿ ಸಂತುಷ್ಟನಾಗುವ ಅವಕಾಶವನ್ನು ನೀಡುತ್ತದೆ. ಆದರೆ ಬದುಕಿಗೆ ಮತ್ತೂ ಒಂದು ಉದ್ದೇಶವಿರುತ್ತದೆ, ಅದರಲ್ಲಿ ರಚನಾತ್ಮಕವಾಗಲೀ ಭೋಗವಾಗಲೀ ಎರಡೂ ಇರುವುದಿಲ್ಲ. ಅದು ಉನ್ನತ ನೈತಿಕ ಆಚರಣೆಯ ಸಾಧ್ಯತೆ: ಅದೆಂದರೆ, ಒಬ್ಬ ಮನುಷ್ಯ ಬಾಹ್ಯ ಬಲಗಳಿಂದ ನಿರ್ಬಂಧಿಸಲಾದ ತನ್ನ ಅಸ್ತಿತ್ವದ ಬಗ್ಗೆ ಇರುವ ಅವನ ಮನೋಭಾವ. ಅದಕ್ಕೆ ರಚನಾತ್ಮಕವಾಗಲೀ ಭೋಗದಿಂದ ಕೂಡಿದ ಬದುಕಾಗಲೀ ಬೇಕಿರುವುದಿಲ್ಲ. ಆದರೆ ಕೇವಲ ರಚನಾತ್ಮಕ ಇಲ್ಲವೇ ಭೋಗವೇ ಸಾರ್ಥಕತೆಯನ್ನು ತರುವುದಿಲ್ಲ. **ಒಂದೊಮ್ಮೆ ಬದುಕಿನಲ್ಲಿ ಎಲ್ಲಿಯಾದರೂ, ಯಾವುದೇ ಸಾರ್ಥಕತೆ ಇದ್ದರೆ, ಕಷ್ಟಕ್ಕೂ ಅದರದೇ ಆದ ಸಾರ್ಥಕತೆ ಅಥವಾ ಅರ್ಥ ಇದ್ದೇ ಇರುತ್ತದೆ. ಕಷ್ಟಗಳು ಬದುಕಿನ ಒಂದು ಎಂತಹ ಭಾಗವಾಗಿರುತ್ತದೆ ಅಂದರೆ, ಅದನ್ನು ಪ್ರತ್ಯೇಕಿಸಲು ಬರುವುದಿಲ್ಲ, ಅದು ಭಾಗ್ಯ ಅಥವಾ ಸಾವಿನ ತರಹ ಬದುಕಿನೊಂದಿಗೆ ಬೆಸೆದುಕೊಂಡಿರುತ್ತದೆ. ಕಷ್ಟ ಅಥವಾ ಸಾವಿನ ಹೊರತಾಗಿ ಮನುಷ್ಯನ ಬದುಕು ಪೂರ್ತಿಯಾಗುವಂತಿಲ್ಲ.**

ಹೇಗೆ ಮನುಷ್ಯ ತನ್ನ ಪೂರ್ತಿ ಕಷ್ಟವನ್ನಾಗಲೀ ಭಾಗ್ಯವನ್ನಾಗಲೀ ಸ್ವೀಕರಿಸುತ್ತಾನೋ, ಹೇಗೆ ಶಿಲುಬೆಯನ್ನು ಹೊತ್ತೊಯ್ಯುತ್ತಾನೋ, ಅದು ಅವನಿಗೆ ಅತೀ ಕಷ್ಟದ ಪರಿಸ್ಥಿತಿಯಲ್ಲಿಯೂ ಬದುಕಿಗೆ ಒಂದು ಗಹನವಾದ ಅರ್ಥವನ್ನು ಕಂಡುಕೊಳ್ಳಲು ಅವಕಾಶ ನೀಡುತ್ತದೆ. ಆತ ಭಯವಿಲ್ಲದೆ,

ಗೌರವಯುತವಾಗಿ ಸ್ವಾರ್ಥದಿಂದ ಮುಕ್ತನಾಗಿ ಮಾನವೀಯ ಮೌಲ್ಯಗಳೊಂದಿಗೆ ಬದುಕನ್ನು ಸಾಗಿಸಲು ಸಾಧ್ಯವಾಗುತ್ತದೆ. ಅಥವಾ ತನ್ನನ್ನು ತಾನು ರಕ್ಷಿಸಿಕೊಳ್ಳಲು ಮಾನವೀಯ ಮೌಲ್ಯಗಳನ್ನು ಮರೆತು ಒಂದು ಪಶುವಿಗಿಂತ ಹೆಚ್ಚಿನ ಮಟ್ಟವನ್ನೇನೂ ಸಾಧಿಸಲು ಸಾಧ್ಯವಾಗದು. ಮನುಷ್ಯನಿಗೆ ಇಲ್ಲಿ ಅವಕಾಶವಿದೆ, ಯಾವುದೇ ಕಷ್ಟದ ಪರಿಸ್ಥಿತಿಯಲ್ಲಿ ಒದಗಬಹುದಾದ ಉನ್ನತ ನೈತಿಕ ಮೌಲ್ಯಗಳನ್ನು ಅಳವಡಿಸಿಕೊಳ್ಳಲು ಅಥವಾ ಅವುಗಳನ್ನು ಬಿಟ್ಟು ಪರಿಸ್ಥಿತಿಯ ಕೈಗೊಂಬೆಯಾಗಲು. ಅದರಿಂದಷ್ಟೇ ಆತ ಕಷ್ಟಗಳಿಗೆ ಯೋಗ್ಯನೇ ಅಥವಾ ಅಲ್ಲವೇ ಎಂದು ನಿರ್ಧರಿಸಲು ಸಾಧ್ಯವಾಗುತ್ತದೆ. ಈ ಯೋಚನೆಗಳನ್ನು ಪ್ರಾಪಂಚಿಕವಾದವುಗಳಲ್ಲ ಎಂದು ತಿಳಿಯಬೇಡಿ ಅಥವಾ ವಾಸ್ತವತೆಗಿಂತ ಬಹಳ ವ್ಯತ್ಯಸ್ಥವಾದವುಗಳೆಂದು ತಿಳಿಯಬಾರದು. ಹೌದು, ಕೇವಲ ಕೆಲವೇ ವ್ಯಕ್ತಿಗಳು ಇಂತಹ ಉಚ್ಚ ಮಟ್ಟದ ನೈತಿಕತೆಯ ಮಾನದಂಡಕ್ಕೆ ಅರ್ಹರಾಗಿರುತ್ತಾರೆ. ತಮ್ಮ ಆಂತರಿಕ ಸ್ವಾತಂತ್ರ್ಯಕ್ಕೆ ಚ್ಯುತಿಬರದಂತೆ ಹದ್ದುಬಸ್ತಿನಲ್ಲಿಟ್ಟುಕೊಂಡು ತಮ್ಮ ಕಷ್ಟಗಳಿಂದ ದೊರೆತ ಮೌಲ್ಯಗಳನ್ನು ತಮ್ಮದಾಗಿಸಿಕೊಂಡ ಕೆಲವೇ ಕೆಲವು ಮಂದಿ ಸೆರೆಯಾಳುಗಳು ನಮ್ಮಲ್ಲಿದ್ದರು. ಆದರೆ ಮನುಷ್ಯನ ಆಂತರಿಕ ತಾಕತ್ತು ಆತನ ಭಾಗ್ಯದ ವಿಧಿಲಿಖಿತವನ್ನೂ ಮೀರಿ ಮುಂದೊಕ್ಕೊಯ್ಯಬಹುದು ಎಂಬ ವಿಷಯಕ್ಕೆ ಒಂದೇ ಒಂದು ಉದಾಹರಣೆ ಸಿಕ್ಕಿದ್ದರೂ ಅದು ಬಹುದೊಡ್ಡ ಸಾಕ್ಷಿಯಾಗಿರುತ್ತಿತ್ತು. ಅಂತಹ ವ್ಯಕ್ತಿ ಕೇವಲ ಯಾತನಾ ಶಿಬಿರದಲ್ಲಿ ಮಾತ್ರವೇ ಕಾಣ ಸಿಗುವಂಥದ್ದಲ್ಲ. ಮನುಷ್ಯನಿಗೆ ಪ್ರತಿಯೊಂದು ತಾಣದಲ್ಲೂ ವಿಧಿ ಕೊಡಮಾಡುವ ಭಾಗ್ಯವನ್ನು ಎದುರಿಸುವ ಸಂದರ್ಭವಿರುತ್ತದೆ. ತಮ್ಮ ಕಷ್ಟಗಳಿಂದ ಏನಾದರೂ ಪಡೆಯುವ ಅವಕಾಶ ಯಾವಾಗಲೂ ಇದ್ದೇ ಇರುತ್ತದೆ.

ಯಾವುದೇ ರೋಗಿಯ ಅದೃಷ್ಟವನ್ನೇ ತೆಗೆದುಕೊಳ್ಳೋಣ – ವಿಶೇಷವಾಗಿ, ಚಿಕಿತ್ಸೆಯೇ ಸಾಧ್ಯವಾಗದಂತಹ ಪರಿಸ್ಥಿತಿ ಎನ್ನೋಣ. ನಾನು ಒಮ್ಮೆ ಒಬ್ಬ ಯುವ ರೋಗಿಯ ಪತ್ರವನ್ನು ಓದಿದ್ದೆ, ಅದರಲ್ಲಿ ಬರೆದಿದ್ದು ಏನೆಂದರೆ, ಆತ ಈಗಿನ ಪರಿಸ್ಥಿತಿಯಲ್ಲೇ ಮುಂದುವರಿದರೆ ಹೆಚ್ಚು ಸಮಯ ಜೀವಂತವಾಗಿ ಉಳಿಯುವುದು ಸಾಧ್ಯವಾಗದು ಅಂತ. ಆಪರೇಷನ್‌ನಿಂದ ಕೂಡಾ ಯಾವುದೇ ಪ್ರಯೋಜನವಾಗದು ಎಂದೂ ತಿಳಿಸಿದ್ದ. ಆತ ಮುಂದುವರಿದು ಬರೆದಿದ್ದ, ಈ ಅವಸ್ಥೆಯಲ್ಲಿ ತಾನು ಹಿಂದೊಮ್ಮೆ ನೋಡಿದ ಒಂದು ಸಿನಿಮಾದ ನೆನಪಾಯಿತೆಂದೂ, ಅದರಲ್ಲಿ ಒಬ್ಬ ವ್ಯಕ್ತಿ ಬಹಳ ಸಾಹಸಪೂರ್ಣವಾಗಿ ಮತ್ತು ಘನತೆಯೊಂದಿಗೆ ಸಾವಿನ ನಿರೀಕ್ಷೆಯಲ್ಲಿ ಇದ್ದಂತೆ ತೋರಿಸಲಾಗಿತ್ತು. ಆ ಹುಡುಗನಿಗೆ ಸಾವನ್ನು ಭೇಟಿ ಮಾಡುವ ಈ ವಿಧಾನ ಒಂದು ದೊಡ್ಡ ಉಪಲಬ್ಧಿಯೇ ಎಂದೆನಿಸಿತ್ತು. ಈಗ ವಿಧಿ ಕೂಡಾ ಆತನಿಗೆ ಅಂತಹ ಒಂದು ಅವಕಾಶವನ್ನು ಕಲ್ಪಿಸಿಕೊಟ್ಟಿತ್ತು ಎನ್ನಬಹುದು.

ನಮ್ಮಲ್ಲಿ ಎಷ್ಟು ಮಂದಿ ಟಾಲ್‌ಸ್ಟಾಯ್‌ಯ ಪುಸ್ತಕದಿಂದ ಪ್ರೇರಿತ ಸಿನಿಮಾ ರಿಸರೆಕ್ಷನ್ (ಪುನರುತ್ಥಾನ)ವನ್ನು ನೋಡಿದ್ದಾರೋ ಗೊತ್ತಿಲ್ಲ, ಯಾರು ಈ ಸಿನಿಮಾ ನೋಡಿದ್ದರೋ ಅವರ ಮನಸ್ಸಿನಲ್ಲಿ ಕೂಡಾ ಇದೇ ರೀತಿಯ ಭಾವನೆಗಳು ಬಂದಿರಬಹುದು. ಆ ಜನ ಆ ಧ್ಯೇಯ ಎಷ್ಟೊಂದು ಉನ್ನತವಾದ್ದದ್ದು!! ಅವರು ಬಹಳಷ್ಟು ಭಾಗ್ಯವಂತರೂ ಮಹಾನ್ ವ್ಯಕ್ತಿಗಳೆನ್ನಬಹುದು. ಅಥವಾ ಅಂತಹ ಮಹಾನತೆಯನ್ನು ಸಂಪಾದಿಸಲು ಅವರಿಗೆ ಅವಕಾಶ ಒದಗಿತು ಎನ್ನಬಹುದು. ಆಗ ನಮಗೆ ಅಂತಹಾ ಮಾಹಾನ್ ಧ್ಯೇಯ, ಉನ್ನತವಾದುದನ್ನು ಪಡೆಯಲು ಅವಕಾಶವಿರಲಿಲ್ಲ. ಸಿನಿಮಾವನ್ನು ನೋಡಿದ ಬಳಿಕ ನಾವು ಪಕ್ಕದ ಕೆಫೆಯೊಂದಕ್ಕೆ ಹೋದೆವು ಮತ್ತು ಸ್ಯಾಂಡ್‌ವಿಚ್ ತಿನ್ನುತ್ತಲೇ ನಮ್ಮ ತಲೆಯಿಂದ ಆ ನಿಗೂಢ ಹಾಗೂ ಆಧ್ಯಾತ್ಮಿಕ ವಿಚಾರ ಮಾಯವಾಗಿ ಬಿಟ್ಟಿತು. ಆದರೆ ಮುಂದೆ ನಮ್ಮ ಬದುಕಿನಲ್ಲೇ ಅಂತಹ

ಒಂದು ಸಂದರ್ಭ ಬಂದಾಗ, ಅಂತಹ ಒಂದು ಉಚ್ಚಮಟ್ಟದ ನಿಯತಿ ಎದುರಾದಾಗ, ನಮ್ಮ ಮಹಾನ್ ಆಧ್ಯಾತ್ಮಿಕತೆಯೊಂದಿಗೆ ಅದನ್ನು ಭೇಟಿ ಮಾಡುವ ಅವಕಾಶ ನಮಗೊದಗಿತ್ತು. ಆ ಸಮಯದಲ್ಲಿ ನಾವು ಯುವಾವಸ್ಥೆಯಲ್ಲಿ ಮಾಡಿದ ಸಂಕಲ್ಪಗಳನ್ನು ಮರೆತೇ ಬಿಟ್ಟಿದ್ದೆವು ಮತ್ತು ಹಾಗೆಯೇ ನಾವು ನಮ್ಮ ಅಸಫಲತೆಯನ್ನು ಕಂಡಿದ್ದೆವು.

ಬಹುಶಃ ನಮಗೆ ಅದೇ ಸಿನಿಮಾವನ್ನು ಅಥವಾ ಅಂಥಹುದೇ ಸಿನಿಮಾ ನೋಡಲು ಅವಕಾಶವಿರುವ ದಿನ ಮತ್ತೊಮ್ಮೆ ಬರಬಹುದು. ಆದರೆ ಅಲ್ಲಿಯವರೆಗೆ ಇನ್ನೂ ಕೆಲವು ಚಿತ್ರಗಳಲ್ಲಿ ಆಂತರಿಕ ನೋಟಗಳಲ್ಲಿ ಬಿಚ್ಚಿಕೊಳ್ಳುವ ಸಾಧ್ಯತೆಗಳು ಇಲ್ಲದಿಲ್ಲ, ಅಂತಹ ಭಾವನಾತ್ಮಕ ಫಿಲಂಗಳಿಗೂ ಮೀರಿದಂತಹ ಅನುಭವ ಪಡೆದಿರುವವರ ಚಿತ್ರಗಳು. ಓರ್ವ ವ್ಯಕ್ತಿಯ ಆಂತರಿಕ ಮಹತ್ತಿಕೆ ಮನಸ್ಸಿಗೆ ನಾಟುವ ರೀತಿಯಲ್ಲೇ ಯಾತನಾ ಶಿಬಿರದ ಒಬ್ಬ ಯುವತಿಯ ಸಾವಿನ ಕಥೆಗೆ ನಾನು ಸಾಕ್ಷಿಯಾಗಿದ್ದೆ. ಅದೊಂದು ಸರಳವಾದ ಕಥೆಯಾಗಿತ್ತು. ಅದಕ್ಕೆ ಸಂಬಂಧಿಸಿದಂತೆ ಹೆಚ್ಚು ಹೇಳುವುದೇನೂ ಇರಲಿಲ್ಲ ಯಾಕೆಂದರೆ ಅದನ್ನು ನಾನು ಸ್ವತಃ ಸೃಷ್ಟಿಸಿ ಹೇಳಿದಂತಹ ಕಥೆಯಂತಿತ್ತು. ನನಗಾದರೋ ಅದೊಂದು ಕವಿತೆಗೆ ಸಮವಾಗಿತ್ತು.

ಈ ಹದಿಹರೆಯದ ಯುವತಿಗೆ ಇನ್ನು ಕೆಲವೇ ದಿನಗಳಲ್ಲಿ ತಾನು ಸಾಯುತ್ತಿದ್ದೇನೆ ಎಂದು ತಿಳಿದಿತ್ತು. ಆದರೆ ಆ ವಿಷಯದ ಅರಿವಿದ್ದ ಹೊರತಾಗಿ, ನಾನು ಅವಳಲ್ಲಿ ಮಾತನಾಡಿದಾಗ ಅವಳು ಬಹಳ ಚೇತೋಹಾರಿಯಾಗಿ ನನ್ನಲ್ಲಿ ವರ್ತಿಸಿದಳು. "ನಾನು ನನ್ನ ವಿಧಿಗೆ ಬಹಳಷ್ಟು ಕೃತಜ್ಞಳು, ಯಾಕೆಂದರೆ ಅದು ನನ್ನ ಮೇಲೆ ಅಷ್ಟೊಂದು ಭೀಕರವಾಗಿ ಹೊಡೆದದ್ದಕ್ಕಾಗಿ," ಆಕೆ ನನಗೆ ಹೇಳಿದಳು. "ನನ್ನ ಹಿಂದಿನ ಜನ್ಮದಲ್ಲಿ ನಾನು ಕೆಟ್ಟವಳಿದ್ದಿರಬೇಕು ಮತ್ತು ಆಧ್ಯಾತ್ಮಿಕ ಸಾಧನೆಗಳನ್ನು ಅಷ್ಟೊಂದು ಗಂಭೀರವಾಗಿ ಪರಿಗಣಿಸಿದ್ದಿರಲಾರದು." ಗುಡಿಸಲಿನ ಹೊರಗಡೆಯ ಒಂದು ಮರವನ್ನು ತೋರಿಸುತ್ತ ಆಕೆ ಹೇಳಿದಳು, "ಈ ಮರ ನನ್ನ ಏಕಾಂಗಿತನವನ್ನು ಹೋಗಲಾಡಿಸಿದ ಏಕಮಾತ್ರ ಸ್ನೇಹಿತ ಎನ್ನಬಹುದು." ಆ ಕಿಟಕಿಯ ಸಂದಿಯಲ್ಲಿ ಆ ಮರದ ಒಂದು ಕೊಂಬೆಯನ್ನು ಮಾತ್ರವೇ ಅವಳಿಗೆ ಗೋಚರಿಸುತ್ತಿತ್ತು. ಅದರಲ್ಲಿ ಎರಡು ಹೂಗಳು ಅರಳಿದ್ದವು. "ನಾನು ಯಾವಾಗಲೂ ಈ ಮರದೊಂದಿಗೆ ಸಂಭಾಷಣೆ ನಡೆಸುತ್ತಿದ್ದೇನೆ," ಆಕೆ ನನಗೆ ಹೇಳಿದಳು. ನನಗೆ ಅತೀವ ಆಶ್ಚರ್ಯವಾಗಿತ್ತು. ಅವಳ ಮಾತುಗಳನ್ನು ಹೇಗೆ ಸ್ವೀಕರಿಸಬೇಕೋ ನನಗೆ ತಿಳಿದಿರಲಿಲ್ಲ. ಆಕೆ ಮತಿಭ್ರಾಂತಳೆ? ಆಕೆ ಆಗಿಂದಾಗ್ಯೆ ಮಾಯಾಪ್ರಪಂಚದಲ್ಲಿ ವಿಹರಿಸುವ ಓರ್ವ ಯುವತಿಯೇ? ಆ ಮರ ನಿನ್ನೊಂದಿಗೆ ಸಂಭಾಷಣೆ ನಡೆಸುತ್ತಿದೆಯೇ? ಅಂತ ನಾನು ಕೇಳಿದೆ. "ಹೌದು." ಹಾಗಿದ್ದರೆ ಮರ ನಿನಗೆ ಏನನ್ನು ಹೇಳುತ್ತಿತ್ತು? ಆಕೆ ಉತ್ತರಿಸಿದಳು, "ಅದು ನನಗೆ ಹೇಳುತ್ತಿತ್ತು ಏನೆಂದರೆ, 'ನಾನಿಲ್ಲಿದ್ದೇನೆ–ನಾನಿಲ್ಲಿದ್ದೇನೆ–ನಾನೇ ಜೀವನ, ಶಾಶ್ವತ ಜೀವನ!' "

ನಾವು ಮೊದಲೇ ಹೇಳಿರುವ ಹಾಗೆ ಸೆರೆವಾಸಿಗಳ ಆಂತರಿಕ ಜೀವನದ ಸ್ಥಿತಿಗತಿಗೆ ಕೇವಲ ಮಾನಸಿಕ ಅಥವಾ ದೈಹಿಕ ಕಾರಣವಷ್ಟೇ ಜವಾಬ್ದಾರಿಯಾಗಿರುವುದಿಲ್ಲ, ಯಾಕೆಂದರೆ ಅದು ಮುಕ್ತ ನಿರ್ಧಾರದ ಪರಿಣಾಮವಾಗಿರುತ್ತದೆ. ಸೆರೆವಾಸಿಗಳ ಮನೋವೈಜ್ಞಾನಿಕ ಪರೀಕ್ಷೆಗಳಿಂದ ತಿಳಿದು ಬಂದಿರುವ ವಿಷಯವೆಂದರೆ ಯಾರು ಮೆಲ್ಲಮೆಲ್ಲನೆ ತಮ್ಮ ನೈತಿಕ ಮತ್ತು ಆಧ್ಯಾತ್ಮಿಕ ಮೌಲ್ಯಗಳನ್ನು ತಮ್ಮ ಹಿಡಿತದಿಂದ ಕಳೆದುಕೊಳ್ಳುತ್ತಾರೋ ಅವರು ಕಟ್ಟಕಡೆಗೆ ಶಿಬಿರದಲ್ಲಿನ ತೀರಾ ಹೀನ ಪ್ರಭಾವಗಳಿಗೆ ಒಳಗಾಗಿ ಬಿಡುತ್ತಾರೆ. ಇದರಿಂದ ಉದ್ಭವವಾಗುವ ಪ್ರಶ್ನೆ ಅಂದರೆ ಈ ಆಂತರಿಕ ಹಿಡಿತ ಹೇಗೆ ಉತ್ಪನ್ನವಾಗುತ್ತದೆ ಅಂತ.

ಸೆರೆಯಲ್ಲಿರಬೇಕಾದ ಅವಧಿ

ಮೊದಲು ಸೆರೆಯಲ್ಲಿದ್ದ ಖೈದಿಗಳು ತಮ್ಮ ಅನುಭವಗಳನ್ನು ಬರೆಯುವ ಅಥವಾ ಹೇಳಿಕೊಳ್ಳುವ ಸಮಯ ಒಂದು ವಿಷಯವನ್ನು ಪ್ರಸ್ತಾಪಿಸುತ್ತಲೇ ಇರುತ್ತಾರೆ, ಅದೆಂದರೆ, ತಾವು ಸೆರೆವಾಸದಲ್ಲಿ ಎಷ್ಟು ಸಮಯದವರೆಗೆ ಇರಬೇಕಾಗುತ್ತದೆ ಎಂಬುದು ತಿಳಿಯದಿರುವುದೇ ಬಹಳ ವಿಷಾದದ ಸಂಗತಿಯಾಗಿತ್ತು ಎಂದು. ಯಾರಿಗೂ ಯಾವ ದಿನ ಸೆರೆಯಿಂದ ಮುಕ್ತಗೊಳಿಸಲಾಗುತ್ತದೆ ಎನ್ನುವ ವಿಚಾರ ತಿಳಿಸಲಾಗುವುದಿಲ್ಲ. (ನಮ್ಮ ಕ್ಯಾಂಪ್‌ನಲ್ಲಂತೂ ಆ ವಿಷಯವನ್ನು ಪ್ರಸ್ತಾಪ ಮಾಡುವುದರಲ್ಲೂ ಯಾವುದೇ ಹುರುಳಿಲ್ಲವೆಂದು ನಮಗೆ ಅನ್ನಿಸುತ್ತಿತ್ತು.) ಅಷ್ಟೇ ಅಲ್ಲ ಒಂದು ಸೆರೆವಾಸದ ಅವಧಿ ಅನಿಶ್ಚಿತ ಮಾತ್ರವಲ್ಲ ಅನಿಮಿಯತವಾಗಿರುತ್ತಿತ್ತು. ಓರ್ವ ಪ್ರಖ್ಯಾತ ಮನೋವಿಜ್ಞಾನಿಯ ಪ್ರಕಾರ ಒಂದು ಯಾತನಾ ಶಿಬಿರವನ್ನು "ತಾತ್ಕಾಲಿಕ ಅಸ್ತಿತ್ವ"ವೆಂದು ಕರೆಯಬಹುದೆಂದು ಅಭಿಪ್ರಾಯ ಪಟ್ಟಿದ್ದಾರೆ. ಈ ನಿರ್ವಚನೆಗೆ ನಾವೊಂದಷ್ಟನ್ನು ಸೇರಿಸುತ್ತ, "ತಾತ್ಕಾಲಿಕ ಅಸ್ತಿತ್ವದಲ್ಲಿ ಅರಿವಿಲ್ಲದ ಮಿತಿ", ಎಂದೆವು.

ಕ್ಯಾಂಪ್‌ಗೆ ಹೊಸದಾಗಿ ಸೇರಿಸಲ್ಪಡುವ ಖೈದಿಗಳಿಗೆ ಅಲ್ಲಿನ ಪರಿಸ್ಥಿತಿ ಬಗ್ಗೆ ಏನೊಂದೂ ತಿಳಿದಿರುವುದಿಲ್ಲ. ಬೇರೆ ಕ್ಯಾಂಪ್‌ನಿಂದ ಬಂದವರು ತಮ್ಮ ಬಾಯಿಯನ್ನು ಮುಚ್ಚಿಕೊಂಡಿರುತ್ತಿದ್ದರು. ಕೆಲವು ಕ್ಯಾಂಪ್‌ಗಳಿಗೆ ಹೋದವರು ಮತ್ತೆಂದೂ ಹಿಂದಿರುಗಿ ಬಂದಿರುವುದಿಲ್ಲ. ಹಾಗೆಯೇ ಯಾವುದೇ ಖೈದಿ ಕ್ಯಾಂಪ್‌ನ್ನು ಪ್ರವೇಶಿಸುತ್ತಲೇ ಅವರ ಮನಸ್ಸಿನಲ್ಲಿ ಒಂದು ಬಗೆಯ ಬದಲಾವಣೆಯನ್ನು ಕಾಣಬಹುದಿತ್ತು. ಅನಿಶ್ಚಿತತೆ ಅಂತ್ಯಗೊಳ್ಳುತ್ತಲೇ, ಅಂತ್ಯದ ಅನಿಶ್ಚಿತತೆ ಕಾಡಲು ಪ್ರಾರಂಭವಾಗುತ್ತಿತ್ತು. ಅಸ್ತಿತ್ವದ ಈ ರೂಪ ಹೇಗೆ ಮತ್ತು ಯಾವಾಗ ಅಂತ್ಯವಾಗಬಹುದು ಎಂಬುದನ್ನು ತಿಳಿಯುವುದು ಕಷ್ಟದಾಯಕವಾಗಿತ್ತು.

ಲ್ಯಾಟಿನ್ ಶಬ್ದ 'ಫಿನಿಸ್'ಗೆ ಎರಡು ಅರ್ಥವಿದೆ : ಅಂತ್ಯ ಮತ್ತು ಎಲ್ಲಿಗೋ ತಲುಪುವುದಕ್ಕಿರುವ ಗುರಿ. ಯಾವ ವ್ಯಕ್ತಿ ತನ್ನ "ತಾತ್ಕಾಲಿಕ ಅಸ್ತಿತ್ವ"ದ ಅಂತ್ಯವನ್ನು ತಿಳಿಯಲಾರನೋ ಆತನಿಗೆ ತನ್ನ ಬದುಕಿನ ಅಂತಿಮ ಧ್ಯೇಯವನ್ನು ಗುರಿಯಾಗಿಟ್ಟುಕೊಳ್ಳುವುದು ಕೂಡಾ ಕಠಿಣವಾಗುತ್ತದೆ. ಒಬ್ಬ ಸಾಧಾರಣವಾಗಿ ಜೀವಿಸುವ ವ್ಯಕ್ತಿಯಂತೆ ಆತ ಭವಿಷ್ಯಕ್ಕಾಗಿ ಜೀವಿಸಲಾರ. ಹಾಗಾಗಿ ಆತನ ಪೂರ್ತಿ ಅಂತರಿಕ ಬದುಕು ಬದಲಾಗಿರುತ್ತದೆ; ಅದು ಬದುಕಿನ ಇತರ ಆಯಾಮಗಳಲ್ಲಿ ಅದಾಗಲೇ ಕೊಳೆಯುವ ಚಿಹ್ನೆಗಳು ಗೋಚರಿಸಲು ತೊಡಗುತ್ತವೆ. ಓರ್ವ ನಿರುದ್ಯೋಗಿ ವ್ಯಕ್ತಿ ಪ್ರಾಯಶಃ ಅಂತಹ ಅವಸ್ಥೆಯಲ್ಲಿರುತ್ತಾನೆ. ಆತನ ಅಸ್ತಿತ್ವ ತಾತ್ಕಾಲಿಕವೆನ್ನುವಂತಿರುತ್ತದೆ. ಒಂದು ದೃಷ್ಟಿಯಿಂದ ಆತ ಭವಿಷ್ಯಕ್ಕಾಗಿ ಅಥವಾ ಒಂದು ಗುರಿಯನ್ನು ತಲುಪುವ ನಿಟ್ಟಿನಲ್ಲಿ ಜೀವಿಸಲು ಬರುವುದಿಲ್ಲ. ನಿರುದ್ಯೋಗಿ ಗಣಿ ಕೆಲಸಗಾರರ ಮೇಲೆ ನಡೆಸಿದ ಸಂಶೋಧನೆಗಳಿಂದ ವ್ಯಕ್ತವಾದುದು ಏನೆಂದರೆ, ಅವರು ಒಂದು ವಿಚಿತ್ರವಾದ ಕುಂಠಿತ ಸಮಯದ – ಆಂತರಿಕ ಸಮಯ – ಬವಣೆಯೊಂದಿಗೆ ಹೆಣಗಾಡುತ್ತಿರುತ್ತಾರೆ, ಅದು ಅವರ ನಿರುದ್ಯೋಗದಿಂದ ಹೊಮ್ಮಿದ ಸ್ಥಿತಿಯಾಗಿರುತ್ತದೆ. ಸೆರೆವಾಸಿಗಳೂ ಇದೇ ಬಗೆಯ "ಸಮಯದ ಅನುಭವ"ದಿಂದ ಸಂತ್ರಸ್ತರಾಗಿರುತ್ತಾರೆ. ಕ್ಯಾಂಪ್‌ನ ಅನುಭವದಲ್ಲಿ ಘಂಟೆ ಘಂಟೆಗೆ ಕೊಡಲಾದ ಹಿಂಸೆ ಮತ್ತು ಸುಸ್ತಿನಿಂದ ಕೂಡಿದ ಒಂದು ಸಣ್ಣ ಸಮಯದ ಅವಧಿ, ಉದಾಹರಣೆಗೆ ಒಂದು ದಿವಸ, ಕೊನೆಗೊಳ್ಳದಂತೆ ತೋರುತ್ತದೆ. ಅದೇ ವೇಳೆ ಒಂದು ದೀರ್ಘಕಾಲೀನ ಅವಧಿ, ಉದಾಹರಣೆಗೆ ಒಂದು ವಾರ, ಬೇಗನೇ ಕಳೆದು ಹೋದಂತೆ ಅನ್ನಿಸುತ್ತದೆ. ಒಂದು ದಿವಸ, ಒಂದು ವಾರಕ್ಕಿಂತ ದೀರ್ಘವಾಗಿರುತ್ತದೆ ಅಂತ

ನಾನು ನನ್ನ ಸ್ನೇಹಿತರಿಗೆ ಹೇಳಿದಾಗ ಅವರು ಹೌದೆಂದರು. ನಮ್ಮ ಸಮಯದ ಅನುಭವ ಎಷ್ಟೊಂದು ವಿಪರ್ಯಾಸದಿಂದ ಕೂಡಿತ್ತು! ಈ ನಿಟ್ಟಿನಲ್ಲಿ ಯೋಚಿಸಿದಾಗ, ನಮಗೆ ಥಾಮಸ್ ಮ್ಯಾನ್ಸ್‌ನ ದಿ ಮ್ಯಾಜಿಕ್ ಮೌಂಟೆನ್‌ನಲ್ಲಿ ವಿವರಿಸಲಾಗಿರುವ ಕೆಲವು ಮನೋವೈಜ್ಞಾನಿಕ ಸಂಗತಿಗಳು ನೆನಪಿಗೆ ಬರುತ್ತವೆ. ಮ್ಯಾನ್ಸ್ ಮನುಷ್ಯನ ಮನೋವೈಜ್ಞಾನಿಕ ಅವಸ್ಥೆಗಳನ್ನು ಅಭ್ಯಸಿಸುತ್ತ, ಜನರಲ್ಲಿ ಆಧ್ಯಾತ್ಮಿಕ ಬೆಳವಣಿಗೆಯ ಕಡೆಗೆ ಬೊಟ್ಟು ಮಾಡಿ, ಕ್ಷಯ ರೋಗಿಗಳು ತಮ್ಮ ಸ್ಯಾನಟೋರಿಯಂನಲ್ಲಿ ಹೇಗೆ ತಮ್ಮ ಬಿಡುಗಡೆಯ ಅನಿಶ್ಚಿತತೆಯನ್ನು ಅನುಭವಿಸುತ್ತಾರೆ ಎಂದು ವಿವರಿಸಿದ್ದಾರೆ. ಅವರದ್ದೂ ಅದೇ ತೆರನಾದ ಅನುಭವ – ಭವಿಷ್ಯವಿಲ್ಲದ, ಗುರಿಯಿಲ್ಲದ ಅನುಭವ.

ಒಂದು ದಿನ ಒಬ್ಬ ಹೊಸ ಖೈದಿ ಸ್ಟೇಷನ್‌ನ ಕ್ಯಾಂಪ್‌ನತ್ತ ಬಹಳಷ್ಟು ಖೈದಿಗಳ ಜತೆಗೆ ದಾಪುಗಾಲು ಹಾಕುತ್ತ ಬಂದಿದ್ದ. ಆತ ನನಗೆ ಆಮೇಲೆ ಹೇಳಿದ್ದೇನೆಂದರೆ, ತಾನು ತನ್ನದೇ ಅಂತಿಮ ಸಂಸ್ಕಾರಕ್ಕಾಗಿ ಸಾಗುತ್ತಿದ್ದೇನೆ ಎಂಬ ಅನುಭವ ತನಗಾಗುತ್ತಿದೆ ಅಂತ. ಅವನ ಬದುಕು ಭವಿಷ್ಯವಿಲ್ಲದಂತೆಯೇ ಆಗಿಹೋಗಿತ್ತು. ಬದುಕೇ ಮುಗಿದು ಹೋಯಿತು ಎನ್ನುವಂತೆ ಆತನಿಗೆ ಅನ್ನಿಸುತ್ತಿತ್ತು. ಈಗ ಬದುಕಿನಲ್ಲಿ ಏನೂ ಉಳಿದಿಲ್ಲ ಎನ್ನುವ ಹಾಗೆ. ಹಾಗೆ ನಿರ್ಜೀವವೆನಿಸುವುದಕ್ಕೆ ಇನ್ನೂ ಕೆಲವು ಕಾರಣಗಳಿದ್ದವು : ನಮ್ಮ ಸೆರೆವಾಸದ ಅವಧಿ ಎಲ್ಲಿಯವರೆಗೆ ಸಾಗುತ್ತದೆ ಎನ್ನುವ ಅನಿಶ್ಚಿತತೆ! ಈ ಅನಿಶ್ಚಿತತೆಯ ಅವಧಿಯೇ ಹೆಚ್ಚು ಸಂಕಟಮಯ. ಅದರ ಜತೆಗೆ ಬಂಧೀಖಾನೆಯ ಬೇಲಿಗಳ ಪರಿಧಿಗಳೂ ಇದ್ದುವೆನ್ನಿ. ಅಂತಹ ಮುಳ್ಳುಬೇಲಿಗಳ ಹೊರಗಿನ ವ್ಯಹಾರಗಳೇನಿದ್ದವೋ ಅವುಗಳು ಕೈಗೆಟುಕದಾಗಿದ್ದವು. ಆ ಹೊರಗಿನದ್ದು ಪೂರ್ತಿಯಾಗಿ ಅಸತ್ಯವೆಂದು ತೋರುತ್ತಿದ್ದವು. ಸೆರೆವಾಸಿಗಳಿಗೆ ಹೊರಗಿನ ಜನರು ಮತ್ತು ಅವರೊಂದಿಗೆ ಬೆಸೆದುಕೊಂಡಿರುವ ಘಟನೆಗಳು ಒಂದು ಗತಕಾಲದ ಅಸ್ತಿತ್ವದಂತೆ ಕಾಣುತ್ತಿದ್ದವು. ಹೊರಗಿನ ಬದುಕು ಎಷ್ಟು ನಮಗೆ ಕಾಣಲು ಸಿಗುತ್ತಿದ್ದವೋ, ಅವೆಲ್ಲವೂ ಒಬ್ಬ ಸತ್ತ ಮನುಷ್ಯ ಅವನ್ನು ಇನ್ನೊಂದು ಜಗತ್ತಿನಿಂದ ನೋಡುತ್ತಿರುವಂತೆ ಗೋಚರಿಸುತ್ತಿದ್ದವು.

ಗತಕಾಲದ ಜತೆಗಿನ ನಂಟು

ಯಾವ ವ್ಯಕ್ತಿ ತನ್ನ ಭವಿಷ್ಯದ ಬಗೆಗಿನ ನಂಟಿನಿಂದ ಬೇರ್ಪಡಿಸಲ್ಪಟ್ಟಿರುತ್ತಾನೋ (ಭವಿಷ್ಯದ ಅನಿಶ್ಚಿತತೆಯಿಂದಾಗಿ), ಆತನಿಗೆ ಗತಕಾಲದ ವಿಷಯಗಳ ಬಗೆಗೆ ಹೆಚ್ಚು ಆಸಕ್ತಿ ಹುಟ್ಟಿರುತ್ತದೆ. ನಾವು ಈಗಾಗಲೇ ಹೇಳಿರುವಂತೆ, ಖೈದಿಗಳಿಗೆ ಗತಕಾಲದ ವಿಷಯಗಳ ಬಗೆಗೆ ಬಹಳಷ್ಟು ಆತ್ಮೀಯ ಭಾವವಿರುತ್ತದೆ. ಏಕೆಂದರೆ ಅದರಿಂದ ವರ್ತಮಾನದ ಎಲ್ಲಾ ದಬ್ಬಾಳಿಕೆಗಳು ಒಂದು ಕನಸೆಂಬಂತೆ ಗೋಚರಿಸುತ್ತಿತ್ತು. ಈ ರೀತಿ ವರ್ತಮಾನದಿಂದ ಪಾಲಾಯನ ಮಾಡುವುದರಲ್ಲಿ ಒಂದು ಅಪಾಯವೂ ಇರುತ್ತದೆ, ಅದೇನೆಂದರೆ ಅವನು ಕ್ಯಾಂಪ್ ಜೀವನದಿಂದ ಏನಾದರೊಂದು ಸಕಾರಾತ್ಮಕತೆಯನ್ನು ಕಾಣುವ ಅವಕಾಶವನ್ನು ಅವನು ಗಮನಿಸಲಾರದಂತಾಗುತ್ತದೆ. ಈ ತರಹದ ಅವಕಾಶಗಳು ನಿಜವಾಗಿಯೂ ಇದ್ದವೆನ್ನಿ. ನಮ್ಮ "ತಾತ್ಕಾಲಿಕ ಅಸ್ತಿತ್ವ"ವನ್ನು ಅವಾಸ್ತವಿಕವೆಂದು ಪರಿಗಣಿಸುವುದರಿಂದಲೇ ಸೆರೆವಾಸಿಗಳಿಗೆ ತಮ್ಮ ಬದುಕಿನ ಮೇಲಿನ ಹಿಡಿತ ಸಡಿಲವಾಗಿಬಿಡುತ್ತಿತ್ತು; ಎಲ್ಲವೂ ಯಾವುದೇ ಗುರಿಯಿಲ್ಲದೆ ಸಾಗಿದ ಹಾಗೆ. ಸಾಮಾನ್ಯವಾಗಿ ಈ ರೀತಿಯ ಬಾಹ್ಯದ ಅತ್ಯಂತ ಕಷ್ಟಕಾರಕ ಸನ್ನಿವೇಶಗಳೇ ಮನುಷ್ಯನಿಗೆ ಅಧ್ಯಾತ್ಮಿಕವಾಗಿ ಹೆಚ್ಚು ತತ್ಪರತೆಯಿಂದ ಬೆಳೆಯಲು ಅವಕಾಶವಾಗುತ್ತದೆ ಎಂಬುದನ್ನು ಇಂತಹ ವ್ಯಕ್ತಿಗಳು ಮರೆತುಬಿಡುತ್ತಾರೆ. ಕ್ಯಾಂಪ್‌ನ ಪರಿಸ್ಥಿತಿಗಳನ್ನು ತಮ್ಮ

ಆಂತರಿಕ ಶಕ್ತಿಯ ಪರೀಕ್ಷೆಗಾಗಿದೆ ಎಂದು ಪರಿಗಣಿಸದೆ, ಅವರು ತಮ್ಮ ಬದುಕನ್ನು ಗಂಭೀರವಾಗಿ ತೆಗೆದುಕೊಳ್ಳುವುದಿಲ್ಲ ಹಾಗೂ ಅದನ್ನು ಮುಖ್ಯವೆಂದು ಪರಿಗಣಿಸುವುದಿಲ್ಲ. ಅವರು ತಮ್ಮ ಕಂಗಳನ್ನು ಮುಚ್ಚಿಕೊಂಡು ಗತಕಾಲದಲ್ಲಿ ವಿಹರಿಸುವುದೇ ಹೆಚ್ಚು ಅಪ್ಯಾಯವೆಂದು ತಿಳಿಯುತ್ತಾರೆ. ಅಂತಹ ಜನರಿಗೆ ಬದುಕು ಅರ್ಥಹೀನವಾಗಿಬಿಡುತ್ತದೆ.

ಮಹಾನ್ ಆಧ್ಯಾತ್ಮಿಕ ಸ್ತರ

ಸ್ವಾಭಾವಿಕವಾಗಿ ಕೆಲವು ಮಂದಿಗೆ ಮಾತ್ರ ಆಧ್ಯಾತ್ಮಿಕತೆಯ ಮಹಾನ್ ಎತ್ತರಕ್ಕೆ ತಲುಪಲು ಸಾಧ್ಯವಾಯಿತು. ಅದೂ ಕೆಲವೇ ಮಂದಿಗೆ, ಪ್ರಾಪಂಚಿಕ ಅಸಫಲತೆ ಮತ್ತು ಸಾವಿನ ಭಯವಿದ್ದರೂ ಮಾನವೀಯ ಮಹತ್ತಿಕೆಯನ್ನು ಸಾಧಿಸಲು ಅವಕಾಶವಾಯಿತು. ಇಲ್ಲವಾದರೆ ಸಾಮಾನ್ಯ ಪರಿಸ್ಥಿತಿಯಲ್ಲಿ ಅವರಿಗೆ ಎಂದಿಗೂ ಅಂತಹ ಪ್ರಾಪ್ತಿ ಆಗುತ್ತಿರಲಿಲ್ಲವೇನೋ. ಮಿಕ್ಕುಳಿದ ನಮ್ಮಂಥ ಮಧ್ಯಮ ಶ್ರೇಣಿಯ ಅರ್ಧ ಮನಸ್ಸಿನವರಿಗೆ, ಬಿಸ್ಮಾರ್ಕ್‌ನ ಮಾತುಗಳು ಅನ್ವಯವಾಗುತ್ತವೇನೋ : **'ಬದುಕು ಅಂದರೆ ಓರ್ವ ದಂತ ವೈದ್ಯನ ಬಳಿಯಲ್ಲಿ ಇದ್ದಹಾಗೆ. ನೀವು ಯೋಚಿಸುತ್ತಲೇ ಇರುತ್ತೀರಿ, ಇದೀಗ ಇನ್ನಷ್ಟು ಕಠಿಣತಮ ಪರಿಸ್ಥಿತಿ ಒದಗುತ್ತದೆ ಅಂತ. ಆದರೆ ಅದು ಅದಾಗಲೇ ಮುಗಿದು ಹೋಗಿರುತ್ತದೆ.'** ಇದಕ್ಕೆ ವಿರುದ್ಧವಾಗಿ ಯಾತನಾ ಶಿಬಿರಗಳಲ್ಲಿ ವಾಸಿಸುವ ಬಹುತೇಕ ಮಂದಿಯ ಅಭಿಪ್ರಾಯ ಏನಿತ್ತೆಂದರೆ **ಬದುಕಿನ ವಾಸ್ತವಿಕ ಅವಕಾಶಗಳು ಕಳೆದು ಹೋಗಿದೆ. ಆದರೆ ವಾಸ್ತವದಲ್ಲಿ, ಅವಕಾಶಗಳು ಮತ್ತು ಸವಾಲುಗಳು ಎದುರಿಗಿದ್ದವು. ಇವೇ ಅನುಭವಗಳನ್ನು ಗೆಲುವನ್ನಾಗಿಸಲು ಸಾಧ್ಯವಿತ್ತು, ನಮ್ಮ ಬದುಕನ್ನು ಒಂದು ಆಂತರಿಕ ಗೆಲುವಿನಲ್ಲಿ ಬದಲಿಸಲು ಸಾಧ್ಯವಿತ್ತು ಅಥವಾ ಆ ಸವಾಲುಗಳನ್ನು ಕಡೆಗಣಿಸಿ, ಕೇವಲ ಸಾಮಾನ್ಯ ರೂಪದಲ್ಲಿ ಪರಿಸ್ಥಿತಿಗೆ ಶರಣಾಗಲು ಸಾಧ್ಯವಿತ್ತು.** ಬಹುತೇಕ ಖೈದಿಗಳು ಹಾಗೆಯೇ ಮಾಡಿದರು.

ಕ್ಯಾಂಪ್‌ನಲ್ಲಿ ಮಾನಸಿಕ ಸಂಘರ್ಷದಿಂದ ತೊಳಲಾಡುತ್ತಿದ್ದ ಖೈದಿಗಳ ಅದೇನು ಭಾವನಾತ್ಮಕ ಅಥವಾ ಮಾನಸಿಕ ಚಿಕಿತ್ಸೆಯನ್ನು ಕೈಗೊಳ್ಳಲಾಗಿತ್ತೋ, ಅದರ ಉದ್ದೇಶವೇನಿತ್ತೆಂದರೆ, ಅವರಿಗೆ ಎದುರು ನೋಡಲು ಭವಿಷ್ಯದ ಒಂದು ಗುರಿಯನ್ನು ನೀಡಿ ಅವರನ್ನು ಆಂತರಿಕವಾಗಿ ಸಶಕ್ತರನ್ನಾಗಿ ಮಾಡುವುದು. ಏನಿದ್ದರೂ, ಕೆಲವು ಮಂದಿ ಖೈದಿಗಳು ಸಹಜ ಭಾವನೆಯಿಂದ ಹಾಗೆ ಮಾಡಲು ಪ್ರಯತ್ನಿಸುತ್ತಿದ್ದುದುಂಟು. ಮನುಷ್ಯನ ಒಂದು ವಿಚಿತ್ರ ಅಭ್ಯಾಸವೆಂದರೆ, ಆತ ಭವಿಷ್ಯವನ್ನು ಮುಂದಿಟ್ಟುಕೊಂಡೇ ಜೀವಿಸುತ್ತಾನೆ ಮತ್ತು ಆತನ ಅಸ್ತಿತ್ವದ ಬಹು ಕಠಿಣತಮವಾದ ಕ್ಷಣಗಳಲ್ಲಿ ಅದೇ ಅವನ ಮುಕ್ತಿಗೆ ಸುಗಮವಾದ ಹಾದಿಯಾಗಿರುತ್ತದೆ, ಕೆಲವೊಮ್ಮೆ ಆತನಿಗೆ ತನ್ನ ಮನಸ್ಸನ್ನು ಒತ್ತಾಯಪೂರ್ವಕವಾಗಿ ಆ ಕಾರ್ಯದ ಕಡೆಗೆ ಬಗ್ಗಿಸುವ ಪ್ರಮೇಯ ಒದಗಿಬರುತ್ತದೆ.

೧೪
ನನ್ನ ಒಂದು ನೈಜ ಅನುಭವ

ನನಗೊಂದು ನನ್ನ ನೈಜ ಅನುಭವ ನೆನಪಿಗೆ ಬರುತ್ತಿದೆ. ಕಣ್ಣಲ್ಲಿ ನೀರು ಒಸರುತ್ತಿರುವ ಹಾಗೆಯೇ(ನನ್ನ ಪಾದಗಳಲ್ಲಿ ಹರಿದ ಷೂಗಳನ್ನು ತೊಟ್ಟಿದ್ದರಿಂದ ತೀವ್ರತರ ಹುಣ್ಣುಗಳಾಗಿದ್ದರಿಂದ, ಸಹಿಸಲಸದಳವಾದ ನೋವು ಉತ್ಪತ್ತಿಯಾಗಿತ್ತು), ನಾನು ಕುಂಟುತ್ತಾ ಕೆಲವು ಕಿಲೋಮೀಟರ್‌ಗಳ ದೂರವನ್ನು ಕ್ಯಾಂಪ್‌ನಿಂದ ಸಾಲುಗಟ್ಟಿ ಸಾಗುತ್ತಿದ್ದ ಜನರ ಜತೆಗೆ ಹೆಜ್ಜೆ ಹಾಕುತ್ತ, ನಮ್ಮ ದುಡಿಮೆಯ ತಾಣಕ್ಕೆ ಹೋಗಿದ್ದೆ. ಬಹಳ ತೀವ್ರವಾದ ಚಳಿ, ಜತೆಗೆ ಕುಳಿಗಾಳಿ ನಮ್ಮನ್ನು ತಲ್ಲಣಗೊಳಿಸಿದವು. ಈ ಕೊನೆಗಾಣದ ಸಮಸ್ಯೆಗಳಿಂದ ಕೂಡಿದ ನಮ್ಮ ಅಸಹನೀಯ ಬದುಕಿನ ಬಗ್ಗೆ ನಾನು ಯೋಚಿಸುತ್ತಿದ್ದೆ. ಈವೊತ್ತು ರಾತ್ರಿ ತಿನ್ನಲು ಯಾವ ಬಗೆಯ ಆಹಾರವಿದ್ದಿರಬಹುದು? ಒಂದು ಸಾಸೇಜ್‌ನ ತುಣುಕು ಸಿಗುವಂತಾದರೆ ಅದನ್ನು ಒಂದು ತುಂಡು ಬ್ರೆಡ್‌ನೊಂದಿಗೆ ವಿನಿಮಯ ಮಾಡಿಕೊಂಡರೆ ಹೇಗೆ? ಒಂದು ಬೌಲ್ ಸೂಪಿಗಾಗಿ ಎರಡು ವಾರಗಳ ಹಿಂದೆ ನನಗೆ ಬೋನಸ್ ಆಗಿ ದೊರೆತ ಆ ಒಂದೇ ಒಂದು ಕೊನೆಯ ಸಿಗರೇಟ್‌ನ್ನು ಮಾರಾಟ ಮಾಡಿದರೆ ಹೇಗೆ? ಒಂದು ಸರಿಗೆಯ ತುಂಡು ಎಲ್ಲಿಯಾದರೂ ದೊರೆತದ್ದೇ ಆದಲ್ಲಿ ನನ್ನ ತುಂಡಾಗಿ ಹೋಗಿದ್ದ ಷೂಲೇಸ್‌ನ್ನು ಬದಲಿಸಬಹುದಾಗಿತ್ತಲ್ಲವೇ? ನನ್ನ ಮಾಮೂಲು ಕೆಲಸದ ಗುಂಪನ್ನು ಸೇರಿಕೊಳ್ಳಲು ನಾನು ಸಮಯಕ್ಕೆ ಸರಿಯಾಗಿ ತಲುಪಲು ಸಾಧ್ಯವೇ, ಇಲ್ಲ, ನಾನು ಇನ್ನೊಂದು ಕ್ರೂರವಾಗಿರುವ ಫೋರ್‌ಮನ್‌ನ ಗುಂಪನ್ನು ಸೇರಿಕೊಳ್ಳಬೇಕಾಗಬಹುದೇ? ಕ್ಯಾಪೋನ ಜತೆಗೆ ಉತ್ತಮ ಬಾಂಧವ್ಯವನ್ನು ಗಳಿಸುವುದಕ್ಕೆ ನಾನೇನು ಮಾಡಬೇಕು? ಈ ಹಿಂಸೆ ಕೊಡುವ ಪಥಚಲನದ ಬದಲಿಗೆ ಕ್ಯಾಂಪ್‌ನಲ್ಲಿಯೇ ಕೆಲಸವನ್ನು ಗಿಟ್ಟಿಸಿಕೊಳ್ಳಲು ಅವನು ಸಹಾಯ ಮಾಡಬಹುದಲ್ಲವೇ?

ಪ್ರತಿದಿನ, ಪ್ರತಿ ತಾಸು, ಇಂತಹ ಕ್ಷುಲ್ಲಕ ವಿಷಯಗಳು ಬಲವಂತವಾಗಿ ನನ್ನ ಯೋಚನೆಗಳಲ್ಲಿ ಸುಳಿಯುತ್ತ ಮುಂದುವರಿಯುತ್ತಿದ್ದವು. ನನ್ನ ಯೋಚನೆಗಳು ಬೇರೆಡೆಗೆ ಸಾಗುವಂತೆ ನಾನು ಪ್ರಯತ್ನಪೂರ್ವಕ ಯತ್ನಿಸಿದೆ. ತಕ್ಷಣ ನಾನೊಂದು ಒಳ್ಳೆಯ ಬೆಳಕಿನಿಂದ ಬೆಳಗುತ್ತಿರುವ ಸುಖಮಯವಾದ ಲೆಕ್ಚರ್ ರೂಮಿನ ಪ್ಲಾಟ್‌ಫಾರಂನ ಮೇಲೆ ನಿಂತಿದ್ದೆ. ನನ್ನ ಮುಂದೆ ಶ್ರದ್ಧೆಯಿಂದ ಆಲಿಸುವ ಒಂದು ಪ್ರೇಕ್ಷಕ ವರ್ಗ ಸೊಗಸಾಗಿ ಮೆತ್ತೆಗಳನ್ನು ಹೊಂದಿದ್ದ ಆಸನಗಳ ಮೇಲೆ ಕುಳಿತಿದ್ದರು. ನಾನು ಯಾತನಾ ಶಿಬಿರದ ಮನಃಶಾಸ್ತ್ರದ ಸಂಬಂಧವಾಗಿ ಭಾಷಣವನ್ನು ನೀಡುತ್ತಿದ್ದೆ! ಆ ಗಳಿಗೆಯಲ್ಲಿ ನನ್ನನ್ನು ಏನೆಲ್ಲಾ ಯಾತನೆಗಳು ದಬ್ಬಿ ಹಿಡಿದಿದ್ದವೋ, ಅವೆಲ್ಲವನ್ನೂ ನೋಡುವ ನನ್ನ ರೀತಿಯೇ ಆಕಸ್ಮತ್ತಾಗಿ ಬದಲಾದವು ಮತ್ತು ಅವನ್ನು ವೈಜ್ಞಾನಿಕ ದೃಷ್ಟಿಯಿಂದ ಜನರಿಗೆ ವಿವರಿಸಲು ನನಗೆ ಸಾಧ್ಯವಾಯಿತು. ಆ ರೀತಿಯಲ್ಲಿ ನಾನು ನನ್ನ ಕಷ್ಟ ಮತ್ತು ಪೀಡೆಗಳನ್ನು ಮೀರಿ ಸಾಗುವ ಉಪಾಯವನ್ನು ಕಂಡುಕೊಂಡೆ. ಅವುಗಳನ್ನು ಕಳೆದುಹೋದ ನೆನ್ನೆಗಳೆಂದು ಭಾವಿಸಿದೆ. ಅವನ್ನು ಅದೇ ದೃಷ್ಟಿಯಿಂದ ನೋಡಲು ತೊಡಗಿದೆ. ಆ ಸಮಯದಲ್ಲಿ ನಾನು ಸ್ವಂತಕ್ಕೆ ಮತ್ತು ನನ್ನ ವೇದನೆಗಳನ್ನು ಮನೋವೈಜ್ಞಾನಿಕ ಅಧ್ಯಯನದ ವಿಷಯವನ್ನಾಗಿ ಮಾಡಿಬಿಡುತ್ತಿದ್ದೆ. ಸ್ಪಿನೋಜಾ ತನ್ನ ಎಥಿಕ್ಸ್‌ನಲ್ಲಿ ಹೇಳಿದ್ದೇನೆಂದರೆ, 'ಯಾತನೆ ಎಂಬ ಭಾವನೆಗೆ ನಾವು ಒಂದು ಸ್ಪಷ್ಟ ಹಾಗು ನಿಖರವಾದ ಚಿತ್ರವನ್ನು ನೀಡಿದರೆ ಆಗಿನಿಂದಲೇ ಆ ಯಾತನೆ ಯಾತನೆಯಾಗಿ ಉಳಿಯುವುದಿಲ್ಲ.'

ಭವಿಷ್ಯದ ವಿಷಯದಲ್ಲಿ ಅವಿಶ್ವಾಸ

ಯಾವ ಖೈದಿ ತನ್ನ ಭವಿಷ್ಯದ ವಿಷಯದಲ್ಲಿ ವಿಶ್ವಾಸವನ್ನು ಕಳೆದುಕೊಳ್ಳುತ್ತಾನೋ – ಆತನ ಭವಿಷ್ಯ ಅಭಿಶಾಪವಾಗಿ ಪರಿಣಮಿಸುತ್ತದೆ. ತನ್ನ ಭವಿಷ್ಯದ ಬಗ್ಗೆ ವಿಶ್ವಾಸವನ್ನು ಕಳೆದುಕೊಂಡ ಬಳಿಕ, ಆತ ತನ್ನ ಆಧ್ಯಾತ್ಮಿಕ ಪ್ರಭಾವವನ್ನೂ ಕಳೆದುಕೊಳ್ಳುತ್ತಾನೆ. ಆತ ತನ್ನನ್ನು ಸ್ವತಃ ಕೆಳಕ್ಕೆ ತಳ್ಳಿಕೊಂಡು ಮಾನಸಿಕ ಮತ್ತು ಭೌತಿಕ ಕುಸಿತಕ್ಕೆ ಮೊದಲಾಗುತ್ತಾನೆ. ಸಾಮಾನ್ಯವಾಗಿ ಇದು ಆಕಸ್ಮಿಕ ಸಂಕಟದ ರೂಪದಲ್ಲಾಗುತ್ತದೆ, ಅದು ಕ್ಯಾಂಪ್‌ನಲ್ಲಿನ ಅನುಭವೀ ಖೈದಿಗಳ ಅನುಭವಗಳಿಗೆ ತಾಳೆಬೀಳುತ್ತದೆ. ನಾವೆಲ್ಲರೂ ಅದೇ ಕ್ಷಣಕ್ಕಾಗಿ ಭಯಪಡುತ್ತಿದ್ದೆವು – ಆ ಭಯ ನಮಗೋಸ್ಕರವೇ ಆಗಿರಲಿಲ್ಲ, ಯಾಕೆಂದರೆ ಮತ್ತೆ ಅದು ನಿರಾಧಾರವಾಗುತ್ತಿದ್ದಿತು. ನಾವು ನಮ್ಮ ಸ್ನೇಹಿತರ ಬಗ್ಗೆಯೂ ಭಯಭೀತಿಯನ್ನು ಅನುಭವಿಸುತ್ತಿದ್ದೆವು. ಸಾಮಾನ್ಯವಾಗಿ ಅದು ಯಾವಾಗ ಆರಂಭವಾಗುತ್ತಿತ್ತೆಂದರೆ, ಯಾವನೇ ಖೈದಿ ಬೆಳಿಗ್ಗೆ ಎದ್ದು ಬಟ್ಟೆ ಬದಲಾಯಿಸುವ, ಸ್ನಾನ ಮಾಡುವ ಅಥವಾ ಪೆರೇಡ್ ಗ್ರೌಂಡ್‌ಗೆ ಹೋಗಲು ಹಿಂದೇಟು ಹಾಕುತ್ತಿದ್ದನೋ ಆವಾಗ ನಡೆಯುತ್ತಿದ್ದಿತು. ಆ ಸಮಯದಲ್ಲಿ ಯಾವುದೇ ಬಲಪ್ರಯೋಗ, ಯಾವುದೇ ಹೊಡೆತ ಬಡಿತ ಅಥವಾ ಬೈಗುಳಗಳು ಪರಿಣಾಮವನ್ನು ಬೀರುತ್ತಿರಲಿಲ್ಲ. ಆತ ಅಲ್ಲಿಯೇ ಬಿದ್ದುಕೊಂಡು ತುಸು ಮಿಸುಕಾಡುತ್ತಲೂ ಇರುತ್ತಿರಲಿಲ್ಲ. ಅದು ಯಾವುದೋ ರೋಗ ಸಂಬಂಧಿ ಸಂಗತಿಯಾದರೆ ರೋಗಿಗಳ ಜೋಪಡಿಗೆ ಹೋಗಲು ನಿರಾಕರಿಸುತ್ತಿದ್ದ ಅಥವಾ ಯಾವುದೇ ಚಿಕಿತ್ಸೆಯನ್ನು ಪಡೆಯಲು ಒಪ್ಪುತ್ತಿರಲಿಲ್ಲ. ಆತ ತನ್ನ ಬದುಕಿನ ಬಗೆಗಿನ ಪೂರ್ತಿ ಆಸಕ್ತಿಯನ್ನು ಕಳೆದುಕೊಂಡು, ತನ್ನದೇ ಮಲಮೂತ್ರದಲ್ಲಿ ಹೊರಳಾಡುತ್ತಿರುತ್ತಿದ್ದ ಮತ್ತು ಈಗ ಆತನಿಗೆ ಯಾವುದೇ ವಿಷಯದ ಬಗ್ಗೆ ಆಸಕ್ತಿ ಇರುತ್ತಿರಲಿಲ್ಲ.

ಒಂದು ಸಲ ನನಗೆ ಬದುಕಿನ ಬಗೆಗಿನ ನಿರಾಶೆ ಮತ್ತು ಭವಿಷ್ಯದ ಕುರಿತಾದ ಅವಿಶ್ವಾಸಕ್ಕೆ ಸಂಬಂಧಿಸಿದಂತೆ ಒಂದು ನಾಟಕೀಯ ಪ್ರದರ್ಶನವನ್ನು ನೋಡುವ ಅವಕಾಶ

ಒದಗಿ ಬಂದಿತ್ತು. ಒಂದು ದಿನ ನನ್ನ ಸೀನಿಯರ್ ಬ್ಲಾಕ್ ವಾರ್ಡನ್ ಎಫ್–, ನನ್ನನ್ನು ತಮ್ಮ ವಿಶ್ವಾಸಕ್ಕೆ ತೆಗೆದುಕೊಂಡು ಹೇಳಿದರು : "ಡಾಕ್ಟರ್! ನಾನು ನಿಮಗೆ ಒಂದು ವಿಷಯವನ್ನು ಹೇಳುವುದಕ್ಕಿದೆ. ನಿನ್ನೆ ನಾನು ಬಹಳ ವಿಚಿತ್ರವಾದ ಕನಸನ್ನು ಕಂಡೆ. ಒಂದು ಧ್ವನಿ ನನ್ನಲ್ಲಿ ಹೇಳಿತು, ನಾನು ಏನನ್ನು ಬೇಕಾದರೂ ಯಾಚಿಸಬಹುದು. ಏನನ್ನಾದರೂ ಕೇಳಬಹುದು, ಯಾವುದೇ ನನ್ನ ಪ್ರಶ್ನೆಗಳಿಗೆ ಉತ್ತರಿಸಲಾಗುವುದು. ನಾನು ಏನನ್ನು ಕೇಳಿದೆ ಅಂದುಕೊಂಡಿದ್ದೀರಾ? ನಾನು ಕೇಳಿದ್ದು ಇಷ್ಟೇ, ನನ್ನ ವಿರುದ್ಧವಾಗಿ ನಡೆಯುತ್ತಿರುವ ಈ ಯುದ್ಧ ಯಾವಾಗ ನಿಲ್ಲುತ್ತೆ ಅಂತ. ನನ್ನ ಮನದಿಂಗಿತ ನಿಮಗೆ ಗೊತ್ತಾಗಿರಬೇಕು, ಡಾಕ್ಟರ್ – ನನಗಾಗಿ! ಯಾವಾಗ ನಮ್ಮ ಕ್ಯಾಂಪ್‌ನ ಜೀವನ ಮುಗಿಯುತ್ತೆ, ಯಾವಾಗ ನಾವು ಇಲ್ಲಿಂದ ಮುಕ್ತರಾಗಿ ಹೋಗುತ್ತೇವೆ ಮತ್ತು ನಮ್ಮ ಈ ಸಂಕಷ್ಟವೆಲ್ಲ ಯಾವಾಗ ಕೊನೆಗೊಳ್ಳುತ್ತೆ ಎನ್ನುವುದಾಗಿತ್ತು ನನ್ನ ಪ್ರಶ್ನೆ."

"ಈ ಕನಸು ನಿಮಗೆ ಯಾವಾಗ ಬಿತ್ತು?"

"ಫೆಬ್ರುವರಿ 1945ರಲ್ಲಿ," ಆತ ಹೇಳಿದ. ಆಗ ಮಾರ್ಚ್ ಪ್ರಾರಂಭವಾಗುವುದಿತ್ತು.

"ನಿಮ್ಮ ಕನಸಿನ ಧ್ವನಿ ಏನುತ್ತರಿಸಿತು?"

ಆತ ಮೆತ್ತಗಿನ ದನಿಯಲ್ಲಿ ನನ್ನ ಕಿವಿಯಲ್ಲಿ ಪಿಸುಗುಟ್ಟಿದ, "ಮಾರ್ಚ್ ಮೂವತ್ತರಂದು."

ಎಫ್– ನನ್ನಲ್ಲಿ ಈ ವಿಷಯವನ್ನು ಹೇಳಿದಾಗ ಆತನಿಗೆ ತುಂಬು ವಿಶ್ವಾಸವಿದ್ದಂತೆ ತೋರಿತು ಮತ್ತು ಕನಸಿನ ಧ್ವನಿ ಸತ್ಯವನ್ನೇ ಹೇಳಿದೆ ಎಂದುಕೊಂಡಿದ್ದ. ಆದರೆ ಕನಸಿನ ದಿನಾಂಕ ಹತ್ತಿರಕ್ಕೆ ಬಂದ ಹಾಗೆ ನಮ್ಮ ಕ್ಯಾಂಪ್‌ಗೆ ತಲುಪಿದ ಯುದ್ಧದ ವಾರ್ತೆಯ ಪ್ರಕಾರ ನಾವು ಅಲ್ಲಿಂದ ಮುಕ್ತರಾಗುವುದು ಆ ಭರವಸೆಯ ದಿನವಂತೂ ಆಗಿರಲಿಲ್ಲ. ಮಾರ್ಚ್ ಇಪ್ಪತ್ತೊಂಭತ್ತರಂದು, ಎಫ್– ಅಕಸ್ಮಾತ್ತಾಗಿ ಅಸ್ವಸ್ಥನಾದ ಮತ್ತು ಜ್ವರದ ಕಾವಿನಿಂದ ಬಳಲಿದ. ಮಾರ್ಚ್ ಮೂವತ್ತರಂದು, ಅವನ ಭವಿಷ್ಯವಾಣಿ ಅವನಿಗಾಗಿ ಯುದ್ಧ ಕೊನೆಗೊಳ್ಳುವುದು ಎಂದ ದಿನ, ಆತ ಬಳಲಿ ಪ್ರಜ್ಞೆಯನ್ನು ಕಳಕೊಂಡ. ಮಾರ್ಚ್ ಮೂವತ್ತೊಂದರಂದು ಆತ ಸಾವನ್ನಪ್ಪಿದ. ಬಾಹ್ಯ ತೋರಿಕೆಯ ಎಲ್ಲಾ ಲಕ್ಷಣಗಳಂತೆ ಆತ ಟೈಫುಸ್‌ನಿಂದಲೇ ಸತ್ತನೆಂದು ಅನ್ನಿಸಿತು.

ಯಾವನೇ ಮನುಷ್ಯನ ಮಾನಸಿಕ ಅವಸ್ಥೆ, ಆತನ ಸಾಹಸ ಮತ್ತು ಭರವಸೆಗಳು ಅಥವಾ ಅವುಗಳ ಕೊರತೆ, ಶರೀರದ ಪ್ರತಿರೋಧಕ ಸಾಮರ್ಥ್ಯದ ಮೇಲೆ ಪ್ರಭಾವ ಬೀರುತ್ತದೆ, ಅಂತಹ ಭಯಂಕರವಾದ ಪ್ರಭಾವವನ್ನು ಇಲ್ಲಿ ಕಾಣಬಹುದು. ನನ್ನ ಸ್ನೇಹಿತ ಸಾವನ್ನಪ್ಪಲು ಕಾರಣವೇನು ಅಂದರೆ, ಆತ ತನ್ನ ಸ್ವಾತಂತ್ರ್ಯಕ್ಕಾಗಿ ಅಪೇಕ್ಷಿಸಿ, ಅದು ಕೈಗೂಡದೇ ಹೋಯಿತು ಮತ್ತು ಕೆಟ್ಟ ರೀತಿಯಲ್ಲಿ ಆ ಆಸೆ ಮುರಿದು ಬಿತ್ತು. ಹಾಗಾಗಿ ದೇಹದಲ್ಲಿನ ರೋಗ ಪ್ರತಿರೋಧಕ ಶಕ್ತಿ ಕುಸಿಯಿತು ಮತ್ತು ಆತ ರೋಗದ ತೆಕ್ಕೆಗೆ ಬಲಿಬಿದ್ದ. ಭವಿಷ್ಯದ ಬಗೆಗಿನ ಆತನ ಭರವಸೆ ಮತ್ತು ಬದುಕುವ ಆಸೆ ಮುಗಿದು ಹೋದಾಗ ಆತನ ಶರೀರ ರೋಗಗ್ರಸ್ತವಾಯಿತು ಅಂತೆಯೇ ಹಾಗೆ ನೋಡಿದರೆ ಆತನ ಮನಸ್ಸಿನಲ್ಲಿ ಉದ್ಭವಿಸಿದ ಧ್ವನಿ ತಪ್ಪನ್ನೇನೂ ಅರುಹಿರಲಿಲ್ಲ ಎನ್ನಬೇಕು.

ಕ್ಯಾಂಪ್‌ನಲ್ಲಿನ ಮರಣದ ಗಣತಿ

ಈ ವಿಷಯದಲ್ಲಿನ ನಿರೀಕ್ಷೆ ಮತ್ತು ಫಲಿತಾಂಶದ ಬಗ್ಗೆ ನನಗೆ ಕ್ಯಾಂಪ್‌ನ ಡಾಕ್ಟರ್ ಒಬ್ಬರಿಂದ ತಿಳಿಯಿತು. 1944ರ ಕ್ರಿಸ್ಮಸ್ ಹಾಗೂ 1945ರ ಹೊಸ ವರ್ಷದ ಅವಧಿಯಲ್ಲಿ ಕ್ಯಾಂಪಿನ

ಮೃತ್ಯುವಿನ ಗಣತಿಯಲ್ಲಿ ಹಿಂದಿನ ಅನೇಕ ತಿಂಗಳುಗಳ ತುಲನೆಯಲ್ಲಿ ಬಹಳ ಹೆಚ್ಚಾಗಿತ್ತು. ಅವರ ಪ್ರಕಾರ ಇದಕ್ಕೆ ಅಲ್ಲಿನ ಕಷ್ಟದಾಯಕ ಕೆಲಸಗಳ ಕಾರಣವನ್ನು ಕೊಡುವುದು ತರವಲ್ಲ, ಅಥವಾ ಆಹಾರದ ಕೊರತೆಯೂ ಕಾರಣವಾಗಿರಲಿಲ್ಲ. ಋತು ಬದಲಾವಣೆಯ ಇಲ್ಲವೇ ಹೊಸ ಮಹಾಮಾರಿ ರೋಗಕ್ಕೂ ತಾಳೆಹಾಕುವುದು ಸಾಧ್ಯವಿರಲಿಲ್ಲ. ಬಹುತೇಕ ಖೈದಿಗಳಲ್ಲಿ ಒಂದೇ ಒಂದು ಆಶಾಕಿರಣವೇನಿತ್ತೆಂದರೆ, ಅವರೆಲ್ಲ ಮುಂಬರುವ ಕ್ರಿಸ್ಮಸ್‌ಗೆ ಮೊದಲು ಸೆರೆಯಿಂದ ಬಿಡುಗಡೆ ಹೊಂದಿ ಮನೆ ಸೇರುತ್ತಾರೆ ಅಂತ. ಯಾವಾಗ ಅಂತಹ ಸಮಯ ಸಮೀಪಿಸತೊಡಗಿತೋ ಮತ್ತು ಆ ಕುರಿತಂತೆ ಯಾವುದೇ ಸುದ್ದಿ ಬಾರದೇ ಹೋಯಿತೋ, ಅವರೆಲ್ಲರ ಭರವಸೆಗಳು ಕುಸಿಯತೊಡಗಿದವು ಮತ್ತು ನಿರಾಶೆ ಆವರಿಸಿಕೊಂಡಿತು. ಹೀಗಾಗಿ ಅವರ ರೋಗದ ಪ್ರತಿರೋಧಕ ಸಾಮರ್ಥ್ಯದ ಮೇಲೆ ಗಂಭೀರವಾದ ಪರಿಣಾಮ ಉಂಟಾಯಿತು ಹಾಗೂ ಅವರಲ್ಲಿ ಅನೇಕರ ಅಸುನೀಗಿದರು.

ನಾನು ಮೊದಲೇ ಹೇಳಿದ ಹಾಗೆ, ಕ್ಯಾಂಪ್‌ನ ಯಾವನೇ ಸೆರೆಯಾಳಿನ ಆಂತರಿಕ ಶಕ್ತಿಯನ್ನು ಹಿಡಿದಿಟ್ಟುಕೊಳ್ಳುವಂತೆ ಮಾಡಲು ಹೆಚ್ಚು ಆವಶ್ಯಕ ಅಂಶವೇನಿತ್ತೆಂದರೆ ಅವರ ಭವಿಷ್ಯದ ಬಗ್ಗೆ ಯಾವುದೇ ಗುರಿಯನ್ನು ತೋರಿಸುವಂಥದ್ದು. ನೀಶೆಯವರ ಶಬ್ದಗಳಲ್ಲಿ ಹೇಳುವುದಾದರೆ, **'ಯಾವನೇ ವ್ಯಕ್ತಿಗೆ ಜೀವಿಸಲು ಯಾವುದೇ ಕಾರಣವಿದ್ದರೆ, ಆ ಕಾರಣವನ್ನು ಪೂರ್ತಿಗೊಳಿಸುವುದಕ್ಕೋಸ್ಕರ ಆತ ಏನನ್ನೂ ಸಹಿಸಲು ತಯಾರಾಗಿರುತ್ತಾನೆ.'** ಖೈದಿಗಳಿಗೆ ಸಂಬಂಧಿಸಿದ ಯಾವುದೇ ತೆರನಾದ ಮನೋವೈಜ್ಞಾನಿಕ ಶೋಧನೆಗಳು ಮತ್ತು ಸೈಕೋಹೈಜೆನಿಕ್ ಪ್ರಯತ್ನಗಳಿಗೆ ಈ ಸಿದ್ಧಾಂತದ ವಾಕ್ಯವನ್ನು ಬಹಳ ಪರಿಣಾಮಕಾರಿಯಾಗಿ ಬಳಸಬಹುದೇನೋ. **ಯಾವನೇ ವ್ಯಕ್ತಿಯ ಜೀವನದಲ್ಲಿ ಒಂದು ಉದ್ದೇಶ ಅಥವಾ 'ಯಾಕೆ' ಎನ್ನುವಂತಿದ್ದರೆ, ಆತನ ಒಳಗಿನ ಅಸ್ತಿತ್ವದಲ್ಲಿ ಭಯಂಕರವಾಗಿ ಎದ್ದೇಳುವ 'ಹೇಗೆ' ಎನ್ನುವುದನ್ನು ಎದುರಿಸಲು ಸಾಧ್ಯವಾಗುತ್ತದೆ.** ಅವಕಾಶ ಸಿಕ್ಕಾಗಲೆಲ್ಲ ಅವರಿಗೆ ಒಂದು ಗುರಿ, ಅವರ ಬದುಕಿನ 'ಯಾಕೆ'ಯನ್ನು ಕೊಡಬೇಕು. ಇದರಿಂದ ಅವರು ತಮ್ಮ ಭೀಕರವಾದ ವರ್ತಮಾನದ ಪರಿಸ್ಥಿತಿಯನ್ನು (ಅವರ ಆಗಿನ 'ಹೇಗೆ') ಎದುರಿಸಲು ಸಾಧ್ಯವಾದೀತು. ಯಾವನೇ ವ್ಯಕ್ತಿ ತನ್ನ ಜೀವನಕ್ಕೊಂದು ಉದ್ದೇಶ, ಗುರಿ ಅಥವಾ ಅರ್ಥ ಇಲ್ಲವೆಂದುಕೊಂಡು ಬದುಕಿ ಉಳಿಯುವುದಕ್ಕೆ ಏನೂ ಕಾರಣವಿಲ್ಲವೆಂದುಕೊಳ್ಳುತ್ತಾನೋ ಅತ ತನ್ನ ಅವನತಿಗೆ ತಾನೇ ಕಾರಣನಾಗುತ್ತಾನೆ. ಅಂತಹ ವ್ಯಕ್ತಿ ಯಾವಾಗಲೂ ತನ್ನ ಒಂದೇ ಒಂದು ವಾಕ್ಯದ ಮೂಲಕ ಡಾಕ್ಟರ್‌ಗಳ ಎಲ್ಲಾ ಹುರಿದುಂಬಿಸುವ ವಾಕ್ಯಗಳನ್ನು ನಿರುತ್ಸಾಹದಾಯಕವಾಗಿ ಅಲ್ಲಗಳೆಯುತ್ತಾ ಹೇಳುತ್ತಾನೆ, 'ಈಗ ನನಗೆ ಈ ಬದುಕಿನಿಂದ ಏನನ್ನೂ ಪಡೆಯುವ ಅಪೇಕ್ಷೆ ಉಳಿದಿಲ್ಲ.' ಅಂತಹ ವ್ಯಕ್ತಿಗೆ ನೀವು ಸಹಜವಾಗಿ ಯಾವ ಬಗೆಯ ಉತ್ತರವನ್ನು ನೀಡಬಲ್ಲಿರಿ ಹೇಳಿ?

ಬದುಕಿನ ಅರ್ಥ

ನಿಜ ಹೇಳಬೇಕೆಂದರೆ, ನಮ್ಮ ಬದುಕಿನ ಧೋರಣೆಯಲ್ಲಿ ಮೂಲಭೂತವಾದ ಬದಲಾವಣೆಯ ಅವಶ್ಯಕತೆ ಇದ್ದಿತ್ತು. ನಮಗೆ ಸ್ವತಃ ಅದನ್ನು ಕಲಿತುಕೊಳ್ಳಬೇಕಿತ್ತು ಮತ್ತು ಅಂತಹ ಮುಗ್ಧ ಅಥವಾ ನಿರಾಶೆಯಿಂದ ಕೂಡಿದ ಖೈದಿಗಳಿಗೆ ಮಾರ್ಗದರ್ಶನ ನೀಡಬೇಕಾಗಿದ್ದಿತು. **ಜೀವನದಿಂದ ನಾವು ಏನನ್ನು ಅಪೇಕ್ಷಿಸುತ್ತೇವೆ ಎಂಬುದಕ್ಕಿಂತ ಜೀವನ ನಮ್ಮಿಂದ ಏನನ್ನು ಅಪೇಕ್ಷಿಸುತ್ತದೆ** ಎನ್ನುವುದನ್ನು ಅವರಿಗೆ ಮನವರಿಕೆ ಮಾಡಿಕೊಡುವ ಅವಶ್ಯಕತೆ ಇದ್ದಿತು. ನಾವು ಜೀವನದ ಅರ್ಥವನ್ನು ಕೇಳುವುದನ್ನು ನಿಲ್ಲಿಸಬೇಕು. ಬದಲಾಗಿ ಜೀವನವು ನಮ್ಮನ್ನು ಪ್ರತಿದಿನ, ಪ್ರತಿ ಘಂಟೆ ಪ್ರಶ್ನಿಸುತ್ತಿರುವ ಹಾಗೆ ನಮ್ಮನ್ನು ನಾವು ಕಾಣಬೇಕು. ತಮ್ಮ ಉತ್ತರವು

ಮಾತುಕತೆಯಲ್ಲಿ ಅಥವಾ ಧ್ಯಾನದಲ್ಲಲ್ಲ, ಬದಲಾಗಿ ಸೂಕ್ತವಾದ ಕರ್ಮಗಳಲ್ಲಿ ಹಾಗು ಸೂಕ್ತವಾದ ನಡುವಳಿಕೆಯಲ್ಲಿರಬೇಕು. ಅಂತಿಮವಾಗಿ: ಜೀವನದ ನಿಜವಾದ ಅರ್ಥವಿಷ್ಟೇ, ನಾವು ಅದರ ಸಮಸ್ಯೆಗಳನ್ನು ಸೂಕ್ತ ರೀತಿಯಲ್ಲಿ ನಿವಾರಿಸುವ ಬಾಧ್ಯತೆಯನ್ನು ಸ್ವೀಕರಿಸುತ್ತ, ಪ್ರತಿಯೋರ್ವ ವ್ಯಕ್ತಿಗೆ ವಿಧಿಸಲಾದ ಪ್ರತ್ಯೇಕ ಕೆಲಸಕಾರ್ಯಗಳನ್ನು ಪೂರ್ತಿಗೊಳಿಸುವತ್ತ ಸಾಗಬೇಕಾಗಿರುವುದು.

ಈ ಕೆಲಸ ಅಥವಾ ಅರ್ಥ, ಪ್ರತಿ ವ್ಯಕ್ತಿಗೂ ಪ್ರತಿ ಕ್ಷಣವೂ ಬೇರೆ ಬೇರೆಯಾಗಿರುತ್ತವೆ. ಹಾಗಾಗಿ ಸಾಮಾನ್ಯ ಸ್ತರದಲ್ಲಿ ಜೀವನದ ಅರ್ಥದ ಪರಿಭಾಷೆಯನ್ನು ನೀಡುವುದು ಅಸಾಧ್ಯ. ನಾವು ನಮ್ಮ ಕಥನಗಳಲ್ಲಿ ಎಂದಿಗೂ ಜೀವನದ ಅರ್ಥದ ಪರಿಭಾಷೆಯನ್ನು ನೀಡಲಾಗುವುದಿಲ್ಲ. **ಜೀವನದ ಅರ್ಥವು ಅಸ್ಪಷ್ಟತೆಯಿಂದ ಕೂಡಿರುವುದು ಅಸಾಧ್ಯ. ಅದು ಬಹಳ ವಾಸ್ತವಿಕವೂ ದೃಢವೂ ಆಗಿರುತ್ತದೆ, ಹೇಗೆ ಜೀವನದ ಎಲ್ಲಾ ಕಾರ್ಯಗಳೂ ವಾಸ್ತವಿಕವೂ ದೃಢವೂ ಆಗಿರುತ್ತವೆಯೋ ಹಾಗೆ.** ಮನುಷ್ಯನ ಅದೃಷ್ಟ ಅದರಲ್ಲೇ ಅಡಗಿರುತ್ತದೆ. ಇದು ಪ್ರತಿ ಮನುಷ್ಯನಿಗೆ ಅನನ್ಯವೂ ಪ್ರತ್ಯೇಕವೂ ಆಗಿರುತ್ತದೆ. ಯಾವುದೇ ಮನುಷ್ಯನನ್ನು ಮತ್ತು ಆತನ ಅದೃಷ್ಟವನ್ನು ಮತ್ತೊಬ್ಬ ವ್ಯಕ್ತಿಯೊಂದಿಗೋ ಅಥವಾ ಆತನ ಅದೃಷ್ಟದೊಂದಿಗೋ ತುಲನೆ ಮಾಡುವುದು ತರವಲ್ಲ. ಯಾವುದೇ ಪರಿಸ್ಥಿತಿ ಸ್ವಯಂ ಆಗಿ ಪುನರಾವರ್ತಿತವಾಗುವುದಿಲ್ಲ. ಪ್ರತಿಯೊಂದು ಪರಿಸ್ಥಿತಿ ತನಗಾಗಿ ಒಂದು ಬೇರೆಯೇ ಪ್ರತಿಕ್ರಿಯೆಯನ್ನು ಬೇಡುತ್ತದೆ. ಹಲವು ಸಲ ಮನುಷ್ಯ ಯಾವ ಪರಿಸ್ಥಿತಿಯಲ್ಲಿ ಇರುತ್ತಾನೋ, ತನ್ನ ಕರ್ಮದ ಮಾಧ್ಯಮದಿಂದ ತನ್ನ ಅದೃಷ್ಟವನ್ನು ರೂಪಿಸಿಕೊಳ್ಳಬೇಕಾಗುತ್ತದೆ. ಇನ್ನು ಕಲವೊಮ್ಮೆ ಸಿಕ್ಕ ಅವಕಾಶವನ್ನು ಮನನ-ಚಿಂತನಕ್ಕಾಗಿ ಉಪಯೋಗಿಸಿಕೊಳ್ಳುವುದು ಹೆಚ್ಚು ಲಾಭದಾಯಕವಾಗಿರುತ್ತದೆ. ಮಗದೊಮ್ಮೆ ಆತನು ಕೇವಲ ತನ್ನ ಅದೃಷ್ಟವನ್ನು ಸ್ವೀಕರಿಸಿ ಅದಕ್ಕೆ ಶರಣಾಗಬೇಕಾಗುತ್ತದೆ. **ಪ್ರತಿಯೊಂದು ಪರಿಸ್ಥಿತಿಯೂ ತನ್ನ ಪ್ರತ್ಯೇಕತೆಯಿಂದಾಗಿ ಎಲ್ಲಕ್ಕೂ ವ್ಯತ್ಯಾಸವಾಗಿರುತ್ತದೆ, ಮತ್ತು ಆ ಪರಿಸ್ಥಿತಿಗೆ ಆ ಕ್ಷಣದಲ್ಲಿ ಕೇವಲ ಒಂದೇ ಸೂಕ್ತ ಪರಿಹಾರವಿರುತ್ತದೆ.**

೧೫
ಭಾಗ್ಯದಲ್ಲಿ ಬರೆಯಲಾದ ಪೀಡೆ

ಯಾವಾಗ ಒಬ್ಬ ವ್ಯಕ್ತಿ ತನ್ನನ್ನು ಕಾಡುತ್ತಿರುವ ಪೀಡೆ ವಿಧಿಲಿಖಿತವೆಂದು ಭಾವಿಸಿದರೆ, ಆ ಪೀಡೆಯನ್ನು ಒಂದು ಕರ್ಮದ ರೂಪದಲ್ಲಿ ಕಾಣಬೇಕಾಗುತ್ತದೆ; ಅದೊಂದೇ ಸದ್ಯಕ್ಕೆ ಆತನ ಏಕಮಾತ್ರ ಅನನ್ಯ ಕರ್ಮವಾಗಿರುತ್ತದೆ ಎಂದು ತಿಳಿಯಬೇಕು. ಈ ಕಷ್ಟ ಅಥವಾ ಪೀಡೆಯ ನಡುವೆ ತಾನು ಅನನ್ಯ ಮತ್ತು ಏಕಾಂಗಿ ಎನ್ನುವಂತೆ ಆತ ಈ ಸತ್ಯವನ್ನು ಮಾನ್ಯತೆಯಿಂದ ಕಾಣಬೇಕಾಗುತ್ತದೆ. ಆತನ ಅನನ್ಯವಾದ ಅವಕಾಶವು ಆತನು ಈ ಭಾರವನ್ನು ಹೇಗೆ ಹೊತ್ತೊಯ್ಯುತ್ತಾನೆ ಎಂಬುದರಲ್ಲಿ ಅಡಗಿದೆ.

ಖೈದಿಗಳಾಗಿದ್ದ ನಮಗೆ ಈ ಬಗೆಯ ಆಲೋಚನೆಗಳು ವಾಸ್ತವದಿಂದ ಬಹಳ ದೂರವೆಂದೆನಿಸುತ್ತಿರಲಿಲ್ಲ. ಅಂತಹ ವಿಚಾರಗಳೇ ನಮಗೆ ಸಹಾಯಕವೆಂದೆನಿಸುತ್ತಿತ್ತು. ಇಂತಹ ಪರಿಸ್ಥಿತಿಯಿಂದ ಜೀವಂತವಾಗಿ ಹೊರಬರುವುದು ಅಸಾಧ್ಯವೆನಿಸುವ ಸಂದರ್ಭದಲ್ಲೂ ಈ ವಿಚಾರಗಳು ನಮ್ಮನ್ನು ದುಃಖದಿಂದ ಹೊರಗಿಟ್ಟಿದ್ದವು. ನಾವು ಸ್ವಯಂ ಬದುಕಿನ ಅರ್ಥವನ್ನು ಕೇಳುವ ಹಂತವನ್ನು ಅದಾಗಲೇ ದಾಟಿ ಬಂದಿದ್ದಾಗಿತ್ತು. ಅದೊಂದು ಯಾವ ಬಗೆಯ ಜಿಜ್ಞಾಸೆಯಾಗಿತ್ತು ಅಂದರೆ, ಜೀವಿತದ ಅರ್ಥ ಇದುವೇ ಎನ್ನುವಂಥದ್ದು, ಅಂದರೆ ನೀವು ಯಾವುದಾದರೂ ಮಾಧ್ಯಮದ ಮೂಲಕ ಸಕ್ರಿಯವಾಗಿ ಸೃಜಿಸುತ್ತ, ಏನಾದರೂ ಪ್ರಾಪ್ತಿ ಮಾಡಿಕೊಂಡು ಮುಂದಕ್ಕೆ ಸಾಗಲು ಪ್ರಯತ್ನಿಸಬೇಕೆನ್ನುವುದು. ನಮಗೆ, ಜೀವಿತದ ಅರ್ಥ ಬದುಕು ಮತ್ತು ಸಾವು, ಹಾಗೂ ಪೀಡೆ ಮತ್ತು ಮರಣ ಇವುಗಳ ವಿಸ್ತೃತವಾದ ಭ್ರಮಣಗಳಿಗೆ ಬೆಸೆದು ಕೊಂಡಿತ್ತು.

ಒಮ್ಮೆ ನಮಗೆ ಪೀಡೆಯ ಅರ್ಥ ಸ್ಪಷ್ಟವಾಗಿ ಹೋಗಿದೆ ಅಂತಾದರೆ,

ನಾವು ಕ್ಯಾಂಪ್‌ನಲ್ಲಿ ಅತ್ಯಾಚಾರಗಳನ್ನು ನೋಡದಂತಿದ್ದು, ಅದನ್ನು ನಿಯಂತ್ರಿಸುವ ಅಥವಾ ಕಡಿಮೆಗೊಳಿಸುವ ಸುಳ್ಳು ಆಶಾವಾದಕ್ಕೆ ಜೋತುಬೀಳಲು ತಯಾರಿರಲಿಲ್ಲ. ಪೀಡೆ ನಮಗೆ ಒಂದು ಕಾರ್ಯವಾಗಿ ಹೋಗಿತ್ತು, ಹಾಗಾಗಿ ಅದರಿಂದ ನಾವೆಂದೂ ನಮ್ಮ ಮುಖವನ್ನು ತಿರುಗಿಸಲು ಬಯಸಲಿಲ್ಲ. ನಾವು ನಮ್ಮ ಪ್ರಾಪ್ತಿಗಾಗಿ ಅದರೊಳಗೆ ಅಡಗಿರುವ ಅವಕಾಶಗಳನ್ನು ಅರಸುತ್ತಿದ್ದೆವು. ಅಂತಹ ಅವಕಾಶಗಳನ್ನು ಕಂಡಿದ್ದರಿಂದಲೇ ಕವಿ ರಿಕ್ಲೇ ಹೀಗೆ ಬರೆಯಬೇಕಾಯಿತೇನೋ, 'ಎಷ್ಟೊಂದು ಪೀಡೆಗಳಿಂದ ಸಾಗಬೇಕಾಗಿದೆ!' ಅವರು ಪೀಡೆಯನ್ನು ಅದಾವುದೋ ಕೆಲಸವೇನೋ ಎನ್ನುವ ರೀತಿಯಲ್ಲಿ ಕಂಡಿದ್ದರು. ನಾವು ಕೂಡಾ ಬಹಳಷ್ಟು ಪೀಡೆ ಮತ್ತು ಸಂಕಟಗಳಿಂದ ಹಾದು ಬರಬೇಕಾಗಿತ್ತು. ಹಾಗಾಗಿ ನಾವು ಪೀಡೆಯನ್ನು ಸರಿಯಾದ ನೆಲೆಯಲ್ಲಿ ಅನುಭವಿಸಬೇಕಿತ್ತು, ನಮ್ಮ ದೌರ್ಬಲ್ಯದ ಮತ್ತು ಕಣ್ಣೀರಿನ ಕ್ಷಣಗಳನ್ನು ಆದಷ್ಟು ಕಡಿಮೆ ಮಾಡುತ್ತ. ಆದರೆ ನಾವು ನಮ್ಮ ಕಣ್ಣೀರಿನಿಂದ ಯಾವುದೇ ರೀತಿಯಲ್ಲಿ ನಾಚಿಕೆ ಪಡುವ ಪ್ರಮೇಯವಿರಲಿಲ್ಲ, ಯಾಕೆಂದರೆ ಕಣ್ಣೀರು ಒಬ್ಬ ವ್ಯಕ್ತಿಗೆ ಯಾವ ಮಟ್ಟದ ಪೀಡೆಯನ್ನು ಸಹಿಸುವ ತಾಕತ್ತು ಇದೆ ಎನ್ನುವುದಕ್ಕೆ ಸಾಕ್ಷಿಯಾಗಿರುತ್ತದೆ. ಈ ಮಾತಿನ ಅರಿವು ಪ್ರಾಯಶಃ ಕೆಲವು ವ್ಯಕ್ತಿಗಳಿಗೆ ಮಾತ್ರ ಅರ್ಥವಾಗುತ್ತಿತ್ತು. ಕೆಲವು ವ್ಯಕ್ತಿಗಳು ಬಹಳ ನಾಚಿಕೆಪಟ್ಟು ಪರಿಸ್ಥಿತಿಯಲ್ಲಿ ತಾವು ಗೋಳೋ ಎಂದು ಅತ್ತಿರುವುದಾಗಿ ಸ್ವೀಕರಿಸಿದರು. ಹಾಗೆ ನನ್ನೊಬ್ಬ ಮಿತ್ರನಿಗೆ ನಾನು ಕೇಳಿದ್ದೆ, ನೀನು ನಿನ್ನ ಎಡಿಮಾ ರೋಗದ ಪೀಡೆಯಿಂದ ಹೇಗೆ ಮುಕ್ತನಾದೆ ಅಂತ. ಅದಕ್ಕೆ ಆತ ಹೇಳಿದ, ನಾನು ಮತ್ತೆ ಮತ್ತೆ ಕಣ್ಣೀರು ಹಾಕುತ್ತಾ ಅದನ್ನು ನನ್ನ ಶರೀರದಿಂದ ಕಿತ್ತೊಗೆದು ಬಿಟ್ಟೆ ಅಂತ.

ಆಗಾಗ ಅವಕಾಶ ಸಿಕ್ಕಾಗ ಕ್ಯಾಂಪ್‌ನಲ್ಲಿ ವ್ಯಕ್ತಿಗತವಾಗಿ ಇಲ್ಲವೇ ಸಾಮೂಹಿಕವಾಗಿ ಸೈಕೋಥೆರಪಿ ಅಥವಾ ಸೈಕೋ ಹೈಜನಿಕ್ ಚಿಕಿತ್ಸೆಯನ್ನು ನೀಡಲಾಗುತ್ತಿತ್ತು. ವ್ಯಕ್ತಿಗತವೆಂದರೆ ಒಬ್ಬನ ಪ್ರಾಣವನ್ನು ಉಳಿಸಲು ಪ್ರಯಾಸದಿಂದ ಮಾಡುವಂತಹ ಪ್ರಕ್ರಿಯೆ. ಅಂತಹ ಪ್ರಯಾಸದ ಮಾರ್ಗದಿಂದ ಖೈದಿಗಳಿಗೆ ಯಾಕಾಗಿ ಚಿಕಿತ್ಸೆಯನ್ನು ನೀಡಲಾಗುತ್ತಿತ್ತೆಂದರೆ, ಅವರನ್ನು ಆತ್ಮಹತ್ಯೆಯ ಪ್ರವೃತ್ತಿಯಿಂದ ಪಾರು ಮಾಡುವ ಉದ್ದೇಶದಿಂದ. ಕ್ಯಾಂಪ್‌ನ ಒಂದು ಕಟ್ಟುನಿಟ್ಟಿನ ನಿಯಮದ ಪ್ರಕಾರ ಆತ್ಮಹತ್ಯೆ ಮಾಡಿಕೊಳ್ಳಲು ಪ್ರಯತ್ನಿಸುವ ಯಾರನ್ನೂ ಉಳಿಸಲು ಯತ್ನಿಸಬಾರದು. ಒಂದು ವೇಳೆ ಯಾವನೇ ಆತ್ಮಹತ್ಯೆಗೆ ಪ್ರಯತ್ನಿಸುತ್ತಿರುವಾಗ ಹಿಡಿಯಲ್ಪಟ್ಟರೆ ಆತನನ್ನು ತಕ್ಷಣ ಕೊಲ್ಲಲಾಗುತ್ತಿತ್ತು. ಹಾಗಾಗಿ ಇಂತಹ ಸನ್ನಿವೇಶಗಳು ಬಾರದಂತೆ ನೋಡಿಕೊಳ್ಳುವುದು ಮುಖ್ಯವಾಗಿತ್ತು.

ನನಗೆ ಈಗಲೂ ಸಂಭಾವ್ಯ ಆತ್ಮಹತ್ಯೆಯ ಎರಡು ಉದಾಹರಣೆಗಳನ್ನು ಕಂಡ ನೆನಪಿದೆ. ಅವೆರಡೂ ಹೆಚ್ಚು ಕಮ್ಮಿ ಒಂದೇ ತೆರನಾಗಿದ್ದವು. ಅವರಿಬ್ಬರೂ ಆತ್ಮಹತ್ಯೆ ಮಾಡಿಕೊಳ್ಳುವ ಮಸಲತ್ತು ಮಾಡಿದ್ದರು. ಇಬ್ಬರೂ ತಮಗೆ ಇನ್ನು ಬದುಕಿನಲ್ಲಿ ಯಾವುದೇ ಅಪೇಕ್ಷೆಯಾಗಲೀ ಆಕಾಂಕ್ಷೆಗಳಾಗಲೀ ಉಳಿದಿಲ್ಲವೆಂದು ಹೇಳುತ್ತಿದ್ದರು. ಇಬ್ಬರ ಸಂದರ್ಭದಲ್ಲೂ, ಅವರಿಗೆ ಜೀವನದಲ್ಲಿ ಇನ್ನೂ ಉಳಿಯುವುದಕ್ಕೆ ಆಶಾಭಾವನೆಯನ್ನು ತುಂಬಬೇಕಿತ್ತು, ಭವಿಷ್ಯ ಅವರ ಬಗೆಗಿನ ಅಪೇಕ್ಷೆಯನ್ನು ನಿರೀಕ್ಷಿಸುತ್ತಿದೆ ಎನ್ನುವಂತೆ. ನಿಜವಾಗಿ ನಮಗೆ ಅನ್ನಿಸಿದ್ದೆಂದರೆ, ಅವರಲ್ಲಿ ಒಬ್ಬನಿಗೆ ತನ್ನ ಮಗುವಿಗಾಗಿ ಉಳಿಯುವ ಕಾರಣವಿರಬೇಕಿತ್ತು ಅಂತ, ಆ ಮಗುವಿನ ಕುರಿತು ಆತ ಬಹಳ ಪ್ರೀತಿಯನ್ನು ಇಟ್ಟುಕೊಂಡಿದ್ದ ಮತ್ತು ವಿದೇಶದಲ್ಲಿ ಆತನ ಆಗಮನಕ್ಕಾಗಿ ಕಾಯುತ್ತಿದೆ ಎಂಬ ಕಾರಣಕ್ಕಾಗಿ. ಇನ್ನೊಬ್ಬನಿಗಿದ್ದ ಕಾರಣವೆಂದರೆ ಬೇರೆ ಯಾವುದೇ ವ್ಯಕ್ತಿಯಾಗಿರದೆ ಅದೊಂದು ವಸ್ತುವಾಗಿತ್ತು. ಆತ ಒಬ್ಬ ವಿಜ್ಞಾನಿಯಾಗಿದ್ದು,

ಪುಸ್ತಕಗಳ ಒಂದು ಸರಣಿಯನ್ನೇ ಸಿದ್ಧಪಡಿಸಿದ್ದ. ಇನ್ನೂ ಅದು ಪೂರ್ತಿಯಾಗಿರಲಿಲ್ಲ. ಆತನ ಈ ಕೆಲಸವನ್ನು ಬೇರೆ ಯಾರೂ ಮಾಡಲು ಸಾಧ್ಯವಿರಲಿಲ್ಲ. ಹೇಗೆ ತಮ್ಮ ಮಕ್ಕಳ ನಿಗಾವನ್ನು ಬೇರೆ ಯಾರೂ ಸ್ನೇಹ ಪೂರ್ವಕವಾಗಿ ನಿಭಾಯಿಸಲು ಸಾಧ್ಯವಿಲ್ಲವೋ ಅದೇ ತೆರನಾಗಿತ್ತು ಇದು.

ಅಸ್ತಿತ್ವದ ಜವಾಬ್ದಾರಿ

ಈ ಅನನ್ಯತೆ ಮತ್ತು ವಿಚಿತ್ರ ವಿಷಯ ಪ್ರತಿಯೊಬ್ಬ ಮನುಷ್ಯನನ್ನು ಇನ್ನೊಬ್ಬನಿಂದ ಪ್ರತ್ಯೇಕವಾಗಿಸುತ್ತದೆ ಮತ್ತು ಆತನ ಅಸ್ತಿತ್ವಕ್ಕೆ ಒಂದು ಪರಿಚಯವನ್ನು ನೀಡುತ್ತದೆ ಅಂತೆಯೇ ಒಂದು ಅರ್ಥವನ್ನು ಕೊಡುತ್ತದೆ. ಹೇಗೆಂದರೆ, ಒಬ್ಬನಿಗೆ ತನ್ನ ರಚನಾತ್ಮಕ ಕಾರ್ಯವನ್ನು ಪೂರ್ಣಗೊಳಿಸುವ ಜವಾಬ್ದಾರಿ... ಮತ್ತೆ ಇನ್ನೊಬ್ಬನಿಗೆ ತನ್ನ ಪರಿವಾರದೊಂದಿಗಿನ ಪ್ರೀತಿ... ಎದುರು ನೋಡುತ್ತಿರುತ್ತವೆ. **ಯಾವಾಗ ಮನುಷ್ಯನಿಗೆ ತನ್ನ ಸ್ಥಾನವನ್ನು ಇನ್ನೊಬ್ಬ ವ್ಯಕ್ತಿ ತುಂಬಿಸಲು ಸಾಧ್ಯವಿಲ್ಲವೆಂಬ ಅಂಶ ವೇದ್ಯವಾಗುತ್ತದೋ, ಆಗ ಆ ವ್ಯಕ್ತಿ ಅಸ್ತಿತ್ವಕ್ಕೆ ಒಂದು ಜವಾಬ್ದಾರಿಕೆಯ ಅಂಶದ ಅನುಭವ ಪಡೆಯುವಂತಾಗುತ್ತಾನೆ. ಎಂತಹ ಜವಾಬ್ದಾರಿ ಅಂದರೆ, ಅದು ತನ್ನ ಪೂರ್ಣ ಭವ್ಯತೆಯೊಂದಿಗೆ ಹೊರಹೊಮ್ಮಿರುತ್ತದೆ.**

ಯಾವ ವ್ಯಕ್ತಿ ತಾನು ಬಿಟ್ಟು ಬಂದ ಕೆಲಸವನ್ನು ಅಥವಾ ತನ್ನ ಪ್ರೀತಿಯನ್ನು ಎದುರು ನೋಡುತ್ತಿರುವ ಮಗುವಿಗೆ ಸಂಬಂಧಿಸಿದಂತೆ ಜವಾಬ್ದಾರಿಯನ್ನು ಸ್ವೀಕರಿಸುತ್ತಾನೋ, ಆತ ಎಂದಿಗೂ ತನ್ನ ಜೀವದ ಜತೆಗೆ ಆಟವಾಡಲು ಇಷ್ಟಪಡಲಾರ. ಈಗ ಆತನ ಅಸ್ತಿತ್ವದ ಜತೆಗೆ ಒಂದು 'ಯಾಕೆ' ಬೆಸೆದುಕೊಂಡಿರುವುದರಿಂದ ಆತ ಯಾವತ್ತೂ ಯಾವುದೇ ರೀತಿಯ 'ಹೇಗೆ' ಎಂಬುದನ್ನು ನಗುತ್ತಲೇ ಸಹಿಸಿಕೊಂಡಿರಲು ಸಾಧ್ಯವಾಗುತ್ತದೆ.

ಕ್ಯಾಂಪ್‌ನಲ್ಲಿ ಸಾಮೂಹಿಕ ಮನೋಚಿಕಿತ್ಸೆಯ ಅವಕಾಶ ಬಹಳ ಸೀಮಿತವಾಗಿತ್ತು. ಶಬ್ದಗಳಿಗಿಂತಲೂ ಒಂದು ಸೂಕ್ತ ಉದಾಹರಣ ಹೆಚ್ಚು ಪ್ರಭಾವಶಾಲಿಯಾಗಿತ್ತು. ಅಲ್ಲೊಬ್ಬ ಹಿರಿಯ ವಾರ್ಡನ್ ಇದ್ದ, ಆತ ತನ್ನ ನ್ಯಾಯಪ್ರಿಯತೆ ಮತ್ತು ಉತ್ಸಾಹದಾಯಕ ಮಾತುಗಳಿಗಾಗಿ ಮಿಕ್ಕುಳಿದ ಅಧಿಕಾರಿಗಳಿಗಿಂತ ಹೆಚ್ಚು ಜನಪ್ರಿಯನಿದ್ದ. ತನ್ನ ನ್ಯಾಯ ಕ್ಷೇತ್ರದಲ್ಲಿ ಬರುತ್ತಿದ್ದ ಸಾವಿರಾರು ಖೈದಿಗಳ ಮೇಲೆ ನೈತಿಕತೆಯ ದೃಷ್ಟಿಯಿಂದ ಆತ ಪ್ರಭಾವ ಬೀರುವ ಅವಕಾಶವಿರುತ್ತಿತ್ತು. ಶಬ್ದಗಳಿಗಿಂತಲೂ ನಡುವಳಿಕೆ ಹೆಚ್ಚು ಪ್ರಭಾವ ಬೀರುತ್ತದೆ. ಆದರೆ ಕೆಲವೊಮ್ಮೆ ಶಬ್ದಗಳೂ ತಮ್ಮ ಪ್ರಭಾವವನ್ನು ಬೀರುತ್ತವೆ ಅನ್ನಿ. ಯಾವುದಾದರೂ ಹೊರಗಿನ ಪ್ರಭಾವಕ್ಕೆ ಒಳಗಾದ ಕಾರಣದಿಂದ ಮಾನಸಿಕ ಗ್ರಹಣ ಸಾಮರ್ಥ್ಯ ಬಹಳ ಗಹನವಾಗುತ್ತ ಹೋದ ಹಾಗೆ ಶಬ್ದಗಳು ತನ್ನ ಪ್ರಭಾವವನ್ನು ಬೀರುತ್ತವೆ. ನನಗೆ ಇಂದಿಗೂ ಒಂದು ಘಟನೆಯ ನೆನಪಿದೆ, ಆಗ ನನಗೆ ಪೂರ್ತಿ ಜೋಪಡಿಯ ಖೈದಿಗಳಿಗೆ ಮಾನಸಿಕ ಚಿಕಿತ್ಸೆಯನ್ನು ನೀಡುವ ಅವಕಾಶವನ್ನು ಕಲ್ಪಿಸಲಾಗಿತ್ತು. ಅವರೆಲ್ಲರ ಮಾನಸಿಕ ಗ್ರಾಹ್ಯದ ಸಾಮರ್ಥ್ಯ ಒಂದು ನಿಶ್ಚಿತ ಬಾಹ್ಯ ಪರಿಸ್ಥಿತಿಯ ಕಾರಣದಿಂದ ಅಧಿಕವಾಗಿತ್ತು.

ಶಬ್ದಗಳ ಪ್ರಭಾವ

ಅದೊಂದು ಕೆಟ್ಟ ದಿನವಾಗಿತ್ತು. ಪೆರೇಡ್‌ನ ಸಮಯದಲ್ಲಿ ಘೋಷಣೆಯೊಂದನ್ನು ಮಾಡಲಾಗಿದ್ದು ಅದರ ಪ್ರಕಾರ ಯಾವ ಯಾವ ಕಾರ್ಯಚರಣೆ ಅನುಚಿತವೆಂದು ಪರಿಗಣಿಸಲಾಗುತ್ತದೆ ಮತ್ತು ಅಂತಹ ಕಾರ್ಯಚರಣೆ ಕಂಡುಬಂದ ತಕ್ಷಣ ಅಂತಹ ವ್ಯಕ್ತಿಗೆ ಕೂಡಲೇ ಮರಣ ದಂಡನೆಯನ್ನು ವಿಧಿಸಿ ಗಲ್ಲಿಗೇರಿಸಲಾಗುವುದು ಅಂತ. ಅಂತಹ

ಕಾರ್ಯಾಚರಣೆಗಳಲ್ಲಿ ಸಣ್ಣ ಪುಟ್ಟ 'ಕಳವು'ಗಳೂ, ಸಣ್ಣ ಪುಟ್ಟ ವಿಷಯಗಳು ಉದಾಹರಣೆಗೆ, ನಮ್ಮ ಹಳೆಯ ಬ್ಲಾಂಕೆಟ್‌ನಿಂದ ಒಂದು ಅಂಚನ್ನು ಹರಿದು ಉಪಯೋಗಿಸುವುದು (ಮೊಣಕಾಲಿಗೆ ಆಸರೆ ನೀಡುವ ಸಲುವಾಗಿ ಅದನ್ನು ಸುತ್ತಿಕೊಳ್ಳಲಾಗುತ್ತಿತ್ತು) ಶಾಮೀಲಾಗಿದ್ದವು. ಇಂತಹುಗಳನ್ನು ಅಪರಾಧವೆಂದು ಪರಿಗಣಿಸಲಾಗುತ್ತಿತ್ತು. ಕೆಲವು ದಿನಗಳ ಹಿಂದೆ ಒಬ್ಬ ಹಸಿವಿನಿಂದ ಬಳಲಿಹೋಗಿದ್ದ ಖೈದಿ ಆಲೂಗಡ್ಡೆಯ ದಾಸ್ತಾನಿಗೆ ಲಗ್ಗೆಯಿಟ್ಟು ಕೆಲವು ಪೌಂಡ್‌ಗಳಷ್ಟು ಆಲೂಗಡ್ಡೆಗಳನ್ನು ಕದ್ದು ತಂದಿದ್ದ. ಕಳ್ಳತನವನ್ನು ಪತ್ತೆ ಹಚ್ಚಲಾಯಿತು ಮತ್ತು ಕೆಲವು ಸೆರೆವಾಸಿಗಳಿಗೆ "ಕಳ್ಳ" ಯಾರೆಂಬುದು ತಿಳಿದುಹೋಯಿತು. ಕ್ಯಾಂಪ್ ಅಧಿಕಾರಿಗಳಿಗೆ ಸುದ್ದಿ ಮುಟ್ಟಿದೊಡನೆ ಅವರಿಂದ ಆದೇಶ ಬಂತು, ಅಪರಾಧಿ ಯಾರೆಂಬುದನ್ನು ತಿಳಿಸದೇ ಹೋದರೆ, ಪೂರ್ತಿ ಕ್ಯಾಂಪ್‌ನ ಸೆರೆವಾಸಿಗಳಿಗೆ ಪೂರ್ತಿ ದಿನ ಆಹಾರ ಸರಬರಾಜನ್ನು ನಿಲ್ಲಿಸಲಾಗುತ್ತದೆ ಅಂತ. ಸ್ವಾಭಾವಿಕವೆನ್ನುವಂತೆ 2,500 ಜನರೂ ಉಪವಾಸ ಬೀಳುವುದಕ್ಕೆ ತಯಾರಾದರು.

ಆ ಉಪವಾಸಬಿದ್ದ ದಿನ ಸಂಜೆ ನಮ್ಮ ಮಣ್ಣಿನ ಆ ಗುಡಿಸಲಿನಲ್ಲಿ ಎಲ್ಲರೂ ಮ್ಲಾನ ವದನದೊಂದಿಗೆ ಕುಸಿದು ಕುಳಿತಿದ್ದೆವು. ಬಹಳ ಕಡಿಮೆ ಮಾತನ್ನು ಆಡುತ್ತಲಿದ್ದೆವು ಮತ್ತು ಪ್ರತಿಯೊಂದು ಮಾತೂ ಕಿರಿಕಿರಿ ಎನ್ನಿಸುತ್ತಿತ್ತು. ವಿಷಯ ಇನ್ನಷ್ಟು ವಿಷಮತೆಗೆ ಒಯ್ಯುವಂತೆ ಲೈಟ್ ಹೊರಟುಹೋಯಿತು. ಎಲ್ಲರೂ ವಿಭ್ರಮೆಗೊಂಡರು. ಆದರೆ ನಮ್ಮ ಹಿರಿಯ ಬ್ಲಾಕ್ ವಾರ್ಡನ್ ಓರ್ವ ವಿವೇಕವುಳ್ಳ ಮನುಷ್ಯನಾಗಿದ್ದ. ಆ ಕ್ಷಣದಲ್ಲಿ ನಮ್ಮ ಮನಸ್ಸಿನಲ್ಲೆಲ್ಲ ಓಡಾಡುತ್ತಿದ್ದ ವಿಷಯಗಳ ಬಗ್ಗೆಯೇ ಕೆಲವು ಮಾತುಗಳನ್ನು ಆತ ಆಡಿದ. ಹಿಂದಿನ ಕೆಲವು ದಿನಗಳಲ್ಲಿ ರೋಗಪೀಡಿತರಾಗಿಯೋ, ಆತ್ಮಹತ್ಯೆ ಮಾಡಿಕೊಂಡೋ ಸಾವೀಗೀಡಾದ ನಮ್ಮ ಸ್ನೇಹಿತರ ಬಗ್ಗೆ ಪ್ರಸ್ತಾಪಿಸಿದ. ಆ ಸಾವುಗಳಿಗೆ ನಿಜವಾಗಿ ಏನು ಕಾರಣವಾಗಿರಬಹುದೆಂದು ಕೂಡಾ ಆತ ಹೇಳಿದ : ಅದು ಭರವಸೆಯನ್ನು ಕಳೆದುಕೊಂಡಿರುವುದರಿಂದ ಆಗಿದೆ ಎಂದ. ಹಾಗೆ ಮುಂದೆ ಅತಿರೇಕದ ಮಟ್ಟವನ್ನು ತಲುಪಿ ಅಂತಹ ಸಂಭವಗಳು ನಡೆಯದಂತೆ ಏನಾದರೂ ಒಂದು ರಹದಾರಿಯನ್ನು ಕಂಡುಕೊಳ್ಳಬೇಕೆಂದು ಆತ ಸಲಹೆ ನೀಡಿದ. ಆತ ಹಾಗೆ ಹೇಳುತ್ತ ನನ್ನತ್ತ ಬೊಟ್ಟು ಮಾಡಿ ಅದರ ಜವಾಬ್ದಾರಿಯನ್ನು ನಾನು ನಿಭಾಯಿಸುವಂತೆ ಸಲಹೆ ನೀಡಿದ. ದೇವರೇ ಬಲ್ಲ, ನಾನು ನನ್ನ ಬಳಗದವರಿಗೆ ಯಾವುದೇ ಮನೋವೈಜ್ಞಾನಿಕ ಅಥವಾ ನೀತಿ ಪಾಠವನ್ನು ಉಪದೇಶಿಸುವ ಪರಿಸ್ಥಿತಿಯಲ್ಲಿ – ಅವರ ಆತ್ಮಗಳಿಗೆ ವೈದ್ಯಕೀಯ ಚಿಕಿತ್ಸೆಯನ್ನು ನೀಡುವಂಥ ಪರಿಸ್ಥಿತಿಯಲ್ಲಿ – ಇದ್ದಿರಲಿಲ್ಲ. ನಾನು ಛಳಿಯಿಂದ ನಡುಗುತ್ತಿದ್ದೆ ಮತ್ತು ಬಹಳ ಹಸಿವಿನಿಂದ ಬಳಲಿಹೋಗಿದ್ದೆ. ಆದರೆ ನಾನು ಈ ಅನನ್ಯವಾದ ಅವಕಾಶವನ್ನು ಕಳೆದುಕೊಳ್ಳುವಂತಿರಲಿಲ್ಲ. ಪ್ರೇರೇಪಿಸುವುದು ಈವೊತ್ತಿನ ಎಲ್ಲಕ್ಕೂ ಮಿಗಿಲಾದ ಅವಶ್ಯಕತೆಯಾಗಿತ್ತು.

ನಾನು ನನ್ನ ಮಾತನ್ನು ಜೋಪಡಿಗಳಲ್ಲಿರುವ ಕ್ಷುಲ್ಲಕವೆನಿಸುವ ಅನುಕೂಲತೆಗಳ ಬಗ್ಗೆ ಪ್ರಸ್ತಾಪಿಸಿದೆ. ಈ ಯೂರೋಪ್‌ನಂತಹ ಸ್ಥಳದಲ್ಲಿ ಎರಡನೆಯ ಜಾಗತಿಕ ಯುದ್ಧದ ಆರನೇ ಚಳಿಗಾಲದಲ್ಲಿ ನಮ್ಮ ಪರಿಸ್ಥಿತಿಯು ಅತ್ಯಂತ ಶೋಚನೀಯವಾಗಿಯೇನೂ ಇದ್ದಿರಲಿಲ್ಲ. ನಮ್ಮಲ್ಲಿ ಪ್ರತಿಯೊಬ್ಬರೂ ಅದೆಂತಹ ಎಂದಿಗೂ ಸರಿಪಡಿಸಲಾಗದಂತಹ ನಷ್ಟವನ್ನು ಅನುಭವಿಸಿದ್ದೇವೆ ಎಂಬುದನ್ನು ನಮ್ಮಷ್ಟಕ್ಕೇ ಕೇಳಿಕೊಳ್ಳಬೇಕು ಎಂದೆ. ನಮ್ಮಲ್ಲಿ ಯಾರಿಗೂ ಅಂತಹ ನಷ್ಟವೇನೂ ಆಗಿರಲಿಲ್ಲ. ಹಾಗೆ ಜೀವಂತವಾಗಿ ಉಳಿದುಕೊಂಡಿರುವ ನಾವುಗಳಿಗೆ ಭರವಸೆಯ ಕಾರಣಗಳಿವೆ ಎಂದೆ. ಆರೋಗ್ಯ, ಕುಟುಂಬ, ಸಂತೋಷ, ಔದ್ಯೋಗಿಕ ಸಾಮರ್ಥ್ಯಗಳು,

ಸಂಪತ್ತು, ಸಾಮಾಜಿಕ ಸ್ಥಾನಮಾನ – ಇವೆಲ್ಲಾ ವಿಷಯಗಳನ್ನು ಮತ್ತೆ ಸಾಧಿಸುವ ಮತ್ತು ಸ್ಥಾಪಿಸುವ ಅವಕಾಶ ಹೇರಳವಾಗಿ ಇದೆ ಎಂದು ಪ್ರತಿಪಾದಿಸಿದೆ. ಏನಿದ್ದರೂ ನಮ್ಮ ಎಲುಬುಗಳೆಲ್ಲ ಆಯಾ ಸ್ಥಾನಗಳಲ್ಲಿ ಗಟ್ಟಿಮುಟ್ಟಾಗಿವೆಯಲ್ಲವೆ ಎಂದೆ. ನಾವು ಪಟ್ಟ ಪಾಡು ಏನಿದ್ದರೂ ಅದು ಮುಂದಿನ ದಿನಗಳಲ್ಲಿ ಬಹಳ ಅಮೂಲ್ಯವಾಗಿ ಪರಿಣಮಿಸಬಹುದೆಂದು ಹೇಳಿದೆ. ನಾನು ನೀಷೆಯವರ ಮಾತುಗಳನ್ನು ಉದ್ಧರಿಸಿದೆ: "ಯಾವುದಕ್ಕೆ ನನ್ನನ್ನು ಕೊಲ್ಲಲು ಸಾಧ್ಯವಾಗಲಿಲ್ಲವೋ, ಅದು ನನ್ನನ್ನು ಇನ್ನಷ್ಟು ಶಕ್ತಿಯುತನನ್ನಾಗಿ ಮಾರ್ಪಡಿಸುತ್ತದೆ."

ನಾನು ಮತ್ತೆ ಭವಿಷ್ಯದ ಬಗ್ಗೆ ಮಾತಾಡಿದೆ. ನಾನು ಹೇಳಿದೆ, 'ಭವಿಷ್ಯವು ನಿರಾಶಾಜನಕವೆಂದು ತೋರಬಹುದು. ನಾವು ಪ್ರತಿಯೊಬ್ಬರೂ ಬದುಕಿ ಉಳಿಯುವ ಬಹಳಷ್ಟು ಅಲ್ಪ ಸಾಧ್ಯತೆಯ ಬಗೆಗೆ ಎಲ್ಲರೂ ಅಂದುಕೊಂಡಿರುವುದನ್ನು ನಾನು ಸಮ್ಮತಿಸಿದೆ. 'ಕ್ಯಾಂಪ್'ನಲ್ಲಿ ಇಲ್ಲಿಯತನಕ ಯಾವುದೇ ಟೈಫುಸ್‌ನ ಆತಂಕದ ಸುಳಿವು ಇಲ್ಲ'ವಾದರೂ, ನಾನು ವೈಯಕ್ತಿಕವಾಗಿ ಬದುಕಿ ಉಳಿಯುವ ಸಾಧ್ಯತೆ ಇಪ್ಪತ್ತರಲ್ಲಿ ಒಂದು ಅಂತ ಹೇಳಿದೆ. ಇಷ್ಟೆಲ್ಲ ಅನ್ನಿಸಿದರೂ ನಾನು ಯಾವುದೇ ಭರವಸೆಯನ್ನು ಕಳೆದುಕೊಂಡಿಲ್ಲ, ಇನ್ನೂ ಕೈಚೆಲ್ಲಲಿಲ್ಲ ಅಂತಲೂ ಹೇಳಿದೆ. ಯಾಕೆಂದರೆ ಯಾರೊಬ್ಬರಿಗೂ ಮುಂದಿನ ದಿನ ಏನಾಗುತ್ತದೆ ಎನ್ನುವುದು ತಿಳಿದಿಲ್ಲ. ಮುಂಬರುವ ದಿನವಿರಲಿ, ಮುಂದಿನ ಕ್ಷಣ, ಮುಂದಿನ ಒಂದು ತಾಸಿನಲ್ಲಿ ಏನಾಗುತ್ತದೆ ಎಂಬುದು ಯಾರಿಗೂ ತಿಳಿದಿಲ್ಲ. ಸದ್ಯಕ್ಕೆ ನಾವು ಯಾವುದೇ ಗಂಭೀರವಾದ ಮಿಲಿಟರಿ ಕಾರ್ಯಾಚರಣೆಯ ಸುಳಿವನ್ನು ಮುಂದಿನ ಕೆಲವು ದಿನಗಳವರೆಗೆ ನಿರೀಕ್ಷಿಸುತ್ತಿಲ್ಲವಾದರೂ, ಕ್ಯಾಂಪಿನ ಅನುಭವದಿಂದ ಬಲ್ಲೆವು, ನಮಗಿಂತ ಹೆಚ್ಚು ಯಾರಿಗೂ ಅದು ತಿಳಿಯುವುದಿಲ್ಲ ಬಿಡಿ, ಎಂತಹ ಮಹತ್ವದ ಅದೃಷ್ಟದ ಬಾಗಿಲುಗಳೂ ತೆರೆದುಕೊಳ್ಳಬಹುದು, ಒಮ್ಮಿಂದೊಮ್ಮೆಗೇ, ಕೆಲವೇ ವ್ಯಕ್ತಿಗಳಿಗಾದರೂ. ಉದಾಹರಣೆಗೆ ಯಾರಾದರೂ ಉತ್ತಮ ಸೌಲಭ್ಯಗಳಿರುವ ಒಂದು ವಿಶೇಷ ಗುಂಪಿಗೆ ಸೇರ್ಪಡೆಗೊಳ್ಳಬಹುದು – ಅದು ಆ ಸೆರೆವಾಸಿಯ 'ಅದೃಷ್ಟ'ವೆಂದೇ ಕರೆಯಬಹುದು.

ಆದರೆ ನಾನು ಕೇವಲ ಮುಂಬರುವ ನಾಳೆಯ ಮತ್ತು ಅದನ್ನು ಮುಚ್ಚಿಟ್ಟಿರುವ ಪರದೆಯ ಮಾತನ್ನು ಮಾತ್ರ ಹೇಳಲಿಲ್ಲ. ಬದಲಾಗಿ ನಾನು ಗತಕಾಲದ ಬಗೆಗಿನ ವಿಷಯವನ್ನೂ ಹೇಳಿದೆ. ಆ ಪ್ರಜ್ವಲವಾದ ಬೆಳಕಿನ ಕುರಿತು, ಆ ಎಲ್ಲಾ ಸುಖ ಸಂತೋಷಗಳ ಕುರಿತು, ಅದು ಹೇಗೆ ಇಂದಿನ ಈ ಕಗ್ಗತ್ತಿನಲ್ಲಿಯೂ ಬೆಳಗುತ್ತಿದೆ ಎಂದು ವಿವರಿಸಿದೆ. ನಾನೊಬ್ಬ ಉಪದೇಶಕನಂತೆ ಗೋಚರವಾಗದಿರಲಿ ಎಂದು ಮತ್ತೆ ಒಬ್ಬ ಕವಿಯ ಮಾತನ್ನು ಉದ್ಧರಿಸಿದೆ – 'ನೀವು ಅನುಭವಿಸಿದ್ದನ್ನು ಯಾವುದೇ ಶಕ್ತಿಯೂ ಕಿತ್ತುಕೊಳ್ಳಲು ಅಸಾಧ್ಯ.' ನಮ್ಮ ಅನುಭವಗಳಷ್ಟೇ ಅಲ್ಲ, ನಾವೇನೆಲ್ಲಾ ಮಾಡಿದ್ದೇವೆ, ಯಾವೆಲ್ಲಾ ಮಹತ್ವದ ಯೋಚನೆಗಳು ನಮ್ಮಲ್ಲಿ ಸುಳಿದಾಡಿವೆ, ಮತ್ತು ಏನೆಲ್ಲಾ ಪೀಡೆಗಳನ್ನು ಸಹಿಸಿದ್ದೇವೆ, ಅವೆಲ್ಲಾ ಯಾವತ್ತೂ ನಮ್ಮಿಂದ ಕಳೆಯಲಾಗುವುದಿಲ್ಲ, ಅವು ಗತಕಾಲದ ವಿಷಯಗಳಾದರೂ ಸಹ, ನಾವು ಅವನ್ನು ಜೀವಿಸಿದ್ದೆವು ತಾನೇ? ನಾವು 'ಇದ್ದೆವು' ಎನ್ನುವುದೂ ಸಹ ಒಂದು ಇರುವಿಕೆಯೇ ಅಲ್ಲವೇ? ಮತ್ತದು ಖಚಿತವಾದದ್ದೂ ಸಹ.

ಮತ್ತೆ ನಾನು ಬದುಕಿಗೆ ಅರ್ಥವನ್ನು ನೀಡಿರುವ ಅನೇಕ ಪ್ರಸಂಗಗಳನ್ನು ಪ್ರಸ್ತಾಪಿಸಿದೆ. ನನ್ನ ಸ್ನೇಹಿತರನ್ನು ಉದ್ದೇಶಿಸಿ ನಾನು ಹೇಳಿದೆ (ಅವರೆಲ್ಲ ಮಿಸುಕಾಡದೆ ಮಲಗಿಕೊಂಡಿದ್ದರು, ಕೆಲವೊಮ್ಮೆ ಮಾತ್ರ ತುಸು ನಿಟ್ಟುಸಿರಿನ ಸದ್ದು ಕೇಳಿಸುತ್ತಿತ್ತು) ಮನುಷ್ಯ ಜನ್ಮ ಯಾವುದೇ ಸನ್ನಿವೇಶದಲ್ಲಿ, ಅರ್ಥವನ್ನು ಕಳೆದುಕೊಳ್ಳುವುದಿಲ್ಲ ಮತ್ತು ಅದೇ ಅನಂತ ಬದುಕಿನ ಅರ್ಥವೇ

ನಮ್ಮೆಲ್ಲ ದುಃಖಗಳನ್ನು, ಸಾವುಗಳನ್ನು, ಕೊರತೆಗಳನ್ನು ಸೇರಿಸಿಕೊಂಡಿದೆ ಎಂದೆ. ನಾನು ಆ ಗುಡಿಸಲಿನ ಕತ್ತಲಿನಲ್ಲಿ ಆಲಿಸುತ್ತಿದ್ದ ನನ್ನ ಸೆರೆವಾಸಿ ಬಂಧುಗಳಿಗೆ ಯಾವತ್ತೂ ನಿರಾಶೆಯನ್ನು ತಾಳಬಾರದು, ಸಾಹಸದಿಂದ ಬಂದಿರುವ ಪರಿಸ್ಥಿತಿಯನ್ನು ಎದುರಿಸಬೇಕೆಂದೂ ಹೇಳಿದೆ. ಏಕೆಂದರೆ ಬಂದಿರುವ ಪರಿಸ್ಥಿತಿ ಎಷ್ಟೇ ನಿರಾಶಾಜನಕವಾಗಿ ಕಂಡರೂ ಅದು ಜೀವನದ ಘನತೆ ಮತ್ತು ಅರ್ಥದಿಂದ ನಮ್ಮನ್ನು ಬೇರ್ಪಡಿಸಲಾರದು ಎಂದೆ. ನಾನು ಹೇಳಿದೆ, ನಮ್ಮ ಈ ಕಠಿಣವಾದ ಸಮಯದಲ್ಲಿ ನಮ್ಮಲ್ಲಿ ಪ್ರತಿಯೊಬ್ಬನನ್ನೂ ಯಾರಾದರೂ ನೋಡಿಯೇ ನೋಡುತ್ತಾರೆ – ಆತನೊಬ್ಬ ಮಿತ್ರನಿರಬಹುದು, ಪತ್ನಿಯಾಗಿರಬಹುದು, ಯಾರೋ ಜೀವಂತ ಅಥವಾ ಮೃತ ಅಥವಾ ದೇವರೇ ಆಗಿರಬಹುದು ಮತ್ತು ನಾವೆಂದಿಗೂ ಅವರಿಗೆ ನಿರಾಶೆ ತಾಳುವಂತೆ ಮಾಡಬಾರದು. ಅವರೆಲ್ಲ ನಮ್ಮಿಂದ ಏನನ್ನು ಬಯಸಿದ್ದಾರೆ ಅಂದರೆ, ಪೂರ್ತಿ ಗೌರವದಿಂದ ನಾವು ಎಲ್ಲಾ ಘಟನೆಗಳನ್ನು, ಪೀಡೆಗಳನ್ನು ಎದುರಿಸಿದ್ದೇವೆ ಅಂತ, ಅದನ್ನು ದುಃಖಿಯಾಗಿದ್ದುಕೊಂಡಲ್ಲ, ಸಾವಿನೆಡೆಗೆ ಸಾಗುವುದು ಹೇಗೆ ಎಂದು ಗೊತ್ತಿರುವ ಹಾಗೆ.

ಕೊನೆಯಲ್ಲಿ ನಾನು ನಮ್ಮ ಬಲಿದಾನದ ಬಗ್ಗೆ ಹೇಳಿದೆ, ಅದು ಪ್ರತಿ ಅಂಶದಲ್ಲೂ ಅರ್ಥಪೂರ್ಣವಾಗಿತ್ತು. ಅಂತಹ ಬಲಿದಾನ ಭೌತಿಕ ಸಫಲತೆಯನ್ನು ಆಗ್ರಹಿಸುವ ಬಾಹ್ಯದ ಜನರಿಗೆ ನಿರರ್ಥಕವೆನಿಸಬಹುದು, ಆದರೆ ಅದು ವಾಸ್ತವದಲ್ಲಿ ಬಹಳ ಅರ್ಥಪೂರ್ಣವಾಗಿತ್ತು. ನಾನು ಸ್ಪಷ್ಟ ಶಬ್ದಗಳಲ್ಲಿ ಹೇಳಿದೆ, ನಮ್ಮಲ್ಲಿ ಯಾರೇ ಯಾವುದೇ ಧರ್ಮದಲ್ಲಿ ವಿಶ್ವಾಸವನ್ನು ಇಟ್ಟಿರಲಿ, ಆ ವಿಷಯವನ್ನು ಸೊಗಸಾಗಿ ಅರ್ಥಮಾಡಿ ಕೊಳ್ಳುತ್ತಾರೆ. ನಾನು ನನ್ನೊಬ್ಬ ಸಂಗಡಿಗನ ಬಗೆಗೆ ಹೇಳಿದೆ, ಆತ ಕ್ಯಾಂಪ್‌ಗೆ ಸೇರಿಸಲ್ಪಟ್ಟ ತಕ್ಷಣ ದೇವರಿಗೆ ಮೊರೆಹೋಗುತ್ತ, ತನ್ನ ದುಃಖ ಮತ್ತು ಸಾವು, ತಾನು ಪ್ರೀತಿಸಿದ ಮನುಷ್ಯರನ್ನು ತಮ್ಮ ನೋವಿನಿಂದ ರಕ್ಷಿಸುವಂತೆ ಕಾಪಾಡುವಂತಿರಲಿ ಎಂದು ಬೇಡಿಕೊಂಡ. ಈ ಮನುಷ್ಯನಿಗೆ ದುಃಖ ಮತ್ತು ಸಾವುಗಳು ಅರ್ಥಪೂರ್ಣವಾಗಿದ್ದವು; ಆತನ ಬಲಿದಾನ ಗಹನವಾದ ಮಹತ್ತಿಕೆಯಿಂದ ಕೂಡಿತ್ತು. ತನ್ನ ಸಾವು ಸುಮ್ಮನೆ ನಿರರ್ಥಕವಾಗಬಾರದು ಎಂದು ಆತ ಬಯಸಿದ್ದ. ನಾವು ಸಹ ಇದನ್ನೇ ಬೆಯಸಿದ್ದೆವು.

ನಮ್ಮ ಬದುಕಿಗೆ ಪೂರ್ತಿಯಾಗಿ ಒಂದು ಅರ್ಥವನ್ನು ಕಂಡುಕೊಳ್ಳುವತ್ತ ನನ್ನ ಮಾತು ಸಾಗಿತ್ತು, ಅದೂ ಅಂತಹ ಪರಿಸ್ಥಿತಿಯಲ್ಲಿ, ಆ ದಾರುಣ ಪರಿಸ್ಥಿತಿಯ ಗುಡಿಸಲಿನಲ್ಲಿ ಪ್ರಾಯೋಗಿಕವಾದ ಚಿಂತನೆ ಅದಾಗಿತ್ತು. ನನ್ನ ಪ್ರಯತ್ನ ಫಲಪ್ರದವೆಂದು ನನಗನಿಸಿತು. ಮತ್ತೆ ಇಲೆಕ್ಟ್ರಿಕ್ ಬಲ್ಬ್ ಹೊತ್ತಿಕೊಂಡಾಗ ನನ್ನ ಅಭಾಗ್ಯ ಸ್ನೇಹಿತರು ಕುಂಟುತ್ತಲೇ ನನ್ನತ್ತ ಸಾಗಿ ಬಂದು ನನ್ನಲ್ಲಿ ಕೃತಜ್ಞತೆಯನ್ನು ಸಲ್ಲಿಸಿದರು. ಅವರ ಕಣ್ಣುಗಳು ತೇವಗೊಂಡಿದ್ದವು. ನಾನು ಇಲ್ಲಿ ಒಂದು ಮಾತನ್ನು ಹೇಳಲು ಇಷ್ಟಪಡುತ್ತೇನೆ, ಅದು ನನ್ನ ತಪ್ಪೊಪ್ಪಿಗೆಯೇ ಎನ್ನಬಹುದು, ಅದೇನೆಂದರೆ, ನಾನು ಬಹಳ ವಿರಳವಾಗಿ, ನನ್ನ ಸಂಗಡಿಗರ ದುಃಖವನ್ನು ಹಂಚಿಕೊಂಡಿದ್ದೆ. ಮತ್ತು ಅವರಿಗೆ ಸಹಾಯ ಒದಗಿಸುವ ಬಹಳಷ್ಟು ಅವಕಾಶಗಳನ್ನು ನಾನು ಕಳೆದುಕೊಂಡಿದ್ದೆ.

೧೩
ನಿರ್ದಯ ಕಾವಲುಗಾರರು

ನಾವೀಗ ಸೆರೆಯಾಳುಗಳ ಮಾನಸಿಕ ಪ್ರತಿಕ್ರಿಯೆಗಳ ಮೂರನೇ ಚರಣದತ್ತ ಸಾಗುತ್ತಿದ್ದೇವೆ, ಅದು ಅವರು ಸೆರೆವಾಸದಿಂದ ಸ್ವತಂತ್ರರಾದ ಬಳಿಕದ ಮಾತುಗಳು. ಆದರೆ ಅದಕ್ಕೂ ಮೊದಲು ನಮ್ಮೆದುರು ಒಂದು ಪ್ರಶ್ನೆ ಎದ್ದು ನಿಲ್ಲುತ್ತದೆ. ಮನೋಚಿಕಿತ್ಸೆಯನ್ನು ನಿರ್ವಹಿಸುವವರಲ್ಲಿ ಈ ಪ್ರಶ್ನೆಯನ್ನು ಕೇಳಲಾಗುತ್ತದೆ, ಯಾಕೆಂದರೆ ಅವರು ಸ್ವತಃ ಅಂತಹ ಅನುಭವಗಳನ್ನು ನೇರವಾಗಿ ಪಡೆದಿರುತ್ತಾರೆ ಎನ್ನುವುದರಿಂದ: ನೀವು ಕ್ಯಾಂಪ್‌ನ ಕಾವಲುಗಾರರ ಮಾನಸಿಕ ಅವಸ್ಥೆಯ ಬಗ್ಗೆ ಏನನ್ನು ಹೇಳಬಯಸುತ್ತೀರಿ? ಹಾಗೊಬ್ಬ ಎಲ್ಲರಂತೆ ಮಾಂಸ ತಡಿಕೆಗಳಿಂದಾದ ಮನುಷ್ಯ ಖೈದಿಗಳ ಜತೆಗೆ ಅಷ್ಟೊಂದು ನಿರ್ದಯತೆಯಿಂದ ಹೇಗೆ ವ್ಯವಹರಿಸು ಸಾಧ್ಯ? ಈ ರೀತಿಯ ಸಂಗತಿಗಳು ಕೇಳಿಬಂದಿರುವಾಗ ಮತ್ತದಕ್ಕೆ ಮಾನ್ಯತೆ ದೊರೆತಿದ್ದರಿಂದ ಅದು ಸಂಭವಿಸಿದೆ, ಆದರೆ ಅದು ಹೇಗೆ ತಾನೆ ನಡೆಯಲು ಸಾಧ್ಯ ಮನೋವೈಜ್ಞಾನಿಕ ತಳಹದಿಯಲ್ಲಿ? ಈ ಪ್ರಶ್ನೆಯನ್ನು ಹೆಚ್ಚು ವಿವರಗಳಲ್ಲಿ ಹೋಗದೇ ಉತ್ತರಿಸುವುದಕ್ಕೆ ಕೆಲವು ಅಂಶಗಳನ್ನು ಸೂಚಿಸುವುದು ಅನಿವಾರ್ಯ:

ಮೊತ್ತಮೊದಲನೆಯದಾಗಿ ಆ ಕಾವಲುಗಾರರ ಮನಸ್ಸಿನಲ್ಲಿ ಸ್ವಲ್ಪ ಪರಪೀಡನೆಯ (ಸ್ಯಾಡಿಸ್ಟ್) ಯೋಚನೆಗಳಿರಬೇಕು. ಅವರೇನೋ ಮಾನಸಿಕ ರೋಗಪೀಡಿತರಂತೆ ಅನ್ಯರಿಗೆ ಕಷ್ಟವನ್ನು ಕೊಡುವುದರಲ್ಲಿ ಸಂತೋಷವನ್ನು ಪಡೆಯುತ್ತಿದ್ದರೇನೋ.

ಎರಡನೆಯ ವಿಷಯವೆಂದರೆ, ಯಾವುದೇ ಗಂಭೀರ ರೂಪದ ಸನ್ನಿವೇಶಗಳ ನಿಭಾವಣೆಯ ಸಮಯದಲ್ಲಿ ಇವೇ ಉದಾಸೀನ

ಕಾವಲುಗಾರರನ್ನು ಆರಿಸಿಕೊಳ್ಳಲಾಗುತ್ತಿತ್ತು.

ನಾವು ನಮ್ಮ ಕಾರ್ಯಸ್ಥಳದಲ್ಲಿ ಮರದ ಕಟ್ಟಿಗೆ ಮತ್ತು ಕೊಂಬೆಗಳಿಂದ ಉರಿಸಲಾಗುವ ಒಲೆಗಳ ಸಮೀಪಕ್ಕೆ ಸಾಗಿ ಒಂದೆರಡು ನಿಮಿಷಗಳ ಸಮಯ ನಮ್ಮ ಮೈಕೈ ಕಾಯಿಸಿಕೊಳ್ಳುವ ಅವಕಾಶ ಸಿಕ್ಕಿದರಂತೂ ನಮ್ಮ ಸಂತೋಷಕ್ಕೆ ಪಾರವೇ ಇರುತ್ತಿರಲಿಲ್ಲ (ಇಂತಹ ಸದವಕಾಶ ಕೊರೆಯುವ ಚಳಿಯಲ್ಲಿ ಸತತವಾಗಿ ಎರಡು ತಾಸುಗಳ ಕಾಲ ದುಡಿದ ಮೇಲೆ ಸಿಗುತ್ತಿತ್ತು). ಆದರೆ ಕೆಲವು ಫೋರ್‌ಮನ್‌ಗಳು ಎಷ್ಟೊಂದು ಗರ್ವಿಷ್ಠರಿರುತ್ತಿದ್ದರೆಂದರೆ, ನಮ್ಮ ಇಂತಹ ಸಣ್ಣ ಪ್ರಮಾಣದ ಸುಖವನ್ನೂ ಕಸಿದುಕೊಂಡು ಅದರಲ್ಲಿ ಆನಂದವನ್ನು ಪಡೆಯುತ್ತಿದ್ದರು. ಅವರು ನಮ್ಮನ್ನು ಆ ಒಲೆಗಳ ಮುಂದೆ ನಿಲ್ಲಲು ಬಿಡುತ್ತಿರಲಿಲ್ಲ ಮಾತ್ರವಲ್ಲ, ದೊಡ್ಡ ದೊಡ್ಡ ಮಂಜುಗಡ್ಡೆಗಳನ್ನು ಒಲೆಯ ಬಾಯಿಗೆ ಕಾಲಿನಿಂದ ನೂಕಿ ಬೆಂಕಿಯನ್ನು ನಂದಿಸಿಬಿಡುತ್ತಿದ್ದರು. ಆಗ ಅವರ ಮುಖದಲ್ಲಿನ ಮಂದಹಾಸವನ್ನು ನೋಡಿಯೇ ತೀರಬೇಕು. ಯಾವನಾದರೂ ಖೈದಿಗೆ ಎಸ್.ಎಸ್. ಅಧಿಕಾರಿ*ಯ ಜತೆಗೆ ವೈಮನಸ್ಸು ತಲೆದೋರಿದಾಗ, ಆ ಅಧಿಕಾರಿ ಖೈದಿಯನ್ನು ಇಂತಹ ದುಷ್ಟ ಪ್ರವೃತ್ತಿಯ ಫೋರ್ಮನ್‌ನ ಜತೆಗೆ ಕೆಲಸ ಮಾಡುವಂತೆ ಕಳುಹಿಸಿಬಿಡುತ್ತಿದ್ದರು.

ಮೂರನೇ ಅಂಶವೆಂದರೆ ಬಹುತೇಕ ಕಾವಲುಗಾರರು ಅಷ್ಟು ವರ್ಷಗಳ ಕಾಲ ಅಂತಹ ಕ್ರೂರ ಪರಿಸರದ ನಡುವೆ ಸಮಯ ಕಳೆದಿದ್ದರಿಂದ ಅವರ ಭಾವನೆಗಳು ಮೊಡಾಗಿದ್ದವು. ನೈತಿಕ ಹಾಗೂ ಮಾನಸಿಕ ರೂಪದಲ್ಲಿ ಎಷ್ಟೇ ಕಠೋರವಾಗಿ ಕಂಡರೂ, ಬೇರೆಯವರಿಗೆ ಸ್ವಂತ ನೆಲೆಯಲ್ಲಿ ಕಷ್ಟಕ್ಕೀಡುಮಾಡುವ ಪ್ರವೃತ್ತಿಯಿಂದ ದೂರ ಸರಿಯುತ್ತಿದ್ದರು, ಆದರೆ ಬೇರೆಯವರು ಯಾರಿಗಾದರೂ ಕಷ್ಟವನ್ನು ಕೊಡುತ್ತಿದ್ದರೆ ಅದನ್ನು ಸರ್ವಥಾ ಬೇಡ ಎನ್ನುತ್ತಿದ್ದಿರಲಿಲ್ಲ.

ನಾಲ್ಕನೇ ಅಂಶವೆಂದರೆ, ಅದನ್ನು ಹೀಗೆ ಹೇಳಬಹುದು, ಕಾವಲುಗಾರರ ನಡುವೆಯೂ ಕೆಲವೊಬ್ಬರು ನಮ್ಮತ್ತ ಸಹಾನುಭೂತಿಯನ್ನು ವ್ಯಕ್ತಪಡಿಸುತ್ತಿದ್ದರು. ನನಗೆ ಬಿಡುಗಡೆ ಸಿಕ್ಕಿದ ಕ್ಯಾಂಪ್‌ನ ಒಬ್ಬ ಕಮಾಂಡರ್ ಬಗ್ಗೆ ನಾನು ಹೇಳಲು ಬಯಸುತ್ತೇನೆ. ಬಿಡುಗಡೆ ಸಿಕ್ಕಿದ ಬಳಿಕ ತಿಳಿದು ಬಂದುದು ಏನಂತಂದರೆ, ಒಬ್ಬ ಡಾಕ್ಟರ್ ಮೊದಲಿನಿಂದಲೇ ಖೈದಿಯಾಗಿದ್ದವರು ಇದನ್ನು ಮೊದಲೇ ಅರಿತಿದ್ದರು, ಅದೇನೆಂದರೆ ಆ ಕಮಾಂಡರ್ ತನ್ನ ಕಿಸೆಯಿಂದ ಸಾಕಷ್ಟು ಹಣವನ್ನು ಖರ್ಚು ಮಾಡಿ ಸಮೀಪದ ನಗರದಿಂದ ರೋಗಿಗಳಿಗಾಗಿ ಔಷಧವನ್ನು ತರಿಸುತ್ತಿದ್ದರು. ಆದರೆ ಸೀನಿಯರ್ ಕ್ಯಾಂಪ್ ವಾರ್ಡನ್, ಸ್ವತಃ ಖೈದಿ, ಎಸ್. ಎಸ್. ಅಧಿಕಾರಿಗಳ ತುಲನೆಯಲ್ಲಿ ಹೆಚ್ಚು ಕಠೋರವಾಗಿ ಕಂಡು ಬರುತ್ತಿದ್ದರು. ಅವರು ಖೈದಿಗಳಿಗೆ ಅವಕಾಶ ಸಿಕ್ಕಿದಾಗೆಲ್ಲ ಹೊಡೆಯುವುದಕ್ಕೆ ತೊಡಗುತ್ತಿದ್ದರು. ಆದರೆ ಕಮಾಂಡರ್ ಎಂದಿಗೂ ಯಾವನೇ ಖೈದಿಯ ಮೇಲೆ ಕೈ ಎತ್ತಿರುವುದು ನನ್ನ ಗಮನಕ್ಕೆ ಬಂದಿದ್ದಿಲ್ಲ.

ಈ ಎಸ್.ಎಸ್. ಅಧಿಕಾರಿಯ(ಕಮಾಂಡರ್) ಕುರಿತಾದ ಒಂದು ರೋಚಕ ಪ್ರಸಂಗ ನನಗೆ ನೆನಪಾಗುತ್ತಿದೆ. ಯುದ್ಧ ಮುಗಿದಾಗ, ಅಮೆರಿಕಾದ ಸೈನ್ಯ ಖೈದಿಗಳನ್ನು

* ಎಸ್.ಎಸ್.ಅಧಿಕಾರಿ – ನಾಜಿ ಪಾರ್ಟಿಯ ಒಂದು ವಿಶಿಷ್ಟ ಸೈನಿಕ ದಳ, ಅವರು ಹಿಟ್ಲರ್‌ನ ಅಂಗರಕ್ಷಕರೂ ವಿಶೇಷ ಪೋಲೀಸ್ ಬಲದ ರೂಪದಲ್ಲೂ ಕಾರ್ಯಾಚರಣೆ ನಡೆಸುತ್ತಿದ್ದರು.

ನಮ್ಮ ಕ್ಯಾಂಪ್‌ನಿಂದ ಬಿಡುಗಡೆಗೊಳಿಸಿದಾಗ, ಮೂವರು ಹಂಗೇರಿಯನ್ ಯುವಕರು ಕಮಾಂಡರ್‌ನನ್ನು ಬವೈರಿಯಾದ ದಟ್ಟ ಕಾಡಿನ ಒಳಗೆ ಎಲ್ಲೋ ಅಡಗಿಸಿ ಇಟ್ಟುಬಿಟ್ಟರು. ಆ ಮೇಲೆ ಆ ಯುವಕರು ಆ ಸೇನಾನಾಯಕನ ಬಳಿಗೆ ಹೋದರು, ಆತ ಈ ಕಮಾಂಡರ್‌ನನ್ನು ಹಿಡಿಯುವುದಕ್ಕೆ ಶತ ಪ್ರಯತ್ನ ಮಾಡಿದ್ದ. ಒಂದೇ ಒಂದು ಶರ್ತದ ಮೇಲೆ ಕಮಾಂಡರ್ ಅಡಗಿರುವ ತಂಗುದಾಣವನ್ನು ತಾವು ತಿಳಿಸುತ್ತೇವೆ ಎಂದು ಯುವಕರು ತಾಕೀತು ಮಾಡಿದರು : ಅಮೆರಿಕಾ ಸೇನಾನಾಯಕ ಕಮಾಂಡರ್‌ಗೆ ಯಾವುದೇ ರೀತಿಯಲ್ಲಿ ಹಿಂಸಿಸಬಾರದು ಎಂಬುದಾಗಿತ್ತು ಯುವಕರ ಶರ್ತು. ಸ್ವಲ್ಪ ಸಮಯದ ಬಳಿಕ ಸೇನಾನಾಯಕ ಕಮಾಂಡರ್‌ನ್ನು ಸುರಕ್ಷಿತವಾಗಿ ಇರಿಸುವ ವಚನವನ್ನು ನೀಡಿದ. ಹಾಗೆ ಆ ಕಮಾಂಡರ್‌ಗೆ ಕೇವಲ ರಕ್ಷಣೆಯನ್ನು ನೀಡಿದ್ದು ಮಾತ್ರವಲ್ಲ, ಆತನಿಗೆ ತನ್ನ ಜತೆಗೆ ಇರಿಸಿಕೊಂಡು ಕೆಲಸವನ್ನೂ ನೀಡಿದ. ಆತನಿಗೆ ಆ ಗ್ರಾಮದ ಸಮೀಪದಿಂದ ಬಿಡುಗಡೆಯಾಗುತ್ತಿರುವ ಸೆರೆವಾಸಿಗಳಿಗೆ ಬಟ್ಟೆಗಳನ್ನು ಒದಗಿಸುವ ಕೆಲಸ ನೀಡಲಾಯಿತು. ಯಾಕೆಂದರೆ ಅಲ್ಲಿನ ಸೆರೆವಾಸಿಗಳೆಲ್ಲ, ಆಶ್ವಿಜ್ ಕ್ಯಾಂಪ್‌ನಲ್ಲಿದ್ದಾಗ, ಅಲ್ಲಿನ ಮೃತ ವ್ಯಕ್ತಿಗಳು ಧರಿಸಿದ್ದ ಹರಕುಮುರುಕು ಅಂಗಿಗಳನ್ನೇ ಧರಿಸಿ ಕಾಲ ನೂಕುತ್ತಿದ್ದರು. ಆ ಮೃತ ವ್ಯಕ್ತಿಗಳು ತಮ್ಮಂತೆ ಅದೃಷ್ಟವಂತರಾಗಿರಲಿಲ್ಲ, ಯಾಕೆಂದರೆ ಅವರೆಲ್ಲ ರೇಲ್ವೇ ಸ್ಟೇಷನ್ ತಲುಪಿದ ತಕ್ಷಣ ಗ್ಯಾಸ್ ಛೇಂಬರ್‌ಗೆ ನೇರವಾಗಿ ಕಳುಹಿಸಲ್ಪಟ್ಟಿದ್ದರು ಮತ್ತು ಅಲ್ಲಿ ಸಾವಿಗೆ ತುತ್ತಾಗಿದ್ದರು.

ಕ್ಯಾಂಪ್‌ನಲ್ಲಿ ಯಾರು ಖೈದಿ ಯಾರು ಕಾವಲುಗಾರ ಎಂಬುದನ್ನು ಪತ್ತೆ ಹಚ್ಚುವುದರಿಂದ ಯಾವುದೇ ಲಾಭವಾಗುತ್ತಿರಲಿಲ್ಲ. ಹೇಗಿದ್ದರೂ ದಯಾಳುವಾದ ವ್ಯಕ್ತಿ ಯಾವುದೇ ಸಮುದಾಯದಲ್ಲಿ ಸಿಕ್ಕೇ ಸಿಗುತ್ತಾನೆ. ಯಾವ ಸಮುದಾಯದಲ್ಲಿ ದಯೆಗೆ ಯಾವುದೇ ಸಾಧ್ಯತೆ ಇಲ್ಲವೋ ಅಲ್ಲಿಯೂ ಸಹ ದಯೆಯ ಅಂಶ ಹೊರಬರಬಹುದು. ಎಲ್ಲಾ ಗುಂಪುಗಳ ನಡುವಿನ ಸೀಮಾರೇಖೆಗಳು ಗೋಜಲಾಗಿ ಬಿಡುತ್ತಿದ್ದವು, ಹಾಗಾಗಿ ಈ ಗುಂಪು ಶೈತಾನ ಆ ಗುಂಪು ದೇವದೂತ ಎನ್ನುವುದು ತರವಲ್ಲ. ಕಾವಲುಗಾರ ಅಥವಾ ಫೋರ್‌ಮನ್‌ಗಳು ಕ್ಯಾಂಪ್‌ನ ಪ್ರಭಾವದಿಂದ ದೂರವಿದ್ದು, ಖೈದಿಗಳ ಬಗೆಗೆ ದಯೆಯನ್ನು ತೋರಿಸುವುದು ನಿಶ್ಚಿತವಾಗಿಯೂ ಅವರಿಗೆ ಅದೊಂದು ದೊಡ್ಡ ಪ್ರಾಪ್ತಿಯಾಗಿತ್ತು. ಇನ್ನು ಕೆಲವು ಖೈದಿಗಳು ತಮ್ಮದೇ ಸಹಖೈದಿಗಳೊಂದಿಗೆ ಕಠೋರವಾಗಿ ವರ್ತಿಸುವುದನ್ನು ಕಂಡರೆ ಏನು ಹೇಳುವುದು? ಅಂತಹ ಜನರಲ್ಲಿನ ಮನುಷ್ಯತ್ವದ ಅಭಾವ ಕಂಡು ಖೈದಿಗಳಿಗೆ ಬಹಳ ದುಃಖವಾಗುತ್ತಿತ್ತು. ಹಾಗೊಮ್ಮೆ ಕಾವಲುಗಾರರಿಂದ ಚಿಕ್ಕಪುಟ್ಟ ಸಹಾನುಭೂತಿಯ ಮಾತುಗಳು ಬಂದರೆ ಖೈದಿಗಳ ಕಣ್ಣುಗಳು ದ್ರವಿಸುತ್ತಿದ್ದವು. ನನಗೆ ಇನ್ನೂ ನೆನಪಿದೆ, ಒಬ್ಬ ಫೋರ್‌ಮನ್ ಯಾವುದೋ ರೀತಿಯಿಂದ ಎಲ್ಲರಿಂದಲೂ ಅಡಗಿಸಿ ನನಗೆ ತನ್ನ ಡಬ್ಬಲ್ ರೊಟ್ಟಿಯ ಒಂದು ತುಂಡನ್ನು ನೀಡಿದ್ದ, ಅದು ಖಂಡಿತವಾಗಿಯೂ ಆತ ತನ್ನ ಮುಂಜಾನೆಯ ರೇಶನ್‌ನಿಂದ ಉಳಿಸಿಕೊಂಡಿದ್ದಿರಬೇಕು. ಆ ಕ್ಷಣ ಡಬ್ಬಲ್ ರೊಟ್ಟಿಯ ತುಂಡನ್ನು ಕಂಡು ನನ್ನ ಕಣ್ಣುಗಳು ತುಂಬಿಬಂದಿದ್ದವು. ಯಾಕೆಂದರೆ ಆ ಮನುಷ್ಯ ಡಬ್ಬಲ್ ರೊಟ್ಟಿಯ ಆ ತುಂಡಿನ ಮೂಲಕ ನನ್ನೆಡೆಗೆ ಯಾವ ರೀತಿಯ ಪ್ರೀತಿಯನ್ನು ಸಹಾನುಭೂತಿಯನ್ನು ಪ್ರಕಟಿಸಿದ್ದನೋ ಅದು ಯಾವುದೇ ಪಾರಿತೋಷಕಕ್ಕೂ ಕಡಿಮೆ ಇದ್ದಿರಲಿಲ್ಲ.

ಈ ವಿಷಯಗಳನ್ನು ಅವಲೋಕಿಸಿದಾಗ ನಮಗೆ ವೇದ್ಯವಾಗುವುದೇನೆಂದರೆ, ಈ ಪ್ರಪಂಚದಲ್ಲಿ ಎರಡು ಬಗೆಯ ಜನರಿದ್ದಾರೆ, ಒಬ್ಬರು ಒಳ್ಳೆಯವರು ಇನ್ನೊಬ್ಬರು ಕೆಟ್ಟವರು

ಎನ್ನುವಂಥದ್ದು. ಇಂತಹ ಒಳ್ಳೆಯ ಮತ್ತು ಕೆಟ್ಟ ಜನರು ಎಲ್ಲಾ ಕಡೆಯೂ ಸಿಗುತ್ತಾರೆ; ಸಮಾಜದ ಪ್ರತಿಯೊಂದು ವರ್ಗದಲ್ಲೂ ತಮ್ಮ ಛಾಪನ್ನು ಮೂಡಿಸಿರುತ್ತಾರೆ. ಯಾವುದೇ ಬಳಗದಲ್ಲಿ ಬರೀ ಒಳ್ಳೆಯವರೇ, ಅಥವಾ ಕೆಟ್ಟವರೇ ಇರುತ್ತಾರೆ ಎನ್ನಲಾಗದು. ಹಾಗಾಗಿ ಕ್ಯಾಂಪ್‌ನ ಕಾವಲುಗಾರರಲ್ಲೂ ಅಗಾಗ ಕೆಲವು ಒಳ್ಳೆಯವರನ್ನು ಕಾಣಬಹುದಿತ್ತು

ಯಾತನಾ ಶಿಬಿರದ ಜೀವನ ಮನುಷ್ಯನ ಆತ್ಮವನ್ನು ಬಹಳ ಆಳದ ತನಕ ನಗ್ನವಾಗಿಸಿಬಿಡುತ್ತದೆ. ಇನ್ನೂ ಒಂದು ಆಶ್ಚರ್ಯಜನಿಕ ಸತ್ಯವೆಂದರೆ, ಆ ಆಳದ ಒಳಗಿನಿಂದಲೂ ನಾವು ಮಾನವೀಯ ವಿಶೇಷತೆಗಳನ್ನು ಪಡೆಯುತ್ತೇವೆ, ಅದರಲ್ಲಿ ಒಳ್ಳೆಯ ಮತ್ತು ಕೆಟ್ಟದ್ದರ ಸಮಿಶ್ರಣವಿರುತ್ತದೆ. ಯಾತನಾ ಶಿಬಿರದಲ್ಲಿ ವಾಸ್ತವ್ಯ ಹೂಡಿದ ಬಳಿಕ ಹಲವೊಮ್ಮೆ ಒಳ್ಳೆಯ ಮತ್ತು ಕೆಟ್ಟ ವಿಷಯಗಳ ನಡುವಿನ ಅಂತರ ಬಹಳ ತೆಳುವಾಗಿ ಹೋಗಿರುತ್ತದೆ ಮತ್ತು ಹಲವು ಬಾರಿ ಎದುರಿನ ವ್ಯಕ್ತಿ ಯಾವ ಶ್ರೇಣಿಯವನೆಂದು ತೀರ್ಮಾನಿಸುವುದು ಕಷ್ಟಸಾಧ್ಯವಾಗುತ್ತದೆ.

ಸ್ವಾತಂತ್ರ್ಯದ ನಂತರದ ಅನುಭವ

ಈಗ ನಾವು ಯಾತನಾ ಶಿಬಿರದ ಮಾನಸಿಕತೆಯ ಅಂತಿಮ ಅಧ್ಯಾಯದ ಬಗ್ಗೆ ಮಾತಾಡೋಣ. ಯಾವ ಖೈದಿಗಳನ್ನು ಮುಕ್ತರಾಗಿ ಬಿಡಲಾಗಿತ್ತೋ ಅಂತಹವರ ಬಗ್ಗೆ ಮಾತಾಡೋಣ. ಸ್ವಾತಂತ್ರ್ಯದ ಅನುಭವದ ವ್ಯಾಖ್ಯೆಯನ್ನು ಮಾಡುವ ಸಮಯ, ನಮಗೆ ಅಂತಹ ಒಂದು ಅಂಚಿಗೆ ತೆರಳಬೇಕಾದೀತು, ಅಲ್ಲಿ ಒಂದು ಮುಂಜಾನೆಯ ಸಮಯ ಹೊರಗಡೆ ಒಂದು ಶ್ವೇತ ವರ್ಣದ ಬಾವುಟ ಹಾರಾಡುತ್ತಿದ್ದಿತು. ಅತೀವ ಒತ್ತಡಭರಿತ ವಾತಾವರಣದ ಬಳಿಕ ಸಂಪೂರ್ಣ ವಿಶ್ರಾಮದ ಅವಸ್ಥೆ ಇದಾಗಿತ್ತು. ನಾವು ಕೊಲ್ಲುವಂಥ ಖುಷಿಯ ಹುಚ್ಚುತನದಲ್ಲಿ ತೇಲಾಡುತ್ತಿದ್ದೆವು ಎಂದು ಯೋಚಿಸಿದರೆ ಅದು ಸರ್ವಥಾ ಅನುಚಿತವಾದೀತು. ಹಾಗಿದ್ದರೆ ಆ ಮೇಲೆ ನಡೆದದ್ದಾದರೂ ಏನು?

ನಾವೆಲ್ಲಾ ಸೆರೆಯಾಳುಗಳು ಸುಸ್ತಾದ ಹೆಜ್ಜೆಗಳೊಂದಿಗೆ ಸ್ವತಃ ಕಾಲೆಳೆದುಕೊಳ್ಳುತ್ತ ಕ್ಯಾಂಪ್‌ನ ಬಾಗಿಲವರೆಗೆ ತಲುಪಿದ್ದೆವು. ನಾವೆಲ್ಲ ಕಾತರದ ನಿಗಾದೊಂದಿಗೆ ಅಲ್ಲಿ ಇಲ್ಲಿ ದೃಷ್ಟಿ ಹಾಯಿಸುತ್ತ ಪರಸ್ಪರ ನೋಡಿಕೊಳ್ಳುತ್ತಲೇ ಇದ್ದೆವು. ನಾವು ಮತ್ತೆ ಕೆಲವು ಹೆಜ್ಜೆಗಳನ್ನು ಕ್ಯಾಂಪ್‌ನಿಂದಾಚೆ ಹಾಕಿದೆವು. ಈ ಸಮಯದಲ್ಲಿ ನಮಗೆ ಯಾರೇ ಆಗಲಿ ಆದೇಶ ನೀಡಲಿಲ್ಲ, ಅಥವಾ ಇನ್ಯಾವುದೇ ಹೊಡೆತ ಅಥವಾ ಒದೆತದಿಂದ ರಕ್ಷಿಸಿಕೊಳ್ಳುವ ಪ್ರಮೇಯ ವಿರಲಿಲ್ಲ. ಅರೆ! ಅಲ್ಲಲ್ಲ, ಈ ಸಲ ಕಾವಲುಗಾರರು ನಮಗೆ ಸಿಗರೇಟ್‌ನ್ನು ನೀಡುತ್ತಿದ್ದರು! ನಾವು ಮೊದಲು ಅವರನ್ನು ಗುರುತಿಸಲೇ ಸಾಧ್ಯವಾಗಲಿಲ್ಲ; ಅವರೆಲ್ಲ ತಮ್ಮ ಸಾಮಾನ್ಯ ಉಡುಪಿನಲ್ಲಿ ಬಂದಿದ್ದರು. ನಾವು ಕ್ಯಾಂಪ್‌ನ ಹೊರಗೆ ಹೋಗುವ ದಾರಿಯಲ್ಲಿ ಮೆಲ್ಲಮೆಲ್ಲನೆ ನಡೆಯತೊಡಗಿದೆವು. ನಾವು ಸ್ವಲ್ಪದರಲ್ಲೇ ಎಷ್ಟೊಂದು ದಣಿವನ್ನು ಅನುಭವಿಸಿದೆವೆಂದರೆ ನಮ್ಮ ಕಾಲುಗಳು ಮುರಿದುಹೋಗುವ ಹಾಗೆ ಆಯಿತು. ಆದರೆ ಮತ್ತೆ ನಾವು ಕುಂಟುತ್ತಲೇ ನಡೆಯುತ್ತ ಮುಂದಕ್ಕೆ ಹೋದೆವು; ನಿಜವಾಗಿಯೂ ನಾವು ಪ್ರತಿಯೊಬ್ಬರೂ ಸ್ವಾತಂತ್ರ್ಯ ಸಿಕ್ಕಿದ ವ್ಯಕ್ತಿಗಳ ಕಣ್ಣುಗಳಿಂದ ಕ್ಯಾಂಪ್‌ನ ಪರಿಸರಗಳನ್ನು ನೋಡಲು ಬಯಸುತ್ತಿದ್ದೆವು. ನಾವು ಸ್ವತಃ ಸ್ವಾತಂತ್ರ್ಯ ಎನ್ನುವ ಶಬ್ದವನ್ನು ಹಲವು ಸಲ ಪುನರಪಿ ಪಠಿಸಿದೆವಾದರೂ ಆ ಶಬ್ದದ ಅರ್ಥವನ್ನು ಗ್ರಹಿಸಿಕೊಳ್ಳುವುದಕ್ಕೆ ಹೆಣಗಾಡಬೇಕಾಯಿತು. ಕಳೆದ ಹಲವು ವರ್ಷಗಳಿಂದ ಆ ಶಬ್ದ ನಮ್ಮ ಬಾಯಿಯಿಂದ ಎಷ್ಟು ಸಲ ಹೊರಬಿದ್ದಿದ್ದವೋ, ಎಷ್ಟು ಸಾರಿ ನಾವು ಆ

ಕನಸನ್ನು ಕಂಡಿದ್ದೆವೋ, ಈಗ ಅದು ಸವಕಲಾಗಿ ತನ್ನ ಅರ್ಥವನ್ನೇ ಕಳೆದುಕೊಂಡಿತ್ತು. ಅದರ ವಾಸ್ತವಿಕತೆ ನಮ್ಮ ಚೈತನ್ಯದ ಸ್ಪರ್ಶವನ್ನು ಮಾಡುವಂತಿರಲಿಲ್ಲ. ಅದೇ ಸ್ವಾತಂತ್ರ್ಯ ಇದೀಗ ನಮ್ಮದೇ ಸ್ವತ್ತಾಗಿದೆ ಎಂದು ನಾವು ನಂಬಲೂ ಸಾಧ್ಯವಾಗುತ್ತಿರಲಿಲ್ಲ.

ನಾವು ಹೂವುಗಳಿಂದ ತುಂಬಿದ ಒಂದು ಮೈದಾನಕ್ಕೆ ಬಂದೆವು. ನಾವು ಅಲ್ಲಿ ಹೂವುಗಳ ಉಪಸ್ಥಿತಿಯನ್ನು ಗ್ರಹಿಸಿದೆವು, ಆದರೆ ಅದರ ಬಗೆಗೆ ನಮ್ಮಲ್ಲಿ ಯಾವುದೇ ಭಾವನೆಗಳು ಸ್ಫುರಿಸಲಿಲ್ಲ. ನಾವು ಒಂದು ಬಣ್ಣ ಬಣ್ಣದ ರೆಕ್ಕೆಗಳುಳ್ಳ ಹುಂಜವನ್ನು ನೋಡಿದಾಗ ಹರ್ಷದಾಯಕವಾದ ಒಂದು ತರಂಗ ಮೇಲಕ್ಕೆದ್ದಿತು, ಆದರೆ ಅದೊಂದು ಕ್ಷಣ ಮಾತ್ರ; ನಾವಿನ್ನೂ ಈ ವಿಶ್ವದ ಭಾಗಿಯಾಗಿರಲಿಲ್ಲ.

ಸಂಜೆಯ ಹೊತ್ತು, ನಾವೆಲ್ಲ ಗುಡಿಸಲಿನಲ್ಲಿ ಸೇರಿದಾಗ, ಪರಸ್ಪರ ಕೇಳಿಕೊಂಡೆವು, 'ಏನು ನಿನಗೆ ಈವೊತ್ತು ಖುಷಿ ಎನಿಸಲಿಲ್ಲವೇ?'

ಆ ಇನ್ನೊಬ್ಬ ತುಸು ನಾಚಿಕೆಯಿಂದ ಎಂಬಂತೆ ಉತ್ತರಿಸಿದ, ಯಾಕೆಂದರೆ ಆತನಿಗೆ ಉಳಿದವರು ಕೂಡಾ ಅವನಂತೆಯೇ ಯೋಚಿಸುತ್ತಿರಬಹುದು ಅಂತ ಅನ್ನಿಸಿರಬೇಕು. 'ನಿಜ ಹೇಳಲೇ, ಸ್ವಲ್ಪವೂ ಖುಷಿಯಾಗಲಿಲ್ಲ. ನನ್ನಲ್ಲಿ ಸಂತಸ ಉಕ್ಕಿಬರಲಿಲ್ಲ. ನಾವು ಸರಿಯಾದ ಆಯಾಮದಲ್ಲಿ ಖುಷಿಯನ್ನು ಆಸ್ವಾದಿಸುವ ಸಾಮರ್ಥ್ಯವನ್ನು ಕಳೆದುಕೊಂಡಿದ್ದೇವೆ. ನಾವು ಇದನ್ನು ಹೊಸದಾದ ಅಂದಾಜಿನಿಂದ ನಿಧಾನವಾಗಿ ವಿಕಸನಗೊಳಿಸುವ ಅವಶ್ಯಕತೆ ಇದೆ.'

ಮನೋವೈಜ್ಞಾನಿಕ ನೆಲೆಯಲ್ಲಿ, ಸ್ವತಂತ್ರ ಸೆರೆವಾಸಿಗಳ ಜತೆಗೆ ಏನು ನಡೆಯುತ್ತಿತ್ತೆಂದರೆ, ಅದನ್ನು 'ವ್ಯಕ್ತಿತ್ವದ ಲೋಪ' (ಡಿಪರ್ಸನಲೈಸೇಶನ್) ಎಂದು ಕರೆಯ ಬೇಕಾಗುತ್ತದೆ. ಎಲ್ಲವೂ ನಕಲಿ ಎಂಬಂತೆ ತೋರುತ್ತಿದ್ದವು, ಇವು ಕನಸಿನಲ್ಲಿ ನಡೆಯುತ್ತಿವೆಯೇನೋ ಎನ್ನುವ ಹಾಗೆ. ಇದು ನಿಜವಾಗಬಹುದೆಂದು ನಾವು ಎಣಿಸಿರಲಿಲ್ಲ. ನಾವು ಹಿಂದಿನ ವರ್ಷಗಳಿಂದ ನಮ್ಮ ಕನಸುಗಳಿಂದೊಡಗೂಡಿ ಎಷ್ಟು ಸಲ ಮುಂದಕ್ಕೆ ಹೋಗಿರಲಿಲ್ಲ. ಸ್ವಾತಂತ್ರ್ಯದ ದಿನ ಬಂದೇ ಬಿಟ್ಟಿತು ಎನ್ನುತ್ತ, ನಮ್ಮನ್ನು ಬಿಡುಗಡೆ ಮಾಡಲಾಗಿದೆ, ನಾವು ನಮ್ಮ ಮನೆಗೆ ಬಂದಿದ್ದೇವೆ, ನಮ್ಮ ಸ್ನೇಹಿತರ ಜತೆ ಸೇರುತ್ತಿದ್ದೇವೆ, ಪತ್ನಿಯನ್ನು ಬಾಚಿ ತಬ್ಬಿಕೊಳ್ಳುತ್ತಿದ್ದೇವೆ, ಮೇಜಿನ ಸಮೀಪ ಕುಳಿತು ನಮ್ಮ ಆಗಿಹೋದ ಎಲ್ಲಾ ವಿಷಯಗಳನ್ನು ಹೇಳುತ್ತಿದ್ದೇವೆ – ನಾವೂ ಹೇಗೆ ನಮ್ಮ ಸ್ವಾತಂತ್ರ್ಯದ ಕನಸುಗಳನ್ನು ಕಂಡಿದ್ದೆವು ಎಂಬುದು ಕೂಡ, ಮತ್ತೆ ಇದ್ದಕ್ಕಿದ್ದ ಹಾಗೆ ಕಿವಿಗಡಚಿಕ್ಕುವ ಒಂದು ಶಿಳ್ಳಿನ ಸದ್ದು ಕೇಳಿಸುತ್ತಿದೆ ಮತ್ತು ನಮ್ಮ ಸ್ವಾತಂತ್ರ್ಯದ ಪೂರ್ತಿ ಕನಸು ನುಚ್ಚುನೂರಾಗಿ ಹೋಗುತ್ತದೆ. ಆದರೆ ಈಗ ಆ ಕನಸು ಪೂರ್ಣವಾಗಿ ಹೋಗಿದೆ. ನಿಜಕ್ಕೂ ನಾವು ಅದನ್ನು ಪೂರ್ಣಪ್ರಮಾಣದಲ್ಲಿ ನಂಬಬಹುದೇ?

ಮನಸ್ಸಿನ ತುಲನೆಯಲ್ಲಿ ಶರೀರದ ನಿಯಂತ್ರಣ ತುಸು ಕಡಿಮೆಯೆಂದು ಹೇಳಬಹುದು. ಮೊದಲ ಕ್ಷಣದಲ್ಲೇ ಶರೀರ ಆ ಹೊಸ ಸ್ವಾತಂತ್ರ್ಯದ ಆನಂದವನ್ನು ಪೂರ್ತಿಯಾಗಿ ಅನುಭವಿಸಿದ್ದಾಗಿದೆ. ಶರೀರ ಸಿಕ್ಕಾಬಟ್ಟೆಯಾಗಿ ಊಟವನ್ನು ಮಾಡಲು ಶುರು ಮಾಡಿದ್ದಾಗಿತ್ತು. ಹಲವು ದಿನಗಳವರೆಗೆ ಊಟದ ಕ್ರಮ ತಾಸುಗಟ್ಟಲೆ ನಡೆಯಿತು, ಎಲ್ಲಿಯವರೆಗೆ ಅಂದರೆ ಅರ್ಧರಾತ್ರಿಯ ತನಕ. ತಿನ್ನುವುದು ಕುಡಿಯುವುದೇ ನಡೆಯಿತು. ಒಬ್ಬ ಮನುಷ್ಯ ಇಷ್ಟೊಂದು ಆಹಾರವನ್ನು ಹೇಗೆ ತಿನ್ನಲು ಸಾಧ್ಯ ಎಂದು ಸುಸ್ತಾಗಿ ಬಿಡುತ್ತಿತ್ತು. ಖೈದಿಗಳಲ್ಲಿ

ಯಾವನಿಗಾದರೂ ಸಮೀಪದ ಹಳ್ಳಿಯ ರೈತನಿಂದ ಊಟದ ಮೇಜವಾನಿಗೆ ಕರೆಬಂತೆಂದರೆ, ಆತ ಸಾಕಷ್ಟು ತಿನ್ನುತ್ತ, ಕುಡಿಯುತ್ತ ಸತತವಾಗಿ ಮಾತನಾಡಲು ತೊಡಗುತ್ತಿದ್ದ. ಹಲವು ಗಂಟೆಗಳ ಕಾಲ ಆತ ತನ್ನ ಒಳಗೆ ಅಡಗಿ ಕೊಂಡಿರುವ ಮಾತುಗಳನ್ನು ಒಂದೊಂದಾಗಿ ಎಲ್ಲರ ಮುಂದೆ ಹೇಳುತ್ತಿದ್ದ. ವರ್ಷಗಟ್ಟಲೆ ಆತನ ಮನಸ್ಸಿನ ಮೇಲೆ ಅದೇನು ಒತ್ತಡ ಹೇರಲಾಗಿತ್ತೋ ಈ ಮಾತುಗಳಿಂದ ಆ ಒತ್ತಡ ಕಡಿಮೆಯಾದಂತೆ ತೋರುತ್ತಿತ್ತು. ಆತನ ಮಾತುಗಳನ್ನು ಕೇಳುತ್ತಿದ್ದಂತೆ ಯಾರಿಗೂ ಕಲ್ಪಿಸಿಕೊಳ್ಳುವುದಕ್ಕೆ ಸಾಧ್ಯ, ಆ ಸಮಯದಲ್ಲಿ ಆತ ಮಾತನಾಡುವುದು ಎಷ್ಟೊಂದು ಅನಿವಾರ್ಯವಿತ್ತೆಂದು. ಏನೇ ಇರಲಿ, ಆತನಿಗೆ ಮಾತನಾಡುವ ಇಚ್ಛೆ ಎಷ್ಟಿತ್ತೆಂದ್ದರೆ ಅದರ ಮೇಲೆ ಯಾರೂ ನಿಯಂತ್ರಣವನ್ನು ಹೇರಲು ಸಾಧ್ಯವಿರಲಿಲ್ಲ.

ಕೆಲವೊಂದು ಮಂದಿ ಕೆಲವೇ ಕ್ಷಣಗಳವರೆಗೆ ಬಹಳ ಒತ್ತಡದಲ್ಲಿರುವವರನ್ನು ನಾನು ನೋಡಿದ್ದೇನೆ (ಉದಾಹರಣೆಗೆ, ಗೆಸ್ಟಪೋಗಳು ಅಂದರೆ ನಾಜ಼ಿ ಪಾರ್ಟಿಯ ಪೋಲೀಸರು ಪ್ರಶ್ನಿಸುವ ಸಮಯ). ಅವರೂ ಈ ರೀತಿಯ ಪ್ರತಿಕ್ರಿಯೆಗಳನ್ನು ನೀಡುತ್ತಿದ್ದರು. ಹಲವು ದಿನಗಳ ಬಳಿಕ ಅವರ ಬಾಯಿಗೆ ಹಾಕಿದ ಬೀಗವಷ್ಟೇ ತೆರೆದುಕೊಳ್ಳುವುದಲ್ಲ, ಅವರು ಆಂತರಿಕ ಬೇಡಿಗಳಿಂದ ಹೊರಗೆ ಬರಲೂ ಶುರುವಾಗಿರುತ್ತದೆ, ಅವರನ್ನು ಎಷ್ಟು ಕಾಲ ಅದರಲ್ಲಿ ದಬ್ಬಿ ಹಿಡಿದಿಡಲಾಗಿತ್ತೋ ದೇವರೇ ಬಲ್ಲ.

ದೇವರಿಗೆ ಕೃತಜ್ಞತೆ

ಸ್ವಾತಂತ್ರ್ಯ ಸಿಕ್ಕಿದ ಕೆಲವು ದಿನಗಳ ನಂತರ, ಒಂದು ದಿನ ನಾನು ಹೂವುಗಳಿಂದ ತುಂಬಿದ ಮೈದಾನವನ್ನು ದಾಟಿ ಹಲವು ಮೈಲುಗಳಷ್ಟು ನಡೆಯುತ್ತ ಕ್ಯಾಂಪ್‌ನ ಸಮೀಪದ ಪೇಟೆಯ ಸಂತೆಯೊಳಗೆ ಬಂದಿದ್ದೆ. ಆಕಾಶದಲ್ಲಿ ಲಾರ್ಕ್ ಹಕ್ಕಿ ಹಾರತೊಡಗಿದ್ದವು ಮತ್ತು ನಾನು ಅವುಗಳ ಉಲ್ಲಾಸದಿಂದ ಹೊರಬರುತ್ತಿದ್ದ ಸ್ವರವನ್ನು ಕೇಳಲು ಶಕ್ತನಾಗಿದ್ದೆ. ಮೈಲುಗಳ ತನಕ ಏನೂ ಕಾಣಿಸುತ್ತಿರಲಿಲ್ಲ. ಅಲ್ಲಿ ವಿಸ್ತೃತವಾಗಿ ಹರಡಿಕೊಂಡಿರುವ ಭೂಮಿ, ಆಕಾಶ ಮತ್ತು ಪಕ್ಷಿಗಳ ಕಲರವದ ಹೊರತಾಗಿ ಬೇರೇನೂ ಕಾಣಿಸುತ್ತಿರಲಿಲ್ಲ. ನಾನು ಅಲ್ಲೇ ನಿಂತು ಸಮೀಪದಲ್ಲೆಲ್ಲ ದೃಷ್ಟಿ ಹಾಯಿಸಿದೆ ಮತ್ತೆ ಆಕಾಶದತ್ತ ನಿರುಕಿಸುತ್ತ, ನನ್ನ ಮೊಣಕಾಲಿನ ಮೇಲೆ ಭಾರ ಹಾಕಿ ಕುಳಿತುಕೊಂಡೆ. ಆ ಕ್ಷಣ ನನಗೆ ನನ್ನ ಬಗ್ಗೆ ಅಥವಾ ಪ್ರಪಂಚದ ಬಗ್ಗೆ ಅಷ್ಟೊಂದು ಗಮನವಿರಲಿಲ್ಲ – ನನ್ನ ಕಿವಿಗಳಲ್ಲಿ ಒಂದೇ ಒಂದು ವಾಕ್ಯ ಅನುರಣಿಸುತ್ತಿತ್ತು – ಕೇವಲ ಒಂದೇ ಒಂದು ಮಾತು : 'ನಾನು ನನ್ನ ಇಕ್ಕಟ್ಟಾದ ಸೆರೆಮನೆಯ ಒಳಗಿನಿಂದ ದೇವರನ್ನು ಕರೆದಿದ್ದೆ ಮತ್ತು ಅವನು ನನ್ನ ಕರೆಯನ್ನು ಆಲಿಸುತ್ತ ಸ್ವಾತಂತ್ರ್ಯದ ವಿಶಾಲತೆಗೆ ಒಯ್ದು ಉತ್ತರಿಸಿದ್ದಾನೆ.'

ನಾನು ಅಲ್ಲಿ ನನ್ನ ಮೊಣಕಾಲಿನ ಮೇಲೆ ಎಷ್ಟು ಹೊತ್ತು ಕುಳಿತೆನೋ ತಿಳಿಯಲಿಲ್ಲ, ಎಷ್ಟು ಸಾರಿ ಇದೇ ವಾಕ್ಯವನ್ನು ಪುನರಾವರ್ತಿಸಿದೆನೋ ತಿಳಿಯೆ, ಅದು ನನಗೆ ಈಗ ನೆನಪಿಗೆ ಬರುವುದಿಲ್ಲ. ಆದರೆ ಇಷ್ಟು ಮಾತ್ರ ನನಗೆ ನೆನಪಿದೆ, ಆ ದಿನ ಆ ಒಂದು ತಾಸಿನ ಒಳಗೆ, ನನ್ನ ಹೊಸ ಜನ್ಮ ಶುರುವಾಗಿತ್ತು. ಒಂದರ ನಂತರ ಒಂದು ಚರಣ ಪೂರ್ತಿಗೊಳಿಸುತ್ತ, ನಾನು ಮತ್ತೊಮ್ಮೆ ಮನುಷ್ಯನಾಗಿದ್ದೆ.

ನಾವು ಕ್ಯಾಂಪ್‌ನ ಅಂತಿಮ ದಿನಗಳಲ್ಲಿ ಯಾವ ರೀತಿಯಲ್ಲಿ ಮಾನಸಿಕ ಒತ್ತಡವನ್ನು ಅನುಭವಿಸಿದ್ದೆವೋ(ನರವ್ಯೂಹ ಕದನದಿಂದ ಮಾನಸಿಕ ಶಾಂತಿಯವರೆಗೆ), ಅದರಿಂದ ಹೊರಬರುವ ದಾರಿ ಸುಗಮವಾಗಿತ್ತೆಂದು ಹೇಳಲಾಗುವುದಿಲ್ಲ. ಯಾವನೇ ವ್ಯಕ್ತಿಗೆ ಸ್ವಾತಂತ್ರ್ಯ ಸಿಕ್ಕಿದ ಬಳಿಕ ಆಧ್ಯಾತ್ಮಿಕ ಪೋಷಣೆಯ ಅವಶ್ಯಕತೆ ಇದೆಯೇ? ಎಂದು ಯೋಚಿಸುವುದು ತಪ್ಪಾಗುತ್ತದೆ. ಯಾರು ಈ ತನಕ ಬಹಳ ಗಹನವಾದ ಒತ್ತಡದೊಳಗೆ ಕಾಲ ಕಳೆಯುತ್ತಿದ್ದನೋ ಆತ ಸ್ವಾತಂತ್ರ್ಯ ಸಿಕ್ಕಿದ ಬಳಿಕ ಸ್ವಲ್ಪ ಸಮಯದವರೆಗೆ ತುಸು ಸಂಕಟದಲ್ಲಿ ಕಳೆಯಬೇಕಾಗುತ್ತದೆ. ಮುಖ್ಯವಾಗಿ ಯಾರೆಂದರೆ, ತಕ್ಷಣ ಬಿಡುಗಡೆ ಹೊಂದಿದವರು. ಅವರ ನೈತಿಕ ಮತ್ತು ಆಧ್ಯಾತ್ಮಿಕ ಸ್ವಾಸ್ಥ್ಯಕ್ಕೆ ಹಾನಿಯಾಗುವ ಸಂಭವವಿರುತ್ತದೆ.

೧೭
ನಿರ್ದಯತೆಯ ವ್ಯವಹಾರ

ಈ ಮನೋವೈಜ್ಞಾನಿಕ ಹಂತದಲ್ಲಿ, ಯಾವ ಜನರು ಸ್ವಲ್ಪ ಮಾನಸಿಕವಾಗಿ ಹಿಂದುಳಿದಿದ್ದರೋ ಅವರು ಕ್ಯಾಂಪ್‌ನಲ್ಲಿ ಅವರ ಸುತ್ತ ಹರಡಿರುವ ನಿರ್ದಯತೆಯ ಪ್ರಭಾವಗೊಳಗಾದದೇ ಇರಲು ಸಾಧ್ಯವಾಗಲಿಲ್ಲ ಎಂಬುದನ್ನು ನಾವು ನೋಡಬಹುದು. ಸ್ವತಂತ್ರರಾದ ಬಳಿಕ ಅವರಿಗೆ ಏನನ್ನಿಸಿತು ಅಂದರೆ ತಾವು ತಮ್ಮ ಸ್ವಾತಂತ್ರ್ಯವನ್ನು ಮತ್ತು ನಿರಂಕುಶ ವಿಧಾನವನ್ನು ಬೇರೆ ರೀತಿಯಿಂದ ಉಪಯೋಗಿಸಬಹುದು ಅಂತ. ಆ ಜನರಿಗೆ ಕೇವಲ ಸತ್ಯವೊಂದು ಬದಲಾಗಿದ್ದಿತು, ಅದೆಂದರೆ ಈಗ ಅವರು ಶೋಷಿತರಲ್ಲ, ಬದಲಾಗಿ ತಮ್ಮ ಯಾದಿಯಲ್ಲಿ ಬೇರೆಯವರನ್ನು ಶೋಷಣೆ ಮಾಡುವ ಪರಿಕ್ರಮವನ್ನು ಅಳವಡಿಸಿಕೊಂಡರು. ಈಗ ಅವರು ಬಲಪ್ರಯೋಗ ಮತ್ತು ಅನ್ಯಾಯಕ್ಕೆ ಬಲಿಯಾದವರಾಗಿರಲಿಲ್ಲ ಬದಲಾಗಿ ಬೇರೆಯವರ ಮೇಲೆ ಅದನ್ನು ಪ್ರಯೋಗಿಸುವ ನೆಲೆಯಲ್ಲಿ ಸ್ವತಂತ್ರರಾಗಿದ್ದರು. ತಮ್ಮದೇ ಭಯಂಕರವಾದ ಅನುಭವಗಳ ತಳಹದಿಯ ಮೇಲೆ ಅವರು ತಮ್ಮ ಆಚರಣೆಗಳಿಗೆ ಸಮಜಾಯಿಷಿಯನ್ನು ನೀಡಲು ಬದ್ಧರಾಗಿದ್ದರು. ಇದು ಸಾಮಾನ್ಯವಾಗಿ ಕೆಲವು ಸಾಧಾರಣ ವಿಷಯಗಳಲ್ಲಿ ಪ್ರಕಟವಾಗತೊಡಗಿತು.

ನನ್ನೊಬ್ಬ ಮಿತ್ರ ನನ್ನ ಜತೆಗೆ ಕ್ಯಾಂಪ್‌ನ ಕಡೆಗೆ ಹೋಗುತ್ತಿದ್ದ, ಆಕಸ್ಮಿಕವಾಗಿ ಅಲ್ಲೊಂದು ಹಸಿರು ತುಂಬಿದ ಬೆಳೆಬೆಳೆದ ಹೊಲ ಎದುರಾಯಿತು. ಅದನ್ನು ತುಳಿಯಬಾರದು ಎಂದು ನಾನು ಬೇರೆಡೆ ತಿರುಗಿದೆ, ಆದರೆ ಆತ ತಕ್ಷಣ ನನ್ನನ್ನು ಕೈಗಳನ್ನು ಹಿಡಿದುಕೊಂಡು ತನ್ನತ್ತ ಸೆಳೆದು ಹೊಲದ ಒಳಭಾಗಕ್ಕೆ ಎಳೆದುಕೊಂಡು ಹೋದ. ಆಗ ಹಲವು ಪೈರಿನ ಗಿಡಗಳು ಯದ್ವಾತದ್ವಾ ಬಿದ್ದು ಹೋದವು. ಯಾವಾಗ ನಾನು ಅವನನ್ನು ಹಾಗೆ ಮಾಡದಂತೆ ತಡೆಯಲು

ಪ್ರಯತ್ನಿಸಿದೆನೋ, ಆತ ಸಿಟ್ಟಿನಿಂದ ನೋಡುತ್ತಾ ಬೊಬ್ಬಿಟ್ಟ, 'ಹುರುಳಿಲ್ಲದ ಮಾತುಗಳನ್ನು ಬಿಟ್ಟುಬಿಡು! ನಮ್ಮಿಂದ ಅದಾಗಲೇ ಬಹಳಷ್ಟು ಕಸಿದುಕೊಳ್ಳಲಾಗಿಲ್ಲವೇ? ನನ್ನ ಪತ್ನಿ ಮತ್ತು ಮಕ್ಕಳನ್ನು ಗ್ಯಾಸ್ ಛೇಂಬರ್‌ನಲ್ಲಿ ಹಾಕಿ ಸುಟ್ಟು ಹಾಕಲಿಲ್ಲವೇ? – ನಾನು ಇತರ ವಿಷಯಗಳನ್ನು ಹೇಳಬಯಸುವುದಿಲ್ಲ – ಆದರೆ ನೀನು ಈ ಕೆಲವೇ ಪೈರು ಹಾಳಾದದ್ದಕ್ಕೆ ಗೋಗರೆಯುತ್ತಿದ್ದೀಯಾ!'

ಸ್ವಲ್ಪ ನಿಧಾನವಾಗಿಯೇ ಈ ಮಂದಿ ವಾಪಸ್ಸು ಹಿಂದಿನ ಮಾರ್ಗಕ್ಕೆ ತೆರಳಲು ಮಾರ್ಗದರ್ಶನ ನೀಡಲು ಸಾಧ್ಯವಾಗಬಹುದೇನೋ, ಯಾಕೆಂದರೆ ತಮಗೆ ಅನ್ಯಾಯವಾಗಿದೆ ಅಂತ ಯಾರೇ ತಪ್ಪುಗಳನ್ನು ಎಸಗಬೇಕಾಗಿಲ್ಲ. ನಾವು ಅವರನ್ನು ಹಿಂದಿರುಗಿ ಸತ್ಯದ ದಾರಿಗೆ ತರುವುದಕ್ಕೆ ಬಹಳ ಪ್ರಯತ್ನಿಸಬೇಕಾಗಿತ್ತು. ಹಾಗೆ ಮಾಡದೇ ಹೋದರೆ, ಪ್ರಸಂಗ ಇನ್ನಷ್ಟು ವಿಷಮವಾಗಿ ಹದಗೆಟ್ಟು ಪೈರಿನ ಗಿಡಗಳಿಗಿಂತ ಹೆಚ್ಚಿನದು ನಶಿಸಿಹೋಗುವ ಸಾಧ್ಯತೆಯಿತ್ತು. ನನಗೆ ಇಂದಿಗೂ ಆ ಸೆರೆವಾಸಿ ತನ್ನ ಷರ್ಟಿನ ತೋಳುಗಳನ್ನು ಮೇಲಕ್ಕೇರಿಸಿ ತನ್ನ ಕೈಯನ್ನು ನನ್ನ ಮೂಗಿನ ಬಳಿಗೆ ತಂದು ಬೊಬ್ಬಿಟ್ಟದ್ದು ನೆನಪಾಗುತ್ತದೆ, 'ಒಂದು ವೇಳೆ ನಾನು ನನ್ನ ಮನೆಗೆ ಹಿಂದಿರುಗಿ ಹೋಗುವಾಗ ಈ ಕೈಯನ್ನು ರಕ್ತದಲ್ಲಿ ಮುಳುಗಿಸಿ ಒಯ್ಯದೇ ಹೋದರೆ ಈ ಕೈಯ್ಯನ್ನೇ ತುಂಡರಿಸಿ ಬಿಡುವುದು ಒಳಿತು'. ನಾನಿಲ್ಲಿ ಒತ್ತಿ ಹೇಳಬೇಕಾದ ಮಾತೊಂದು ಏನಂದರೆ, ಈ ಮಾತನ್ನು ಹೇಳಿದ ವ್ಯಕ್ತಿ ಅಂತಹ ಕೆಟ್ಟ ಮನುಷ್ಯನೇನೂ ಆಗಿರಲಿಲ್ಲ. ಆತ ಕ್ಯಾಂಪ್‌ನಲ್ಲೂ ಆ ಮೇಲೆ ಕೂಡಾ ಅತ್ಯುತ್ತಮ ಕಾಮ್ರೇಡ್ ಆಗಿದ್ದ.

ಮಾನಸಿಕ ಒತ್ತಡದಿಂದ ತಕ್ಷಣ ಮುಕ್ತರಾದಾಗ ಗಡಿಬಿಡಿಯಲ್ಲಿ ಖೈದಿಗಳ ನೈತಿಕತೆ ಹದಗೆಡುವ ಜೊತೆಗೆ ಇನ್ನೆರಡು ಮೂಲಭೂತವಾದ ಚಾರಿತ್ರ್ಯವನ್ನು ಕೆಡಿಸುವ ಅಂಶಗಳಿದ್ದವು : ಹಿಂದಿನ ಕಹಿ ಅನುಭವಗಳು ಮತ್ತು ಭ್ರಮನಿರಸನ, ಇವು ಮತ್ತೆ ವಾಸ್ತವದ ಬದುಕಿಗೆ ಮರಳಿದ ಬಳಿಕ ಕಾಡುವಂಥವು.

ಕಹಿ ಅನುಭವಗಳು ಮತ್ತು ಭ್ರಮನಿರಸನ

ಅವರು ತಮ್ಮ ಮನೆಗಳಿಗೆ ಹಿಂದಿರುಗಿ ಬಂದಾಗ, ತಮಗೆ ಅನೇಕ ಕಾರಣಗಳಿಂದ ಕಹಿ ಅನುಭವಗಳನ್ನು ಸಹಿಸಬೇಕಾಗಿ ಬರುತ್ತದೆ. ಮೊದಲನೆಯದಾಗಿ ಅವರು ತಮ್ಮ ಪಟ್ಟಣಕ್ಕೆ ಬಂದಾಗ, ತಮ್ಮ ಮನೆಗೆ ಹಿಂದಿರುಗಿದಾಗ ಬಹುತೇಕ ಸಂದರ್ಭಗಳಲ್ಲಿ ಉತ್ತಮ ಪ್ರತಿಕ್ರಿಯೆಗಳು ಸಿಗುವುದಿಲ್ಲ. ಬಾಗಿಲಿನ ಮೇಲೆ ಸದ್ದು ಮಾಡಿದಾಗ, ಯಾರೋ ಭುಜಗಳನ್ನು ಕುಲುಕಿಸಿ ವಿಚಿತ್ರವಾದ ಸ್ವರದಲ್ಲಿ ಮಾತನಾಡುತ್ತಾನೆ ಅಷ್ಟೇ ಅಲ್ಲ ಆತ ಹೀಗೆ ಕೇಳುವಂತಾಗುತ್ತದೆ, 'ಈ ವಿಷಯದಲ್ಲಿ ನಮಗೇನೂ ಗೊತ್ತಿಲ್ಲ' ಅಥವಾ 'ನಾವೇನು ಕಡಿಮೆ ಅನುಭವಿಸಿದ್ದೇವೆಯೇ?' ಆತ ತನ್ನಷ್ಟಕ್ಕೇ ಕೇಳಿಕೊಳ್ಳುವಂತಾಗುತ್ತದೆ, 'ಇವರಿಗೆ ಬೇರೆ ರೀತಿಯೂ ಮಾತನಾಡಲು ಬರುವುದಿಲ್ಲವೇ?' ಈ ರೀತಿಯ ಅನುಭವಗಳಿಂದ ಆತ ಕಹಿಯಾಗುತ್ತಾನೆ ಮತ್ತು ತಾನು ಏನನ್ನು ಸಹಿಸಿದೆನೋ ಅದನ್ನು ಯಾಕಾಗಿ ಸಹಿಸಿದೆ ಎಂದು ತನ್ನನ್ನು ಪ್ರಶ್ನಿಸುವಂತಾಗುತ್ತದೆ.

ಭ್ರಮನಿರಸನದ ಅನುಭವ ಸ್ವಲ್ಪ ಭಿನ್ನ ರೀತಿಯದ್ದು. ಇದು ಇನ್ನೊಬ್ಬ ಮನುಷ್ಯನ ಬಗೆಗೆ ಅಲ್ಲ (ಅವರ ತೋರಿಕೆ ಮತ್ತು ಸಂವೇದನಾಶೂನ್ಯತೆ ಎಷ್ಟೊಂದು ನಿರಾಶಾಜನಕವಾಗಿತ್ತೆಂದರೆ, ಎಲ್ಲಾದರೂ ಬಿಲದಲ್ಲಿ ಅಡಗಿ ಕುಳಿತುಬಿಡೋಣವೇ ಎಂದನ್ನಿಸುತ್ತಿತ್ತು, ಯಾವ ಮನುಷ್ಯನ ಸಂಪರ್ಕವೂ ಬೇಡ ಎನ್ನುವ ಹಾಗೆ.) ಬದಲಾಗಿ

ಅದೃಷ್ಟ ತನ್ನ ಕ್ರೌರ್ಯವನ್ನು ತೋರಿಸುವಂತಿತ್ತು. ಯಾವ ಮನುಷ್ಯ ತನ್ನ ಎಲ್ಲಾ ಸಂಭಾವ್ಯ ಕಷ್ಟಗಳನ್ನು ದಾಟಿ ಬಂದಿರುವಾಗ, ಈಗ ಮನವರಿಕೆಯಾಗುತ್ತಿದೆ ಏನೆಂದರೆ ಆತನ ಕಷ್ಟಗಳಿಗೆ ಯಾವುದೇ ಸೀಮೆ ಇಲ್ಲವೆಂಬುದಾಗಿ. ಮತ್ತು ಆತ ಈಗಲೂ ಮತ್ತೆ ಕಷ್ಟಗಳನ್ನು ಸಹಿಸಲು ಬಾಧ್ಯ ಎನ್ನುವಂತೆ, ಈ ಸಾರಿ ಆತನ ಕಷ್ಟದ ಆಳ ಇನ್ನಷ್ಟು ಆಳವಾಗಿ ಹೋಗಿರುತ್ತದೆ.

ನಾವು ಕ್ಯಾಂಪ್‌ನಲ್ಲಿರುವಾಗ ಯಾವುದೇ ವ್ಯಕ್ತಿಗೆ ಮಾನಸಿಕ ಸಾಹಸವನ್ನು ಪ್ರೇರೇಪಿಸುವ ಸಂದರ್ಭದಲ್ಲಿ, ನಾವು ಅವರಿಗೆ ಭವಿಷ್ಯದ ಯಾವುದಾದರೂ ಹಾದಿಯನ್ನು ತೋರಿಸಬೇಕು ಎಂಬುದಾಗಿತ್ತು. ಅವರಿಗೆ ಜೀವನ ಇನ್ನೂ ಭವಿಷ್ಯದ ಮಟ್ಟಿಗೆ ದಾರಿ ಕಾಯುತ್ತಿದೆ ಎಂಬುದಾಗಿಯೋ, ಮನೆಯಲ್ಲಿ ಯಾರೋ ಅವರ ನಿರೀಕ್ಷೆಯಲ್ಲಿದ್ದಾರೆ ಎಂಬುದಾಗಿಯೋ ಅವರಿಗೆ ನೆನಪಿಸುವಂತಹ ಕೆಲಸವನ್ನು ಮಾಡುತ್ತಿರುತ್ತೇವೆ. ಆದರೆ ಸ್ವಾತಂತ್ರ್ಯ ಸಿಕ್ಕಿದ ಬಳಿಕ? ಕೆಲವರಿಗೆ ಮನೆಯಲ್ಲಿ ನಿರೀಕ್ಷೆಯಲ್ಲಿದ್ದವರು ಯಾರೂ ಇದ್ದಿರಲಿಲ್ಲ.

ಅಂತಹ ವ್ಯಕ್ತಿಯೊಬ್ಬನ ದುಃಖದ ತುಸು ಕಲ್ಪನೆಯನ್ನು ಮಾಡಿ. ಆತನಿಗೆ ಯಾತನಾ ಶಿಬಿರದಲ್ಲಿ ಕಾಲಕಳೆಯುತ್ತಿದ್ದಾಗ ತಾನು ಇನ್ನೂ ಬದುಕಿ ಉಳಿಯಬೇಕೆಂಬ ಆಗ್ರಹಕ್ಕೆ ಒಂದು ಆಧಾರವಾಗಿ ಏನನ್ನು ನಿರೀಕ್ಷಿಸುತ್ತಲೇ ಇದ್ದನೋ, ಅದು ಈ ಪ್ರಪಂಚದಲ್ಲೇ ಇಲ್ಲ ಎನ್ನುವಾಗ ಎಷ್ಟು ದುಃಖವಾಗಬಹುದು ಹೇಳಿ!

ಆ ವ್ಯಕ್ತಿಯ ದುಃಖದ ಒಂದು ಕಲ್ಪನೆ ಮಾಡಿ. ಆತನ ಕನಸು ಪೂರ್ತಿಯಾಗುವ ದಿನ ಕಂಡಿದ್ದೇನು? ಈವರೆಗೆ ಕಂಡ ಎಲ್ಲಾ ಕನಸುಗಳು ಭಗ್ನವಾದ ಒಂದು ದೃಶ್ಯ. ಪ್ರಾಯಶಃ ಆತ ಒಂದು ಟ್ರಾಲಿಯಲ್ಲಿ ಕುಳಿತು, ತನ್ನ ಮನೆಯನ್ನು ತಲುಪಿದ್ದಿರಬಹುದು. ಅದನ್ನು ಆತ ವರ್ಷಗಟ್ಟಲೆ ಅದನ್ನು ಮಾತ್ರ, ಅದನ್ನೊಂದು ಮಾತ್ರ ತನ್ನ ಮನಸ್ಸಿನಲ್ಲಿ ಕಲ್ಪಿಸುತ್ತಾ ಬಂದಿದ್ದ ಮತ್ತು ಆತ ಅದೇ ಗುಂಗಿನಲ್ಲಿ ಮನೆಯ ಬೆಲ್‌ನ್ನು ಒತ್ತಿರಬಹುದು. ತನ್ನ ಕನಸಿನಲ್ಲಿ ಯಾವತ್ತೂ ಸಾವಿರ ಸಾರಿ ಬಾರಿಸಿದ ಹಾಗೆ. ಆದರೆ ಆಗಲೇ ಆತನಿಗೆ ಯಾವ ವ್ಯಕ್ತಿಯನ್ನು ಬಾಗಿಲು ತೆರೆಯುವಂತೆ ಅಲ್ಲಿ ನಿರೀಕ್ಷಿಸಿದ್ದನೋ ಆ ವ್ಯಕ್ತಿ ಅಲ್ಲಿರಲೇ ಇಲ್ಲ, ಮತ್ತು ಎಂದೆಂದಿಗೂ ಮತ್ತೆ ಅಲ್ಲಿರಲು ಸಾಧ್ಯವಿರಲಿಲ್ಲ.

ನಾವು ಕ್ಯಾಂಪ್‌ನಲ್ಲಿ ಒಬ್ಬರು ಇನ್ನೊಬ್ಬರ ಬಳಿಯಲ್ಲಿ ಹೇಳಿಕೊಳ್ಳುತ್ತಿದ್ದೆವು, ಇಲ್ಲಿ ನಾವೆಷ್ಟು ಕಷ್ಟವನ್ನು ಅನುಭವಿಸಿದ್ದೇವೋ, ಯಾವುದೇ ಸಾಂಸಾರಿಕವಾಗಿ ಸಿಗುವ ಖುಷಿ ಅದನ್ನು ಭರಿಸಲು ಸಾಧ್ಯವಿಲ್ಲ ಎಂಬುದಾಗಿ. ನಾವು ಖುಷಿಯನ್ನು ಪಡೆಯುವ ಆಸೆಯನ್ನು ಇಟ್ಟುಕೊಂಡಿರಲಿಲ್ಲ ಬಿಡಿ, ಯಾಕೆಂದರೆ ಅದು ನಮ್ಮ ಪೀಡೆಗಳಿಗೆ ತನ್ನ ಅರ್ಥವನ್ನು ಅಥವಾ ಸಾಹಸವನ್ನು ನೀಡಲು ಸಾಧ್ಯವಿರಲಿಲ್ಲ. ನಮ್ಮ ಬಲಿದಾನಗಳ ಮತ್ತು ಹೆಜ್ಜೆ ಹೆಜ್ಜೆಯಲ್ಲಿ ಎದುರಾಗುತ್ತಿದ್ದ ಮೃತ್ಯುವಿನ ಅರ್ಥವನ್ನು ನೀಡಲು ಸಾಧ್ಯವಿರಲಿಲ್ಲ. ಆದರೂ ನಾವು ಅಂತಹ ಅಸಮಾಧಾನಗಳಿಗೆ ತಯಾರಾಗಿ ಇರಲಿಲ್ಲವೆನ್ನಬೇಕು. ಈ ಭ್ರಮನಿರಸನ ಸೆರೆಯಾಳುಗಳಿಗೆ ಎಂತಹ ಅನುಭವವಾಗಿತ್ತೆಂದರೆ, ಅದನ್ನು ಮೀರಿ ಮುಂದಕ್ಕೆ ದೃಷ್ಟಿ ಹಾಯಿಸುವುದು ಬಹಳ ಕಠಿಣದ ಕೆಲಸವಾಗಿತ್ತು. ಓರ್ವ ಮನೋವೈದ್ಯನಿಗೆ ಈ ದಿಸೆಯಲ್ಲಿ ಕೊಂಚ ಸಹಾಯವನ್ನು ಮಾಡುವುದು ಕಷ್ಟದಾಯಕವಾಗಿತ್ತು. ಆದರೆ ಅದರಿಂದ ಆತ ನಿರಾಶೆಯನ್ನು ಹೊಂದುವ ಕಾರಣವಿರಲಿಲ್ಲ, ಬದಲಾಗಿ ಅದು ಆತನಿಗೆ ಇನ್ನಷ್ಟು ಶ್ರದ್ಧೆಯಿಂದ ಕೆಲಸ ಮಾಡುವುದಕ್ಕೆ ಒಂದು ಪ್ರೇರಣೆಯಾಗಿ ಮಾರ್ಪಟ್ಟಿರುತ್ತದೆ.

ಕ್ಯಾಂಪ್‌ನ ಕನಸಿನ ಅನುಭವ ಒಂದು ಕೆಟ್ಟ ಕನಸಾಗಿ ಬದಲಾಗುವುದು

ಎಲ್ಲಾ ಮುಕ್ತಿಪಡೆದ ಖೈದಿಗಳಿಗೆ, ಅಂತಹ ಒಂದು ದಿನ ಬಂದಿರುತ್ತದೆ, ಅದೆಂದರೆ ಕ್ಯಾಂಪ್ ಜೀವನದ ಹಿಂದಿನ ಅನುಭವಗಳನ್ನು ನೆನಪಿಸಿಕೊಳ್ಳುವಾಗ ತಾನು ಸ್ವತಃ ಅಂದಿನ ಆ ದಿನಗಳನ್ನು ಸಹಿಸಿಕೊಂಡಿದ್ದನೇ ಎಂದು ನಂಬಲು ಸಾಧ್ಯವಾಗುವುದಿಲ್ಲ. ಹೇಗೆ ಅಂತಿಮವಾಗಿ ಸ್ವಾತಂತ್ರ್ಯದ ದಿನ ಹತ್ತಿರ ಬಂತೋ ಮತ್ತು ಅದೊಂದು ಸುಂದರ ಸ್ವಪ್ನದಂತೆ ಕಾಣಿಸಲು ತೊಡಗಿತೋ, ಅದೇ ರೀತಿಯಲ್ಲಿ ಕ್ಯಾಂಪ್‌ನ ಅನುಭವಗಳು ಒಂದು ಕೆಟ್ಟ ಕನಸಿಗಿಂತ ಹೆಚ್ಚೇನೂ ಅನ್ನಿಸದೇ ಹೋಗುತ್ತದೆ.

ಮನೆಗೆ ಹಿಂದಿರುಗುವ ಯಾವನೇ ವ್ಯಕ್ತಿಗೆ ಬಹಳ ದೊಡ್ಡ ಅನುಭವವೆಂದರೆ, ಆತನ ಮನಸ್ಸಿನಲ್ಲಿ ಅದು ಉತ್ಪತ್ತಿಯಾಗುವುದು ನಿಶ್ಚಿತ, ಅದೆಂದರೆ ಇನ್ನು ಮುಂದೆ ತಾನು ಭಗವಂತನನ್ನು ಬಿಟ್ಟು ಮತ್ಯಾರಿಗೂ ಭಯಭೀತಿಯಿಂದ ತಲೆಬಾಗುವ ಅವಶ್ಯಕತೆ ಇಲ್ಲ ಅಂತ.

ಭಾಗ ೨

ಲೋಗೋಥೆರಪಿ : ಸಂಕ್ಷಿಪ್ತ ಸಾರ

೧೮
ಲೋಗೋಥೆರಪಿ

ನನ್ನ ಸಂಕ್ಷಿಪ್ತ ಆತ್ಮಕಥೆಯ ಶೈಲಿಯಲ್ಲಿ ಬರೆದ ಕಥೆಯನ್ನು ಓದಿದವರು ಸಾಮಾನ್ಯವಾಗಿ ನನ್ನ ಚಿಕಿತ್ಸೆಯ ಬಗ್ಗೆ ವಿಸ್ತೃತ ವಿವರಣೆಯನ್ನು ತಿಳಿಯಲು ಬಯಸುತ್ತಾರೆ. ಅದಕ್ಕೋಸ್ಕರ ನಾನು 'ಫ್ರಮ್ ಡೆತ್ ಕ್ಯಾಂಪ್ ಟು ಎಕ್ಸಿಸ್ಟೆನ್ಶಿಲಿಸ್ಮ್'ನ ಮೂಲ ಆವೃತ್ತಿಯಲ್ಲಿ ಲೋಗೋಥೆರಪಿ ಬಗ್ಗೆ ಒಂದು ಸಂಕ್ಷಿಪ್ತ ಅಧ್ಯಾಯವನ್ನು ಬರೆದಿದ್ದೆ. ಆದರೆ ಅದು ವಿಸ್ತಾರವಾಗಿರದೆ ಅದರ ಕುರಿತು ಪದೇ ಪದೇ ನನ್ನಲ್ಲಿ ಇನ್ನಷ್ಟು ಮಾಹಿತಿಯನ್ನು ಒದಗಿಸುವಂತೆ ಓದುಗರು ಆಗ್ರಹಿಸುತ್ತ ಬಂದರು. ಹಾಗಾಗಿ ಪ್ರಸ್ತುತ ಆವೃತ್ತಿಯಲ್ಲಿ ನಾನು ಲೋಗೋಥೆರಪಿಯ ಬಗ್ಗೆ ಸಂಪೂರ್ಣ ಮಾಹಿತಿಯನ್ನು ನೀಡುತ್ತ ಆ ಕುರಿತಂತೆ ನನ್ನ ವ್ಯಾಪಕ ಅನುಭವಗಳನ್ನು ಪ್ರಸ್ತುತಪಡಿಸಲು ಪ್ರಯತ್ನಿಸಿದ್ದೇನೆ.

ಆ ಸಂಬಂಧವಾಗಿ ಸಂಪೂರ್ಣ ಮಾಹಿತಿಯನ್ನು ನೀಡಬೇಕಿದ್ದರೆ, ಜರ್ಮನ್ ಭಾಷೆಯಲ್ಲಿ ಪ್ರಕಟವಾದ ಇಪ್ಪತ್ತು ಗ್ರಂಥಗಳನ್ನು ಕ್ರೋಢೀಕರಿಸಬೇಕಾಗುತ್ತದೆ, ಅದನ್ನು ಓದುಗರಿಗೆ ಸಂಕ್ಷಿಪ್ತವಾಗಿ ನೀಡುವುದು ಕಷ್ಟದಾಯಕವೆನಿಸುತ್ತದೆ. ಈ ನಿಟ್ಟಿನಲ್ಲಿ ನನ್ನ ಕೆಲಸ ಸುಲಭವಾಗಿರಲಿಲ್ಲ. ಒಬ್ಬ ಅಮೆರಿಕನ್ ಡಾಕ್ಟರ್ ಜತೆಗೆ ನನ್ನ ಭೇಟಿ ವಿಯೆನ್ನಾದಲ್ಲಿ ನನ್ನ ಆಫೀಸಿನಲ್ಲಿ ಆಗಿತ್ತು. ಅವರು ನನ್ನಲ್ಲಿ ಕೇಳಿದರು, 'ಡಾಕ್ಟರ್ ನೀವು ಓರ್ವ ಮನೋವಿಶ್ಲೇಷ 'ಕರು(ಸೈಕೋಅನಾಲಿಸ್ಟ್) ತಾನೇ? ನಾನು ಉತ್ತರಿಸಿದೆ, 'ಅಲ್ಲ, ನೀವು ನನ್ನನ್ನು ಪೂರ್ಣಪ್ರಮಾಣದ ಮನೋವಿಶ್ಲೇಷಕನೆಂದು ಕರೆಯಲಾಗುವುದಿಲ್ಲ. ಹಾಂ, ನೀವು ನನ್ನನ್ನು ಒಬ್ಬ ಸೈಕೋಥೆರಪಿಸ್ಟ್ (ಮನೋಚಿಕಿತ್ಸಕ) ಎಂದು ಅವಶ್ಯವಾಗಿ ಕರೆಯಬಹುದು.' ಆ ಮೇಲೆ ಕೂಡಾ ಆತ ಪ್ರಶ್ನೆಗಳನ್ನು ಮುಂದುವರಿಸಿದರು :

'ನೀವು ಯಾವ ಸಿದ್ಧಾಂತದ ಅನುಸಾರವಾಗಿ ನಿರ್ವಹಿಸುತ್ತೀರಿ?'

'ಇದು ನನ್ನ ಸ್ವಂತದ ಥಿಯರಿಯಾಗಿದೆ; ಇದನ್ನು ಲೋಗೋಥೆರಪಿ ಅಂತ ಕರೆಯುತ್ತಾರೆ.'

'ನೀವು ಒಂದು ವಾಕ್ಯದಲ್ಲಿ ಲೋಗೋಥೆರಪಿಯನ್ನು ಯಾವುದಕ್ಕೆ ಕರೆಯುತ್ತಾರೆ ಅಂತ ಹೇಳಬಲ್ಲಿರಾ? ಒಬ್ಬ ಮನೋವಿಶ್ಲೇಷಕ ಮತ್ತು ಮನೋಚಿಕಿತ್ಸಕನ ನಡುವೆ ಯಾವ ರೀತಿಯ ಅಂತರವಿದೆ ಎಂಬುದನ್ನಾದರೂ ತಿಳಿಸಬಲ್ಲಿರಾ?'

'ಹಾಂ', ನಾನು ಹೇಳಿದೆ, 'ಅದಕ್ಕೂ ಮೊದಲು ನೀವು ನನಗೆ ಒಂದು ವಾಕ್ಯದಲ್ಲಿ ಮನೋವಿಶ್ಲೇಷಣೆಯ ಅರ್ಥವೇನೆಂದು ತಿಳಿಸಬಲ್ಲಿರಾ?'

ಆತ ಹೇಳಿದರು, 'ಮನೋವಿಶ್ಲೇಷಣೆಯ ಪ್ರಕಾರ ಒಬ್ಬ ರೋಗಿ ಹಾಸಿಗೆಯಲ್ಲಿ ಮಲಗಿಕೊಂಡಿರಬೇಕು. ಅಂತಹ ಸಮಯ ಆತ ನಿಮಗೆ ಎಂತಹ ಮಾತುಗಳನ್ನು ಹೇಳುತ್ತಾನೆ ಅಂದರೆ, ಅದನ್ನು ಹೇಳುವುದಕ್ಕೆ ಅನೇಕ ಸಲ ಕಷ್ಟವಾಗುತ್ತದೆ.'

ಅವರ ಉತ್ತರವನ್ನು ಸುಧಾರಿಸುವ ನಿಟ್ಟಿನಲ್ಲಿ ತಕ್ಷಣ ಆತನಿಗೆ ಹೇಳಿದೆ, 'ಲೋಗೋಥೆರಪಿಯಲ್ಲಿ ರೋಗಿ ನೇರವಾಗಿ ಕುಳಿತಿರಲೂಬಹುದು ಆದರೆ ಆತನಿಗೆ ನಾವು ಕೇಳಿಸುವ ವಿಚಾರದಲ್ಲಿ ಆತ ಸಹಮತಿಯನ್ನು ವ್ಯಕ್ತಪಡಿಸದೆ ಇರಲೂ ಬಹುದು.'

ಹೇಗಿದ್ದರೂ ಈ ಮಾತನ್ನು ಸರಾಸರಿಯ ನೆಲೆಯಲ್ಲಿ ಹೇಳಿದ್ದಾಗಿತ್ತು. ಇದನ್ನು ನೀವು ಲೋಗೋಥೆರಪಿಯ ಸಾರವೆಂದು ಕರೆಯಲಂತೂ ಸಾಧ್ಯವಿಲ್ಲ. ಒಂದು ವೇಳೆ ಮನೋವಿಶ್ಲೇಷಣೆಯ ಜತೆಗೆ ಅದರ ತುಲನೆಯನ್ನು ಮಾಡಿದರೆ ಲೋಗೋಥೆರಪಿಯಲ್ಲಿ ಪೂರ್ವ ಪ್ರಭಾವ (ಭೂತಕಾಲದ ಪ್ರಭಾವ) ಕಡಿಮೆಯಾಗಿರುತ್ತದೆ. ಜತೆಗೆ ಈ ಥೆರಪಿ ಅಪೇಕ್ಷೆಗೂ ಕಡಿಮೆಯಾಗಿ ಆತ್ಮವಿಶ್ಲೇಷಿಯಾಗಿರುತ್ತದೆ. **ಲೋಗೋಥೆರಪಿ ಭವಿಷ್ಯದಲ್ಲಿ ಅಥವಾ ಜೀವನದ ಅರ್ಥದ ಮೇಲೆ ಕೇಂದ್ರಿತವಾಗಿದ್ದು, ರೋಗಿ ಅದನ್ನು ಮುಂಬರುವ ಸಮಯದಲ್ಲಿ ಪೂರ್ತಿಗೊಳಿಸುವುದು ಅವಶ್ಯವೆನಿಸುತ್ತದೆ.** ನಿಖರ ಶಬ್ದಗಳಲ್ಲಿ ಹೇಳುವುದಾದರೆ, 'ಲೋಗೋಥೆರಪಿ' ಅರ್ಥದ ಮೇಲೆಯೇ ಆಧಾರಿತ ಸೈಕೋಥೆರಪಿ ಎನ್ನಬಹುದು. ಇದರ ಜತೆಯಲ್ಲೇ ಲೋಗೋಥೆರಪಿಯು ನರರೋಗಕ್ಕೆ(ನ್ಯೂರೋಸಿಸ್) ಎಡೆಮಾಡುವ ಎಲ್ಲ ವಿಷವರ್ತುಲಗಳ ಮತ್ತು ಫೀಡ್‌ಬ್ಯಾಕ್ ತಂತ್ರಗಳ ಮೇಲೆ ಗಮನ ಹರಿಸುವುದಿಲ್ಲ. ಹಾಗಾಗಿ ನರರೋಗಗ್ರಸ್ತ ರೋಗಿಯ ಆತ್ಮಕೇಂದ್ರಿತ (ಸೆಲ್ಫ್ ಸೆಂಟರ್ಡ್) ವ್ಯಕ್ತಿತ್ವವನ್ನು ವಿಕಸಿನಗೊಳಿಸಿ ಪ್ರಬಲಗೊಳಿಸುವ ಬದಲು ಅದನ್ನು ಮುರಿಯುವ ಕೆಲಸವನ್ನು ಮಾಡುತ್ತದೆ.

ನಿಜಹೇಳಬೇಕೆಂದರೆ ಈ ಮಾತು ಲೋಗೋಥೆರಪಿಯನ್ನು ಬಹಳ ಸಾಧಾರಣ ರೀತಿಯಲ್ಲಿ ಪ್ರಸ್ತುತಪಡಿಸುವಂಥದ್ದಾಗಿದೆ. ಲೋಗೋಥೆರಪಿಯ ಮೂಲಕ ರೋಗಿ ತನ್ನ ಜೀವನದ ಅರ್ಥದ ಕಡೆಗೆ ಮತ್ತೆ ಕೇಂದ್ರಿತನಾಗುತ್ತಾನೆ. ತನ್ನ ಜೀವನಕ್ಕೊಂದು ಅರ್ಥವನ್ನು ಕಾಣುವುದು ಸಾಕಷ್ಟು ಹದದವರೆಗೆ ಆತನಿಗೆ ನರರೋಗದಿಂದ ಮುಕ್ತಿ ಪಡೆಯಲು ಸಹಾಯಕವಾಗಬಹುದು.

ನಾನು ನನ್ನ ಥಿಯರಿಗೆ 'ಲೋಗೋಥೆರಪಿ' ಎನ್ನುವ ಹೆಸರನ್ನು ಯಾಕಾಗಿ ನೀಡಿದೆ ಎಂಬುದನ್ನು ಈಗ ತಿಳಿಯಿರಿ. 'ಲೋಗೋ' ಒಂದು ಗ್ರೀಕ್ ಶಬ್ದವಾಗಿದ್ದು, ಅದು 'ಅರ್ಥ' ಎಂದಾಗುತ್ತದೆ. ಲೋಗೋಥೆರಪಿಯನ್ನು ಕೆಲವು ಲೇಖಕರು 'ವಿನ್ನೆಸೆಯ ಮನೋವಿಜ್ಞಾನದ ಮೂರನೇ ಪದ್ಧತಿ' ಎಂಬ ಹೆಸರಿನಿಂದಲೂ ಕರೆದಿದ್ದಾರೆ. ಈ ಪದ್ಧತಿ ಮನುಷ್ಯನ ಅಸ್ತಿತ್ವದ ಉದ್ದೇಶ ಮತ್ತು ಆತನ ಈ ಉದ್ದೇಶದ ಹುಡುಕಾಟದ ಮೇಲೆ ಆಧಾರಿತವಾಗಿದೆ. ಲೋಗೋಥೆರಪಿಯ ಪ್ರಕಾರ ತನ್ನ ಬದುಕಿನ ಅರ್ಥವನ್ನು ಹುಡುಕುವ ಪ್ರಯತ್ನವೇ ಮನುಷ್ಯನ ಮೂಲ ಪ್ರೇರಣೆ ಎಂದು ಹೇಳಲಾಗಿದೆ. ಇದೇ ಕಾರಣದಿಂದ ನಾನು ಸುಖದ ಹುಡುಕಾಟದ ನಿಯಮಕ್ಕೆ (ಇದನ್ನು ನಾವು ಸುಖಪ್ರಾಪ್ತಿಗಾಗಿರುವ ಇಚ್ಛೆಯೆಂದೂ ಹೇಳಬಹುದು) ವಿರುದ್ಧವಾಗಿ, ಅರ್ಥದ ಹುಡುಕಾಟದ ಮಾತನ್ನು ಹೇಳಿದ್ದೇನೆ. ಫ್ರೂಡಿಯನ್‌ನ ಮನೋವಿಶ್ಲೇಷಣೆ ಈ ಸುಖದ ಹುಡುಕಾಟದ ಮೇಲೆ ಕೇಂದ್ರಿತವಾಗಿದೆ. ಲೋಗೋಥೆರಪಿ ಶಕ್ತಿಯನ್ನು ಪಡೆಯುವ ಇಚ್ಛೆಗೂ ವಿರುದ್ಧವಾಗಿದೆ, ಎಡಲೇರಿಯನ್ ಮನೋವಿಶ್ಲೇಷಣೆ ಈ ಶಕ್ತಿಯನ್ನು ಪಡೆಯುವ ಇಚ್ಛೆಯ ಮೇಲೆ ಆಧಾರಿತವಾಗಿದೆ.

ಅರ್ಥವನ್ನು ಹುಡುಕುವ ಇಚ್ಛೆ

ಬದುಕಿನಲ್ಲಿ ಅರ್ಥವನ್ನು ಹುಡುಕುವ ಪ್ರಯತ್ನವು ಮನುಷ್ಯ ಜೀವನದ ಮೊದಲ ಪ್ರೇರಣೆಯಾಗಿರುತ್ತದೆ. ಅದನ್ನು ಯಾವುದೇ ಸಹಜ ಪ್ರವೃತ್ತಿಯಲ್ಲಿ ಕಂಡುಕೊಳ್ಳಬಹುದಾದ ದ್ವಿತಿಯ ಶ್ರೇಣಿಯ ವಿಷಯ ಎಂದು ಕರೆಯಲಾಗುವುದಿಲ್ಲ. ಆ ಅರ್ಥ ಎಷ್ಟೊಂದು ಅನನ್ಯವೂ ವ್ಯಕ್ತಿ ವಿಶೇಷವೂ ಆಗಿರುತ್ತದೆ ಅಂದರೆ ಮನುಷ್ಯ ಅದನ್ನು ಸ್ವತಃ ಹುಡುಕಬೇಕಾಗುತ್ತದೆ; ಹಾಗಿದ್ದರಷ್ಟೇ ಆತ ಅದಕ್ಕೆ ಸಾಕಷ್ಟು ಮಹತ್ವವನ್ನು ನೀಡಬಲ್ಲ. ಕೆಲವು ಲೇಖಕರ ಪ್ರಕಾರ ಮನುಷ್ಯ ಬದುಕಿನ ಅರ್ಥಗಳು ಹಾಗು ಮೌಲ್ಯಗಳು ಕೇವಲ ಒಂದು ರಕ್ಷಿಸಿಕೊಳ್ಳಲು ಬೇಕಾಗಿರುವ ತಂತ್ರವಾಗಿದೆ, ಆತನ ಪ್ರತಿಕ್ರಿಯೆಗಳ ನಿರ್ಮಾಣ ಮತ್ತು ಆತನ ಉದಾತ್ತೀಕರಣದವರೆಗೆ ಅದು ಸೀಮಿತವಾಗಿರುತ್ತದೆ. ನನ್ನ ಮಾತು ಯಾವ ಕಡೆಗಿದೆ ಅಂದರೆ, ನಾನು ನನ್ನ ರಕ್ಷಣೆಗಾಗಿಯಷ್ಟೇ ಜೀವನವನ್ನು ಜೀವಿಸಲು ಬಯಸುವುದಿಲ್ಲ ಇಲ್ಲವೇ ಕೇವಲ ನನ್ನ ಪ್ರತಿಕ್ರಿಯೆಗಳಿಗೆ ನನ್ನ ಪ್ರಾಣವನ್ನು ನೀಡಲು ಬಯಸುವುದಿಲ್ಲ. **ಒಬ್ಬ ಮನುಷ್ಯ ತನ್ನ ಆದರ್ಶ ಮತ್ತು ಮೌಲ್ಯಗಳಿಗಾಗಿಯೇ ಜೀವಿಸಲು ಸಾಧ್ಯ ಅಥವಾ ಆತ ಅದಕ್ಕೋಸ್ಕರ ತನ್ನ ಪ್ರಾಣವನ್ನೂ ತ್ಯಾಗ ಮಾಡಲು ಸಾಧ್ಯವಿದೆ.**

ಫ್ರಾನ್ಸ್‌ನಲ್ಲಿ ಕೆಲವು ವರ್ಷಗಳ ಹಿಂದೆ, ಜನತೆಯ ಒಟ್ಟು ಅಭಿಪ್ರಾಯವನ್ನು ಸಂಗ್ರಹಿಸುವ ಸಲುವಾಗಿ, ಮತದಾನವನ್ನು ಏರ್ಪಡಿಸಲಾಯಿತು. ಫಲಿತಾಂಶದಲ್ಲಿ 89 ಪ್ರತಿಶತ ಜನರ ಅಭಿಪ್ರಾಯವೇನಿತ್ತೆಂದರೆ, ಮನುಷ್ಯನಿಗೆ ಜೀವಿಸುವುದಕ್ಕಾಗಿ ಏನಾದರೂ ಉದ್ದೇಶ ಬೇಕು. ಅಷ್ಟೇ ಅಲ್ಲದೆ, 61 ಪ್ರತಿಶತ ಜನರಿಗೆ ಯಾವನೇ ವ್ಯಕ್ತಿ ಅಥವಾ ಯಾವುದೇ ಪ್ರೇರಣೆಯ ಸ್ಥಾನವಿದ್ದು, ಅದಕ್ಕೋಸ್ಕರ ಅವರು ತಮ್ಮ ಪ್ರಾಣವನ್ನೂ ತ್ಯಾಗ ಮಾಡುವುದಕ್ಕೆ ತಯಾರಿದ್ದರು. ನಾನು ವಿಯೆನ್ನಾದ ಆಸ್ಪತ್ರೆಯ ವಿಭಾಗದಲ್ಲಿ ನನ್ನ ರೋಗಿಗಳ ಮತ್ತು ಕರ್ಮಚಾರಿಗಳ ನಡುವೆ ಇಂತಹುದೇ ಒಂದು ಮತದಾನವನ್ನು ನಡೆಸಿದೆ. ಅಲ್ಲೂ ಕೂಡಾ ಫ್ರಾನ್ಸ್‌ನಂತೆಯೇ ಫಲಿತಾಂಶ ಹೊರಬಂತು. ಅಂತರ ಕೇವಲ ಎರಡು ಪ್ರತಿಶತವಷ್ಟೇ ಇತ್ತು.

'ಜಾನ್ಸ್ ಹಾಪ್‌ಕಿನ್ಸ್' ವಿಶ್ವವಿದ್ಯಾಲಯದ ಸಮಾಜವಿಜ್ಞಾನಿಗಳ ಮುಖೇನ 48 ಕಾಲೇಜುಗಳ 7948 ವಿದ್ಯಾರ್ಥಿಗಳ ಮೇಲೆ ಇನ್ನೊಂದು ಸರ್ವೆಯನ್ನು ನಡೆಸಲಾಯಿತು. ಅದರ ಆರಂಭಿಕ ಫಲಿತಾಂಶ ನ್ಯಾಶನಲ್ ಇನ್ಸ್ಟಿಟ್ಯೂಟ್ ಆಫ್ ಮೆಂಟಲ್ ಹೆಲ್ತ್‌ನ ಮೂಲಕ ನಡೆಸಿದ ಎರಡು ವರ್ಷಗಳ ಅಧ್ಯಯನದ ಒಂದು ಭಾಗವಾಗಿದೆ. ಅವರನ್ನು ಕೇಳಿದ್ದೇನೆಂದರೆ, 'ಅವರು ತಮ್ಮ ಬದುಕಿನಲ್ಲಿ ಯಾವ ವಿಷಯವನ್ನು ಬಹಳ ಮಹತ್ವಪೂರ್ಣವೆಂದು ಭಾವಿಸುತ್ತಾರೆ?' ಉತ್ತರದಲ್ಲಿ 16 ಪ್ರತಿಶತ ವಿದ್ಯಾರ್ಥಿಗಳು 'ಹಣ ಸಂಪಾದನೆ' ಅಂತ ಬರೆದರೆ, 78 ಪ್ರತಿಶತ ವಿದ್ಯಾರ್ಥಿಗಳು, ತಮ್ಮ ಅತೀ ಮಹತ್ವದ ಲಕ್ಷ್ಯವೆಂದರೆ 'ತಮ್ಮ ಬದುಕಿನ ಯಾವುದೇ ಅರ್ಥವನ್ನು ಅಥವಾ ಉದ್ದೇಶವನ್ನು ಕಂಡುಹಿಡಿಯುವುದು' ಎಂದಾಗಿತ್ತು.

ಕೆಲವು ಸಂದರ್ಭಗಳಲ್ಲಿ ಅವಶ್ಯವಾಗಿ, ಮೌಲ್ಯಗಳ ಮರೆಯಲ್ಲಿ ಮನುಷ್ಯನ ಚಿಂತೆ, ತಮ್ಮಲ್ಲಿ ಅಡಗಿರುವ ಮಾನಸಿಕ ಸಂಘರ್ಷದ ಒಂದು ನೋಟ ತುಂಬಿರುತ್ತದೆ; ಹಾಗಿದ್ದ ಪಕ್ಷದಲ್ಲಿ ಅವರು ನಿಯಮದ ಬದಲಾಗಿ ನಿಯಮದ ಅಪವಾದದ ಪ್ರತಿನಿಧಿತ್ವ ವಹಿಸುತ್ತಾರೆ. ಅಂತಹ ವೇಳೆ ನಾವು ನಕಲಿ ಮೌಲ್ಯಗಳನ್ನು ಎದುರಿಸಬೇಕಾಗುತ್ತದೆ ಮತ್ತು ಅದರ ಮುಖವಾಡವನ್ನು ಇಳಿಸಬೇಕಾಗುತ್ತದೆ. ಅಂದರೆ ಹೇಗಿದ್ದರೂ ಮನುಷ್ಯನಿಗೆ ತನ್ನ ನಿಜವಾದ ರೂಪದ ದರ್ಶನವಾಗಬೇಕು, ಬದುಕಿನ ಸತ್ಯದ ಅಥವಾ ಅರ್ಥದ ಪತ್ತೆಯಾಗಬೇಕು. ಮನುಷ್ಯನ ಒಳಗಡೆ ಅಡಗಿರುವ ಮಾನವತೆಯ ಭಾವನೆ ಹೊರಗಡೆ ಪ್ರಕಟವಾಗುವುದು ಬಹಳ ಅವಶ್ಯಕವೆನಿಸುತ್ತದೆ.

ಅಸ್ತಿತ್ವಕ್ಕೆ ಸಂಬಂಧಿಸಿದ ಹತಾಶೆ

ಬದುಕಿನ ಅರ್ಥವನ್ನು ಹುಡುಕುವ ಮನುಷ್ಯನ ಇಚ್ಛೆ ಅವನನ್ನು ಹತಾಶೆಗೂ ನೂಕಬಹುದು. ಈ ವಿಷಯವಾಗಿ ಲೋಗೋಥೆರಪಿ 'ಅಸ್ತಿತ್ವ ಸಂಬಂಧಿ ಹತಾಶೆ'ಯ ಮಾತನ್ನಾಡುತ್ತದೆ. 'ಅಸ್ತಿತ್ವ ಸಂಬಂಧಿ'ಯನ್ನು ಮೂರು ತೆರನಾಗಿ ವಿವೇಚಿಸಬಹುದು, 1. ಅಸ್ತಿತ್ವ ಅಥವಾ ಮನುಷ್ಯನ ಅಸ್ತಿತ್ವ 2. ಅಸ್ತಿತ್ವದ ಅರ್ಥ 3. ಸ್ವಂತ ವ್ಯಕ್ತಿತ್ವದಲ್ಲಿ ಒಂದು ಸಂಪೂರ್ಣ ಅರ್ಥವನ್ನು ಪಡೆಯುವ ಪ್ರಯತ್ನ ಅಥವಾ ಅರ್ಥವನ್ನು ಪಡೆಯುವ ಇಚ್ಛೆ.

ಅಸ್ತಿತ್ವಕ್ಕೆ ಸಂಬಂಧಿಸಿದ ಹತಾಶೆ, ನ್ಯೂರೋಸಿಸ್ (ನರರೋಗ)ನ ರೂಪದಲ್ಲೂ ಪ್ರಕಟವಾಗಬಹುದು. ಇಂತಹ ನ್ಯೂರೋಸಿಸ್‌ನ್ನು ಲೋಗೋಥೆರಪಿಯಲ್ಲಿ ಸೈಕೋಜೀನಿಕ್ ನ್ಯೂರೋಸಿಸ್‌ನ ಸ್ಥಾನದಲ್ಲಿ ನ್ಯೋಜೀನಿಕ್ ನ್ಯೂರೋಸಿಸ್‌ನ ಹೆಸರನ್ನು ನೀಡಲಾಗಿದೆ. ನ್ಯೂಜೀನಿಕ್ ನ್ಯೂರೋಸಿಸ್‌ನ ಮೂಲ, ಮನೋವಿಜ್ಞಾನ ಅಥವಾ ಸೈಕಾಲಜಿಯಲ್ಲಿ ಇಲ್ಲ, ಬದಲಾಗಿ ನ್ಯೂಲಾಜಿಕಲ್(ಗ್ರೀಕ್ ಶಬ್ದ ನ್ಯೋಸ್ ಅಂದರೆ ಮನಸ್ಸು)ನಲ್ಲಿ ಇದೆ. ಇದು ಮನುಷ್ಯನ ಅಸ್ತಿತ್ವದ ಒಂದು ಆಯಾಮ. ಇದು ಕೂಡಾ ಲೋಗೋಥೆರಪಿ ಚಿಕಿತ್ಸೆಯಲ್ಲಿ ಬಳಸಲಾಗುವ ಒಂದು ಶಬ್ದವಾಗಿದ್ದು, ಇದನ್ನು ಮಾನವ ಆಯಾಮಕ್ಕೆ ಸಂಬಂಧಿತವಾಗಿ ಬಳಸಲಾಗುತ್ತದೆ.

ನ್ಯೂಜೀನಿಕ್ ನ್ಯೂರೋಸಿಸ್

ನ್ಯೂಜೀನಿಕ್ ನ್ಯೂರೋಸಿಸ್ ಭಾವನಾತ್ಮಕ ಮತ್ತು ಸಹಜ ಬೋಧೆಯ ಸಂಘರ್ಷದಲ್ಲಿ ಹುಟ್ಟುವುದಿಲ್ಲ, ಬದಲಾಗಿ ಅಸ್ತಿತ್ವಕ್ಕೆ ಸಂಬಂಧಿಸಿದ ಸಮಸ್ಯೆಗಳ ಕಾರಣದಿಂದ ಹುಟ್ಟುತ್ತದೆ. ಅಂತಹ ಸಮಸ್ಯೆಗಳಲ್ಲಿ, ಜೀವನದಲ್ಲಿ ಅರ್ಥದ ಶೋಧಕ್ಕೆ ಸಂಬಂಧಿಸಿದ ಹತಾಶೆ ಬಹಳ ದೊಡ್ಡ ಪಾತ್ರವನ್ನು ವಹಿಸುತ್ತದೆ.

ನ್ಯೂಜೀನಿಕ್ ನ್ಯೂರೋಸಿಸ್‌ನ ವಿಷಯದಲ್ಲಿ ಸೈಕೋಥೆರಪಿಯು ಸುಕ್ತ ಅಥವಾ ಪರ್ಯಾಪ್ತವಲ್ಲ. ಬದಲಿಗೆ ಲೋಗೋಥೆರೆಪಿ ಇದಕ್ಕೆ ಸೂಕ್ತ ಅಥವ ಪರ್ಯಾಪ್ತ ಎನ್ನಬಹುದು. ಲೋಗೋಥೆರಪಿ ಒಂದು ಎಂತಹ ಥೆರಪಿ ಅಂದರೆ, ಅದು ಮನುಷ್ಯನ ವಿಶೇಷ ಆಯಾಮಗಳನ್ನು ತಡಕಾಡುವ ಸಾಹಸವನ್ನು ನಿಭಾಯಿಸುತ್ತದೆ. ಈಗ ನಾನು ನಿಮಗೆ ಒಂದು ಘಟನೆಯನ್ನು ಹೇಳುತ್ತೇನೆ:

ನನ್ನ ವಿಯೆನ್ನಾ ಕಾರ್ಯಾಲಯಕ್ಕೆ – ಓರ್ವ ಮಹತ್ವಪೂರ್ಣ ಸ್ಥಾನದಲ್ಲಿದ್ದ ಅಮೆರಿಕಾದ ರಾಜನೀತಿಜ್ಞ ಬಂದಿದ್ದರು. ಅವರು ನನ್ನಲ್ಲಿ ತಮ್ಮ ಮನೋವಿಶ್ಲೇಷಣೆಯ ಚಿಕಿತ್ಸೆಯನ್ನು ಪಡೆಯಲು ಬಯಸಿದ್ದರು. ಅವರು ನ್ಯೂಯೋರ್ಕ್‌ನ ಓರ್ವ ವಿಶ್ಲೇಷಕರ ಬಳಿ 5 ವರ್ಷದಿಂದ ಚಿಕಿತ್ಸೆಯನ್ನು ಪಡೆಯುತ್ತಿದ್ದರು. ನಾನು ಮೊದಲ ಅವಕಾಶದಲ್ಲೇ ಅವರನ್ನು ಕೇಳಿದೆ, 'ನಿಮಗೆ ನಿಮ್ಮ ಮನೋವಿಶ್ಲೇಷಣೆಯನ್ನು ಮಾಡಿಸುವ ಅವಶ್ಯಕತೆ ಅದೂ ಮೊದಲ ಬಾರಿಗೆ ಯಾಕಾಗಿ ಬಂತು?' ಅವರ ಉತ್ತರದಿಂದ ನನಗೆ ತಿಳಿದದ್ದು ಏನೆಂದರೆ ಆತ ತನ್ನ ವೃತ್ತಿಯಲ್ಲಿ ಸಂತುಷ್ಟರಾಗಿರಲಿಲ್ಲ. ಮಾತ್ರವಲ್ಲ ಅಮೆರಿಕಾದ ವಿದೇಶೀಯ ನೀತಿಯ ಕುರಿತಾಗಿಯೂ ಆತ ಸಹಜತೆಯನ್ನು ಕಾಣುತ್ತಿರಲಿಲ್ಲ. ಏನಿದ್ದರೂ, ಆತನ ವಿಶ್ಲೇಷಕರು ಬಹಳ ಸಲ ಈ ಮಾತನ್ನು ವೇದ್ಯವಾಗುವಂತೆ ತಿಳಿಸಲು ಯತ್ನಿಸಿದ್ದರು, ಅದೆಂದರೆ, ಆತ ತನ್ನ ತಂದೆಯೊಂದಿಗೆ ಕುಳಿತು ರಾಜಿ ಮಾಡಿಕೊಳ್ಳುವುದು ಉತ್ತಮ ಅಂತ; ಯಾಕೆಂದರೆ ಯು.ಎಸ್.ನ ಸರಕಾರ ಮತ್ತು ಆತನ ಮೇಲಾಧಿಕಾರಿಗಳು ಆತನಿಗೆ 'ತಂದೆಯ ಸಮಾನ'ವೇ ಇದ್ದಿತು. ಆತನು ಅಜ್ಞಾತವಾಗಿ ತನ್ನ ತಂದೆಯ ಬಗ್ಗೆ ತಿರಸ್ಕಾರದ ಭಾವನೆಯನ್ನು ಹೊಂದಿದ್ದರು ಆದ್ದರಿಂದ ಆತನಿಗೆ ತನ್ನ ನೌಕರಿಯ ಬಗ್ಗೆಯೂ ತಿರಸ್ಕಾರವಿತ್ತು ಎಂದು ವಿಶ್ಲೇಷಕರ ಆಂಬೋಣವಾಗಿತ್ತು.

ಹಿಂದಿನ ಐದು ವರ್ಷಗಳ ಒಳಗೆ ಆತ ವಿಶ್ಲೇಷಕನ ವಿಶ್ಲೇಷಣೆಯಲ್ಲಿ ವಿಶ್ವಾಸ-ವಿಡುವುದು ಎಷ್ಟು ಅನಿವಾರ್ಯವಾಯಿತೆಂದರೆ ಆತ ವಾಸ್ತವಿಕತೆಯನ್ನು ನೋಡಲು ಸಹ ಸಾಧ್ಯವಾಗಲಿಲ್ಲ. ಆದರೆ ನನ್ನೊಂದಿಗಿನ ಕೆಲವೇ ಭೇಟಿಗಳಲ್ಲಿ ಸ್ಪಷ್ಟವಾದುದು ಏನೆಂದರೆ ಆತನ ಕೆಲಸದ ಕಾರಣ ಆತನ ಜೀವನದ ಅರ್ಥದ ಅನ್ವೇಷಣೆ ನಿರಾಶಾದಾಯಕವಾಯಿತು. ಆತ ಬೇರೆ ಯಾವುದೋ ರೀತಿಯ ಕೆಲಸವನ್ನು ಮಾಡಲು ಬಯಸುತ್ತಿದ್ದರು. ತನ್ನ ಕೆಲಸ ಬಿಡದೇ ಇರುವಂಥ ಯಾವುದೇ ಕಾರಣವಿರಲಿಲ್ಲವಾದ್ದರಿಂದ ಕೊನೆಗೆ ಆತ ಹಾಗೆಯೇ ಮಾಡಿದರು ಮತ್ತು ಅದರ ಪರಿಣಾಮ ಬಹಳ ಸಂತುಷ್ಟದಾಯಕವೇ ಆಗಿಹೋಯಿತು. ತಾನು ಹಿಂದಿನ ಐದು ವರ್ಷಗಳಿಂದ ಒಂದು ಹೊಸ ವ್ಯವಸಾಯವನ್ನು ಮಾಡುತ್ತಿದ್ದೇನೆ ಮತ್ತು ತನ್ನ ಜೀವನ ಉತ್ತಮ ರೀತಿಯಲ್ಲಿ ಸಾಗುತ್ತಿದೆ ಎಂದು ಹೇಳಿದರು. ಈಗ

ನನಗನ್ನಿಸುತ್ತದೆ ಆತನಿಗೆ ನಿಜವಾಗಿಯೂ ನರದೌರ್ಬಲ್ಯವಿತ್ತೇ ಎಂದು. ನನ್ನ ಅಭಿಪ್ರಾಯದ ಪ್ರಕಾರ ಅವರಿಗೆ ಯಾವುದೇ ಸೈಕೋಥೆರಪಿ ಅಥವಾ ಲೋಗೋಥೆರಪಿ ಮುಂತಾದವುಗಳ ಅವಶ್ಯಕತೆ ಇದ್ದಿರಲಿಲ್ಲ ಯಾಕೆಂದರೆ ವಾಸ್ತವದಲ್ಲಿ ಆತನಿಗೆ ಯಾವುದೇ ರೋಗವಿದ್ದಿರಲಿಲ್ಲ.

ಪ್ರತಿಯೊಂದು ಸಂಘರ್ಷ ನ್ಯೂರೋಟಿಕ್ (ನರರೋಗಕ್ಕೆ ಸಂಬಂಧಿಸಿದ) ಆಗಿರುವುದಿಲ್ಲ. ಜೀವನದಲ್ಲಿ ತುಸು ಮಾನಸಿಕ ಸಂಘರ್ಷವಾಗುವುದು ಸ್ವಾಭಾವಿಕವಾಗಿರುತ್ತದೆ. ಹಾಗೆಯೇ ಇನ್ನೊಂದು ಸಂದರ್ಭದಲ್ಲಿ ಎದುರಿಗೆ ಬಂದ ವಿಷಯವೆಂದರೆ **ಜೀವನದಲ್ಲಿ ಯಾವುದೇ ಪೀಡೆಯಾಗುವುದೆಂದರೆ ಬದುಕು ಯಾವತ್ತೂ ದಯನೀಯವಾದ ಅವಸ್ಥೆಯಲ್ಲಿ ಸಾಗುತ್ತಿದೆ ಎಂದರ್ಥವಲ್ಲ. ಒಂದು ವೇಳೆ ಆ ಪೀಡೆ ಮುಖ್ಯವಾಗಿ ಅಸ್ತಿತ್ವಕ್ಕೆ ಸಂಬಂಧಿಸಿದ ಹತಾಶೆಯಿಂದ ಉತ್ಪತ್ತಿಯಾಗಿದ್ದರೆ, ಅದು ನ್ಯೂರೋಸಿಸ್‌ನ ಕಾರಣವಾಗುವ ಬದಲು ಅದು ಮನುಷ್ಯನಿಗೆ ಒದಗುವ ಯಾವುದೇ ಪ್ರಾಪ್ತಿಯೂ ಆಗಿರಬಹುದು.** ನಾನು ಸ್ಪಷ್ಟಪಡಿಸಬಯಸುವುದೇನೆಂದರೆ, ಯಾರಾದರೂ ತನ್ನ ಅಸ್ತಿತ್ವದ ಅರ್ಥದ ಶೋಧನೆಯಲ್ಲಿ ತೊಡಗಿದ್ದರೆ, ಅಥವಾ ಅದರ ಬಗ್ಗೆ ಯಾವುದೇ ಸಂದೇಹ ಮೂಡಿದ್ದರೆ ಮತ್ತು ಅದಕ್ಕೆ ಸಂಬಂಧಿಸಿದ ಯಾವುದೇ ಅನ್ಯ ವಿಷಯವಾದರೆ ಅದನ್ನು ಯಾವುದೇ ರೋಗದೊಂದಿಗೆ ತಾಳೆಹಾಕುವುದು ತರವಲ್ಲ. ಅಸ್ತಿತ್ವಕ್ಕೆ ಸಂಬಂಧಿಸಿದ ಹತಾಶೆ ಯಾವುದೇ ರೀತಿಯಲ್ಲಿ ಶಾರೀರಿಕ ಅಥವಾ ಮಾನಸಿಕ ರೋಗವಾಗಿರುವುದಿಲ್ಲ. ಯಾರಿಗಾದರೂ ತನ್ನ ಜೀವನ ನಿರರ್ಥಕವೆನಿಸಿದರೆ, ಆತನಿಗೆ ಅವಶ್ಯವಾಗಿ ಹತಾಶೆ ಉಂಟಾಗುತ್ತದೆ, ಆದರೆ ಅದು ಕೇವಲ ಅಸ್ತಿತ್ವ ಸಂಬಂಧಿ ಹತಾಶೆಯಾಗಿರುತ್ತದೆ ಮತ್ತು ಅದನ್ನು ನೀವು ಮಾನಸಿಕ ರೋಗವೆಂದು ಕರೆಯಲಾಗದು. ಕೆಲವು ಡಾಕ್ಟರ್‌ಗಳು ತಮ್ಮ ರೋಗಿಗಳ ಅಸ್ತಿತ್ವಕ್ಕೆ ಸಂಬಂಧಿಸಿದ ಹತಾಶೆಯನ್ನು ಮಾನಸಿಕ ರೋಗವೆಂದು ತಿಳಿದು ಅದನ್ನು ಅದುಮುವ ಪ್ರಯಾಸದಲ್ಲಿ ಶಮನವಾಗಿಸುವ (ಟ್ರೇಂಕ್ಯುಲಾಯಿಸಿಂಗ್) ಔಷಧಗಳಿಂದ ಉಪಚರಿಸಬಹುದು. ಆ ಸಮಯದಲ್ಲಿ ವೈದ್ಯರ ಕರ್ತವ್ಯವೆಂದರೆ, ಅವರು ರೋಗಿಗೆ ಔಷಧವನ್ನು ನೀಡುವ ಬದಲು, ಆತನ ಜೀವನದ ವಿಕಾಸದ ಹಾದಿಯಲ್ಲಿ ಬರುವ ಅಸ್ತಿತ್ವಕ್ಕೆ ಸಂಬಂಧಿಸಿದ ಹತಾಶೆಯಿಂದ ಹೊರಬರಲು ಸಹಾಯವನ್ನು ಒದಗಿಸಬೇಕು.

ಅಂತಹ ವಿಷಯಗಳಲ್ಲಿ ಲೋಗೋಥೆರಪಿ ಜೀವನದ ಅರ್ಥವನ್ನು ಶೋಧಿಸಲು ಸಹಾಯ ಒದಗಿಸುತ್ತದೆ. ಇದೊಂದು ವಿಶ್ಲೇಷಣೆಯ ಮೇಲೆ ಆಧರಿಸಿರುವ ಪ್ರಕ್ರಿಯೆಯಾಗಿದ್ದು, ಇದು ರೋಗಿಯ ಅಸ್ತಿತ್ವದಲ್ಲಿ ಹುದುಗಿರುವ ಅರ್ಥವನ್ನು ಗುರುತಿಸುವುದರಲ್ಲಿ ಸಹಾಯವೆಸಗುತ್ತದೆ. ಈ ದೃಷ್ಟಿಯಿಂದ ಲೋಗೋಥೆರಪಿ ನಿಮಗೆ ಮನೋವಿಶ್ಲೇಷಣೆಗೆ ಸಮಾನವಾಗಿ ಕಾಣುತ್ತದೆ. ಆದರೂ, ಯಾವಾಗ ಲೋಗೋಥೆರಪಿ ಸಕ್ರಿಯವಾಗಿರುತ್ತದೆಯೋ, ಅದು ವ್ಯಕ್ತಿಯ ಸುಪ್ತಪ್ರಜ್ಞೆಯ ಮನಸ್ಸಿನಲ್ಲಿರುವ ಪ್ರವೃತ್ತಿಗೆ ಸಂಬಂಧಿಸಿದ ಸತ್ಯಗಳಿಗಷ್ಟೇ ಸೀಮಿತವಾಗಿರುವುದಿಲ್ಲ, ಬದಲಾಗಿ ಅಸ್ತಿತ್ವಕ್ಕೆ ಸಂಬಂಧಿಸಿದ ವಾಸ್ತವಿಕಗಳ ಮೇಲೂ ಧ್ಯಾನವನ್ನು ಇರಿಸುತ್ತದೆ. ಹಾಗೆ ಆತನ ಅರ್ಥದ ಬಗೆಗಿನ ಇಚ್ಛೆಯ ಜೊತೆಜೊತೆಗೆ ಆತನ ಅಸ್ತಿತ್ವದ ಸಂಭಾವ್ಯ ಅರ್ಥವೂ ಪೂರ್ತಿಯಾಗಬೇಕಾಗುತ್ತದೆ. ಇಂತಹ ಯಾವುದೇ ವಿಶ್ಲೇಷಣೆ, ತನ್ನ ಚಿಕಿತ್ಸೆಯ ಪ್ರಕ್ರಿಯೆಯಲ್ಲಿ ನ್ಯೂಲಾಜಿಕಲ್ ಆಯಾಮವಿಲ್ಲದಿದ್ದರೂ ರೋಗಿಗೆ ತನ್ನ ಅಸ್ತಿತ್ವದ ಆಳದಲ್ಲಿ ತಾನೇನು ಬಯಸುತ್ತಾನೆ ಎಂಬುದನ್ನು ಆತನಿಗೆ ಮನವರಿಕೆಯಾಗುವಂತೆ

ಮಾಡುತ್ತದೆ. ಲೋಗೋಥೆರಪಿಯನ್ನು ಮನೋವಿಶ್ಲೇಷಣೆಯಿಂದ ಯಾಕೆ ಭಿನ್ನವೆಂದು ಪರಿಗಣಿಸಲಾಗುತ್ತದೆ ಅಂದರೆ, ಅದು ಮನುಷ್ಯನನ್ನು ಹೀಗೆ ನೋಡುತ್ತದೆ– ಮನುಷ್ಯನು ತನ್ನ ಜೀವನದ ಯಾವುದೋ ಅರ್ಥವನ್ನು ಪೂರ್ಣಗೊಳಿಸಲು ಪ್ರಪಂಚಕ್ಕೆ ಬಂದಿರುತ್ತಾನೆಯೇ ವಿನಃ ಪ್ರಪಂಚದ ಕಾಮನೆಗಳನ್ನು ಅಥವಾ ವಾಸನಾ ಪ್ರಪಂಚವನ್ನು ಪೂರ್ತಿಗೊಳಿಸಲೋ, ಇಲ್ಲಾ ಆತ ತನ್ನ ಅಹಂನ್ನು ಪುಷ್ಟಿದಾಯಕವಾಗಿ ಬೆಳೆಸಲೋ ಅಥವಾ ಸಮಾಜ ಹಾಗೂ ಪರಿಸರಕ್ಕೆ ಹೊಂದಿಕೊಳ್ಳಲಿಕ್ಕೋ ಬಂದಿರುವುದಲ್ಲ.

೧೯

ನ್ಯೂ-ಡೈನಾಮಿಕ್ಸ್ : ಮಾನಸಿಕ ದಿಸೆಯಲ್ಲಿ ಬದಲಾವಣೆ

ಅರ್ಥದ ಶೋಧದಲ್ಲಿ ತೊಡಗಿರುವಾಗ, ಮನುಷ್ಯನಲ್ಲಿ ಆಂತರಿಕ ಸಮತೋಲನದ ಬದಲು ಆಂತರಿಕ ಒತ್ತಡವು ಹೊರಗೆ ಬರುವ ಸಾಧ್ಯತೆಗಳಿವೆ. ಆದಾಗ್ಯೂ, ಮಾನಸಿಕ ಸ್ವಾಸ್ಥ್ಯಕ್ಕೆ ಒತ್ತಡವಿರಬೇಕೆನ್ನುವುದೂ ಮಹತ್ವಪೂರ್ಣವಾದುದು. **ಮನುಷ್ಯನನ್ನು ಅತೀ ಕಷ್ಟದ ಸಮಯದಲ್ಲೂ ಉಳಿಯುವಂತೆ ಮಾಡುವುದು ಕೇವಲ ಜೀವನಕ್ಕೊಂದು ಅರ್ಥವಿದೆ ಎಂಬ ಅರಿವು ಮಾತ್ರ. ಮತ್ಯಾವ ವಿಷಯವೂ ಅವನನ್ನು ಬದುಕುಳಿಯುವಂತೆ ಮಾಡಲು ಇದರಷ್ಟು ಪ್ರಭಾವಿಯಾಗಿರುವುದಿಲ್ಲ.** ನೀಷೆಯ ಈ ಶಬ್ದಗಳು ಎಷ್ಟೊಂದು ವಿವೇಕಯುತವಾದವುಗಳು, **'ಯಾವ ಮನುಷ್ಯನಲ್ಲಿ ಬದುಕುವುದಕ್ಕೆ ಒಂದು "ಯಾಕೆ" ಇರುತ್ತದೆಯೋ, ಅವನು ಎಂತಹುದೇ "ಹೇಗೆ" ಎಂಬುದನ್ನು ಸಹಿಸಿಕೊಳ್ಳುತ್ತಾನೆ.'** ನಾನು ಈ ಶಬ್ದಗಳಲ್ಲಿ ಹುದುಗಿರುವ ಉದ್ದೇಶವನ್ನು ನೋಡಲು ಶಕ್ತನಿದ್ದೇನೆ, ಅದು ಯಾವುದೇ ರೀತಿಯ ಮನೋಚಿಕಿತ್ಸೆಗಳಿಗೆ ಸತ್ಯವಾಗಿರುತ್ತದೆ. ನಾಝಿ ಯಾತನಾ ಶಿಬಿರದಲ್ಲಿ ಇದು ಸ್ಪಷ್ಟ ರೂಪದಲ್ಲಿ ಪ್ರಕಟವಾಗುತ್ತಿತ್ತು. ಅಲ್ಲಿ ವಾಸಿಸುತ್ತಿದ್ದ ಜನರಿಗೆ, ತಮ್ಮನ್ನು ಯಾರೋ ಪ್ರತೀಕ್ಷೆಯಲ್ಲಿ ಕಾಯುತ್ತಿದ್ದಾರೆ ಅಂದಾಗ, ಅವರಿಗೆ ಸ್ವತಃ ಜೀವಂತವಾಗಿಸಿಕೊಂಡು ಇರಲು ಹೆಚ್ಚು ಸುಲಭವಾಗುತ್ತಿತ್ತು. ಯಾತನಾ ಶಿಬಿರದ ಬಗ್ಗೆ ಬರೆಯುವ ಅನ್ಯ ಲೇಖಕರು ಕೂಡಾ ಅದೇ ತೀರ್ಮಾನಕ್ಕೆ ಬಂದಿದ್ದರು. ಅಷ್ಟೇ ಅಲ್ಲದೆ ಜಪಾನ್, ಉತ್ತರ ಕೊರಿಯಾ ಮತ್ತು ಉತ್ತರ ವಿಯಟ್ನಾಂನ ಯುದ್ಧ ಖೈದಿಗಳ ಮೇಲೆ ನಡೆಸಿದ ಮನೋವೈಜ್ಞಾನಿಕ ಶೋಧಗಳಲ್ಲಿ ಕೂಡಾ ಇದೇ ಫಲಿತಾಂಶ ಬೆಳಕಿಗೆ ಬಂದಿದೆ.

ನನ್ನ ಕಥೆ ಏನೆಂದರೆ, ನನ್ನನ್ನು ಆಶ್ವಿಜ್‌ನ ಯಾತನಾ ಶಿಬಿರಕ್ಕೆ

ಕೊಂಡೊಯ್ದಾಗ, ನನ್ನ ಒಂದು ಹಸ್ತಪ್ರತಿಯನ್ನು ಜಪ್ತಿ ಮಾಡಲಾಯಿತು, ಅದು ಪ್ರಕಟಣೆಗೆ ಸಿದ್ಧವಾಗಿತ್ತು.[1] ನಿಶ್ಚಿತವಾಗಿಯೂ ಆ ಹಸ್ತಪ್ರತಿಯನ್ನು ಪುನಃ ತಯಾರಿಸುವ ನನ್ನ ಇಚ್ಛೆಯೇ ಆ ಯಾತನಾ ಶಿಬಿರದ ಕಷ್ಟ ಮತ್ತು ಯಾತನೆಗಳನ್ನು ಸಹಿಸಲು ತಾಕತ್ತನ್ನು ನೀಡಿತು ಎನ್ನಬಹುದು. ನಿಮಿತ್ತಕ್ಕೆ, ಒಂದು ಸಾರಿ ಬವ್ಯೆರಿಯಾದ ಕ್ಯಾಂಪ್‌ನಲ್ಲಿ ಟೈಫಸ್ ಜ್ವರ ನನ್ನನ್ನು ಬಹಳ ವಿಷಮ ಸ್ಥಿತಿಗೆ ಒಯ್ದಿತ್ತು. ಆಗ ನಾನು ಕಾಗದದ ಬಹಳಷ್ಟು ಹಾಳೆಗಳಲ್ಲಿ ಹಸ್ತಪ್ರತಿಯನ್ನು ತಯಾರಿಸಿದೆ. ಹಾಗೊಮ್ಮೆ ನಾನು ಅಲ್ಲಿಂದ ಬಿಡುಗಡೆ ಹೊಂದಲು ಸಾಧ್ಯವಾದರೆ ನನ್ನ ಪುಸ್ತಕವನ್ನು ಹೊಸ ರೀತಿಯಲ್ಲಿ ನಿರ್ಮಿಸಿ ಪ್ರಕಟಿಸಲು ಸಾಧ್ಯವಾಗುತ್ತಿತ್ತು. ನನಗೆ ಪೂರ್ತಿಯಾಗಿ ನಿಶ್ಚಯವಿತ್ತು ಏನೆಂದರೆ ಅಂಧಕಾರದಿಂದ ತುಂಬಿದ ಬವ್ಯೆರಿಯಾದ ಕ್ಯಾಂಪ್‌ನ ಆ ಬ್ಯಾರಕ್‌ಗಳಲ್ಲಿ ಕಳೆದು ಹೋದ ಹಸ್ತಪ್ರತಿಯನ್ನು ಹೊಸದಾಗಿ ತಯಾರಿಸುವ ಆ ಇಚ್ಛೆಯೇ ನನ್ನನ್ನು ಉಳಿಸಿ ಕೊಂಡಿತ್ತು. ಇಲ್ಲವಾದರೆ ನಿಜಕ್ಕೂ ನಾನು ಹೃದಯಾಘಾತಕ್ಕೆ ಬಲಿಯಾಗಿ ಯಾವತ್ತೋ ಈ ಪ್ರಪಂಚದಿಂದ ವಿದಾಯ ಹೇಳಿಬಿಡುತ್ತಿದ್ದೆ.

ಇದನ್ನು ನಿಖರವಾಗಿ ನೋಡಲಾಗಿದೆ, ಏನಂದರೆ ಮಾನಸಿಕ ಆರೋಗ್ಯ ಒಂದಿಷ್ಟು ಪ್ರಮಾಣದ ಒತ್ತಡವನ್ನು ಅವಲಂಬಿಸಿದೆ. ವ್ಯಕ್ತಿ ಏನನ್ನು ಪಡೆದಿದ್ದಾನೋ ಮತ್ತು ಆತನಿಗೆ ಸದ್ಯ ಏನು ಬೇಕಾಗಿದೆಯೋ, ಅವುಗಳ ನಡುವಿನ ಸಂಘರ್ಷ ಅಥವಾ ಇದೀಗ ಆತ ಏನಿದ್ದಾನೆ ಮತ್ತು ಆತ ಏನಾಗಬೇಕೋ ಎನ್ನುವುದರ ನಡುವಿನ ಅಂತರವದು. ಅಂತಹ ಒತ್ತಡ ಮನುಷ್ಯನ ಒಳಗಿನಿಂದ ಸಹಜ ಭಾವದಿಂದ ಹೊಮ್ಮಬಹುದು ಮತ್ತು ಅದು ಆತನ ಮಾನಸಿಕ ಆರೋಗ್ಯಕ್ಕೆ ಬಹಳ ವ್ಯಾಪಕತೆಯನ್ನು ನೀಡುತ್ತದೆ. **ನಾವು ಯಾವುದೇ ಮನುಷ್ಯನಿಗೆ ಆತನ ಜೀವನದ ಸಂಭಾವ್ಯ ಅರ್ಥದ ಶೋಧನೆ ಮಾಡುವ ಪಂಥಾಹ್ವಾನ ನೀಡುವುದಕ್ಕೆ ಸಂಕೋಚ ಪಡಬೇಕಾಗಿಲ್ಲ. ಕೇವಲ ಹಾಗೆ ಮಾಡುವುದರಿಂದಷ್ಟೇ ಆತನನ್ನು ತನ್ನ ಉದಾಸೀನತೆಯಿಂದ ಹೊರಗೆಳೆದು ಜೀವನದ ಅರ್ಥವನ್ನು ಹುಡುಕುವುದರ ಕಡೆಗೆ ಒಯ್ಯಬಹುದು.** ನನ್ನ ಪ್ರಕಾರ ಮಾನಸಿಕ ಸ್ವಾಸ್ಥ್ಯದ ತಪ್ಪುನಂಬಿಕೆ ಏನೆಂದರೆ ಮನುಷ್ಯನಿಗೆ ಮೊದಲು ಮನಸಿಕ ಸಮತೋಲನ ಬೇಕು ಎಂದು. ಈ ಸ್ಥಿತಿಯನ್ನು 'ಹೋಮಿಯೋಸ್ಟೇಸಿಸ್' ಅಥವಾ ಒತ್ತಡರಹಿತ ಸ್ಥಿತಿ ಎನ್ನುತ್ತಾರೆ. ನಿಜ ಹೇಳಬೇಕೆಂದರೆ, ಮನುಷ್ಯನಿಗೆ ಒತ್ತಡರಹಿತ ಅವಸ್ಥೆಯಲ್ಲ ಬದಲಾಗಿ ಯಾವುದೇ ವಿಶೇಷ ಲಕ್ಷ್ಯವನ್ನು ಪಡೆಯುವುದಕ್ಕಿರುವ ಸಂಘರ್ಷದ ಅವಸ್ಥೆ ಬೇಕಾಗಿದೆ. ಎಂತಹ ಕೆಲಸವೆಂದರೆ ಆತ ಅದನ್ನು ತನ್ನ ಸ್ವ-ಇಚ್ಛೆಯಿಂದ ಆಯ್ಕೆ ಮಾಡಿಕೊಂಡಿರಬೇಕು. ಆತನಿಗೆ ಯಾವುದೇ ಕಿಮ್ಮತ್ತಿನಿಂದ ಒತ್ತಡದಿಂದ ನಿವೃತ್ತಿ ಪಡೆಯಬೇಕಾಗಿಲ್ಲ, ಬದಲಾಗಿ ತನ್ನ ಬದುಕಿನ ಅರ್ಥದ ಹುಡುಕಾಟದಲ್ಲಿ ತೊಡಗಿರಬೇಕು. ಅದು ಆತನ ನಿರೀಕ್ಷೆಯಲ್ಲಿರುತ್ತದೆ. ಆತನಿಗೆ ತನ್ನ ಹೋಮಿಯೋಸ್ಟೇಸಿಸ್ ಅವಸ್ಥೆ ಬೇಕಿಲ್ಲ, ಬದಲಾಗಿ ನ್ಯೂ-ಡೈನಮಿಕ್ಸ್‌ನ ಅವಶ್ಯಕತೆಯಿದೆ, ಅಂದರೆ ಒತ್ತಡದ ಧ್ರುವೀಯ ಕ್ಷೇತ್ರದಲ್ಲಿ ಅಸ್ತಿತ್ವದೊಂದಿಗೆ ಬೆಸೆದಿರುವ ಡೈನಮಿಕ್ಸ್, ಆ ಧ್ರುವೀಯ ಕ್ಷೇತ್ರದ ಒಂದು ಕೊನೆ ಪೂರ್ತಿಯಾಗಬೇಕಿರುವ ಅರ್ಥವನ್ನು ಪ್ರತಿನಿಧಿಸುತ್ತದೆ ಮತ್ತು ಇನ್ನೊಂದು ಕೊನೆ ಆ ಅರ್ಥವನ್ನು ಸಾಕಾರಗೊಳಿಸುವ ಮನುಷ್ಯನನ್ನು ಪ್ರತಿನಿಧಿಸುತ್ತದೆ. ಆ ಅರ್ಥವನ್ನು ಆತ ಪೂರ್ತಿಮಾಡಬೇಕಿರುತ್ತದೆ.

....

[1]ಇದು ನನ್ನ ಪುಸ್ತಕದ ಮೊದಲ ಆವೃತ್ತಿಯಾಗಿತ್ತು, ಅದರ ಇಂಗ್ಲಿಷ್ ಅನುವಾದವನ್ನು 1955ರಲ್ಲಿ 'ದಿ ಡಾಕ್ಟರ್ ಅಂಡ್ ದಿ ಸೋಲ್ : ಆ್ಯನ್ ಇಂಟ್ರೊಡಕ್ಷನ್ ಟು ಲೋಗೋಥೆರಪಿ' ಶೀರ್ಷಿಕೆಯಲ್ಲಿ ನ್ಯೂಯೋರ್ಕ್‌ನ ಆಲ್ಫ್ರೆಡ್ ಎ. ನಾಫ್ ಮಾಡಿದ್ದರು.

ಈ ಪರಿಸ್ಥಿತಿಗಳು ಕೇವಲ ಸ್ವಾಭಾವಿಕ ಸ್ಥಿತಿಯಲ್ಲಿ ಮಾತ್ರ ನಡೆಯುತ್ತದೆ ಎಂದು ಮನುಷ್ಯ ತಿಳಿಯಬೇಕಾಗಿಲ್ಲ; ಮಾನಸಿಕ ರೋಗಿಗಳಿಗೆ ಕೂಡಾ ಇದು ಅನ್ವಯಿಸುತ್ತದೆ, ಅದು ಸ್ವಲ್ಪ ಹೆಚ್ಚಾಗಿಯೇ. ಒಬ್ಬ ವಾಸ್ತುಶಿಲ್ಪಿ ಯಾವುದೇ ಹಳೆಯ ಕಟ್ಟಡದ ಅಡಿಪಾಯದ ಕಲ್ಲಿಗೆ ಬಲವನ್ನು ನೀಡಬೇಕೆಂದುಕೊಂಡಿದ್ದರೆ, ಆತ ಅದರ ಮೇಲೆ ಭಾರವನ್ನು ಹೇರುತ್ತಾನೆ, ಆ ಮೂಲಕ ಯಾವ ಭಾಗವನ್ನು ಜೋಡಿಸಲಾಗಿದೆಯೋ ಅದು ಇನ್ನಷ್ಟು ಹೆಚ್ಚು ಸಮೀಪಕ್ಕೆ ಬಂದು ಸೇರುತ್ತದೆ. ಅದೇ ರೀತಿಯಲ್ಲಿ ಚಿಕಿತ್ಸಕ ತನ್ನ ರೋಗಿಯ ಮಾನಸಿಕ ಆರೋಗ್ಯದಲ್ಲಿ ಬದಲಾವಣೆಯನ್ನು ಬಯಸುತ್ತಾನೆ ಅಂದರೆ ಆತ ವ್ಯಕ್ತಿಯ ಮಾನಸಿಕ ದಿಕ್ಕನ್ನು ಬದಲಾಯಿಸಿ, ಜೀವನದ ಅರ್ಥದ ಹುಡುಕಾಟದ ಕಡೆಗೆ ಸಾಗುವಂತೆ ಪ್ರೇರೇಪಿಸುತ್ತ ಒತ್ತಡವನ್ನು ಹಾಕುವುದರಲ್ಲಿ ಸಂಕೋಚಪಡಬೇಕಾಗಿಲ್ಲ.

ರೋಗಿಗೆ ಜೀವನದ ಅರ್ಥವನ್ನು ಹುಡುಕುವ ನಿಟ್ಟಿನಲ್ಲಿ ಆ ದಿಕ್ಕನ್ನು ತೋರಿಸುವಾಗ ಎಷ್ಟೊಂದು ಲಾಭವಾಗುತ್ತದೆ ಎಂದು ನಾನು ನಿಮಗೆ ಹೇಳಿದ್ದೇನೆ. ಅದರ ಜತೆಗೆ ನಾನು ಇನ್ನೊಂದು ಭಾವನೆಯ ಕುರಿತೂ ಹೇಳಬಯಸುತ್ತೇನೆ. ಈ ಕುರಿತಂತೆ ಬಹುತೇಕ ರೋಗಿಗಳಿಂದ ಬರುತ್ತಿರುವ ದೂರು ಏನೆಂದರೆ ಅವರು ಸದ್ಯದ ಪರಿಸ್ಥಿತಿಯಲ್ಲಿ ಬದುಕಿನ ಅರ್ಥಹೀನತೆಯಿಂದ ಬಳಲುತ್ತಿದ್ದಾರೆ ಅಂತ. ಅವರು ತಮ್ಮ ಬಗೆಗೆ ಒಂದು ಸಾರ್ಥಕ ಜೀವನದ ಭಾವವನ್ನು ಪ್ರಕಟಿಸುವುದಿಲ್ಲ. ಅವರು ತಮ್ಮ ಆಂತರಿಕ ಖಾಲಿಯಾಗಿರುವಿಕೆಗೆ ಬಲಿಯಾಗಿರುತ್ತಾರೆ; ಅವರ ಒಳಗೆ ಶೂನ್ಯತೆ ಪಸರಿಸಿರುತ್ತದೆ. ಅದಕ್ಕೆ ನಾನು 'ಅಸ್ತಿತ್ವ ಸಂಬಂಧೀ ಶೂನ್ಯತೆ'ಯ ಹೆಸರು ನೀಡಿದ್ದೇನೆ.

ಅಸ್ತಿತ್ವ ಸಂಬಂಧೀ ಶೂನ್ಯತೆ

ಇಪ್ಪತ್ತನೇ ಶತಮಾನದಲ್ಲಿ ಅಸ್ತಿತ್ವ ಸಂಬಂಧೀ ಶೂನ್ಯತೆ ಬಹಳ ಹೆಚ್ಚಾಗಿದೆ. ಇದು ಸ್ವಭಾವಿಕವೇ. ಇದು ಮಾನವನ ದ್ವಿಗುಣ ನಷ್ಟದಿಂದಾಗಿರಬಹುದು. ಈ ದ್ವಿಗುಣ ನಷ್ಟದಿಂದ ಮಾನವ ನಿಜಕ್ಕೂ ಮಾನವನಾದ. ಮಾನವ ಇತಿಹಾಸದ ಪ್ರಾರಂಭದಲ್ಲಿ, ಮನುಷ್ಯ ತನ್ನ ಮೂಲಭೂತವಾದ ಕೆಲವು ಪಾಶವೀ ಗುಣಗಳನ್ನು ಕಳೆದುಕೊಂಡ. ಆ ಪಾಶವೀ ಗುಣಗಳಿಂದ ಆತ ಸುರಕ್ಷಿತನಾಗಿದ್ದ. ಅಂತಹ ಭದ್ರತೆ ಮನುಷ್ಯನಿಗೆ ಎಂದೆಂದಿಗೂ ಮುಚ್ಚಲಾಯಿತು; ಮನುಷ್ಯನು ಆಯ್ಕೆ ಮಾಡುವಂತಾಯಿತು. ಅದರೊಂದಿಗೆ, ಇತ್ತೀಚಿನ ಬೆಳವಣಿಗೆಯಲ್ಲಿ ಮನುಷ್ಯ ಇನ್ನೊಂದು ನಷ್ಟವನ್ನು ಅನುಭವಿಸುವಂತಾಯಿತು, ಅದೆಂದರೆ ಆತನ ನಡುವಳಿಕೆಯನ್ನು ನಿರ್ಧರಿಸುವ ಪರಂಪರೆ ನಿಧಾನವಾಗಿ ಕಳೆಗುಂದುತ್ತಿರುವುದು. ಯಾವುದೇ ಅಂತಃಪ್ರೇರಣೆ ಆತನಿಗೆ ಏನು ಮಾಡಬೇಕೆಂದು ಹೇಳುತ್ತಿಲ್ಲ, ಯಾವುದೇ ಸಂಪ್ರದಾಯ ಆತ ಏನನ್ನು ಮಾಡಲೇಬೇಕು ಎಂದು ಹೇಳುತ್ತಿಲ್ಲ; ಕೆಲವೊಮ್ಮೆ ತಾನು ಏನು ಮಾಡಬೇಕು ಎನ್ನುವುದೇ ಅವನಿಗೆ ಸ್ವತಃ ತಿಳಿದಿರುವುದಿಲ್ಲ. ಹಾಗಾಗಿ ಆತ ಕೆಲವೊಮ್ಮೆ ಇತರರು ಮಾಡುವುದನ್ನೇ ಮಾಡಲಿಚ್ಛಿಸುತ್ತಾನೆ, ಇಲ್ಲವೇ ಇತರರು ತಾನು ಏನನ್ನು ಮಾಡಬೇಕೆಂದು ಇಚ್ಛಿಸುತ್ತಾರೋ ಅದನ್ನು ಮಾಡುತ್ತಾನೆ.

ಇತ್ತೀಚಿನ ಒಂದು ಸಮೀಕ್ಷೆಯ ಪ್ರಕಾರ ನನ್ನ ಯೂರೋಪಿಯನ್ ವಿದ್ಯಾರ್ಥಿಗಳಲ್ಲಿ 25ಪ್ರತಿಶತದವರಿಗೆ ಆಂತರಿಕ ಶೂನ್ಯತೆ ಇದೆ ಎಂದು ತಿಳಿದುಬಂದಿದೆ. ಅದೇ ವೇಳೆ ನನ್ನ ಅಮೆರಿಕನ್ ವಿದ್ಯಾರ್ಥಿಗಳಲ್ಲಿ ಈ ಶೂನ್ಯತೆ 60ಪ್ರತಿಶತದಷ್ಟು ಮುಂದುವರಿದಿದೆ.

ಈ ಅಸ್ತಿತ್ವ ಸಂಬಂಧೀ ಶೂನ್ಯತೆ ಇತ್ತೀಚಿನ ದಿನಗಳಲ್ಲಿ ಬೇಸರದ ಕಾರಣದಿಂದ

ಉತ್ಪನ್ನವಾಗುತ್ತದೆ. ಈಗ ನಮಗೆ ಷೋಪನ್‌ಹೋವರ್‌ರ ಮಾತು ಅರ್ಥವಾಗಬಹುದು, 'ಮನುಷ್ಯ ಜಾತಿ ಅನಂತ ರೂಪದಲ್ಲಿ ದುಃಖ ಮತ್ತು ಬೇಸರದ ನಡುವೆ ಸದಾಕಾಲ ಓಲಾಡುತ್ತಲೇ ಇರುವಂತಹ ಸ್ಥಿತಿಯಿಂದ ಶಾಪಗ್ರಸ್ತವಾಗಿದೆ.' ನಿಜಕ್ಕೂ ನೀರಸ ಭಾವ, ದುಃಖಕ್ಕಿಂತ ಹೆಚ್ಚು ತೊಂದರೆಗಳನ್ನು ತರುತ್ತದೆ ಮತ್ತು ಅದರಿಂದಾಗಿಯೇ ಮನೋಚಿಕಿತ್ಸಕರ ಮುಂದೆ ಇದೊಂದು ದೊಡ್ಡ ಸಮಸ್ಯೆಯಾಗಿ ಎದ್ದುಬರುತ್ತಿದೆ ಎನ್ನಬಹುದು. ಈ ಸಮಸ್ಯೆ ದಿನದಿಂದ ದಿನಕ್ಕೆ ಹೆಚ್ಚುತ್ತಲೇ ಹೋಗುತ್ತಿದೆ, ಯಾಕೆಂದರೆ ಯಂತ್ರೀಕರಣದಿಂದ ಸರಾಸರಿ ದುಡಿಯುತ್ತಿರುವ ಕಾರ್ಮಿಕನ ಬದುಕಿನಲ್ಲಿ ತನ್ನ ಕೆಲಸದ ಬಳಿಕ ಖಾಲಿಯಾಗಿರುವ ಸಮಯ ಹೆಚ್ಚಾಗುತ್ತಲೇ ಹೋಗುತ್ತಿದೆ. ಆತನ ಬಹುತೇಕ ಕೆಲಸಗಳು ಈವೊತ್ತು ಮೆಶಿನ್‌ಗಳು ನಿರ್ವಹಿಸುತ್ತ ಬರುತ್ತಿರುವುದರಿಂದ ಅವನ ಬಳಿಯಲ್ಲಿ ಸಾಕಷ್ಟು ಸಮಯ ಉಳಿಯುವಂತಾಗುತ್ತದೆ. ಬಹಳ ವಿಷಾದದ ಸಂಗತಿ ಅಂದರೆ ಹಾಗೆ ಮಿಕ್ಕುಳಿಯುವ ಸಮಯದಲ್ಲಿ ಏನು ಮಾಡಬೇಕು ಎಂಬುದು ಆತನಿಗೆ ತೋಚದಾಗಿದೆ.

ಉದಾಹರಣೆಯ ಸಲುವಾಗಿ, 'ಸಂಡೆ ನ್ಯೂರೋಸಿಸ್'ನ ಮಾತನ್ನೇ ತೆಗೆದುಕೊಳ್ಳಿ. ವಾರವಿಡೀ ವ್ಯಸ್ಥವಿರುವ ಜನರು ಭಾನುವಾರ ಬಂತೆಂದರೆ ಆ ಖಾಲೀ ಸಮಯದಲ್ಲಿ ಏನು ಮಾಡಬೇಕೆಂದು ತೋಚದೇ ತಮ್ಮೊಳಗೆ ಖಾಲೀತನವನ್ನು ಶೂನ್ಯತೆಯನ್ನು ಅನುಭವಿಸುತ್ತಾರೆ. ಇದೇ ಅಸ್ತಿತ್ವಕ್ಕೆ ಸಂಬಂಧಿಸಿ ಖಾಲೀತನ ಮತ್ತು ಏಕಾಂಗಿತನವೇ ಆತ್ಮಹತ್ಯೆಗಳಂತಹ ಅನೇಕ ಸಂಭವಗಳಿಗೆ ಕಾರಣವಾಗಿ ಮುಂದೆ ಬರುತ್ತವೆ. ನಾವು ಎಲ್ಲಿಯವರೆಗೆ ಖಿನ್ನತೆ, ಆಕ್ರಮಣಶೀಲತೆ ಮತ್ತು ಚಟಗಳಂತ ವಿಷಯಗಳ ಹಿಂದೆ ಇರುವ ಅಸ್ತಿತ್ವ ಸಂಬಂಧೀ ಖಾಲೀತನವನ್ನು ಗುರುತಿಸಲು ಅಸಮರ್ಥರಾಗುತ್ತೇವೆಯೋ, ಅಲ್ಲಿಯ ತನಕ ಅದರಿಂದ ಗ್ರಸ್ತರಾದ ಜನರನ್ನು ಸರಿಯಾದ ಆಯಾಮದಲ್ಲಿ ಅರಿತುಕೊಳ್ಳುವುದಕ್ಕೆ ಆಗುವುದಿಲ್ಲ. ಪೆನ್ಶನ್ ಪಡೆಯುವ ವ್ಯಕ್ತಿಗಳು ಹಾಗೂ ವಯಸ್ಸಾದ ಮಂದಿಗಳಲ್ಲೂ ನಾವು ಈ ತೆರನಾದ ವಿಷಯಗಳನ್ನು ಕಾಣಬಹುದಾಗಿದೆ.

ಅಷ್ಟೇ ಅಲ್ಲದೆ, ಅಸ್ತಿತ್ವ ಸಂಬಂಧಿ ಶೂನ್ಯತೆ ಹಲವು ಬಗೆಯ ಮುಖವಾಡಗಳ ಸಹಿತವಾಗಿ ಮುಂದೆ ಕಾಣಿಸಿಕೊಳ್ಳುತ್ತವೆ. ಹಲವು ಸಲ ಅರ್ಥವನ್ನು ಪಡೆಯುವ ನಿಟ್ಟಿನಲ್ಲಿ ಹತಾಶೆಗೊಂಡು ಆ ಇಚ್ಛೆ ಶಕ್ತಿಯನ್ನು ಪಡೆಯುವ ಇಚ್ಛೆಯಾಗಿ ಬದಲಾಗುತ್ತದೆ. ಇದರಲ್ಲಿ ಶಕ್ತಿ ಪಡೆಯುವುದಕ್ಕಿರುವ ಇಚ್ಛೆಯ ಮೊತ್ತಮೊದಲ ಆರಂಭಿಕ ಸ್ವರೂಪದಲ್ಲಿರುವ ಹಣ ಸಂಪಾದನೆಯ ಇಚ್ಛೆಯೂ ಅದರಲ್ಲಿ ಸೇರಿರುತ್ತದೆ. ಕೆಲವು ವಿಷಯಗಳಲ್ಲಿನ ಅರ್ಥವನ್ನು ಹುಡುಕಾಡುವ ನಿರಾಶಾದಾಯಕ ಇಚ್ಛೆ, ಸ್ವತಃ ಸುಖ ಪಡೆಯಬೇಕೆಂಬ ಇಚ್ಛೆಯ ರೂಪದಲ್ಲಿ ಪ್ರಕಟವಾಗತೊಡಗುತ್ತದೆ. ಅದೇ ಕಾರಣದಿಂದ ಜನರು ಅಸ್ತಿತ್ವ ಸಂಬಂಧಿ ಶೂನ್ಯತೆಯನ್ನು ಕಾಮ–ವಾಸನಾ ಸಂಬಂಧಿ ವಿಷಯಗಳಿಂದ ಪೂರ್ತಿಗೊಳಿಸಲು ಬಯಸುತ್ತಾರೆ. ಅಂತಹ ಸಂದರ್ಭಗಳಲ್ಲಿ ಕಾಣಬರುವುದೇನೆಂದರೆ ಅಸ್ತಿತ್ವ ಸಂಬಂಧಿ ಶೂನ್ಯತೆಯ ಕಾರಣದಿಂದಾಗಿ ಕಾಮ–ವಾಸನಾ ವಿಷಯಗಳು ಹೆಚ್ಚುತ್ತಲೇ ಹೋಗುತ್ತವೆ.

ಮನೋರೋಗಿಗಳ ವಿಷಯದಲ್ಲಿ ಹಲವು ಇತರ ಬಗೆಯ ಘಟನೆಗಳು ಸಮಕ್ಷಮ ಬರುತ್ತವೆ. ಅದಕ್ಕೆ ಸಂಬಂಧಿಸಿದ ಹಲವು ದುಃಶ್ಚಕ್ರಗಳೂ ಇದ್ದು, ಫೀಡ್‌ಬ್ಯಾಕ್ ತಂತ್ರಗಳಿದ್ದು ಅವುಗಳ ಕುರಿತು ನಾನು ಮುಂದೆ ಮಾತಾಡುತ್ತೇನೆ. ಆದಾಗ್ಯೂ, ನಮಗೆ ಸ್ಪಷ್ಟವಾಗಿ ತಿಳಿಯುವುದೇನೆಂದರೆ, ಅಸ್ತಿತ್ವಕ್ಕೆ ಸಂಬಂಧಿಸಿದ ಶೂನ್ಯತೆ ಹೆಚ್ಚಾಗುತ್ತಲೇ ಹೋಗುವಂಥದ್ದು. ಇಂತಹ ರೋಗಿಗಳಲ್ಲಿ ನಾವು ಎದುರಿಸಬೇಕಾದದ್ದು ನ್ಯೂಜೆನಿಕ್ ನ್ಯೂರೋಸಿಸ್ ಅಲ್ಲ. ಒಂದು

ವೇಳೆ ನಾವು ಅಂತಹ ರೋಗಿಗಳ ಮನೋಚಿಕಿತ್ಸೆ ನಡೆಸುತ್ತ ಅವರಿಗೆ ಲೋಗೋಥೆರಪಿಗೆ ಅನುವು ಮಾಡಿಕೊಡದಿದ್ದರೆ, ಅವರ ಸ್ಥಿತಿಯಲ್ಲಿ ಸುಧಾರಣೆ ತರುವುದು ಅಸಾಧ್ಯವಾಗಬಹುದು. ಯಾವನೇ ರೋಗಿಯ ಅಸ್ತಿತ್ವ ಸಂಬಂಧಿ ಶೂನ್ಯತೆಯನ್ನು ತುಂಬಿಸಿದ್ದೇ ಆದಲ್ಲಿ, ಮುಂದೆ ಅವರ ಸ್ಥಿತಿಯನ್ನು ಸಂಭಾಳಿಸಲು ಸಾಧ್ಯವಾಗಬಹುದು. ಇಲ್ಲೊಂದು ವಿಷಯ ಸ್ಪಷ್ಟವಿದೆ, ಕೇವಲ ನ್ಯೂಜೀನಿಕ್ ರೋಗಿಗಳಲ್ಲಿ ಮಾತ್ರವಲ್ಲ ಬದಲಾಗಿ ಸೈಕೋಜೆನಿಕ್ ವಿಷಯಗಳಲ್ಲೂ ನಮಗೆ ಲೋಗೋಥೆರಪಿಯ ಸಹಾಯವನ್ನು ಪಡೆಯುವುದು ಅವಶ್ಯಕವಿದೆ. ಹಲವು ಸಂದರ್ಭಗಳಲ್ಲಿ ಅದು ಸ್ಯೂಡೋ ನ್ಯೂರೋಸಿಸ್ (ನರರೋಗ)ನಲ್ಲೂ ಅಂದರೆ ಸುಳ್ಳು ನ್ಯೂರೋಸಿಸ್‌ನಲ್ಲೂ ಫಲಪ್ರದವಾಗಬಹುದು. ಈ ವಿಷಯದಲ್ಲಿ ಮೈಗ್ಡಾ ಬಿ. ಅರ್ನಾಲ್ಡ್ ಅವರ ವಾಕ್ಯವನ್ನು ಉದ್ಧರಿಸಬಹುದು, 'ಯಾವುದೇ ಥೆರಪಿ ಯಾಕಿರಬಾರದು, ಅದರಲ್ಲಿ ಸ್ವಲ್ಪ ಹೆಚ್ಚು–ಕಡಿಮೆ ಲೋಗೋಥೆರಪಿ ಇರಲೇ ಬೇಕು ಅದು ಎಷ್ಟೇ ನಿರ್ಬಂಧಿತವಾಗಿದ್ದರೂ ಕೂಡಾ.'[2]

ಒಂದು ವೇಳೆ ರೋಗಿ ನಮ್ಮಲ್ಲಿ ಬದುಕಿನ ಅರ್ಥವೇನೆಂದು ಕೇಳಿದರೆ, ನಾವು ಅದಕ್ಕೆ ಏನು ಉತ್ತರವನ್ನು ಕೊಡಬಹುದು ಎನ್ನುವುದರ ಬಗ್ಗೆ ನಾನೀಗ ವಿವರಿಸುತ್ತೇನೆ.

ಬದುಕಿನ ಅರ್ಥ

ಈ ವಿಷಯದಲ್ಲಿ ಯಾವುದೇ ಡಾಕ್ಟರ್ ಒಂದು ವಸ್ತುನಿಷ್ಠ ಉತ್ತರವನ್ನು ನೀಡುತ್ತಾನೆ ಎನ್ನುವುದರ ಬಗ್ಗೆ ನನಗೆ ಸಂದೇಹವಿದೆ. ನಿಜವಾಗಿಯೂ, ಪ್ರತಿಯೊಬ್ಬ ಮನುಷ್ಯನಿಗೂ ಆತನ ಬದುಕಿನ ಅರ್ಥ ಬೇರೆ ಬೇರೆ ಆಗಿರುತ್ತದೆ. ಅದು ಪ್ರತಿ ದಿನ ಮತ್ತು ಪ್ರತಿ ತಾಸಿಗೂ ಬೇರೆಯೇ ಆಗಿರುತ್ತದೆ. ಇಲ್ಲಿ ಸಂಪೂರ್ಣ ಜೀವನದ ಅರ್ಥವೇನು ಎನ್ನುವುದಕ್ಕಿಂತ ಒಬ್ಬ ಮನುಷ್ಯನ ಬದುಕಿನ ಅರ್ಥ ಆ ಕ್ಷಣದಲ್ಲಿ ಏನಿದೆ ಎಂಬುದಾಗಿದೆ. ಒಂದು ವೇಳೆ ನೀವು ಈ ಪ್ರಶ್ನೆಯನ್ನು ಸಾಮಾನ್ಯವಾಗಿ ಕೇಳುವುದಾದರೆ, ಅದು ಹೀಗೆ ಆಗಬಹುದು, ನೀವು ಓರ್ವ ಚದುರಂಗದ ಆಟಗಾರನಲ್ಲಿ ಕೇಳಿದ ಹಾಗೆ, 'ಚದುರಂಗ ಆಟದಲ್ಲಿ ಅತ್ಯಂತ ಮುಖ್ಯವಾದ ಚಲನೆ ಯಾವುದಾಗಿರುತ್ತದೆ?' ಯಾವುದೇ ಆಟದಲ್ಲಿ ಅವನ ಪ್ರಸ್ತುತ ಪರಿಸ್ಥಿತಿ ಅಥವಾ ಎದುರಿಗಿರುವ ಆಟಗಾರನ ವ್ಯಕ್ತಿತ್ವವನ್ನು ಉಪೇಕ್ಷಿಸಿ, ಯಾವುದೇ ಚಲನೆ ಉತ್ತಮ ಅಥವಾ ಕೆಟ್ಟ ಇಲ್ಲವೇ ಬಹಳಷ್ಟು ಉತ್ಕೃಷ್ಟ ಎನ್ನಲಾಗದು. ಮನುಷ್ಯನ ಅಸ್ತಿತ್ವಕ್ಕೂ ಇದು ಅನ್ವಯಿಸುತ್ತದೆ. ನಮಗೆ ಜೀವನದ ಅಮೂರ್ತ ಅರ್ಥದ ಶೋಧ ಮಾಡುವ ಅವಶ್ಯಕತೆ ಇಲ್ಲ. ಪ್ರತಿಯೋರ್ವ ವ್ಯಕ್ತಿಯ ಜೀವನದಲ್ಲಿ ಯಾವುದೇ ವಿಶೇಷ ಕಾರ್ಯ ಅಥವಾ ಉದ್ದೇಶ ಇದ್ದಿರುತ್ತದೆ. ಅದನ್ನು ಆತ ಪೂರ್ತಿಗೊಳಿಸಬೇಕಾಗುತ್ತದೆ. ಅದನ್ನು ಬದಲಿಸಲೂ ಸಾಧ್ಯವಿಲ್ಲ, ಅಥವಾ ಬೇರೆ ಯಾವುದೇ ಕಾರ್ಯ ಆ ಜಾಗವನ್ನು ತುಂಬಲೂ ಸಾಧ್ಯವಿಲ್ಲ. ಹಾಗಾಗಿ ಪ್ರತಿಯೊಬ್ಬ ಮನುಷ್ಯನ ಕೆಲಸ ಆತನಿಗೆ ಅನನ್ಯವಾಗಿರುತ್ತದೆ ಮತ್ತು ಅದನ್ನು ಪೂರ್ತಿಗೊಳಿಸುವುದಕ್ಕೆ ಆತನಿಗೆ ಅಪೂರ್ವ ಅವಕಾಶವಿರುತ್ತದೆ.

---

[2] ಮೈಗ್ಡಾ ಬಿ. ಅರ್ನಾಲ್ಡ್ ಮತ್ತು ಜಾನ್ ಎ. ಗೈಸನ್, ದಿ ಹ್ಯೂಮನ್ ಪರ್ಸನ್, ರೊನಾಲ್ಡ್ ಪ್ರೆಸ್ ನ್ಯೂಯಾರ್ಕ್, 1954, ಪುಟ 618

ಜೀವನದಲ್ಲಿ ಪ್ರತಿಯೊಂದು ಪರಿಸ್ಥಿತಿ ಒಂದು ಸವಾಲಾಗಿ ಎದ್ದುನಿಲ್ಲುತ್ತದೆ, ಪರಿಹರಿಸಲೆಂದು ಒಂದು ಸಮಸ್ಯೆಯನ್ನು ನೀಡುತ್ತದೆ, ಹೀಗಿರುವಾಗ ಜೀವನದ ಅರ್ಥದ ಬಗೆಗೆ ಇರುವ ಪ್ರಶ್ನೆ ನಿಜಕ್ಕೂ ತಲೆಕೆಳಗಾಗಬಹುದು. ಹೇಗೆಂದರೆ ಮನುಷ್ಯನು ತನ್ನ ಜೀವನದ ಅರ್ಥವೇನೆಂದು ಕೇಳಬಾರದು ಬದಲಾಗಿ ಜೀವನವೇ ಅವನನ್ನು ಪ್ರಶ್ನಿಸುತ್ತಿದೆ ಎಂಬುದನ್ನು ಅರಿಯಬೇಕು. ಒಟ್ಟಿನಲ್ಲಿ ಹೇಳುವುದಾದರೆ, ಬದುಕು ಪ್ರತಿಯೋರ್ವ ಮನುಷ್ಯನಿಗೆ ಪ್ರಶ್ನೆಯನ್ನು ಹಾಕುತ್ತದೆ ಮತ್ತು ಆ ಪ್ರಶ್ನೆಯ ಉತ್ತರವನ್ನು ಆತ ಯಾವಾಗ ನೀಡಲು ಸಾಧ್ಯವೆಂದರೆ, ಆತ ತನ್ನ ಬದುಕಿಗೆ ಸಂವೇದಿಯಾದಾಗ ಮಾತ್ರ. ಒಂದು ಎಂತಹ ಜೀವನವೆಂದರೆ, ಆತ ಅದರ ಜವಾಬ್ದಾರಿಯನ್ನು ವಹಿಸಿಕೊಂಡಿರಬೇಕು. ಬಹುಶಃ ಹೀಗೆ ಹೇಳುವುದು ಸಮಂಜಸವಾಗಬಹುದೇನೋ, ಲೋಗೋಥೆರಪಿ ಜವಾಬ್ದಾರಿಯ ಭಾವನೆಯಲ್ಲಿ ಮನುಷ್ಯನ ಅಸ್ತಿತ್ವವನ್ನು ಕಾಣುತ್ತದೆ.

೧೦
ಅಸ್ತಿತ್ವದ ಸಾರ

ಲೋಗೋಥೆರಪಿಯಲ್ಲಿ ವಿಶೇಷ ರೂಪದಿಂದ ಈ ಜವಾಬ್ದಾರಿಯ ಕುರಿತಂತೆ ಹೆಚ್ಚು ಒತ್ತನ್ನು ಹಾಕಲಾಗುತ್ತದೆ. ಆ ಪ್ರಕಾರವಾದರೆ, ನೀವು ನಿಮ್ಮ ಬದುಕನ್ನು ಹೇಗೆ ಜೀವಿಸಬೇಕೆಂದರೆ, ಅದು ನಿಮಗೆ ಮತ್ತೊಮ್ಮ ಜೀವಿಸಲು ಅವಕಾಶ ಸಿಕ್ಕಿದೆ ಎನ್ನುವಂತೆ... ಸುಮ್ಮನೆ ಅಂದುಕೊಳ್ಳಿ, ನೀವು ಮೊದಲ ಸಲ ತಪ್ಪಾದ ಕ್ರಮದಲ್ಲಿ ಆಟವಾಡಿದ್ದೀರಿ ಮತ್ತು ಇದೀಗ ನಿಮಗೆ ಹೊಸ ಬಗೆಯಲ್ಲಿ ಆಟ ಆಡುವುದಕ್ಕೆ ಅವಕಾಶ ಸಿಕ್ಕಿದೆ ಅಂತ. ನನ್ನ ಅಭಿಪ್ರಾಯದ ಪ್ರಕಾರ ಈ ಬಗೆಯ ಆಲೋಚನೆ ಮನುಷ್ಯನಿಗೆ ತನ್ನ ಜೀವನದ ಜವಾಬ್ದಾರಿಯನ್ನು ತೆಗೆದುಕೊಳ್ಳುವುದಕ್ಕೆ ಪ್ರೇರಣೆಯನ್ನು ನೀಡುತ್ತದೆ. ಹೇಗೆಂದರೆ ಅತನಿಗೆ ಹೀಗೆ ಕಲ್ಪನೆ ಮಾಡುವುದಕ್ಕೆ ಪ್ರೇರೇಪಿಸುತ್ತಾರೆ– ಆತನ ವರ್ತಮಾನವೇ ಭೂತಕಾಲವಾದಂತೆ ಮತ್ತು ಭೂತಕಾಲವನ್ನು ಆತ ಬದಲಿಸಿ ಸುಧಾರಿಸಲು ಸಾಧ್ಯ ಎನ್ನುವ ಹಾಗೆ. ಜೀವನದ ಸೀಮಿತತೆಗಳನ್ನು ಗುರುತಿಸಲು ಈ ಯೋಚನೆ ಸಹಕರಿಸುತ್ತದೆ ಮತ್ತು ಆತ ತನ್ನ ಸ್ವಂತದ ಜತೆಗೆ ಮತ್ತು ತನ್ನ ಜೀವನದ ಜತೆಗೆ ಏನನ್ನು ಮಾಡಲು ಸಾಧ್ಯ ಎನ್ನುವುದನ್ನು ನಿರ್ಣಯಿಸಲು ಸಾಧ್ಯವಾಗುತ್ತದೆ.

ಲೋಗೋಥೆರಪಿ ರೋಗಿಗೆ ತನ್ನ ಜೀವನದ ಜವಾಬ್ದಾರಿಯನ್ನು ವಹಿಸಿಕೊಳ್ಳುವಂತೆ ಪ್ರೇರೇಪಿಸುತ್ತದೆ; ಆ ರೀತಿಯಲ್ಲಿ ರೋಗಿಗೆ ಪೂರ್ತಿ ಸ್ವಾತಂತ್ರ್ಯವನ್ನು ನೀಡುವುದು ಅವಶ್ಯ. ಅಂದರೆ ಆತ ಸ್ವತಃ ಯಾವುದಕ್ಕೆ, ಯಾರಿಗೆ ಮತ್ತು ಎಷ್ಟು ಜವಾಬ್ದಾರನು ಎಂಬುದನ್ನು ನಿರ್ಣಯಿಸಬೇಕು. ಈ ಕಾರಣದಿಂದಾಗಿಯೇ ಲೋಗೋಥೆರಪಿ ನೀಡುವ ಚಿಕಿತ್ಸಕ ಯಾವತ್ತೂ ಬೇರೆ ಮನೋಚಿಕಿತ್ಸಕರ ಹಾಗೆ ರೋಗಿಗಳ ಮೇಲೆ ಜೀವನದ ಮೌಲ್ಯಗಳ

ಬಗೆಗೆ ತನಗಿರುವ ಜ್ಞಾನವನ್ನು ಹೇರಲು ಬಯಸುವುದಿಲ್ಲ. ಯಾಕೆಂದರೆ ಲೋಗೋಥೆರಪಿ ನೀಡುವ ಚಿಕಿತ್ಸಕ ಯಾವತ್ತೂ ರೋಗಿಗೆ ಸ್ವತಃ ಹಾರಾಡುವ ಹೊಣೆಯನ್ನು ಚಿಕಿತ್ಸಕನ ಮೇಲೆ ಬಿಟ್ಟುಬಿಡಬೇಕೆಂಬ ಪರವಾನಗಿಯನ್ನು ನೀಡುವುದಿಲ್ಲ.

ಅದೇ ಕಾರಣದಿಂದ ರೋಗಿಗೆ ತನ್ನ ಜೀವನದ ಬಗ್ಗೆ ಜವಾಬ್ದಾರಿ ಇದ್ದಾಗ್ಯೂ, ಯಾರ ಬಗ್ಗೆ ಜವಾಬ್ದಾರಿಯಾಗಿರಬೇಕು, ಸಮಾಜದ ಕುರಿತೋ ಅಥವಾ ತನ್ನ ಅಂತರಾತ್ಮದ ಕುರಿತಾಗಿಯೋ-ಎನ್ನುವುದನ್ನು ಸ್ವಯಂ ಆಗಿ ತೀರ್ಮಾನಿಸಬೇಕಾಗುತ್ತದೆ. ಕೆಲವು ಮಂದಿ ಹೇಗಿರುತ್ತಾರೆ ಅಂದರೆ, ಕೇವಲ ಕೈಯ್ಯಲ್ಲಿ ನೀಡಿದ ಕೆಲಸದ ಆಧಾರದ ಮೇಲೆ ತನ್ನ ಜೀವನದ ವ್ಯಾಖ್ಯೆಯನ್ನು ಮಾಡುವುದಿಲ್ಲ. ಬದಲಾಗಿ ಅವರು ಆ ಕೆಲಸ ಯಾರ ಮೂಲಕ ಬಂದಿದೆ ಎಂಬುದರ ಮೇಲೆಯೂ ತಮ್ಮ ಜೀವನವನ್ನು ವ್ಯಾಖ್ಯಾನಿಸುತ್ತಾರೆ.

ಲೋಗೋಥೆರಪಿಯನ್ನು ನೀವು ಯಾವುದೇ ಉಪದೇಶ ಅಥವಾ ಶಿಕ್ಷಣದ ಶ್ರೇಣಿಯಲ್ಲಿ ಪರಿಗಣಿಸಲು ಆಗುವುದಿಲ್ಲ. ಅದು ತರ್ಕ-ವಿತರ್ಕದ ಜತೆಜತೆಗೆ ನೈತಿಕ ಉಪದೇಶಕ್ಕಿಂತಲೂ ಮೇಲಿನದು. ಒಟ್ಟಿನಲ್ಲಿ ನೀವು ಅದರ ಸಾರವನ್ನು ತಿಳಿಯಲು ಬಯಸಿದರೆ, ಅದರ ತುಲನೆ ಒಬ್ಬ ನೇತ್ರತಜ್ಞನನೊಡನೆ ಮಾಡಬಹುದು, ಒಬ್ಬ ಪೈಂಟರ್‌ನೊಂದಿಗಲ್ಲ. ಓರ್ವ ಪೈಂಟರ್ ಜಗತ್ತಿನ ಒಂದು ಚಿತ್ರವನ್ನು ತೋರಿಸಲು ಬಯಸುತ್ತಾನೆ, ಅದು ಅವನಿಗೆ ಸ್ವತಃ ಹೇಗೆ ಕಾಣಿಸುತ್ತದೆಯೋ ಹಾಗೆ, ಆದರೆ ಓರ್ವ ನೇತ್ರತಜ್ಞ ನಮಗೆ ಪ್ರಪಂಚವನ್ನು ಇರುವ ರೀತಿಯಲ್ಲೇ ತೋರಿಸಲು ಬಯಸುತ್ತಾನೆ, ಅದು ವಾಸ್ತವದಲ್ಲಿ ಇರುವ ಹಾಗೆಯೇ. ಲೋಗೋಥೆರಪಿಸ್ಟ್ ಯಾವುದೇ ರೋಗಿಯ ನೋಡುವ ಸೀಮೆಯನ್ನು ವ್ಯಾಪಕಗೊಳಿಸುತ್ತಾನೆ, ಆ ಮೂಲಕ ಆತನಿಗೆ ಯಾವ ಸಂಭಾವ್ಯ ಅರ್ಥ ಸಿಗುತ್ತದೋ, ಅದು ಪೂರ್ಣಪ್ರಮಾಣದಲ್ಲಿ ಆ ಸಂಭಾವ್ಯತೆಯೊಂದಿಗೆ ಎದುರು ಪ್ರಕಟಗೊಳ್ಳಲಿ ಎನ್ನುವ ಹಾಗೆ ಮತ್ತು ಅದು ಸ್ಪಷ್ಟವಾಗಿ ತೋರಿಬರಲಿ ಎನ್ನುವ ಇರಾದೆಯಿಂದ ಮಾಡಿರುತ್ತಾನೆ.

ಮನುಷ್ಯ ಒಬ್ಬ ಜವಾಬ್ದಾರಿಯುತ ಪ್ರಾಣಿಯಾಗಿದ್ದು, ಆತ ತನ್ನ ಜೀವನದ ಸಂಭಾವ್ಯ ಅರ್ಥವನ್ನು ಪೂರ್ತಿಗೊಳಿಸುವುದು ಅನಿವಾರ್ಯವಿದೆ. ಈ ಘೋಷಣೆಯೊಂದಿಗೆ, ನಾನು ಈ ವಿಷಯದ ಬಗೆಗೂ ಒತ್ತು ನೀಡಲು ಬಯಸುತ್ತೇನೆ, ಅದೆಂದರೆ, ಮನುಷ್ಯ ತನ್ನಲ್ಲಿ ಅಥವಾ ತನ್ನ ಮನಸ್ಸಿನಲ್ಲಲ್ಲ ಬದಲಾಗಿ, ಪ್ರಪಂಚದಲ್ಲೇ ಬದುಕಿನ ಸತ್ಯದ ಅರ್ಥವನ್ನು ಶೋಧಿಸುವುದು ಬೇಕಾಗಿದೆ. ನಾನು ಈ ಲಕ್ಷಣವನ್ನು 'ಮಾನವ ಅಸ್ತಿತ್ವದ ಸ್ವ-ಉತ್ಕೃಷ್ಟತೆ' (ದಿ ಸೆಲ್ಫ್ ಟ್ರಾನ್ಸೆಂಡೆನ್ಸ್ ಆಫ್ ಹ್ಯೂಮನ್ ಎಗ್ಸಿಸ್ಟೆನ್ಸ್) ಯ ಹೆಸರಿನಿಂದ ಕರೆದೆ. ಅದು ಈ ಸತ್ಯದ ಕಡೆಗೆ ಬೊಟ್ಟುಮಾಡಿ ತೋರಿಸುತ್ತದೆ, ಮನುಷ್ಯ ತನ್ನನ್ನು ಬಿಟ್ಟು ಬೇರೊಬ್ಬ ವ್ಯಕ್ತಿ ಅಥವಾ ವಿಷಯದ ದಿಕ್ಕಿನತ್ತ ಕೇಂದ್ರಿತನಾಗುತ್ತಾನೆ - ಅವನು ಯಾವುದೇ ಲಕ್ಷ್ಯವನ್ನು ಪೂರ್ತಿಮಾಡವುದಿರಲಿ ಅಥವಾ ಯಾರೋ ಇನ್ನೊಬ್ಬ ವ್ಯಕ್ತಿಯನ್ನು ಎದುರಿಸುವುದಿರಲಿ. ಮನುಷ್ಯ ಸ್ವತಃ ತನಗೆ ಏನಾದರೂ ಧ್ಯೇಯವನ್ನು ನೀಡಿ ಅಥವಾ ಬೇರೊಬ್ಬ ಮನುಷ್ಯನನ್ನು ಪ್ರೀತಿಸಿ, ಎಷ್ಟು ತನ್ನನ್ನು ತಾನು ಮರೆಯುತ್ತಾನೋ ಆತ ಅಷ್ಟೇ ಅಧಿಕವಾಗಿ ಮಾನವೀಯನಾಗುತ್ತಲೇ ಹೋಗುತ್ತಾನೆ, ಮತ್ತು ಸ್ವತಃ ತನ್ನನ್ನು ತಾನು ಅರಿಯತೊಡಗುತ್ತಾನೆ. ಸ್ವಯಂ-ವಾಸ್ತವೀಕರಣವು ಹಾಗೆ ಸಾಧಿಸಲಾಗುವ ಲಕ್ಷ್ಯವಲ್ಲ, ಯಾಕೆಂದರೆ ಅದನ್ನು ಮನುಷ್ಯ ಸಿದ್ಧಿಸಲು ಪ್ರಯತ್ನಪಟ್ಟಾಗಲೆಲ್ಲ ಅದು ಅವನಿಂದ ದೂರಕ್ಕೆ ಹೊರಟು ಹೋಗುತ್ತದೆ. ಬೇರೆಯೇ ಶಬ್ದಗಳಲ್ಲಿ ಹೇಳುವುದಾದರೆ, ಸ್ವಯಂ-ವಾಸ್ತವೀಕರಣವನ್ನು ಪಡೆಯುವುದೆಂದರೆ ಅದು ಅತೀಂದ್ರಿಯ ಪ್ರಕ್ರಿಯೆಯಿಂದ ಪಡೆಯುವ ಉಪ-ಉತ್ಪನ್ನ ಎನ್ನಬೇಕಾಗುತ್ತದೆ.

ಜೀವನದ ಅರ್ಥ ನಿರಂತರ ಬದಲಾಗುತ್ತಾ ಹೋಗುತ್ತದೆ ಎಂಬುದನ್ನು ನಾವು ಕಾಣಲು ಸಾಧ್ಯ, ಆದರೆ ಯಾವತ್ತೂ ಅದು ಸಮಾಪ್ತಿಯಾಗುವುದಿಲ್ಲ. ಲೋಗೋಥೆರಪಿಯ ಪ್ರಕಾರ ನಾವು ಜೀವನದ ಅರ್ಥದ ಶೋಧವನ್ನು ಮೂರು ರೀತಿಯಲ್ಲಿ ಮಾಡಬಹುದು:–

1. ಯಾವುದೇ ಸೃಜನಶೀಲ ಅಥವಾ ಸೇವೆಯ ಕಾರ್ಯವನ್ನು ಮಾಡುತ್ತಾ;
2. ಯಾವುದೇ ಅನುಭವವನ್ನು ಪಡೆದುಕೊಳ್ಳುತ್ತ ಅಥವಾ ಯಾರನ್ನಾದರೂ ಎದುರಿಸುತ್ತ;
3. ಅತೀವ ದುಃಖದ ಸಮಯ, ನಾವೇನು ಪ್ರತಿಕ್ರಿಯೆ ನೀಡುತ್ತೇವೆ ಅದರಿಂದ.

ಮೊದಲ ರೀತಿ ಅಥವಾ ಕಾರ್ಯದ ಪ್ರಾಪ್ತಿ, ಪೂರ್ತಿಯಾಗಿ ಸ್ಪಷ್ಟವಿದೆ. ಎರಡನೆ ಮತ್ತು ಮೂರನೇ ವಿಧಾನದ ಬಗ್ಗೆ ನಾವು ವಿಸ್ತಾರವಾಗಿ ಚರ್ಚಿಸಬೇಕಾಗಿದೆ.

ಜೀವನದ ಅರ್ಥವನ್ನು ಪಡೆಯುವುದಕ್ಕಿರುವ ಎರಡನೆಯ ವಿಧಾನ ಯಾವುದೇ ಅನುಭವದೊಂದಿಗೆ ಸೇರಿಕೊಂಡಿದೆ, ಸತ್ಯತೆ ಅಥವಾ ಸೌಂದರ್ಯ, ದೇವರ ಅಥವಾ ಪ್ರಕೃತಿ, ಸಂಸ್ಕೃತಿಯ ಅನುಭವ ಅಥವಾ ಬೇರೊಬ್ಬ ಮನುಷ್ಯನ ಜತೆಯನ್ನು ಆತನ ಅನನ್ಯತೆಯೊಂದಿಗೆ ಅನುಭವಿಸುವುದು, ಆತನಿಗೆ ಪ್ರೀತಿಯನ್ನು ತೋರಿಸುವ ಮೂಲಕ.

ಪ್ರೇಮದ ಅರ್ಥ

ಪ್ರೇಮವೆನ್ನುವುದು ಎಂತಹ ಸಾಧನವೆಂದರೆ ಅದು ನಮ್ಮನ್ನು ಆ ಅನ್ಯ ವ್ಯಕ್ತಿಯ ಆಂತರಿಕ ವ್ಯಕ್ತಿತ್ವದ ತನಕ ಒಯ್ಯಬಲ್ಲುದು. ನೀವು ಎಲ್ಲಿಯವರೆಗೆ ಎದುರಿನ ವ್ಯಕ್ತಿಯನ್ನು ಪ್ರೇಮಿಸುವುದಿಲ್ಲವೋ, ಅಲ್ಲಿಯವರೆಗೆ ನೀವು ಆತನ ಹೃದಯದ ಆಳವನ್ನು ದಾಟಿ ಇಳಿಯಲು ಸಾಧ್ಯವಾಗುವುದಿಲ್ಲ. ಮನುಷ್ಯ ತನ್ನ ಪ್ರೇಮದ ಬಲದಿಂದಲೇ ಇಲ್ಲಿಯ ತನಕ ಪ್ರಕಟವಾಗದಿರುವ ತನ್ನ ಪ್ರಿಯಕರನ ಅಥವಾ ಪ್ರಿಯತಮೆಯ ಗುಣಲಕ್ಷಣಗಳನ್ನು, ವೈಶಿಷ್ಟ್ಯಗಳನ್ನು ಹಾಗು ಇನ್ನೂ ಸಾಕಾರಗೊಳ್ಳದೇ ಇರುವ ಸಂಭಾವ್ಯತೆಗಳನ್ನು ಅರಿಯಲು ಸಾಧ್ಯ. ಮತ್ತು ಆತನಿಗೆ ತಾನು ಏನಾಗುವ ಸಂಭವವಿದೆ ಹಾಗು ತಾನು ಏನಾಗಬೇಕು ಎಂಬ ಅರಿವನ್ನು ಮೂಡಿಸಿ ಆ ಸಂಭಾವ್ಯತೆಗಳನ್ನು ಸಾಕಾರಗೊಳಿಸಿಕೊಳ್ಳಲು ತನ್ನ ಕಡೆಯಿಂದ ಮಹತ್ವದ ಭೂಮಿಕೆಯನ್ನು ನಿಭಾಯಿಸಲು ಸಾಧ್ಯವಾಗುತ್ತದೆ.

ಲೋಗೋಥೆರಪಿಯಲ್ಲಿ, ಪ್ರೇಮಕ್ಕೆ ಕೇವಲ ಕಾಮ–ವಾಸನಾ ಸಂಬಂಧಿತ ಪ್ರವೃತ್ತಿ ಅಥವಾ ಆವೇಗಗಳಿಂದಾದ ಪರಿಣಾಮ ಎಂದು ಆರೋಪಿಸಲಾಗುವುದಿಲ್ಲ.[3] ಪ್ರೇಮವೂ ಸೆಕ್ಸ್‌ನ ತರಹ ಒಂದು ಪ್ರಮುಖ ಕಾರಕವಾಗಿದೆ. ಸಾಮಾನ್ಯ ರೂಪದಲ್ಲಿ, ಸೆಕ್ಸ್‌ನ್ನು ಪ್ರೇಮ ಪ್ರಕಟಪಡಿಸುವ ಒಂದು ಸಾಧನವಾಗಿ ಬಳಕೆಯಾಗುತ್ತದೆ. ಒಂದು ವೇಳೆ ಸೆಕ್ಸ್ ಪ್ರೇಮ ವ್ಯಕ್ತಪಡಿಸುವ ಒಂದು ಸಾಧನವಾದರೆ, ಅದನ್ನು ಯುಕ್ತವೆಂದೂ ಪವಿತ್ರವೆಂದೂ ಪರಿಗಣಿಸಲಾಗುತ್ತದೆ. ಪ್ರೇಮವನ್ನು ಕೇವಲ ಸೆಕ್ಸ್‌ನ ಉಪಪ್ರಭಾವ ಎಂದು ತೆಗೆದುಕೊಳ್ಳಬಾರದು. ಸೆಕ್ಸ್ ಪ್ರೇಮವನ್ನು ವ್ಯಕ್ತಪಡಿಸಲಿರುವ ಒಂದು ಮಾಧ್ಯಮವಾಗಿದ್ದು, ಅದು ಎರಡು ವ್ಯಕ್ತಿಗಳ ಅನಂತ ಮಿಲನದ ಅನುಭವವಾಗಿರುತ್ತದೆ. ಅದನ್ನೇ ನಾವು ಪ್ರೇಮವೆಂದು ಕರೆಯುವುದು.

ಜೀವನದ ಅರ್ಥವನ್ನು ಕಾಣುವ ಮೂರನೇ ವಿಧಾನವೇ ದುಃಖ ಮತ್ತು ಕಷ್ಟದ ಮೂಲಕ ಸಾಗುವುದು.

[3]ಇದು ಆರಂಭಿಕ ಸತ್ಯದ ಪರಿಣಾಮದಿಂದ ಎದುರಿಗೆ ಪ್ರಕಟವಾಗುತ್ತದೆ.

ಯಾತನೆಯ ಅರ್ಥ

ನಾವು ಜೀವನದಲ್ಲಿ ಅದೆಷ್ಟೋ ಅಸಹಾಯಕ ಸ್ಥಿತಿಗಳನ್ನು ಎದುರಿಸುತ್ತಿರಬಹುದು ಅಥವಾ ಅದೇನೋ ವಿಧಿಯೊಂದಿಗೆ ಹೋರಾಡುತ್ತಿರಬಹುದು. ಅದನ್ನು ಬದಲಿಸುವುದು ಸಾಧ್ಯವಾಗದೆ ಹೋಗಬಹುದು. ಆದರೆ ಅಂತಹ ಸಮಯದಲ್ಲೂ ನಾವು ಜೀವನದ ಅರ್ಥವನ್ನು ಹುಡುಕಲು ಸಾಧ್ಯವಿದೆ ಎಂಬುದನ್ನು ಮರೆಯಬಾರದು. ಆದರೆ ಅಂತಹ ಸಮಯದಲ್ಲಿ ಅದ್ಭುತ ಮಾನವ ಶಕ್ತಿಗೆ ಸಾಕ್ಷಿಯಾಗುವಂಥದ್ದು ಆಗುವ ಸಂಭವವಿರುತ್ತದೆ. ಆ ಮೂಲಕ ಮನುಷ್ಯ ವೈಯಕ್ತಿಕ ದುರಂತವನ್ನೂ ಒಂದು ಗೆಲುವಿನ ಸೋಪಾನವಾಗಿ ಬದಲಿಸಬಲ್ಲ. ಅಥವಾ ಒಂದು ಸಂಕಷ್ಟವನ್ನು ಆತ ಮಾನವ ಸಾಧನೆಯನ್ನಾಗಿಸಿಕೊಳ್ಳಬಹುದು. ನಾವು ಯಾವುದೇ ಪರಿಸ್ಥಿತಿಯನ್ನು ಬದಲಾಗಿಸುವ ಸ್ಥಿತಿಯಲ್ಲಿ ಇಲ್ಲದಿದ್ದರೆ, ಕ್ಯಾನ್ಸರ್‌ನಂತಹ ಯಾವುದೇ ಚಿಕಿತ್ಸೆಯಿಲ್ಲದ ಅಸಾಧ್ಯ ರೋಗದ ಕುರಿತು ಯೋಚಿಸಿ – ನಾವು ನಮ್ಮಷ್ಟಕ್ಕೇ ಬದಲಾಗುವ ಸವಾಲು ಎದುರಾಗುತ್ತದೆ.

ನಾನು ಇಲ್ಲೊಂದು ಸ್ಪಷ್ಟ ಉದಾಹರಣೆಯನ್ನು ನೀಡಲು ಬಯಸುತ್ತೇನೆ – ಒಂದು ಸಲ ಒಬ್ಬ ಮಧ್ಯ ವಯಸ್ಸಿನ ಚಿಕಿತ್ಸಕ ತನ್ನ ಉದಾಸೀನತೆಯಿಂದ ಪಾರಾಗುವುದಕ್ಕೆ ನನ್ನಿಂದ ಸಲಹೆಯನ್ನು ಕೇಳಿದ. ಆತ ಎರಡು ವರ್ಷಗಳ ಹಿಂದೆ ಗತಿಸಿದ ತನ್ನ ಪತ್ನಿಯ ವಿಯೋಗದ ದುಃಖವನ್ನು ಸಹಿಸದಂತಾಗಿದ್ದ. ಹಾಗಿರುವಲ್ಲಿ ನಾನು ಅವನಿಗೆ ಯಾವ ರೀತಿಯ ಸಹಾಯವನ್ನು ನೀಡಲು ಸಾಧ್ಯವಿತ್ತು? ನಾನು ಅವನಿಗೆ ಯಾವ ಶಬ್ದಗಳಿಂದ ಸಮಾಧಾನ ಹೇಳಲು ಸಾಧ್ಯವಿದೆ? ನಾನು ಆತನಿಗೆ ಸಮಾಧಾನ ಹೇಳುವ ಬದಲು ಪ್ರಶ್ನೆಯನ್ನು ಕೇಳಿದೆ, 'ಡಾಕ್ಟರ್, ಒಂದು ವೇಳೆ ನಿಮ್ಮ ಪತ್ನಿಯ ಸ್ಥಾನದಲ್ಲಿ ನಿಮ್ಮದೇ ನಿಧನವಾಗಿ ಹೋಗಿದ್ದರೆ ಮತ್ತು ನಿಮ್ಮ ಪತ್ನಿಗೆ ನೀವಿಲ್ಲದೆ ಜೀವಿಸುವಂತಾಗಿದ್ದರೆ, ಏನಾಗುತ್ತಿತ್ತು?' ಆತ ಹೇಳಿದ, 'ಓಹ್! ಆಕೆಗೆ ಅದನ್ನೆಲ್ಲ ಸಹಿಸುವುದು ಇನ್ನಷ್ಟು ಕಷ್ಟವಾಗುತ್ತಿತ್ತು. ಇವನ್ನೆಲ್ಲ ಆಕೆ ಹೇಗೆ ತಾನೇ ಸಹಿಸುತ್ತಿದ್ದಳು ಹೇಳಿ!' ಆಗ ನಾನಂದೆ, 'ನೋಡಿದಿರಾ, ಡಾಕ್ಟರ್! ನೀವು ಆಕೆಯನ್ನು ಆಕೆಯ ಕಷ್ಟದಿಂದ ಪಾರಾಗಿಸಿದ್ದೀರಿ. ಇದೀಗ ನೀವು ಆಕೆಯನ್ನು ನೆನಪಿಸಿಕೊಂಡು ಶೋಕಪಡುತ್ತಿದ್ದೀರಿ ಮತ್ತು ಸ್ವಯಂ ಕಷ್ಟವನ್ನು ಅನುಭವಿಸುತ್ತಿದ್ದೀರಿ. ಆದರೆ ನಿಮ್ಮ ನಿಧನವಾಗಿದ್ದರೆ ಈ ಎಲ್ಲಾ ಯಾತನೆಗಳನ್ನು ಆಕೆ ಅನುಭವಿಸಬೇಕಿತ್ತು', ಆತ ಒಂದೇ ಒಂದು ಶಬ್ದವನ್ನೂ ಉಸುರಲಿಲ್ಲ. ನನ್ನ ಕೈಕುಲುಕುತ್ತಾ ಶಾಂತ ಭಾವದಿಂದ ಆಫೀಸಿನಿಂದ ಹೊರಟು ಹೋದ. **ಒಂದು ರೀತಿಯಲ್ಲಿ ಯಾತನೆಗೊಂದು ಅರ್ಥ ಸಿಕ್ಕ ತಕ್ಷಣ ಆ ಯಾತನೆ ಯಾತನೆಯಾಗಿ ಉಳಿಯುವುದಿಲ್ಲ, ಆ ಯಾತನೆಯ ಅರ್ಥ ಬಲಿದಾನವೂ ಆಗಿಬಿಡಬಹುದು**.

ನಿಜದ ಮಾತೆಂದರೆ, ನಾನು ಯಾವುದೇ ಹಂತದಲ್ಲಿ ಆತನಿಗೆ ಯಾವುದೇ ಚಿಕಿತ್ಸೆಯನ್ನು ನೀಡಿರಲಿಲ್ಲ. ಯಾಕೆಂದರೆ ಆತ ಯಾವುದೇ ರೋಗದಿಂದ ಬಳಲುತ್ತಿರಲಿಲ್ಲ. ಎರಡನೆ ವಿಷಯವೆಂದರೆ ನಾನು ಆತನ ಅದೃಷ್ಟವನ್ನು ಬದಲಿಸುವುದು ಸಾಧ್ಯವಿರಲಿಲ್ಲ. ನಾನು ಆತನ ಪತ್ನಿಯನ್ನು ಈ ಜಗತ್ತಿಗೆ ಹಿಂದಿರುಗಿ ತರುವುದಂತೂ ಸಾಧ್ಯವಿರಲಿಲ್ಲ. ಆದರೆ ಆ ಕ್ಷಣದಲ್ಲಿ, ಆತನ ಅದೃಷ್ಟದ ಪರವಾಗಿ ಆತನ ಅನಿಸಿಕೆಯನ್ನು ಬದಲಿಸುವುದರಲ್ಲಿ ಸಫಲನಾಗಿದ್ದೆ. ಕನಿಷ್ಠವೆಂದರೆ ಆ ಕ್ಷಣದ ನಂತರ ಆತನಿಗೆ ತನ್ನ ಯಾತನೆಗೆ ಒಂದು ಅರ್ಥ ಕಾಣಲು ಸಾಧ್ಯವಾಯಿತು. ಇದು ಲೋಗೋಥೆರಪಿಯ ಪ್ರಮುಖವಾದ ನಿಯಮಗಳಲ್ಲಿ ಒಂದು ಎನ್ನಬಹುದು. ಮನುಷ್ಯನ ಪ್ರಧಾನವಾದ ಚಿಂತೆ ಆತ ಸುಖವನ್ನು ಪಡೆಯಬೇಕೆನ್ನುವುದಲ್ಲ ಅಥವಾ ಸ್ವಯಂ ಯಾತನೆಯಿಂದ ದೂರವಿರಬೇಕೆನ್ನುವುದಲ್ಲ. ಆತ ತನ್ನ ಜೀವನಕ್ಕೆ ಒಂದು

ಅರ್ಥವನ್ನು ಪಡೆಯಬೇಕೆನ್ನುವುದೇ ನಿಜವಾದ ಬಯಕೆಯಾಗಿರುತ್ತದೆ. ಇದೇ ಕಾರಣದಿಂದ ಮನುಷ್ಯ ಯಾತನೆ ಮತ್ತು ಕಷ್ಟವನ್ನೂ ಎದುರಿಸಲು ತಯಾರಾಗುತ್ತಾನೆ, ಆ ಯಾತನೆಗೆ ಒಂದು ಅರ್ಥವಿದ್ದರೆ ಮಾತ್ರ.

ಇಲ್ಲಿ ನಾನೊಂದು ಮಾತನ್ನು ಸ್ಪಷ್ಟಪಡಿಸಲು ಇಚ್ಛಿಸುತ್ತೇನೆ. ಬದುಕಿನ ಅರ್ಥವನ್ನು ಪಡೆಯುವುದಕ್ಕೆ ಖಂಡಿತವಾಗಿಯೂ ನಿಮ್ಮ ಜೀವನದಲ್ಲಿ ದುಃಖ ಅಥವಾ ಕಷ್ಟವಿರಬೇಕು ಎನ್ನುವುದು ತರವಲ್ಲ. ನನ್ನ ಮಾತಿನ ಅರ್ಥವೆಂದರೆ ಯಾತನೆ ಮತ್ತು ದುಃಖದ ಮೂಲಕವೂ ನೀವು ಬದುಕಿನ ಅರ್ಥವನ್ನು ಪಡೆಯಲು ಸಾಧ್ಯವಿದೆ ಎನ್ನುವಂಥದ್ದು. ನಿಶ್ಚಿತ ರೂಪದಲ್ಲಿ ಆ ಯಾತನೆ ಹೇಗಿರಬೇಕೆಂದರೆ, ಅದರಿಂದ ನೀವು ಯಾವುದೇ ರೀತಿಯಲ್ಲಿ ಬಚಾಯಿಸಿಕೊಳ್ಳಲು ಸಾಧ್ಯವಾಗದ ರೀತಿಯದ್ದಾಗಿರಬೇಕು. ಒಂದು ವೇಳೆ ದುಃಖವನ್ನು ದೂರೀಕರಿಸಲು ಸಾಧ್ಯವೆಂದಾದರೆ, ಆ ಸಮಯದಲ್ಲಿ ನಮಗೆ ಆ ದುಃಖದ ಕಾರಣವನ್ನು ದೂರ ಮಾಡುವ ಪ್ರಯತ್ನವನ್ನು ಮಾಡುವುದು ಹೆಚ್ಚು ಸಮಂಜಸವಾಗಿರುತ್ತದೆ, ಅದು ಮಾನಸಿಕ ಕಾರಣವೂ ಇರಬಹುದು, ಶಾರೀರಿಕವೋ, ರಾಜನೈತಿಕವೂ ಇರಬಹುದು. ಆದರೆ ನೀವು ಯಾವುದೇ ಕಾರಣವಿಲ್ಲದೆ ಕಷ್ಟವನ್ನು ಸಹಿಸುವುದು ಅದೇನು ಶೌರ್ಯದ ಕೆಲಸವಲ್ಲ, ಅದೊಂದು ಹುಚ್ಚುತನ, ತನಗಾಗುವ ಹಿಂಸೆಯಿಂದ ಸಂತುಷ್ಟಿಯನ್ನು ಪಡೆಯುವ ಒಂದು ಮನೋವಿಕಾರ.

ಜಾರ್ಜಿಯಾ ವಿಶ್ವವಿದ್ಯಾಲಯದ ಮನೋಚಿಕಿತ್ಸಕ ಪ್ರೊಫೆಸರ್ ಎಡಿತ್ ವೀಸ್‌ಕಾಫ್ ಜೋಲ್ಸನ್ ಲೋಗೋಥೆರಪಿಯ ಬಗ್ಗೆ ತನ್ನ ಲೇಖನದಲ್ಲಿ ಹೇಳಿದ್ದು, 'ನಮ್ಮ ಪ್ರಸ್ತುತ ಮಾನಸಿಕ ಆರೋಗ್ಯ (ಮೆಂಟಲ್ ಹೈಜಿನ್) ದರ್ಶನ, ನಾವು ಹರ್ಷದಾಯಕವಾಗಿರಬೇಕೆಂಬ ವಿಷಯವನ್ನು ಒತ್ತಿ ಹೇಳುತ್ತದೆ. ಖುಷಿಯಿಲ್ಲದಿದ್ದರೆ ಆತನ ಜೀವನದಲ್ಲಿ ಅದೇನೋ ಅವ್ಯವಸ್ಥೆ ಇದೆ ಎನ್ನುವುದರ ಸಂಕೇತವನ್ನು ನೀಡುತ್ತದೆ. ಅಂತಹ ಒಂದು ಮೌಲೀಕರಣದ ಕ್ರಮದ ಪ್ರಕಾರ ನೀಗಿಸಲಾಗದ ದುಃಖದ ಭಾರ, 'ಖುಷಿ ಇಲ್ಲವಲ್ಲಾ' ಎಂಬ ದುಃಖದಿಂದ ಇನ್ನಷ್ಟು ಹೆಚ್ಚಾಗುತ್ತದೆ.'[4] ಮತ್ತು ಇನ್ನೊಂದು ಲೇಖನದಲ್ಲಿ ಆಕೆ ಲೋಗೋಥೆರಪಿಯ ಬಗ್ಗೆ ಭರವಸೆಯನ್ನು ಹೊಂದುತ್ತಾ, 'ಯು.ಎಸ್.ನ ಇಂದಿನ ಅಸಂಬದ್ಧ ಸಂಸ್ಕೃತಿಯ ಪರಿಸ್ಥಿತಿಯಲ್ಲಿ ಗುಣಮುಖರಾಗುವ ಭರವಸೆಯಿಲ್ಲದ ದುಃಖದಿಂದ ತೊಳಲಾಡುವ ರೋಗಿ ತನ್ನ ದುಃಖದ ಬಗ್ಗೆ ಹೆಮ್ಮೆಪಡುವ ಅಲ್ಪ ಅವಕಾಶವೂ ಇಲ್ಲದೆ ಅದು ಅವರನ್ನು ಇನ್ನಷ್ಟು ಕುಸಿಯುವಂತೆ ಮಾಡುತ್ತ, ಆತ ದುಃಖಿತನು ಮಾತ್ರವಲ್ಲ ಆ ದುಃಖದಿಂದ ನಾಚಿಕೆಯನ್ನೂ ಪಡುವಂತಾಗುತ್ತದೆ.'[5]

ಕೆಲವು ಸನ್ನಿವೇಶಗಳಲ್ಲಿ ತನ್ನ ಕೆಲಸವನ್ನು ಮಾಡಲಾಗದಂತೆ ಅಂತಹ ಅವಕಾಶದಿಂದ ತಳ್ಳಲ್ಪಡುವ ಸಂದರ್ಭ ಅಥವಾ ಬದುಕನ್ನು ಆಸ್ವಾದಿಸುವಿದರಿಂದ ದೂರವಿರಿಸಲಾಗುತ್ತದೆ; ಆದರೆ ಏನು ನಿವಾರಿಸಲಾಗದ್ದು ಅಂದರೆ ಅದು ದುಃಖ, ಯಾತನೆ. ಈ ದುಃಖಪಡುವ ಸವಾಲನ್ನು ಧೈರ್ಯದಿಂದ ಎದುರಿಸುವುದು, ಬದುಕಿಗೆ ಕೊನೆಯ ಕ್ಷಣದವರೆಗೆ ಅರ್ಥಬರುತ್ತದೆ, ಮತ್ತು ಅದು ಅದೇ ಅರ್ಥದಲ್ಲಿ ಕೊನೆಯವರೆಗೂ ಉಳಿಯುತ್ತದೆ.

---

[4]'ಸಮ್ ಕಮೆಂಟ್ಸ್ ಆನ್ ಎ ವಿನೇಸೆ ಸ್ಕೂಲ್ ಆಫ್ ಸೈಕಾಯಿಸ್ಟ್ರೀ', ದಿ ಜರ್ನಲ್ ಆಫ್ ಅಬ್‌ನಾರ್ಮಲ್ ಅಂಡ್ ಸೋಶಿಯಲ್ ಸೈಕಾಲಜೀ, 51 (1955), ಪುಟ 701–3

[5]'ಲೋಗೋಥೆರಪಿ ಅಂಡ್ ಎಗ್ಸಿಸ್ಟೆಂನ್ಶಯಲ್ ಅನಾಲಿಸಿಸ್' ಎಕ್ಟಾ ಸೈಕೋಥೆರಪ್ಯೂಟಿಕಾ, 193–204

ಇನ್ನೊಂದು ರೀತಿಯಲ್ಲಿ ಹೇಳುವುದಾದರೆ, ಬದುಕಿನ ಅರ್ಥ ಬೇಷರತ್ತಾಗಿದ್ದು, ಅದರಲ್ಲಿ ನೀಗಿಸಲಾಗದಂಥ ದುಃಖಕ್ಕೂ ಒಂದು ಅರ್ಥವನ್ನು ಕಲ್ಪಿಸುವುದೂ ಶಾಮೀಲಾಗಿದೆ.

ನಾನು ಯಾತನಾ ಶಿಬಿರದಲ್ಲಿ ಕಳೆದ ಅತ್ಯಂತ ದುಃಖಮಯ ಅನುಭವವನ್ನು ನೆನಪಿಸಿಕೊಂಡು ಹೇಳುತ್ತಿದ್ದೇನೆ. ಆ ಶಿಬಿರದಿಂದ ಬದುಕುಳಿದು ಬರುವುದು ಸರಿಯಾದ ಅಂಕಿಅಂಶಗಳ ಪ್ರಕಾರ ಇಪ್ಪತ್ತೆಂಟರಲ್ಲಿ ಕೇವಲ ಒಂದೆಂಬ ಸಾಧ್ಯತೆ ಎಂದಾಗಿತ್ತು. ಆಶ್ವಿಜ್‌ನಲ್ಲಿ ದಾಖಲಾಗುವ ಸಮಯದಲ್ಲಿ ನಾನು ನನ್ನ ಕೋಟಿನ ಒಳಗಡೆ ಅಡಗಿಸಿಟ್ಟಿದ್ದ ನನ್ನ ಮೊದಲ ಪುಸ್ತಕದ ಹಸ್ತಪ್ರತಿಯನ್ನು ಯಾವತ್ತಾದರೂ ಹಿಂದೆ ಪಡೆಯುವ ಹಾಗಿರಲಿಲ್ಲ. ಹಾಗಾಗಿ ನಾನು ನನ್ನ ಮಾನಸಿಕ ಕಂದನನ್ನು ಕಳೆದುಕೊಂಡ ದುಃಖವನ್ನು ಅನುಭವಿಸಬೇಕಿತ್ತು ಹಾಗು ಅದರಿಂದ ಹೊರಬೇಕಾಗಿತ್ತು. ಈಗ ನನ್ನನ್ನು ಯಾವುದೂ, ಯಾರೂ ಉಳಿಸಲಾರರು ಎಂಬುದು ಸಿದ್ಧವಾಗಿತ್ತು. ಹಾಗಿರುವಾಗ ಆ ನನ್ನ ಭೌತಿಕ ಸಂತಾನ ಅಥವಾ ಮಾನಸಿಕ ಸಂತಾನವನ್ನು ಯಾರು ತಾನೇ ಉಳಿಸಬಲ್ಲರು! ಇಂತಹ ಪರಿಸ್ಥಿತಿಯಲ್ಲಿ ನನ್ನ ಬದುಕಿಗೂ ಒಂದು ಅರ್ಥವಿದೆಯೇ ಎಂಬ ಪ್ರಶ್ನೆ ನನ್ನನ್ನು ಕಾಡತೊಡಗಿತು.

ನಾನು ಆ ಪ್ರಶ್ನೆಯ ಬಗೆಗೆ ಉತ್ತರ ಪಡೆಯುವುದಕ್ಕೆ ಎಷ್ಟೊಂದು ಒದ್ದಾಡಿದೆ ಅಂದರೆ ಅದುವರೆಗೆ ನನಗೆ ಆ ವಿಷಯದ ಅನುಭವವಾಗಿರಲಿಲ್ಲ. ಅದು ನನ್ನಲ್ಲಿ ಮೊದಲಿನಿಂದಲೂ ಇದ್ದಾಗ್ಯೂ, ಅದು ಬಹಳ ಬೇಗನೆ ನನ್ನ ಮುಂದೆ ಪ್ರಸ್ತುತವಾಗುವುದಿತ್ತು. ಅದು ಹೇಗಾಯಿತೆಂದರೆ ಆ ಸಮಯ ನನ್ನ ಪೂರ್ತಿ ಬಟ್ಟೆಯನ್ನು ಕಳಚಬೇಕಾಗಿ ಬಂತು ಮತ್ತು ಅದರ ಬದಲಿಗೆ ಆಶ್ವಿಜ್ ರೇಲ್ವೇ ಸ್ಟೇಶನ್‌ಗೆ ಆಗ ತಾನೇ ಬಂದಿದ್ದ ಖೈದಿಯೊಬ್ಬನ ಹರಕುಮುರುಕು ಉಡುಪನ್ನು ನಾನು ತೊಟ್ಟುಕೊಳ್ಳಬೇಕಾಯಿತು. ಯಾಕೆಂದರೆ ಆತನನ್ನು ಅದೇ ತಾನೇ ಸೀದಾ ಗ್ಯಾಸ್ ಛೇಂಬರ್‌ನಲ್ಲಿ ಸಾವಿಗೆ ತುತ್ತಾಗುವಂತೆ ಕಳುಹಿಸಲಾಗಿತ್ತು. ನನ್ನ ಹಲವು ಪುಟಗಳ ಹಸ್ತಪ್ರತಿಯನ್ನು ಕಸಿದುಕೊಳ್ಳಲಾಗಿತ್ತು. ಅದರ ಬದಲಿಗೆ ಎನ್ನುವಂತೆ ನನಗೆ ಆ ಹಳೆಯ ಕೋಟಿನ ಜೇಬಿನಲ್ಲಿ ಒಂದು ಪ್ರಾರ್ಥನೆಯ ಹರಿದು ಹೋದ ಕಾಗದದ ಚೂರು ಸಿಕ್ಕಿತು. ಅದರಲ್ಲಿ ಹಿಬ್ರೂ ಭಾಷೆಯ ಅಕ್ಷರಗಳಲ್ಲಿ ಹೀಗೆ ಬರೆದಿತ್ತು 'ಶೆಮಾ ಇಸ್ರೇಲ್', ಅದು ಯಹೂದಿಗಳ ಬಹಳ ಮಹತ್ವಪೂರ್ಣವಾದ ಪ್ರಾರ್ಥನೆಯಾಗಿತ್ತು. ಕೊನೆಯಲ್ಲಿ ನನಗೆ ಈ ಯೋಗಾಯೋಗದ ವರ್ಣನೆಯನ್ನು ಹೇಗೆ ಮಾಡಲು ಸಾಧ್ಯ! ಒಂದು ರೀತಿಯಲ್ಲಿ ನನ್ನ ವಿಚಾರಗಳನ್ನು ಬರೀ ಕಾಗದದ ಹಾಳೆಗಳಲ್ಲಿ ಬರೆಯುವ ಬದಲು ಆ ವಿಚಾರಗಳ ಜೊತೆಯಲ್ಲೇ ಜೀವಿಸಬೇಕೆಂಬ ಪಂಥಾಹ್ವಾನವನ್ನು ನೀಡಿದಂತಾಗಿತ್ತು.

ಕೆಲವು ದಿನಗಳ ಬಳಿಕ ನಾನಿನ್ನು ಹೆಚ್ಚು ಸಮಯ ಬದುಕಲಾರೆ ಎಂದು ಅನ್ನಿಸತೊಡಗಿದ್ದು ನನಗೆ ನೆನಪಿದೆ. ಅಂತಹ ಕಠಿಣ ಪರಿಸ್ಥಿತಿಯಲ್ಲಿ, ನನ್ನ ಚಿಂತೆ ನನ್ನ ಸಂಗಡಿಗರ ಯೋಚನೆಗಿಂತ ಭಿನ್ನವಾಗಿತ್ತು. ಅವರ ಪ್ರಶ್ನೆ ಏನಿತ್ತೆಂದರೆ, 'ನಾವು ಈ ಕ್ಯಾಂಪ್‌ನಿಂದ ಎಂದಾದರೂ ವಾಪಸ್ಸು ಹೊರಟುಹೋಗಲು ಸಾಧ್ಯವೇ? ಇಲ್ಲದಿದ್ದರೆ ಈ ಯಾತನೆಗೆ ಯಾವುದೇ ಅರ್ಥವಿರುವುದಿಲ್ಲ.' ಆದರೆ ನನ್ನ ಮನಸ್ಸಿನಲ್ಲಿ ಪದೇ ಪದೇ ಒಂದು ಪ್ರಶ್ನೆ ಏಳುತ್ತಿತ್ತು, 'ಈ ಎಲ್ಲಾ ಯಾತನೆಗಳು ನಮ್ಮ ಸುತ್ತಮುತ್ತ ಕಾಣುತ್ತಿರುವ ಸಾವಿಗೆ ಏನಾದರೂ ಅರ್ಥ ಇರಬಹುದೇ? ಹಾಗಿಲ್ಲವಾದರೆ ನಾವು ಕೊನೆಯಲ್ಲಿ ಬದುಕಿ ಉಳಿಯುವುದರಲ್ಲಿ ಯಾವ ಪುರುಷಾರ್ಥವೂ ಇರುವುದಿಲ್ಲ. ಜೀವನದ ಅರ್ಥ, ಅಲ್ಲಿ ಯಾರು ಬದುಕಿ ಉಳಿಯುವರೋ ಇಲ್ಲವೋ ಎಂಬುದರ ಮೇಲೆ ಅವಲಂಬಿತವಾಗಿದ್ದರೆ, ಅಂತಹ ಬದುಕು ಜೀವಿಸಲು ಅರ್ಹವಲ್ಲ.

೨೧
ಮೆಟಾ-ಕ್ಲಿನಿಕಲ್ ಸಮಸ್ಯೆಗಳು

ಇತ್ತೀಚಿನ ದಿನಗಳಲ್ಲಿ ಮನೋಚಿಕಿತ್ಸಕರಲ್ಲಿ ರೋಗಿಗಳ ಸಂಖ್ಯೆ ಹೆಚ್ಚುತ್ತಲೇ ಹೋಗಿದ್ದು, ಅವರೆಲ್ಲ ಯಾವುದೇ ಮಾನಸಿಕ ರೋಗದಿಂದ ಬಳಲುವವರಾಗಿರದೆ, ತಮ್ಮ ಮಾನವೀಯ ಸಮಸ್ಯೆಗಳ ಸಮಾಧಾನಕ್ಕಾಗಿ ವೈದ್ಯರ ಬಳಿಗೆ ಹೋಗುತ್ತಿದ್ದಾರೆ. ಅವರಲ್ಲಿ ಕೆಲವರು ಹಿಂದೆ ಚರ್ಚ್‌ನ ಪಾದರಿ, ದೇಗುಲದ ಪೂಜಾರಿ ಇಲ್ಲವೇ ಮಸೀದಿಯ ರಬ್ಬಿಯ ಸಹಾಯ ಕೋರುತ್ತಿದ್ದರೆ, ಈಗ ಮನೋಚಿಕಿತ್ಸಕರನ್ನು ಭೇಟಿಯಾಗುವುದಕ್ಕೆ ಹಾತೊರೆಯುತ್ತಾರೆ. ತಮ್ಮನ್ನು ಹಿಂದಿನಂತೆ ಓರ್ವ ವ್ಯಕ್ತಿಯ ಕೈಯಲ್ಲಿ ಒಪ್ಪಿಕೊಳ್ಳುವ ಬದಲು ಇದೀಗ ಡಾಕ್ಟರ್ ಬಳಿಗೆ ಬರಲು ಇಷ್ಟಪಡುತ್ತಾರೆ ಮತ್ತು ಹಾಗೆ ಬಂದಾಗ ಅವರು ಕೇಳುವ ಪ್ರಶ್ನೆ ಒಂದೇ, 'ನನ್ನ ಬದುಕಿನ ಅರ್ಥವೇನು?'

ಒಂದು ಲೋಗೋಡ್ರಾಮಾ

ನಾನು ನಿಮಗೊಂದು ಉದಾಹರಣೆಯನ್ನು ನೀಡಲು ಬಯಸುತ್ತೇನೆ: ಒಮ್ಮೆ ನನ್ನ ಆಸ್ಪತ್ರೆಯ ವಿಭಾಗದಲ್ಲಿ ಆತ್ಮಹತ್ಯೆಗೆ ಯತ್ನಿಸಿದ ಓರ್ವ ಮಹಿಳೆಯನ್ನು ದಾಖಲಿಸಲಾಗಿತ್ತು. ಆಕೆಯ ಹನ್ನೊಂದು ವರ್ಷ ಪ್ರಾಯದ ಮಗನ ಮೃತ್ಯುವಾಗಿತ್ತು. ಡಾಕ್ಟರ್ ಕಟ್ ಕೋಕರೇಕ್ ಆಕೆಗೆ ಒಂದು ಚಿಕಿತ್ಸಾದಳದಲ್ಲಿ ಸೇರಿಕೊಳ್ಳುವಂತೆ ಹೇಳಿದರು. ಆಕಸ್ಮಿಕವಾಗಿ ನಾನು ಆ ಕೋಣೆಗೆ ಪ್ರವೇಶಿಸುವಂತಾಯಿತು. ಅಲ್ಲಿ ಡಾಕ್ಟರ್ ಕಟ್ ಒಂದು ಸೈಕೋಡ್ರಾಮಾವನ್ನು ಸಂಚಲನೆ ಮಾಡುವುದರಲ್ಲಿ ತೊಡಗಿದ್ದರು. ಆಕೆ ತನ್ನ ಕಥೆಯನ್ನು ಹೇಳುತ್ತಿದ್ದಳು. ಯಾವಾಗ ಆಕೆಯ ಮಗನ ಸಾವಾಯಿತು, ಆಗ ಆಕೆ ತನ್ನ ಅಂಗವಿಕಲನಾಗಿದ್ದ ಎರಡನೇ ಮಗನ ಜತೆಗೆ ಏಕಾಂಗಿಯಾಗಿದ್ದಳು. ಆ ಅಸಹಾಯಕ ಮಗ ಯಾವಾಗಲೂ ಗಾಲಿಕುರ್ಚಿಯ ಸಹಾಯವನ್ನು

ಪಡೆಯಬೇಕಾಗಿದ್ದಿತು. ಆ ತಾಯಿ ತನ್ನ ದುರಾದೃಷ್ಟದ ಬಗೆಗೆ ವಿರೋಧವನ್ನು ವ್ಯಕ್ತಪಡಿಸಲು ತೊಡಗಿದ್ದಳು. ಯಾವಾಗ ಆಕೆ ತನ್ನ ಅಂಗವಿಕಲ ಮಗನ ಜತೆಗೆ ಆತ್ಮಹತ್ಯೆಗೆ ಪ್ರಯತ್ನಿಸಿದಳೋ, ಆ ಹುಡುಗನೇ ಆಕೆಯನ್ನು ಹಾಗೆ ಮಾಡದಂತೆ ತಡೆದಿದ್ದ, ಹಾಗೆ ಅವರಿಬ್ಬರ ಪ್ರಾಣ ಉಳಿದುಕೊಂಡಿತು. ಆ ಹುಡುಗನಿಗೆ ಜೀವನದ ಬಗ್ಗೆ ಪ್ರೀತಿಯಿದ್ದಿತು. ಅವನಿಗೆ ಈಗಲೂ ಬದುಕು ಸಾರ್ಥಕವೆನಿಸುತ್ತಿತ್ತು. ಆದರೆ ಆತನ ತಾಯಿಗೆ ಬದುಕಿನಲ್ಲಿ ಯಾವುದೇ ಸಾರ್ಥಕತೆ ಯಾಕಾಗಿ ಕಾಣಿಸುತ್ತಿರಲಿಲ್ಲ? ಆ ಮಹಿಳೆಗೆ ತನ್ನ ಜೀವನದ ಅರ್ಥ ಹೇಗೆ ಮನವರಿಕೆಯಾಗುವುದು ಮತ್ತು ನಾವು ಈ ವಿಷಯದಲ್ಲಿ ಏನು ಸಹಾಯ ಮಾಡಬಹುದಿತ್ತು? ಬನ್ನಿ ನೋಡೋಣ.

ನಾನು ಕೂಡಾ ಈ ಗುಂಪಿನಲ್ಲಿ ಸೇರಿಕೊಂಡೆ ಮತ್ತು ಅದರಲ್ಲಿ ಪಾಲ್ಗೊಂಡಿದ್ದ ಇನ್ನೊಬ್ಬ ಮಹಿಳೆಯನ್ನು ಪ್ರಶ್ನಿಸಿದೆ. ಆಕೆಗೆ ತನ್ನ ವಯಸ್ಸನ್ನು ಕೇಳಿದಾಗ ಆಕೆ 'ಮೂವತ್ತು' ವರ್ಷವೆಂದಳು. ನಾನು ಹೇಳಿದೆ, 'ಅಲ್ಲ, ನೀವು ಮೂವತ್ತು ವರ್ಷದವಳಲ್ಲ, ಎಂಭತ್ತು ವರ್ಷದವಳು ಮತ್ತು ನಿಮ್ಮ ಕೊನೆಯ ಉಸಿರನ್ನು ಎಳೆಯುತ್ತಿದ್ದೀರಿ. ಈಗ ನಿಮ್ಮ ಕಳೆದು ಹೋದ ಜೀವನದ ಕಡೆಗೆ ದೃಷ್ಟಿ ಹಾಯಿಸಿ, ಆ ಜೀವನದಲ್ಲಿ ನಿಮಗೆ ಯಾವುದೇ ಸಂತಾನವಿರಲಿಲ್ಲ, ಆದರೆ ಆರ್ಥಿಕ ಸಫಲತೆ ಮತ್ತು ಸಾಮಾಜಿಕ ಪ್ರತಿಷ್ಠೆ ಸಾಕಷ್ಟು ಇದೆ ನೋಡಿ,' ಎಂದೆ. ಮತ್ತೆ ನಾನು ಕೇಳಿದೆ, 'ಇಂತಹ ಸ್ಥಿತಿಯಲ್ಲಿ ನೀವು ಏನು ಮಾಡುತ್ತೀರಿ ಮತ್ತು ಈ ಕುರಿತಂತೆ ನೀವು ನಿಮ್ಮಷ್ಟಕ್ಕೇ ಏನನ್ನು ಹೇಳುತ್ತೀರಿ?' ಆ ಅಭಿಯಾನದಲ್ಲಿ ಆಕೆಯ ಮಾತುಗಳನ್ನು ಒಂದು ಟೇಪ್‌ನಲ್ಲಿ ಧ್ವನಿಮುದ್ರಿಸಿಕೊಳ್ಳಲಾಯಿತು. ನೀವು ಆಕೆಯ ಮಾತಿನಲ್ಲೇ ಅದನ್ನು ಕೇಳಬೇಕೆಂಬುದು ನನ್ನ ಅಪೇಕ್ಷೆ.

'ಅರೆ! ನಾನು ಓರ್ವ ಶ್ರೀಮಂತ ವ್ಯಕ್ತಿಯೊಂದಿಗೆ ಮದುವೆಯಾದೆ. ನನ್ನ ಜೀವನ ಹಣ ಮತ್ತು ಸಂಪತ್ತಿನಿಂದ ತುಂಬಿತುಳುಕುತ್ತಿತ್ತು. ನಾನು ಪುರುಷರನ್ನು ಭೇಡಿಸಿದೆ, ಅವರ ಜತೆಗೆ ಸೇರಿಕೊಂಡು ಹುಡುಗಾಟಿಕೆಯನ್ನೆಲ್ಲ ಆಡಿದೆ. ಈಗ ನಾನು ಎಂಭತ್ತು ವರ್ಷದವಳಿದ್ದೇನೆ; ನನಗೆ ಯಾವುದೇ ಸಂತಾನವಿಲ್ಲ. ಒಬ್ಬ ಮುದುಕಿ ಎಂಬ ನೆಲೆಯಲ್ಲಿ ನಾನೊಮ್ಮೆ ಹಿಂದಿತಿರುಗಿ ನೋಡಿದರೆ ನನಗನ್ನಿಸುತ್ತದೆ, ಇವೆಲ್ಲ ಯಾತಕ್ಕಾಗಿ ಇವೆ ಅಂತ; ನನ್ನ ಜೀವನ ನಿರರ್ಥಕವಾಗಿಬಿಟ್ಟಿದೆ!'

ಆ ಮೇಲೆ ನಾನು ಆ ಅಂಗವಿಕಲ ಹುಡುಗನ ತಾಯಿಯನ್ನು ಹತ್ತಿರಕ್ಕೆ ಕರೆದೆ ಮತ್ತು ಹೇಳಿದೆ, ಆಕೆಯೂ ಇದೇ ಪರಿಸ್ಥಿತಿಯಲ್ಲಿ ತನ್ನ ಕಲ್ಪನೆಯನ್ನು ಮಾಡಿಕೊಳ್ಳಲಿ ಅಂತ. ಆಕೆಯ ಹೇಳಿಕೆಯನ್ನೂ ಧ್ವನಿಮುದ್ರಿಸಿಕೊಳ್ಳಲಾಯಿತು. 'ನಾನು ನನಗೆ ಸಂತಾನವಾಗಬೇಕೆಂದು ಬಯಸುತ್ತಿದ್ದೆ ಮತ್ತು ಭಗವಂತ ನನ್ನ ಇಚ್ಛೆಯನ್ನು ಪೂರೈಸಿದ್ದ. ನನ್ನ ಒಬ್ಬ ಮಗ ಸತ್ತುಹೋದ ಮತ್ತು ಇನ್ನೊಬ್ಬ ಅಂಗಹೀನ ಮಗನ ಪಾಲನೆ ಪೋಷಣೆಯ ಜವಾಬ್ದಾರಿ ಹೊತ್ತುಕೊಳ್ಳದಿದ್ದರೆ, ಇವನನ್ನು ಯಾವುದೇ ಅನಾಥಾಶ್ರಮಕ್ಕೆ ಸೇರಿಸುವ ಪ್ರಮೇಯ ಬರುತ್ತಿತ್ತು. ಇವನು ಅಂಗಹೀನನಾದರೆ ಏನಂತೆ ನನ್ನ ಮಗನೇ ತಾನೇ? ನಾನು ಇವನ ಬದುಕು ಸಂತುಷ್ಟವಾಗಿಸುವುದಕ್ಕೆ ಪ್ರತಿಯೊಂದರಲ್ಲಿ ಪ್ರಯತ್ನಿಸಿದ್ದೇನೆ; ನಾನು ನನ್ನ ಮಗನನ್ನು ಒಬ್ಬ ಒಳ್ಳೆಯ ಮನುಷ್ಯನನ್ನಾಗಿ ಬೆಳೆಸಲು ಪ್ರಯತ್ನಿಸಿದ್ದೇನೆ.' ಹೀಗೆ ಹೇಳುತ್ತಲೇ ಆಕೆಯ ಕಣ್ಣಾಲಿಗಳು ತುಂಬಿಬಂದವು ಮತ್ತೆ ಆಕೆ ಅಳುತ್ತಲೇ ತನ್ನ ಮಾತನ್ನು ಪೂರ್ತಿ ಮಾಡುತ್ತ ಹೇಳಿದಳು, 'ನಾನು ಪೂರ್ಣ ಶಾಂತಿಯಿಂದ ನನ್ನ ಕಳೆದುಹೋದ ಬದುಕನ್ನು ನೋಡಲು ಸಾಧ್ಯವಿದೆ. ನನ್ನ ಬದುಕು ಸಾರ್ಥಕವಾಗಿದೆ, ಅಂತೆಯೇ ನಾನು ನನ್ನ ಜೀವನದ ಅರ್ಥವನ್ನು

ನಿಭಾಯಿಸುವಲ್ಲಿ ಸಾಕಷ್ಟು ಮಟ್ಟಿಗೆ ಪ್ರಯತ್ನಿಸಿದ್ದೇನೆ; ನಾನು ನನ್ನ ಕಡೆಯಿಂದ ಯಾವುದೇ ಕೊರತೆಯನ್ನು ಮಾಡಿಕೊಳ್ಳಲಿಲ್ಲ. ನಾನು ನನ್ನ ಮಗನಿಗಾಗಿ ಎಲ್ಲವನ್ನೂ ವಿಶಿಷ್ಟತೆಯಿಂದ ಮಾಡಿದ್ದೇನೆ. ನನ್ನ ಪೂರ್ತಿ ಜೀವನ ಸಫಲವಾಗಿದೆ.'

ತನ್ನ ಮೃತ್ಯುಶಯ್ಯೆಯಿಂದ ತನ್ನ ಗತಜೀವನವನ್ನು ವೀಕ್ಷಿಸಿ ತನ್ನ ಜೀವನದ ಅರ್ಥವನ್ನು ಆಕೆ ಹೇಗೆ ಗಳಿಸಿದಳು ಅಂತ ನೀವು ನೋಡಿದ್ದೀರಿ. ಅದೊಂದು ಎಂತಹ ಅರ್ಥವೆಂದರೆ ಆಕೆಯ ಜೀವನದ ಪೂರ್ತಿ ಯಾತನೆಗಳು ಅದರಲ್ಲಿ ಸೇರಿಕೊಂಡಿದ್ದವು. ಅದೇ ವೇಳೆ ಈ ವಿಷಯವೂ ಪೂರ್ತಿಯಾಗಿ ಸ್ಪಷ್ಟವಾಗಿ ಹೋಯಿತು. ಆಕೆಯ ಮಗ ಹನ್ನೊಂದು ವರ್ಷವಷ್ಟೇ ಜೀವಂತವಾಗಿದ್ದರೇನಂತೆ, ಆತನೂ ಪ್ರೇಮ ಮತ್ತು ಆನಂದದೊಂದಿಗೆ ಯಾವುದೇ ಎಂಭತ್ತು ವರ್ಷ ಜೀವನಕ್ಕಿಂತ ಹೆಚ್ಚು ಸಾರ್ಥಕ್ಯದ ಮತ್ತು ಅರ್ಥವಂತಿಕೆಯ ಬಾಳನ್ನು ಬಾಳಿದ್ದ.

ನಾನು ಆ ಬಳಿಕ ಇನ್ನೊಂದು ಪ್ರಶ್ನೆಯನ್ನು ಕೇಳಿದೆ, ಈ ಸಾರಿ ನನ್ನ ಪ್ರಶ್ನೆ ಪೂರ್ತಿ ಗುಂಪನ್ನು ಸಂಬೋಧಿಸಿದಂತಿತ್ತು. ನಾನು ಕೇಳಿದೆ, 'ಯಾವ ಮಂಗನಿಗೆ ಪೋಲಿಯೋಮಾಯಿಲಾಯಿಟಿಸ್ (ಚಲನವಲನವನ್ನು ನಿಗ್ರಹಿಸುವ ಒಂದು ಸಾಂಕ್ರಾಮಿಕ ರೋಗ) ಸಿರಮ್‌ನ್ನು ವಿಕಸನಗೊಳಿಸಲು ಪದೇ-ಪದೇ ಸೂಜಿಯ ನೋವನ್ನು ಸಹಿಸುವ ಕಷ್ಟವನ್ನು ನೀಡಲಾಗುತ್ತದೆಯೋ, ಅದಕ್ಕೆ ಯಾವತ್ತಾದರೂ ತನ್ನ ಯಾತನೆಯಲ್ಲಿ ಅಡಗಿರುವ ಅರ್ಥವನ್ನು ಗುರುತಿಸಲು ಸಾಧ್ಯವಿದೆಯೇ?' ಪೂರ್ತಿ ತಂಡ ಒಂದೇ ಸ್ವರದಲ್ಲಿ ಉಸುರಿತು, 'ಇಲ್ಲ, ಅದು ಹಾಗೆ ಮಾಡಲಾರದು; ಅದು ತನ್ನ ಸೀಮಿತ ಬುದ್ಧಿಯ ಕಾರಣದಿಂದ ಮನುಷ್ಯನ ಯೋಚನೆಯವರೆಗೆ ಸಾಗಲು ಸಾಧ್ಯವಾಗದು. ಕೇವಲ ಮನುಷ್ಯ ಮಾತ್ರ, ತನ್ನ ಯಾತನೆ ಅಥವಾ ಕಷ್ಟದಲ್ಲಿ ಅಡಗಿರುವ ಅರ್ಥವನ್ನು ಗುರುತಿಸಲು ಶಕ್ತನಾಗುತ್ತಾನೆ.' ನಾನು ಮತ್ತೆ ಒಂದು ಪ್ರಶ್ನೆಯ ಮಾಧ್ಯಮದಿಂದ ನನ್ನ ಮಾತನ್ನು ಮುಂದುವರಿಸಿದೆ, 'ಮನುಷ್ಯನ ಬಗ್ಗೆ ಏನು ಹೇಳುವಿರಿ? ಮನುಷ್ಯನ ಉದ್ಭವ ಬ್ರಹ್ಮಾಂಡದಲ್ಲಿ ಅಂತಿಮ ಬಿಂದುವಾಗಿದೆ ಎಂದು ನಿಮಗೆ ಖಾತ್ರಿಯಿದೆಯೇ? ಈಗಲೂ ಇನ್ನೂ ಒಂದು ಆಯಾಮ ಇರಬಹುದು ಎಂಬುದನ್ನು ನಂಬುತ್ತೀರಾ? ಅಂದರೆ ಮನುಷ್ಯನ ಪ್ರಪಂಚದ ಹೊರತಾಗಿ, ಇನ್ನೊಂದು ಪ್ರಪಂಚ, ಅದರಲ್ಲಿ ಅಂತಿಮವಾಗಿ ಯಾತನೆಗಳ ಅರ್ಥವನ್ನು ಬೆಸೆದುಕೊಂಡಿರುವ ಪ್ರಶ್ನೆಯ ಉತ್ತರ ಸಿಗಬಲ್ಲುದೇ?'

ಉತ್ತಮ ಅರ್ಥ

ಇದೇ ಅಂತಿಮ ಅರ್ಥ, ಅನಿವಾರ್ಯ ರೂಪದಲ್ಲಿ ಮನುಷ್ಯನ ಸೀಮಿತ ಬೌದ್ಧಿಕ ಸಾಮರ್ಥ್ಯಕ್ಕೂ ಮಿಗಿಲಾಗಿರುವಂಥದ್ದು. ನಾವು ಲೋಗೋಥೆರಪಿಯಲ್ಲಿ ಒಂದು ಉತ್ತಮ ಅರ್ಥದ ಬಗ್ಗೆ ಮಾತಾಡುತ್ತೇವೆ. ನಿಜವಾಗಿಯೂ ಮನುಷ್ಯನಿಂದ ಬೇಕಾದುದೇನು? ಕೆಲವು ದಾರ್ಶನಿಕರು ಹೇಳಿರುವ ಹಾಗೆ, ಜೀವನದ ಅರ್ಥಹೀನತೆಯನ್ನು ಮುಂದುವರೆಸಿಕೊಂಡು ಹೋಗುವುದೇ? ಇಲ್ಲ, ಬದಲಾಗಿ ತನ್ನ ಜೀವನದ ಅರ್ಥವನ್ನು ಅರಿತುಕೊಳ್ಳುವ ಯೋಗ್ಯತೆಯನ್ನು ಅವನು ಪಡೆಯಬೇಕು. ಲೋಗೋಸ್ ಶಬ್ದದ ಅರ್ಥ ತರ್ಕಕ್ಕಿಂತಲೂ ಬಹಳ ಗಹನವಾಗಿರುತ್ತದೆ.

ಯಾವ ಚಿಕಿತ್ಸಕ ಉತ್ತಮ ಅರ್ಥವನ್ನೂ ಮೀರಿ ಸಾಗುತ್ತಾನೋ, ಆತ ಒಂದಲ್ಲಾ ಒಂದು ದಿನ ತನ್ನ ರೋಗಿಗಳ ಸಮಕ್ಷಮ ಲಜ್ಜಿತನಾಗಬೇಕಾಗಿ ಬರುತ್ತದೆ, ಅದು ನನ್ನ ಸಂದರ್ಭದಲ್ಲೂ ಆಗಿತ್ತು. ನನ್ನ ಆರು ವರ್ಷದ ಮಗಳು ನನಗೆ ಒಂದು ಪ್ರಶ್ನೆಯನ್ನು ಕೇಳಿದ

ಸಮಯ, 'ನಾವು ಗುಡ್ ಲಾರ್ಡ್(ದಯಾಳು ಪ್ರಭು) ಎಂದು ಯಾಕೆ ಹೇಳುತ್ತೇವೆ?' ನಾನು ಉತ್ತರಿಸಿದೆ, 'ಕೆಲವು ವಾರಗಳ ಹಿಂದೆ ನಿನಗೆ ಮೀಸಲ್ಸ್ ಆಗಿತ್ತು, ಆಗ ಆತನೇ ನಿನ್ನನ್ನು ಗುಣಪಡಿಸಿದ್ದ.' ಆ ಎಳೆಯ ಮಗು ನನ್ನ ಉತ್ತರದಿಂದ ಸಂತುಷ್ಟಳಾದಂತೆ ತೋರಲಿಲ್ಲ ಮತ್ತೆ ಕೇಳಿದಳು, 'ಆದರೆ ಡ್ಯಾಡೀ, ಪ್ಲೀಸ್ ಇದನ್ನು ಮಾತ್ರ ಮರೀಬೇಡಿ, ಅವನೇ ನನಗೆ ರೋಗಿಯನ್ನಾಗಿ ಮಾಡಿದ್ದ ತಾನೇ?'

ಆದಾಗ್ಯೂ, ಯಾವನೇ ರೋಗಿ ಒಂದು ಧಾರ್ಮಿಕ ಧೋರಣೆಯೊಂದಿಗೆ ಬೆಸೆದುಕೊಂಡಿದ್ದರೆ, ಆತ ತನ್ನ ಧಾರ್ಮಿಕ ವಿಶ್ವಾಸ ಮತ್ತು ಆಧ್ಯಾತ್ಮಿಕ ಸಾಧನೆಯ ಬಲದಿಂದ ತನ್ನ ಮೇಲೆ ನಡೆಯುವ ಚಿಕಿತ್ಸೆಯ ಲಾಭವನ್ನು ಪಡೆಯಲು ಸಾಧ್ಯವೆನ್ನುವುದನ್ನು ನೀವು ಅಲ್ಲಗಳೆಯುವ ಹಾಗಿಲ್ಲ. ಹಾಗೆ ಮಾಡುವಾಗ, ಹಲವು ಸಲ ಮನೋಚಿಕಿತ್ಸಕನಿಗೆ ರೋಗಿಯ ಸ್ಥಾನದಲ್ಲಿ ಸ್ವತಃ ನಿಂತುಕೊಂಡು ನೋಡಬೇಕಾದೀತು. ಉದಾಹರಣೆಗಾಗಿ, ನಾನು ಕೂಡಾ ಒಂದು ಸಲ ಹಾಗೆಯೇ ಮಾಡಿದ್ದೆ. ನನ್ನ ಬಳಿಗೆ ಪೂರ್ವ ಯೂರೋಪ್‌ನಿಂದ ಒಬ್ಬ ರಬ್ಬೀ ಬಂದಿದ್ದ ಮತ್ತು ಆತ ತನ್ನ ಕಥೆಯನ್ನು ಹೇಳಿದ. ಆತ ಆಶ್ವಿಜ್ ಯಾತನಾ ಶಿಬಿರದಲ್ಲಿ ತನ್ನ ಪತ್ನಿ ಹಾಗೂ ಆರು ಮಕ್ಕಳನ್ನು ಕಳೆದುಕೊಂಡಿದ್ದ. ಅವರನ್ನೆಲ್ಲ ಗ್ಯಾಸ್ ಛೇಂಬರ್‌ನಲ್ಲಿ ಸುಟ್ಟುಬಿಡಲಾಗಿತ್ತು ಮತ್ತು ಈಗಷ್ಟೇ ಆತನ ಎರಡನೆಯ ಹೆಂಡತಿ ಬಂಜೆ ಎನ್ನುವುದು ತಿಳಿದು ಬಂತು. ನನಗೆ ಗೊತ್ತಿರುವ ಹಾಗೆ ಸಂತಾನೋತ್ಪತ್ತಿಯೇ ಜೀವನಕ್ಕೆ ಏಕಮಾತ್ರ ಅರ್ಥವಲ್ಲ, ಅನ್ಯಥಾ ಈ ಜೀವನ ಪೂರ್ತಿ ನಿರರ್ಥಕವಾಗಿ ಹೋಗುತ್ತಿತ್ತು, ಯಾವುದು ಸ್ವಯಂ ನಿರ್ಥಕವಾಗಿದೆಯೋ ಅದು ಕೇವಲ ಸಂತಾನೋತ್ಪತ್ತಿಯೊಂದ ಅರ್ಥವನ್ನು ಪಡೆಯಲು ಸಾಧ್ಯವಾಗದು. ಆದಾಗ್ಯೂ, ರಬ್ಬೀ ತನ್ನ ಪೀಡೆಯನ್ನು ಒಬ್ಬ ಕಟ್ಟಾ ಯಹೂದಿಯ ತರಹವೇ ನೋಡುತ್ತಿದ್ದ, ಅವನ ಅಂತಿಮ ಸಮಯದಲ್ಲಿ ಅವನಿಗೆ ಕದಿಶ್[6] ಹೇಳುವುದಕ್ಕೆ ಬಳಿಯಲ್ಲಿ ಒಬ್ಬ ಪುತ್ರನೂ ಇಲ್ಲವಲ್ಲ ಎಂದು.

ಆದರೆ ನಾನು ಅಷ್ಟು ಬೇಗನೇ ಹತಾಶನಾಗುವ ಮಂದಿಯಲ್ಲಿ ಒಬ್ಬನಾಗಿರಲಿಲ್ಲ. ನಾನು ಆತನಲ್ಲಿ ಕೇಳಿದೆ, ಆತನ ಮರಣದ ಬಳಿಕ, ಮಕ್ಕಳನ್ನು ಸ್ವರ್ಗದಲ್ಲಿ ಭೇಟಿಯಾಗುವ ಇಚ್ಛೆಯನ್ನು ಇಟ್ಟುಕೊಳ್ಳುವುದಿಲ್ಲವೇ? ಅಂತ. ಈ ಮಾತನ್ನು ಕೇಳುತ್ತಲೆ ಆತನ ಕಣ್ಣೀರು ಹರಿಯತೊಡಗಿತು ಮತ್ತು ಆತನ ದುಃಖದ ನಿಜವಾದ ಕಾರಣ ನನ್ನ ಮುಂದೆ ಹಾಯ್ದು ಬಂತು : ಆತ ಹೇಳಿದರು ಅವರ ಮಕ್ಕಳು ಮುಗ್ಧರೂ ಧರ್ಮದ ಹೆಸರಲ್ಲಿ ಆತ್ಮಾರ್ಪಣೆ ಮಾಡಿದವರೂ (ಶಹೀದ್)[7] ಆಗಿದ್ದರು ಎಂದರು. ಆ ಮಕ್ಕಳಿಗೆ ನಿಶ್ಚಿತವಾಗಿ ಸ್ವರ್ಗದಲ್ಲಿ ಸ್ಥಾನ ಸಿಗಲೇಬೇಕು. ಆದರೆ ಆತ ತನ್ನ ವಿಷಯದಲ್ಲಿ ನಿಶ್ಚಯವಾಗಿ ಏನನ್ನೂ ಹೇಳುವ ಸ್ಥಿತಿಯಲ್ಲಿರಲಿಲ್ಲ, ಯಾಕೆಂದರೆ ಆತ ತನ್ನನ್ನು ಸ್ವತಃ ಒಬ್ಬ ಮುದುಕ, ಪಾಪಿ ಎಂದು ಪರಿಗಣಿಸಿದ್ದರು. ಆತನಿಗೆ ಸ್ವರ್ಗದಲ್ಲಿ ಸ್ಥಾನ ಸಿಗಬಹುದೇ ಇಲ್ಲವೇ ಎನ್ನುವುದರ ಕುರಿತು ಸಂದೇಹವಿತ್ತು. ನಾನು ಕೂಡಾ ಭರವಸೆ ಕಳೆದುಕೊಳ್ಳದೆ ಮುಂದೆ ಕೇಳಿದೆ, 'ರಬ್ಬೀ, ನೀವು ಹಾಗೆ ಯೋಚಿಸಬಾರದು. ನಿಜಕ್ಕೂ ಮಕ್ಕಳು ಹೊರಟು ಹೋದ ಬಳಿಕ ನೀವು ಜೀವಂತವಿರುವ ಅರ್ಥವೆಂದರೆ ನೀವು ಯಾತನೆಯಿಂದ ತುಂಬಿದ ಇಷ್ಟೊಂದು ವರ್ಷಗಳಲ್ಲಿ ಪವಿತ್ರರಾಗಿ ಹೋಗಿದ್ದೀರಿ ಮತ್ತು ನಿಮ್ಮ ಪಾಪಗಳಿಂದ ಮುಕ್ತರಾಗಿ ಹೋಗಿದ್ದೀರಿ. ನೀವು ನಿಮ್ಮ

[6]ಮೃತರಿಗೆ ಸಲ್ಲಿಸುವ ಪ್ರಾರ್ಥನೆ

[7]ಭಗವಂತನ ಹೆಸರಿನಲ್ಲಿ ಮಾಡಲಾಗುವ ಪವಿತ್ರೀಕರಣ

ಮಕ್ಕಳಂತೆ ನಿರ್ದೋಷಿಗಳಲ್ಲದಿದ್ದರೂ, ನಿಮ್ಮ ಯಾತನಾಭರಿತ ಜೀವನ ಮೂಲಕ ನಿಮ್ಮ ಪವಿತ್ರೀಕರಣದಿಂದಾಗಿ ನೀವು ಸಹ ಸ್ವರ್ಗದಲ್ಲಿ ನಿಮ್ಮ ಮಕ್ಕಳ ಆಸುಪಾಸಿನಲ್ಲೇ ಸ್ಥಾನವನ್ನು ಗಿಟ್ಟಿಸಿಕೊಳ್ಳಲು ಅರ್ಹರಾಗಿದ್ದೀರಲ್ಲವೆ? ಧರ್ಮಗ್ರಂಥಗಳಲ್ಲಿ ಭಗವಂತನೇ ನಿಮ್ಮ ಕಣ್ಣೀರಿನ ಸಂರಕ್ಷಕನೆಂದು ಬರೆದಿಲ್ಲವೇ?[8] ಹಾಗಾಗಿ ನಿಮ್ಮ ಈ ಯಾತನೆಗಳೂ ವ್ಯರ್ಥವಾಗುವುದಿಲ್ಲ.' ನನ್ನ ಮಾತುಗಳನ್ನು ಕೇಳಿ ಅನೇಕ ವರ್ಷಗಳ ಬಳಿಕ ಆತನಿಗೆ ಒಂದು ಹೊಸ ಆಶ್ವಾಸನೆ ಸಿಕ್ಕಿತು ಮತ್ತು ತನ್ನ ಯಾತನೆ ಮತ್ತು ಕಷ್ಟಗಳಿಗೆ ಒಂದು ಶಾಂತಿ ಸಿಕ್ಕಿದ ಅನುಭವವಾಯಿತು. ಈಗ ಆತನಿಗೆ ತನ್ನ ಜೀವನಕ್ಕೆ ಒಂದು ಹೊಸ ಯೋಚನೆ ಸಿಕ್ಕ ಹಾಗಾಯಿತು ಮತ್ತು ಒಂದು ಹೊಸ ರಹದಾರಿ ಆತನ ಎದುರಿಗೆ ತೆರೆದುಕೊಂಡಿತು. ಅದನ್ನು ಆತನಿಗಾಗಿ ನಾನು ತೆರೆಯಲು ಸಫಲನಾದೆ.

ಬದುಕಿನ ನಶ್ವರತೆ

ಯಾವ ವಿಷಯಗಳು ಜೀವನದಿಂದ ಅದರ ಅರ್ಥವನ್ನು ಕಸಿದುಕೊಳ್ಳುತ್ತದೋ, ಅದರಲ್ಲಿ ಕೇವಲ ಯಾತನೆಗಳು ಮಾತ್ರವಲ್ಲ, ಸಾವು ಕೂಡಾ ಸೇರಿಕೊಂಡಿರುತ್ತದೆ. ನಾನು ಇದನ್ನು ಯವಾಗಲೂ ಹೇಳುತ್ತಿರುತ್ತೇನೆ, ಜೀವನದ ಸಂಭಾವ್ಯಗಳು ಕ್ಷಣಿಕ, ತಾತ್ಕಾಲಿಕ, ಅನಿಶ್ಚಿತ. ಆದರೆ ಆ ಸಂಭಾವ್ಯಗಳನ್ನು ಸಾಕಾರಗೊಳಿಸುತ್ತಲೇ ಅವುಗಳು ವಾಸ್ತವಿಕತೆಯ ಶಾಶ್ವತ ವಸ್ತ್ರವನ್ನು ಧರಿಸಿ ಭೂತಕಾಲವನ್ನು ಭದ್ರವಾಗಿ ಸೇರಿಕೊಳ್ಳುತ್ತವೆ. ಏಕೆಂದರೆ ಭೂತಕಾಲದಲ್ಲಿ ಯಾವುದೂ ತಿರುಗಿ ಬರದ ಹಾಗೆ ಕಳೆದುಹೋಗುವುದಿಲ್ಲ, ಆದರೆ ಅಲ್ಲಿ ಶಾಶ್ವತವಾಗಿ ಸಂಗ್ರಹಿತವಾಗಿರುತ್ತವೆ. ಹೀಗೆ ಅವು ನಶ್ವರತೆಯಿಂದ ಪಾರಾಗುತ್ತವೆ.

ಈ ರೀತಿಯಲ್ಲಿ ನಮ್ಮ ಅಸ್ತಿತ್ವದ ಅನಿಶ್ಚಿತತೆ ನಮ್ಮ ಬದುಕನ್ನು ಅರ್ಥಹೀನವಾಗಿಸುವುದಿಲ್ಲ, ಅದು ನಮಗೆ ಜವಾಬ್ದಾರಿಯುತರನ್ನಾಗಿ ಅವಶ್ಯ ಮಾಡುತ್ತದೆ, ನಮ್ಮ ಸಕಲ ಅಸ್ಥಿರವಾದ ಸಂಭಾವ್ಯತೆಗಳನ್ನು ಸಾಕಾರಗೊಳಿಸುವುದರ ಮೇಲೆ ಎಲ್ಲ ಇದೆ. ಮನುಷ್ಯ ನಿರಂತರವಾಗಿ ಈ ಆಯ್ಕೆಯನ್ನು ಮಾಡುತ್ತಲಿರುತ್ತಾನೆ ಹೇಗೆಂದರೆ, ತನ್ನ ವರ್ತಮಾನದ ಸಂಭಾವ್ಯಗಳಲ್ಲಿ ಯಾವುದು ಅವಾಸ್ತವ ಮತ್ತು ಯಾವುದನ್ನು ಸಾಕಾರಗೊಳಿಸಲು ಸಾಧ್ಯ ಎಂಬುದನ್ನು? ನನ್ನ ಯಾವ ಆಯ್ಕೆ, ಯಾವಾಗಲೂ, ಸಮಯದ ಮರಳಿನಲ್ಲಿ ಆಳವಾದ ಮತ್ತು ಅಳಿಸಿಹೋಗದಂತಹ ಪಾದದ ಚಿಹ್ನೆಗಳನ್ನು ಅಂಕಿತವಾಗಿಸಬಹುದು? ಯಾವುದೇ ಕ್ಷಣದಲ್ಲಿ, ಅದು ಒಳಿತಾಗಿರಲಿ, ಕೆಡುಕಾಗಿರಲಿ, ಮನುಷ್ಯನಿಗೆ ಈ ನಿರ್ಣಯವನ್ನು ಅವಶ್ಯವಾಗಿ ತೆಗೆದುಕೊಳ್ಳಬೇಕಾಗುತ್ತದೆ, ಏನೆಂದರೆ ಆತನ ಅಸ್ತಿತ್ವವನ್ನು ಯಾವ ವಿಷಯದಲ್ಲಿ ಸ್ಮರಿಸಿಕೊಳ್ಳಬಹುದು ಅಂತ.

ಪ್ರಾಯಃ ಮನುಷ್ಯ ತನ್ನ ನಶ್ವರತೆಯನ್ನಷ್ಟೇ ಧ್ಯಾನದಲ್ಲಿ ಇರಿಸಿಕೊಳ್ಳುತ್ತಾನೆ ಮತ್ತು ಭೂತಕಾಲದ ಖಜಾನೆಯನ್ನು ಕಡೆಗಣಿಸುತ್ತಾನೆ, ಅದರಲ್ಲಿ ಆತ ಎಷ್ಟೊಂದು ಕರ್ಮಗಳನ್ನು, ಪೀಡೆಗಳನ್ನು ಮತ್ತು ಖುಷಿಗಳನ್ನು ಇಟ್ಟಿರುತ್ತಾನೆ. ಅದರಲ್ಲಿ ಯಾವುದನ್ನೂ ತೊಡೆದುಹಾಕಲು ಅಥವಾ ದೂರಮಾಡಲು ಸಾಧ್ಯವಿಲ್ಲ. ನಾನಿಷ್ಟೇ ಹೇಳಲು ಬಯಸುವಂಥದ್ದು, ಭೂತಕಾಲವೇ ಮನುಷ್ಯದ ಅಸ್ತಿತ್ವದ ಬಹಳ ದೊಡ್ಡ ನಿಶ್ಚಿತ ಪ್ರಕಾರವಾಗಿದೆ.

---

[8] ನಿಮ್ಮ ಬಳಿ ನನ್ನ ಯಾತನೆಯ ಲೆಕ್ಕವಿದೆ; ನನ್ನ ಕಣ್ಣೀರನ್ನು ನಿಮ್ಮ ಬಳಿಯಲ್ಲಿ ಜಮಾ ಮಾಡಿಕೊಳ್ಳಿ. ಅವು ನಿಮ್ಮ ಬಳಿಯಲ್ಲಿ ನೋಂದಾಯಿಸಲ್ಪಟ್ಟಿಲ್ಲವೇ? (ಪಿ.ಎಸ್.56, 8)

ಲೋಗೋಥೆರಪಿ, ಮನುಷ್ಯನ ಅಸ್ತಿತ್ವದ ಅನಿವಾರ್ಯ ನಶ್ವರತೆಯನ್ನು ಧ್ಯಾನದಲ್ಲಿ ಇಟ್ಟಿರುತ್ತದೆ, ಆದರೆ ಅದು ನಿರಾಶಾವಾದವಲ್ಲ, ಬದಲಾಗಿ ಸಕ್ರಿಯತಾವಾದವಾಗಿದೆ. ಈ ಮಾತನ್ನು ತಿಳಿಯಬೇಕೆಂದಿದ್ದರೆ ನಾನು ಒಂದು ಉದಾಹರಣೆಯನ್ನು ನಿಮಗೆ ನೀಡಬೇಕು : **ನಿರಾಶಾವಾದಿ ವ್ಯಕ್ತಿ ಆ ಗೋಡೆಯ ಮೇಲಿನ ಕ್ಯಾಲೆಂಡರ್‌ನ್ನು ಭಯ ಹಾಗೂ ಉದಾಸೀನತೆಯಿಂದ ನೋಡುತ್ತಾನೆ, ದಿನ ಕಳೆದಂತೆ ಹಾಳೆಗಳನ್ನು ಕಿತ್ತು ಹಾಕುವುದರಿಂದ ಅದು ತೆಳುವಾಗುತ್ತಾ ಹೋಗುತ್ತದೆ ಮತ್ತು ವಯಸ್ಸು ಕಳೆಯುವ ಪ್ರತೀಕವಾಗುತ್ತದೆ.** ಅದೇ ಇನ್ನೊಂದು ಕಡೆ, **ಜೀವನದ ಸಮಸ್ಯೆಗಳನ್ನು ಸಕ್ರಿಯ ರೂಪದಿಂದ ಪರಿಗಣಿಸುವ ವ್ಯಕ್ತಿ ತನ್ನ ಗೋಡೆಯ ಮೇಲೆ ನೇತುಹಾಕಿದ ಕ್ಯಾಲೆಂಡರ್‌ನ ಹಳೆಯ ಹಾಳೆಯನ್ನು ಕೀಳುತ್ತಾನೆ. ಆದರೆ ಆ ಹಾಳೆಯ ಹಿಂಬದಿ ತನ್ನ ಅನುಭವಗಳೊಂದಿಗೆ ಬೆಸೆದುಕೊಂಡಿರುವ ಟಿಪ್ಪಣಿಗಳನ್ನು ಬರೆದು ಅದನ್ನು ಶ್ರದ್ಧೆಯಿಂದ ಜೋಪಾನವಾಗಿ ಇಟ್ಟುಕೊಳ್ಳುತ್ತಾನೆ.** ಆತ ಆ ಎಲ್ಲಾ ಟಿಪ್ಪಣಿಗಳನ್ನು ಬಹಳ ಆನಂದ ಹಾಗೂ ಗರ್ವದೊಂದಿಗೆ ನೋಡುತ್ತಿರುತ್ತಾನೆ ಮತ್ತು ಆ ದಿನಗಳನ್ನು ಬಹಳ ಆತ್ಮೀಯತೆಯಿಂದ ನೆನಪಿಸಿಕೊಳ್ಳುತ್ತಾನೆ, ಅವನ್ನು ಆತ ಸಂಪೂರ್ಣವಾಗಿ ಜೀವಿಸಿರುತ್ತಾನೆ. ಈಗ ಆತ ವೃದ್ಧನಾಗುತ್ತಿದ್ದಾನೆ ಎಂಬ ಮಾತು ಆತನನ್ನು ಹಿಡಿದಿಟ್ಟಿರುತ್ತದೆಯೇ? ಆತನಿಗೆ ಯುವಕರನ್ನು ನೋಡಿದಾಗ ಅಸೂಯೆ ತಲೆದೋರಬಹುದೇ? ಅಥವಾ ಆ ಯುವಕರನ್ನು ಕಂಡು ತನ್ನ ಕಳೆದುಹೋದ ಯುವಾವಸ್ಥೆಯನ್ನು ನೆನೆದು ತಲೆಹೊಡೆದುಕೊಳ್ಳಬಹುದೇ? ಬೇರೆಯವರ ಯುವಾವಸ್ಥೆಯನ್ನು ಕಂಡು ಅಸೂಯೆ ಉತ್ಪನ್ನವಾಗುವ ಯಾವುದೇ ಕಾರಣವಿರುವುದಿಲ್ಲ. ಯಾವನೇ ಯುವಕನ ಬಳಿಯಲ್ಲಿ ಭವಿಷ್ಯದ ಅಪಾರ ಸಾಧ್ಯತೆಗಳಿವೆ ಎಂದು ಆತನಿಗೆ ಅಸೂಯೆ ಉಂಟಾಗಲಾರದು. ಆತ ಹೇಳಬಹುದು, 'ಧನ್ಯವಾದ! ನನ್ನ ಬಳಿಯಲ್ಲಿ ಸಾಧ್ಯತೆಗಳಲ್ಲ, ಬದಲಾಗಿ ಭೂತಕಾಲದ ಕುರಿತಂತೆ ವಾಸ್ತವಗಳಿವೆ. ನಾನು ಮಾಡಿದ ಕಾರ್ಯಗಳು, ಪೇಮಿಸುದ ಪ್ರೇಮ, ಧೈರ್ಯವಾಗಿ ಎದುರಿಸಿದ ಯಾತನೆಗಳು ಎಲ್ಲವೂ ನನ್ನ ಬಳಿ ಇವೆ. ಈ ಯಾತನೆಗಳ ಬಗೆಗೆ ನನಗೆ ಹೆಮ್ಮೆ ಇದೆ, ಇವೆಲ್ಲಾ ವಿಷಯಗಳು ಯಾರಿಗೂ ಅಸೂಯೆಗೆ ಕಾರಣವಾಗದಿದ್ದಾಗ್ಯೂ.'

೨೨
ಲೋಗೋಥೆರಪಿ ಒಂದು ತಾಂತ್ರಿಕತೆಯ ರೂಪದಲ್ಲಿ

ಯಾವುದೇ ವಾಸ್ತವಿಕ ಭಯ, ಮರಣ ಭಯದೊಂದಿಗೆ ಸಂಬಂಧಿಸಿದ್ದಾದರೆ ಅದನ್ನು ಸೈಕೋಡೈನಾಮಿಕ್ಸ್ (ಮಾನಸಿಕ ಸಕ್ರಿಯತೆಗೆ ಸಂಬಂಧಿಸಿದ್ದು) ವಿಶ್ಲೇಷಣೆಯಿಂದ ದೂರವಿರಿಸಲಾಗದು. ಅದೇ ಇನ್ನೊಂದು ಕಡೆ, ಎಗೊರಾಫೋಬಿಯಾ (ತೆರೆದ ಅಥವಾ ಸಾರ್ವಜನಿಕ ಸ್ಥಳಗಳನ್ನು ಎದುರಿಸುವ ಭಯ) ನ್ಯೂರೋಟಿಕ್ (ನರರೋಗಕ್ಕೆ ಸಂಬಂಧಿಸಿದ್ದು) ಭಯವನ್ನು ಕೇವಲ ದಾರ್ಶನಿಕರ ಮಾತಿನ ಮೂಲಕ ಸರಿಪಡಿಸಲು ಸಾಧ್ಯವಿಲ್ಲ. ಆದರೆ ಲೋಗೋಥೆರಪಿಯಲ್ಲಿ ಅಂತಹ ವಿಷಯಗಳ ಚಿಕಿತ್ಸೆಗೆ ವಿಶೇಷ ತಂತ್ರವನ್ನು ವಿಕಸನಗೊಳಿಸಲಾಗಿದೆ. ಯಾವಾಗಾದರೊಮ್ಮೆ ಈ ತಂತ್ರವನ್ನು ಪ್ರಯೋಗಿಸುವ ಸಮಯ, ನಾವು ಪೂರ್ತಿ ಮಾತುಗಳನ್ನು ಅರಿತುಕೊಳ್ಳಲು, ಒಂದು ಪ್ರಾರಂಭಿಕ ಬಿಂದುವನ್ನು ತೆಗೆದುಕೊಳ್ಳುತ್ತೇವೆ. ಈ ಅವಸ್ಥೆಯು ಹೆಚ್ಚಾಗಿ ಮಾನಸಿಕ (ನರರೋಗದ) ರೋಗಿಗಳಲ್ಲಿ ಕಾಣಿಸಿಕೊಳ್ಳುತ್ತದೆ, ಅದುವೇ ನಿರೀಕ್ಷಿತ ಆತಂಕ(ಆಂಟಿಸಿಪೇಟರಿ ಅಂಕ್ಸೈಟಿ). ಇದರಲ್ಲಿ ಯಾವುದಕ್ಕಾಗಿ ಭಯವಿದೆಯೋ ಅದೇ ಆಗುತ್ತದೆ. ಉದಾಹರಣೆಗೆ, ಓರ್ವ ವ್ಯಕ್ತಿಗೆ ಒಂದು ದೊಡ್ಡ ಕೋಣೆಯಲ್ಲಿ ಹಲವು ಜನರ ಎದುರು ಸಂಕೋಚವಾಗಬಹುದೇನೋ ಎಂಬ ಭಯವಿದ್ದರೆ, ಅವರಿಗೆ ಅಂಥ ಸಂದರ್ಭದಲ್ಲಿ ಹಾಗೆಯೇ ಆಗುತ್ತದೆ. ಈ ಸಂದರ್ಭದಲ್ಲಿ 'ಇಚ್ಛೆಯೇ ಯೋಚನೆಯ ಜನಕ', ಈ ಗಾದೆಯ ಮಾತನ್ನು ತುಸು ಬದಲಾಯಿಸಿ 'ಭಯವೇ ಸನ್ನಿವೇಶದ ಜನನಿ' ಎಂದು ಹೇಳಬಹುದು.

ಇದೆಂತಹ ವಿಪರ್ಯಾಸ! ಯಾವುದಕ್ಕಾಗಿ ಭಯವಿದೆಯೋ ಅದು ಅಂತೆಯೇ ಆಗುತ್ತದೆ. ಅದೇ ರೀತಿ ಯಾವುದಕ್ಕಾಗಿ ಒಂದು ಬಲವಂತವಾದ ಇರಾದೆ ಇರುತ್ತದೆಯೋ ಅದೇ ಆ ವಿಷಯವನ್ನು ಸಾಕಾರಗೊಳಿಸುವಲ್ಲಿ ತಡೆ

ಒಡ್ಡುತ್ತದೆ. ಇದನ್ನು ಅತಿಯಾದ ಇರಾದೆ/ಇಚ್ಛೆ ಅಥವಾ 'ಹೈಪರ್-ಇಂಟೆನ್ಷನ್' ಎಂದು ಕರೆಯುತ್ತಾರೆ. ಇದನ್ನು ನಿರ್ಧಿಷ್ಟವಾಗಿ 'ಸೆಕ್ಶ್ಯುಯೆಲ್ ನೂರೋಸಿಸ್'ನಲ್ಲಿ ಕಾಣಬಹುದು. ಯಾವನೇ ಪುರುಷ ತನ್ನ ಕಾಮುಕ ಸಾಮರ್ಥ್ಯವನ್ನು ಹೆಚ್ಚಾಗಿ ಪ್ರದರ್ಶಿಸಲು ಇಚ್ಛಿಸಿದರೆ ಅಥವಾ ಒಬ್ಬ ಸ್ತ್ರೀ ತನ್ನ ಚರಮ ಸುಖದ ಅನುಭವ ಪಡೆಯುವುದಕ್ಕೆ ಎಷ್ಟು ಯೋಗ್ಯತೆಯನ್ನು ಪ್ರದರ್ಶಿಸುವುದಕ್ಕೆ ಬಯಸುತ್ತಾಳೆ, ಅವರು ಅಷ್ಟೇ ಕಡಿಮೆ ಸಫಲರಾಗುತ್ತಾರೆ. ಸುಖ ಪ್ರಾಪ್ತಿಯ ಇಚ್ಛೆಯನ್ನು ಒಂದು ಬೈ-ಪ್ರಾಡೆಕ್ಟ್ (ಉಪ-ಉತ್ಪನ್ನ)ವಾಗಿಯೇ ಇರಿಸಬೇಕಾಗುತ್ತದೆ. ಎಷ್ಟು ಅದನ್ನೊಂದು ಲಕ್ಷ್ಯವಾಗಿಸುವಿರೋ, ಅಷ್ಟೇ ಅದು ನಿಮ್ಮ ಜೀವನಕ್ಕೆ ಕುಂದನ್ನೂ, ನಷ್ಟವನ್ನೂ ಉಂಟು ಮಾಡುತ್ತದೆ.

ಲೋಗೋಥೆರಪಿಯಲ್ಲಿ ನಾವು 'ಇಚ್ಛೆಗಳ ಅತಿ'ಯ ಜತೆಜತೆಗೆ ಗಮನ ಕೊಡುವ ಅತಿಯನ್ನು ಅಥವಾ 'ಹೈಪರ್-ರಿಫ್ಲೆಕ್ಷನ್'ನ ಚರ್ಚೆಯನ್ನೂ ಮಾಡುತ್ತೇವೆ. ಅದೂ ಕೂಡ ರೋಗವನ್ನುಂಟುಮಾಡುತ್ತದೆ. ನೀವು ಒಬ್ಬ ವೈದ್ಯಕೀಯ ವರದಿಯಿಂದ ನನ್ನ ಈ ಮಾತನ್ನು ವಿಸ್ತಾರವಾಗಿ ತಿಳಿಯಲು ಸಾಧ್ಯ : ಒಬ್ಬ ನವಯುವತಿ ನನ್ನ ಬಳಿಗೆ ಒಂದು ದೂರನ್ನು ತೆಗೆದುಕೊಂಡು ಬಂದಳು, ಆಕೆಗೆ ಸಂಭೋಗದಲ್ಲಿ ವಿರಕ್ತಿಯಾಗಲು ತೊಡಗಿದೆ ಅಂತ. ಆಕೆಯ ಕೇಸ್ ಹಿಸ್ಟರಿಯಿಂದ ತಿಳಿದುಬಂದದ್ದು ಏನೆಂದರೆ, ಆಕೆಯ ತಂದೆ ಬಾಲ್ಯದಲ್ಲಿ ಅವಳನ್ನು ಬಲಾತ್ಕಾರಕ್ಕೆ ಒಳಪಡಿಸಿ ಶೋಷಣೆ ಮಾಡಿದ್ದ ಎನ್ನುವುದು. ಆದಾಗ್ಯೂ, ಸ್ಪಷ್ಟವಾಗಿ ತಿಳಿದು ಬಂದದ್ದು ಏನೆಂದರೆ ಸಂಭೋಗದಲ್ಲಿನ ವಿರಕ್ತಿಗೆ ಆಕೆಯ ಶೋಷಣೆ ಕಾರಣವಾಗಿರಲಿಲ್ಲ. ಆಕೆಯ ವಿಷಯವನ್ನು ಗಹನವಾಗಿ ನೋಡಿದಾಗ, ತಿಳಿದು ಬಂದಿದ್ದು ಏನೆಂದರೆ, ಆಕೆ ನಿಯಮಿತವಾಗಿ ಮನೋವಿಶ್ಲೇಷಣೆಯ ಕುರಿತಾದ ಲೇಖನಗಳನ್ನು ಓದುತ್ತಿದ್ದಳು, ಮತ್ತು ಅದರಲ್ಲಿ ಆಕೆಯ ದುಃಖಪೂರ್ಣ ಅನುಭವಗಳು ಯಾವ ಯಾವ ರೀತಿಯಲ್ಲೆಲ್ಲ ಪ್ರಕಟವಾಗುವುದಕ್ಕೆ ಸಾಧ್ಯವೆನ್ನುವ ಬಗ್ಗೆ ವಿವರಣೆಗಳಿದ್ದವು. ತನ್ನ ಭವಿಷ್ಯದ ಜೀವನದಲ್ಲಿ ಅದು ಪ್ರಭಾವವನ್ನು ಬೀರಬಹುದು ಎಂಬ ಭಯ ಅವಳನ್ನಾವರಿಸಿತ್ತು. ಈ ನಿರೀಕ್ಷಿತ ಆತಂಕವೇ ಅವಳನ್ನು ತನ್ನ ಲೈಂಗಿಕ ಜೀವನ ಸುಖಮಯವಾಗಿರಬೇಕೆಂಬ ಅತಿಯಾದ ಇರಾದೆಗೆ ತುತ್ತು ಮಾಡಿತ್ತು ಹಾಗು ತನ್ನ ಸ್ತ್ರೀತ್ವದ ಮೇಲೆ ಅತಿಯಾದ ಗಮನ ಕೊಡುವಂತೆ ಮಾಡಿತ್ತು. ತನ್ನ ಶಾರೀರಿಕ ಸಂಬಂಧದಲ್ಲಿ ತನ್ನ ಸಂಗಾತಿಗೆ ಸಹಕರಿಸುವ ಬದಲು ತನ್ನ ಕಡೆಯೇ ಹೆಚ್ಚು ಕೇಂದ್ರತಳಾಗಿರುತ್ತಿದ್ದಳು.

ಇದೇ ಕಾರಣದಿಂದ ಆಕೆ ಸಂಭೋಗದಲ್ಲಿ ಚರಮ ಸ್ಥಿತಿಯನ್ನು ಪಡೆಯಲು ಅಸಫಲಳಾಗುತ್ತಿದ್ದಳು. ಯಾಕೆಂದರೆ ಆಕೆ ತನ್ನ ಚರಮ ಸೀಮೆಯನ್ನೇ ತನ್ನ ಲಕ್ಷ್ಯವನ್ನಾಗಿ ಮಾಡಿಕೊಂಡಿದ್ದಳು ಮತ್ತು ಆ ಇಚ್ಛೆಯಲ್ಲೇ ನಡೆಯುತ್ತ ಆಕೆ ಸಂಭೋಗದಲ್ಲಿ ತನ್ನ ಸಂಗಾತಿಯ ಜತೆಗಿನ ಸಮರ್ಪಣೆಯಲ್ಲಿ ಅರಿವಿಲ್ಲದಂತೆಯೇ ಕುಂದುಂಟಾಗುತ್ತಿತ್ತು. ಸ್ವಲ್ಪ ಸಮಯದವರೆಗೆ ಲೋಗೋಥೆರಪಿ ಚಿಕಿತ್ಸೆ ಸ್ವೀಕರಿಸಿದ ಬಳಿಕ ಈ ರೋಗಿಗೆ ಚರಮ ಸುಖವನ್ನು ಪಡೆಯುವ ಉತ್ಕಟ ಇಚ್ಛೆಯೊಂದಿಗೆ ಬೆಸೆದ ಅನುಭವವನ್ನು 'ಡೀರಿಫ್ಲೆಕ್ಷನ್' (ಮತ್ತೊಂದು ಲೋಗೋಥೆರಪಿ) ಚಿಕಿತ್ಸೆಗೆ ಒಳಪಡಿಸಲಾಯಿತು. ಇದರಲ್ಲಿ ಆಕೆಯ ಗಮನವನ್ನು ಸರಿಯಾದ ಕಡೆಗೆ ಅಂದರೆ ಆಕೆಯ ಸಂಗಾತಿಯತ್ತ ಕೇಂದ್ರೀಕರಿಸುವಂತೆ ಮಾಡಲಾಯಿತು. ಆ ಬಳಿಕ ಆಕೆಗೆ ತನ್ನ ಶಾರೀರಿಕ ಸಂಬಂಧದಲ್ಲಿ ಪೂರ್ಣ ಪ್ರಮಾಣದ ಆನಂದವನ್ನು ಪಡೆಯಲು ಸಾಧ್ಯವಾಯಿತು.[9]

ಲೋಗೋಥೆರಪಿಯ ತಂತ್ರವಾದ ಪ್ಯಾರಡೋಕ್ಸಿಕಲ್ ಇಂಟೆನ್ಶನ್ (ವಿರೋಧಾಭಾಸದ ಇಚ್ಛೆ) ದ್ವಿ–ತತ್ವದ ಮೇಲೆ ಆಧಾರಿತವಾಗಿದೆ ಎಂದು ತಿಳಿಯಲಾಗಿದೆ. ಒಂದು– ಯಾವ ವಿಷಯಕ್ಕಾಗಿ ನಾವು ಭಯಪಡುತ್ತೇವೆಯೋ ಆ ಭಯವೇ ಆ ವಿಷಯವನ್ನು ಬರಮಾಡುತ್ತದೆ, ಎರಡು– ಯಾವುದಕ್ಕಾಗಿ ಅತಿಯಾದ ಇರಾದೆ ಅಥವಾ ಇಚ್ಛೆ ಇರುತ್ತದೆಯೋ ಅದೇ ಆ ವಿಷಯವನ್ನು ಪಡೆಯದಂತೆ ಮಾಡುತ್ತದೆ. ನಾನು 1939ರಲ್ಲಿ ಜರ್ಮನ್‌ನಲ್ಲಿ 'ಪ್ಯಾರಡೋಕ್ಸಿಕಲ್ ಇಂಟೆನ್ಶನ್'ನ್ನು ವಿವರಿಸಿದ್ದೆ.[10] ಈ ಹೆಜ್ಜೆಯ ಮೂಲಕ ರೋಗಿ ಯಾವ ಭಯಕ್ಕೆ ತುತ್ತಾಗುತ್ತಾನೋ, ಆತನನ್ನು ಒಂದು ಕ್ಷಣಕ್ಕಾದರೂ ಸರಿ, ಯಾವುದರಲ್ಲಿ ಭಯವಿದೆಯೋ ಅದೇ ವಿಚಾರದಲ್ಲಿ ಮುಂದುವರಿಯುವಂತೆ ಮಾಡಲಾಗುತ್ತದೆ, ಅಂದರೆ ಅದೇ ಇಚ್ಛೆಯನ್ನು ಇಟ್ಟುಕೊಳ್ಳುವಂತೆ ಮಾಡುತ್ತದೆ.

ನನಗೆ ಒಂದು ಕೇಸ್ ನೆನಪಿಗೆ ಬರುತ್ತಿದೆ. ಒಬ್ಬ ಯುವ ಚಿಕಿತ್ಸಕ ಬಹಳಷ್ಟು ಬೆವರು ಬರುತ್ತಿರುವ ಕಾರಣದಿಂದ ಭಯಗ್ರಸ್ತನಾಗಿದ್ದ. ಆತ ನನ್ನಿಂದ ಸಲಹೆಯನ್ನು ಪಡೆದ. ಅವನ ಸಮಸ್ಯೆ ಏನಾಗಿತ್ತೆಂದರೆ, ಯಾವಾಗೆಲ್ಲ ಆತ ಬೆವರು ಬರಬಹುದು ಎಂದು ನಿರೀಕ್ಷಿಸಿದ್ದನೋ ಆಗ ತನ್ನ ನಿರೀಕ್ಷಿತ ಆತಂಕ(ಆ್ಯಂಟಿಸಿಪೇಟರಿ ಆ್ಯಂಕ್ಸೈಟಿ)ದ ಕಾರಣದಿಂದ ತಕ್ಷಣ ಆತ ಬೆವರಿನಿಂದ ತೊಯ್ದು ಹೋಗುತ್ತಿದ್ದ. ಈ ಚಕ್ರವನ್ನು ಮುರಿಯುವುದಕ್ಕಾಗಿ ನಾನು ಆತನಿಗೆ ಸಲಹೆ ನೀಡಿದ್ದೇನೆಂದರೆ ಆತ ಯಾವುದೇ ಬೆವರು ಬರುವ ಸಂದರ್ಭದಲ್ಲಿ, ಸ್ವತಃ ಹೇಗೆ ತನ್ನ ದರ್ಶಕರ ಎದುರು ತನಗೆ ಎಷ್ಟು ಬೆವರು ಬರುತ್ತಿದೆ ಎಂದು ತೋರಿಸಬೇಕಂತ. ಒಂದು ವಾರದ ಬಳಿಕ ಆತ ವರದಿ ನೀಡಿದ್ದೇನೆಂದರೆ, ಆತ ಯಾರೊಂದಿಗಾದರೂ ನಿರೀಕ್ಷಿತ ಆತಂಕವನ್ನು ಅನುಭವಿಸುತ್ತಿದ್ದರೆ ಆತ ಸ್ವತಃ ಹೇಳಿಕೊಳ್ಳುತ್ತಿದ್ದ, 'ಈಗಂತೂ ಒಂದೂ ಕಾಲು ಕ್ವಾರ್ಟ್ ಬೆವರಷ್ಟೇ ಬಂದಿದೆ, ನನಗೆ ಕಡಿಮೆ ಅಂದರೆ ಹತ್ತು ಕ್ವಾರ್ಟ್ ಬೆವರನ್ನಾದರೂ ಹರಿಸಬೇಕಿತ್ತು!' ಪರಿಣಾಮವೇನಾಯಿತು ಅಂದರೆ ನಾಲ್ಕು ವರ್ಷಗಳ ಪರ್ಯಂತ ಈ ಭಯದಿಂದ ಪೀಡಿತನಾಗಿದ್ದ ಆತ, ಆ ಮೊದಲ ಸತ್ರದ ಒಂದೇ ವಾರದ ಅವಧಿಯಲ್ಲಿ ಸಮಸ್ಯೆಯಿಂದ ಮುಕ್ತಿಪಡೆಯಲು ಸಫಲನಾಗಿದ್ದ.

ಓದುಗರು ಇಲ್ಲಿ ಗಮನಿಸಬೇಕಾದುದೇನೆಂದರೆ, ಈ ಪ್ರಕ್ರಿಯೆಯಲ್ಲಿ ರೋಗಿಯ ಧೋರಣೆಯಲ್ಲಿ ಬದಲಾವಣೆಯನ್ನು ತರಲಾಗುತ್ತದೆ, ಆತನ ಭಯವನ್ನು ಒಂದು ವಿರೋಧಾಭಾಸದ ಇಚ್ಛೆಯಿಂದ ಬದಲಾಯಿಸಲಾಗುತ್ತದೆ. ಈ ಬಗೆಯ ಚಿಕಿತ್ಸೆಯಿಂದ ರೋಗಿಯ ಭಯ ಮತ್ತು ಉದ್ವೇಗ ಶಾಂತವಾಗಿಬಿಡುತ್ತದೆ.

[9]ಲೈಂಗಿಕ ನಪುಂಸಕತೆಯ ಚಿಕಿತ್ಸೆಗೆ 'ಡೀರಿಫ್ಲೆಕ್ಷನ್' ಎಂಬ ವಿಶೇಷ ಲೋಗೋಥೆರಪಿ ತಂತ್ರವನ್ನು ಅಭಿವೃದ್ಧಿಪಡಿಸಲಾಯಿತು, ಅದು 'ಹೈಪರ್–ಇಂಟೆನ್ಶನ್' ಮತ್ತು 'ಹೈಪರ್ ರಿಫ್ಲೆಕ್ಷನ್'ನ ಸಿದ್ಧಾಂತಗಳ ಮೇಲೆ ಆಧಾರಿತವಾಗಿದೆ. (ವಿಕ್ಟರ್ ಈ. ಫ್ರಾಂಕಲ್, 'ದಿ ಪ್ಲೇಝರ್ ಪ್ರಿನ್ಸಿಪಲ್ ಅಂಡ್ ಸೆಕ್ಷುವೆಲ್ ನ್ಯೂರೋಸಿಸ್', ದಿ ಇಂಟರ್‌ನ್ಯಾಶನಲ್ ಜರ್ನಲ್ ಆಫ್ ಸೆಕ್ಸೊಲಜಿ, ವಾಲ್ಯೂಮ್ 5, ನಂಬರ್ 3 (1952) ಪುಟ 128–130.) ಏನಿದ್ದರೂ ಲೋಗೋಥೆರಪಿಯ ಸಿದ್ಧಾಂತಗಳ ಈ ಸಂಕ್ಷಿಪ್ತ ಪ್ರಸ್ತುತಿಯಲ್ಲಿ ಈ ವಿಷಯದ ಬಗೆಗೆ ವಿಸ್ತಾರವಾಗಿ ಹೇಳಲು ಆಗಲಿಲ್ಲ.

[10]ವಿಕ್ಟರ್ ಈ.ಫ್ರಾಂಕಲ್, "Zur medikamentosen Unterstutzung der Phychotherapie bei Neurosen," Schweeizer Archiv fur Neurologie und Psychiatrie, Vol.43, pp.26-31

ಈ ಪ್ರಕ್ರಿಯೆಯಲ್ಲಿ ಮನುಷ್ಯ ತನ್ನ ಅಗಲುವಿಕೆಯ ಯೋಗ್ಯತೆಯನ್ನು ಪ್ರಯೋಗಿಸಬೇಕಾಗುತ್ತದೆ. ಅದು ಆತನ ಒಳಗೆ ಹಾಸ್ಯಬೋಧೆಯಲ್ಲಿ ಅಡಗಿರುತ್ತದೆ. ಯಾವಾಗಲಾದರೂ 'ವಿರೋಧಾಭಾಸದ ಇಚ್ಛೆ'ಯ ತಂತ್ರವನ್ನು ರೋಗಿಯ ಮೇಲೆ ಪ್ರಯೋಗಿಸಲಾಗುತ್ತಿದ್ದರೆ ಆ ಸಮಯದಲ್ಲಿ ತಾನು ಸ್ವತಃ ತನ್ನಿಂದ ಅಗಲುವ ಮೂಲಭೂತ ಯೋಗ್ಯತೆಯು ಸಾಕಾರಗೊಳ್ಳುತ್ತದೆ. ರೋಗಿಯನ್ನು ತನ್ನ ನ್ಯೂರೊಸಿಸ್‌ನಿಂದ ದೂರವಿರುವಂತೆ ಮಾಡಲಾಗುತ್ತದೆ. ಗಾರ್ಡನ್ ಡಬ್ಲ್ಯೂ. ಆಲ್ಪೋರ್ಟ್‌ರ ಪುಸ್ತಕ 'ದಿ ಇಂಡಿವಿಜ್ಯುವಲ್ ಎಂಡ್ ಹಿಸ್ ರಿಲಿಜಿಯನ್'ನಲ್ಲಿ ಅಂತಹುದೇ ಒಂದು ವಿವರಣೆ ಸಿಗುತ್ತದೆ, 'ಯಾವ ಮಾನಸಿಕ ರೋಗಿ ತನ್ನ ಬಗ್ಗೆಯೇ ನಗುವುದನ್ನು ಕಲಿತುಕೊಳ್ಳುತ್ತಾನೆಯೋ, ಆಗ ಆತ ಸ್ವತಃ ಸಂಭಾಳಿಸುವ ಇಲ್ಲವೇ ಪೂರ್ಣವಾಗಿ ಗುಣಮುಖನಾಗುವ ಹಾದಿಯಲ್ಲಿ ಸಾಗುತ್ತಿದ್ದಾನೆ ಎಂದು ಹೇಳಬಹುದು.'[11]

ವಿರೋಧಾಭಾಸದ ಇಚ್ಛೆ

ವಿರೋಧಾಭಾಸದ ಇಚ್ಛೆ ಈ ಕಥನಕ್ಕೆ ಪುಷ್ಟಿ ನೀಡುತ್ತದೆ. ಕೆಲವು ಇತರ ಘಟನೆಗಳ ಸಹಾಯದಿಂದಲೂ ಇದನ್ನು ಇನ್ನಷ್ಟು ಸ್ಪಷ್ಟಪಡಿಸಲು ಸಾಧ್ಯವಿದೆ. ಒಬ್ಬ ರೋಗಿ ಅನೇಕ ವೈದ್ಯರ ಬಳಿಗೆ ಹಾಗೂ ಆಸ್ಪತ್ರೆಗಳಿಗೆ ಹೋದ. ಆದರೆ ಆತನಿಗೆ ಎಲ್ಲಿಯೂ ಚಿಕಿತ್ಸೆ ಸಿಗಲಿಲ್ಲ. ಆ ಮೇಲೆ ಆತನನ್ನು ನನ್ನ ವಿಭಾಗಕ್ಕೆ ಕಳುಹಿಸಲಾಯಿತು. ಆತ ಬಹಳ ನಿರಾಶನಾಗಿದ್ದ, ಆತ್ಮಹತ್ಯೆಯ ಹಂತದವರೆಗೂ ಹೋಗಿದ್ದ. ನಿಜಕ್ಕೂ ಆತ ಕೆಲವು ವರ್ಷಗಳಿಂದ ರೈಟರ್ಸ್ ಕ್ರ್ಯಾಂಪ್ (ಬರವಣಿಗೆಯ ಒತ್ತಡ)ದಿಂದ ಬಳಲುತ್ತಿದ್ದ ಮತ್ತು ಇದೀಗ ಯಾವ ಹಂತಕ್ಕೆ ತಲುಪಿತ್ತೆಂದರೆ ಆತ ಕೈಗಳಿಂದ ಬರೆಯಲು ಅಶಕ್ತನಾಗಿದ್ದ, ಹಾಗಾಗಿ ಅವನ ನೌಕರಿ ಕೂಡಾ ಹೊರಟುಹೋಗುವ ಸಾಧ್ಯತೆ ಇತ್ತು. ಆತ ಒಬ್ಬ ಬುಕ್‌ಕೀಪರ್‌ನಾಗಿದ್ದ. ಈ ಪರಿಸ್ಥಿತಿಯಿಂದ ಹೊರಗೆ ಬರಲು ಏನಾದರೂ ಮಾಡುವುದು ಅವಶ್ಯಕವಿತ್ತು. ಆರಂಭಿಕ ಚಿಕಿತ್ಸೆಯಲ್ಲಿ ಡಾ। ಇವಾ ಕೋಜ್‌ಡೇರಾ ಸಲಹೆ ನೀಡಿದರು, ಆತ ಈವರೆಗೆ ಏನನ್ನು ಮಾಡುತ್ತಿದ್ದನೋ, ಅದರ ವಿರುದ್ಧವಾಗಿ ಮಾಡಬೇಕು ಅಂತ. ಹೇಗೆಂದರೆ, ಸದ್ಯ ಆತ ತುಂಬಾ ಸೊಗಸಾಗಿ ಸುಂದರ ಅಕ್ಷರಗಳಲ್ಲಿ ಬರೆಯುವ ಪ್ರಯತ್ನ ಮಾಡುವ ಬದಲು ಈಗ ಇನ್ನೂ ಕೆಟ್ಟ ಅಕ್ಷರಗಳಲ್ಲಿ ಬರೆಯಲು ಪ್ರಯತ್ನಿಸಬೇಕೆಂದು ಹೇಳಲಾಯಿತು. ಆತ ಸ್ವತಃ ಹೀಗೆ ಹೇಳಬೇಕು, 'ನಾನು ಈಗ ಜನರಿಗೆ ತೋರಿಸುತ್ತೇನೆ, ನಾನೆಷ್ಟು ಕೆಟ್ಟ ಅಕ್ಷರಗಳಲ್ಲಿ ಬರೆಯುತ್ತೇನೆ ಎಂಬುದನ್ನು,' ಎಂದು ಆತನಿಗೆ ಸಲಹೆಯನ್ನು ನೀಡಲಾಯಿತು. ಈಗ ಆತ ಆದಷ್ಟು ಕೆಟ್ಟ ಅಕ್ಷರಗಳಲ್ಲಿ ಬರೆಯಲು ಪ್ರಯತ್ನಿಸಿದ, ಆದರೆ ಅದು ಅವನಿಂದ ಸಾಧ್ಯವೇ ಆಗಲಿಲ್ಲ. ಆತ ಮುಂದಿನ ದಿನ ಬಂದು ಹೇಳಿದ, 'ನನಗೆ ಕೆಟ್ಟ ಅಕ್ಷರಗಳಲ್ಲಿ ಬರೆಯಲು ನೋಡಿದೆ ಆದರೆ ನಾನು ಹಾಗೆ ಮಾಡಲಾಗಲಿಲ್ಲ.' ಮುಂದಿನ ನಲ್ವತ್ತೆಂಟು ತಾಸುಗಳ ಅವಧಿಯಲ್ಲಿ ಆತ ತನ್ನ ರೈಟರ್ಸ್ ಕ್ರ್ಯಾಂಪ್‌ನಿಂದ ಮುಕ್ತನಾದ. ಚಿಕಿತ್ಸೆಯ ಬಳಿಕದ ರೋಗ ನಿರೀಕ್ಷೆಯ ಅವಧಿಯಲ್ಲೂ ಆತ ಅದರಿಂದ ಮುಕ್ತನಾಗಿದ್ದ. ಈಗ ಆತ ಖುಷಿಯಿಂದಿದ್ದ ಮತ್ತು ತನ್ನ ಕೆಲಸವನ್ನು ನಿರ್ವಹಿಸಲು ಸಮರ್ಥವಾಗಿದ್ದ.

ಅಂತಹುದೇ ಇನ್ನೊಂದು ಸಂಭವ ಎದುರಿಗೆ ಬಂತು, ಅದು ಬರವಣಿಗೆಗೆ ಬದಲಾಗಿ

---

[11]ನ್ಯೂಯಾರ್ಕ್, ದಿ ಮ್ಯಾಕ್‌ಮಿಲನ್ ಕಂಪನಿ, 1956, ಪುಟ 92

ಮಾತನಾಡುವುದಕ್ಕೆ ಸಂಬಂಧಿಸಿತ್ತು. ವಿಯೆನ್ನಾ ಪಾಲಿಕ್ಲಿನಿಕ್ ಆಸ್ಪತ್ರೆಯ ಲೈರಿಂಜೋಲಾಜಿಕಲ್ ವಿಭಾಗದ ಒಬ್ಬ ಸಹಾಯಕ ಸಿಬ್ಬಂದಿ ಈ ವಿಷಯವನ್ನು ನನಗೆ ಹೇಳಿದ್ದರು. ತಮ್ಮ ವೈದ್ಯಕೀಯ ನಿರ್ವಹಣೆಯ ಸುದೀರ್ಘ ಅನುಭವದಲ್ಲಿಯೇ ಇದೊಂದು ಉಗ್ಗುವಿಕೆಯ ಗಂಭೀರ ಉದಾಹರಣೆಯಾಗಿತ್ತು. ರೋಗಿಗೆ ನೆನಪಿರುವ ಹಾಗೆ ಈ ಉಗ್ಗುವಿಕೆಯನ್ನು ಆತನಿಗೆ ಯಾವತ್ತೂ ದೂರೀಕರಿಸಲು ಸಾಧ್ಯವಾಗಲಿಲ್ಲ. ಆದರೆ ಒಂದು ಕ್ಷಣ ಅವನ ನೆನಪಿನಲ್ಲಿತ್ತು, ಆಗ ಆತ ಬಯಸಿದ್ದರೂ ಉಗ್ಗುವಿಕೆ ಬಂದಿರಲಿಲ್ಲ. ಅದು ಯಾವಾಗೆಂದರೆ, ಆತ ಹನ್ನೆರಡು ವರ್ಷದವನಿದ್ದಾಗ ಟಿಕೆಟ್ ಇಲ್ಲದೇನೇ ರೈಲುಗಾಡಿಯನ್ನು ಏರಿಬಿಟ್ಟಿದ್ದ. ಹಾಗೆ ಟಿಕೆಟ್ ರಹಿತ ಪ್ರಯಾಣದಲ್ಲಿ ಕಂಡಕ್ಟರ್‌ನಿಂದ ಹಿಡಿಯಲಾದಾಗ, ತಾನು ಉಗ್ಗುತ್ತ ಕಂಡಕ್ಟರ್‌ನ ಜತೆಗೆ ಮಾತಾಡಿದರೆ ಆತ ಕರುಣೆಯಿಂದ ಬಿಟ್ಟುಬಿಡಬಹುದೆಂದುಕೊಂಡ. ಅಂತೆಯೇ ಒಬ್ಬ ಉಗ್ಗುವ ಬಡ ಹುಡುಗನಂತೆ ಆತ ಕಂಡಕ್ಟರ್‌ನ ಎದುರು ತೋರಿಸಿಕೊಳ್ಳಲು ಯತ್ನಿಸಿದ. ಆದರೆ ಯಾವ ಕ್ಷಣ ಆತ ಉಗ್ಗುವುದಕ್ಕೆ ಪ್ರಯತ್ನಿಸಿದನೋ, ಆ ಕ್ಷಣ ಅವನಿಗೆ ಉಗ್ಗುವುದೇ ಸಾಧ್ಯವಾಗಲಿಲ್ಲ. ತನಗರಿವಿಲ್ಲದೇನೇ ಆತ ವಿರೋಧಾಭಾಸದ ಇಚ್ಛೆಯನ್ನು ಪ್ರಯೋಗಿಸಿದ್ದ, ಇದು ಚಿಕಿತ್ಸೆಗಾಗಿ ಅಲ್ಲದಿದ್ದರೂ.

ಇದರಿಂದ ನೀವು ವಿರೋಧಾಭಾಸದ ಇಚ್ಛೆಯು ಕೇವಲ ಮೋನೋಸಿಂಪಟೋಮ್ಯಾಟಿಕ್ ಅಥವಾ ಒಂದೇ ರೀತಿ ಕಾಣುವ ಲಕ್ಷಣಗಳಲ್ಲಿಯೇ ಪ್ರಯೋಗವನ್ನು ಮಾಡಲು ಸಾಧ್ಯವಾಗುತ್ತದೆ, ಎಂಬ ನಿಷ್ಕರ್ಷೆಗೆ ಬರುವುದು ತರವಲ್ಲ. ಲೋಗೋಥೆರಪಿ ಚಿಕಿತ್ಸೆಯ ಈ ತಂತ್ರದ ಬಲದಿಂದಲೇ, ವಿಯೆನ್ನಾ ಪಾಲಿಕ್ಲಿನಿಕ್ ಆಸ್ಪತ್ರೆಯಲ್ಲಿ ನನ್ನ ಸಿಬ್ಬಂದಿ ಗಂಭೀರ ವಿಷಯದ ಇನ್ನೂ ಕೆಲವು ಹಳೆಯ 'ಅಬ್ಸೆಸೀವ್ ಕಂಪ್ಲೆಸೀವ್ ನ್ಯೂರೋಸಿಸ್' ರೋಗಿಗಳ ರೋಗದಲ್ಲಿ ಸುಧಾರಣೆ ತರಲು ಸಫಲರಾಗಿದ್ದಾರೆ. ನಾನಿಲ್ಲಿ ಓರ್ವ ಅರುವತ್ತೈದು ವರ್ಷದ ಮಹಿಳೆಯ ಉದಾಹರಣೆಯನ್ನು ನೀಡಲು ಬಯಸುತ್ತೇನೆ. ಆಕೆ ಕಳೆದ ಅರುವತ್ತು ವರ್ಷಗಳಿಂದ 'ವಾಷಿಂಗ್ ಕಂಪಲ್ಶನ್' (ಹದಕ್ಕಿಂತಲೂ ಹೆಚ್ಚು ಸ್ವಚ್ಛತೆಯನ್ನು ಕಾಪಾಡುವ ಮಾನಸಿಕ ರೋಗ) ರೋಗದಿಂದ ಬಳಲುತ್ತಿದ್ದರು. ಡಾಕ್ಟರ್ ಇವಾ ಕೋಜ್‌ಡೇರಾ ವಿರೋಧಾಭಾಸ ಇಚ್ಛೆಯ ಪ್ರಯೋಗವನ್ನು ಮಾಡುತ್ತ ಆಕೆಯ ಚಿಕಿತ್ಸೆಯನ್ನು ಪ್ರಾರಂಭಿಸಿದ್ದರು ಮತ್ತು ಎರಡು ತಿಂಗಳ ಒಳಗಡೆಯೇ ಆ ಮಹಿಳೆ ಸಾಮಾನ್ಯ ಜೀವನವನ್ನು ಜೀವಿಸಲು ತೊಡಗಿದರು. ಆಕೆ ಸ್ವತಃ ಒಪ್ಪಿಕೊಂಡರು, 'ಆಸ್ಪತ್ರೆಯಲ್ಲಿ ಭರ್ತಿಯಾಗುವ ಮೊದಲು ನನ್ನ ಬದುಕು ನರಕಸದೃಶವಾಗಿ ಹೋಗಿತ್ತು.' ಆಕೆ ಬ್ಯಾಕ್ಟೀರಿಯಾದ ಭಯದಿಂದ ಮನೆಯ ಯಾವ ಕೆಲಸವನ್ನೂ ಮಾಡಲು ಆಗುತ್ತಿರಲಿಲ್ಲ ಮತ್ತು ಸ್ವಚ್ಛತೆಗೆ ಸಂಬಂಧಿಸಿ ಆಕೆ ಸ್ವಯಂ ಹೆದರಿಕೊಂಡಿದ್ದರು. ಹಾಗಾಗಿ ಆಕೆ ದಿನವಿಡೀ ಹಾಸಿಗೆಯಿಂದ ಎದ್ದೇಳುತ್ತಿರಲಿಲ್ಲ.

ಆದಾಗ್ಯೂ ಆಕೆ ತನ್ನ ಲಕ್ಷಣಗಳಿಂದ ಪೂರ್ತಿಯಾಗಿ ಮುಕ್ತಳಾದರು ಅಂತ ಹೇಳಲಾಗದು ಯಾಕೆಂದರೆ ಆಕೆಯ ಮನಸ್ಸಿಗೆ ಯಾವುದೇ ಗೀಳು ತಗಲುವ ಸಾಧ್ಯತೆ ಇದ್ದಿತು. ಆದರೆ ಈಗಂತೂ ಆಕೆ ತನ್ನ ರೋಗವನ್ನು ನೆನೆದುಕೊಂಡು ಸ್ವತಃ ನಗುವಂತಾಗಿದ್ದಾರೆ. ಒಟ್ಟಿನಲ್ಲಿ ಹೇಳುವುದಾದರೆ ಆಕೆಗೆ ಈಗ ವಿರೋಧಾಭಾಸದ ಇಚ್ಛೆಯ ಪ್ರಯೋಗವನ್ನು ಮಾಡುವುದು ಕರಗತವಾಗಿ ಹೋಗಿದೆ.

ಒಂದೊಮ್ಮೆ ರೋಗಿ ನಿದ್ದೆ ಬಾರದ ವ್ಯಾಧಿಯಿಂದ ನರಳುತ್ತಿದ್ದರೆ, ವಿರೋದಾಭಾಸ ಇಚ್ಛೆಯ ಪ್ರಯೋಗವನ್ನು ಮಾಡಬಹುದಾಗಿದೆ. ನಿದ್ದೆ ಬಾರದ ಭಯ ಸತಾಯಿಸುತ್ತಿದ್ದರೆ,

ರೋಗಿ ನಿದ್ದೆಯ ಹೈಪರ್-ಇಂಟೆನ್ಶನ್(ಅತಿಯಾದ ಇಚ್ಛೆಯ)ಯಿಂದ ಪೀಡಿತನಾಗುತ್ತಾನೆ.[12] ಮತ್ತು ಅದೇ ಕಾರಣದಿಂದ ಆತನಿಗೆ ನಿದ್ದೆ ಬರುವುದಿಲ್ಲ. ನಾನು ಈ ಭಯದಿಂದ ಹೊರಬರಲು ನನ್ನ ರೋಗಿಗಳಿಗೆ ಹೀಗೊಂದು ಸಲಹೆಯನ್ನು ನೀಡುತ್ತೇನೆ. ಅವರು ರಾತ್ರಿ ಎಷ್ಟು ಸಾಧ್ಯವೋ ಅಷ್ಟು ಎಚ್ಚರದಿಂದಿರಲು ಯತ್ನಿಸಬೇಕು ಎನ್ನುತ್ತೇನೆ. ಯಾಕೆಂದರೆ ಅವರ ನಿದ್ದೆ ಮಾಡುವ ಇಚ್ಛೆಯೇ ಅವರಿಗೆ ನಿದ್ದೆ ಬಾರದಂತೆ ಮಾಡಿಬಿಡುತ್ತದೆ. ಇನ್ನೊಂದು ರೀತಿಯಲ್ಲಿ ಹೇಳುವುದಾದರೆ, ಹೈಪರ್-ಇಂಟೆನ್ಶನ್ ನಿದ್ದೆ ಬರುವುದಕ್ಕೆ ಬಾಧೆಯನ್ನು ತಂದೊಡ್ಡುವಂಥದ್ದು. ಈ ಹೈಪರ್-ಇಂಟೆನ್ಶನ್ ನಿದ್ದೆ ಬರುತ್ತಿಲ್ಲವಲ್ಲಾ, ನಿದ್ದೆ ಬರಲೇಬೇಕು ಎಂಬ ನಿರೀಕ್ಷಿತ ಆತಂಕ(ಆ್ಯಂಟಿಸಿಪೇಟರಿ ಆ್ಯಂಕ್ಸೈಟಿ)ಯಿಂದ ಬಂದಿರುತ್ತದೆ. ಹಾಗಾಗಿ ಅಂಥವರಿಗೆ ಆ್ಯಂಟಿಸಿಪೇಟರಿ ಆ್ಯಂಕ್ಸೈಟಿಯ ಜಾಗದಲ್ಲಿ ವಿರೋಧಾಭಾಸದ ಇಚ್ಛೆಯ ಸಹಾಯವನ್ನು ತೆಗೆದು ಕೊಳ್ಳಬೇಕು. ನಿದ್ದೆ ಬರಬಾರದು ಎನ್ನುವಂತೆ ಮಾಡುವುದರಿಂದ ನಿದ್ದೆ ಬೇಗನೇ ಬಂದುಬಿಡುತ್ತದೆ.

ಪ್ಯಾರಾಡೋಕ್ಸಿಕಲ್ ಇಂಟೆನ್ಶನ್ ಅಥವಾ ವಿರೋಧಾಭಾಸದ ಇಚ್ಛೆ ಯಾವುದೇ ರಾಮಬಾಣದ ಚಿಕಿತ್ಸೆಯಲ್ಲ. ಆದರೂ ಅದನ್ನು ಅಬ್ಸೆಸೀವ್ ಕಂಪಲ್ಶನ್ ಮತ್ತು ಫೋಬಿಕ್ ಅಥವಾ ಭಯದ ಸಂಬಂಧಿ ವಿಷಯಗಳಲ್ಲಿ ಉಪಯೋಗಿಸಲು ಅನುಕೂಲ. ಮುಖ್ಯವಾಗಿ ಆ್ಯಂಟಿಸಿಪೇಟರಿ ಆ್ಯಂಕ್ಸೈಟಿಯ ಅಥವಾ ನಿರೀಕ್ಷಿತ ಆತಂಕದ ಸಂದರ್ಭಗಳಲ್ಲಿ ಇದು ಇನ್ನಷ್ಟು ಪರಿಣಾಮಕಾರಿ. ಅಷ್ಟೇ ಅಲ್ಲದೆ, ಇದೊಂದು ಅಲ್ಪಕಾಲೀನ ಚಿಕಿತ್ಸಾಪದ್ಧತಿಯಾಗಿದೆ. ಹಾಗೆ ಹೇಳಿದಾಗ ಇದೊಂದು ತಾತ್ಕಾಲಿಕ ಶಮನದ ಚಿಕಿತ್ಸೆ ಎಂದು ಖಂಡಿತ ತಿಳಿಯಬಾರದು. ಸ್ವರ್ಗೀಯ ಎಮಿಲ್ ಎ.ಗುಥೇಲ್‌ರ ಶಬ್ದಗಳಲ್ಲಿ, 'ಫ್ರಾಯಿಡ್‌ರ ಸಿದ್ಧಾಂತಗಳ ಸಕಲ ಭ್ರಾಂತಿಗಳಲ್ಲಿ ಇದೂ ಒಂದು, ಅಂದರೆ ಫಲಿತಾಂಶದ ನಿಖರತೆ ಚಿಕಿತ್ಸೆಯ ಅವಧಿಯನ್ನು ಅವಲಂಬಿಸಿದೆ.'[13] ನನ್ನ ಫೈಲ್‌ನಲ್ಲಿ ಒಬ್ಬ ರೋಗಿಯ ಕೇಸ್‌ರಿಪೋರ್ಟ್ ಇದ್ದು, ಆ ವ್ಯಕ್ತಿಗೆ ಇಪ್ಪತ್ತು ವರ್ಷಗಳ ಹಿಂದೆ ವಿರೋಧಾಭಾಸ ಇಚ್ಛೆಯ ಚಿಕಿತ್ಸೆಯನ್ನು ನೀಡಲಾಗಿದ್ದು ಆತ ಇಂದಿಗೂ ಚಿಕಿತ್ಸೆಯ ಪ್ರಭಾವದಿಂದ ಹೊರಬಂದಿಲ್ಲ ಎನ್ನಬಹುದು.

ಎಲ್ಲಕ್ಕೂ ಮಿಗಿಲಾದ ಉಲ್ಲೇಖನೀಯ ಸತ್ಯವೆಂದರೆ, ಸಂಬಂಧಿತ ರೋಗದ ಕಾರಣಗಳು ತಿಳಿಯದಿದ್ದರೂ ವಿರೋಧಾಭಾಸದ ಇಚ್ಛೆಯ ಪ್ರಭಾವವನ್ನು ಪಡೆಯಲು ಸಾಧ್ಯವಿದೆ. ಇದಕ್ಕೆ ಎಡಿತ್ ವೀಸ್‌ಕಾಫ್ ಜೋಲ್ಸನ್‌ರ ಒಂದು ಕಥನ ಪುಷ್ಟಿ ನೀಡುತ್ತದೆ, 'ರೋಗದ ಕಾರಣದ ಆಧಾರದ ಮೇಲೆಯೇ ಚಿಕಿತ್ಸೆಯ ಪ್ರಯೋಗವನ್ನು ಮಾಡಬೇಕು ಪಾರಂಪರಿಕ ಮನೋವಿಜ್ಞಾನ ಹೇಳುತ್ತದೆ ಆದರೂ ಕೆಲವು ನಿಶ್ಚಿತ ಕಾರಕಗಳ ಕಾರಣದಿಂದ ಬಾಲ್ಯದಲ್ಲಿ ನ್ಯೂರೋಸಿಸ್ ಆಗಿರಬಹುದು ಮತ್ತು ವಯಸ್ಕ ಅವಸ್ಥೆಯಲ್ಲಿ ಬೇರೆಯೇ ಕಾರಕಗಳ ಸಹಾಯದಿಂದ ಅದರಿಂದ ಮುಕ್ತಿ ಪಡೆಯಲು ಸಾಧ್ಯವಾಗಬಹುದು.'[14]

---

[12]ಬಹುತೇಕ ವಿಷಯಗಳಲ್ಲಿ, ರೋಗಿಗೆ ಆತನ ಶರೀರ ಆತನಿಗೆ ಅಗತ್ಯವಿರುವ ಸ್ವಯಂ ನಿದ್ದೆಯ ನಿಮ್ನತಮ ಅಂಶವನ್ನು ನೀಡುತ್ತದೆ ಎಂಬ ವಿಷಯದ ಅರಿವಿಲ್ಲದ ಕಾರಣ ಅವನು ನಿದ್ದೆ ಬಾರದ ಭಯದಿಂದ ತೊಳಲಾಡುತ್ತಾನೆ.

[13]ಅಮೆರಿಕನ್ ಜರ್ನಲ್ ಆಫ್ ಸೈಕೋಥೆರಪಿ, 10 (1956), ಪುಟ 134

[14] 'ಸಮ್ ಕಮೆಂಟ್ಸ್ ಆಫ್ ಎ ವಿಯೆನ್ನಾ ಸ್ಕೂಲ್ ಆಫ್ ಸಾಯ್‌ಕ್ಯಾಟ್ರೀ,' ದಿ ಜರ್ನಲ್ ಆಫ್ ಅಬ್‌ನಾರ್ಮಲ್ ಅಂಡ್ ಸೋಶಿಯಲ್ ಸಾಯ್‌ಕಾಲಜಿ, 51 (1955), ಪು 701–3.

ನ್ಯೂರೋಸಿಸ್ ನಿಜವಾದ ಕಾರಣದ ಪ್ರಶ್ನೆ ಬಂದಾಗ ಅದು ಮನೋವೈಜ್ಞಾನಿಕ ಆಗಿರಲಿ, ಅಥವಾ ಶಾರೀರಿಕವಾಗಿರಲಿ, ನಿರೀಕ್ಷಿತ ಆತಂಕದಂತಹ ಫೀಡ್‌ಬ್ಯಾಕ್ ತಂತ್ರ ಒಂದು ರೋಗದ ಆರಂಭಕ್ಕೆ ಪ್ರಮುಖ ಕಾರಣವಾಗಬಹುದು. ಯಾವುದೇ ಭಯದ ಕಾರಣದಿಂದ ಲಕ್ಷಣಗಳು ಹೊರಬರುತ್ತವೆ ಮತ್ತು ಆ ಲಕ್ಷಣವೇ ಭಯವನ್ನು ಹೆಚ್ಚಿಸುತ್ತದೆ. ಇದೇ ರೀತಿಯ ಘಟನೆಗಳ ಸರಮಾಲೆಯನ್ನು ಅಬ್ಸೆಸೀವ್ ಕಂಪಲ್ಸೀವ್ ಡಿಸಾರ್ಡರ್‌ನಲ್ಲಿ ನಾವು ಕಾಣಬಹುದು. ಇದರಲ್ಲಿ ರೋಗಿಯು ತನಗೆ ತೊಂದರೆ ಕೊಡುವ ವಿಚಾರಗಳೊಂದಿಗೆ ಹೋರಾಡುತ್ತಾನೆ, ಹೀಗೆ ಮಾಡಿ ಅವನು ಅಂತಹ ವಿಚಾರಗಳ ಶಕ್ತಿಯನ್ನು ಹೆಚ್ಚಿಸುತ್ತಾನೆ.[15] ಏನಾದರೊಂದು ಅದುಮಿ ಹಿಡಿದರೆ, ಎದುರಿನ ಪಕ್ಷದಲ್ಲಿನ ದಬ್ಬುವಿಕೆಯೂ ಹೆಚ್ಚಾಗುತ್ತದೆ. ಹಾಗಾಗಿ ಲಕ್ಷಣಗಳಿಗೆ ಮತ್ತಷ್ಟು ಬಲ ಸಿಕ್ಕಿದಂತಾಗುತ್ತದೆ. ಅದೇ ಇನ್ನೊಂದು ದಿಕ್ಕಿನಲ್ಲಿ, ರೋಗಿ ತನ್ನ ಗೀಳಿನಿಂದ ಕಾದಾಡುವುದನ್ನು ಬಿಟ್ಟುಬಿಟ್ಟಾಗ ಮತ್ತು ತನ್ನ ಅವಸ್ಥೆಯ ಬಗ್ಗೆ ಹಾಸ್ಯಮಾಡುತ್ತಾ ವಿರೋಧಾಭಾಸ ಇಚ್ಛೆಯ ಪ್ರಯೋಗವನ್ನು ಮಾಡಿದರೆ, ಆ ದುಶ್ಚಕ್ರ ಅಲ್ಲಿಗೇ ಶಮನವಾಗುತ್ತದೆ. ಲಕ್ಷಣ ಸಮಾಪ್ತಿಯನ್ನು ಕಾಣುತ್ತದೆ ಮತ್ತು ಕೊನೆಯಲ್ಲಿ ಆತ ರೋಗದಿಂದ ಬಿಡುಗಡೆ ಹೊಂದುತ್ತಾನೆ. ಅನೇಕ ಪ್ರಕರಣಗಳಲ್ಲಿ ಹೀಗೂ ಸಂಭವಿಸುವುದುಂಟು, ಯಾವುದರಲ್ಲಿ ಲಕ್ಷಣಗಳನ್ನು ತಂದುಕೊಂಡು ಅವುಗಳನ್ನು ಹೊರಹೊಮ್ಮಿಸುವಂತಹ, 'ಅಸ್ತಿತ್ವ ಸಂಬಂಧಿ ಖಾಲಿಯಾಗುವಿಕೆ' ಇರುವುದಿಲ್ಲವೋ, ಅದರಿಂದ ರೋಗಿ ತನ್ನ ನ್ಯೂರೋಟಿಕ್ ಭಯವನ್ನು ಹಾಸ್ಯಸ್ಪದವಾಗಿ ಕಾಣಬಹುದು ಮಾತ್ರವಲ್ಲ ಅದನ್ನು ಸಂಪೂರ್ಣವಾಗಿ ಕಡೆಗಣಿಸುವುದರಲ್ಲಿಯೂ ಸಫಲನಾಗುತ್ತಾನೆ.

ನಾವು ನೋಡುತ್ತೇವೆ, ರೋಗಿ ನಿರೀಕ್ಷಿತ ಆತಂಕದಿಂದ ಗ್ರಸ್ತನಾಗಿದ್ದರೆ ಆತ ವಿರೋಧಾಭಾಸದ ಇಚ್ಛೆಯ ಪ್ರಯೋಗವನ್ನು ಮಾಡಬೇಕಾಗುತ್ತದೆ; ಹೈಪರ್ ಇಂಟೆನ್ಶನ್ ಅಥವಾ ಹೈಪರ್ ರಿಫ್ಲೆಕ್ಷನ್‌ನನ್ನು ದೂರೀಕರಿಸಲು ಡೀರಿಫ್ಲೆಕ್ಷನ್‌ನ ಸಹಾಯ ಪಡೆಯಬೇಕಾಗುತ್ತದೆ; ನೀವು ರೋಗಿಯನ್ನು ಜೀವನದ ಯಾವುದೇ ಪ್ರಮುಖ ವಿಷಯದ ಜತೆಗೆ ಅಥವಾ ನಿರ್ದಿಷ್ಟ ಗುರಿಯೊಂದಿಗೆ ಎಲ್ಲಿಯವರೆಗೆ ಜೋಡಿಸುವುದಿಲ್ಲವೋ, ಅಲ್ಲಿಯವರೆಗೆ ಡೀರಿಫ್ಲೆಕ್ಷನ್ ಸಾಧ್ಯವಾಗುವುದಿಲ್ಲ.[16]

ಇಲ್ಲಿ ಮಾನಸಿಕ ರೋಗಿಯ ಚಿಂತೆ, ಸಹಾನುಭೂತಿ ಅಥವಾ ತಿರಸ್ಕಾರದಿಂದಾಗಿ ದುಷ್ಚಕ್ರ ಮುರಿಯುವುದಿಲ್ಲ ಬದಲಾಗಿ ಅವನ 'ಸ್ವಯಂ ಉತ್ಕೃಷ್ಟತೆ'ಯ ಕಡೆಗೆ ಸಾಗುವಂತೆ ಮಾಡುವ ಚಿಕಿತ್ಸೆ ನಡೆಯಬೇಕು.

---

[15]ಸಾಮಾನ್ಯವಾಗಿ ರೋಗಿಗಿರುವ ಭಯವೆಂದರೆ ಆತನನ್ನು ಕಾಡುವ ನಿಜಕ್ಕೂ ಗಂಭೀರವಾದ ಮನೋರೋಗದ ಲಕ್ಷಣವಿದೆ ಅಂತ. ಅಬ್ಸೆಸೀವ್ ಕಂಪಲ್ಸೀವ್ ನ್ಯೂರೋಸಿಸ್ ಆತನನ್ನು ಮನೋವಿಕಾರದತ್ತ ಸೆಳೆದೊಯ್ಯುತ್ತಿದೆ ಅಂತ ಆತನಿಗೆ ಅನ್ನಿಸುತ್ತದೆ. ಹಾಗಾಗಿ ಆತ ಹುಚ್ಚುತನದ ವಿರುದ್ಧ ಪ್ರತಿರೋಧದ ಕ್ಷಮತೆಯುಳ್ಳ ಕೆಲಸವನ್ನು ಮಾಡುತ್ತಾನೆ, ಇಲ್ಲವೇ ರೋಗಗ್ರಸ್ತನಿಗೆ ರೋಗವನ್ನು ತಗಲಿಸುತ್ತಾನೆ.

[16]ಈ ಧೋರಣೆಗೆ ಆಲ್‌ಪರ್ಟ್‌ನ ಸಮರ್ಥನೆ ಸಿಕ್ಕಿದೆ, ಅವರು ಒಂದು ಬಾರಿ ಹೇಳಿದ್ದರು, 'ಯಾವಾಗ ನಾವು ನಮ್ಮ ಕೇಂದ್ರವನ್ನು ಸಂಘರ್ಷದಿಂದ ನಿಃಸ್ವಾರ್ಥದ ಕಡೆಗೆ ಒಯ್ಯುತ್ತೇವೆಯೋ ಆಗ, ಮನೋವಿಕಾರ ಪೂರ್ತಿಯಾಗಿ ಸಮಾಪ್ತಿಯನ್ನು ಕಾಣದೇ ಹೋದರೂ ಬದುಕು ಒಟ್ಟಿನಲ್ಲಿ ಅದ್ಭುತವಾಗಿಬಿಡುತ್ತದೆ.' ಪುಟ 95

೨೩

ಸಾಮೂಹಿಕ ಹುಚ್ಚುತನ
(ಕಲೆಕ್ಟೀವ್ ನ್ಯೂರೋಸಿಸ್)

ಪ್ರತಿ ಯುಗದಲ್ಲೂ ತನ್ನದೇ ಆದ ಸಾಮೂಹಿಕ ಹುಚ್ಚುತನ ಇದ್ದೇ ಇರುತ್ತದೆ. ಅದನ್ನು ನೀಗಿಸುವುದಕ್ಕೆ ಒಂದು ತನ್ನದೇ ಆದ ಮನೋವೈಜ್ಞಾನಿಕ ಚಿಕಿತ್ಸೆಯ ಅವಶ್ಯಕತೆಯಿದೆ. ಪ್ರಸ್ತುತ ಯುಗದಲ್ಲಿ 'ಅಸ್ತಿತ್ವ ಸಂಬಂಧಿ ಖಾಲಿಯಾಗುವಿಕೆ'ಯೇ ಸಾಮೂಹಿಕ ಹುಚ್ಚುತನದ ರೂಪದಲ್ಲಿ ಪ್ರಕಟವಾಗುತ್ತಿದೆ. ಅದನ್ನು ಶೂನ್ಯವಾದದ ರೂಪದಲ್ಲಿ ವರ್ಣಿಸಲಾಗುತ್ತದೆ. ಶೂನ್ಯವಾದದ ಪ್ರಕಾರ ಅಸ್ತಿತ್ವಕ್ಕೆ ತನ್ನ ಯಾವುದೇ ಅರ್ಥವಿಲ್ಲ. ಒಂದು ವೇಳೆ ಸೈಕೋಥೆರಪಿ ಸ್ವಯಂ ಅನ್ನು ಶೂನ್ಯವಾದ ದರ್ಶನದ ಸಮಕಾಲೀನ ಪ್ರಭಾವದಿಂದ ಮುಕ್ತವಾಗಿಸದೇ ಹೋದಲ್ಲಿ, ಇದು ವ್ಯಾಪಕ ಸ್ತರದಲ್ಲಿ ಸಮಾಜಕ್ಕೆ ಯಾವುದೇ ಸಹಾಯವನ್ನು ಒದಗಿಸುವುದಿಲ್ಲ. ಮತ್ತೆ ಇದು ಒಂದು ಸಂಭವನೀಯ ಚಿಕಿತ್ಸೆಯಾಗದೇ ಸ್ವಯಂ ಆಗಿ ಸಾಮೂಹಿಕ ಹುಚ್ಚುತನದ ಲಕ್ಷಣದ ರೂಪವನ್ನು ಪ್ರತಿನಿಧಿಸಬಹುದು. ಅಂತಹ ಪರಿಸ್ಥಿತಿಯಲ್ಲಿ ಸೈಕೋಥೆರಪಿ ಒಂದು ಶೂನ್ಯವಾದದ ದರ್ಶನವನ್ನು ಸಮರ್ಥಿಸಬಹುದು, ಆ ಮೂಲಕ ಮನುಷ್ಯನ ನಿಜವಾದ ಚಿತ್ರವನ್ನು ತೋರಿಸುವ ಬದಲು ಅವನನ್ನು ಒಂದು ವ್ಯಂಗ್ಯಚಿತ್ರದ ಹಾಗೆ ಪ್ರಸ್ತುತಪಡಿಸಬಹುದು.

ಮೊತ್ತಮೊದಲಾಗಿ ಮನುಷ್ಯನ ಈ 'ಬೇರೇನೂ ಇರುವುದಿಲ್ಲ' ಎಂಬ ಸಿದ್ಧಾಂತದಲ್ಲಿ ಬಹಳ ಅಪಾಯ ಅಡಗಿದೆ. ಅದರ ಪ್ರಕಾರ ಮನುಷ್ಯ ಜೈವಿಕ, ಮನೋವೈಜ್ಞಾನಿಕ ಮತ್ತು ಸಮಾಜಶಾಸ್ತ್ರೀಯ ದಿಸೆಗಳಲ್ಲಿನ ಪರಿಣಾಮದ ಹೊರತು ಮತ್ತೆ ಬೇರೇನೂ ಇರುವುದಿಲ್ಲ ಅಥವಾ ಮನುಷ್ಯ ಆನುವಂಶಿಕ ಇಲ್ಲವೇ ಪರಿಸರದ ಕೊಡುಗೆ ಎನ್ನಬಹುದು. ಮನುಷ್ಯನ ಈ ಅಭಿಪ್ರಾಯ ನಕಾರಾತ್ಮಕ ಯೋಚನೆಗೆ ಜನ್ಮ ನೀಡುತ್ತದೆ. ಅದೆಂದರೆ, ಆತ ಬಾಹ್ಯ ಪ್ರಭಾವ

ಮತ್ತು ಆಂತರಿಕ ಪರಿಸ್ಥಿತಿಯ ಬಲಿಪಶುವಾಗಿದ್ದಾನೆ ಅಂತ. ಮನುಷ್ಯ ಸ್ವತಂತ್ರನೆನ್ನುವುದನ್ನು ಯಾವ ಸೈಕೋಥೆರಪಿ ಪರಿಗಣಿಸಲು ಹಿಂದೇಟು ಹಾಕುತ್ತದೆಯೋ, ಅದು ಈ ಯೋಚನೆಗೆ ಬಲವನ್ನು ನೀಡುತ್ತ ಮತ್ತಷ್ಟು ಘಾತುಕವಾಗಿ ಪರಿಣಮಿಸುತ್ತದೆ.

ಮನುಷ್ಯ ನಶ್ವರನೆಂಬುದು ನಿಶ್ಚಿತ ಮತ್ತು ಆತನ ಸ್ವಾತಂತ್ರ್ಯದಲ್ಲಿ ಬಾಧೆಗಳು ಬರುತ್ತಿರುತ್ತವೆ. ಸ್ವಾತಂತ್ರ್ಯವೆನ್ನುವುದು ಪರಿಸ್ಥಿತಿಗಳಿಂದಲ್ಲ, ಬದಲಾಗಿ ವಿಷಮ ಪರಿಸ್ಥಿತಿಯ ಹೊರತಾಗಿಯೂ ಎದ್ದುನಿಲ್ಲುವ ಸಾಹಸವನ್ನು ತೋರುವ ಸ್ವಾತಂತ್ರ್ಯ. ಹೇಗೆಂದರೆ ನಾನು ಒಂದು ಸಲ ಹೇಳಿದ್ದೆ, 'ನ್ಯೂರೋಲಜಿ ಮತ್ತು ಸೈಕಾಲಜಿಯ ಪ್ರೊಫೆಸರ್ ಆಗಿರುವ ಕಾರಣ, ಮನುಷ್ಯ ಯಾವ ಹದದವರೆಗೆ ಜೈವಿಕ, ಮನೋವೈಜ್ಞಾನಿಕ ಮತ್ತು ಸಮಾಜಶಾಸ್ತ್ರೀಯ ದಿಸೆಗಳಿಗೆ ಅಧೀನನಾಗಿ ಹೋಗುತ್ತಾನೆ ಎಂಬುದರ ಅರಿವಿದೆ, ಆದರೆ ಎರಡು ವಿಷಯಗಳಲ್ಲೂ ಪ್ರೊಫೆಸರ್ ಆಗಿರುವುದಕ್ಕಿಂತ ಹೆಚ್ಚಾಗಿ ನಾನು ನಾಲ್ಕು ಯಾತನಾ ಶಿಬಿರದಿಂದ ಜೀವಂತವಾಗಿ ಹಿಂದಿರುಗಿ ಬಂದವನಾಗಿದ್ದೇನೆ. ನಾನು ಮನುಷ್ಯನ ಆ ಅದ್ಭುತ ಸಾಹಸ ಮತ್ತು ಸಹನ ಶಕ್ತಿಯ ಸಾಕ್ಷಿಯಾಗಿದ್ದು, ಎಂತಹುದೇ ಪರಿಸ್ಥಿತಿ ಬಂದರೂ ಅದನ್ನವನು ಎದುರಿಸಿದ್ದನ್ನು ನೋಡಿದ್ದೇನೆ.[17]

ನಕಾರಾತ್ಮಕ-ನಿರ್ಣಾಯಕತೆ(ಪೈನ್-ಡಿಟರ್‌ಮಿನಿಸ್ಮ್)ಸಮೀಕ್ಷೆ

ಮನೋವಿಶ್ಲೇಷಣೆಯನ್ನು ಸಾಮಾನ್ಯವಾಗಿ ಅದರ ನಕಾರಾತ್ಮಕ ಯೌನವಾದ (ಪೈನ್-ಸೆಕ್ಸುವಲಿಸ್ಮ್)ಕ್ಕೆ ದೋಷಿಯಾಗಿ ಪರಿಗಣಿಸಲಾಗುತ್ತದೆ. ಈ ರೀತಿಯ ನಿಂದೆ ನ್ಯಾಯಸಮ್ಮತವಾದುದು ಎಂದು ನನಗನ್ನಿಸುವುದಿಲ್ಲ. ಅದರ ಬದಲು ನನಗೆ ಇನ್ನೊಂದು ಶಬ್ದ ಇನ್ನಷ್ಟು ಹೆಚ್ಚು ಭ್ರಾಂತಿದಾಯಕ ಮತ್ತು ಅಪಾಯಕಾರೀ ಎಂದು ಅನ್ನಿಸುತ್ತದೆ. ಅದನ್ನು ನಾವು ಪೈನ್-ಡಿಟರ್‌ಮಿನಿಸ್ಮ್ (ನಕಾರಾತ್ಮಕ-ನಿರ್ಣಾಯಕತೆ) ಎಂದು ಕರೆಯುತ್ತೇವೆ. ಇದು ಮನುಷ್ಯನ ಎಂತಹ ನೋಟವಾಗಿರುತ್ತದೆ ಅಂದರೆ, ಅದರ ಮೂಲಕ ಯಾವುದೇ ಪರಿಸ್ಥಿತಿಯನ್ನು ಎದುರಿಸುವ ಸಮಯ ಆತ ತನ್ನ ಯೋಗ್ಯತೆಯನ್ನು ಅನಾದರದಿಂದ ನೋಡುತ್ತಾನೆ ಮತ್ತು ಅದನ್ನು ಒಪ್ಪುವುದಕ್ಕೆ ನಿರಾಕರಿಸುತ್ತಾನೆ.

ಮನುಷ್ಯ ಪೂರ್ತಿಯಾಗಿ ಯಾವುದೇ ನಿಶ್ಚಿತ ವರ್ತುಲ ಮತ್ತು ಶರ್ತಗಳಲ್ಲಿ ಬಂಧಿಸಲ್ಪಟ್ಟಿರುವುದಿಲ್ಲ. ಆತನು ಬಾಹ್ಯ ಅಥವಾ ಆಂತರಿಕ ಪರಿಸ್ಥಿತಿಗಳಿಂದ ನಿರ್ಧಾರಿತವಾಗಿರುವುದಿಲ್ಲ ಬದಲಿಗೆ ಆತ ಸ್ವಯಂ ನಿರ್ಣಯಿಸುತ್ತಾನೆ ತಾನು ಪರಿಸ್ಥಿತಿಯ ಕೈಗೊಂಬೆಯಾಗಬೇಕೋ ಅಥವಾ ಅವನ್ನು ಮೀರಿ ನಿಲ್ಲಬೇಕೋ ಎಂಬುದನ್ನು. ಇನ್ನೊಂದು ರೀತಿಯಲ್ಲಿ ಹೇಳುವುದಾದರೆ, ಮನುಷ್ಯ ತನ್ನ ಭಾಗ್ಯವನ್ನು ಸ್ವಯಂ ಆಗಿ ನಿರ್ಧರಿಸುತ್ತಾನೆ. ಮನುಷ್ಯ ತನ್ನ ಜೀವನವನ್ನು ಕೇವಲ ಜೀವಿಸುವುದಷ್ಟೇ ಅಲ್ಲ ಅದನ್ನು ನಿರಂತರವಾಗಿ ನಿರ್ಧರಿಸುತ್ತಿರುತ್ತಾನೆ. ಮುಂದಿನ ತನ್ನ ಜೀವನ, ಅದರ ಅಸ್ತಿತ್ವ ಹೇಗಿರಬಹುದು, ಮುಂದಿನ ಕ್ಷಣ ಏನಾಗಬಹುದು – ಹೀಗೆ.

ಇದೇ ಯೋಚನೆಯ ಆಧಾರದಲ್ಲಿ, ಮನುಷ್ಯನ ಹತ್ತಿರ ಯಾವುದೇ ಕ್ಷಣ

[17]'ವಾಲ್ಯೂ ಡೈಮೆನ್ಶನ್ಸ್ ಇನ್ ಟೀಚಿಂಗ್' ಒಂದು ವರ್ಣ ಟೆಲಿವಿಷನ್ ಫಿಲಂ, ಅದನ್ನು ಹಾಲಿವುಡ್ ಎನಿಮೇಟರ್ಸ್, ಇಂಕ್. ನವರು ಕ್ಯಾಲಿಫೋರ್ನಿಯಾ ಜೂನಿಯರ್ ಕಾಲೇಜ್ ಅಸೋಸಿಯೇಷನ್‌ಗಾಗಿ ತಯಾರಿಸಿದ್ದರು.

ತನ್ನನ್ನು ಬದಲಿಸುವಂತ ಸ್ವಾತಂತ್ರ್ಯವಿರುತ್ತದೆ. ಹಾಗಾಗಿ ನಾವು ಕೇವಲ ಒಂದು ವಿಶಾಲ ಸಮೂಹದ ಸರ್ವೇಕ್ಷಣೆಯ ಆಧಾರದಲ್ಲಷ್ಟೇ ನಮ್ಮ ಭವಿಷ್ಯದ ಕಲ್ಪನೆಯನ್ನು ಮಾಡಲು ಸಾಧ್ಯ; ಆದರೆ, ಸ್ವಂತ ವ್ಯಕ್ತಿತ್ವ ಯಾವುದೇ ತೆರನಾದ ಭವಿಷ್ಯದ ಕಲ್ಪನೆಗೂ ಮೀರಿದ್ದು. ಯಾವುದೇ ಭವಿಷ್ಯವಾಣಿಯ ಆಧಾರ ಜೈವಿಕ, ಮನೋವೈಜ್ಞಾನಿಕ ಮತ್ತು ಸಮಾಜಶಾಸ್ತ್ರೀಯ ಪರಿಸ್ಥಿತಿಯನ್ನು ಅವಲಂಬಿಸಿರುತ್ತದೆ. ಮನುಷ್ಯನ ಅಸ್ತಿತ್ವದ ಮುಖ್ಯವಾದ ವಿಷಯವೆಂದರೆ ಆತ ಯಾವುದೇ ಪರಿಸ್ಥಿತಿಗಿಂತಲೂ ಮೇಲಕ್ಕೇರಲು ಸಾಧ್ಯ, ಅವುಗಳನ್ನು ಮೀರಿ ಬೆಳೆಯಲು ಸಾಧ್ಯ. ಅವಶ್ಯಕತೆ ಬಿದ್ದಾಗ ಮನುಷ್ಯದಲ್ಲಿ ಪ್ರಪಂಚದಲ್ಲಿ ಒಳ್ಳೆಯದಕ್ಕಾಗಿ ಬದಲಾವಣೆಯನ್ನು ತರಬಲ್ಲ ಮತ್ತು ಒಳ್ಳೇಯದಕ್ಕಾಗಿಯೇ ತನ್ನೊಳಗೆ ಕೂಡಾ ಬದಲಾವಣೆಯನ್ನು ತರಬಲ್ಲ.

ನಾನು ಇಲ್ಲಿ ಡಾ। ಜೆ. ಅವರ ಉದಾಹರಣೆಯನ್ನು ನೀಡಲು ಬಯಸುತ್ತೇನೆ. ನನ್ನ ಪೂರ್ತಿ ಜೀವನದಲ್ಲಿ ಅವರೊಬ್ಬರು ಮಾತ್ರ ಒಬ್ಬ ವ್ಯಕ್ತಿಯಾಗಿ ವಿಶೇಷವಾಗಿದ್ದರು. ಅವರನ್ನು ಭೇಟಿಯಾದ ಬಳಿಕ ಅವರನ್ನು 'ಮೈಪಹಿಸ್ಟೋಫೀಲಿಯನ್ ಪ್ರಾಣಿ', ಎಂದು ಕರೆಯುವ ಸಾಹಸ ಮಾಡಬಲ್ಲವನಾಗಿದ್ದೆ. ಆ ಸಮಯದಲ್ಲಿ ಅವರನ್ನು ವಿಯೆನ್ನಾದ ಬಹುದೊಡ್ಡ ಆಸ್ಪತ್ರೆಯ 'ಸ್ಟೆನ್‌ಹಾಫ್‌ದ ಜನಸಂಹಾರಕ' ಎಂದು ಕರೆಯಲಾಗುತ್ತಿತ್ತು. ನಾಝಿಗಳು ಅವರ 'ದಯಾಮರಣದ ಕಾರ್ಯಕ್ರಮ'ವನ್ನು ಪ್ರಾರಂಭ ಮಾಡಿದಾಗ, ಈತ ಅದನ್ನು ತನ್ನ ಕೈಗೆತ್ತಿಕೊಂಡು ಎಷ್ಟೊಂದು ಕಠೋರವಾಗಿ ಅದನ್ನು ಅನುಷ್ಠಾನಕ್ಕೆ ತಂದರೆಂದರೆ ಒಬ್ಬ ಕೂಡಾ ಮನೋರೋಗಿ ಗ್ಯಾಸ್ ಛೇಂಬರ್‌ಗೆ ಕಳುಹಿಸದೆ ಬಾಕಿ ಇರಲಿಲ್ಲ. ನಾನು ಯಾವಾಗ ಯುದ್ಧದ ಬಳಿಕ ವಿಯೆನ್ನಾಕ್ಕೆ ವಾಪಸ್ಸು ಬಂದೆನೋ, ನಾನು ಕೇಳಿದೆ, 'ಡಾ। ಜೆ. ಗೆ ಏನಾಯಿತು?' ನನಗೆ ಸಿಕ್ಕಿದ ಮಾಹಿತಿಯ ಪ್ರಕಾರ 'ರಷ್ಯಾದವರು ಅವರನ್ನು ಏಕಾಂಗಿಯಾಗಿ ಸ್ಟೆನ್‌ಹಾಫ್ ಜೈಲಿನ ಒಂದು ಕೊಠಡಿಯಲ್ಲಿ ಕೂಡಿಹಾಕಿದ್ದರು ಮತ್ತು ಮರುದಿನವೇ ಕೊಠಡಿಯ ಬಾಗಿಲನ್ನು ತೆರೆದು ನೋಡಿದರೆ ಅದು ಖಾಲಿಯಾಗಿತ್ತು ಮತ್ತು ಡಾಕ್ಟರ್ ಜೆ.ಯನ್ನು ಮತ್ತೆ ಯಾರೂ ಕಂಡಿಲ್ಲ'ವೆಂದು ತಿಳಿದು ಬಂತು.

ಆ ಮೇಲೆ ನನಗೆ ತಿಳಿದು ಬಂದುದೆಂದರೆ, ತಮ್ಮ ಸ್ನೇಹಿತರ ಸಹಾಯದಿಂದ ಅವರು ದಕ್ಷಿಣ ಅಮೇರಿಕಾಕ್ಕೆ ಪಲಾಯನ ಮಾಡಿದ್ದರು ಅಂತ. ಆ ಸಮಯದಲ್ಲಿ ನಾನು ಭೂತಪೂರ್ವ ಆಸ್ಟ್ರಿಯನ್ ರಾಜದೂತರ ಸಲಹೆಗಾರನಾಗಿ ನಿಯುಕ್ತನಾಗಿದ್ದೆ, ಆ ರಾಜದೂತರನ್ನು ಹಲವು ವರ್ಷಗಳ ಕಾಲ ಸೆರೆಯಾಳಾಗಿ ಇಡಲಾಗಿತ್ತು. ಅವರು ಮೊತ್ತಮೊದಲು ಸೈಬೀರಿಯಾದಲ್ಲಿ, ಮತ್ತೆ ಮಾಸ್ಕೋದ ಪ್ರಸಿದ್ಧ ಲುಬಿಯಾಂಕಾ ಸೆರೆಮನೆಯಲ್ಲಿ ಬಂಧಿಯಾಗಿದ್ದರು ಎಂದು ತಿಳಿದು ಬಂತು. ನಾನು ಯಾವಾಗ ಅವರ ನರರೋಗ ಸಂಬಂಧಿ ಪರೀಕ್ಷೆಯನ್ನು ಮಾಡಿದೆ ಅವರು ಅಕಸ್ಮತ್ತಾಗಿ ನನ್ನನ್ನು, 'ಡಾಕ್ಟರ್ ಜೆ.ಯನ್ನು ನೀನು ಬಲ್ಲೆಯಾ?' ಎಂದು ಕೇಳಿದರು. ನಾನು ಹೌದೆಂದಾಗ ಅವರು ಹೇಳಿದರು, 'ಲುಂಬಿಯಾಕಾದಲ್ಲಿ ನನಗೂ ಅವರಿಗೂ ಮಿತ್ರತ್ವ ಬೆಳೆದಿತ್ತು. ಅವರು ನನ್ನ ಬಹಳ ವಿಶ್ವಸನೀಯ ಮಿತ್ರರಾಗಿಯೇ ಉಳಿದರು. ಅವರು ಬಹಳ ಉನ್ನತ ನೈತಿಕ ಮೌಲ್ಯಗಳ ಜತೆಗೆ ಜೀವಿಸಿದರು ಮತ್ತು ಅಲ್ಲಿ ಎಲ್ಲರನ್ನೂ ಸಂತೈಸುತ್ತಾ ಬಂದಿದ್ದರು. ಸೆರೆಯಲ್ಲಿ ಬಹಳ ವರ್ಷಗಳ ಕಾಲ ನನ್ನ ಅತ್ಯಂತ ಒಳ್ಳೆಯ ಮತ್ತು ಪಕ್ಕಾ ಸ್ನೇಹಿತರಾಗಿಯೇ ಉಳಿದರು.

ಇದು ಡಾಕ್ಟರ್ ಜೆ.ಯವರ ಕಥೆ, ಸ್ಟೇನ್‌ಹಾಫ್‌ನ ಜನಸಂಹಾರಕ! ನಾವು ಯಾವನೇ ಮನುಷ್ಯನ ಭವಿಷ್ಯವಾಣಿಯನ್ನು ಹೇಳಲು ಅಥವಾ ಅವರ ಭವಿಷ್ಯದ ಊಹೆಯನ್ನಾದರೂ ಮಾಡುವ ಸಾಹಸ ಹೇಗೆ ಮಾಡಬಲ್ಲೆವು? ಹಾಂ. ನಾವು ಒಂದು

ಮೆಷಿನ್‌ನ ಕಾರ್ಯಾಚರಣೆಯ ಬಗ್ಗೆ ಊಹಿಸಬಹುದು. ನಾವು ಅದಕ್ಕೂ ಮುಂದೆ ಸರಿಯಲು ಯತ್ನಿಸುತ್ತ, ಮನುಷ್ಯನ ಮನಸ್ಸನ್ನು ಕೂಡಾ ಓದಲು ಸಾಧ್ಯವಿದೆ. ಆದರೆ ಮನುಷ್ಯನ ತನ್ನ ಮನಸ್ಸಿಗೂ ಮೀರಿದವನಾಗಿದ್ದಾನೆ.

ಆದಾಗ್ಯೂ ಸ್ವಾತಂತ್ರ್ಯವೇ ಎಲ್ಲವೂ ಎಂದು ಪರಿಗಣಿಸಲಾಗುವುದಿಲ್ಲ. ಸ್ವಾತಂತ್ರ್ಯವು ಕಥೆಯ ಕೇವಲ ಅರ್ಥಾಂಶವಷ್ಟೇ ಮತ್ತದು ಅರ್ಧಸತ್ಯವೂ ಹೌದು. ಸ್ವಾತಂತ್ರ್ಯ ಸಮಸ್ತ ಕಥೆಯ ನಕಾರಾತ್ಮಕದ ಪಕ್ಷವಾಗಿರುತ್ತದೆ. ಅದರ ಸಕಾರಾತ್ಮಕ ಮಗ್ಗುಲೇ 'ಜವಾಬ್ದಾರಿಯ ಭಾವನೆ'. ನಿಜವಾಗಿಯೂ, ಯಾವಾಗ ಸ್ವಾತಂತ್ರ್ಯವನ್ನು ಜವಾಬ್ದಾರಿಯಿಂದ ನಿಭಾಯಿಸಲಾಗುವುದಿಲ್ಲವೋ, ಅದು ಅನಿಯಂತ್ರಿತವಾಗುವ ಸಾಧ್ಯತೆ ಹೆಚ್ಚಾಗುತ್ತದೆ. ಹಾಗಾಗಿ ನಾನು ಶಿಫಾರಸ್ಸು ಮಾಡುವುದೆಂದರೆ, ಪೂರ್ವ ತೀರದಲ್ಲಿ ಸ್ಟೇಚ್ಯೂ ಆಫ್ ಲಿಬರ್ಟಿ ನಿರ್ಮಿಸಲಾದಂತೆ, ಪಶ್ಚಿಮದ ತೀರದಲ್ಲಿ ಅದಕ್ಕೆ ಪೂರಕವಾಗಿ ಸ್ಟೇಚ್ಯೂ ಆಫ್ ರೆಸ್ಪಾಂನ್ಸಿಬಿಲಿಟಿ (ಜವಾಬ್ದಾರಿಯ ಮೂರ್ತಿ) ಯನ್ನು ನಿಲ್ಲಿಸಬೇಕಾಗಿದೆ.

ಮನೋರೋಗಕ್ಕೆ ಸಂಬಂಧಿಸಿದ ವಿಶ್ವಾಸ

ಮನುಷ್ಯನನ್ನು ಸ್ವಾತಂತ್ರ್ಯದಿಂದ ಪೂರ್ತಿಯಾಗಿ ದೂರವಿಡಲು ಯಾವುದರಿಂದಲೂ ಸಧ್ಯವಿಲ್ಲ. ಎಲ್ಲಿಯವರೆಗೆ ಅಂದರೆ ಮನೋರೋಗಿ ಮತ್ತು ಹುಚ್ಚರ ವಿಷಯದಲ್ಲೂ ಸಹ ಸ್ವಾತಂತ್ರ್ಯದ ಅಂಶವನ್ನು ಕಾಣಬಹುದು. ಅದು ಎಷ್ಟೇ ಸೀಮಿತವಾಗಿರಲಿ ಯಾಕಾಗಬಾರದು, ನಿಜಕ್ಕೂ ವ್ಯಕ್ತಿಯ ಆಂತರಿಕ ಅಂಶವನ್ನು ಹುಚ್ಚುತನ ಮುಟ್ಟಲೂ ಸಾಧ್ಯವಾಗದ ಹಾಗೆ.

ಮನೋರೋಗಿ ಚಿಕಿತ್ಸೆಯಿಲ್ಲದಿರುವ ಪರಿಸ್ಥಿತಿಯಲ್ಲಿ ತನ್ನ ಉಪಯೋಗವನ್ನು ಕಳೆದುಕೊಳ್ಳಬಹುದು, ಆದರೂ ಸಹ ತನ್ನ ಮನುಷ್ಯತ್ವದ ಘನತೆಯನ್ನು ಆತ ಉಳಿಸಿಕೊಳ್ಳಬಲ್ಲ. ನನ್ನ ಮನೋರೋಗದ ಸಿದ್ಧಾಂತ ಮತ್ತು ವಿಶ್ವಾಸ ಇದೇ ಎನ್ನಬಹುದು. ನನ್ನ ಬಳಿಯಲ್ಲಿ ಅದು ಇಲ್ಲವಾದರೆ, ನನ್ನನ್ನು ಮನೋಚಿಕಿತ್ಸಕ ಎಂದು ತಿಳಿಯಬಾರದು. ಕೊನೆಗೂ ಇದೆಲ್ಲಾ ಯಾರಿಗಾಗಿ? ಕೇವಲ ಒಂದು ಗಾಯಗೊಂಡ ದುರಸ್ತಿ ಮಾಡಲಾಗದ ಮಿದುಳಿನ ರೂಪದಲ್ಲಿರುವ ಮೆಷಿನ್‌ಗಾಗಿಯೇ? ರೋಗಿಯೊಬ್ಬ ಅದಕ್ಕೂ ಸ್ವಲ್ಪ ಹೆಚ್ಚು ಅನ್ನದಿದ್ದರೆ, ದಯಾಮೃತ್ಯುವನ್ನು ತಾರ್ಕಿಕವಾಗಿ ಅನುಷ್ಠಾನಕ್ಕೆ ತರಬಹುದು.

ಮನೋಚಿಕಿತ್ಸೆಯ ಪುನಃರ್ಮಾನವೀಕರಣ

ನಿಜವಾಗಿ ಮನೋಚಿಕಿತ್ಸಕರಿಂದ ಬಹಳ ದೀರ್ಘ ಕಾಲದವರೆಗೆ, ಸುಮಾರು ಅರ್ಧ ಶತಮಾನದವರೆಗೆ, ಮನುಷ್ಯನ ಮಿದುಳನ್ನು ಒಂದು ಮೆಷಿನ್‌ನ ಥರವೇ ನೋಡಲಾಗುತ್ತಿತ್ತು. ಫಲಸ್ವರೂಪವಾಗಿ ಮಾನಸಿಕ ರೋಗದ ಚಿಕಿತ್ಸಾ ಪದ್ಧತಿ ಕೇವಲ ಒಂದು ತಾಂತ್ರಿಕತೆಯ ದೃಷ್ಟಿಯಿಂದಲೇ ನೋಡಲಾಗುತ್ತಿತ್ತು. ಆದರೆ ಈಗ ಎಲ್ಲವೂ ಬದಲಾಗಿದೆ. ಈಗ ಮನುಷ್ಯನ ಮಿದುಳನ್ನು ಒಂದು ಮೆಷಿನ್ ಅಥವಾ ತಂತ್ರದಿಂದ ತುಂಬಿದ ವಸ್ತುವಾಗಿ ಪರಿಗಣಿಸಲಾಗುವುದಿಲ್ಲ. ಕೆಲವು ಹೊಸ ಆಯಾಮಗಳೂ ಮುಂದೆ ಬರುತ್ತಾ ಇವೆ ಮತ್ತು ಮನೋಚಿಕಿತ್ಸೆಯನ್ನು ಮಾನವೀಯ ಆಧಾರದೊಂದಿಗೆ ಅನುಷ್ಠಾನಕ್ಕೆ ತರಲಾಗುತ್ತಿದೆ.

ಯಾವ ಡಾಕ್ಟರ್ ತನ್ನ ಪಾತ್ರವನ್ನು ಓರ್ವ ತಾಂತ್ರಿಕನ ನೆಲೆಯಲ್ಲೇ ಪರಿಗಣಿಸುತ್ತಾನೆ, ಅಂತಹ ವೈದ್ಯ ತನ್ನ ಒಬ್ಬ ರೋಗಿಯನ್ನು ಓರ್ವ ರೋಗಗ್ರಸ್ತ ಮನುಷ್ಯನೆಂದು ತಿಳಿಯದೆ ಅದೊಂದು ಮೆಷಿನ್‌ನ ಹಾಗೆ ನೋಡುತ್ತಾನೆ.

ಒಬ್ಬ ಮನುಷ್ಯನನ್ನು ನೀವು ವಸ್ತುಗಳ ನಡುವೆ ಇನ್ನೊಂದು ವಸ್ತುವೆಂದು ನೋಡುವುದು ಸಾಧುವಲ್ಲ; ವಸ್ತುಗಳು ಒಂದು ಮತ್ತೊಂದರ ಜತೆಗೆ ತಾಳೆಬೀಳಬಹುದು ಆದರೆ ಮನುಷ್ಯ ನಿಶ್ಚಿತವಾಗಿಯೂ ತನ್ನ ಸ್ಥಾನವನ್ನು ಸ್ವತಃ ನಿರ್ಧರಿಸುತ್ತಾನೆ. ಆತ ತನ್ನ ಪರಿಸರ ಅಥವಾ ಪರಿಸ್ಥಿತಿಯ ನಡುವೆ ಏನೇ ಆಗಲಿ ಅದು ಆತ ಸ್ವಯಂ ನಿರ್ಧರಿಸಿದ್ದಾಗಿರುತ್ತದೆ.

ಉದಾಹರಣೆಗಾಗಿ, ಮನುಷ್ಯರ ಸಜೀವ ಪ್ರಯೋಗಶಾಲೆ ಮತ್ತು ಪರೀಕ್ಷೆಗಳ ಆಗರವಾದ ಯಾತನಾ ಶಿಬಿರಗಳಲ್ಲಿ, ನಾವು ಅಂತಹ ಸಂಗಡಿಗರನ್ನೂ ಕಂಡಿದ್ದೇವೆ, ಯಾರು ಹಂದಿಗಳ ಥರ ವ್ಯವಹರಿಸುತ್ತಾರೆ ಮತ್ತು ಅದೇ ವೇಳೆ ಅಂತಹ ಮಿತ್ರರನ್ನೂ ಕಂಡಿದ್ದೇವೆ ಯಾರ ನಡವಳಿಕೆ ಯಾವುದೇ ಸಂತರಿಗಿಂತ ಕಡಿಮೆ ಏನೂ ಇದ್ದಿರಲಿಲ್ಲ. ಮನುಷ್ಯನ ಒಳಗಡೆ ಎರಡೂ ಬಗೆಯ ಸಾಧ್ಯತೆಗಳು ಉಪಸ್ಥಿತವಾಗಿರುತ್ತವೆ : ಅವುಗಳಲ್ಲಿ ಯಾವ ಸಾಧ್ಯತೆ ಸಾಕಾರವಾಗುತ್ತದೆ, ಅದು ಅಲ್ಲಿನ ಪರಿಸ್ಥಿತಿಯ ಮೇಲೆ ಅಲ್ಲ, ಬದಲಾಗಿ, ಅವರು ಆ ಪರಿಸ್ಥಿತಿಯಲ್ಲಿ ತೆಗೆದುಕೊಂಡ ನಿರ್ಣಯಗಳ ಮೇಲೆ ಆಧಾರಿತವಾಗಿರುತ್ತದೆ.

ನಮ್ಮ ಪೀಳಿಗೆ ವಾಸ್ತವಿಕತೆಯನ್ನು ಅರ್ಥಮಾಡಿಕೊಳ್ಳುತ್ತದೆ ಯಾಕೆಂದರೆ ನಾವು ಮನುಷ್ಯನನ್ನು ಆತನ ವಾಸ್ತವಿಕ ರೂಪದಲ್ಲಿ ತಿಳಿದುಕೊಂಡಿದ್ದೇವೆ. ಏನೇ ಆದರೂ, ಮನುಷ್ಯ ಒಬ್ಬ ಜೀವಿ, ಯಾವಾತ ಆಶ್ವಿಜ್‌ನ ಗ್ಯಾಸ್ ಛೇಂಬರ್‌ನ ನಿರ್ಮಾಣ ಮಾಡಿದನು, ಮನುಷ್ಯ ಅಂತಹ ಜೀವಿಯೂ ಹೌದು ಯಾವಾತ ತುಟಿಗಳಲ್ಲಿ ಭಗವಂತನ ನಾಮವನ್ನು ಜಪಿಸುತ್ತ ಅಥವಾ ಶೆಮಾ ಇಘರಾಯಿಲ್‌ನ ಶಬ್ದಗಳನ್ನು ಉಚ್ಚರಿಸುತ್ತ ಆ ಗ್ಯಾಸ್ ಛೇಂಬರ್‌ನೊಳಗೆ ಆಹುತಿಯಾಗುತ್ತಾನೆ.

ಉಪಸಂಹಾರ 1984
ದುಃಖದಲ್ಲಿ ಆಶಾವಾದ (ಟ್ರ್ಯಾಜಿಕ್ ಅಪ್ಟಿಮಿಸ್ಮ್)

೨೪
ದುಃಖದಲ್ಲಿ ಆಶಾವಾದದ ಸಂಗತಿ

ಲೋಗೋಥೆರಪಿಯ ವಿಷಯದಲ್ಲಿ 1955ರ ಆರಂಭದಲ್ಲಿ ಅಮೆರಿಕಾದಲ್ಲಿ ಮಹತ್ವಪೂರ್ಣ ಪ್ರಯತ್ನಗಳ ಮೂಲಕ ಅತುಲ್ಯವಾದ ಕೊಡುಗೆಯನ್ನು ನೀಡಿದ ಎಡಿತ್ ವೀಸ್‌ಕಾಫ್–ಜೋಲ್ಸನ್ ಅವರ ಸ್ಮೃತಿಗೆ ಇದು ಸಮರ್ಪಿತ.

ಟ್ರ್ಯಾಜಿಕ್ ಟ್ರಾಯಡ್ (ದುಃಖದ ತ್ರಿಮುಖ)

ನಾವು ಮೊತ್ತಮೊದಲು 'ದುಃಖದಲ್ಲಿ ಆಶಾವಾದ' ಅಂದರೆ ಏನು ಎಂದು ತಿಳಿಯಬೇಕು. ಯಾವನೇ ವ್ಯಕ್ತಿ ಲೋಗೋಥೆರಪಿಯಲ್ಲಿ ಕರೆಯುವ 'ದುಃಖದ ತ್ರಿಮುಖ'ದಲ್ಲಿಯೂ ಆಶಾವಾದಿಯಾಗಿರುವ ಅಸ್ತಿತ್ವ ಹೊಂದಿರುವ ಸ್ಥಿತಿ, ತ್ರಿಮುಖದಲ್ಲಿ ಮಾನವ ಅಸ್ತಿತ್ವದ ಮೂರು ಮಗ್ಗಲುಗಳನ್ನು ಹೇಳಲಾಗಿದ್ದು, ಅವು ಯಾವುವೆಂದರೆ: 1.ಪೀಡೆ; 2.ಅಪರಾಧ ಬೋಧೆ ಮತ್ತು 3.ಮೃತ್ಯು. ಈ ಅಧ್ಯಾಯದಲ್ಲಿ ನಿಜಕ್ಕೂ ಏಳುವ ಒಂದು ಪ್ರಶ್ನೆ ಅಂದರೆ, ಇವೆಲ್ಲಾ ಇದ್ದಾಗ್ಯೂ ಬದುಕು ಸರಿಯಾಗಿದೆ ಎಂದು ಹೇಳುವುದು ಹೇಗೆ? ಪ್ರಶ್ನೆಯನ್ನು ಇನ್ನೊಂದು ರೀತಿಯಲ್ಲಿ ಕೇಳಿದರೆ, ಇಂತಹ ದುಃಖದ ಪರಿಸ್ಥಿತಿಯಲ್ಲೂ ಬದುಕು ತನ್ನ ಅರ್ಥವನ್ನು ಹಿಡಿದಿಟ್ಟುಕೊಳ್ಳಬಹುದೇ? 'ಜೀವನದ ಪ್ರತಿಯೊಂದು ಪರಿಸ್ಥಿತಿಯಲ್ಲಿ ಸಕಾರಾತ್ಮಕ ಭಾವವನ್ನು ಇರಿಸಿಕೊಳ್ಳುವುದು', ಇದು ನನ್ನ ಒಂದು ಜರ್ಮನ್ ಪುಸ್ತಕದ ಶೀರ್ಷಿಕೆಯೂ ಹೌದು (ಸೇಯಿಂಗ್ ಎಸ್ ಟು ಲೈಫ್ ಇನ್‌ಸ್ಪೈಟ್ ಆಫ್ ಎವರಿಥಿಂಗ್). ಎಷ್ಟೇ ಕಷ್ಟಗಳು ಮತ್ತು ಪೀಡೆಗಳು ಎದುರಾಗಲಿ, ಜೀವನವನ್ನು ಪ್ರತಿಯೊಂದು ದಿಕ್ಕಿನಿಂದಲೂ ಅರ್ಥಪೂರ್ಣವಾಗಿ ಕಾಣುವುದನ್ನು ಇದರಲ್ಲಿ ವಿವರಿಸಲಾಗಿದೆ. ಅದರ ಜತೆಗೆ **ಮನುಷ್ಯನಲ್ಲಿ ನಕಾರಾತ್ಮಕತೆಯ ಘಲಕುಗಳಲ್ಲಿ ಸಕಾರಾತ್ಮಕತೆ ಅಥವಾ**

ರಚನಾತ್ಮಕತೆಯ ರೂಪವನ್ನು ನೀಡುವುದಕ್ಕೆ ಸಾಕಷ್ಟು ಕ್ಷಮತೆ ಇರುತ್ತದೆ ಎನ್ನುವುದನ್ನು ನಾವು ಇಲ್ಲಿ ಅಂಗೀಕರಿಸಿ ಮುನ್ನಡೆಯುತ್ತೇವೆ.

ಇನ್ನೊಂದು ರೀತಿಯಲ್ಲಿ ಹೇಳುವುದಾದರೆ, ಯಾವುದೇ ಪರಿಸ್ಥಿತಿಯ ಅತ್ಯಂತ ಮಹತ್ತಮ ಉಪಯೋಗವೇ ಅತೀ ಹೆಚ್ಚು ಭರವಸೆಯನ್ನು ನೀಡುತ್ತದೆ. ಅಂದರೆ ಪರಿಸ್ಥಿತಿಯಿಂದ 'ಸರ್ವೋತ್ತಮ'ವನ್ನು ಪಡೆಯುವ ಪ್ರಯತ್ನ. ಲ್ಯಾಟಿನ್ ಭಾಷೆಯಲ್ಲಿ ಇದನ್ನು 'ಆಪ್ಟಿಮಮ್' ಎಂದು ಕರೆಯುತ್ತಾರೆ – ಹಾಗೆ ನಾನೇನು ಟ್ರ್ಯಾಜಿಕ್ ಆಪ್ಟಿಮಿಸ್ಮ್‌ನ ಕುರಿತಾಗಿ ಹೇಳುತ್ತಿದ್ದೇನೋ, ಮನುಷ್ಯ ದುಃಖದ ಅವಸ್ಥೆಯಲ್ಲೂ ಹೆಚ್ಚಿನ ಆಸೆಯನ್ನು ಇಟ್ಟುಕೊಳುವುದು ಅವಶ್ಯ ಮತ್ತು ಆ ಆಸೆಯನ್ನು ಪೂರ್ತಿಗೊಳಿಸುವ ಮಾನವೀಯ ಸಾಧ್ಯತೆಗಳು ಹೀಗಿವೆ: 1. ಸಮಸ್ಯೆಗಳನ್ನು ಸಫಲತೆಯ ಮತ್ತು ಪ್ರಾಪ್ತಿಯ ಕಡೆಗೆ ಬದಲಿಸುವುದು 2. ಅಪರಾಧ ಬೋಧೆಯಿಂದ ಪಾಠ ಕಲಿತು, ಸ್ವತಃ ವಿಶೇಷವಾಗಿ ಪರಿವರ್ತನೆಗೊಳ್ಳಲು ಸೆಣಸುವುದು 3. ಬದುಕಿನ ನಶ್ವರತೆಯನ್ನು ತಿಳಿಯುವುದರ ಜತೆಗೆ ತಮ್ಮ ಕೆಲಸ ಕಾರ್ಯಗಳ ಮಟ್ಟಿಗೆ ಜವಾಬ್ದಾರಿಯಿಂದ ವ್ಯಹರಿಸುವುದು.

ನಾವು ಆಶಾವಾದವನ್ನು ಯಾವನೇ ವ್ಯಕ್ತಿಯ ಮೇಲೆ ಹೇರಲು ಸಾಧ್ಯವಿಲ್ಲವೆಂದು ಸದಾ ನೆನಪಿನಲ್ಲಿ ಇಟ್ಟುಕೊಳ್ಳಬೇಕು ಅಥವಾ ಯಾರಿಗೇ ಅದನ್ನು ನಿಭಾಯಿಸಬೇಕೆಂದು ಆದೇಶವನ್ನೂ ನೀಡಲಾಗುವುದಿಲ್ಲ. ಯಾರಿಗೂ ಈ ನಿಟ್ಟಿನಲ್ಲಿ ನಿರ್ಬಂಧಿಸಲೂ ಬರುವುದಿಲ್ಲ. ಆಸೆಯ ಜತೆಜತೆಗೆ ತ್ರಿಮುಖದ ಇನ್ನೆರಡು ಕೊನೆಗಳಾದ ಪ್ರೇಮ ಮತ್ತು ವಿಶ್ವಾಸದ ವಿಷಯಗಳಲ್ಲಿಯೂ ಇದು ಅನ್ವಯಿಸುತ್ತದೆ. ಅದನ್ನು ಯಾರಿಂದಲೂ ಕಸಿದುಕೊಳ್ಳಲೂ ಬರುವುದಿಲ್ಲ, ಅಥವಾ ಬಲವಂತದಿಂದ ಹೇರಲೂ ಬರುವುದಿಲ್ಲ.

ಯೂರೋಪಿಯನ್ ಜನರಿಗೆ ಅದೊಂದು ಅಮೆರಿಕನ್ ಸಭ್ಯತೆಯ ಲಕ್ಷಣವಾಗಿದ್ದು, ವ್ಯಕ್ತಿಗಳಿಗೆ ಖುಷಿಯಿಂದ ಇರುವಂತೆ ಪದೇ ಪದೇ ಹುಕುಂ ನೀಡಲಾಗುತ್ತದೆ. ಖುಷಿಯ ಹಿಂದೆ ಓಡಿದರೆ ಅದು ಕೈಗೆಟಕುವುದಿಲ್ಲ ಎನ್ನುವುದನ್ನು ನೀವು ಸ್ವತಃ ನಿಮ್ಮ ಜೀವನದಲ್ಲಿ ಅನುಭವಿಸಿದ್ದಿರಬಹುದು. ವ್ಯಕ್ತಿಯ ಹತ್ತಿರ ಖುಷಿಪಡುವುದಕ್ಕೆ ಏನಾದರೂ ಕಾರಣವಿರಬೇಕು. ಒಮ್ಮೆ ಆ ಕಾರಣ ಎದುರಿಗೆ ಬಂದಾಗ, ವ್ಯಕ್ತಿ ಅವನಷ್ಟಕ್ಕೇ ಖುಷಿಯನ್ನು ಅನುಭವಿಸುತ್ತಾನೆ. ಹೇಗೆಂದರೆ ನಾವು ನೋಡುತ್ತೇವೆ, ಮನುಷ್ಯ ಖುಷಿಗಾಗಿ ಅಲ್ಲ, ಖುಷಿಯಿಂದಿರುವ ಕಾರಣದ ಹುಡುಕಾಟದಲ್ಲಿ ಇರುತ್ತಾನೆ. ಅದನ್ನು ಪಡೆಯುವುದಕ್ಕೆ ಆತ ಯಾವುದೇ ಪರಿಸ್ಥಿತಿಯಲ್ಲಿ ಜೀವನದಲ್ಲಿ ಹುದುಗಿರುವ ಅರ್ಥವನ್ನು ಗುರುತಿಸಿ ಅದನ್ನು ಸಾಕಾರಗೊಳಿಸಲು ಸಾಧ್ಯವಿದೆ.

ಕಾರಣದ ಈ ಅವಶ್ಯಕತೆ ಬೇರೊಂದು ಮಾನವೀಯ ಗುಣ 'ಹಾಸ್ಯ'ದಲ್ಲೂ ಕಾಣಲು ಬರುತ್ತದೆ. ಯಾರಿಗಾದರೂ ನಗಿಸಬೇಕೆಂದರೆ ಅದಕ್ಕೆ ನೀವೊಂದು ಕಾರಣ ನೀಡಬೇಕು. ಉದಾಹರಣೆಗೆ, ಒಂದು ಹಾಸ್ಯ ಚಟಾಕಿಯನ್ನು ಹಾರಿಸಬೇಕು. ನೀವು ಹಾಗೆಯೇ ಆತನಿಗೆ ನಗುವನ್ನು ಬರಿಸಲು ಸಾಧ್ಯವಿಲ್ಲ. ಆತನಿಗೆ ನಗುವುದಕ್ಕೆ ವಿವಶತೆಯಿಂದ ದುಂಬಾಲು ಬೀಳಲಾಗುವುದಿಲ್ಲ. ಹಾಗೇನಾದರೂ ದುಂಬಾಲು ಬಿದ್ದರೆ, ಜನರು ಕ್ಯಾಮರಾದ ಮುಂದೆ ನಿಂತು 'ಸ್ಮೈಲ್ ಪ್ಲೀಝ್...' ಬಡಬಡಿಸಿದಾಗ ನಕಲಿ ನಗೆಯನ್ನು ಬೀರುತ್ತಾರೋ, ಅದೇ ತರಹ ಈ ನಗುವೂ ನಕಲಿಯಾಗುತ್ತದೆ ಮತ್ತು ಕೂಡಲೇ ಕಂಡುಹಿಡಿಯಲಾಗುತ್ತದೆ.

ಲೋಗೋಥೆರಪಿಯಲ್ಲಿ ಈ ಸ್ವರೂಪವನ್ನು 'ಹೈಪರ್ ಇನ್‌ಟೆನ್ಶನ್' ಅಥವಾ ಅತಿ ಇಚ್ಛೆ ಎಂದು ಕರೆಯಲಾಗುತ್ತದೆ. ಅದರ ಕಾರಣವಾಗಿ ಸೆಕ್ಸ್‌ಗೆ ಸಂಬಂಧಿಸಿದ ವಿಕ್ಷಿಪ್ತತೆ

ನೋಡಲು ಸಿಗುತ್ತದೆ, ಮತ್ತದು ಚರಮ ಸುಖವನ್ನು ಪಡೆಯುವ ಅಯೋಗ್ಯತೆ ಅಥವಾ ನಪುಂಸಕತೆ ಆಗಿರಬಹುದು.

ಗಿವ್-ಅಪ್-ಇಟಿಸ್

ಒಂದೊಮ್ಮೆ ಮನುಷ್ಯನ ಅರ್ಥದ ಶೋಧ ಪೂರ್ತಿಯಾಯಿತೆಂದರೆ ಅದು ಕೇವಲ ಆತನಿಗೆ ಖುಷಿಯನ್ನಷ್ಟೇ ಕೊಡುವುದಲ್ಲ, ಮತ್ತೆ ಆತನಿಗೆ ತನ್ನ ಯಾತನೆಯನ್ನು ದಾಟಿಹೋಗುವುದಕ್ಕಿರುವ ಕ್ಷಮತೆಯನ್ನೂ ನೀಡುತ್ತದೆ. ಯಾರದೇ ಅರ್ಥದ ಶೋಧ ಪೂರ್ತಿಯಾಗದೇ ಹೋದರೆ ಏನಾಗಬಹುದು? ಅಂತಹ ವೇಳೆ ಈ ಸ್ಥಿತಿ ಆತನಿಗೆ ಘಾತಕವಾಗಬಹುದು. ಉದಾಹರಣೆಗಾಗಿ, ನನಗೆ ನೆನಪಿರುವ ಹಾಗೆ ಬಹಳ ಭಯಾನಕ ಪರಿಸ್ಥಿತಿಗಳನ್ನೊಡಗೂಡಿದ ಯಾತನಾ ಶಿಬಿರದಲ್ಲಿ ಹಲವು ಸಲ ಈ ರೀತಿಯ ನಡುವಳಿಕೆ ಕಂಡುಬರುತ್ತಿತ್ತು. ಮೊದಮೊದಲು ನನಗೆ ಅಮೆರಿಕಾದ ಸೈನಿಕರು ಈ ಕುರಿತಂತೆ ತಿಳಿಸಿದ್ದರು. ಅವರು ಇಂತಹ ಸ್ಥಿತಿಗೆ ಗಿವ್-ಅಪ್-ಇಟಿಸ್ ಎಂದು ಹೆಸರಿಟ್ಟಿದ್ದರು, ಅಂದರೆ ಕೈ ಚೆಲ್ಲಿ ಬಿಡುವುದು. ಶಿಬಿರಗಳಲ್ಲಿ ಇಂತಹ ನಡವಳಿಕೆಯಿಂದಿರುವವರು ಬೆಳಿಗ್ಗೆ ಐದು ಗಂಟೆಗೆ ಎದ್ದು, ಕೆಲಸಕ್ಕೆ ಹೋಗುವ ಬದಲು ತಮ್ಮ ಕೊಠಡಿಗಳಲ್ಲಿಯೇ ಬಿದ್ದುಕೊಂಡಿರುತ್ತಿದ್ದರು. ಮಲಮೂತ್ರದಿಂದ ಸಾರಿಸಿದಂತಹ ಹುಲ್ಲಿನ ಚಾಪೆಯ ಮೇಲೆ ಮಲಗಿದ ಅವಸ್ಥೆಯಲ್ಲಿರುತ್ತಿದ್ದರು. ಯಾವುದೇ ಬೈಗಳು, ಕಠೋರ ಶಬ್ದಗಳ ಪ್ರಯೋಗ ಅವರ ಮೇಲೆ ಯಾವ ಪರಿಣಾಮವನ್ನೂ ಬೀರುತ್ತಿರಲಿಲ್ಲ. ಆಮೇಲೆ ಅವರು ತಮ್ಮ ಯಾವುದೋ ಕಿಸೆಯಲ್ಲಿ ಹುದುಗಿಕೊಂಡಿರುವ ಸಿಗರೇಟಿಗಾಗಿ ತಡಕಾಡಿ ಹೊರತೆಗೆದು ಸೇದುತ್ತಿದ್ದರು. ಬಳಿಕ ನಮಗೆ ಗೊತ್ತಾಗಿ ಹೋಯಿತು, ಇವರು ಇನ್ನು 48 ಘಂಟೆಗಳಲ್ಲಿ ಮರಣ ಹೊಂದುವವರು ಎಂದು. ಅವರಲ್ಲಿ ಬದುಕಿನ ಅರ್ಥವನ್ನು ಹುಡುಕುವ ಹುಮ್ಮಸ್ಸು ಕ್ಷೀಣವಾಗಿ ಹೋಗಿ ತಕ್ಷಣ-ಸುಖವನ್ನು ಪಡೆಯುವ ಭಾವನೆ ಮನೆಮಾಡಿತ್ತು.

ನಮ್ಮ ದೈನಂದಿನ ಬದುಕಿನಲ್ಲೂ ಇಂತಹ ಒಂದು ಪರಿಸ್ಥಿತಿ ಪದೇ ಪದೇ ಬರುತ್ತಲೇ ಇರುತ್ತವೆ. ನಾನು ಆ ಯುವ ಪೀಳಿಗೆಯ ಬಗ್ಗೆ ಯೋಚಿಸುತ್ತಿದ್ದೇನೆ, ಅವರು ವಿಶ್ವವ್ಯಾಪೀ ಸ್ತರದಲ್ಲಿ ಒಂದು ಎಂತಹ ಪೀಳಿಗೆಯನ್ನು ಪ್ರದರ್ಶಿಸುತ್ತಿದ್ದಾರೆ ಅಂದರೆ ಅವರಿಗೆ ಭವಿಷ್ಯವೇ ಇರುವುದಿಲ್ಲ. ಅವರು ತಕ್ಷಣದ ಸುಖ ಪಡೆಯುವುದಕ್ಕಾಗಿ ಕೇವಲ ಸಿಗರೇಟ್ ಮಾತ್ರವಲ್ಲ, ಮಿಗಿಲಾಗಿ ಅಮಲು ಪದಾರ್ಥಗಳನ್ನೂ ಸೇವಿಸುತ್ತಾರೆ.

ನಿಜಹೇಳಬೇಕೆಂದರೆ, ಅಮಲು ಪದಾರ್ಥವೆಂದರೆ ಅದೊಂದು ಮಗ್ಗಲು ಮಾತ್ರ. ನಮ್ಮ ಅಸ್ತಿತ್ವಕ್ಕೆ ಸಂಬಂಧಿಸಿದ ಬೇಡಿಕೆ ಪೂರ್ತಿಯಾಗದಿದ್ದರೆ ಅದರಿಂದ ಉತ್ಪತ್ತಿಯಾಗುವ ನಿರಾಶೆ ಅರ್ಥಹೀನತೆಯ ಭಾವನೆಯನ್ನು ಮೂಡಿಸುತ್ತದೆ, ಇದು ನಮ್ಮ ಔದ್ಯೋಗಿಕ ಸಮಾಜದ ಮೇಲೆ ಪರಿಣಾಮ ಬೀರುತ್ತಲೇ ಇರುತ್ತದೆ. ಅರ್ಥಹೀನತೆಯ ಭಾವವೇ ಹುಚ್ಚುತನಕ್ಕಿರುವ ಕಾರಣವೆಂದು ಇಂದು ಕೇವಲ ಲೋಗೋಥೆರಪಿಸ್ಟ್ ಮಾತ್ರವೇ ಪ್ರತಿಪಾದಿಸುವುದಲ್ಲ. ಸ್ಟೇನ್‌ಫೋರ್ಡ್ ವಿಶ್ವವಿದ್ಯಾಲಯದ ಇರವಿ ಡಿ. ಯಾಲೋಮ್ 'ಎಗ್ಸಿಸ್ಟೆಂಶ್ಯಿಯಲ್ ಸೈಕೋಥೆರಪಿ'ಯಲ್ಲಿ ಬರೆಯುತ್ತಾರೆ, 'ಒಂದು ಮನೋಚಿಕಿತ್ಸೆಯ ವಿಭಾಗದಲ್ಲಿ ನಲ್ವತ್ತು ರೋಗಿಗಳಲ್ಲಿ ಹನ್ನೆರಡು ರೋಗಿಗಳು (ಮೂವತ್ತು ಪ್ರತಿಶತ) ಅರ್ಥ ಸಂಬಂಧಿ ಸಮಸ್ಯೆಯಿಂದ ಗ್ರಸ್ತರಾಗಿದ್ದರು (ಹೇಗೆಂದರೆ ಅದು ಅವರ ರೋಗದಿಂದ ಮತ್ತು ಶೋಧದ

ಮೂಲಕ ವ್ಯಕ್ತವಾಗಿದ್ದು).'[1] ಸಾವಿರಾರು ಮೈಲಿ ದೂರದಲ್ಲಿರುವ ಪಾಲ್‌ಆಲ್ಟೋದಲ್ಲಿ ಕೂಡಾ ಈ ಪ್ರತಿಶತದಲ್ಲಿ ಒಂದರ ಅಂತರವಷ್ಟೇ ಕಂಡುಬರುತ್ತಿದೆ. ಪ್ರಸ್ತುತದಲ್ಲಿ ನಡೆಸಿದ ಸರ್ವೆಯ ಅಂಕಿಅಂಶದಲ್ಲಿ ಏಯೆನ್ನಾದ 29 ಪ್ರತಿಶತ ಜನಸಂಖ್ಯೆ ತಮ್ಮ ಜೀವನದಲ್ಲಿ ಯಾವುದೇ ಅರ್ಥ ಗೋಚರಿಸುತ್ತಿಲ್ಲ ಎಂಬ ವಿಷಯದಲ್ಲಿ ದೂರುತ್ತಿರುವುದನ್ನು ಕಾಣಬಹುದು.

ನಿರುದ್ಯೋಗಕ್ಕೆ ಸಂಬಂಧಿಸಿದ ವಿಕ್ಷಿಪ್ತತೆ

ನಿರರ್ಥಕ ಜೀವನದ ಕಾರಣದ ಬಗ್ಗೆ ಸರಳವಾಗಿ ಹೇಳಲಾಗುವುದೇನೆಂದರೆ, ಜನರ ಬಳಿಯಲ್ಲಿ 'ಹೇಗೆ' ಬದುಕಬೇಕು ಎಂಬುದಕ್ಕೆ ಸಾಧನಗಳೇನೋ ಇವೆ ಆದರೆ 'ಏತಕ್ಕಾಗಿ' ಬದುಕಬೇಕೆಂಬುದಕ್ಕೆ ಉತ್ತರವಿಲ್ಲ. ಆದರೆ ಅಂತಹ ಅನೇಕ ಜನರಿದ್ದಾರೆ, ಅವರ ಬಳಿಯಲ್ಲಿ ಜೀವಿಸುವುದಕ್ಕೆ ಯಾವುದೇ ಸಾಧನವೂ ಇಲ್ಲ. ನಾನು ವಿಶೇಷ ರೂಪದಲ್ಲಿ ಆ ಜನರ ಬಗ್ಗೆ ಹೇಳುತ್ತಿದ್ದೇನೆ, ಯಾರು ನಿರುದ್ಯೋಗಿಗಳಾಗಿ ಜೀವನ ಸಾಗಿಸುತ್ತಿದ್ದಾರೆ. ಐವತ್ತು ವರ್ಷಗಳ ಹಿಂದೆ ನಾನು ಒಂದು ಮುಖ್ಯ ಪ್ರಕಾರದ ಡಿಪ್ರೆಷನ್(ಖಿನ್ನತೆ)ಗೆ ಸಂಬಂಧಿಸಿದ ಅಧ್ಯಯನವನ್ನು ಪ್ರಸ್ತುತಪಡಿಸಿದ್ದೆ.[2] ನಾನು ಅದರಲ್ಲಿ ಆ ನಿರುದ್ಯೋಗಿ ಯುವಕರ ಖಿನ್ನತೆಯ ಕುರಿತಾದ ವಿಷಯಗಳನ್ನು ಅಧ್ಯಯನ ಮಾಡಿದ್ದೆ. ನಾನು ಅದನ್ನು 'ಅನ್ ಎಂಪ್ಲಾಯಮೆಂಟ್ ನ್ಯೂರೋಸಿಸ್' (ನಿರುದ್ಯೋಗಕ್ಕೆ ಸಂಬಂಧಿಸಿದ ವಿಕ್ಷಿಪ್ತತೆ) ಎಂದು ಕರೆದಿದ್ದೆ. ನನ್ನ ವಿಚಾರಗಳನ್ನು ಪ್ರಸ್ತುತಪಡಿಸುತ್ತ ಈ ವಿಕ್ಷಿಪ್ತತೆ ಅಥವಾ ಹುಚ್ಚುತನ ಆವರಲ್ಲಿರುವ ಒಂದು ಭ್ರಮೆಯಿಂದಾಗಿ ಪ್ರಕಟವಾಗುತ್ತದೆ ಎಂದು ಪ್ರತಿಪಾದಿಸಿದ್ದೆ. ಅದೇನೆಂದರೆ, ಉದ್ಯೋಗವಿಲ್ಲದ್ದರಿಂದ ಅವರು ಸ್ವತಃ ತಮ್ಮನ್ನು ನಿರರ್ಥಕರೆಂದು ಭಾವಿಸತೊಡಗುತ್ತಾರೆ, ಅಂದರೆ ಅದೊಂದು ನಿರರ್ಥಕ ಜೀವನವೆಂದುಕೊಳ್ಳುತ್ತಾರೆ. ನಾನವರಿಗೆ ಯುವ ಸಂಘಟನೆಗಳ, ಪ್ರೌಢ ಶಿಕ್ಷಣ, ಸಾರ್ವಜನಿಕ ಪುಸ್ತಕಾಲಯ ಮುಂತಾದವುಗಳಲ್ಲಿ ಸ್ವಯಂ ಸೇವಕರಾಗಿ ಕೆಲಸ ಮಾಡಿರೆಂದು ಸಲಹೆ ನೀಡುವುದರಲ್ಲಿ ಸಫಲನಾದೆ. ಅವರು ತಮ್ಮ ಬಿಡುವಿನ ಸಮಯವನ್ನು ಸದುಪಯೋಗಪಡಿಸುತ್ತ, ಸ್ವಯಿಚ್ಛೆಯಿಂದ ಅಥವಾ ವೇತನವಿಲ್ಲದೆ ದುಡಿಯುವಂತೆ ಮಾಡಿದಾಗ ಅವರ ಬದುಕು ಸಾರ್ಥಕವಾಗಿ, ತಮ್ಮಲ್ಲಿನ ಉದಾಸೀನತೆ ಹೊರಟುಹೋಗುತ್ತಿತ್ತು. ಇದರಿಂದಾಗಿ ಅವರ ಆರ್ಥಿಕ ಸ್ಥಿತಿಯಲ್ಲಿ ಯಾವುದೇ ಬದಲಾವಣೆಯಾಗಲಿಲ್ಲ, ಅವರ ಹಸಿವು ಹೇಗಿತ್ತೋ ಹಾಗೆಯೇ ಉಳಿಯಿತು. ಕೇವಲ ಅನ್ಯರ ಒಳಿತಿಗಾಗಿ ತಮ್ಮ ಜೀವನವನ್ನು ಸವೆಸುತ್ತ ಬದುಕಲಾಗುವುದಿಲ್ಲ. ಆದರೆ ಹಾಗೆ ಮಾಡಿದ್ದರಿಂದ ಅವರ ಬದುಕಿನಲ್ಲಿ ಬದಲಾವಣೆ ನಿಜಕ್ಕೂ ಉಂಟಾಯಿತು.

ವ್ಯಕ್ತಿಯ ಸಾಮಾಜಿಕ-ಆರ್ಥಿಕ ಸ್ಥಿತಿಗೆ ಸಂಬಂಧಪಟ್ಟ 'ಅನ್‌ಎಂಪ್ಲಾಯ್‌ಮೆಂಟ್ ನ್ಯೂರೋಸಿಸ್'ನ ಜತೆಜತೆಗೆ ಇನ್ನೂ ಕೆಲವು ಖಿನ್ನತೆಗಳು ಇರುತ್ತವೆ, ಅದನ್ನು ಸೈಕೋಡೈನಾಮಿಕ್ (ಮಾನಸಿಕ ಸಕ್ರಿಯತೆ) ಅಥವಾ ಬಯೋಕೆಮಿಕಲ್ (ಜೀವ ರಾಸಾಯನಿಕ) ಅವಸ್ಥೆಗಳ ಜತೆಗೆ ಜೋಡಿಸಲಾಗುತ್ತದೆ, ವಿಷಯ ಏನಿದ್ದರೂ ಸಹ. ಅದಕ್ಕೆ ಅನುಗುಣವಾಗಿ ಅವರಿಗೆ ಒಂದೋ ಸೈಕೋಥೆರಪಿ ಇಲ್ಲವೇ ಫಾರ್ಮಕೋ ಥೆರಪಿಯನ್ನು ತೆಗೆದುಕೊಳ್ಳಲು ಸಲಹೆ ನೀಡಲಾಗುತ್ತದೆ. ಎಲ್ಲಿಯವರೆಗೆ ಜೀವನದಲ್ಲಿ ಅರ್ಥಹೀನತೆಯ ಪ್ರಶ್ನೆ ಬರುತ್ತದೆಯೋ, ನಾವು

---

1 ಬೇಸಿಕ್ ಬುಕ್ಸ್, ನ್ಯೂಯಾರ್ಕ್, 1980, ಪುಟ 448

2 "Wirtschaftskrise und Seelenleben vom Standpunkt des Jungendberaters," Sozialarztliche Rundschau, Vol. 4 (1933), pp.43-46

ಈ ಸತ್ಯವನ್ನು ಒಂದೋ ಮರೆಯಬಾರದು ಇಲ್ಲವೇ ಅದರ ಉಪೇಕ್ಷೆಯನ್ನು ಮಾಡಬಾರದು. ಹಾಗೆಂದು ಇದು ನ್ಯೂರೋಸಿಸ್ (ನರರೋಗ ಅಥವಾ ಹುಚ್ಚುತನ)ದ ಲಕ್ಷಣವಾಗಿದ್ದರೂ ಇದು ಪೆಥೋಲಜಿಯ ವಿಷಯವಲ್ಲ. ನಾನಂತೂ ಹೇಳುವುದಿಷ್ಟೇ ಇದು ಮಾನವತೆಯ ಪ್ರಮಾಣವೂ ಹೌದೂಂತ.

ಅದಾಗ್ಯೂ ಪೆಥಾಲಜಿಯ ಕಾರಣದಿಂದಾಗುವ ಆತನ ಶರೀರದ ಅಸ್ವಸ್ಥತೆಯೊಂದಿಗೆ ಇದರ ಯಾವುದೇ ಸಂಬಂಧವಿಲ್ಲದಿದ್ದರೂ ಇದು ಅಂತಹ ಪ್ರತಿಕ್ರಿಯೆಗೆ ಎಡೆಮಾಡಿಕೊಡುವ ಸಾಧ್ಯತೆ ಇದೆ. ಸ್ವಲ್ಪ ಯುವ ಪೀಳಿಗೆಯ ಮಾಸ್-ನ್ಯೂರೋಟಿಕ್ ಸಿಂಡ್ರೋಮ್ (ಸಾಮೂಹಿಕ ವಿಕ್ಷಿಪ್ತತೆಯ ಲಕ್ಷಣ)ದ ಬಗ್ಗೆ ಗಮನಿಸಿ; ಈ ಸಿಂಡ್ರೋಮ್‌ಗೆ ಮೂರು ಮಗ್ಗುಲುಗಳಿವೆ ಎಂದು ಧಾರಾಳವಾಗಿ ಹೇಳಬಹುದು - ಖಿನ್ನತೆ, ಆಕ್ರಮಣದ ಚರ್ಯೆ ಮತ್ತು ವ್ಯಸನ. ಇವುಗಳು ಉತ್ಪನ್ನವಾಗುವುದಕ್ಕೆ ಕಾರಣ ಲೋಗೋಥೆರಪಿಯಲ್ಲಿ ಹೇಳಿದ ಹಾಗೆ 'ಅಸ್ತಿತ್ವ ಸಂಬಂಧಿ ಖಾಲಿಯಾಗುವಿಕೆ' ಅಂದರೆ ಖಾಲಿತನ ಮತ್ತು ನಿರರ್ಥಕ ಭಾವನೆ.

ಎಲ್ಲ ರೀತಿಯ ಖಿನ್ನತೆ ಬದುಕಿನ ನಿರರ್ಥಕಯ ಭಾವನೆಯಿಂದ ಬಂದದ್ದು ಎಂದಲ್ಲ ಹಾಗು ಬದುಕಿನ ಖಾಲೀತನದಿಂದಲೇ ಎಲ್ಲ ಆತ್ಮಹತ್ಯೆಗಳು ಜರುಗುತ್ತವೆ ಎಂದಲ್ಲ, ಕೆಲವೊಮ್ಮೆ ಆತ್ಮಹತ್ಯೆಗೆ ಖಿನ್ನಲೆ ಕಾರಣವಾಗಿದ್ದಾಗ್ಯೂ.

ಆತ್ಮಹತ್ಯೆಯ ಪ್ರತಿಯೊಂದು ಘಟನೆಯನ್ನು ನಿರರ್ಥಕತೆಯೊಂದಿಗೆ ಜೋಡಿಸಲು ಸಾಧ್ಯವಿಲ್ಲ, ಆದರೆ ಇನ್ನೂ ಒಂದು ಸಾಧ್ಯತೆ ಅಂದರೆ, ಒಂದು ವೇಳೆ ವ್ಯಕ್ತಿಯ ಜೀವನದಲ್ಲಿನ ಕೆಲವು ಮೌಲ್ಯ ಮತ್ತು ಅರ್ಥಗಳನ್ನು ನೀಡಿದ ಪಕ್ಷದಲ್ಲಿ ಪ್ರಾಯಶಃ ಆತ್ಮಹತ್ಯೆಯಂತಹ ಹೆಜ್ಜೆಯನ್ನು ಆತ ಇರಿಸಲಾರ.

೨೫
ಆತ್ಮಹತ್ಯೆಯಿಂದ ರಕ್ಷಣೆ

ಒಂದು ವೇಳೆ ಆತ್ಮಹತ್ಯೆಯಿಂದ ರಕ್ಷಣೆ ಹೊಂದುವ ಪ್ರಸಂಗಗಳಲ್ಲಿ ಜೀವನದ ಅರ್ಥದ ಶೋಧ ಸಹಾಯಕವೆಂದಾದರೆ ಎಲ್ಲಿ ಆತ್ಮಹತ್ಯೆಯ ಅಪಾಯವಿರುತ್ತದೋ ಅಲ್ಲಿ ಅಂತಹ ಪ್ರಸಂಗಗಳ ಮಾತನ್ನೂ ಆಡೋಣ. ನಾನು ಒಂದು ಯುವ ಡಾಕ್ಟರ್‌ನ ನೆಲೆಯಲ್ಲಿ ಆಸ್ಟ್ರಿಯಾದ ಅತ್ಯಂತ ದೊಡ್ಡ ಆಸ್ಪತ್ರೆಯಲ್ಲಿ ನಾಲ್ಕು ವರ್ಷಗಳನ್ನು ಕಳೆದಿದ್ದೇನೆ. ನಾನು ಆ ವಿಭಾಗದ ಪ್ರಭಾರಿಯಾಗಿದ್ದೆ, ಅಲ್ಲಿ ಬಹಳ ಖಿನ್ನತೆಯಿಂದ ಕೂಡಿದ ರೋಗಿಗಳನ್ನೇ ದಾಖಲಿಸಲಾಗುತ್ತಿತ್ತು. ಅವರಲ್ಲಿ ಬಹುತೇಕ ಮಂದಿ ಹೇಗಿದ್ದರು ಅಂದರೆ, ಅವರೆಲ್ಲ ಆತ್ಮಹತ್ಯೆಗೆ ಪ್ರಯತ್ನಿಸಿದವರೇ ಆಗಿದ್ದರು. ನನ್ನ ಅನುಮಾನದ ಪ್ರಕಾರ ಆ ನಾಲ್ಕು ವರ್ಷಗಳಲ್ಲಿ ನಾನು ಹನ್ನೆರಡು ಸಾವಿರ ರೋಗಿಗಳನ್ನು ಪರೀಕ್ಷಿಸಿದ್ದಿರಬೇಕು. ಇದರಿಂದ ನನಗೆ ಅನುಭವದ ಭಂಡಾರವೇ ದೊರಕಿತು. ಆ ಅನುಭವ ಭಂಡಾರದಿಂದ ನಾನವರಿಗೆ ಸಹಾಯ ಮಾಡಬಲ್ಲವನಾಗಿದ್ದೆ.

ನಾನವರಿಗೆ ಏನು ಹೇಳುತ್ತಿದ್ದೆನೆಂದರೆ ಆತ್ಮಹತ್ಯೆಯ ಪ್ರಯತ್ನದ ಕೆಲವು ದಿನಗಳ ಅಥವಾ ತಿಂಗಳುಗಳ ಬಳಿಕ ನನ್ನ ರೋಗಿಗಳು ಬಹಳ ಖುಷಿಯಿಂದ ಇರುತ್ತಿದ್ದರು ಯಾಕೆಂದರೆ ಅಂತಹ ಘಟನೆಯ ಬಳಿಕವೂ ಅವರ ಪ್ರಾಣ ಹೋಗಿಲ್ಲವಲ್ಲ ಎಂಬುದರಿಂದ. ಯಾಕೆಂದರೆ ಜೀವನದ ಆ ದುಃಖದ ಘಟನೆಯ ಕೆಲವು ದಿನಗಳ ಬಳಿಕ ತಮ್ಮ ಜೀವವನ್ನು ತೆಗೆದುಕೊಳ್ಳಬೇಕೆಂದ ಆ ಸಮಸ್ಯೆಯ ಕಾರಣವನ್ನು ತಿಳಿದು ಅದರ ಪರಿಹಾರ ತಮಗೆ ತಿಳಿದಿದೆ ಎಂದು ಅವರಿಗೆ ನೆಮ್ಮದಿ ಅನ್ನಿಸುತ್ತಿತ್ತು. ಅವರಲ್ಲಿ ತಮ್ಮ ಪ್ರಶ್ನೆಗೆ ಉತ್ತರವಿತ್ತು ಮತ್ತು ತಮ್ಮ ಜೀವನದ ದಾರಿ ಹಾಗು ಅರ್ಥ ಕೂಡಾ. ಇಂತಹ ಸಾವಿರಾರು ಜನರಲ್ಲಿ ಒಂದು ಜೀವನದಲ್ಲಿ ಕೂಡ ಇಂತಹ ಸಕಾರಾತ್ಮಕ ತಿರುವು ಕಂಡರೆ,

ನಾನು ಹೇಳುತ್ತಿದ್ದೆ, ನಿಮ್ಮ ಜೀವನದಲ್ಲಿ ಈ ತಿರುವು ಬರುವುದೇ ಇಲ್ಲ ಎಂಬುದಕ್ಕೆ ಏನು ಗ್ಯಾರಂಟಿ? ಈವೊತ್ತಲ್ಲದೇ ಹೋದರೆ ನಾಳೆ ಅಂತಹ ದಿನ ಬರಬಹುದು – ಹಾಗಾಗಿ ನೀನು ಸ್ವತಃ ಜೀವಂತವಿದ್ದುಕೊಂಡು ಆ ದಿನವನ್ನು ಪ್ರತೀಕ್ಷೆಯೊಂದಿಗೆ ನೋಡಬೇಕಾಗುತ್ತದೆ ಮತ್ತು ಈ ಕ್ಷಣದಿಂದ ನೀನು ಸ್ವತಃ ಜೀವಂತವಾಗಿರುವ ಜವಾಬ್ದಾರಿಯನ್ನು ವಹಿಸಿಕೊಳ್ಳಬೇಕಾಗುತ್ತದೆ, ಯಾಕೆಂದರೆ ನೀನು ಆ ದಿನ ನಿನ್ನ ಜೀವನದಲ್ಲಿ ಬರುತ್ತಿರುವುದನ್ನು ನೋಡಬೇಕು.'

ನಾವೀಗ ಮಾಸ್ ನ್ಯೂರೋಟಿಕ್ ಸಿಂಡ್ರೋಮ್‌ನ ಎರಡನೆ ಲಕ್ಷಣವಾದ ಆಕ್ರಮಣಕ್ಕೆ ಸಂಬಂಧಿಸಿದ ವಿಷಯದ ಬಗ್ಗೆ ಮಾತಾಡೋಣ. ನಾನು ನಿಮಗೆ ಕೆರೋಲಿನ್ ವುಡ್ ಶೆರೀಕ್ ಅವರ ಒಂದು ಪ್ರಯೋಗದ ಕುರಿತು ಹೇಳಲು ಬಯಸುತ್ತೇನೆ. ಅವರು ಸ್ಕೌಟ್ ಹುಡುಗರ ದಳಗಳ ನಡುವೆ ಪರಸ್ಪರ ಆಕ್ರಮಣಶೀಲತೆಯ ಒಂದು ಪ್ರಸಂಗವನ್ನು ಹುಟ್ಟುಹಾಕುವುದರಲ್ಲಿ ಜಯಶೀಲರಾದರು ಮತ್ತು ಕಿಶೋರರು ಯಾವುದಾದರೂ ಒಂದು ಸಾಮೂಹಿಕ ಉದ್ದೇಶವನ್ನು ಮುಂದಿಟ್ಟುಕೊಂಡು ಅವರೆಲ್ಲ ಅದಕ್ಕಾಗಿ ಸಮರ್ಪಿತ ಭಾವದೊಂದಿಗೆ ಸಾಗಿದರೆ ಅವರ ಆಕ್ರಮಣಶೀಲತೆ ಅಲ್ಲಿಯೇ ಸಮಾಪ್ತವಾಗುತ್ತದೆ ಎಂದು ಕಂಡುಕೊಂಡರು. ಅವರೆಲ್ಲರೂ ಸೇರಿಕೊಂಡು, ತಮ್ಮ ಕ್ಯಾಂಪ್‌ಗೆ ಊಟವನ್ನು ತರುತ್ತಿದ್ದ ಒಂದು ಗಾಡಿಯನ್ನು ಮಣ್ಣಿನ ಕೊಚ್ಚೆಯಿಂದ ಹೊರಗೆ ಎಳೆಯಬೇಕಾಗಿತ್ತು. ತಕ್ಷಣ ಅವರಿಗೆ ಒಂದು ಪಂಥಾಹ್ವಾನ ಎದುರಾಯಿತು ಮಾತ್ರವಲ್ಲ, ಅವರ ಮುಂದೆ ಒಂದು ಉದ್ದೇಶವೂ ಇತ್ತು, ಅದನ್ನು ಅವರೆಲ್ಲ ಸೇರಿ ನಿರ್ವಹಿಸಬೇಕಾಗಿತ್ತು.[3]

ಇನ್ನು ಮೂರನೆಯದು ವ್ಯಸನಕ್ಕೆ ಸಂಬಂಧಿಸಿದ್ದಾಗಿದೆ. ಈ ವಿಷಯದಲ್ಲಿ ಎನಿಮೇರಿ ವಾನ್ ಫ್ರಾಸ್ಟ್‌ಮೆಯರ್ ಈ ವಿಷಯದಲ್ಲಿ ತನ್ನ ಅಧ್ಯಯನವನ್ನು ಪ್ರಸ್ತುತಪಡಿಸಿದ್ದು ನನಗೆ ನೆನಪಿದೆ. ಪರೀಕ್ಷೆಗಳು ಮತ್ತು ಅಂಕಿಅಂಶಗಳ ಪ್ರಕಾರ ತೊಂಭತ್ತು ಪ್ರತಿಶತ ಕುಡುಕರು ತಮ್ಮ ಜೀವನಕ್ಕೊಂದು ಅರ್ಥವಿಲ್ಲ ಎನ್ನುವ ಭಾವದಿಂದ ಪೀಡಿತರಾಗಿದ್ದರು. ಸ್ಟೇನ್ಲೆ ಕ್ರಿಪ್ನರ್‌ರ ಅಧ್ಯಯನದ ಪ್ರಕಾರ, ನೂರು ಪ್ರತಿಶತ ಶರಾಬಿಗಳು ಒಂದು ಮಾತನ್ನು ಸ್ವೀಕರಿಸಿದ್ದರು ಏನೆಂದರೆ, ಅವರಿಗೆ ಎಲ್ಲವೂ ಅರ್ಥಹೀನವಾಗಿ ಕಾಣಿಸುತ್ತಿದೆ ಎನ್ನುವುದು.[4]

ನಾವೀಗ ಮತ್ತೆ ಅರ್ಥದ ಪ್ರಶ್ನೆಗೆ ಹಿಂದಕ್ಕೆ ಬರೋಣ. ನಾನು ಶುರುವಿನಲ್ಲೇ ಇದನ್ನು ಸ್ಪಷ್ಟಪಡಿಸಲು ಬಯಸುತ್ತೇನೆ, ಏನೆಂದರೆ ಒಬ್ಬ ಲೋಗೋಥೆರಪಿಸ್ಟ್ ಒಬ್ಬ ಮನುಷ್ಯನ ಜೀವನದ ಪ್ರತಿಯೊಂದು ಪರಿಸ್ಥಿತಿಯಲ್ಲಿಯೂ ಅಡಗಿರುವ ಅರ್ಥವನ್ನು ತೋರಬಯಸುತ್ತಾನೆ. ಅದೇ ಕಾರಣದಿಂದ ನಾನಿಲ್ಲಿ ಯಾರದೇ ಇಡೇ ಜೀವನದ ಒಟ್ಟಾರೆ ಅರ್ಥದ ಪೂರ್ತಿ ವ್ಯಾಖ್ಯೆಯನ್ನು ಮಾಡುವುದಿಲ್ಲ. ಆದರೂ ನಾನು ಆ ಸತ್ಯವನ್ನು ಅಲ್ಲಗಳೆಯುವುದಿಲ್ಲ, ಅದೆಂದರೆ ಒಂದು ದೀರ್ಘಕಾಲದ ಅರ್ಥವೂ ಇರುತ್ತದೆ ಎಂಬುದನ್ನು. ಉದಾಹರಣೆಗಾಗಿ ನೀವು ಒಂದು ಫಿಲ್ಮ್‌ನ್ನು ತೆಗೆದುಕೊಳ್ಳಿ. ಫಿಲ್ಮ್‌ನಲ್ಲಿ ಸಾವಿರಾರು ಚಿತ್ರಗಳು

---

[3]ಈ ಪ್ರಯೋಗದ ಕುರಿತು ಹೆಚ್ಚಿನ ವಿವರಗಳಿಗೆ ನೋಡಿ, ವಿಕ್ಟರ್ ಈ. ಫ್ರಾಂಕಲ್, 'ದಿ ಅನ್‌ಕಾನ್ಶಿಯಸ್ ಗಾಡ್' ನ್ಯೂಯಾರ್ಕ್, ಸೈಮನ್ ಅಂಡ್ ಶುಟರ್, 1978, ಪುಟ 140; ಮತ್ತು ವಿಕ್ಟರ್ ಈ. ಫ್ರಾಂಕಲ್ 'ದಿ ಅನ್‌ಹೆರ್ಡ್ ಕ್ರೈ ಫಾರ್ ಮೀನಿಂಗ್' ನ್ಯೂಯಾರ್ಕ್, ಸೈಮನ್ ಅಂಡ್ ಶುಟರ್, 1978, ಪುಟ 36.

[4]ಹೆಚ್ಚಿನ ವಿವರಗಳಿಗೆ ನೋಡಿ, 'ದಿ ಅನ್‌ಕಾನ್ಶಿಯಸ್ ಗಾಡ್', ಪುಟ 97–100 ಮತ್ತು 'ದಿ ಅನ್‌ಹೆರ್ಡ್ ಕ್ರೈ ಫಾರ್ ಮೀನಿಂಗ್', ಪುಟ 26–28

ಇರುತ್ತವೆ ಮತ್ತು ಅವುಗಳಿಗೆ ಒಂದಲ್ಲ ಒಂದು ಅರ್ಥವಿರುತ್ತದೆ. ಆದರೂ ಕೂಡಾ ಎಲ್ಲಿಯವರಗೆ ಕೊನೆಯ ದೃಶ್ಯವನ್ನು ತೋರಿಸಲಾಗುವುದಿಲ್ಲವೋ, ನೀವು ಫಿಲ್ಮ್‌ನ ಪೂರ್ತಿ ಅರ್ಥವನ್ನು ಅರಿಯಲು ಸಾಧ್ಯವಾಗುವುದಿಲ್ಲ. ಅಷ್ಟು ಮಾತ್ರವಲ್ಲ ಪೂರ್ತಿ ಸಿನಿಮಾವನ್ನು ತಿಳಿಯಬೇಕೆಂದರೆ, ಅದರಲ್ಲಿ ತೋರಿಸಲಾಗುವ ಪ್ರತಿಯೊಂದು ದೃಶ್ಯವನ್ನೂ ನೋಡುವುದು ಅವಶ್ಯಕವೆನಿಸುತ್ತದೆ. ಜೀವನದಲ್ಲೂ ಹೀಗೆಯೇ ಅಲ್ಲವೇ? ಜೀವನದ ಅಂತಿಮ ಅಂದರೆ ಒಟ್ಟಾರೆ ಅರ್ಥವೂ ಜೀವನದ ಕೊನೆಯಲ್ಲೇ ಸ್ಪಷ್ಟವಾಗುತ್ತದೆ ತಾನೇ? ಮತ್ತೆ ಈ ಅಂತಿಮ ಅರ್ಥವೂ ಅವಲಂಬಿತವಾಗಿರುವುದು ಮನುಷ್ಯ ತನ್ನ ಪ್ರತಿಯೊಂದು ಪರಿಸ್ಥಿತಿಯಲ್ಲಿಯೂ ಇರುವ ಅರ್ಥ ಹಾಗು ಸಾಧ್ಯತೆಗಳನ್ನು ತನ್ನ ಜ್ಞಾನ ಹಾಗು ನಂಬಿಕೆಯ ಅನುಗುಣವಾಗಿ ಸಾಕಾರಗೊಳಿಸುತ್ತಾನೋ ಇಲ್ಲವೋ ಎಂಬುದರ ಮೇಲಲ್ಲವೇ?

ನಿಜವಾಗಿಯೂ ಲೋಗೋಥೆರಪಿಯ ಮೂಲಕವಾಗಿ ನೋಡಿದರೆ, ಅರ್ಥ ಮತ್ತು ಅದನ್ನು ತಿಳಿಯುವುದು– ಇವು ಅಡಿಪಾಯದ ವಿಷಯಗಳು. ಇವು ಗಾಳಿ ಗೋಪುರಗಳಲ್ಲಿ ವಾಸಿಸುವುದಿಲ್ಲ. ಕಾರ್ಲ್ ಬುಲರ್‌ರ ಯೋಚನೆಯಿರಲಿ, ಅಥವಾ ಗೆಸ್ಟಾಲ್ಟ್‌ರ ವಿಚಾರವಿರಲಿ, ಇಲ್ಲವೇ ಮ್ಯಾಕ್ಸ್ ವರ್ಥಿಮಿರ್‌ರ ಸಿದ್ಧಾಂತವಿರಲಿ, ನನ್ನ ಪ್ರಕಾರ ಜೀವನದ ಅರ್ಥ ಇವೆಲ್ಲವುಗಳಿಗಿಂತ ಸ್ವಲ್ಪ ಬೇರೆಯೇ ಇರುತ್ತದೆ. ನನ್ನ ದೃಷ್ಟಿಯಿಂದ ಜೀವನದ ಅರ್ಥವನ್ನು ತಿಳಿಯುವುದೆಂದರೆ ನೀವು ಯಾವುದೇ ಪರಿಸ್ಥಿತಿಯಲ್ಲಿದ್ದಾಗ ಏನನ್ನು ಮಾಡಬೇಕೆನ್ನುವುದನ್ನು ಅರಿತುಕೊಳ್ಳುವುದು.

ಅರ್ಥದ ಶೋಧ ಹೇಗೆ ಸಾಧ್ಯ?

ಒಬ್ಬ ವ್ಯಕ್ತಿ ತನ್ನ ಅರ್ಥದ ಶೋಧವನ್ನು ಹೇಗೆ ಮಾಡಲು ಸಾಧ್ಯ? ಈ ಕುರಿತಂತೆ ಚಾರ್ಲೆಟ್ ಬುರ್ ಹೇಳಿದ್ದು ಏನೆಂದರೆ, 'ಮಾನವ ಜೀವನದೊಂದಿಗೆ ಜೋಡಿಸಿಕೊಂಡು ತಮ್ಮ ಪ್ರಶ್ನೆಗಳಿಗೆ ಉತ್ತರವನ್ನು ಪಡೆದಿರುವಂಥ ವ್ಯಕ್ತಿಗಳ ಬದುಕನ್ನು ನಾವು ಅಧ್ಯಯನ ಮಾಡಬೇಕು. ಯಾರಿಗೆ ಉತ್ತರ ಸಿಕ್ಕಿಲ್ಲವೋ ಅಂತಹ ವ್ಯಕ್ತಿಗಳ ಜೀವನವನ್ನೂ ಅಧ್ಯಯನ ಮಾಡಬೇಕಾಗಿದೆ.[5] ಜೀವನ ಚರಿತ್ರೆಯ ಅಧ್ಯಯನ ಮಾಡುವುದಲ್ಲದೇ ನಮಗೆ ಜೈವಿಕದ ಅಧ್ಯಯನವನ್ನೂ ಮಾಡಬೇಕಾಗಿದೆ. ಲೋಗೋಥೆರಪಿಯು ನಿಮ್ಮ ಅಂತರಾತ್ಮವೇ ನಿಮಗೆ ನಿರ್ದೇಶಕನೆಂದು ಹೇಳುತ್ತದೆ, ಅದು ಅವಶ್ಯಕತೆ ಬಂದಾಗ ನಿಮ್ಮ ಜೀವನ ಯಾವುದೇ ವಿಶೇಷ ಪರಿಸ್ಥಿತಿಯಲ್ಲಿ ಸಿಲುಕಿದಾಗ ಹೇಗೆ ನಿಮ್ಮ ದಿಕ್ಕನ್ನು ಆಯ್ದುಕೊಳ್ಳಬೇಕೆಂಬ ಮಾಹಿತಿಯನ್ನು ನೀಡುತ್ತದೆ. ಹಾಗೆ ಮಾಡುವುದಕ್ಕೆ ಅಂತರಾತ್ಮವು ಆ ಪರಿಸ್ಥಿತಿಗೆ ಒಂದು ಮಾನದಂಡವನ್ನು ನಿರ್ಧರಿಸಬೇಕು ಮತ್ತು ಆ ಪರಿಸ್ಥಿತಿಯನ್ನು ಅದೇ ಮಾನದಂಡ ಮತ್ತು ಅದರ ಮೌಲ್ಯಗಳ ಬೆಳಕಿನಲ್ಲಿಯೇ ಅಳೆಯಬೇಕಾಗುತ್ತದೆ.

ನಾವು ಈ ಮೌಲ್ಯಗಳನ್ನು ಸಚೇತಕ ರೂಪದಲ್ಲಿ ಸ್ವೀಕರಿಸಲು ಬರುವುದಿಲ್ಲ, ಆದರೆ ಇದು ನಮ್ಮ ಒಳಗಡೆಯೇ ಇರುತ್ತದೆ. ಇದು ನಮ್ಮದೇ ಒಂದು ರೂಪವಾಗಿರುತ್ತದೆ ಮತ್ತು ಇದು ನಮ್ಮ ಪ್ರಜಾತಿಯ ಉದ್ಭವದ ಬಳಿಕ ನಮ್ಮ ಜತೆಜತೆಗೆ ತಂಗಿರುತ್ತದೆ. ಇದರ ಅಸ್ತಿಭಾರ ನಮ್ಮ ಜೈವಿಕ ಭೂತದಲ್ಲಿದೆ ಮತ್ತದು ಜೈವಿಕ ಆಳದಲ್ಲಿ ಹುದುಗಿರುತ್ತದೆ. ಕೋನ್ರಾಡ್

---

[5] 'ಬೇಸಿಕ್ ಥಿಯರಿಟಿಕಲ್ ಕಾನ್ಸೆಪ್ಟ್ ಆಫ್ ಹ್ಯೂಮನಿಸ್ಟಿಕ್ ಸೈಕಾಲಜಿ' ಅಮೆರಿಕನ್ ಸೈಕಾಲಜಿಸ್ಟ್, 26 (ಎಪ್ರಿಲ್ 1971), ಪುಟ 378

ಲಾರೆಂಜ್ 'ಜೈವಿಕ ಪ್ರಾಯೋರಿ'ಯನ್ನು ಹುಟ್ಟುಹಾಕಿದಾಗ ಅವರಲ್ಲಿಯೂ ಇಂತಹುದೇ ವಿಚಾರವಿದ್ದಿತು ಮತ್ತು ನಾವಿಬ್ಬರೂ ಜತೆಯಾಗಿ ಜೈವಿಕ ಅಸ್ತಿಭಾರದ ಬಗೆಗಿನ ನನ್ನದೇ ದೃಷ್ಟಿಕೋನವನ್ನು ಅವರಲ್ಲಿ ಚರ್ಚಿಸಿದಾಗ, ಅವರು ಆಸಕ್ತಿಯಿಂದ ತಮ್ಮ ಸಹಮತವನ್ನು ವ್ಯಕ್ತಪಡಿಸಿದರು. ಒಂದು ವೇಳೆ ನಮ್ಮೊಳಗಿನ ಮಾತನ್ನು ತಿಳಿಯುವ ಕ್ಷಮತೆ ನಮ್ಮಲ್ಲಿ ವಿಕಸನಗೊಂಡಿದ್ದರೆ, ಅಂತಿಮವಾಗಿ ಅದು ನಮ್ಮ ಜೈವಿಕ ಪರಂಪರೆಯ ಕೊಡುಗೆ ಎಂದು ನಾವು ಅಂದುಕೊಳ್ಳಬಹುದು.

ಲೋಗೋಥೆರಪಿಯ ಶಿಕ್ಷಣದ ಅನುಸಾರವಾಗಿ ಮೂರು ಪ್ರಮುಖ ಮಾರ್ಗಗಳಿವೆ, ಅವುಗಳ ಮೂಲಕ ಮನುಷ್ಯ ತನ್ನ ಬದುಕಿನ ಅರ್ಥದವರೆಗೆ ಸಾಗಲು ಸಾಧ್ಯವಾಗುತ್ತದೆ. ಮೊದಲನೆಯದ್ದು ಯಾವುದೇ ಒಂದು ಕೆಲಸವನ್ನು ಮಾಡುವುದು ಅಥವಾ ಏನನ್ನಾದರೂ ರಚಿಸುವುದು. ಎರಡನೆಯದ್ದು, ಏನಾದರೂ ವಿಷಯದ ಬಗ್ಗೆ ಅನುಭವ ಪಡೆಯುವುದು ಅಥವಾ ಯಾವುದೇ ವ್ಯಕ್ತಿಯನ್ನು ಎದುರಿಸುವುದು. ಇನ್ನೊಂದು ರೀತಿಯಲ್ಲಿ ಹೇಳಿದರೆ, ಅರ್ಥವನ್ನು ಕೇವಲ ಕಾರ್ಯದಲ್ಲಿ ಮಾತ್ರವಲ್ಲ, ಪ್ರೇಮದಲ್ಲೂ ಪಡೆಯಲು ಬರುತ್ತದೆ. ಇದೇ ನಿಟ್ಟಿನಲ್ಲಿ ಎಡಿಥ್ ವೀಸ್‌ಕಾಫ್ ಜೋಲ್ಸನ್ ಅವರ ಅಂಬೋಣವೆಂದರೆ, ಲೋಗೋಥೆರಪಿಯ ಆ ಅವತರಣಿಕೆಯನ್ನು ಸಾರ್ಥಕವೆಂದು ತಿಳಿಯಲಾಗುತ್ತದೆ, 'ಒಂದು ಮಹತ್ವಪೂರ್ಣವಾದ ವಿಷಯವೆಂದರೆ ಅನುಭವ ಪಡೆಯುವುದು ಕೂಡ ಕಾರ್ಯಸಾಧನೆಯಷ್ಟೇ ಮಹತ್ವದ್ದೆಂದು ತಿಳಿಯುವುದು, ಯಾಕೆಂದರೆ, ನಾವು ಸದಾಕಾಲ ಆಂತರಿಕ ಜಗತ್ತಿನ ಅನುಭವದ ಬದಲು, ಬಾಹ್ಯ ಜಗತ್ತಿನ ಕಾರ್ಯಸಾಧನೆಗೆ ಕಡೆಗೆ ಹೆಚ್ಚು ಒಲವನ್ನು ತೋರ್ಪಡಿತ್ತೇವೆ. ಹಾಗಾಗಿ ಅದನ್ನು ಇದು ಸರಿದೂಗಿಸುತ್ತದೆ.[6]

ಜೀವನದ ಅರ್ಥದ ಮೂರನೇ ಮಾರ್ಗ ಎಲ್ಲಕ್ಕೂ ಮಹತ್ವವನ್ನು ಹೊಂದಿರುತ್ತದೆ; ಯಾವನೇ ವ್ಯಕ್ತಿ ದಯನೀಯವಾದ ಪರಿಸ್ಥಿತಿಯನ್ನು ಎದುರಿಸುವುದಾದರೆ, ಅದನ್ನು ಆತ ಬಯಸಿದರೂ ಬದಲಿಸಲು ಸಾಧ್ಯವಾಗದಂಥದ್ದು, ಆದರೂ ಸಹ ಆತ ಸ್ವಯಂ ಉತ್ತುಂಗಕ್ಕೆ ಏರಲು ಶಕ್ತ. ಹಾಗೆ ಮಾಡಿ ಆತ ಸ್ವತಃ ತನ್ನಲ್ಲಿ ಬದಲಾವಣೆಯನ್ನು ತರಲು ಶಕ್ತ, ಆತ ತನ್ನ ಪೀಡೆಯನ್ನು ಗೆಲುವಿನಲ್ಲಿ ಬದಲಾಯಿಸಲು ಸಾಧ್ಯವಾಗುತ್ತದೆ. ಎಡಿಥ್ ವೀಸ್‌ಕಾಫ್ ಜೋಲ್ಸನ್ ವಿಶ್ವಾಸದಿಂದ ಹೇಳುವುದಿಷ್ಟೇ: ಲೋಗೋಥೆರಪಿ, ಯು.ಎಸ್.ನ ವರ್ತಮಾನದ ಸಂಸ್ಕೃತಿಯ ಅಸ್ವಸ್ಥ ಪ್ರವೃತ್ತಿಗಳಲ್ಲಿ ಬದಲಾವಣೆಯನ್ನು ತರಲು ಸಾಧ್ಯವಿದೆ. ಈ ಅಸ್ವಸ್ಥ ಪ್ರವೃತ್ತಿಯಲ್ಲಿ ಪೀಡಿತನಿಗೆ ತನ್ನ ಪೀಡೆಯ ಬಗ್ಗೆ ಗರ್ವವನ್ನು ಹೊಂದುವ ಅವಕಾಶವನ್ನು ಕೂಡಾ ನೀಡಲಾಗುತ್ತಿಲ್ಲ ಮತ್ತು ಅವರಿಗೆ ಸಾಂತ್ವನ ನೀಡಿ ಅರ್ಥಮಾಡಿಕೊಳ್ಳುವ ಬದಲು ಎಷ್ಟೊಂದು ತಿರಸ್ಕಾರದಿಂದ ನೋಡಲಾಗುತ್ತದೆ ಅಂದರೆ ಆತ ಕೇವಲ ದುಃಖಿಯಾಗಷ್ಟೇ ಉಳಿಯುವುದು ಮಾತ್ರವಲ್ಲ, ಆತನಿಗೆ ತನ್ನ ದುಃಖದಿಂದ ನಾಚಿಕೆಯೂ ಆಗಿ ಅದನ್ನು ಸಹಿಸಬೇಕಾಗಿ ಬರುತ್ತದೆ.

ನಾನು ಹೆಚ್ಚುಕಡಿಮೆ ಕಾಲು ಶತಮಾನದಷ್ಟು ಕಾಲ, ಒಂದು ಜನರಲ್ ಆಸ್ಪತ್ರೆಯಲ್ಲಿ ನ್ಯೂರೋಲಾಜಿಕಲ್ ವಿಭಾಗವನ್ನು ನಡೆಸಿದ್ದೇನೆ. ತಮ್ಮ ದುಃಖಗಳನ್ನು ಪ್ರಾಪ್ತಿಯಾಗಿ

"ದಿ ಪ್ಲೇಸ್ ಆಫ್ ಲೋಗೋಥೆರಪಿ ಇನ್ ವರ್ಲ್ಡ್ ಟುಡೆ' ದಿ ಇಂಟರ್‌ನ್ಯಾಶನಲ್ ಫೋರಮ್ ಫಾರ್ ಲೋಗೋಥೆರಪಿ, ವಾಲ್ಯೂಮ್ 1, ನಂಬರ್ 3 (1980), ಪುಟ 3–7

ಬದಲಾಯಿಸಲು ಸಮರ್ಥರಾದ ರೋಗಿಗಳ ಶಕ್ತಿಗೆ ನಾನು ಸಾಕ್ಷಿ ಎನ್ನಬಹುದು. ಅಂತಹ ವ್ಯವಹಾರಿಕ ಅನುಭವಗಳ ಹೊರತಾಗಿ, ಯಾತನೆಗಳಿಂದಲೂ ಅರ್ಥ ಸಿಗುತ್ತದೆ ಎಂಬುದಕ್ಕೆ ಅನುಭವಗಳ ಆಧಾರಿತ ಪ್ರಮಾಣಗಳೂ ಲಭ್ಯವಾಗುತ್ತವೆ. ಯೇಲ್ ಯುನಿವರ್ಸಿಟಿಯ ಸ್ಕೂಲ್ ಆಫ್ ಮೆಡಿಸಿನ್‌ನ ಶೋಧಕ, ವಿಯಟ್ನಾಮೀ ಯುದ್ಧ ಬಂಧಿಗಳ ಸಾಕ್ಷಿಗಳಿಂದ ಪ್ರಭಾವಿತರಾಗಿದ್ದರು, ಅವರು ಹೇಳಿದ್ದೇನೆಂದರೆ, 'ತಮ್ಮದು ಬಹಳ ಆತಂಕದಿಂದ ಕೂಡಿದ, ಯಾತನಾಮಯಿ, ರೋಗಗ್ರಸ್ತ, ಪೋಷಣೆಯಿಲ್ಲದ ಮತ್ತು ಏಕಾಂತದಿಂದ ತುಂಬಿದ ಸೆರೆವಾಸವಾಗಿತ್ತು, ಆದರೆ ನಮಗೆ ತಮ್ಮ ಸೆರೆವಾಸದ ಅನುಭವದಿಂದ ಲಾಭವೇ ದೊರೆಯಿತು', ವೃದ್ಧಿ ಮತ್ತು ವಿಕಾಸದ ಅನುಭವಗಳ ತಳಹದಿಯಲ್ಲಿ ಅದನ್ನು ಸ್ವೀಕರಿಸಿದ್ದೇವೆ, ಎನ್ನುವುದನ್ನು ಅವರು ಅಲ್ಲಗಳೆಯುವುದಿಲ್ಲ.[7]

---

[7]ಡಬ್ಲ್ಯೂ ಎಚ್. ಸ್ಲೇಜ್, ಜೆ. ಎ. ಬಾಡಿಸ್ಟನ್ ಮತ್ತು ಎ.ಜೆ. ರಾಬೆ, 'ಸೆಲ್ಫ್ ಕಾನ್ಸೆಪ್ಟ್ ಚೇಂಜಸ್ ರಿಲೇಟೆಡ್ ಟು ವಾರ್' ಆರ್ಕಾಯಿಲ್ ಜನರಲ್ ಸೈಕಾಯಿಟ್ರಿ, 37 (1980), ಪುಟ 430–443

೨೩
ಜೈರಿ ಲಾಂಗ್‌ನ ಕಥೆ

'ಟ್ರ್ಯಾಜಿಕ್ ಆಪ್ಟಿಮಿಸ್ಮ್' (ದುಃಖದಲ್ಲಿ ಆಶಾವಾದ)ಕ್ಕೆ ಪೂರಕವಾಗಿ ಅತ್ಯಂತ ಶಕ್ತಿಶಾಲಿಯಾದ ಅದೇನು ತರ್ಕವನ್ನು ಮಂಡಿಸಲಾಗಿದೆಯೋ, ಅದನ್ನು ಲ್ಯಾಟಿನ್ ಭಾಷೆಯಲ್ಲಿ 'ಆರ್‌ಗ್ಯೂಮೆಂಟ್ ಎಡ್ ಹೋಮಿನೇಮ್' ಎಂಬ ಹೆಸರಿನಿಂದ ಕರೆಯಲಾಗುತ್ತದೆ. ಉದಾಹರಣೆಗಾಗಿ ಜೈರೀ ಲಾಂಗ್, ಮಾನವೀಯ ಉತ್ಸಾಹಕ್ಕೆ ಒಂದು ಅಪ್ರತಿಮ ಉದಾಹರಣೆ ಎನ್ನಬಹುದು. ಹಾಗೆ ಲೋಗೋಥೆರಪಿಯಲ್ಲಿ ಹೇಳಿದ್ದಾಗಿದೆ.[8] ಟೈಕ್ಸರ್‌ಕಾನಾ ಗ್ಯೆಜೆಟ್‌ನ ಅನುಸಾರವಾಗಿ, 'ಜೈರೀ ಲಾಂಗ್ ಈಜಿನಲ್ಲಿ ಒಂದು ದುರ್ಘಟನೆಗೆ ಬಲಿಯಾದ ಮತ್ತು ಆತನ ಕುತ್ತಿಗೆಯ ಕೆಳಗಿನ ಭಾಗಕ್ಕೆ ಲಕ್ವಾ ಹೊಡೆಯಿತು. ಮೂರು ವರ್ಷಗಳ ಪರ್ಯಂತ ಆತ ಅದೇ ಅವಸ್ಥೆಯಲ್ಲಿದ್ದ. ದುರ್ಘಟನೆ ಸಂಭವಿಸಿದಾಗ ಆತ ಹದಿನೇಳು ವರ್ಷದವನಾಗಿದ್ದ. ಇಂದು ಲಾಂಗ್ ತನ್ನ ಬಾಯಿಯಲ್ಲಿ ಒಂದು ಚಿಕ್ಕ ಕೋಲನ್ನು ಇರಿಸಿಕೊಂಡು ಅದರಿಂದ ಟೈಪ್ ಮಾಡಲು ಶಕ್ತನಿದ್ದಾನೆ. ಆತನ ಒಂದು ಸ್ಪೆಷಲ್ ಟೆಲಿಫೋನ್‌ನ ಮಾಧ್ಯಮದಿಂದ ಆತ ಕಮ್ಯೂನಿಟಿ ಕಾಲೇಜಿನಿಂದ ಎರಡು ಕೋರ್ಸ್‌ಗಳನ್ನು ಪೂರೈಸಿದ. ಇಂಟರ್‌ಕಾಮ್‌ನ ಸಹಾಯದಿಂದ ಆತ ತರಗತಿಯ ಪಾಠಗಳನ್ನು ಕೇಳಿಸಿಕೊಳ್ಳುತ್ತಾನೆ ಮತ್ತು ಅಲ್ಲಿ ನಡೆಯುವ ಚರ್ಚೆಗಳಲ್ಲೂ ಭಾಗವಹಿಸುತ್ತಾನೆ. ಮಾತ್ರವಲ್ಲ, ಆತ ಪುಸ್ತಕವನ್ನು ಓದುವುದರಲ್ಲಿ, ಟಿವಿಯನ್ನು

---

[8] 'ದಿ ಡೆಫಿಯೆಂಟ್ ಪವರ್ ಆಫ್ ಹ್ಯೂಮನ್ ಸ್ಪಿರಿಟ್', ಇದೊಂದು ಲೇಖನದ ಶೀರ್ಷಿಕೆಯಾಗಿತ್ತು, ಇದನ್ನು ಲೋಗೋಥೆರಪಿಯ ಥರ್ಡ್ ವರ್ಲ್ಡ್ ಕಾಂಗ್ರೆಸ್‌ನಲ್ಲಿ, ಜೂನ್ 1983ರಲ್ಲಿ ಲಾಂಗ್ ಪ್ರಸ್ತುತಪಡಿಸಿದ್ದ.

ನೋಡುವುದರಲ್ಲಿ ಮತ್ತು ಬರವಣಿಗೆಯಲ್ಲಿ ತನ್ನ ಸಮಯವನ್ನು ಕಳೆಯುತ್ತಾನೆ. ತನ್ನ ಪತ್ರದಲ್ಲಿ ಆತ ಬರೆಯುತ್ತಾನೆ, 'ನನಗೆ ನನ್ನ ಜೀವನದ ಅರ್ಥ ತುಂಬಿರುವಂತೆ ತೋರುತ್ತದೆ. ನಾನು ಆ ದೌರ್ಭಾಗ್ಯಪೂರ್ಣ ದಿನದಂದು ಅದೇನು ಧೋರಣೆಯನ್ನು ಅನುಸರಿಸಲು ತೀರ್ಮಾನಿಸಿದೆ, ಅದೇ ನನ್ನ ಬದುಕಿನ ಸೂತ್ರವಾಕ್ಯವಾಗಿ ಹೋಯಿತು. ನನ್ನ ಕತ್ತಂತೂ ಮುರಿದುಹೋಯಿತಾದರೂ ಏನಂತೆ, ನಾನಂತೂ ಮುರಿದು ಹೋಗಲಿಲ್ಲವಷ್ಟೇ. ಸದ್ಯ ನಾನು ಕಾಲೇಜಿನಲ್ಲಿ ಸೈಕಾಲಜಿಯ ಮೊದಲ ಕೋರ್ಸ್‌ಗೆ ದಾಖಲಾಗಿದ್ದೇನೆ. ನನ್ನ ಪ್ರಕಾರ ನನ್ನ ವೈಕಲ್ಯದಿಂದಾಗಿ ಇತರರಿಗೆ ಸಹಾಯ ಮಾಡುವ ನನ್ನ ಯೋಗ್ಯತೆ ಹೆಚ್ಚಾಗುತ್ತದೆ. ನನಗೆ ಗೊತ್ತು ನನ್ನ ಜೀವನದಲ್ಲಿ ನಾನೆಷ್ಟು ಕಷ್ಟವನ್ನು ಅನುಭವಿಸಿದ್ದೇನೋ, ಅದನ್ನು ಅನುಭವಿಸದೇ ಹೋಗಿದ್ದರೆ ಇಷ್ಟರಮಟ್ಟಿಗೆ ನನ್ನ ಬೆಳವಣಿಗೆ ಅಸಂಭವವಿತ್ತು.'

ಬದುಕಿನಲ್ಲಿ ಒಂದು ಅರ್ಥವನ್ನು ಪಡೆಯುವುದಕ್ಕೆ ಯಾತನೆಗಳು ಅನಿವಾರ್ಯವೇ ಎಂದು ನಾವು ಇತ್ಯರ್ಥಪಡಿಸಬಹುದೇ? ಇಲ್ಲ, ಖಂಡಿತವಾಗಿಯೂ ಇಲ್ಲ. ನನ್ನ ಹೇಳಿಕೆ ಅಂದರೆ ಯಾತನೆಯನ್ನು ತಪ್ಪಿಸಲಾಗದಿದ್ದ ಪಕ್ಷದಲ್ಲಿ (ಈ ಪುಸ್ತಕದ ಎರಡನೇ ಭಾಗದಲ್ಲಿ ಹೇಳಿರುವಂತೆ), ಯಾತನೆಯಲ್ಲಿಯೂ ಜೀವನದ ಅರ್ಥ ಸಿಕ್ಕಿಬಿಡುತ್ತದೆ. ನಿಮ್ಮ ಯಾತನೆ ತಪ್ಪಿಸಿಕೊಳ್ಳುವಂಥದ್ದು ಆಗಿದ್ದರೆ, ಅದರ ಕಾರಣವನ್ನು ದೂರೀಕರಿಸಲು ಪ್ರಯತ್ನಿಸಬೇಕು. ಯಾಕೆಂದರೆ ಬೇಕೆಂದೇ ಯಾತನೆಯನ್ನು ಸಹಿಸಿಕೊಳ್ಳುವ ಮನುಷ್ಯ ಒಬ್ಬ ಸಾಹಸಿ ಅಲ್ಲ, ಬದಲಾಗಿ ಒಬ್ಬ ಆತ್ಮಪೀಡಕನಾಗಿರುತ್ತಾನೆ. ಅದೇ ಇನ್ನೊಂದು ಕಡೆಯಲ್ಲಿ, ಒಂದು ವೇಳೆ ವ್ಯಕ್ತಿಗೆ ತನ್ನ ಯಾತನೆಗೆ ಕಾರಣವಾದ ಪರಿಸ್ಥಿತಿಯನ್ನು ಬದಲಾಯಿಸಲಾಗದೇ ಹೋದರೆ, ಆಗಲೂ ಸಹ ಆತ ತನ್ನ ಸಕಾರಾತ್ಮಕ ಧೋರಣೆಯ ಆಯ್ಕೆಯನ್ನು ಮಾಡಬಹುದಾಗಿದೆ.[9] ತನ್ನ ಕತ್ತು ಮುರಿದುಹೋಗಲಿ ಎಂದು ಲಾಂಗ್ ತನಗಾಗಿ ಆಯ್ಕೆ ಮಾಡಿಕೊಂಡಿಲ್ಲವಲ್ಲ. ಆದರೆ ಅದೇನು ಘಟನೆ ನಡೆಯಿತೋ, ಅದು ಆತನ ಒಳಗಿನಿಂದ ಮುರಿದುಹೋಗುವಂತೆ ಆಗಬಾರದು ಎನ್ನುವ ಆಯ್ಕೆ ಲಾಂಗ್‌ನದೇ ಆಗಿತ್ತು ತಾನೇ?

ನಾವು ನೋಡಿದಂತೆ, ಯಾತನೆ ನೀಡುವ ಪರಿಸ್ಥಿತಿಯನ್ನು ನಾವು ಎಷ್ಟು ರಚನಾತ್ಮಕತೆಯೊಂದಿಗೆ ಬದಲಿಸಲು ಸಾಧ್ಯವೆನ್ನುವ ಪ್ರಾಥಮಿಕ ಜ್ಞಾನವೇ ನಮಗೆ ಬೇಕಾಗಿರೋದು. ಆದರೆ ಅವಶ್ಯಕತೆ ಉಂಟಾದಾಗ 'ನೀವು ಯಾತನೆಯನ್ನು ಹೇಗೆ ಸಹಿಸುತ್ತೀರಿ?' ಎನ್ನುವುದರಲ್ಲೇ ಶ್ರೇಷ್ಠತೆ ಇರುತ್ತದೆ. ಇತ್ತೀಚೆಗೆ ಆಸ್ಟ್ರಿಯಾದ ಸಾರ್ವಜನಿಕ

---

[9] ನಾನು ಒಂದು ಸಂದರ್ಶನವನ್ನು ಎಂದಿಗೂ ಮರೆಯಲು ಸಾಧ್ಯವಿಲ್ಲ, ಅದನ್ನು ಆಸ್ಟ್ರಿಯಾ ಟಿವಿಯಲ್ಲಿ ಪ್ರಸಾರ ಮಾಡಲಾಗಿತ್ತು. ಆ ಸಂದರ್ಶನ ಒಬ್ಬ ಪೋಲಿಷ್ ಹೃದಯವಿಜ್ಞಾನಿಯ ಜತೆಗಿತ್ತು, ಆತ ಎರಡನೇ ವಿಶ್ವಮಹಾಯುದ್ಧದ ಮೂಲಕ, ವರ್ಸಾವ್‌ನ ಯುದ್ಧ ಬಸದಿಗಳಲ್ಲಿ ತಳಮಳವನ್ನು ಸೃಷ್ಟಿಸುವಲ್ಲಿ ಪ್ರಮುಖ ಪಾತ್ರವಹಿಸಿದ್ದ. ರಿಪೋರ್ಟರ್ ಹೇಳಿದ, 'ಎಷ್ಟೊಂದು ವೀರ ಕೃತ್ಯ'. ಡಾಕ್ಟರ್ ಶಾಂತಿಪೂರ್ವಕ ಹೇಳಿದ, 'ಕೇಳು, ಕೈಯಲ್ಲಿ ಬಂದೂಕು ಹಿಡಿದು ಗೋಲಿಯನ್ನು ಹಾರಿಸುವುದೇನೂ ಮಹಾನ್ ಕೆಲಸವಲ್ಲ, ಆದರೆ ಎಸ್ ಎಸ್ ಅಧಿಕಾರಿ ನಿಮ್ಮನ್ನು ಯಾವುದಾದರೂ ಗ್ಯಾಸ್ ಛೇಂಬರ್‌ಗೆ ಅಥವಾ ಸಾಮೂಹಿಕ ಸ್ಮಶಾನದದತ್ತ ಕರೆದಿಯ್ಯುತ್ತಿದ್ದರೆ ಮತ್ತು ನೀವು ಆ ವಿಷಯದಲ್ಲಿ ಅಸಹಾಯಕರಾಗಿದ್ದರೆ – ಆ ಸಮಯದಲ್ಲಿ ನೀವು ನಿಮ್ಮ ಕತ್ತೆತ್ತಿ ಗೌರವದಿಂದ ಮುನ್ನಡೆಯುವುದು– ಅದು ವೀರ ಕೃತ್ಯ' – ನೋಡಿದಿರಾ, ನನ್ನ ದೃಷ್ಟಿಯಿಂದ ಇದುವೇ ನಿಜವಾದ ಶೌರ್ಯ. ಇದನ್ನು ಪ್ರವೃತ್ತಿಯೊಂದಿಗೆ ಬೆಸೆದ ಶೌರ್ಯ ಎಂದು ಹೇಳಬಹುದು.

ಮತದಾನದ ಸಂದರ್ಭದಲ್ಲಿ ಈ ಮಾತು ಸ್ಪಷ್ಟವಾದ ರೀತಿಯಲ್ಲಿ ಪ್ರಕಟವಾಯಿತು, ಯಾವ ವ್ಯಕ್ತಿತ್ವವನ್ನು ಜನರು ಗೌರವದಿಂದ ಕಾಣುತ್ತಾರೆಂದರೆ ಅವರು ಅಂತಹ ಮಹಾನ್ ಕಲಾವಿದರು, ಮಹಾನ್ ವಿಜ್ಞಾನಿ, ಮಹಾನ್ ವಕ್ತಾರ, ಅಥವಾ ಮಹಾನ್ ಕ್ರೀಡಾಪಟುಗಳಲ್ಲ, ಬದಲಿಗೆ ಅವರು ತಮ್ಮ ತಲೆಯೆತ್ತಿ, ತಮ್ಮ ಜೀವನದ ಪ್ರತಿಯೊಂದು ಕಠಿಣ ಸಂಘರ್ಷವನ್ನು ಎದುರಿಸಿದ್ದಾರೋ ಅಂಥವರು.

ಅಪರಾಧ ಬೋಧೆ

ಈಗ ಟ್ರ್ಯಾಜಿಕ್ ಟ್ರ್ಯಾಡ್‌ನ ಎರಡನೇ ಮಗ್ಗಲು 'ಅಪರಾಧ ಬೋಧೆ'ಯ ಬಗ್ಗೆ ಮಾತಾಡಬೇಕಿದೆ. ನಾನಿಲ್ಲಿ ನನಗೆ ಯಾವಾಗಲೂ ಒಂದು ಆಕರ್ಷಣೆಯ ಕೇಂದ್ರವಾಗಿದ್ದ ಸೈದ್ಧಾಂತಿಕ ಧೋರಣೆಗಳಿಂದ ಕೊಂಚ ಬೇರೆಯಾಗುವುದಕ್ಕೆ ಬಯಸುತ್ತೇನೆ. 'ಮಿಸ್ಟೀರಿಯಮ್ ಇನ್‌ಇಕ್ವಿಟಾಟಿಸ್'ನ ಬಗ್ಗೆ ಮಾತನಾಡ ಬಯಸುವೆ. ನನ್ನ ಪ್ರಕಾರ ಇದರ ಅರ್ಥವೆಂದರೆ ಅಂತಿಮ ವಿಶ್ಲೇಷಣೆಯಲ್ಲಿ ಒಂದು ಅಪರಾಧದ ವ್ಯಾಖ್ಯೆ ಪೂರ್ತಿಯಾಗುವುದಿಲ್ಲ, ಯಾಕೆಂದರೆ ಜೈವಿಕ, ಮನೋವೈಜ್ಞಾನಿಕ ಅಥವಾ ಸಾಮಾಜಿಕ ಸತ್ಯಗಳೊಂದಿಗೆ ಪೂರ್ಣವಾಗಿ ಜೋಡಿಸಲು ಸಾಧ್ಯವಾಗುವುದಿಲ್ಲ. ನಾವೇನಾದರೂ ಇನ್ನೊಬ್ಬರ ಅಪರಾಧವನ್ನು ಪೂರ್ತಿಯಾಗಿ ವ್ಯಾಖ್ಯೆ ಮಾಡಲು ಬಯಸಿದರೆ ನಾವು ಅವರ ಅಪರಾಧ ಬೋಧೆಗೆ ಒಂದು ವಿವರಣೆಯನ್ನು ನೀಡುತ್ತಾ, ಅವರನ್ನು ಒಬ್ಬ ಮುಕ್ತ ಮತ್ತು ಜವಾಬ್ದಾರಿಯುತ ವ್ಯಕ್ತಿಯ ರೂಪದಲ್ಲಿ ನೋಡದೆ, ಅದೊಂದು ಮೆಷಿನ್‌ನ ರೂಪದಲ್ಲಿ ನೋಡಿ, ಅದನ್ನು ಸರಿಪಡಿಸಲು ಹೊಗುತ್ತೇವೆ. ಅಪರಾಧಿ ಕೂಡಾ ಈ ರೀತಿಯ ಪ್ರದರ್ಶನವನ್ನು, ಚಿಕಿತ್ಸಾಕ್ರಮವನ್ನು ಹೇಸುತ್ತಾನೆ ಮತ್ತು ಅವನಿಗೆ ಅವನ ಕೆಲಸಕಾರ್ಯಗಳಿಗೆ ಜವಾಬ್ದಾರಿಯಾಗಿಸುವಂತೆ ಅಪೇಕ್ಷಿಸುತ್ತಾನೆ.

ಇಲಿನೋಯಿಸ್ ಸೆರೆಮನೆಯಲ್ಲಿನ ಸೆರೆಯಾಳಿನ ಖೈದಿಯೋರ್ವ ನನಗೆ ಹೀಗೆ ಪತ್ರ ಬರೆದಿದ್ದ, 'ಅಪರಾಧಿಗೆ ಯಾವತ್ತೂ ತನ್ನ ಮಾತನ್ನು ಸ್ಪಷ್ಟಪಡಿಸಲು ಅವಕಾಶ ಸಿಗುವುದಿಲ್ಲ, ಅವನ ಮುಂದೆ ಕೇವಲ ನೆಪಗಳನ್ನು ಇಡಲಾಗುತ್ತದೆ, ಅವುಗಳಿಂದ ಒಂದನ್ನು ಆಯ್ಕೆಮಾಡಲು. ಸಮಾಜವನ್ನೇ ದೋಷಪೂರ್ಣ ಎಂದು ಹೇಳಲಾಗುತ್ತದೆ ಮತ್ತು ಹಲವು ಸಲ ಆ ಅಪರಾಧದ ಶಿಕಾರಿಯನ್ನು ದೋಷಿ ಎಂದು ಸಾರಲಾಗುತ್ತದೆ.' ಇದಲ್ಲದೆ, ಇನ್ನೊಮ್ಮೆ ನಾನು ಸೇನ್ ಕ್ವೆಟೀನ್‌ನ ಖೈದಿಗಳನ್ನು ಸಂಬೋಧಿಸುತ್ತ ಮಾತನಾಡಿದ್ದೆ, 'ನೀವೆಲ್ಲರೂ ನನ್ನಂತೆಯೇ ಮನುಷ್ಯರು, ಹೇಗೆ ನೀವು ಅಪರಾಧ ಎಸಗಲು ಸ್ವತಂತ್ರರಾಗಿದ್ದಿರೋ, ಅದೇ ರೀತಿ ಅಪರಾಧ ಬೋಧೆಯನ್ನು ತಮ್ಮ ಮನಸ್ಸಿನಲ್ಲಿ ಒಯ್ಯುವುದಕ್ಕೆ ಪೂರ್ತಿಯಾಗಿ ಸ್ವತಂತ್ರರಿದ್ದೀರಿ. ಈಗ ಹೇಗಿದ್ದರೂ, ನೀವು ಅಪರಾಧ ಬೋಧೆಯಿಂದ ಮೇಲೇಳುವುದಕ್ಕೆ, ಸ್ವತಃ ವಿಶೇಷನಾಗುವುದಕ್ಕೆ ಬದಲಾವಣೆ ತರಲು ನೀವೇ ಜವಾಬ್ದಾರರಾಗಿದ್ದೀರಿ.' ಅಲ್ಲಿ ಕುಳಿತಿರುವ ಖೈದಿಗಳಿಗೆ ತಮ್ಮನ್ನು ಅರ್ಥಮಾಡಿಕೊಳ್ಳಲಾಗಿದೆ ಎಂಬಂತೆ ತೋರಿತು.[10]

ನನಗೆ ಒಬ್ಬ ಭೂತಪೂರ್ವ ಖೈದಿ ಫ್ರಾಂಕ್ ಈ. ಡಬ್ಲ್ಯೂ.ನಿಂದ ಒಂದು ಟಿಪ್ಪಣಿ ಹಸ್ತಗತವಾಯಿತು. ಅದರಲ್ಲಿ ಆತ ಬರೆದಿದ್ದ, 'ನಾವು ನಮ್ಮ ಹಳೆಯ ಖೈದಿ-ಸಂಗಡಿಗರೆಲ್ಲ ಒಟ್ಟುಸೇರಿ ಒಂದು ಲೋಗೋಥೆರಪಿಯ ಸಂಘಟನೆಯನ್ನು ಮಾಡಿದ್ದೇವೆ. ನಮ್ಮ ಮೂಲ ಸಮೂಹದ ತಾಕತ್ತು 27ಮಂದಿ ಮತ್ತು ಹೊಸ ಖೈದಿಗಳು ನಮ್ಮ ಸಂಗಡಿಗರ ಕಾರಣದಿಂದ

[10]ಜೋಸೆಫ್ ಬಿ. ಫೈಬರಿ ದಿ ಪರ್‌ಸ್ಯೂಟ್ ಆಫ್ ಮೀನಿಂಗ್, ನ್ಯೂಯಾರ್ಕ್, ಹಾರ್ಪರ್ ಅಂಡ್ ರೋ, 1980ನ್ನೂ ನೋಡಿ.

ಸೆರೆಮನೆಯಿಂದ ಹೊರಗಡೆ ಉಳಿದಿದ್ದಾರೆ. ಕೇವಲ ಒಬ್ಬ ಮಾತ್ರವೇ ಹಿಂದಿರುಗಿ ಹೋಗಿದ್ದ ಆದರೆ ಆತ ಕೂಡಾ ಈಗ ಸ್ವತಂತ್ರನಾಗಿದ್ದಾನೆ.'[11]

ಯಾವಾಗ ಸಾಮೂಹಿಕ ಅಪರಾಧ ಬೋಧೆಯ ಪ್ರಶ್ನೆ ಬರುತ್ತದೆ, ನಿಜವಾದ ತಳಹದಿಯಲ್ಲಿ ನನ್ನ ಅನ್ನಿಸಿಕೆ ಅಂದರೆ ಒಬ್ಬ ವ್ಯಕ್ತಿಯ ದುರ್ವರ್ತನೆಯ ಕಾರಣಕ್ಕೆ ಮಿಕ್ಕುಳಿದ ಜನರನ್ನು ದೋಷಕ್ಕೆ ಜವಾಬ್ದಾರಿ ಮಾಡುವುದು ಅನುಚಿತವೆನಿಸುತ್ತದೆ. ಎರಡನೇ ವಿಶ್ವಯುದ್ಧ ಮುಗಿದ ಬಳಿಕ ನಾನು ಸಾಮೂಹಿಕ ಅಪರಾಧ ಬೋಧೆಯ ವಿಷಯದಲ್ಲಿ ಸಾರ್ವಜನಿಕವಾಗಿ ಮಾತನಾಡುವುದನ್ನು ನಿಲ್ಲಿಸಿಬಿಟ್ಟಿದ್ದೇನೆ.[12] ಹಲವು ಸಲ ಅಂತಹ ಜನರಿಗೆ ಅವರ ಅಂಧವಿಶ್ವಾಸದಿಂದ ಹೊರಗೆ ತರುವುದಕ್ಕೆ ಮಾತುಗಳನ್ನು ಚಾಕಚಕ್ಯತೆಯಿಂದ ಆಡುತ್ತ ಸಮಾಧಾನ ಪಡಿಸಬೇಕಾಗುತ್ತದೆ. ಒಂದು ಸಾರಿ ಓರ್ವ ಅಮೆರಿಕನ್ ಮಹಿಳೆ ದೂರು ನೀಡುತ್ತ ನನಗೆ ಹೇಳಿದಳು, 'ನೀವು ನಿಮ್ಮ ಕೆಲವು ಪುಸ್ತಕಗಳನ್ನು ಜರ್ಮನ್ ಭಾಷೆಯಲ್ಲಿ ಬರೆದಿದ್ದೀರಿ. ಅದು ಅಡೋಲ್ಫ್ ಹಿಟ್ಲರ್‌ನ ಭಾಷೆಯಾಗಿತ್ತು. ನೀವು ಹಾಗೆ ಹೇಗೆ ಮಾಡಲಾಗುತ್ತೆ?' ನಾನು ಆಕೆಗೆ ಉತ್ತರ ನೀಡುತ್ತ ಹೇಳಿದೆ, 'ನಿಮ್ಮ ಅಡುಗೆ ಕೋಣೆಯಲ್ಲಿ ಚಾಕು ಇದೆಯೇ?' ಆಕೆ ನಿಟ್ಟುಸಿರೆಳೆದಳು. ನಾನು ಬಹಳ ವಿಸ್ಮಯ ಹಾಗೂ ಖೇದದಿಂದ ಉತ್ತರಿಸಿದೆ, 'ನೀವು ಚಾಕುವನ್ನು ಹೇಗೆ ಉಪಯೋಗಿಸಲು ಸಾಧ್ಯ? ಆ ಚಾಕು ಎಷ್ಟೊಂದು ನಿರಪರಾಧಿ ಮುಗ್ಧರನ್ನು ಹತ್ಯೆ ಮಾಡಿದೆ. ನೀವೂ ಅದರ ಉಪಯೋಗವನ್ನು ಅದು ಹೀಗೆ ಮಾಡುತ್ತಿದ್ದೀರಿ?' ಇದರೊಂದಿಗೆ ಆಕೆ ನನ್ನ ಜರ್ಮನ್ ಭಾಷೆಯ ಪುಸ್ತಕಗಳ ಕುರಿತು ದೋಷಾರೋಪಣೆ ಮಾಡುವುದನ್ನು ನಿಲ್ಲಿಸಿಬಿಟ್ಟಳು.

ಮೃತ್ಯು

ಟ್ರ್ಯಾಜಿಕ್ ಟ್ರ್ಯಾಡ್‌ನ ಮೂರನೇ ಮಗ್ಗಲು ಮೃತ್ಯುವಿನ ಜತೆಗೆ ಸಂಬಂಧ ಕಲ್ಪಿಸಿದೆ. ಆದರೆ ಅದು ಜೀವನದೊಂದಿಗೂ ಅಷ್ಟೇ ಸಂಬಂಧವನ್ನು ತಗಲಿಸಿಕೊಂಡಿದೆ. ಯಾಕೆಂದರೆ ಜೀವನದ ಪ್ರತಿ ಕ್ಷಣ ಮುಂದಿನ ಕ್ಷಣ ಬರುತ್ತಲೇ ಸತ್ತುಹೋಗುತ್ತದೆ ಮತ್ತೆ ಎಂದಿಗೂ ಹಿಂದಿರುಗಿ ಬರುವುದಿಲ್ಲ. ಈ ಕ್ಷಣಭಂಗುರತೆ ನಮಗೆ ಸವಾಲನ್ನೊಡುವುದಿಲ್ಲವೇ, ನಮ್ಮ ಜೀವನದ ಪ್ರತಿಕ್ಷಣದ ವಿಶೇಷ ಉಪಯೋಗವನ್ನು ಮಾಡಿ ತೋರಿಸಬೇಕಂತ? ನಿಶ್ಚಿತವಾಗಿಯೂ ಹೌದು. ಹಾಗಾಗಿ ನಾನು ಹೇಳುತ್ತೇನೆ, **'ಹೇಗೆ ಜೀವಿಸಬೇಕೆಂದರೆ, ನೀವು ಎರಡನೇ ಸಲ ಜೀವಿಸುತ್ತಿದ್ದೀರಿ ಎನ್ನುವ ಹಾಗೆ ಮತ್ತು ನಿಮ್ಮ ಹಿಂದಿನ ಜೀವನದಲ್ಲಿ ಮಾಡಿದ ಸಕಲ ತಪ್ಪುಗಳನ್ನು ತಿದ್ದಿಕೊಳ್ಳುವುದಕ್ಕೆ ಈಗ ಅವಕಾಶ ಸಿಕ್ಕಿದೆ ಎನ್ನುವ ಹಾಗೆ.'**

ನಿಜವಾಗಿ, ಸರಿಯಾದ ರೀತಿಯಲ್ಲಿ ಕೆಲಸ ಮಾಡುವ ಅವಕಾಶ ಮತ್ತು ಅರ್ಥವನ್ನು ಪೂರ್ತಿಗೊಳಿಸಲಿರುವ ಸಾಧ್ಯತೆಗಳು, ನಾವು ನಮ್ಮ ಕಳೆದು ಹೋದ ಕ್ಷಣಗಳನ್ನು ಹಿಂದಿರುಗಿ ಪಡೆಯಲು ಸಾಧ್ಯವಿಲ್ಲ ಎನ್ನುವ ಇದೇ ಮಾತಿನಿಂದ ಪ್ರಭಾವಿತವಾದವುಗಳು. ಜೀವನದಲ್ಲಿ ನಮ್ಮ ಎದುರಿಗೆ ಯಾವುದೇ ಅವಕಾಶ ಬಂದಾಗ, ನಾವು ಅದರ ಪೂರ್ತಿ

[11] ವಿಕ್ಟರ್ ಈ. ಫ್ರಾಂಕಲ್, ದಿ ಅನ್‌ಹರ್ಡ್ ಕ್ರೈಸ್ ಫಾರ್ ಮೀನಿಂಗ್, ನ್ಯೂಯಾರ್ಕ್, ಸೈಮನ್ ಅಂಡ್ ಶಟರ್, 1978, ಪುಟ: 42–43

[12] ವಿಕ್ಟರ್ ಈ. ಫ್ರಾಂಕಲ್, ಸೈಕೋಥೆರಪಿ ಅಂಡ್ ಎಗ್ಸಿಸ್ಟೆನ್ಶಿಯಲಿಸ್ಮ್, ನ್ಯೂಯಾರ್ಕ್, ಸೈಮನ್ ಅಂಡ್ ಶಟರ್, 1967

ಸದುಪಯೋಗವನ್ನು ಮಾಡುತ್ತ, ನಮ್ಮ ಬದುಕಿಗೆ ಹೊಸ ಅರ್ಥವನ್ನೂ ಆಯಾಮವನ್ನೂ ನೀಡಿದಾಗ ನಾವದನ್ನು ಜೋಪಾನವಾಗಿ ಭೂತಕಾಲದಲ್ಲಿ ಕೂಡಿಟ್ಟುಬಿಡುತ್ತಾವೆ, ಅಲ್ಲಿಂದ ಏನೂ ಕಳೆದುಹೋಗುವುದಿಲ್ಲ. ಅದೇ ವೇಳೆ ಕೆಲವು ಜನರು ಬದುಕಿನ ಅಸ್ಥಿರತೆಯನ್ನೇ ನೋಡುತ್ತಿರುತ್ತಾರೆ, ಅವರು ಗತಕಾಲದ ಆ ಖಜಾನೆಗಳನ್ನು ಮರೆತು ಬಿಟ್ಟಿರುತ್ತಾರೆ, ಅದರಲ್ಲಿ ಬದುಕಿನ ಸುಂದರ ಫಸಲನ್ನು ತುಂಬಿಸಿ ಇಟ್ಟಿರುತ್ತೇವೆ : ಎಲ್ಲಾ ಕೆಲಸಗಳನ್ನು ಪೂರ್ಣಗೊಳಿಸಿದ್ದು, ಪ್ರೇಮದಿಂದ ಪ್ರೇಮಿಸಿದ್ದು ಮತ್ತು ತಮ್ಮ ಕಷ್ಟಗಳನ್ನು ಹಾಗೂ ಯಾತನೆಗಳನ್ನು ಬಹಳ ಸಾಹಸ ಮತ್ತು ಘನತೆಯಿಂದ ಸಹಿಸಿಕೊಂಡು ಹೋಗಿದ್ದು.

ಈ ದೃಷ್ಟಿಕೋನದಿಂದ ನೋಡಿದ್ದೇ ಆದಲ್ಲಿ, ವೃದ್ಧರ ಮೇಲೆ ಕರುಣೆ ತೋರುವುದಕ್ಕೆ ಯಾವುದೇ ಕಾರಣ ಬೇಕಾಗುವುದಿಲ್ಲ. ಅದರ ಬದಲು ಯುವಕರು ಅವರನ್ನು ನೋಡಿ ಅಸೂಯೆ ಪಡಬೇಕು. ವೃದ್ಧರ ಬಳಿಯಲ್ಲಿ ಯಾವುದೇ ಅವಕಾಶ ಅಥವಾ ಭವಿಷ್ಯದ ಸಾಧ್ಯತೆಗಳು ಉಳಿದಿರುವುದಿಲ್ಲ, ಆದರೆ ಅವರ ಬಳಿಯಲ್ಲಿ ಅದಕ್ಕೂ ಮಿಗಿಲಾದವು ಇರುತ್ತವೆ. ಅವರ ಬಳಿಯಲ್ಲಿ ಸಾಧ್ಯತೆಗಳ ಬದಲಾಗಿ ಗತಕಾಲದ ವಾಸ್ತವಗಳಿರುತ್ತವೆ. ಅಂತಹ ಸಾಧ್ಯತೆಗಳನ್ನು ಅವರು ವಾಸ್ತವವನ್ನಾಗಿ ಪರಿವರ್ತಿಸಿಕೊಂಡಿರುತ್ತಾರೆ. ಅಂತಹ ಅರ್ಥವನ್ನು ಅವರು ನಿಭಾಯಿಸಿದ್ದಾಗಿರುತ್ತದೆ, ಆ ಮೌಲ್ಯಗಳ ಬಗೆಗೆ ಅವರ ಅನುಭವಗಳಿರುತ್ತವೆ ಮತ್ತು ಗತಕಾಲದ ಈ ಸಂಪತ್ತನ್ನು ಯಾರೂ ಅವರಿಂದ ಕಸಿದುಕೊಳ್ಳಲು ಸಾಧ್ಯವಿಲ್ಲ.

ಪೀಡೆಯ ನಡುವೆ ಜೀವನದ ಅರ್ಥವನ್ನು ಹುಡುಕುವ ದೃಷ್ಟಿಕೋನದಿಂದ ನೋಡಿದರೆ, ಅದು ಬೇಷರತ್ತಾಗಿರುತ್ತದೆ, ಕೊನೇ ಪಕ್ಷ ಅದರ ಸಾಧ್ಯತೆಯಾದರೂ ಇರುತ್ತದೆ. ಈ ಬೇಷರತ್ತಾದ ಅರ್ಥ, ಪ್ರತಿಯೊಬ್ಬ ಮನುಷ್ಯನಲ್ಲಿರುವ ಬೇಷರತ್ತಾದ ಮೌಲ್ಯದ ಜತೆಗೆ ಸಾಗುತ್ತದೆ. ಅದು ಮನುಷ್ಯ ಎಂದೂ ಅಳಿಯದ ಘನತೆಯನ್ನು ಸಾರುತ್ತದೆ. ಜೀವನ ಯಾವುದೇ ಪರಿಸ್ಥಿತಿ ಅರ್ಥದ ಸಾಧ್ಯತೆಗಳಿಂದ ತುಂಬಿರುತ್ತದೆ, ಆ ಪರಿಸ್ಥಿತಿ ಎಷ್ಟೇ ದಯನೀಯವಾಗಿದ್ದರೂ ಸರಿ. ಅಂತೆಯೇ ಪ್ರತಿಯೊಬ್ಬ ಮನುಷ್ಯನಲ್ಲಿಯೂ ತನ್ನದೇ ಆದ ಮೌಲ್ಯಗಳಿರುತ್ತವೆ. ಹಾಗೆ ಯಾಕೆಂದು ಕೇಳಿದರೆ, ಅವರ ಇಂದಿನ ಮೌಲ್ಯ, ತಮ್ಮ ಗತಕಾಲದಲ್ಲಿ ಸಾಕಾರಗೊಳಿಸಿದ ಮೌಲ್ಯಗಳ ಮೇಲೆ ಆಧಾರಿತವಾಗಿರುತ್ತವೆ. ಆ ಮೌಲ್ಯಗಳು ಆ ಮನುಷ್ಯನು ಇಂದು ವರ್ತಮಾನದಲ್ಲಿ ತನ್ನ ಉಪಯುಕ್ತತೆಯನ್ನು ಉಳಿಸಿಕೊಂಡಿದ್ದಾನೋ ಇಲ್ಲವೋ ಎಂಬುದರ ಮೇಲೆ ಅವಲಂಬಿತವಾಗಿರುವುದಿಲ್ಲ.

ನಿಖರ ಶಬ್ದಗಳಲ್ಲಿ ಹೇಳಬೇಕೆಂದರೆ ಉಪಯುಕ್ತತೆಯನ್ನು ಸಾಮಾನ್ಯವಾಗಿ ಈ ಅರ್ಥದಲ್ಲಿ ತಿಳಿಯಬಹುದು, ಅವು ಮೌಲ್ಯಯುತ ಸಮಾಜಕ್ಕೆ ಲಾಭದಾಯಕವಾಗಿದೆಯೋ ಇಲ್ಲವೇ ಎಂಬುದು. ಆದರೆ ಈವೊತ್ತಿನ ಸಮಾಜ ಪ್ರಾಪ್ತಿಗಳ ಮೇಲೆ ಅವಲಂಬಿತವಾಗಿದೆ. ಹಾಗಾಗಿ ಇದು ಯಾರು ಖುಷಿಯಲ್ಲಿರುತ್ತಾರೋ, ಯಾರು ಸಫಲರಾಗಿರುತ್ತಾರೋ ಅವರನ್ನು ಆರಾಧಿಸುತ್ತದೆ, ಮುಖ್ಯವಾಗಿ ಯುವಜನರನ್ನು. ಯಾರು ಈ ಚಕ್ರದಿಂದ ಹೊರಗಿರುತ್ತಾರೆ, ಇದು ಅಂತಹ ಎಲ್ಲಾ ಜನರ ಮೌಲ್ಯಗಳನ್ನು ಕಡೆಗಣಿಸುತ್ತದೆ. ಹೀಗೆ ಮಾಡಿ ಅದು ಘನತೆಯಿಂದ ಕೂಡಿದ ಮೌಲ್ಯವನ್ನು ಮತ್ತು ಉಪಯುಕ್ತತೆಯಿಂದ ಕೂಡಿದ ಮೌಲ್ಯಗಳ ನಡುವಿನ ಅಂತರವನ್ನು ಮುಸುಕಾಗಿಸುತ್ತದೆ. ಯಾರಿಗೆ ಈ ಅಂತರದ ಅರಿವಿರುವುದಿಲ್ಲವೋ ಮತ್ತು ಕೇವಲ ಮನುಷ್ಯನ ಮೌಲ್ಯವನ್ನು ಆತನ ವರ್ತಮಾನದ ಉಪಯುಕ್ತತೆಯ ಮೇಲೆ ಅಳೆಯುತ್ತಾನೋ ವಿಶ್ವಾಸದಿಂದ ತಿಳಿದುಕೊಳ್ಳಿ, ಅದು ಆ ಮನುಷ್ಯನ ನಿಜವಾದ ಅಯೋಗ್ಯತೆ ಎಂದೇ ಕರೆಯಲಾಗುವುದು. ಹಾಗೆ ಮಾಡುತ್ತ ನಾವು ದಯಾಮರಣದ ವಕಾಲತ್ತನ್ನು

ಕೂಡಾ ಮಾಡುತ್ತ ಹೋಗಿದ್ದೇವೆ. ಹೇಗೆ ಹಿಟ್ಲರ್‌ನ ಆ ಕಾರ್ಯಕ್ರಮದಲ್ಲಿ ಆಗುತ್ತಿತ್ತೋ, ಅದರ ಪ್ರಕಾರ ಯಾವ ಜನರು ಸಾಮಾಜಿಕವಾಗಿ ಅನುಪಯುಕ್ತರೆನಿಸುತ್ತಿದ್ದರೋ, ಅವರಿಗೆ ಜೀವಂತವಾಗಿ ಇರುವ ಅಧಿಕಾರವಿಲ್ಲವೆನ್ನುವುದು. ಅವರು ವೃದ್ಧರಾಗಿದ್ದರೇನಂತೆ, ಚಿಕಿತ್ಸೆಗೆ ಅರ್ಹರಲ್ಲದ ರೋಗಿಗಳಾಗಿರಲಿ, ಮಾನಸಿಕ ಸ್ತರದಲ್ಲಿ ವಿಕಲಾಂಗಿಗಳಾಗಿರಲಿ ಅಥವಾ ಯಾವುದೇ ವಿಕಲಾಂಗದಿಂದ ಪೀಡಿತರಾದವರು ಯಾಕಾಗಿರಬಾರದು, ಅವರೆಲ್ಲ ಇದರಲ್ಲಿ ಸೇರಿರುತ್ತಾರೆ.

೧೭
ಮನುಷ್ಯನ ಘನತೆ

ಕೇವಲ ಉಪಯೋಗದ ಆಧಾರದಲ್ಲಿ ಮನುಷ್ಯನ ಘನತೆ ಅಥವಾ ಗೌರವದ ನಿರ್ಧಾರ ಮಾಡುವ ಯೋಚನೆ ಒಂದು ಭ್ರಮೆಯಿಂದ ಉತ್ಪನ್ನವಾಗುವಂಥದ್ದು. ಅದರ ಸಂಬಂಧ ಸಮಕಾಲೀನ ಶೂನ್ಯವಾದದೊಂದಿಗೆ ತಾಳೆಹಾಕಲಾಗುತ್ತದೆ. ಸಮಕಾಲೀನ ಶೂನ್ಯವಾದದ ಮೇಲೆ ಅನೇಕ ವಿಶ್ಲೇಷಣೆಗಳನ್ನು ಮಾಡಿದ್ದಾಗಿದೆ ಮತ್ತು ಹಲವು ಶೈಕ್ಷಣಿಕ ವೇದಿಕೆಗಳಲ್ಲಿ ಅದರ ವಿಷಯವನ್ನು ಚರ್ಚಿಸಲಾಗಿದೆ. ಎಲ್ಲಿಯವರೆಗೆ ಅಂದರೆ ಶಿಕ್ಷಣ ಸಂಬಂಧಿ ವಿಶ್ಲೇಷಣೆಗಳಲ್ಲೂ ಈ ಭಾವನೆ ಸ್ಥಾನಗಿಟ್ಟಿಸಿಕೊಳ್ಳುವಂತೆ ಆಗಿದೆ. ಶೂನ್ಯವಾದ ಇಲ್ಲಿ ಏನೂ ಇಲ್ಲವೆಂದು ಯಾವತ್ತೂ ಹೇಳಿಲ್ಲ. ಅದು ಹೇಳುವುದಿಷ್ಟೆ ಸಕಲವೂ ಅರ್ಥಹೀನವೆಂತ. ಜಾರ್ಜ್ ಎಸ್. ಸಾರ್ಜೆಂಟ್ 'ಲರ್ನ್ಡ್ ಮೀನಿಂಗ್‌ಲೆಸ್‌ನೆಸ್'ನ ಬಗ್ಗೆ ಮಾತನ್ನಾಡಿದಾಗ, ಅವರು ನಿಜಕ್ಕೂ ಸರಿಯಾದುದನ್ನೇ ಹೇಳಿದ್ದರು. ಅವರು ಓರ್ವ ಥೆರಪಿಸ್ಟ್‌ನ ಬಗೆಗೆ ಹೇಳುತ್ತಿದ್ದರು. ಆತ ಹೇಳಿದ್ದ, 'ಜಾರ್ಜ್, ಈ ಪ್ರಪಂಚ ಒಂದು ವಿನೋದ ಎನ್ನುವುದು ನಿಮಗೆ ಮನೋಗತವಾಗಬೇಕು. ಇಲ್ಲಿ ಯಾವುದೇ ನ್ಯಾಯವಿರುವುದಿಲ್ಲ, ಸಮಸ್ತವೂ ಅನಿಯಮಿತ/ಅನಿಯಂತ್ರಿತವಾಗಿದೆ. ಇದು ನಿಮಗೆ ಮನದಟ್ಟಾದಾಗ, ನಿಮಗೆ ಗೊತ್ತಾಗುತ್ತದೆ ನೀವು ಸ್ವತಃ ನಿಮ್ಮನ್ನು ಗಂಭೀರತೆಯೊಂದಿಗೆ ಕಾಣುವುದು ಎಷ್ಟೊಂದು ಮೂರ್ಖತನ ಎಂದು. ಈ ಬ್ರಹ್ಮಾಂಡದಲ್ಲಿ ಯಾವುದೇ ಮಹಾನ್ ಉದ್ದೇಶವಿಲ್ಲ. ಈ ಬ್ರಹ್ಮಾಂಡ ಕೇವಲ ಇದೆ ಅಷ್ಟೇ. ಈವೊತ್ತು ನೀವು ಯಾವ ನಿರ್ಣಯವನ್ನು ತೆಗೆದುಕೊಳ್ಳುವಿರಿ, ಎಂತಹ ವ್ಯವಹಾರವನ್ನು ಮಾಡುವಿರಿ... ಈ ನಿಮ್ಮ ನಿರ್ಣಯಗಳು ವಾಸ್ತವದಲ್ಲಿ ಯಾವುದೇ ನಿಶ್ಚಿತ ಆಯಾಮವನ್ನು ಅಥವಾ ಅರ್ಥವನ್ನು ಹೊಂದಿರುವುದಿಲ್ಲ.'[13]

ಆದರೂ ಇಂತಹ ಆಲೋಚನೆಗಳ ಸಾರ್ವತ್ರೀಕರಣ ಮಾಡಲಾಗುವುದಿಲ್ಲ. ನಿಯಮದ ಪ್ರಕಾರ, ತರಬೇತಿ ಪಡೆಯುವುದು ಅನಿವಾರ್ಯವಾಗಿದೆ. ಆದರೆ ಹಾಗಿದ್ದಲ್ಲಿ, ತರಬೇತಿ ತೆಗೆದುಕೊಳ್ಳುವ ವ್ಯಕ್ತಿಗೆ ಶೂನ್ಯವಾದದ ವಿರುದ್ಧ ಪ್ರತಿರೋಧದ ಕ್ಷಮತೆಯನ್ನು ಥೆರಾಪಿಸ್ಟ್‌ಗಳು ನೀಡಬೇಕೇ ಹೊರತು ತನ್ನದೇ ಆದ ಶೂನ್ಯವಾದದಿಂದ ರಕ್ಷಿಸಿಕೊಳ್ಳಲು ಅವನಲ್ಲಿ ಸೀನಿಕತೆಯನ್ನು ತುಂಬಬಾರದು.

ಲೋಗೋಥೆರಪಿಸ್ಟ್‌ಗಳು ಸೈಕೋಥೆರಪಿಯ ಅನ್ಯ ಶಾಖೆಗಳ ಕೆಲವು ಲೈಸೆನ್ಸ್ ಇಲ್ಲವೇ ತರಬೇತಿಯ ಅವಶ್ಯಕತೆಗೆ ಅಥವಾ ಮನದಂಡಕ್ಕೆ ಸರಿದೂಗಬಹುದು, ಇನ್ನೊಂದು ರೀತಿಯಲ್ಲಿ ಹೇಳುವುದಾದರೆ, ಅವಶ್ಯಕತೆ ಬಿದ್ದರೆ ತೂಳಗಳ ಜೊತೆಗೂಡಿ ಕೂಗುವುದರಲ್ಲಿ ಏನೂ ಅಭ್ಯಂತರವಿಲ್ಲ ಆದರೆ ಅದು ಹಾಗೆ ಮಾಡುವಾಗ ತೋಳದ ಬಟ್ಟೆಯಲ್ಲಿರುವ ಕುರಿಯ ಹಾಗಿರಬೇಕು. ಅಂದರೆ ತಮ್ಮ ನೈಜತೆಯ ತ್ಯಾಗವನ್ನು ಮಾತ್ರ ಮಾಡಬಾರದು. ಮನುಷ್ಯನ ಮೂಲಭೂತ ಧೋರಣೆಗಳಿಗೆ ಹಾಗು ಲೋಗೋಥೆರಪಿಯಲ್ಲಿ ಹಾಸುಹೊಕ್ಕಾಗಿರುವ ಮಾನವ ತತ್ವಗಳಿಗೆ ವ್ಯತಿರಿಕ್ತವಾಗಿ ಸಾಗಬೇಕಾಗಿಲ್ಲ. ಈ ನಿಷ್ಠೆಯನ್ನು ಇರಿಸುವುದಕ್ಕೆ ಅಷ್ಟೇನೂ ಕಷ್ಟವಲ್ಲ, ಎಲಿಜಬೆತ್ ಎಸ್. ಲೂಕಾಸ್ ಅವರ ದೃಷ್ಟಿಯಲ್ಲಿ, 'ಸೈಕೋಥೆರಪಿಯ ಇತಿಹಾಸದಲ್ಲಿ ಲೋಗೋಥೆರಪಿಯಷ್ಟೊಂದು ಸೈದ್ಧಾಂತಿಕ ಶಾಲೆಯನ್ನು ನಾನೆಂದೂ ನೋಡಿಲ್ಲ.'[14]

ಲೋಗೋಥೆರಪಿಯ ಪ್ರಥಮ ಜಾಗತಿಕ ಕಾಂಗ್ರೆಸ್(ಸ್ಯಾನ್ ಡಿಯಾಗೋ, ಕ್ಯಾಲಿಫೋರ್ನಿಯಾ ನವೆಂಬರ್ 6–8, 1980)ನಲ್ಲಿ ನಾನು ಕೇವಲ ಪುನಃರ್ಮಾನವೀಕರಣದ ಬಗೆಗೆ ತರ್ಕವನ್ನು ಮಂಡಿಸಿದೆ ಮಾತ್ರವಲ್ಲ ಲೋಗೋಥೆರಪಿಯ ಬಗೆಗೆ ಕೂಡಾ ನನ್ನ ಅಭಿಪ್ರಾಯವನ್ನು ಸ್ಥಾಪಿಸಿದೆ. ಮಾತಾಡುವ ಗಿಣಿ ತನ್ನ ಮಾಲೀಕನ ಆದೇಶದಂತೆ ಕೇವಲ ಉರುಹೊಡೆದು ಮಾತಾಡುತ್ತವೆ. ಅವುಗಳನ್ನು ಸೃಷ್ಟಿಸುವುದರಲ್ಲಿ ನನಗೆ ಆಸಕ್ತಿಯಿಲ್ಲ. ನನ್ನ ಬಯಕೆ ಅಂದರೆ ಅದು 'ಸ್ವತಂತ್ರ, ಅನ್ವೇಷಣಾಶೀಲ, ಆವಿಷ್ಕಾರಪ್ರಿಯ ಮತ್ತು ರಚನಾತ್ಮಕ ಜನರ ಕೈಗಳಿಗೆ ಜವಾಬ್ದಾರಿ ಅರ್ಪಿತವಾಗಬೇಕು.'

ಸಿಗ್ಮಂಡ್ ಫ್ರಾಯಿಡ್ ಒಂದು ಸಲ, 'ವಿಭಿನ್ನ ಪ್ರಕಾರದ ಮೂಲಕ ಅಧಿಕದಿಂದ ಅಧಿಕ ವ್ಯಕ್ತಿಗಳಿಗೆ ಹಸಿವೆಯನ್ನು ಎದುರಿಸುವಂತೆ ಮಾಡಿದಾಗ, ಹೇಗೆ ಹೇಗೆ ಅವರ ಹಸಿವು ಹೆಚ್ಚಾಗುತ್ತಾ ಹೋಗುತ್ತದೆ, ಆಗ ಅವರ ನಡುವೆ ಏರ್ಪಟ್ಟ ಸಕಲ ಭೇದಭಾವ ಸಮಾಪ್ತಿಯನ್ನು ಕಾಣಬಹುದು ಮತ್ತು ಅವರಲ್ಲಿ ಭೋಜನವನ್ನು ಮಾಡುವ ಒಂದೇ ಭಾವ ಉತ್ಪನ್ನವಾಗಬಹುದು,' ಎಂದಿದ್ದರು. ಭಗವಂತನ ಅನುಗ್ರಹವೇನೋ, ಸಿಗ್ಮಂಡ್‌ರಿಗೆ ಯಾತನಾ

---

[13]'ಟ್ರಾನ್ಸಫರೆನ್ಸ್ ಅಂಡ್ ಕೌಂಟರ್‌ಟ್ರಾನ್ಸ್‌ಫರೆನ್ಸ್ ಇನ್ ಲೋಗೋಥೆರಪಿ', ದಿ ಇಂಟರ್‌ನ್ಯಾಶನಲ್ ಫೋರಮ್ ಫಾರ್ ಲೋಗೋಥೆರಪಿ, ವಾಲ್ಯೂಮ್ 5, ನಂಬರ್2, 1982, 115–118

[14]ಯಾರು ಸೈಕೋಥೆರಪಿಯನ್ನು ಇಷ್ಟಪಡುತ್ತಾರೋ, ಅವರ ಮೇಲೆ ಲೋಗೋಥೆರಪಿಯನ್ನು ಹೇರಲಾಗುವುದಿಲ್ಲ. ತಾವು ಇದರ ತುಲನೆಯನ್ನು ಯಾವುದೇ ಓರಿಯಂಟಲ್ ಬಝಾರ್‌ನಲ್ಲಿ ಅಲ್ಲ, ಬದಲಾಗಿ ಒಂದು ಸೂಪರ್‌ಮಾರ್ಕೆಟ್‌ನ ಜತೆಗೆ ಮಾಡಬಹುದಾಗಿದೆ. ಮೊದಲಿನದರಲ್ಲಿ, ಗ್ರಾಹಕರಿಗೆ ಕೇಳಲಾಗುತ್ತದೆ, ಅವರಿಗೇನು ಖರೀದಿಸಬೇಕಾಗಿದೆ ಅಂತ. ಎರಡನೆಯದರಲ್ಲಿ ಅವರಿಗೆ ಬಹಳಷ್ಟು 'ವೈವಿಧ್ಯಮಯ ವಸ್ತುಗಳು ಕಂಡುಬರುತ್ತವೆ, ಅದರಿಂದ ಅವರು ತಮಗೆ ಬೇಕಾದ ಉಪಯುಕ್ತ ವಸ್ತುಗಳನ್ನು ಸ್ವಯಂ ಆಗಿ ಖರೀದಿಸುತ್ತಾರೆ.

ಶಿಬಿರಗಳ ಪರಿಸ್ಥಿತಿಗಳಲ್ಲಿನ ಒಳಗಿನ ವಿಷಯಗಳನ್ನು ತಿಳಿಯುವ ಅವಕಾಶ ಲಭಿಸಲಿಲ್ಲ. ಅವರ ಪಾತ್ರ ಏನಿದ್ದರೂ ವಿಕ್ಟೋರಿಯನ್ ಸಭ್ಯತೆಯ ವೈಭವದ ನಡುವೆಯಾಗಿತ್ತು, ಆಶ್ವಿಜ್‌ನ ಕೊಳಕಿನ ನಡುವೆ ಇದ್ದಿರಲಿಲ್ಲ. ಅಲ್ಲಿ ವ್ಯಕ್ತಿಗತ ಭೇದ 'ಅಸ್ಪಷ್ಟ'ವಾಗಿರಲಿಲ್ಲ ಬದಲಾಗಿ ಅದರ ವಿಪರೀತವಾಗಿ, ಜನರು ಇನ್ನಷ್ಟು ಬೇರೆಯಾಗಿದ್ದರು; ಅವರೆಲ್ಲ ತಮ್ಮ ತಮ್ಮ ಮುಖವಾಡಗಳನ್ನು ಕಳಚಿಕೊಂಡಿದ್ದರು, ಅವರು ಹಂದಿಯಾಗಿರಲಿ ಸಂತನಾಗಿರಲಿ. ಈವೊತ್ತು ನಿಮಗೆ ಸಂತ ಶಬ್ದದ ಪ್ರಯೋಗ ಮಾಡಲು ಯಾವುದೇ ಸಂಕೋಚವಿರಬಾರದು; ಫಾದರ್ ಮ್ಯಾಕ್ಸಿಮಿಲನ್ ಕೋಲ್ಬೆಯವರ ನೆನಪು ಮಾಡಿಕೊಳ್ಳಿ, ಅವರನ್ನು ಹಸಿವಿನಿಂದ ತೊಳಲಾಡುವಂತೆ ಮಾಡಿ, ಆಶ್ವಿಜ್‌ನಲ್ಲಿ ಕಾರ್ಬೋಲಿಕ್ ಆ್ಯಸಿಡ್‌ನ ಇಂಜೆಕ್ಷನ್ ನೀಡಿ ಹತ್ಯೆ ಮಾಡಲಾಯಿತು ಮತ್ತೆ 1983ರಲ್ಲಿ ಅವರಿಗೆ ಸಂತ ಎಂಬ ಪದವಿಯನ್ನು ನೀಡಿ ಗೌರವಿಸಲಾಯಿತು.

ನಾನು ಈ ಉದಾಹರಣೆಯನ್ನು ನೀಡಿದ್ದರಿಂದ ನನ್ನನ್ನು ಕೇವಲ ಅಂಥ ಸಕಾರಾತ್ಮಕ ಉದಾಹರಣೆ ನೀಡುತ್ತಿರುವುದಾಗಿ ನೀವು ಆರೋಪಿಸಬಹುದು. ಆದರೆ ಇದೂ ಸತ್ಯವೇ, 'ಮಹಾನ್ ವಿಷಯವನ್ನು ಪಡೆಯುವುದು ಎಷ್ಟು ದುರ್ಲಭವಾಗಿರುತ್ತದೆ, ಅದರ ಅನುಭವವಾಗುವುದೂ ಅಷ್ಟೇ ಕಠಿಣವಾಗಿರುತ್ತದೆ', ಎಥಿಕ್ಸ್ ಆಫ್ ಸ್ಪಿನೋಜಾದ ಕೊನೆಯ ವಾಕ್ಯ ಇದನ್ನೇ ಹೇಳುತ್ತದೆ. ಏನಿದ್ದರೂ ಅವರನ್ನು 'ಸಂತರು' ಎಂದು ಅವಶ್ಯಕತೆಯಾದರೂ ಏನಿತ್ತು? ಅವರನ್ನು ಕೇವಲ ಒಳ್ಳೆಯವರು ಎಂದು ಸಂಬೋಧಿಸಬಹುದಿತ್ತಲ್ಲವೇ ಎಂದು ನೀವು ಕೇಳಬಹುದು. ಅಂತಹ ವ್ಯಕ್ತಿಗಳ ಸಂಖ್ಯೆ ಕೈಯ ಬೆರಳುಗಳಲ್ಲಿ ಎಣಿಸುವಷ್ಟೇ ಸಿಗುತ್ತವೆ ನಿಜ, ಮತ್ತವರು ವಿರಳವಾಗಿಯೇ ಉಳಿಯುತ್ತಾರೆ. ಆದರೂ ನಾವು ಈ ವಿರಳ ಜನರ ಶ್ರೇಣಿಯನ್ನು ಸೇರುವುದನ್ನು ಒಂದು ಸವಾಲಾಗಿ ತೆಗೆದುಕೊಳ್ಳಬಹುದು. ಯಾಕೆಂದರೆ ಈ ಪ್ರಪಂಚ ಬಹಳ ಕೆಡುಕಾದ ದಿಸೆಯಲ್ಲಿ ಸಾಗುತ್ತಿದೆ ಮತ್ತು ನಮ್ಮಲ್ಲಿ ಕೆಲವರಾದರೂ ಸ್ವಲ್ಪ ವಿಶೇಷ ಪ್ರಯತ್ನವನ್ನು ಮಾಡದೇ ಹೋದರೆ ಇದು ಇನ್ನಷ್ಟು ವಿಚಿತ್ರವಾಗಿ ಬಿಗಡಾಯಿಸುತ್ತಾ ಹೋಗಬಹುದೇನೋ.

ಹಾಗಾಗಿ ನಾವು ಸಮಸ್ತರು ಜಾಗೃತರಾಗುವಂತಾಗಬೇಕು – ಎರಡುಪಟ್ಟು ಅರ್ಥದಲ್ಲಿ ಜಾಗೃತರಾಗಿರಬೇಕು.

ಆಶ್ವಿಜ್‌ನ ಪ್ರಸಂಗದಲ್ಲಿ ಮನುಷ್ಯನ ಅಸಲಿ ಸಾಮರ್ಥ್ಯದ ಗುರುತು ಸಿಕ್ಕಿದೆ.

ಮತ್ತು

ಹಿರೋಷಿಮಾದ ಪ್ರಸಂಗದಿಂದ ನಮಗೆ ಅದೂ ಮನವರಿಕೆಯಾಗಿದೆ, ನಾವೇನು ಕಳೆದುಕೊಳ್ಳಬಹುದು ಅಂತ!

---

* ಈ ಪುಸ್ತಕವನ್ನು ಓದಿದ ಬಳಿಕ ನಿಮ್ಮ ಅಭಿಪ್ರಾಯವನ್ನು ಈ mail id ಗೆ ಕಳುಹಿಸಬಹುದು - books.feedback@tejgyan.org

ಲೇಖಕರ ಬಗೆಗೆ

ವಿಕ್ಟರ್ ಈ. ಫ್ರಾಂಕಲ್

ವಿಕ್ಟರ್ ಈ. ಫ್ರಾಂಕಲ್ ವಿಯೆನ್ನಾ ಮೆಡಿಕಲ್ ಸ್ಕೂಲ್ ವಿಶ್ವವಿದ್ಯಾಲಯದಲ್ಲಿ ನ್ಯೂರೋಲಜಿ ಮತ್ತು ಸೈಕಾಯಿಸ್ಟ್ರಿಯ ಪ್ರೊಫೆಸರ್ ಆಗಿದ್ದರು. ಅವರು ಸ್ಕೂಲ್ ಆಫ್ ಲೋಗೋಥೆರಪಿಯ ಸಂಸ್ಥಾಪಕರಾಗಿದ್ದರು, ಅದನ್ನು ಫ್ರಾಯಿಡ್‌ರ ಮನೋವಿಶ್ಲೇಷಣೆ ಹಾಗೂ ಎಡ್ಲರ್‌ರ ವ್ಯಕ್ತಿಗತ ಮನೋವಿಜ್ಞಾನದ ನಂತರ, ಮನೋವಿಜ್ಞಾನದ ಮೂರನೇ ಶಾಖೆಯೆಂದು ತಿಳಿಯಲಾಯಿತು. ಅವರ ಲೇಖನಗಳನ್ನು, ಬ್ರಿಟಿಷ್ ಸೈಕೊಲಾಜಿಕಲ್ ಸೊಸೈಟಿಯ ಭೂತಪೂರ್ವ ಪ್ರೆಸಿಡೆಂಟ್ ಸರ್ ಸಿರಿಲ್ ಬರ್ಟ್, ಫ್ರಾಯಿಡ್, ಎಡ್ಲರ್ ಮತ್ತು ಜುಂಗ್‌ರ ನಂತರ ಮನೋಚಿಕಿತ್ಸೆಯ ಕ್ಷೇತ್ರದಲ್ಲಿ ಅತ್ಯಂತ ಮಹತ್ವಪೂರ್ಣ ಕೊಡುಗೆ ಎಂದು ಪರಿಗಣಿಸಲಾಗಿದೆ.

1905ರಲ್ಲಿ ಜನಿಸಿದ, ಡಾಕ್ಟರ್ ಈ. ಫ್ರಾಂಕಲ್ ವಿಯೆನ್ನಾ ವಿಶ್ವವಿದ್ಯಾಲಯದಿಂದ ದರ್ಶನ ಹಾಗೂ ಚಿಕಿತ್ಸೆಯಲ್ಲಿ ವೈದ್ಯಕೀಯ ಪದವಿಯನ್ನು ಗಳಿಸಿದರು. ಎರಡನೇ ವಿಶ್ವಯುದ್ಧದ ಸಮಯದಲ್ಲಿ ಅವರು ಆಶ್ವಿಜ್, ಡಕೌ ಹಾಗೂ ಇನ್ನಿತರ ಕ್ಯಾಂಪ್‌ಗಳಲ್ಲಿ ಮೂರು ವರ್ಷಗಳನ್ನು ಕಳೆದರು.

ಅವರ ಮೊದಲ ಪ್ರಕಟಣೆ 1924ರಲ್ಲಿ, ಇಂಟರ್ ನ್ಯಾಶನಲ್ ಜರ್ನಲ್ ಆಫ್ ಸೈಕೋ ಅನಾಲಿಸಿಸ್‌ನಲ್ಲಿ ಪ್ರಕಟವಾಯಿತು. ಅವರ ಒಟ್ಟು ಮೂವತ್ತು ಪುಸ್ತಕಗಳು ಪ್ರಕಟಣೆ ಕಂಡಿವೆ, ಅವು ಇಪ್ಪತ್ತಮೂರು ಭಾಷೆಗಳಲ್ಲಿ ಅನುವಾದಗೊಂಡಿವೆ. ಅವುಗಳಲ್ಲಿ ಚೀನೀ ಮತ್ತು ಜಪಾನಿ ಭಾಷೆಗಳೂ ಒಳಗೊಂಡಿವೆ. ಅವರು ಹಾರ್ವರ್ಡ್‌ನ ಜತೆಜತೆಗೆ ಪಿಟ್ಸ್‌ಬರ್ಗ್, ಸ್ಯಾನ್ ಡಿಯಾಗೋ ಹಾಗೂ ಡಲ್ಲಾಸ್ ವಿಶ್ವವಿದ್ಯಾಲಯಗಳಿಗೆ ವಿಸಿಟಿಂಗ್ ಪ್ರೊಫೆಸರ್ ಕೂಡಾ ಆಗಿದ್ದರು. ಗೌರವ ಡಾಕ್ಟರೇಟ್‌ನ್ನು ಇಪ್ಪತ್ತೊಂಭತ್ತು ಯುನಿವರ್ಸಿಟಿಗಳು ಅವರಿಗೆ ನೀಡಿ ಗೌರವಿಸಿದ್ದುವು ಮತ್ತು ಅವರು ಅತಿಥಿ ಉಪನ್ಯಾಸಕರಾಗಿ ಜಗತ್ತಿನಾದ್ಯಂತದ ವಿಶ್ವವಿದ್ಯಾಲಯಗಳಲ್ಲಿ ಸೇವೆ ಸಲ್ಲಿಸಿದ್ದರು. 1997ರಲ್ಲಿ ಅವರು ಅಸ್ತಂಗತರಾದರು.

ಪರಿಶಿಷ್ಟ

ಮಹಾಆಸಮಾನಿ ಪರಮ ಜ್ಞಾನ

Self Development to Self Realization
Towards Self Stabilization

ಶಿಬಿರದ ಪರಿಚಯ ಮತ್ತು ಲಾಭಗಳು(ನಿವಾಸಿ)

ನೀವು ಉಚ್ಚತಮ ಆನಂದವನ್ನು ಪಡೆಯಬಯಸುವಿರೆ? ಯಾವುದೇ ಕಾರಣದ ಮೇಲೆ ಅವಲಂಬಿತವಾಗಿರದ, ಸಮಯದೊಂದಿಗೆ ಹೆಚ್ಚುತ್ತಲೇ ಹೋಗುವ ಆ ಆನಂದ, ಅದು ನಿಮ್ಮದಾಗಬೇಕೆ? ನೀವು ಇದೇ ಜೀವನದಲ್ಲಿ ಪ್ರೇಮ, ವಿಶ್ವಾಸ, ಶಾಂತಿ, ಸಮೃದ್ಧಿ ಪರಮ ಸಂತುಷ್ಟಿ ಪಡೆಯಬಯಸುವಿರೆ? ನೀವು ಶಾರೀರಿಕ, ಮಾನಸಿಕ, ಆರ್ಥಿಕ, ಸಾಮಾಜಿಕ ಹಾಗೂ ಆಧ್ಯಾತ್ಮಿಕ ಸ್ತರಗಳಲ್ಲಿ ಸಫಲರಾಗಬೇಕೆನ್ನುವಿರೆ? ನೀವು 'ನಾನು ಯಾರು' ಈ ಪ್ರಶ್ನೆಯ ಉತ್ತರವನ್ನು ಅನುಭವದಿಂದ ಪಡೆಯಬಯಸುವಿರೆ?

ಒಂದುವೇಳೆ ನಿಮ್ಮಲ್ಲಿ ಈ ಎಲ್ಲ ಪ್ರಶ್ನೆಗಳ ಉತ್ತರವನ್ನು ಪಡೆಯುವ ಮತ್ತು 'ಅಂತಿಮ ಸತ್ಯ'ವನ್ನು ಪಡೆಯಬೇಕೆಂಬ ತೀವ್ರ ಹಂಬಲವಿದ್ದರೆ ತೇಜಜ್ಞಾನ ಫೌಂಡೇಶನ್ ಮುಖಾಂತರ ಆಯೋಜಿಸಲಾದ 'ಮಹಾಆಸಮಾನಿ ಶಿಬಿರ್'ನಲ್ಲಿ ನಿಮಗೆ ಸ್ವಾಗತವಿದೆ. ಈ ಶಿಬಿರ ಪೂರ್ಣತಃ ಸರಶ್ರೀಯವರ ಶಿಕ್ಷಣವನ್ನು ಆಧರಿಸಿದೆ. ಸರಶ್ರೀ ಈಗಿನ ಯುಗದ ಅಧ್ಯಾತ್ಮಿಕ ಗುರು ಹಾಗು 'ತೇಜಜ್ಞಾನ ಫೌಂಡೇಶನ್' ಈ ಸಂಸ್ಥೆಯ ಸಂಸ್ಥಾಪಕರು. ಇವರು ಅತ್ಯಂತ ಸರಳತೆಯಿಂದ ಇಂದಿನ ಲೋಕಭಾಷೆಯಲ್ಲಿ ಅಧ್ಯಾತ್ಮಿಕ ತಿಳಿವಳಿಕೆಯನ್ನು ಪ್ರದಾನಿಸುತ್ತಾರೆ.

ಮಹಾಆಸಮಾನಿ ಪರಮಜ್ಞಾನ ಶಿಬಿರದ ಉದ್ದೇಶ:

ಈ ಶಿಬಿರಿನ ಉದ್ದೇಶವೇನೆಂದರೆ, 'ವಿಶ್ವದ ಪ್ರತಿಯೊಬ್ಬ ಮನುಷ್ಯ ನಾನು ಯಾರು? ಈ ಪ್ರಶ್ನೆಯ ಉತ್ತರವನ್ನು ಅರಿತು ಸರ್ವೋಚ್ಚ ಆನಂದದಲ್ಲಿ ಸ್ಥಾಪಿತವಾಗಲಿ ಎಂದು. ಅವನಿಗೆ ಪ್ರತಿಕ್ಷಣ ವರ್ತಮಾನದಲ್ಲಿ ಇರುವ ಕಲೆಯನ್ನು ತಿಳಿಹೇಳುವ ಜ್ಞಾನವು ಲಭಿಸಲಿ. ಭೂತಕಾಲದ ಭಾರ ಹಾಗೂ ಭವಿಷ್ಯದ ಚಿಂತೆ ಇವೆರಡರಿಂದಲೂ ಅವನು ಮುಕ್ತಿಯನ್ನು ಪಡೆಯಲಿ. ಪ್ರತಿಯೊಬ್ಬ ಮನುಷ್ಯನ ಜೀವನದಲ್ಲಿ ಸ್ಥಿರವಾದ ಖುಷಿ, ಸರಿಯಾದ ತಿಳುವಳಿಕೆ ಮತ್ತು ಸಮಸ್ಯೆಗಳನ್ನು ಕರಗಿಸುವ/ವಿಲೀನಗೊಳಿಸುವ ಕಲೆಯು ಬರಲಿ. ಮನುಷ್ಯ ಜೀವನದ ಉದ್ದೇಶ ಪೂರ್ಣಗೊಳ್ಳಲಿ.

ನಾನು ಯಾರು? ನಾನು ಇಲ್ಲಿ ಏಕಿದ್ದೇನೆ? ಮೋಕ್ಷವೆಂದರೇನು? ಮೋಕ್ಷವು ಇದೇ ಜನ್ಮದಲ್ಲಿ ಪ್ರಾಪ್ತವಾಗಬಹುದೇ? ಈ ಪ್ರಶ್ನೆಗಳು ನಿಮ್ಮಲ್ಲಿದ್ದರೆ ಬನ್ನಿ ಮಹಾಆಸಮಾನಿ ಪರಮಜ್ಞಾನ ಶಿಬಿರ ಇದರ ಉತ್ತರವಾಗಿದೆ.

ಮಹಾಆಸಮಾನಿ ಪರಮಜ್ಞಾನ ಶಿಬಿರಿನ ಮುಖ್ಯ ಲಾಭಗಳು:

ಈ ಶಿಬಿರಿನ ಲಾಭಗಳಂತೂ ಲೆಕ್ಕವಿಲ್ಲದಷ್ಟಿವೆ. ಆದರೆ ಕೆಲವು ಮುಖ್ಯ ಲಾಭಗಳು ಈ ರೀತಿಯಾಗಿವೆ–

* ಜೀವನದಲ್ಲಿ ಬಲವಾದ ಲಕ್ಷ್ಯ ದೊರೆಯುವುದು. * 'ನಾನು ಯಾರು?' ಇದನ್ನು ಅನುಭವದಿಂದ ತಿಳಿಯುವುದು(ಸೆಲ್ಫ್ ರಿಯಲೈಜೇಶನ್). * ಮನಸ್ಸಿನ ಎಲ್ಲ ವಿಕಾರಗಳು ಕರಗಿಹೋಗುತ್ತವೆ.* ಭಯ, ಚಿಂತೆ, ಕ್ರೋಧ, ಬೇಸರಿಕೆ, ಮೋಹ, ಒತ್ತಡ, ಇಂತಹ ಅನೇಕ ನಕಾರಾತ್ಮಕ ಸಂಗತಿಗಳಿಂದ ಮುಕ್ತಿ ಸಿಗುತ್ತದೆ. * ಪ್ರೇಮ, ಆನಂದ, ಮೌನ, ಸಮೃದ್ಧಿ, ಸಂತುಷ್ಟಿ, ವಿಶ್ವಾಸದಂತಹ ಅನೇಕ ದಿವ್ಯ ಗುಣಗಳೊಂದಿಗೆ ಯೋಗವಾಗುತ್ತದೆ. * ನೇರವಾದ, ಸರಳ ಹಾಗು ಶಕ್ತಿಶಾಲಿ ಜೀವನ ಪ್ರಾಪ್ತವಾಗುತ್ತದೆ. * ಪ್ರತಿಯೊಂದು ಸಮಸ್ಯೆಯ ಪರಿಹಾರ ಪಡೆಯುವ ಕಲೆ ಸಿಗುತ್ತದೆ. * 'ಪ್ರತಿಕ್ಷಣ ವರ್ತಮಾನದಲ್ಲಿ ಜೀವಿಸುವುದು' ಇದು ನಿಮ್ಮ ಸ್ವಭಾವವಾಗುತ್ತದೆ. * ನಿಮ್ಮಲ್ಲಿ ಅಡಗಿರುವ ಎಲ್ಲ ಸಾಧ್ಯತೆಗಳು ತೆರೆದುಕೊಳ್ಳುತ್ತವೆ.* ಇದೇ ಜೀವನದಲ್ಲಿ ಮೋಕ್ಷ(ಮುಕ್ತಿ) ಪ್ರಾಪ್ತಿಯಾಗುತ್ತದೆ.

ಮಹಾಆಸಮಾನಿ ಪರಮಜ್ಞಾನ ಶಿಬಿರಿನಲ್ಲಿ ಹೇಗೆ ಭಾಗಿಯಾಗುವುದು:

ಈ ಶಿಬಿರಿನಲ್ಲಿ ಭಾಗವಹಿಸಲು ಕೆಲವು ವಿಶೇಷ ಬೇಡಿಕೆಗಳನ್ನು ಪೂರೈಸಬೇಕಾಗುತ್ತದೆ.

1. ನಿಮ್ಮ ವಯಸ್ಸು 18 ಅಥವಾ ಅದಕ್ಕಿಂತ ಹೆಚ್ಚು ಇರಬೇಕು.
2. ನೀವು ಸತ್ಯ ಸ್ಥಾಪನೆ ಶಿಬಿರ (ಫೌಂಡೇಶನ್ ಟ್ರೂತ್ ಶಿಬಿರ) ದಲ್ಲಿ ಭಾಗವಹಿಸಿರಬೇಕು. ಅಲ್ಲಿ ನೀವು ವರ್ತಮಾನದ ಪ್ರತಿಕ್ಷಣದಲ್ಲಿ ಹೇಗೆ ಜೀವಿಸುವುದು ಮತ್ತು ನಿರ್ವಿಚಾರ ದಶೆಯಲ್ಲಿ ಹೇಗೆ ತಲುಪುವುದು ಎಂಬುದನ್ನು ಕಲಿಯುವಿರಿ.
3. ನೀವು ಕೆಲವು ಪ್ರಾಥಮಿಕ ಪ್ರವಚನಗಳಲ್ಲಿ ಹಾಜರಿರಬೇಕು, ಇದರಲ್ಲಿ ನೀವು ಬುನಿಯಾದಿ ತಿಳುವಳಿಕೆಯನ್ನು ಪಡೆದುಕೊಂಡು ಮಹಾಆಸಮಾನಿ ಶಿಬಿರಿಗೆ ತಯಾರಾಗುವಿರಿ.

ಈ ಶಿಬಿರವು ಒಂದು ಅಥವಾ ಎರಡು ತಿಂಗಳಿನ ಅಂತರದಲ್ಲಿ ಆಯೋಜಿಸಲಾಗುತ್ತದೆ. ಇದರ ಲಾಭವನ್ನು ಸಾವಿರಾರು ಸತ್ಯಾನ್ವೇಷಿಗಳು ಪಡೆಯುತ್ತಾರೆ. ಈ ಶಿಬಿರಿನ ತಯಾರಿಯನ್ನು ನೀವು ಎರಡು ರೀತಿಯಲ್ಲಿ ಮಾಡಬಹುದಾಗಿದೆ. ಮೊದಲನೆಯ ರೀತಿ –ಮನನ ಆಶ್ರಮ(ಪುಣೆ)ಯಲ್ಲಿ ಐದು ದಿವಸದ ನಿವಾಸಿ ಶಿಬಿರಿನಲ್ಲಿ ಭಾಗವಹಿಸಿ, ಎರಡನೆಯ ರೀತಿ – ತೇಜಜ್ಞಾನ ಫೌಂಡೇಷನ್‌ನ ಹತ್ತಿರದ ಸೆಂಟರಿನಲ್ಲಿ ಸತ್ಯಶ್ರವಣದ ಮೂಲಕ. ತೇಜಜ್ಞಾನ ಫೌಂಡೇಷನ್‌ನ ಸೆಂಟರಗಳು ಈ ಶಹರುಗಳಲ್ಲಿವೆ– ಪುಣೆ, ಮುಂಬಯಿ, ದಿಲ್ಲಿ, ಸಾಂಗಲಿ, ಸಾತಾರಾ, ಜಲಗಾಂವ್, ಅಹಮದಾಬಾದ್, ಕೋಲ್ಹಾಪೂರ್, ನಾಸಿಕ್, ಅಹಮದ್ ನಗರ, ಔರಂಗಾಬಾದ್, ಸೂರತ್, ಬರೋಡ, ನಾಗ್‌ಪೂರ್, ಭೋಪಾಲ್, ರಾಯ್‌ಪೂರ್, ಚೆನ್ನೈ, ವರ್ಧಾ, ಅಮರಾವತಿ, ಚಂದ್ರಪೂರ್, ಯವತ್ಮಾಲ್, ರತ್ನಾಗಿರಿ, ಲಾತೂರ್, ಬೀಡ್, ನಾಂದೇಡ್, ಪರಭಣಿ, ಪನ್ವೇಲ್, ಠಾಣೆ, ಸೋಲಾಪೂರ್, ಪಂಡರಪೂರ, ಅಕೋಲಾ, ಬುಲದಾಣಾ, ಧೂಲೆ, ಭುಸಾವಲ್, ಬೆಂಗಳೂರು, ಬೆಳಗಾವಿ, ಧಾರವಾಡ, ಭುವನೇಶ್ವರ್, ಕೋಲಕತ್ತಾ, ರಾಂಚಿ, ಲಖನೌ, ಕಾನಪೂರ, ಚಂದಾಗಢ, ಜಯಪೂರ್, ಪಣಜೀ, ಮ್ಹಾಪಸಾ, ಇಂದೌರ್, ಇಟಾರಸಿ, ಹರದಾ, ವಿದಿಶಾ, ಬುರಹಾನಪುರ.

ನೀವು ಮಹಾಆಸಮಾನಿಯ ತಯಾರಿ ಫೌಂಡೇಷನ್‌ನಲ್ಲಿ ಲಭ್ಯವಿರುವ ಸರಶ್ರೀ ವಿರಚಿತ ಪುಸ್ತಕಗಳನ್ನು ಓದಿ ಮಾಡಬಹುದು. ಇದಲ್ಲದೇ ನೀವು ರೇಡಿಯೋ ಮತ್ತು ಯೂ ಟ್ಯೂಬ್‌ನಲ್ಲಿ ಬರುವ ಪ್ರವಚನಗಳ ಲಾಭವನ್ನೂ ಪಡೆದುಕೊಳ್ಳಬಹುದು. ಆದರೆ ನೆನಪಿರಲಿ, ಪುಸ್ತಕ, ರೇಡಿಯೋ ಮತ್ತು ಯೂ ಟ್ಯೂಬ್‌ನಲ್ಲಿನ ಪ್ರವಚನಗಳು ಶಿಬಿರಿನ ಪರಿಚಯ ಮಾತ್ರ, ತೇಜಜ್ಞಾನವಲ್ಲ. ನೀವು ಮಹಾಆಸಮಾನಿ ಸಿಬಿರಿನಲ್ಲಿ ಭಾಗವಹಿಸಿ ತೇಜಜ್ಞಾನದ ಅನಂದವನ್ನು ಪಡೆಯಬಹುದು.

ಮಿನಿ ಶಿಬಿರ: ಬೇಸಿಗೆ ಹಾಗು ಚಳಿಗಾಲದ ರಜೆದಿನಗಳಲ್ಲಿ 14 ವರ್ಷದಿಂದ 17 ವರ್ಷ ವಯಸ್ಸಿನ ಮಕ್ಕಳಿಗೆ ಮಿನಿ ಶಿಬಿರವೂ ಆಯೋಜಿಸಲಾಗುತ್ತದೆ.

ಮುಂಬರುವ ಮಹಾ ಆಸಮಾನೀ (ನಿವಾಸಿ) ಶಿಬಿರಿನಲ್ಲಿ ನಿಮ್ಮ ಸ್ಥಾನವನ್ನು ಕಾಯ್ದಿರಿಸಲು ಸಂಪರ್ಕಿಸಿ –09921008060/75, 09011013208.

WOW ಪ್ರಕಾಶನದಿಂದ ಪ್ರಕಾಶಿತಗೊಂಡ ಕನ್ನಡ ಸಾಹಿತ್ಯ

ವಿಚಾರ ನಿಯಮ–ನಿಮ್ಮ ಯಶಸ್ಸಿನ ರಹಸ್ಯ

ದ ಪಾವರ್ ಆಫ್ ಹ್ಯಾಪ್ಪಿ ಥಾಟ್ಸ್

Pages - 200
Price - Rs.175/-

Also available in Hindi, Marathi, English, Gujarati, Odia, Punjabi, Telugu, Tamil and Malayalam

ವಿಚಾರ ನಿಯಮ ಪುಸ್ತಕದ ಮುಖಾಂತರ. ನಾವು –

– ನಮ್ಮ ಆಂತರಿಕ ಹಾಗು ಬಾಹ್ಯ ಜೀವನದಲ್ಲಿ ಸಾಮರಸ್ಯ ತರಬಹುದು.

– ನಮಗೆ ಬೇಕೆಂದಾಗಲೆಲ್ಲಾ ನಾವು ಶಾಂತವಾಗಿರಬಹುದು.

– ವಿಚಾರಗಳ ಆಚೆ ಹೋಗಿ ನಮ್ಮ ನಿಜವಾದ ಅಸ್ತಿತ್ವವನ್ನು ಗುರುತಿಸಬಹುದು.

– ವಿಚಾರ ನಿಯಮಗಳನ್ನು ನಮ್ಮ ಜೀವನದಲ್ಲಿ ಅಳವಡಿಸಿಕೊಂಡು ಉತ್ತಮ ಸಂಭಾವ್ಯದೆಡೆಗೆ ಸಹಜತೆಯಿಂದ ಮುನ್ನಡೆಯಬಹುದು.

– ಮೌನಾಯಾಮದ ಅವಸ್ಥೆಯಲ್ಲಿದ್ದುಕೊಂಡು ಪ್ರೇಮ, ಆನಂದ, ಕರುಣೆ ಹಾಗು ರಚನಾತ್ಮಕತೆಯಂತಹ ಗುಣಗಳನ್ನು ನಮ್ಮೊಳಗಿನಿಂದ ಪ್ರಕಟಗೊಳ್ಳಲು ಅವಕಾಶ ಕೊಡಬಹುದು.

ಬನ್ನಿ, ವಿಚಾರಗಳ ೭ ಶಕ್ತಿಶಾಲಿ ನಿಯಮಗಳ ಮತ್ತು ೭ ಮೌನ ಮಂತ್ರಗಳ ಮುಖಾಂತರ ಆಂತರಿಕ ಶಾಂತಿ ಮತ್ತು ಹೊರಜಗತ್ತಿನ ಸಫಲತೆಯನ್ನು ಪಡೆದ ಐವತ್ತು ಲಕ್ಷಕ್ಕೂ ಹೆಚ್ಚಿನ ಓದುಗರ ಸಮೂಹವನ್ನು ಸೇರಿರಿ.

ಸ್ವಸಂವಾದ – ಒಂದು ಜಾದೂ

ನಿಮ್ಮ ರಿಮೋಟ್ ಕಂಟ್ರೋಲನ್ನು ಹೇಗೆ ಪಡೆದುಕೊಳ್ಳುವುದು

Pages - 168
Price - Rs.175/-

ಸ್ವಸಂವಾದದ ಮೂಲಕ ಓದುಗರು ಸುಖ–ದುಃಖದ ರಹಸ್ಯ, ವಿಚಾರಗಳ ದಿಕ್ಕು, ಸ್ವಸಂವಾದದ ಸಂದೇಶ, ರೋಗ ನಿವಾರಣೆ, ಸೆಲ್ಫ್ ರಿಮೋಟ್ ಕಂಟ್ರೋಲ್, ದ್ವೇಷದಿಂದ ಮುಕ್ತಿ ಹಾಗೂ ಹೊಸ ವಿಚಾರಗಳನ್ನು ಪಡೆದುಕೊಳ್ಳುವ ಉಪಾಯವನ್ನು ಅರಿತುಕೊಳ್ಳಬಹುದು.

ವಿಶ್ವದಲ್ಲಿ ಮೊದಲ ಬಾರಿ ೪೫ ನಗರಗಳಲ್ಲಿ,
೯ ಭಾಷೆಗಳಲ್ಲಿ, ಏಕಕಾಲಕ್ಕೆ ಪ್ರಕಟಗೊಂಡ ಪುಸ್ತಕ

ಜಾಗೃತಿ ಮೂಡಿಸುವ ಉತ್ತರಗಳು

ಜೀವನದ ೧೧೧ ಜಿಜ್ಞಾಸೆಗಳ ಸಮಾಧಾನ

Pages - 192
Price - Rs.175/-

ಈ ಪುಸ್ತಕವು ಉತ್ತರಗಳ ಉಪನಿಷತ್ತಿನಂತಿದೆ. ಕಾರಣ ಇದರಲ್ಲಿ ಸತ್ಯಾನ್ವೇಷಿಗಳಿಗೋಸ್ಕರ ಜೀವನದ ೧೧೧ ಜಿಜ್ಞಾಸೆಗಳ ಉತ್ತರಗಳನ್ನು ಕೊಡಲಾಗಿದೆ. ಈ ಉತ್ತರಗಳು ನಿಮ್ಮಲ್ಲಿರುವ ಅಹಂಭಾವವನ್ನು ನಷ್ಟಗೊಳಿಸಬಲ್ಲವು, ನಿಮ್ಮನ್ನು ಮನನದ ಎಷ್ಟೊಂದು ಆಳಕ್ಕೆ ಕರೆದೊಯ್ಯಬಲ್ಲವೆಂದರೆ ನಿಮಲ್ಲಿರುವ ಎಲ್ಲ ಕೆಟ್ಟ ಪ್ರವೃತ್ತಿಗಳು ಹಾಗು ತಪ್ಪು ನಂಬಿಕೆಗಳು ಕಳಚಿ ಹೋಗುವವು.

ನಮ್ಮ ಅಸ್ತಿತ್ವದಿಂದ ಹಿಡಿದು ಜೀವನದ ಇತರ ಕ್ಷೇತ್ರಗಳಲ್ಲಿ ಏಳುವಂಥ ಪ್ರಶ್ನೆಗಳನ್ನು ಈ ಪುಸ್ತಕದಲ್ಲಿ ಸಮಾವೇಶಗೊಳಿಸಲಾಗಿದೆ. ಪುಸ್ತಕದಲ್ಲಿ ಆಧುನಿಕ ಜೀವನಕ್ಕೆ ಸಂಬಂಧಪಟ್ಟ ಪ್ರಶ್ನೆಗಳಷ್ಟೇ ಅಲ್ಲ ಪ್ರಾಚೀನ ಕಾಲದಿಂದಲೂ ನಡೆದು ಬಂದಂಥ ಪ್ರಶ್ನೆಗಳೂ ಸಮಾವೇಶಗೊಂಡಿವೆ. ಪುಸ್ತಕದಲ್ಲಿ ಕೊಟ್ಟಂತಹ ಗೂಢ, ಆಧ್ಯಾತ್ಮಿಕ ಮತ್ತು ಸನಾತನ ಉತ್ತರಗಳನ್ನು ಓದಿ ಶೂನ್ಯವನ್ನು ಅನುಭವಿಸಬಹುದಾಗಿದೆ. ಹಾಗಾಗಿ ಈ ಪುಸ್ತಕದ ಪೂರ್ಣಲಾಭವನ್ನು ಪಡೆದು ನಿಮ್ಮ ಜೀವನವನ್ನು ಸಾರ್ಥಕಗೊಳಿಸಿ.

ವಿಶ್ವದಲ್ಲಿ ಮೊದಲಬಾರಿ ಏಕಕಾಲಕ್ಕೆ ೫೦ ಶಹರುಗಳಲ್ಲಿ,
೧೦ ಭಾಷೆಗಳಲ್ಲಿ ಪ್ರಕಟಗೊಂಡ ಪುಸ್ತಕ

ಸ್ವಯಂ ಜೊತೆ ಸಮರ

ಹರ್ಕ್ಯುಲಿಸ್‌ನ ಆಂತರಿಕ ಶೋಧ

Pages - 200
Price - Rs.225/-

ಇವತ್ತಿನವರೆಗೆ ನೀವು 'ಸ್ವಯಂನ ವಿಚಾರಣೆ' ಕುರಿತಾಗಿ ಸಾಕಷ್ಟು ಪುಸ್ತಕಗಳನ್ನು ಓದಿರಬಹುದು, ಸ್ವಯಂನ ವಿಚಾರಣೆಯನ್ನು ಯಾವ ರೀತಿಯಾಗಿ ನಡೆಸಬೇಕು ಎಂಬುದನ್ನು ನೀವು ಅರಿತಿರಬಹುದು. ಆದರೆ ಈ ಪುಸ್ತಕದಲ್ಲಿ ಒಂದು ನೂತನ, ಅಸಾಮಾನ್ಯ ಪದ್ಧತಿಯಿಂದ ಆತ್ಮಪರೀಕ್ಷಣೆ ಮತ್ತು ಆತ್ಮದರ್ಶನವನ್ನು ಮಾಡಿಸಲಾಗಿದೆ. ಅಂದರೆ, ಇತರರ ಕುರಿತಾಗಿ ಇರುವ ದೂರು, ತಕರಾರುಗಳ ಮೂಲವು ನಮ್ಮೊಳಗಾದರೂ ಅಡಗಿಲ್ಲ ತಾನೆ? ಎಂಬ ಮಹತ್ವದ ಅಂಶದ ಮೇಲೆ ಬೆಳಕನ್ನು ಚೆಲ್ಲುತ್ತ ಚಿಕ್ಕ-ಚಿಕ್ಕ ಕಥೆಗಳ ಮೂಲಕ ಓದುಗರ ಎದುರಿಗೆ ಸತ್ಯವನ್ನು ಪ್ರಸ್ತುತ ಪಡಿಸಲಾಗಿದೆ. ಜೀವನದಲ್ಲಿ ನಡೆಯುವ ಸಾಧಾರಣ ಘಟನೆಗಳಲ್ಲಿ(ದುಃಖ ನೀಡುವಂಥ) ಯಾವ ರೀತಿ ಶೋಧವನ್ನು ನಡೆಸಬೇಕು ಎಂಬುದನ್ನು ಭಿನ್ನ-ಭಿನ್ನ ಪಾತ್ರಗಳ ಮೂಲಕ ತೋರಿಸಿಕೊಡಲಾಗಿದೆ. ಯಾವ ಘಟನೆಗಳಿಂದ ಮನುಷ್ಯ ಪ್ರತಿನಿತ್ಯ ದುಃಖಿತನಾಗುತ್ತಾನೆ, ಚಿಂತಿತಗೊಳ್ಳುತ್ತಾನೆ, ಅಂಥ ಸಂಗತಿಗಳಿಂದ ಕೂಡಲೇ ಹೇಗೆ ಮುಕ್ತವಾಗುವುದು ಮತ್ತು ಒತ್ತಡರಹಿತವಾದ ಬದುಕನ್ನು ಹೇಗೆ ಬಾಳಬೇಕು ಎಂಬುದರ ಬಗ್ಗೆ ಆಳವಾದ ಅರಿವನ್ನು ಮೂಡಿಸುತ್ತದೆ ಈ ಪುಸ್ತಕ.

ಮೃತ್ಯು ನಂತರದ ಜೀವನ

ಮಹಾಜೀವನ

Pages - 200
Price - Rs.225/-

ಈ ಪುಸ್ತಕವು ಮೃತ್ಯುವಿನ ಬಗೆಗಿನ ಎಲ್ಲ ಮಾನ್ಯತೆಗಳನ್ನು, ತಪ್ಪುಕಲ್ಪನೆಗಳನ್ನು ತೊಡೆದುಹಾಕಿ ನಿಮ್ಮಲ್ಲಿನ ಮೃತ್ಯುವಿನ ಭಯವನ್ನು ಹೋಗಲಾಡಿಸುತ್ತದೆ. ಮೃತ್ಯು ಎಂಬ ಗಹನವಾದ ವಿಷಯವನ್ನು ಪಂಚಾಧಾರ ಸಹಿತ (ವಿಜ್ಞಾನವು ಇದರಲ್ಲಿ ಒಂದು ಮಹತ್ವಪೂರ್ಣವಾದ ಆಧಾರ) ಬಹಳ ಸರಳವಾಗಿ ಇಲ್ಲಿ ನಿರೂಪಿಸಲಾಗಿದೆ. ಮೃತ್ಯು ನಂತರದ ಜೀವನವನ್ನು ಭೂಮಿಯ ಮೇಲೆ ಇರುವಾಗಲೇ ತಿಳಿದುಕೊಳ್ಳುವ ಮಹತ್ವವನ್ನು ತಿಳಿಸಲಾಗಿದೆ. ಈ ಜ್ಞಾನವು ನಮ್ಮ ಈಗಿನ ಜೀವನವನ್ನು ಪರಿವರ್ತಿಸುತ್ತದೆ ಹಾಗು ಸುಂದರಗೊಳಿಸುತ್ತದೆ, ನಮ್ಮ ಜೀವನವನ್ನು ಅರ್ಥಪೂರ್ಣವಾಗಿಸುತ್ತದೆ.

ಸಂಪೂರ್ಣ ಲಕ್ಷ್ಯ

ಸಂಪೂರ್ಣ ವಿಕಾಸವನ್ನು ಹೇಗೆ ಕೈಗೊಳ್ಳುವುದು

Pages - 200
Price - Rs.225/-

ಜೀವನದಲ್ಲಿ ಗುರಿಯನ್ನು, ಲಕ್ಷ್ಯವನ್ನು ನಿರ್ಧರಿಸಿಕೊಳ್ಳುವುದು ತುಂಬಾ ಮುಖ್ಯ. ಗುರಿ ನಿರ್ಧಾರಿತಗೊಂಡಾಕ್ಷಣ ನಿಮ್ಮ ಭವಿಷ್ಯವಷ್ಟೇ ಅಲ್ಲ ನಿಮ್ಮ ವರ್ತಮಾನವೂ ಸಹ ಬದಲಾಗುತ್ತದೆ. ವರ್ತಮಾನದಲ್ಲಿ ನೀವು ಮಾಡುತ್ತಿರುವ ಕಾರ್ಯಗಳೂ ನಿಮ್ಮ ಗುರಿಗನುಸಾರವಾಗಿ ಬದಲಾಗುತ್ತವೆ. ಗುರಿಯಿಲ್ಲದ ಬದುಕಿನಲ್ಲಿ ಯಾವ ಕಾರ್ಯಗಳಿಗೆ ನೀವು ಪ್ರಾಮುಖ್ಯತೆಯನ್ನು ನೀಡುತ್ತಿರುವಿರೋ ಅವೆಲ್ಲ ಗುರಿ ನಿರ್ಧಾರಿತಗೊಂಡಾಕ್ಷಣ ಬದಲಾಗುವವು.
ಗುರಿ ನಿರ್ಧಾರದೊಂದಿಗೆ ನಿಮ್ಮ ದಿನಚರ್ಯೆಯೇ ಸಂಪೂರ್ಣವಾಗಿ ಬದಲಾಗಿ ಹೋಗಬಹುದು.

ಸಂಪೂರ್ಣ ವಿಕಾಸವೇ ಮಾನವ ಜೀವನದ ಗುರಿಯಾಗಿದೆ. ಗುರಿ ಪ್ರಾಪ್ತವಾದ ಬಳಿಕವೇ ಮನುಷ್ಯ ಆನಂದ ಹಾಗೂ ಸಂತೃಪ್ತಿಯನ್ನು ಪಡೆಯುತ್ತಾನೆ. ಸಂಪೂರ್ಣ ವಿಕಾಸವೇ ಪ್ರತಿಯೊಂದು ಗುರಿಯ ಹಿಂದಿರುವ ಮೂಲಭೂತ ಗುರಿಯಾಗಿದೆ (Aim Beyond Aim). ಸಂಪೂರ್ಣ ವಿಕಾಸದಲ್ಲಿ ಮನುಷ್ಯನ ಪರಿಪೂರ್ಣ ವಿಕಾಸದೊಂದಿಗೆ ಅವನ ಅಭಿವ್ಯಕ್ತಿಯೂ ನಡೆಯುತ್ತದೆ. ಸಂಪೂರ್ಣ ವಿಕಾಸದಲ್ಲಿ ಶತ್ರುಗಳಿಂದ (ದುರ್ಗುಣಗಳು) ಮುಕ್ತಿ ದೊರಕುತ್ತದೆ ಅಲ್ಲದೇ ಮಿತ್ರರು (ಸದ್ಗುಣಗಳು) ವೃದ್ಧಿಸುತ್ತಾರೆ. ಇದರ ಹೊರತಾಗಿ ಜೀವನದ ಶಾರೀರಿಕ, ಮಾನಸಿಕ, ಆರ್ಥಿಕ, ಸಾಮಾಜಿಕ ಮತ್ತು ಆಧ್ಯಾತ್ಮಿಕ ಹೀಗೆ ಈ ಐದೂ ಆಯಾಮಗಳ ವಿಕಾಸವಾಗುತ್ತದೆ.

ಈ ಪುಸ್ತಕದಲ್ಲಿ ಹೇಳಲಾದಂತಹ ಮೂವತ್ತು ಸೂತ್ರಗಳು ಮತ್ತು ಐದು ವಿಭಾಗಗಳ ಕುರಿತು ಕಾರ್ಯಾನ್ವಿತರಾಗಿ ಅವುಗಳನ್ನು ಜೀವನದಲ್ಲಿ ಅಳವಡಿಸಿಕೊಂಡು ಸಂಪೂರ್ಣ ಲಕ್ಷ್ಯವನ್ನು ಪ್ರಾಪ್ತಿಸಿಕೊಳ್ಳಬಹುದು.

ಇಕಿಗಾಯ್

ದೀರ್ಘ ಹಾಗು ಸಂತಸಭರಿತ ಜೀವನಕ್ಕೆ ಜಪಾನಿಯರ ಗುಟ್ಟು

Pages - 168

Price - Rs.195/-

ಜಾಪಾನಿನ ಶತಾಯುಷಿಗಳ ಈ ರಹಸ್ಯಗಳನ್ನು ನಿಮ್ಮಲ್ಲಿಗೆ ತರುವುದು ಮತ್ತು ಅದಕ್ಕಗತ್ಯವಿರುವ ನಿಮ್ಮದೇ ಆದ ಇಕಿಗಾಯ್‌ನ್ನು ಕಂಡುಕೊಳ್ಳಲು ಸೂಕ್ತವಾದ ಸಾಧನಗಳನ್ನು ನಿಮಗೆ ನೀಡುವುದೇ ಈ ಪುಸ್ತಕದ ಉದ್ದೇಶ.

ನಿಮ್ಮ ಇಕಿಗಾಯ್‌ನ್ನು ಅನುಸರಿಸಿ: ನಿಮ್ಮೊಳಗೆ ಒಂದು ಇಷ್ಟದ, ಆಸಕ್ತಿದಾಯಕ, ಸ್ಫೂರ್ತಿದಾಯಕ ಸಂಗತಿ / ಗೀಳು ಇದೆ, ಒಂದು ಅನುಪಮ ಹುಟ್ಟು ಸಾಮರ್ಥ್ಯವಿದೆ. ಅದು ನಿಮ್ಮ ದಿನಗಳಿಗೆ ಅರ್ಥನೀಡುತ್ತದೆ ಮತ್ತು ನಿಮ್ಮಲ್ಲಿರುವ ಉತ್ತಮವಾದುದ್ದನ್ನು ಹಂಚಿಕೊಳ್ಳಲು ಕೊನೆಯವರೆಗೂ ನಿಮ್ಮನ್ನು ಮುಂದೊಯ್ಯುತ್ತದೆ. ನಿಮ್ಮ ಇಕಿಗಾಯ್ ಏನೆಂದು ನಿಮಗೆ ಇನ್ನೂ ತಿಳಿದಿಲ್ಲ ಎಂದರೆ ವಿಕ್ಟರ್ ಫ್ರಾಂಕ್ಲ್ ಹೇಳುವಂತೆ, ನಿಮ್ಮ ಗುರಿ ಏನೆಂದರೆ ಅದನ್ನು ಅನ್ವೇಷಿಸುವುದು.

ಆಲಸ್ಯದಿಂದ ಮುಕ್ತಿಗೆ ೧೪ ಹೆಜ್ಜೆಗಳು

Pages - 132

Price - Rs.150/-

ಈ ಪುಸ್ತಕದಲ್ಲಿ ಆಲಸ್ಯದಿಂದ ಹೊರಬರಲು ಕ್ರಮಬದ್ಧವಾಗಿ ಮಾರ್ಗದರ್ಶನವನ್ನು ನೀಡಲಾಗಿದೆ. ಒಂದೊಂದು ಹೆಜ್ಜೆ ಇಡುತ್ತಿದ್ದಂತೆ ಆಲಸ್ಯ ಪ್ರವೃತ್ತಿಯ ಗೋಡೆಯ ಮೇಲೆ ಬಲವಾದ ಏಟುಗಳು ಬಿದ್ದು ಈ ಗೋಡೆ ಛಿದ್ರ-ಛಿದ್ರವಾಗಿ ಹೋಗುತ್ತದೆ. ಆಲಸ್ಯದಿಂದ ಮುಕ್ತಿ ಪಡೆಯುವುದರಿಂದ ನಿಮ್ಮಲ್ಲಿನ ಹೆಚ್ಚುವರಿ ತಮಸ್ಸು ಅಳಿದು ನಿಮಗೆ ಅಗತ್ಯವಿರುವಷ್ಟೇ ತಮಸ್ಸು ಉಳಿದುಕೊಳ್ಳುತ್ತದೆ. ಮತ್ತೆ ಈ ಅವಶ್ಯಕ ತಮಸ್ಸು ಶರೀರಕ್ಕೆ ಯೋಗ್ಯ ಪ್ರಮಾಣದ ಆರಾಮವನ್ನು ಒದಗಿಸಲು ಹಾಗು ಅದನ್ನು ಧ್ಯಾನದಲ್ಲಿ ಒಂದುಕಡೆ ಕುಳಿತುಕೊಳ್ಳಲು ಅನುಕೂಲವಾಗಲು, ಇಂತಹ ಕೆಲಸಗಳಲ್ಲಿ ಉಪಯೋಗವಾಗುತ್ತದೆ.

ಈ ಪುಸ್ತಕದ ಉದ್ದೇಶವೇನೆಂದರೆ ನಿಮ್ಮೊಳಗಿನ ತಮೋಗುಣವನ್ನು ಪ್ರಕಾಶಿತಗೊಳಿಸಿ, ಇದರ ದುಷ್ಪರಿಣಾಮವನ್ನು ತಿಳಿಸಿಕೊಡುವುದು, ಹೆಚ್ಚುವರಿ ತಮಸ್ಸನ್ನು ತೊಡೆದುಹಾಕಲು ೧೪ ಬಲಿಷ್ಟವಾದ ಹೆಜ್ಜೆಗಳ ದಾರಿಯನ್ನು ರೂಪಿಸಿ, ನಿಮ್ಮನ್ನು ಆಲಸ್ಯದಿಂದ ಮುಕ್ತಗೊಳಿಸಿ ಗುಣಾತೀತ ಸ್ಥಿತಿಯವರೆಗೆ ತಲುಪಲು ನಿಮಗೆ ಸಹಾಯಮಾಡುವುದು ಏಕೆಂದರೆ ನಿಮ್ಮ ಜೀವನ ಭೂಮಿಯ ಮೇಲೆ ಭಾರವಾಗದೇ ಸತ್ಯದ ಅಭಿವ್ಯಕ್ತಿ ಮಾಡಲಿ ಎಂದು.... ಈ ಕೂಡಲೇ.

Pages : 218
Price : ₹245/-

ಇಕಿಗಾಯ್ ಪಯಣ: ಬಾಳಿನಲ್ಲಿ ಸಂತಸ ಮತ್ತು ಉದ್ದೇಶವನ್ನು ಕಂಡುಕೊಳ್ಳುವ ಒಂದು ಪ್ರಾಯೋಗಿಕ ಮಾರ್ಗದರ್ಶಿ

ನಮ್ಮ ಜೀವನದ ಉದ್ದೇಶ, ನಮ್ಮ ಇಕಿಗಾಯ್ ಯನ್ನು ಕಂಡುಕೊಳ್ಳಲು ಒಂದು ಪ್ರಾಯೋಗಿಕ ಮಾರ್ಗದರ್ಶಿ. ಎಲ್ಲರೂ ಓದಲೇಬೇಕಾದ 35 ತರಬೇತಿಗಳನ್ನು ಒಳಗೊಂಡಿರುವ ಒಂದು ಸುಂದರ ಕೃತಿ. ಈ ತರಬೇತಿಗಳನ್ನು ಎಲ್ಲರೂ ತಮ್ಮ ಏಳ್ಗೆಗಾಗಿ ಪಡೆದುಕೊಳ್ಳಲೇಬೇಕು.

Pages : 152
Price : ₹180/-

ವಾಬಿ–ಸಾಬಿ – ಅಪರಿಪೂರ್ಣತೆಯಲ್ಲಿನ ವಿವೇಕ

ಸರಳ ಹಾಗೂ ಸುಲಭಗ್ರಾಹ್ಯವಾದ ಶೈಲಿಯಲ್ಲಿ, ನಮ್ಮ ಅಪ–ರಿಪೂರ್ಣತೆ ಮತ್ತು ಅಶಾಶ್ವತತೆಯನ್ನು ಅಪ್ಪಿಕೊಳ್ಳುವುದ–ರಿಂದ ಅದು ನಮ್ಮನ್ನು ನಾವು ಉತ್ತಮಗೊಳಿಸಿಕೊಳ್ಳಲು ಹೇಗೆ ಮುಕ್ತವಾಗಿರಿಸುತ್ತದೆ, ಹಾಗೂ 'ಉತ್ತಮಗೊಳ್ಳುವುದು' ಎಂಬ ಪದದ ಅರ್ಥವನ್ನು ಅದು ಹೇಗೆ ಒಂದು ರೀತಿ ಮೌಲ್ಯೀಕರಿಸುತ್ತದೆ, ಹಾಗೆ ನೋಡಿದರೆ ನಿಜಕ್ಕೂ ಅದೇ ಲೆಕ್ಕಕ್ಕೇ ಬರುವಂತಹದ್ದು, ಮತ್ತು ಅದನ್ನೇ ನಾವು ನಿಜಕ್ಕೂ ಬಯಸಿರುವುದು ಎಂಬುದನ್ನು 'ವಾಬಿ ಸಾಬಿ' ತೋರಿಸುತ್ತದೆ.

Pages : 118
Price : ₹150/-

ಇಚಿಗೊ ಇಚಿಯೆ– ಪ್ರತಿಯೊಂದು ಕ್ಷಣವನ್ನೂ ಜೀವಂತವಾಗಿಸುವ ಜಪಾನಿಯರ ಕಲೆ

ಬದುಕಿನ ಪ್ರತಿ ಕ್ಷಣವನ್ನೂ, ಅದು ನಮಗೆ ಒಂದೇ ಬಾರಿ ಸಿಗುವುದು ಎಂಬಂತೆ ಅನುಭವಿಸಬೇಕಾದರೆ ಈ ಕೃತಿ ನಿಮಗೆ ಒಳ್ಳೆಯ ಮಾರ್ಗದರ್ಶಿಯಾದೀತು. ನಮ್ಮ ಚೈತನ್ಯವನ್ನು ಬಡಿದೆಬ್ಬಿಸಿ ಈ 'ಕ್ಷಣ'ದಲ್ಲಿ ಬದುಕುವ ಮಹತ್ವವನ್ನು ನಮಗೆ ನೆನಪಿಸಲು ಹಾಗು ಭೂತಕಾಲ ಇಲ್ಲವೇ ಭವಿಷ್ಯದ ಬಗ್ಗೆ ಚಿಂತಿಸದೇ ಬದುಕುವುದನ್ನು ನೆನಪಿಸಲು ಈ ಸಣ್ಣ ಪುಸ್ತಕ ಸಾಕು.

Visit Us :
www.gethappythoughts.org
www.wowpublishings.com
9011013210

www.ingramcontent.com/pod-product-compliance
Lightning Source LLC
Chambersburg PA
CBHW031325230926
51848CB00001B/101
9789390607419